# BEGINNING TAGALOG

Writers

Neonetta C. Cabrera
Agustina S. Cunanan
Aurora A. Leyba
Ely J. Marquez

Rosalia A. Guinto
Antonia C. Silverio

Illustrator

Felipe D. Vale

Editorial Committee

J. Donald Bowen, editor
Clifford H. Prator
Paul Schachter
Robert P. Stockwell

# BEGINNING TAGALOG

*A Course for Speakers of English*

A Project of the Philippine Center for Language Study
under the auspices of
The Bureau of Public Schools of the Republic of the Philippines
and
The Department of English of the University of California, Los Angeles

The research reported herein was performed pursuant
to a contract with the United States Office of Education,
Department of Health, Education, and Welfare

UNIVERSITY OF CALIFORNIA PRESS
BERKELEY, LOS ANGELES, LONDON

Consultants

Tommy R. Anderson
Amparo Buhain
Roderick J. Hemphill
Fe Otanes

Recording Team

Directors
Veronica C. Palileo
Aurora A. Leyba

Technicians
Doroteo I. Legaspi
Augusto T. Palileo

Readers
Roy H. Boettcher
Irene S. Buhain
Eduardo Claudio
Gloria de Guzman
Isabel C. Martin
Toto Martin

Advisory Committee

Dr. Rufino Alejandro, Department of Education, Republic of the Philippines
Mrs. Paraluman Aspillera, Philippine Women's University
Dr. Ernesto Constantino, University of the Philippines
Dr. Cecilio Lopez, University of the Philippines
Mrs. Genoveva Edroza Matute, Philippine Normal College
Rev. John W. McCarron, Ateneo de Manila University
Miss Rosalina Morales, Bureau of Public Schools
Mr. Pablo E. Natividad, Bureau of Public Schools
Dr. Jose Villa Panganiban, Institute of National Language
Miss Adelaida Paterno, Division of City Schools, Manila

University of California Press
Berkeley and Los Angeles, California

University of California Press, Ltd.
London, England

Manufactured in the United States of America

11   12   13   14   15

The paper used in this publication meets the minimum
requirements of American National Standard for Informa-
tion Sciences—Permanence of Paper for Printed Library
Materials, ANSI Z39.48–1984. ∞

# THE TAGALOG LANGUAGE

Tagalog is a language spoken by an estimated 48 per cent of the approximately thirty million inhabitants of the Republic of the Philippines, a country composed of more than 7,000 islands off the coast of South Asia in the Western Pacific. It is spoken mostly by people from the central part of Luzon, the Philippines' largest island. In addition to Tagalog, there are anywhere from 80 to 150 other languages in the Philippines (depending on how one applies the concepts dialect and language), all of which belong to the Malayo-Polynesian family. The most important of these are Tagalog, Cebuano, Ilokano, Hiligaynon, Bikol, Pampango, Waray, and Pangasinan.

Tagalog is spoken by about thirteen million Filipinos, natively by about eight million and as a second language by an additional five million people from the other parts of Luzon and other islands, who also have their own native languages. Tagalog is transmitted to these other places as a second language by various means, such as contact with native Tagalog speakers, through Tagalog movies and radio programs, and in the schools. But in spite of the gradual dissemination of Tagalog among non-Tagalog speakers, the mutual non-intelligibility of the other languages remains.

Because of this diversity of tongues, the need for a national language has long been felt. In 1935, when it was promulgated during the Commonwealth Period, the Constitution of the Philippines included a provision for the adoption of a national language based on one of the existing native languages. The need for linguistic research to determine the appropriate basis of a national language resulted in the creation of the Institute of National Language in 1936 by Commonwealth Act 184. One year later the Institute officially chose Tagalog as the basis of the national language.

In 1959, it was decided that the national language should be known officially as Pilipino in the schools. It is Tagalog enriched with officially recognized borrowings (from other Philippine languages and from Spanish, English, and Chinese), coinages, and revived words, which have had varying degrees of success in popular usage. Standardized grammar rules and spellings along with officially adopted lexical items have been promulgated from time to time for Pilipino, which do not necessarily affect Tagalog.

Beginning Tagalog is a Tagalog textbook. For student purposes, the difference between Pilipino and Tagalog might best be described in terms of style and formality, in somewhat the way we can distinguish between the "For whom is this?" type of English and the "Who is this for?" type. Tagalog, the Philippine "Who is this for?" type, has been purposely chosen rather than Pilipino, since it is the purpose of this text to prepare the student for an informal, inconspicuous, and native-like, rather than for a formal, noticeable, and school-like, control of the language.

## ACKNOWLEDGMENTS

Beginning Tagalog has been a team effort. Many people have contributed over a period of four years, and it would take a very long list indeed to give all their names. It is also very difficult to sort out the specific contributions of different individuals, since so many drafts, revisions, tryouts, criticisms, re-drafts, etc. have passed from hand to hand, with numerous marginal notes on each which found their way into the next version. The production teams will have to assume joint responsibility for the final product. Particular acknowledgment, however, is due Paul Schachter and Robert Stockwell for pro-viding the basic information in the grammatical discussions and for correlating these with the explanations given in the reference grammar in this same series.

Special thanks are due Aurora C. Lleander and Elena M. Papa, who did the typing for all of the preliminary versions, to Lucy Stockwell for the careful and painstaking composition of the camera copy, and to Agustina Cunanan and Terence Moore for final proofreading.

J. D. B.

# INTRODUCTION

Beginning Tagalog with its accompanying recorded material has been designed to meet the specific needs of adult native speakers of English who wish to learn spoken Tagalog, though students with other language backgrounds may be able to follow the course with profit. With fairly intensive class scheduling, and assuming laboratory assignments and home study, the text can be covered in one academic year.

The text is designed to accomplish two aims. The first is to impart oral control of Tagalog and, by means of an acquaintance with the major patterns of the language, to provide the means for additional independent study that will lead to a full mastery of the structures and a vocabulary that is sufficiently broad to meet the needs of most students. The second aim is to provide accurate, up-to-date information about the patterns of Filipino culture that will enable a student to understand the social customs, standards, values, and aspirations of the Filipino people, in order to prepare him for sympathetic, enlightened, and useful participation in the context of Filipino society. A third, unplanned but welcome, result of studying this course for the English-speaking student should be an appreciation of linguistic structure, both English and Tagalog, as a cohesive, interrelated, and complex set of patterned phenomena through which a people express themselves individually and collectively. It will be especially revealing to the English speaker to get a glimpse into the linguistic world of speakers of a non-Indo-European language, where basic contrasts of linguistic structures stand more sharply focused, and where means of conceiving and expressing ideas are not related by common genesis. The English speaker will find, for instance, that familiar grammatical categories like gender and tense are much less important in Tagalog, but that new and unfamiliar categories like focus and aspect must be understood and utilized for efficient comprehension and expression. This understanding of linguistic structure surely qualifies the study of language in general and of Tagalog in particular as legitimate content of a liberal arts education, beyond the utilitarian facility of the ability to communicate in another language.

It does not detract from the value of this text to say that it does not fully succeed in either its linguistic or its cultural aims and objectives. Unqualified success in these two immense fields is probably beyond any one-year course of study, even for apt and well-motivated students. But the text does provide a useful beginning and a solid foundation for the kind of refined study that is best accomplished as a participant in, rather than merely as a student of, a society. But a student who has mastered the material of the course will be able to satisfy almost all his basic linguistic needs, and he will not find Filipino society and culture a strange and mysterious kind of behavior that he can understand only after overcoming severe culture shock. The basis for linguistic and cultural participation in Philippine life is provided in generous quantity.

Beginning Tagalog consists of 25 units and appendices. Depending on the intensity of the course, motivation of the students, size of the class, amount of outside study time, and laboratory facilities available, a unit can be covered in four to eight contact hours. In the first half of the text, the student plays the part of hearer and speaker, with only incidental reading of oral dialogs and drills. From Unit XIII on there is a reading section designated for each unit, correlated with the primarily spoken materials, but designed to promote facility in the orthography and distinctive patterns of the written language. These readings, while correlated with the units of the basic course, appear in another text, in Part I, Section A of Intermediate Readings in Tagalog.

Unit I has a special format, a dialog followed by a few simple drills, and then a sketchy overview of Tagalog pronunciation as it compares to English. From Unit II on, the basic format, subject to limitations noted, is as follows:

    A. Basic Dialog
    B. Cultural and Structural Notes
    C. Pronunciation Exercises (to Unit XIII)
    D. Drills and Grammar
    E. Cumulative Drills
    F. Visual-Cue Drills
    G. Comprehension-Response Drills
    H. Readings (from Unit XIII)

A discussion of the content and recommended presentation of each of these sections follow.

A. The Basic Dialog is the heart and core of each unit, from which all other sections are derived. It is presumed that students will memorize the twenty or so speeches of each dialog as a means of assimilating the basic patterns (pronunciation and structure) of the language. Memorization can begin with choral and later individual repetitions of phrases and sentences. If the fortunate circumstance of a small class exists, choral repetition can be reduced or eliminated entirely.

But memorizing the dialog through mechanical repetition is not enough. Even while studying the basic dialog, the alert teacher will introduce variations into class procedure. Dialog lines can be cued by questions and by having students repeat successive lines, even if there is not a question-answer relationship between lines, and by dramatizations (preferably with appropriate actions, gestures, and stage business). As a related activity while practicing the basic dialog and as a means of encouraging student attention and alertness, variations of vocabulary items or situations can be introduced. It is well to let students know that they cannot always safely predict the activities and procedures of a language class. Continually repeated activities, no matter how useful and valuable they may be in themselves, tend to lose their effectiveness and become mechanical.

It is recommended that dialogs be presented in class, but that memorization practice be left largely to the laboratory and, after the first two or so lessons, to home study.

B. Cultural and Structural Notes is a miscellaneous section designed to anticipate some of the questions that may occur to students as they are studying the dialog and to stimulate interest with data which show the relationships between different phases of Philippine language and culture, or between Philippine and other systems. It is designed for individual reading and, if used, should be assigned for home study. Class time is too valuable to have it diverted to fascinating but linguistically non-productive discussions which might characterize class study of the notes.

C. Pronunciation Exercises are designed to take up individual problems which result as the effect of superimposing Tagalog patterns of pronunciation on the habits of speakers of English. This section shows most clearly the need to consider the background language of the student as well as the structure of the language he is studying, a basic tenet of second-language teaching. It is recommended that drills be taken up in class, with additional practice provided in the language laboratory.

D. Drills and Grammar is a section where individual grammar points are presented, drilled, and discussed, and where additional incidental pronunciation practice is given. The presentation usually consists of a list of example sentences taken from previously learned dialogs or devised from familiar vocabulary to illustrate the point at hand, followed by a chart which attempts to convey through spatial arrangements the relationships of the constituent parts of the pattern, a kind of extrapolation of the pattern. The chart is followed by a few brief, explanatory notes intended to further clarify these relationships. It is recommended that the entire presentation (examples, chart, and notes) be taken up in class.

After the presentation come the drills themselves, which are numerous and varied. As far as possible, they are made contextually valid by developing sequences of two, three, or four logically related sentences. In general, an attempt is made to sequence the drills from simplest to most complex, usually ending with translation drills. The usual sequence is substitution, transformation, response, translation, though combinations and variant patterns have been purposely prepared to help prevent the boredom that so often accompanies the indispensable amount of drill that produces learning.

In conducting these drills, the teacher should seek variety and should develop standard signals and gestures to communicate as naturally as possible. For example, addressing a person and raising the eyebrows may be enough to signal that a response to a question is desired. Gestures can be especially helpful in reinforcing pronoun meanings,

particularly in the case of first person plural pronouns, where one form, _tayo_, includes the person addressed, but another form, _kami_, does not.

The teacher should remember that drill is a period devoted to student practice, and the more the teacher can fade into the background, without repudiating his responsibility as class leader, the more practice the students will get. He should encourage initiative, even when an answer is different from what is given in the text. If the answer leads away from the grammar point, the class must be brought back, but _after_, not during, an answer.

Answers are given for most drills, either on the same page or in a key in the appendix. This is so the student can evaluate his performance during home study. The student should take advantage of the design of the drill section by covering these answers until he has gone through the mental processes the drills are designed to produce; there is no learning value in reading a question and then reading the answer without first trying to supply that answer. In the classroom (and in the laboratory if sufficient student discipline can be supplied) the textbooks should be closed after the presentation of a grammar point and remain closed during the drill.

Following the drill sentences, there is a section called discussion which contains a more detailed explanation of the pattern presented, variant forms, parallels to similar Tagalog or English patterns, etc. This is provided for the student who wants an academic understanding of the material he is learning as a skill. It can be helpful as a means of "nailing down" a pattern, but some students have little interest in grammar discussions, and they should be allowed to skip this part of the section. In any case, whether optional or recommended, the reading of the discussion should be left for home study.

E. The Cumulative Drills attempt to relate new patterns with those studied previously. Again variety is important, both in drill type and in presentation, and the teacher should try to introduce novelty into these drills whenever possible. They can be presented in class and, if necessary, practiced in the laboratory.

F. The Visual-Cue Drills are pictures in the textbook with simple instructions on how the student should react verbally. Here of all places variety should be encouraged, since it is rare indeed that a picture cannot evoke more than one response. The teacher should accept any response that fits the context of the picture and the classroom and should encourage additional responses.

Because of the nature of these drills, they must be done in the classroom. Keys of suggested answers can be found in Appendix II.

G. Comprehension-Response Drills are purposely placed near the end of the unit. They are review questions intended to elicit the substance rather than the vocabulary and structural details of the dialog. They should be considered one hundred per cent contextual, i.e., any response that communicates the content of the answer (without doing violence to patterns of Tagalog structure) should be accepted. There should be no requirement of full sentences. Indeed, often a single word or even a gesture might be adequate communication.

These drills must be done in class. A list of possible responses is included in the answer key in Appendix II.

H. The Readings, which are part of the design of the basic course, begin in Unit XIII. They are simple at first and increase in complexity. The readings provide an excellent opportunity to expand on the cultural patterns presented by suggestions in the dialogs. They stay within the structural patterns presented up to the unit they go with, but some new vocabulary items are introduced, usually marked by a translation in footnotes if the context does not make the meaning apparent. The footnotes are also used to clarify cultural material alluded to in the readings.

These readings are an intrinsic part of Beginning Tagalog, but they are physically located in another text, Intermediate Readings in Tagalog, a reader which is intended to accompany the last half of the basic course and then carry the student on to a higher level of proficiency by providing more advanced learning materials. The readings for the basic course appear in Part I, where they are designated by the same unit number and title that identifies them in Beginning Tagalog.

It is recommended that readings be assigned for home study, rather than oral reading in class, since reading in real life is almost always an individual (and silent) activity. It would be quite appropriate, however, to have questions and discussion in the classroom based on the readings, or these may be assigned as written homework.

Four appendices contain the following reference material: Appendix I—a list of useful expressions that can be presented as needed, either at the beginning or during the first lessons of the course; Appendix II—keys in which possible answers are listed for all the drills in the text that do not have answers listed in the drill format; Appendix III—three verb charts showing regular formations in the inflectional aspect and focus systems; Appendix IV—a list of the two systems of Tagalog numbers, one derived from Proto-Malay and the other a more recent borrowing from Spanish. Following the appendices there is a vocabulary containing the 1,300 lexical items introduced in the text, with a minimum grammatical classification, an indication of their citation pronunciation, a definition in English, and a locator symbol that indicates the unit of first occurrence for each entry. Finally there is an index of grammatical terms and forms with references to the page in the text where each is discussed.

One important feature of the text remains to be discussed: the respelling. The sentences of the basic dialogs appear in three columns. The column to the left is Tagalog in traditional orthography. The column to the right is a contextually equivalent translation in English, as close as possible to the Tagalog original without violating English idiom.

The middle column is a respelling of the Tagalog in the left-hand column, designed to indicate certain important features of pronunciation that are not indicated in Tagalog as it is normally written. In parentheses below the Tagalog respelling, there is a literal translation of words appearing in the course for the first time.

The respelling is intended as an aid to pronunciation, to assist the student as he tries to remember what the sentence sounded like when he heard it from the teacher or on tape. Since there are allowable pronunciation variants based on dialect geography and different interpretations of the same material, the respelling cannot always hope to record what the student has heard, but it will always show one possible and usually frequent pronunciation.

The respelling has the advantage of being entirely consistent. Tagalog spelling is not often inconsistent, but there are cases where it is, as in kumusta po where po is pronounced /po·'/ but kumusta po kayo where the same po is pronounced /pu·/. More important, the respelling shows the assumed consonants /h/ and /'/ every time they occur, which can be a help to a student, who is ill-equipped to identify the difference between bata and bata (/ba·tah/ 'bathrobe' and /ba·ta·/ 'child') from context.

There is, incidentally, a rather complex system of accent marks which partly identifies these consonants and syllable-stress patterns, which is recommended by the Institute of National Language and taught in the schools. Since it is not generally used in journalism or printing otherwise, it was decided not to teach the system to second-language students in this text. As a justification, it was felt that students should not be given a crutch with accent marks in the traditional spelling which they would not find anywhere else.

Finally, the respelling indicates an intonation interpretation by marking stress, pitch, and juncture. Stress is marked by a raised dot following the stressed vowel. This symbol was chosen, rather than an acute accent over the vowel, since length (not loudness or pitch shift, as in English) is the primary characteristic of Tagalog stress. Pitch is shown by a line on three levels, representing a low, mid, and high range. The representation is approximate only, since any stylization will fail to show all the subtleties of intonation without a plethora of smothering detail. Juncture is shown by a vertical line, by spacing between phrases, and by arrows up or down at the end of each sentence.

Some students do not like respelling and claim they are confused by it. Those who feel this way are invited to ignore the middle column, though it should not be hard to read, since all the symbols not mentioned above are familiar from English. When respelling appears in the context of explanatory material (in charts or discussions), it is set off by slant lines: / /.

In the drill sections, the overlinings (but not other features of the respelling) are used in at least one sentence in most drills to suggest an interpretation of the sentences. The basic pattern of interpretation can be carried through the entire drill, though it must, of course, be modified to fit each sentence, since the stress patterns of individual words to some extent determine what an intonation pattern can be.

It will be noticed that a few non-Tagalog sounds are used in names, such as the /v/ in David /davi·d/ and the /f/ in Clark Field /kla·rk fi·ld/. These in general represent the facts of pronunciation of most educated Filipinos and should not cause the students any difficulty.

A full set of tape recordings has been prepared for the basic course. These are in three separate series: dialogs (13 1800-foot reels of tape), drills (36 reels), and readings (6 reels). The dialog of each unit is in three complete repetitions of the dialog sequence. Format 1 is recorded as follows: the English equivalent of each dialog sentence is followed by the Tagalog sentence as a full utterance, with spaced silence for student repetition, followed by a rendition of "partials", or phrases from the utterance not exceeding seven or eight syllables in the early lessons, which are given with spaces for repetition in context sequence. Each long sentence is broken up for phrase practice in this way for two repetitions, followed by a rendition of the complete sentence, again with space for student repetition. Format 2 is a dramatization of the dialog, with no spaces for repetition, to be used as a comprehension exercise and to provide a model for eventual student performance. Format 3 is a rendition of each full sentence once, with a timed space for a single student repetition. Thus Format 1 is designed for preliminary memorization drill, Format 2 as a performance model or as a stimulus for simultaneous repetition, and Format 3 as a confirmation drill or for review.

The second series of recordings is the drills. All drills which lend themselves to laboratory performance (which excludes the visual-cue drills, comprehension-response drills, and a few others) are recorded in the same basic format. The model and the cue, usually marked 'teacher' in the text, appears on the tape. Then a space follows for the student's performance, followed by a confirmation on the tape giving the correct student response. The student will have to read the drill instructions from the text, but should then close his book and do the drills without written guidance. This is an important point; merely reading the answers as they are listed in the text will short circuit the learning process, since the pattern formation is a product of the author's, not the student's, mind.

The third series of recordings is the readings assigned in Intermediate Readings in Tagalog to the basic course. These are in a listening format, for the student who wishes to tune his ears to the patterns and tempo of oral reading; if he wishes to practice oral reading, he can listen and repeat along with the voice on the tape. These recordings can also be used in the classroom to change the pace of the usual lesson activities and as an informal test of oral comprehension.

Here, for the student, are a few brief study hints, which, if taken seriously and applied to the problem of learning Tagalog, can improve the effectiveness of class activities:

1. Class time is valuable. Keep your attendance regular and do laboratory assignments and other outside study thoroughly to save time in class. When reciting, avoid questions that do not deal with the point at hand and speculative questions on why this or that pattern should be used.

2. Participate wholeheartedly in class activities. Speak up clearly and don't hesitate to use meaningful gestures and to dramatize learning situations which lend themselves to dramatization.

3. Maintain normal speed and tempo when speaking in Tagalog. Avoid the exaggerations of overly careful pronunciation.

4. Listen carefully as the teacher speaks and imitate carefully. Don't become overdependent on written forms. The aim of the course is spoken Tagalog. Skill in understanding and speaking should be developed from the first day.

5. Mastery, not coverage, of the material is the objective of the course. A certain amount of review is built into the lessons, especially in the cumulative drills, but don't hesitate to go back and refamiliarize yourself with earlier dialogs and drills if you're not sure of them.

6. Schedule laboratory and home study time to provide frequent contact with the material. Two half-hour study periods at different times during the day are usually more effective than a single one-hour study period. When studying, concentrate on the patterns and the message they carry. Use answers and keys to check only after working through a drill sequence.

7. Use the language whenever you can. Talk to your teacher and fellow students in Tagalog. Use the language for routine questions in class. Talk with travellers, see movies, read newspapers, etc., to get as much practice in the language as possible.

Beginning Tagalog is the first of a series of four books produced in a single materials project. The other three are Intermediate Readings in Tagalog, mentioned earlier in this introduction, Tagalog Reference Grammar, and Tagalog-English, English-Tagalog: A Student Dictionary. Beginning Tagalog is the basic course, which introduces the student to the common, useful patterns of the language and provides the means for mastering them as acceptable linguistic habits.

The second text, Intermediate Readings in Tagalog, is designed to strengthen the student's control of the language, to develop his reading knowledge, to systematically enlarge his working vocabulary, and to provide an introduction to samples of Tagalog literary writings. Both the basic course and the reader present content materials which illustrate the cultural patterns of Philippine society.

With the completion of the basic course and the reader, the student should be prepared to assume the initiative of further study. The other two items in the series, the reference grammar and the dic-tionary, can be very useful to the student at this level, in individual and independent study. The four items together form a correlated series designed to meet the needs of an English-speaking student of Tagalog who wants to achieve a mastery of the language and an understanding of the culture which will enable him to work effectively within the context of Philippine society.

# CONTENTS

[xiii]

Reading: <u>Mabuhay</u> <u>ang</u> <u>Bagong</u>-<u>Kasal</u> and <u>Mga</u> <u>Iba't</u> <u>Ibang</u> <u>Lugar</u> <u>sa</u>
    <u>Pilipinas</u>

# UNIT I

Mapa ng Pilipinas

Babatiin ni Ginoong (1) Magpayo ang kaniyang klase, sisimulan ang pagtatawag sa mga mag-aaral, at magbibigay ng liksyon tungkol sa mapa ng Pilipinas.

Map of the Philippines

Mr. Magpayo greets his class, calls the roll, and gives a lesson on the map of the Philippines.

G. Magpayo:
Magandang (2) umaga sa inyong lahat.

magandaŋ ʊma·gah | sa ɪnyʊŋ laha·t
(beautiful)(morning)(to)(you)  (all)

Good morning, everybody.

Mag-aaral:
Magandang umaga po (3), Ginoong Magpayo.

magandaŋ ʊma·ga po·' | gɪnʊ·oŋ magpa·yoh
(sir)(mister)(Magpayo)

Good morning, Mr. Magpayo.

G. Magpayo:
Nandito (4) na ba kayong lahat?

na·ndɪtʊ  na  ba kayʊŋ laha·t
(here) (already)(?) (you)

Everybody here now?

Luningning Arroyo?

lʊnɪŋnɪŋ  aro·yoh
(Luningning)(Arroyo)

Luningning Arroyo?

Luningning:
Narito po (4).

na·rɪtʊ po·' |
(here)

Here, sir.

G. Magpayo:
Pedrito Papa?

pedri·to pa·pah
(Pedrito)(Papa)

Pedrito Papa?

Pedrito:
Narito po.

na·rɪtʊ po·'|

Here, sir.

(Tuloy ang pagtatawag sa mga mag-aaral.)

(Continues with the roll call.)

G. Magpayo:
Buweno (5), ngayong umaga, ang iba't ibang lugar (5) sa Pilipinas.

bwe·noh ŋayʊŋ uma·gah 'aŋ ɪbat ɪbaŋ lʊga·r
(well) (now) (the)(different)(place)
sa pɪlɪpi·nas
(in)(Philippines)

Well, this morning (we discuss) the different places in the Philippines.

Tumingin kayo rito (6).

tʊmɪŋɪn kayʊ ri·toh
(look) (here)

Look here.

Ito ang mapa (5) ng Pilipinas. Ito ang Luson (7).

'ito·h 'aŋ ma·pah naŋ pɪlɪpi·nas
(this) (map) (of)
'ɪtʊ aŋ lʊso·n
(Luzon)

This is the map of the Philippines. This is Luzon.

Ito ang Mindanaw (8).

'ɪtʊ aŋ mɪndana·w
(Mindanao)

This is Mindanao.

Ang mga pulong ito ang Bisaya. Ito ang Samar, Leyte, Sebu, Negros, at Panay (9).

'aŋ maŋa pʊlʊŋ ɪto·h 'aŋ bɪsa·ya'
(pl.)(island) (Visayas)
'ɪtʊ aŋ sa·mar le·yteh sebu·h ne·gros
(Samar) (Leyte) (Cebu) (Negros)
'at pana·y
(and)(Panay)

These islands here are the Visayas. This is Samar, Leyte, Cebu, Negros, and Panay.

David, halika (10) sa harapan.

davi·d hali·ka sa harapa·n
(David)(come) (front)

David, come to the front.

Saan ang Luson?

sa'an aŋ lʊso·n
(where)

Where is Luzon?

David:
Dito (6) ang Luson.

di·toh 'aŋ lʊso·n
(here)

Here's Luzon.

G. Magpayo:
Ituro mo ang Sebu.

'itu·rʊ mʊ aŋ sebu·h
(to-be- (by-
pointed) you)

Point to Cebu.

David:
Ito ang Sebu.

'ɪtʊ aŋ sebu·h

This is Cebu.

(Tuloy ang pagtatanong.)

(The questioning continues.)

G. Magpayo:
Ito ang Maynila (11), ang pinakamalaking lunsod ng Pilipinas.

'ito·h 'aŋ mayni·la' 'aŋ pɪnakamalakɪŋ lʊnso·d
(Manila) (biggest) (city)
naŋ pɪlɪpi·nas

This is Manila, the biggest city in the Philippines.

Ito ang lunsod ng Quezon (11), ang punong-lunsod ng Pilipinas.

'ɪtʊ aŋ lʊnsʊd naŋ ke·son 'aŋ pʊ·nʊŋ lʊnso·d
(Quezon City) (capital)
naŋ pɪlɪpi·nas

This is Quezon City, the capital of the Philippines.

Ito ang Pampanga. Nandito ang Clark Field,

'ɪtʊ aŋ pampa·ŋgah na·ndɪtʊ aŋ kla·rk fi·ld (4)
(Pampanga) (Clark Field)

This is Pampanga. Clark Field is here, in Angeles.

| Tagalog | Phonetic (with intonation) | English |
|---|---|---|
| sa Angeles (12). | sa 'a·ŋheles <br> (Angeles) | |
| Carlos, saan ba ang Subik (13)? | ka·rlo·s \| sa'an ba·ŋ su·bɪk <br> (Carlos)          (Subic) | Carlos, where is Subic? |
| Carlos: <br> Aywan ko po. | 'e·wan        kʊ po·' (14) <br> (not-known)(by-me) | I don't know, sir. |
| G. Magpayo: <br> Dito, sa Olongapo, Sambales. Malapit dito (ituturo) sa Bataan at Korihidor (15). | di·toh   sa olo·ŋgapo·h   samba·les <br> (Olongapo)   (Zambales) <br> mala·pɪt di·to·h   sa bata'a·n   'at kʊrɪhɪdo·r <br> (near)              (Bataan)       (Corregidor) | Here, in Olongapo, Zambales. Near Bataan and Corregidor (points to these). |
| Ang Tagaytay (16) naman, Angela, nasaan? | 'aŋ tagaytay   naman   a·ŋhelah   na·sa'an <br> (Tagaytay)(on-the-   (Angela) <br> other hand) | Tagaytay, Angela, where is it? |
| Angela: <br> Dito po, sa Kabite (17). | di·tʊ po·' \| sa kabi·teh <br> (Cavite) | Here, in Cavite. |
| G. Magpayo: <br> Magaling. | magali·ŋ <br> (good) | Good. |
| Luningning: <br> Saan po ang Bagyo (18), Ginoong Magpayo? | sa'an pu· 'aŋ ba·gyoh   gɪnʊ'oŋ magpa·yoh <br> (Baguio) | Where is Baguio, Mr. Magpayo? |
| G. Magpayo: <br> Nasa hilagang Luson ang Bagyo. Maginaw (19) doon, nguni't marami ang nagbabakasyon. | na·sa hɪla·gaŋ lʊso·n   'aŋ ba·gyoh <br> (in)   (north) <br> magɪnaw do'o·n \| ŋʊ·nɪt mara·mɪh \| <br> (cold) (there) (but)   (many) <br> 'aŋ nagba·bakasyo·n <br> (going-on-vacation) | Baguio is in northern Luzon. It's cold up there, but there are still a lot of vacationers. |
| Nguni't bukas na iyan. Lakad na. | ŋʊ·nɪt   bu·kas   na ya·n   la·kad na·h <br> (tomorrow)   (that)   (walk) | But we'll take that up tomorrow. You may go now. |
| Mag-aaral: <br> Paalam na po (20). | pa'a·lam na po·' <br> (goodbye) | Goodbye, sir. |
| G. Magpayo: <br> Adyos (20). | 'adyo·s \| <br> (goodbye) | Goodbye. |

## CULTURAL AND STRUCTURAL NOTES

(1) <u>Ginoo</u> (abbreviated G.) is the Tagalog word for 'mister, sir, gentleman'. Before a name it has the form <u>Ginoong</u> (see note 2). The corresponding words for 'Mrs.' and 'Miss' are <u>Ginang</u> (abbreviated Gng.) and <u>Binibini</u> (abbreviated Bb.). Before a name <u>Ginang</u> doesn't change, but 'Miss' has the form <u>Binibining</u>.

(2) The modifier <u>maganda</u> is linked to the word it modifies by a relation marker or 'linker', which is /ŋ/ (-<u>ng</u> in ordinary spelling) in the present ex-

ample. /ŋ/ replaces final /-h/, final glottal /-'/, or final /-n/. Examples of the linker /ŋ/ from the dialog of this unit are:

| | |
|---|---|
| maganda <br> /maganda·h/ <br> 'beautiful' | magandang umaga <br> /magandaŋ ʊma·gah/ <br> 'beautiful morning' |
| inyo <br> /'ɪnyo·h/ <br> 'you' | sa inyong lahat <br> /sa ɪnyuŋ laha·t/ <br> 'to you all' |

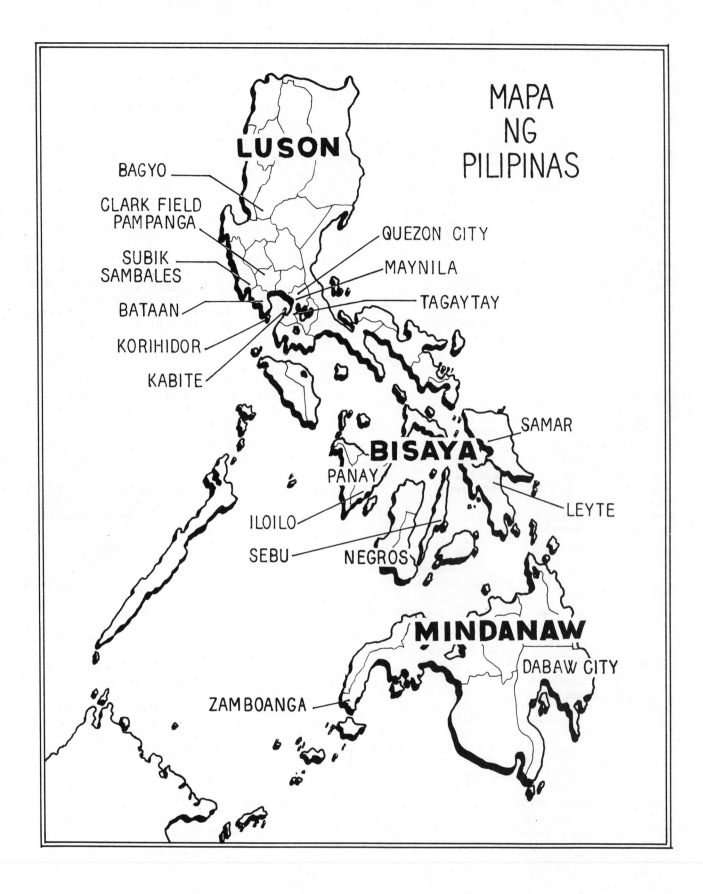

MAPA
NG
PILIPINAS

**LUSON**

BAGYO

CLARK FIELD
PAMPANGA

SUBIK
SAMBALES

BATAAN

KORIHIDOR

KABITE

QUEZON CITY

MAYNILA

TAGAYTAY

**BISAYA**

SAMAR

PANAY

LEYTE

ILOILO

SEBU      NEGROS

**MINDANAW**

DABAW CITY

ZAMBOANGA

| | |
|---|---|
| ginoo<br>/gɪnʊˈoˑh/<br>'mister' | Ginoong Magpayo<br>/gɪnʊ ˈoŋ magpaˑyoh/<br>'Mr. Magpayo' |
| kayo<br>/kayoˑh/<br>'you' | kayong lahat<br>/kayʊŋ lahaˑt/<br>'you all' |
| iba't iba<br>/ˈɪbat ɪbaˑh/<br>'different' | iba't ibang lugar<br>/ˈɪbat ɪbaŋ lʊgaˑr/<br>'different places' |
| pinakamalaki<br>/pɪnakamalakiˑh/<br>'biggest' | pinakamalaking lunsod<br>/pɪnakamalakɪŋ lʊnsoˑd/<br>'biggest city' |
| pulo<br>/pʊloˑ'/<br>'island' | mga pulong ito<br>/maŋa pʊlʊŋ ɪtoˑh/<br>'these islands' |
| puno<br>/puˑnoˑ'/<br>'capital' | punong-lunsod<br>/puˑnʊŋ lʊnsoˑd/<br>'capital city' |
| ngayon<br>/ŋayoˑn/<br>'now' | ngayong umaga<br>/ŋayoŋ ʊmaˑgah/<br>'this morning' |

The linker is discussed in greater detail in Unit II. Note that ng in the word magaling /magaliˑŋ/ is not the linker, but a part of the word itself.

(3) Po is an expression of respect, equivalent to 'ma'am' or 'sir'. This word, or the more common ho, is usually used when talking to one's parents, to people older than the speaker, and to strangers. Though po is usually considered more formal than ho, some speakers prefer one, some the other, and some use both.

(4) Nandito or narito means 'here' or 'right here'. As an interrogative word in yes-no questions, nandito (pronounced with stress on the first or second syllable) or narito (stressed on first syllable) is generally used to confirm the whereabouts of persons and movable things. Nandito or narito is also used as a response. Used in this way to refer to movable entities, it parallels the use of the word nasaan (see the second grammar point of this unit).

(5) Buweno, lugar, mapa, adyos, and bakasyon in nagbabakasyon are examples of the more than 5,000 Tagalog words borrowed from Spanish. As in the case of words borrowed from English, the loanwords from Spanish generally follow the sound and affixation patterns of Tagalog. Frequently, however, the loans from either language tend to retain some features of the foreign language pronunciation, depending on factors like education of the speaker, fluency in the foreign language, etc. Note the /v/ in David, as well as the /f/ and the consonant clusters in Clark Field in the speech of the teacher. /v/, /f/, and the consonant combinations pronounced in one syllable, /kl/, /rk/, and /ld/, are among the consonants and consonant clusters that are present in English but which do not occur in native Tagalog words.

(6) Rito is a variant of the word dito 'here'. The former appears when the preceding word in a sen-

tence ends in a vowel, /y/, or /w/. This alternation between /r/ and /d/ is quite common in Tagalog.

As a response, dito is used to answer questions beginning with saan.

(7) Luson or Luzon is the most important of the three main geographical divisions of the Philippines. It is also the biggest single island in the archipelago, and the most heavily populated. Manila, the chief port and most important city, as well as Quezon City, the new capital, are located in Luzon.

(8) Mindanao is the southernmost of the three main geographical divisions in the Philippines.

(9) Bisaya or Visayas is a group of islands which lie between Luzon and Mindanao, comprising the second of the three main geographical divisions of the Philippines. Samar, Leyte, Cebu, Negros, and Panay are the largest islands in this group.

(10) Halika is formed from hali and ka meaning 'come you'. It is pluralized halikayo when one wants to tell more than one person to come.

(11) Manila, the principal city of the Philippines, used to be the capital of the Republic. A law passed in 1940 moved the capital from Manila to Quezon City, in the suburbs. Manila, however, remains the cultural, social, economic, and industrial center of the islands.

(12) A province in Luzon, Pampanga is the site of a big American air base, Clark Field, which is a large military installation in the township of Angeles, not in the town proper.

(13) Subic, the name of a bay in the province of Zambales, is the site of an American naval base.

(14) The diphthong /ay/ frequently changes to /ey/ or /eˑ/ in actual conversation.

(15) Bataan is a peninsula forming the northwest boundary of Manila Bay. Corregidor is an island fortress at the mouth of the bay. Both are famous for the valiant stand made by the combined Philippine-American forces against the numerically superior Japanese army in 1942.

(16) A resort south of Manila, Tagaytay is famous for its cool climate and scenic view of Taal Volcano and the surrounding lake.

(17) Cavite is a province south of Manila. The northern tip is the site of an American air base, Sangley Point.

(18) Baguio is the summer capital of the Philippines. It is famous for its temperate climate, situated as it is in the mountains. It is reached by a winding road, which was an outstanding engineering feat when it was built in 1910.

(19) Maginaw means 'cold' or 'cool' only with reference to climate or weather. Other words describe objects, persons, feelings, attitudes, actions, etc. as cold or cool.

(20) The leave-taking expression Adyos po (ho) or Adyos is used by both the person leaving and the person being taken leave of. It may be acknowledged by Adyos po (ho) or by plain Adyos.

Paalam no po is used only by the person leaving. It may also be answered by Adyos po (ho) or Adyos.

DRILLS AND GRAMMAR

I. Ito, iyan, iyon

EXAMPLES

A. 1. Ito ang mapa ng Pilipinas.                [This is the map of the Philippines.][1]
   2. Ito ang Luson.                            [This is Luzon.]

B. 1. Iyan ang Mindanaw.                        That's Mindanao.
   2. Iyan ang Bisaya.                          That's the Visayas.

C. 1. Iyon ang Sebu.                            That's Cebu.
   2. Iyon ang Negros.                          That's Negros.

| ito | this | |
|-----|------|--|
| iyan } | that | { near you but far from me |
| iyon } | | { far from you and me |

a. Ito is roughly equivalent to English 'this'. It is
   used to refer to objects approximately within
   arm's reach of the speaker.

b. Both iyan and iyon correspond to English 'that',
   the difference depending on the location of the
   object referred to. Iyan is used when the object
   is near the listener, iyon when it is far from
   both speaker and listener, or for objects absent
   from the physical context.

PICTURE DRILLS

Instructions: A wall map similar to the one which appears in the basic dialog may be posted where every-
          body in the class can see it. Have the students do as they are told.

              Teacher                                Student

A. Halika rito, David.                   (Student approaches the wall map
   (Come here, David.)                   and points as directed.)

   Ituro mo ang Luson.                       Ito ang Luson.
   Ituro mo ang Bisaya.                      Ito ang Bisaya.
   Ituro mo ang Mindanaw.                    Ito ang Mindanaw.
   Ituro mo ang Maynila.                     Ito ang Maynila.
   Ituro mo ang Dabaw.                       Ito ang Dabaw.
       atbp.[2]                                  atbp.

B. Bumalik ka sa upuan mo.               (Student goes back to his seat and
   (Go back to your seat.)               points to the place asked for.)

   Ano ito?                                  Iyan ang Bagyo.
   Ano ito?                                  Iyan ang Tagaytay.
   Ano ito?                                  Iyan ang Panay.
   Ano ito?                                  Iyan ang Quezon City.
       atbp.                                     atbp.

---

[1]In the grammar section of this and following units, all sentences between brackets are found in the
present or previous dialogs; those without are not.

[2]This Tagalog abbreviation for at iba pa /'at ıba pa·h /, which literally means 'and other more', is
equivalent to the Latin et cetera (etc.) and the English 'and so forth'.

C. (Teacher goes to the student's seat.)

  I012.png Ituro mo | ang Mindanaw.
  Ituro mo ang Zamboanga.
  Ituro mo ang Bataan.
  Ituro mo ang Leyte.
   atbp.

(Student stands up and points to the places from his seat.)

  Iyon | ang Mindanaw.
  Iyon ang Zamboanga.
  Iyon ang Bataan.
  Iyon ang Leyte.
   atbp.

## DISCUSSION

Ito, iyan, and iyon function somewhat like the English demonstratives 'this' and 'that'. A fourth demonstrative, iri, is occasionally heard. This is used by some speakers as the equivalent of ito, by others as indicating closer proximity than ito (i.e., something in contact with the body, rather than just within reach), and by still others not at all.

Modern English does not make a distinction like that between iyan and iyon, as is evidenced by the fact that both Tagalog words are translated by the single English word 'that'. Older forms of English did make such a distinction, using 'that yonder', or 'yon', for distant referents, but these expressions are now archaic.

While English requires the use of distinctive plural demonstratives ('these' and 'those'), the Tagalog demonstratives may be used to refer to either one or more than one object without change of form.

## II. Saan, nasaan; dito, diyan, doon

### EXAMPLES

A. 1. Saan ang Luson?        [Where is Luson?]
 2. Saan ba[1] ang Subik?      [Where is Subic?]

B. 1. Nasaan ang mapa?      Where's the map?
 2. Nasaan ang Tagaytay?    Where's Tagaytay?

| saan | |
|------|-------|
| nasaan | where |

C. 1. Dito ang Luson.        [Here's Luson.]
 2. Saan dito ang Subik?     Whereabouts here is Subic?
 3. Dito sa Olongapo, Sambales.  [Here, in Olongapo, Zambales.]

D. 1. Diyan ang Kabite.      Cavite is over there.
 2. Saan diyan ang Clark Field?  Where (over there) is Clark Field?
 3. Diyan sa Angeles.      There, by Angeles.

E. 1. Doon ang Bisaya.      The Visayas are over there.
 2. Maginaw doon.       [It's cold over there.]
 3. Saan doon ang Bagyo?    Where (up there) is Baguio?

| dito | here | |
|-------|-------|-------|
| diyan | | near you but far from me |
| doon | there | far from you and me |

 a. Saan and nasaan are roughly equivalent in questioning the location of places.

 b. They are not interchangeable in other cases; see DISCUSSION.

 c. The relative locations expressed by the above forms are comparable to those expressed by ito, iyan, iyon.

---

[1] Ba is a question particle. Its use is explained in Unit II.

PICTURE DRILLS

A. (Teacher stands by the map.)

Halika rito, Luningning.

Saan dito ang Leyte?    Dito sa Bisaya ang Leyte.
Saan dito ang Angeles?    Dito sa Pampanga ang Angeles.
Saan dito ang Dabaw?    Dito sa Mindanaw ang Dabaw.
Saan dito ang Bagyo?    Dito sa Luson ang Bagyo.
     atbp.      atbp.

B. Bumalik ka sa upuan mo.

Saan dito ang Negros?    Diyan sa Bisaya ang Negros.
Saan dito ang Zamboanga?    Diyan sa Mindanaw ang Zamboanga.
Saan dito ang Tagaytay?    Diyan sa Kabite ang Tagaytay.
Saan dito ang Iloilo?    Diyan sa Bisaya ang Iloilo.
     atbp.      atbp.

C. (Goes to a student's seat.)

Saan doon ang Samar?    Doon sa Bisaya ang Samar.
Saan doon ang Quezon City?    Doon sa Luson ang Quezon City.
Saan doon ang Olongapo?    Doon sa Sambales ang Olongapo.
Saan doon ang Dabaw?    Doon sa Mindanaw ang Dabaw.
     atbp.      atbp.

D. (Teacher stands by the map.)

Nasaan ang Tagaytay?    Nasa Kabite.
Nasaan ang Subik?    Nasa Olongapo.
Nasaan ang Maynila?    Nasa Luson.
Nasaan ang Negros?    Nasa Bisaya.
     atbp.      atbp.

E. (Teacher cues from map.)

Nasaan si[1] Pedrito Arroyo?    Nasa Dabaw.
Nasaan si Luningning Papa?    Nasa Mindanaw.
Nasaan si Angela Magpayo?    Nasa Sambales.
Nasaan si David Cruz?    Nasa Iloilo.

DISCUSSION

Saan and nasaan are both translated by English 'where'. They are more or less interchangeable in questioning the location of places, but are not interchangeable in other cases.

Only saan may be used in questioning the direction of motion in sentences that include verbs. In such cases saan is equivalent to 'where...to', 'where...from', 'where...in', etc., according to the meaning of the verb.

Only nasaan may be used in questioning the location of movable entities (e.g., people or objects), implying 'where...at'. When saan occurs in a verbless sentence before a noun representing a movable entity, the deletion of a verb is always implied.

---

[1]Si is a noun marker which appears before person names. Its use is explained in Unit II.

Dito, diyan, and doon are basically comparable to ito, iyan, and iyon respectively. They are used as place indicators and follow the same distinctions of distance from listener, or speaker, or listener and speaker. Modern English sometimes achieves the same distinction of 'far from speaker, but near the listener', and 'far from both listener and speaker', by employing adverbial phrases like there beside you, by your table, or similar phrases implying nearness to listener and distance from speaker, as against phrases like over there, up there, etc., to indicate places distant from both speaker and listener.

## PRONUNCIATION

This section presents a brief introduction to the sounds of Tagalog and is intended to familiarize the student with some rather general facts about them. It presents a discussion of sounds or groups of sounds arranged according to probable difficulty. The sounds that an English-speaking person is likely to find difficult are presented first; those that coincide most with the sounds of English are discussed last. The discussions make maximum use of comparisons between Tagalog and English, for better understanding of whatever sound is being described (through comparison of new sounds with known sounds) and to facilitate eventual production of the new sounds. Only general information is given; details are left to subsequent units and to a separate reference grammar prepared to accompany this book.

## THE CONSONANT SOUNDS

Tagalog has 16 consonant sounds in contrast to English, which has 24. The Tagalog consonants are, according to the system of respelling adopted in this book, /p, b, t, d, k, g, ', s, h, m, n, η, l, r, y, w/.

The Glottal Stop /'/.

The Tagalog sound which seems to be by far the most difficult for English-speaking persons to hear and produce (the first few times) is the glottal stop, represented by /'/ in the transcription. The same sound in English is not significant (that is, its presence or absence in an English word does not change meaning or distinguish one word from another in a systematic way in the language).

The glottal stop is so named because in its production the glottis, or the opening between the vocal cords, is tightly closed, "stopping" the air column coming from the lungs. The stop is as audible to the ears of a Tagalog speaker as any other sound in his language, a fact which bewilders the native speaker of English, who not infrequently fails to hear it even when it is clearly pronounced. Thus the English speaker may hear no difference at all between bata /ba·tah/ 'bathrobe' and bata /ba·ta'/ 'child', which are as different as cart and card in English. At other times the glottal stop is mistaken for /k/, so that batik /ba·tɪk/ 'spot' and bati /ba·tɪ'/ 'greeting' may not be distinguished.

In English the glottal sound often appears at the beginning of words ordinarily begun by vowels, particularly if the vowel is stressed, as in 'He is here', with the is actually pronounced /'ɪz/. The glottal is also heard in the common way of saying 'no', namely uh uh, and in the expression of surprise, oh oh! In Tagalog, the sound may appear at the beginning, within, or at the end of a word, as the following examples show:

| | | | |
|---|---|---|---|
| Initially: | umaga | /'ʊma·gah/ | 'morning' |
| | ito | /'ɪto·h/ | 'this' |
| Medially: | paalam | /pa'a·lam/ | 'goodbye' |
| | tao | /ta·'oh/ | 'person' |
| Finally: | po | /po'/ | 'ma'am/sir' |
| | Bisaya | /bɪsa·ya'/ | 'Visayas' |

When words are put together, the initial glottal very frequently drops out of the stream of speech (especially in rapid speech and when the preceding sound is a consonant):

| | |
|---|---|
| umaga | magandang umaga |
| /'ʊma·gah/ | /magandaη ʊma·gah/ |
| 'morning' | 'good morning' |
| Arroyo | Luningning Arroyo |
| /'aro·yoh/ | /lʊnɪηnɪη aro·yoh/ |
| (family name) | (full name) |

When the glottal sound appears at the end of a word within a phrase, it is replaced by a lengthening of the vowel before it. The vowel so lengthened often changes to a higher variant, if it is /e/ and especially if it is /o/:

| | |
|---|---|
| ituro | Ituro mo. |
| /'ɪtu·ro'/ | /'ɪtu·ru· mo·h/ |
| 'point' | 'Point.' |
| puno | Puno ng Sangay |
| /pu·no'/ | /pu·nu· naη saηa·y/ |
| 'head, chief' | 'Division Chief' |

Normally, the glottal stops at the beginning and end of phrases are pronounced, but in rapid conversation even these frequently disappear, and the resulting lengthened vowels are linked to whatever sounds follow or precede. A glottal stop beginning or ending a series of sentences is always pronounced.

### /h/ and /'/ in Tagalog Words.

Phrase-final words represented in ordinary spelling as having a final vowel /a, e, i, o, u/ are respelled in the transcription as ending in /'/ or in /h/. /h/ in Tagalog is very similar to the soft hissing sound at the beginning of English words like here, how, home, and to the breathy release at the end of words like ah, huh, bah. /h/ is produced in the same place as the glottal stop, that is, at the glottis. The glottis, however, does not completely close as in the glottal stop, but merely narrows somewhat so that the air column from the lungs is somewhat restricted as it forces itself through this narrowed opening.

Tagalog syllable structure requires a final consonant on all final syllables. Final consonants other than /h/ and /'/ are always symbolized in regular Tagalog orthography, but ordinary writing does not indicate how Tagalog words written with a final vowel (ex. baga) should be pronounced. The word may end with either /h/ or /'/, but the two may not be interchanged. /h/ and /'/ are two distinct sounds in Tagalog, and substituting one for the other can change the meaning of a word:

| hula | /hu·lah/ | vs. | hula | /hu·la'/ |
|------|----------|-----|------|----------|
| 'hula dance' | | | 'prediction' | |

| baga | /ba·gah/ | vs. | baga | /ba·ga'/ |
|------|----------|-----|------|----------|
| 'ember' | | | 'lung' | |

Even if the meaning is not changed, the resulting mispronunciation will be obvious. For /h/ and /'/ in final position, therefore, the transcription is very helpful, and care should be taken that it is referred to for all new words spelled with a final vowel.

Drills on this specific contrast are given in Unit II.

### The Consonant /ŋ/.

Next to the glottal stop, the sound respelled /ŋ/ causes the English speaker more difficulty than any of the other Tagalog consonant sounds. /ŋ/ is the ng in bring, king, singing, and the n in think, bank, donkey, etc. Although the sound occurs in English, it never occurs at the beginning of words or syllables, as it often does in Tagalog. The English speaker consequently, not used to producing /ŋ/ in these positions, either restructures the syllables to avoid an /ŋ/ at the beginning of a syllable or substitutes another sound, generally /n/. /n/ and /ŋ/ are two different sounds in Tagalog, just like /h/ and /'/, and substituting one for the other results in either a non-existent word in Tagalog or a word with an entirely different meaning. Note the following:

| talon | /talo·n/ | talong | /talo·ŋ/ |
|-------|----------|--------|----------|
| 'waterfall' | | 'eggplant' | |

| ilan | /ila·n/ | ilang | /ila·ŋ/ |
|------|---------|--------|---------|
| 'how many' | | 'desolate' | |

| banay | /ba·nay/ | bangay | /ba·ŋay/ |
|-------|----------|--------|----------|
| 'slowly' | | 'quarrel' | |

| sanay | /sana·y/ | sangay | /saŋa·y/ |
|-------|----------|--------|----------|
| 'used to' | | 'branch' | |

| nawa | /nawa·'/ | ngawa | /ŋawa·'/ |
|------|----------|-------|----------|
| 'May it be so' | | 'howl, crying' | |

| naknak | /nakna·k/ | ngakngak | /ŋakŋa·k/ |
|--------|-----------|----------|-----------|
| 'an abscess' | | 'crying aloud' | |

### Other Sounds to Watch Out For.

Some of the consonant sounds that Tagalog shares in common with English differ in some features from the corresponding English sounds. /p, t, k/, /r, l/, and, to a lesser degree, /d, n/ fit this description. The difference between these Tagalog and English sounds is not significant; that is, pronouncing the English sounds in place of the corresponding Tagalog sounds will not change the meaning of a Tagalog word, but clarity is decreased somewhat and confusion is likely. For the sake of general intelligibility and easy communication, therefore, a proper pronunciation of the Tagalog sounds is important.

Briefly, English /p, t, k/ are aspirated, or pronounced with a puff of air at the beginning of initial or stressed syllables, as in the following examples:

| part | report | appearance |
|------|--------|------------|
| tell | return | attention |
| cake | recur | accountant |

Tagalog /p, t, k/ are unaspirated, whether in stressed or unstressed syllables.

In English /r/ the tongue tip curls up and back and does not touch the top of the mouth. In the production of Tagalog /r/ the tongue tip taps at the gum ridge behind the upper teeth once or several times, depending on the position of the sound in the word.

The difference between English /l/ and Tagalog /l/ also lies in the manner of production. In the production of English /l/, the tongue forms a hollow from whose two sides (or one side) the air flows. In Tagalog /l/ the tongue is relatively straight and flat from the tip to the back. This difference in the relative height of the back part of the tongue accounts for the difference in the resulting sounds.

/t, d, n/ in Tagalog are articulated with the tongue tip generally at the back of the upper teeth; in English the tongue tip is behind the upper gum ridge. The difference again is slight and not significant, but the difference in the sounds produced is noticeable.

### Transferrable Sounds.

Besides the sounds discussed above, Tagalog and English share a number of consonant sounds which are sufficiently similar not to cause serious difficulty. These are /b, g, s, m, y, w/ and the /h/ mentioned previously. The student may therefore quite safely produce his English sounds when the corresponding sounds in Tagalog appear.

## THE VOWEL SOUNDS

The correspondences between Tagalog and English vowels are more complicated than those between consonants. Vowel quality, more than consonant quality, is readily affected by such things as position in the sentence, neighboring sounds, stress, origin of word, etc. Most of the Tagalog vowels, when compared to the English, are of the "almost-but-not-quite" type. In some ways learning sounds of this kind is more difficult than learning totally new sounds, because similarities encourage the assumption that differences are trivial and therefore unimportant in pronunciation.

Each vowel of Tagalog is comparable to some vowel sound in English. The difference between any pair is mainly in tongue position:

1. Tongue height—the tongue may be arched high in the mouth (high), somewhere in the middle (mid), or lower in the mouth (low).

2. Tongue fronting or backing—the tongue may be arched toward the front of the mouth (front), in the center (center), or retracted toward the back (back).

An important consideration in the comparison of Tagalog and English vowels is the matter of correlation with stress. There are strict limitations, especially in English, on which vowel sounds may appear in unstressed syllables. Similarly, there are changes that occur under different stresses in Tagalog, which are discussed and drilled in a later unit.

The summary charts of Tagalog vowels below present a rough picture of the situation.

The Tagalog Vowels.

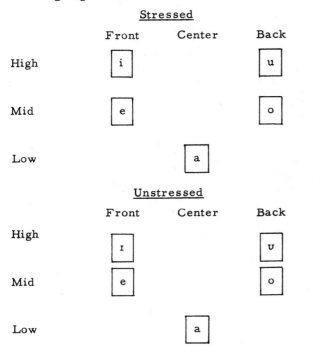

The preceding charts list the vowels that normally appear in stressed syllables and the ones that appear in unstressed syllables. As the charts show, the high vowels don't occur unstressed; a lower variety is normally substituted. The unstressed mid vowels may retain the quality they have in stressed syllables or they may merge with the lower high /ɪ/ and /ʊ/, a pattern the chart does not specifically show. Traditional Tagalog spelling, which usually represents the significant sounds of the language quite well, fails to show the pronunciation of unstressed vowels. Only the /a/ keeps its identity (and in some positions even the /a/ rises a bit when unstressed).

The Tagalog Diphthongs.

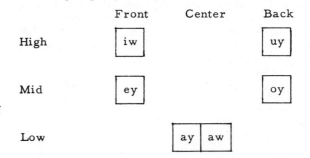

The vowels of both Tagalog and English are of two kinds: simple vowels and diphthongs. The simple vowels are those pronounced with the tongue, jaw, and other vocal organs remaining more or less in one position throughout the utterance of the vowel sound. The e of bet in English is an example of a simple vowel.

The diphthongs are the complex vowels produced with the tongue and jaw starting in one position and then gliding upward toward the position for /y/ or /w/. /y/ is produced with the front part of the tongue raised toward the upper gum ridge. In /w/ the lips are rounded and the back of the tongue is arched toward the back of the mouth. The middle sound of bait, represented in the respelling as /ey/, as in /beyt/, is a diphthong. The tongue, the lips, and the jaw start slightly higher than the simple vowel sound of /e/ in bet, but during the latter part of the sound move up toward the position for /y/, thus producing the /ey/ of bait /beyt/. Most of the differences between Tagalog and English vowels lie in the area of simple vowel-diphthong distinctions, as can be seen in the chart on the following page.

As mentioned earlier, diphthongs are complex vowels made up of simple vowels gliding into /y/ or /w/. The diphthongs in Tagalog are /ey, ay, oy, uy, aw, iw/. Those commonly found in American English are /iy, ey, ay, oy, uw, ow, aw/, illustrated in such words as me /miy/, may /mey/, my /may/, toy /toy/, two /tuw/, tow /tow/, and cow /kaw/ respectively.

The Tagalog diphthongs /iw/ and /uy/ do not

exist in most of the dialects of American English and are likely to cause some difficulty for the American learner of Tagalog. /iw/ is especially troublesome; a discussion and some drills are devoted to it in Unit XI.

## The Simple Vowels of Tagalog

| Pronunciation Symbol | Ordinary Tagalog Spelling | Nearest English Sound |
|---|---|---|
| /i/ | i | The first part of the diphthong /iy/ of such English words as meek /miyk/, bead /biyd/, leak /liyk/, etc. |
| /ɪ/ | i, e | The vowel sound of sick /sɪk/, lick /lɪk/, big /bɪg/, etc. |
| /e/ | e | The first part of the diphthong /ey/ in such words as sale /seyl/, bait /beyt/, cake /keyk/, etc. |
| /a/ | a | /a/ as pronounced in most parts of the United States in such words as father /faðher/, far /far/, hard /hard/, etc. |
| /u/ | u | The first component of the diphthong in such words as soon /suwn/, pool /puwl/, food /fuwd/, etc. |
| /ʊ/ | u, o | /ʊ/ as pronounced in book /bʊk/, could /kʊd/, put /pʊt/, etc. |
| /o/ | o | The first component of the diphthong /ow/ in such words as bowl /bowl/, soak /sowk/, bone /bown/, etc. |

## INTONATION

In words and sentences cited alone or in context, certain phenomena of voice inflection occur along with the vowels and consonants. First, all syllables are said on some kind of pitch; second, the syllables vary in prominence; third, between syllables, words, and phrases, there are transitions or pauses of varying lengths, which affect surrounding sounds. These three phenomena are commonly referred to as pitch, stress, and juncture, respectively. All three make up what is known as intonation, and all three are present in any normal utterance. Tagalog and English use these three devices in different ways. The differences are briefly discussed in the separate sections below.

Stress.

Stress in language is normally taken to mean the relative prominence of certain syllables as compared with neighboring syllables. In English this prominence is normally indicated by a change in pitch. In a word like óbject (noun) the stress is on ób-, and in the verb counterpart of this word it is on -jéct: objéct. The pitch rises (or falls) accordingly in these syllables. Another feature of stress in English, closely associated with change of pitch, is intensity or volume; English stressed syllables are produced with more force or loudness than unstressed syllables.

In Tagalog, the primary indicator of stress is vowel length, represented in this book by a dot after the vowel. A stressed vowel is pronounced longer than the same vowel unstressed:

gabi /ga·bɪh/
(starchy root used for food)

gabi /gabi·h/
'night'

In Tagalog, vowel length distinguishes meaning, as in the above example. There are many pairs of words that differ in meaning only on the basis of long or short vowels, although occasionally in especial contexts that call for emphasis of some kind an inherently short syllable may be pronounced long. English-speaking persons must guard against substituting a rise in pitch for stress in Tagalog. Pitch rise is not as reliable in the location of stressed syllables in Tagalog as it is in English. Tagalog stressed vowels may be on any pitch level, high or low.

People with an English-speaking background must also be cautioned against substituting loudness in place of length for stress in Tagalog. Loudness, unless accompanied by length, will not make a short syllable long. Tagalog stressed vowels may be loud or soft.

Tagalog then has two important degrees of stress, namely, stressed and unstressed, or, in other terminology, long and short. The stressed syllables are dotted in the transcription. The unstressed are left unmarked.

Word Stress and Phrase Stress.

All words have a stress pattern of some kind. The voice rises on the stressed syllable or, if there is more than one stressed syllable, generally on the last one. For various reasons a word in context may receive an additional stressed syllable or may lose one.

Tagalog words stressed on the last syllable when cited are said to have phrase stress; those that are stressed anywhere before the last syllable have word stress. The terminology may be somewhat arbitrary, but it is well suited to show what often happens to words in context. Phrase stress is lost when the word is not the final word in the phrase, word stress is always retained.

The result of a dropped phrase stress is normally a sequence of unstressed syllables that will certainly prove troublesome to an English speaker learning Tagalog. For example, the word maganda has phrase stress: /maganda·h/. This stress is lost in the expression maganda kayo, so that the first four syllables are all unstressed: /maganda kayo·h/. The even unstressed pronunciation of these four syllables will be resisted by the English speaker, who will certainly try to retain the phrase stress of /maganda·h/ in a sentence in which it is normally lost.

Word stress (which is retained in phrases) and phrase stress (which is dropped unless in the last word of the phrase) are compared in the following examples:

Word Stress:
    aso  /'a·soh/        Aso ito.  /'a·sʊ ɪto·h/
    'dog'                   'This is a dog.'

Phrase Stress:
    aso  /'aso·h/        Aso ito.  /'asʊ ɪto·h/
    'smoke'                  'This is smoke.'

Note that the word stress in aso /'a·soh/ 'dog' is retained in both cited and non-phrase-final forms. The phrase stress in aso /'aso·h/ 'smoke' disappears when the word is non-final in the phrase. However, when final in a stretch of speech spoken as a phrase, phrase stress, just like word stress, is retained (i.e., continues to function as the phrase stress of the phrase):

Word Stress:
    Ito'y aso.  /'ɪtʊy a·soh/  'This is a dog.'

Phrase Stress:
    Ito'y aso.  /'ɪtʊy aso·h/  'This is smoke.'

Pitch and Juncture.

In Tagalog, as in English, every syllable is said on some kind of pitch or tone. Meaningful sequences of words follow common patterns of pitches. At the end of these common patterns of pitches, any one of several things may happen to the voice: it may rise /↑/, it may drop /↓/, or it may be cut off abruptly on the same level as the rise or on the next level lower /|/.

The Normal Statement Pattern / [pitch contour] or [pitch contour] /.

The English-speaking person will not find the Tagalog statement pattern too difficult to follow, because statements in Tagalog are said in pretty much the same way as normal English statements; that is, the voice starts at normal voice level (say, level two), rises to a higher one (level three) on

the last strong stressed syllable, then drops to a level lower than the preceding two (level one). If the last word has word stress (i.e., is stressed before the final syllable), the voice rises on the stressed syllable and drops down immediately to whatever unstressed syllables follow. If the last word is phrase stressed (i.e., is stressed on the final syllable), the voice rises on this syllable and slides down to level one within the same syllable:

Maganda ang babae.  /maganda·ŋ baba·'eh /
'The girl is beautiful.'

Maganda ang damit.  /maganda·ŋ dami·t /
'The dress is beautiful.'

In longer statements that are broken up into phrases, every phrase will normally have a rise to pitch level three and only the last will drop to level one, as the following pattern illustration indicates:

/ [pitch contour pattern] /

The peaks in both illustrations stand for stressed syllables, the dotted lines for unstressed syllables, if there are any. Sometimes a perceptible phrase pattern is given to the individual words of a phrase, without the pause that often occurs with phrasal breaks. One word just seems to flow into the other. Whenever this happens, as it often does on the tapes accompanying this book, these identifiable "phrase partials" are marked like phrases but without the /||/ of full phrases, as in the following sentence:

/mas mara·mɪn ta·'oh| sa pɪpɪga·n /

A /||/ at the end of a phrase or sentence designates the end of an intonation contour, usually with an abrupt cutting off of the voice on the same level as the rise or on the next level lower. Before phrasal breaks marked with /||/, the voice may stay on level three (ex. /magandaŋ ʊma·gah| sa ɪnyʊŋ laha·t /) or it may drop to level two (ex. /di·toh| 'aŋ lʊso·n /). Both alternatives can be heard on the tapes. The /||/ juncture is very common in normal Tagalog conversation. Occasionally, as in English, a phrase within a sentence may be heard with a slight rise in pitch, as when one is enumerating (ex. /'ɪsa·h  dalawa·h / etc.).

Actually, the representation of Tagalog intonation in this book is an oversimplification. In a series of phrases representing a longer utterance (three or more phrases), for instance, there is a tendency for each phrase to be slightly lower in pitch and range than the preceding phrase, so that the pattern, if carefully represented, would look like this:

/ pattern /

This stair-step pattern is generally heard in sentences that are somewhat long, or when speech is relatively slow (in rapid speech, the distinctions of pitch levels other than the first and the last are frequently lost, and the entire utterance may be said on either of two patterns: pattern or pattern ). For typographical convenience, however, this descending pattern in Tagalog is represented in this book with every phrase starting on the same level, as in the examples cited below:

1. Nasa hilagang Luson ang Bagyo.    (Unit I)

2. Ang babae ang titser.    (Unit II)

3. Para sa bunso ang manika.    (Unit III)

Questions.

Questions are commonly divided into two types: those that require yes or no as an answer, and those that call for specific answers like the place, time, name of a person or thing, etc. The second type is generally signalled in English by an interrogative, such as who, what, which, when, where, why, how, how much, and how many.

The Yes-No Question / pattern /.

The normal Tagalog yes-no question starts on pitch level three (or on pitch level two and moves up to level three), then descends to level one on the second to the last syllable, and rises to level two on the last. In very short questions the voice may stay on level three before dropping to level one / pattern /. The arrow at the end of the pattern is the terminal juncture that marks the end of the intonation contour in which the pitch is rising. The gradual drops may actually be accomplished on either stressed or unstressed syllables, but for simplicity, consistency, and typographical convenience again, they will generally be made on stressed syllables (except the drop to the second-to-last syllable, which may be accomplished on either stressed on unstressed syllables).

The English yes-no pattern is similar to the Tagalog in that the voice generally rises at the end, but where Tagalog generally drops before the rise, English does not (except in some varieties of British English).

1. Nandito na ba kayong lahat?    (Unit I)

2. Ako?    (Unit II)

3. Hindi ba siya maganda?    (Unit II)

Specific Questions / pattern /.

The Tagalog and English question patterns introduced by interrogative words are similar at the end points where both drop to level one, Tagalog on the last syllable, English after the last stressed syllable. The English pattern, however, has a rise on the last stressed syllable before the drop. Normally, Tagalog specific questions begin high or have their rise on the first stressed syllable.

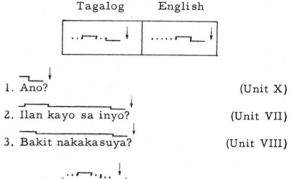

|  Tagalog  |  English  |

1. Ano?    (Unit X)

2. Ilan kayo sa inyo?    (Unit VII)

3. Bakit nakakasuya?    (Unit VIII)

Commands / pattern /.

Commands in Tagalog are often said on the pattern of specific questions; those of English on the pattern of statements:

|  Tagalog  |  English  |

1. Halika rito.    (Unit I)

2. Ulitin mo.    (Unit II)

3. Bumalik ka sa upuan mo.    (Unit I)

Many Tagalog commands are also said on the pattern of Tagalog statements but with the more important rise in pitch nearer the beginning of the sentence, on the verb.

Requests / pattern /.

There are various ways of stating requests in Tagalog, as in English. In both languages the manner of uttering the request is important because too frequently a request loses its essential character of asking a favor and changes to a command because of the tone of voice used.

Several patterns are used in stating requests, but the one generally considered to be the most polite is that which is said on the pattern of yes-no questions and with the request form nga. When this pattern is used, however, the voice usually does not rise as high at the end as it would normally do in yes-no questions. This request pattern would generally be used when talking to persons older than oneself, or when special attention to politeness is appropriate.

1. Lumapit ka nga.    'Please come closer.'

2. Halika nga rito.    'Please come here.'

3. Pakisara nga ang inyong mga libro.
   'Please close your books.'

Other intonation patterns will be discussed as they
are met in the units. In the interpretation of all
Tagalog intonation patterns, four things are impor-
tant:

1. the initial pitch (1, 2, 3, or 4),

2. the direction that the voice takes after the
   initial pitch,

3. the point (or points) at which the voice
   changes direction,

4. the juncture mark which indicates whether
   the voice goes up or down at the end of a
   phrase, or is cut off abruptly.

It is hoped that the above brief explanations will
give students an initial orientation to the pronunci-
ation of Tagalog. Only very broad outlines have
been presented, since minor patterns and details
would be of little or no use to most students start-
ing to learn the language. Explanations can be help-
ful, and visual devices like respelling and over-
lining can be useful to a student. Both, however,
should be considered supplements to a more im-
portant aid: the teacher or model who supplies a
real, authentic pronunciation for students to follow.
For the student who imitates well and easily, no
additional aid is needed, unless he is curious about
the physiology of speech sounds and pedagogical
devices for representing those sounds. Some stu-
dents derive important assistance from respelling
and explanations, and it is for them that these are
provided. Each student should experiment to find
the combination of straight imitation and intellec-
tual understanding that best serves his needs.

To assist the teacher in modelling the materials
of this text, extensive recordings have been made
of all the dialogs and drills. Students will do well
to listen actively to these recordings, participating
as directed, to take advantage of the opportunity of
hearing a variety of voices in authentically recre-
ated situations.

# UNIT II

Bago Magklase

Nag-uusap sina Joe, Eddie, Nene, at Ben. Naghihintay sila ng klase.

Joe:
Maganda ang damit, maganda ang nagsusuot. Hindi ba (2), Eddie?

maganda·ŋ dami·t (1)
(dress)

maganda·ŋ nagsu·su'o·t (3)
(wearing)

hındi· ba·h 'e·di·h
(not) (Eddie)

Eddie:
Hindi nakapagtataka. Mayaman siya, e (4).

hındi· nakapagta·taka·h (3)
(surprising)

maya·man sya e·h
(rich) (she)(because)

Nene:
Si Joe ang mayaman, e (5). Malaki ang alawans (6), maganda ang bahay, modelo (7) ang kotse.

sı dyo·ŋ maya·man e·h
(the)(Joe)

malakı aŋ ala·wans (8)
(big) (allowance)

maganda·ŋ ba·hay
(house)

Before Class

Situation: Joe, Eddie, Nene, and Ben are talking while waiting for class to begin.

Beautiful dress, beautiful girl. Right, Eddie?

That's not surprising. She's rich, you know.

Joe's the rich one. Big allowance, beautiful house, new car.

mode·lʊ aŋ ko·tseh
(modern) (car)

**Eddie:**
At ... guwapo siya.

'a·t gwa·pʊ sya·h
(handsome) (he)

And he's good-looking.

**Joe:**
Hindi ba si Eddie ang
guwapo, Nene?

hɪndi· ba sɪ e·dɪ aŋ gwa·po·h ne·ne·'
                                      (Nene)

Eddie's the handsome one,
isn't he, Nene?

**Nene:**
Oo. Guwapo si Eddie.
Mayaman si Joe.

'o·'oh   gwa·pʊ sɪ 'e·dɪh
(yes)

maya·man sɪ dyo·h

Yes. Eddie's handsome,
and Joe's rich.

(Dumarating si Ben.)

(Ben comes up.)

At matalino naman (9)
si Ben.

'at matali·nʊ naman sɪ be·n
(intelligent)        (Ben)

And Ben's intelligent.

**Ben:**
Sino ang matalino? Ako?

sɪ·nʊ aŋ matali·noh   'ako·h
(who)                  (I)

Who's intelligent? Me?

**Joe:**
Oo. Matalino ka, hindi
ba?

'o·'oh   matali·nʊ ka·h 'hɪndi· ba·h
                        (you)

Yes, aren't you?

**Eddie:**
Hoy (10), dumarating
ang bagong (11) titser.

ho·y dʊma·ratɪŋ aŋ ba·gʊŋ ti·tse·r   (3)
(hey) (coming)      (new)  (teacher)

Hey, the new teacher's
coming.

**Ben:**
Ano ba ang bagong tit-
ser?

'anʊ ba·ŋ ba·gʊŋ ti·tser
(what)

What's the new teacher (a
man or a woman)?

**Eddie:**
Babae.

baba·'eh
(woman)

Woman.

**Nene:**
Siya ba ang Kastila (12)?

sya ba·ŋ kasti·la·'
(Spaniard)

Is she the Spaniard?

**Eddie:**
Hindi. Siya ang Amerika-
na (12).

hɪndi·'   sya·ŋ amɪrɪka·na·h   (3)
(American)

No, the American.

**Joe:**
Mahusay (13) ba siya?

mahu·say ba sya·h
(good)

She okay?

**Eddie:**
Oo, matalino siya ...
mabait (13) siya ... at
...

'o·'oh   matali·nʊ sya·h
mabaɪt sya·h   'a·t
(nice)

Yes. She's intelligent ...
she's nice ... and ...

**Nene:**
Hoy, tumutugtog ang bel
(6). Tayo na.

ho·y tʊmu·tʊgtʊg aŋ be·l
       (ringing)    (bell)
ta·yʊ na·h
(we)

Say, there's the bell. Let's
go.

CULTURAL AND STRUCTURAL NOTES

(1) The length dot after the last /a/ of <u>maganda</u>    is the effect of joining this /a/ to the identical /a/

of the next word, ang. The coalescence of vowels is a phenomenon which is very frequent in rapid speech.

(2) Ba is a signal for the interrogative, hindi for the negative. Together they form a tag very much like 'isn't it', 'don't they', etc.

(3) The intonation pattern of the statement shows a shift in pitch, which moves the peak of the over-lining from the normally stressed syllable (usual-ly second-to-last or third-to-last) to the last syl-lable. The word nagsusuot is /nagsu·suˈot / in ci-tation and would normally remain so at the end of a sentence uttered without reference to any special context. In the dialog, however, the situation is one of jest, i.e., the word is uttered in a teasing, ban-tering tone. The shift in pitch to the end of the sen-tence is often employed in such a situation.

The shift in pitch is also often used in some contexts where negation or contradiction is in-volved, as in the sentence Hindi nakapagtataka /hɪndi· nakapagta·taka·h /. The word nakapagtata-ka is /nakapagta·takah / in citation and at the end of most statements. With the element of negation it becomes /nakapagta·taka·h / and the same word uttered on a / / pattern, that is, /hɪndi· nakapagta·taka·h /, roughly conveys the meaning 'That's true and it's not surprising at all.'

In /ho·y dʊma·ratɪŋ aŋ ba·gʊŋ ti·tse·r /, uttered quietly in a somewhat hushed voice, there is an in-junction to the speakers to stop the activity they are engaged in at the moment because the new teacher's coming. In /hɪndi·ˈ sya·ŋ amɪrɪka·na·h /, the element of contradiction is obvious.

(4) The word e, by itself, has no meaning. It de-rives its meaning only from the context it appears in and the intonation given it. It is a sort of sen-tence "closer" which can be used in various in-stances, in agreeing, disagreeing, etc.

Statements ending in e, together with those end-ing in o and a, almost always rise on the second to the last syllable, regardless of word stress, and drop down rapidly on the sentence closer.

A sentence to which e is added often provides a justification or reason for what has been said pre-viously. Taken in the context in which it was ut-tered, /maya·man sya e·h / means 'It's because she's rich', or, as in the third column, 'She's rich, you know.'

(5) Note that the compliment is not answered with an expression of thanks, but with a return compliment. A compliment is not ordinarily con-sidered an occasion for which expressions of grat-itude are offered. Thank you would be considered immodest or conceited.

Notice that the e-pattern is also used for "re-turn compliments", for moderate protests, or even contradictions which, depending on the way the pat-tern is uttered, may mean anything between mild, matter-of-fact contradiction, even one meant to tease, to more emphatic contradiction, one ap-proaching the nature of an accusation.

(6) Alawans and bel are examples of a consid-erable number of loanwords from English which have been completely assimilated into the language to the point of following Tagalog affixation patterns and even Tagalog orthography (as will be seen in many of the following lessons).

(7) Modelo is related to 'model', but implies 'latest model'.

(8) In Tagalog, as in English, most enumerative statements are chopped up into as many intonation phrases as there are items to be enumerated.

(9) Naman is a particle which carries a "change-implication", like saying "Now it's your turn." Sometimes it's the equivalent of English rather, sometimes also, etc.

(10) Hoy, equivalent to the English 'Hey', or 'Pssst', is an open or overt attention-calling ex-pression or a conversation breaker.

(11) The word is bago. The -ng /-ŋ/ after it is a linker.

(12) Using ang with Kastila and Amerikana im-plies the presence of two new teachers in the school, a Spaniard and an American, just as the would in English.

(13) Mahusay, mabait, magaling (Unit I), and an-other word, mabuti (Unit VII), are all translated by the one English word 'good'. The meanings of the Tagalog words do not completely overlap, how-ever, so that at times one may not be used for the other. The meaning of mabait seems to be the eas-iest to define. Mabait is used only for character, in the sense of 'good girl', 'good teacher', that is, 'kind, generous, well-behaved', etc. Mahusay, ma-galing, and mabuti may be used interchangeably when referring to (1) the ability of a person to do something: 'She teaches well', Mahusay (magaling, mabuti) siyang magturo, or (2) the condition of an object: 'The machine is in good condition', Mahu-say (magaling, mabuti) ang takbo ng makina. Mahu-say and mabuti have a slight edge over magaling in the same situation. For referring to health, how-ever, as when inquiring about someone who has previously been ill, magaling is generally used, sometimes mabuti, less frequently mahusay: 'Is she well now?' Magaling (mabuti) na ba siya? and occasionally Mahusay na ba siya?

When referring to intelligence or personal abil-ity, magaling and mahusay are generally used.

## PRONUNCIATION EXERCISES

### A. Minimal Pairs

1. Listen for the distinction between the /h/ and /'/ at the end of the following word pairs which differ only in these two features. Then repeat after your model:

baga /ba·gah/ 'glowing embers'

baga /ba·ga'/ 'lungs'

bata /ba·tah/ 'bathrobe'

bata /ba·ta'/ 'child'

Kuba /ku·bah/ 'Cuba'

kuba /ku·ba'/ 'hunchback'

hili /hi·lɪh/ 'a species of fish'

hili /hi·lɪ'/ 'to pass on to another work that one should do'

pipi /pi·pɪh/ 'dumb, mute'

pipi /pi·pɪ'/ 'to flatten'

tubo /tu·boh/ 'pipe, tube'

tubo /tu·bo'/ 'growth, profit'

sala /sa·lah/ 'living room'

sala /sa·la'/ 'to filter'

sala /sala·h/ 'wooden grating'

sala /sala·'/ 'filtered'

Tundo /tʊndo·h/ 'a district in Manila'

tundo /tʊndo··'/ 'to prick'

2. Say any of the words in either column and have a member of the class identify the word:

   a. by telling whether it has a final /h/ or final /'/,

   b. by pronouncing the word it pairs with.

### B.
The glottal stop within a phrase or at the end of a phrase in close transition with another phrase is replaced by length. Elsewhere it does not undergo any change. The following reduplications illustrate the two variants of the glottal sound—the stop and length:

biru-biro /bi·ru·bi·ro'/ 'a mere joke'

kaunti-kaunti /ko·nti·ko·ntɪ'/ 'little by little'

halu-halo /ha·lu·ha·lo'/ 'a mixture'

hati-hati /ha·ti·ha·tɪ'/ 'shared'

kuru-kuro /ku·ru·ku·ro'/ 'opinion'

palu-palo /pa·lu·pa·lo'/ 'wooden mallet for beating laundry'

sari-sari /sa·ri·sa·rɪ'/ 'variety'

laru-laro /laru·laro'/ 'a game not to be taken seriously'

lutu-luto /lʊtu·lʊto'/ 'almost cooked'

uli-uli /'ʊli·'ʊlɪ'/ 'next time'

mahaba-haba /mahaba·haba'/ 'rather long'

maikli-ikli /maɪklɪ·'ɪklɪ'/ 'rather short'

pahintu-hinto /pahɪntu·hɪnto'/ 'stopping intermittently'

kahiya-hiya /kahɪya·hɪya'/ 'It's so shameful!'

The following exclamations illustrate the same variation. Repeat after your model:

✓ Ang baba-baba! 'It's very low!' /'aŋ ba·ba·ba·ba'/

✓ Ang bata-bata! 'He's very young!' /'aŋ ba·ta·ba·ta'/

Ang daya-daya! 'He's a real cheat!' /'aŋ da·ya·da·ya'/

✓ Ang haba-haba! 'It's very long!' /'aŋ ha·ba·ha·ba'/

✓ Ang layu-layo! 'It's very far!' /'aŋ la·yu·la·yo'/

Ang siba-siba! 'He's very greedy!' /'aŋ si·ba·si·ba'/

Ang baku-bako! 'It's very uneven!' /'aŋ baku·bako'/

Ang dali-dali! 'It's very easy!' /'aŋ dali·dalɪ'/

Ang ikli-ikli! 'It's very short!' /'aŋ ɪkli··'ɪklɪ'/

✓ Ang puti-puti! 'It's so white!' /'aŋ pʊti·pʊtɪ'/

✓ Ang tanda-tanda! 'It's very old!' /'aŋ tanda·tanda'/

✓ Ang taba-taba! 'He's very stout!' /'aŋ taba·taba'/

It will be noted that the examples in the first group have a different intonation pattern from the second. In reduplicated words stressed syllables are often said on a higher pitch than unstressed ones.

### C. The following exercise should be read after your model:

Juan:
Kastila ba si Antonio? /kasti·la· ba sɪ anto·nyo·h/

Pablo:
Oo, Kastila. Si Nene? /'o··oh kasti·la' sɪ ne·ne'/

Juan:
Si Nene? Pilipino. /sɪ ne·ne·' pɪlɪpi·noh/

Pablo:                                                          Juan:
Hindi ba si    /hɪndi· ba sɪ pe·drʊ aŋ pɪlɪpi·no·h /      Hindi. Si Nene.   /hɪndi·ˈ  sɪ ne·ne·ˈˈ/
Pedro ang Pi-
lipino?                                                   Kastila si Pedro.  /kasti·la· sɪ pe·dro·h /

## DRILLS AND GRAMMAR

### I. EQUATIONAL SENTENCES

EXAMPLES

A. 1. Maganda ang damit.                    [The dress is beautiful.]
   2. Guwapo si Eddie.                       [Eddie is handsome.]

B. 1. Titser ang babae.                      The woman is a teacher.
   2. Amerikana ang titser.                  The teacher is an American.

C. 1. Ang maganda ang Kastila.               The Spaniard is the beautiful one.
   2. Ang guwapo si Eddie.                    Eddie's the handsome one.

D. 1. Ang titser ang babae.                  The woman is the teacher.
   2. Ang Amerikana ang titser.              The teacher is the American.

E. 1. Si Joe ang mayaman.                     [The rich one is Joe.]
   2. Ang titser ang mahusay.                The good one is the teacher.

| PREDICATE | | TOPIC |

a. The basic elements of a Tagalog sen-
tence are a predicate and a topic. The
normal order of these elements is
predicate before topic.

Equational Sentence Patterns

| PREDICATE (Indefinite Reference) | | TOPIC | | PREDICATE (Definite Reference) | | TOPIC | |
|---|---|---|---|---|---|---|---|
| Noun | | ang + | Noun | si + | Person name | ang + | Noun |
| Adjective | | | Adjective | ang + | Other noun / Adjective | | Adjective |

b. The predicate may be indefinite or definite; a noun, an adjective, or (explained in the next grammar
point) a verb. The predicates in examples A above are indefinite adjectives; in examples B, indefi-
nite nouns.

c. In most cases, a predicate is made definite by putting before it the word ang (cf. examples A and
B with examples C and D). If the predicate is the name of a person, however, the sign of definite-
ness, in this case always required, is the word si (example E.1).

d. Note how definiteness/indefiniteness is expressed in these sentences in English: the teacher (ex-
ample D.1), a teacher (example B.1).

e. While there is a choice in the predicate, the topic of a Tagalog sentence is always definite. It is al-
ways preceded by the word ang, or by si if the noun is a person name.

f. The topics in the above sentences are nouns (examples A, B, C, and D) and adjectives (examples E).

SUBSTITUTION DRILL (Fixed Slot)

Instructions: Repeat the following sentences after your model. Then substitute the noun cued for the noun
in the original sentence, using ang or si as needed.

Teacher                                                  Student

1. Maganda si Nene.        Ulitin mo.                    Maganda si Nene.

|                        |                              |
|------------------------|------------------------------|
| _____ damit       | Maganda ang damit.           |
| _____ bahay       | Maganda ang bahay.           |
| _____ titser      | Maganda ang titser.          |
| _____ Luningning  | Maganda si Luningning.       |
| _____ kotse       | Maganda ang kotse.           |

2. Mahusay ang titser.

|                        |                              |
|------------------------|------------------------------|
|                        | Mahusay ang titser.          |
| _____ Ben         | Mahusay si Ben.              |
| _____ Eddie       | Mahusay si Eddie.            |
| _____ babae       | Mahusay ang babae.           |
| _____ Joe         | Mahusay si Joe.              |

3. Malaki ang alawans.

|                            |                                |
|----------------------------|--------------------------------|
|                            | Malaki ang alawans.            |
| _____ damit           | Malaki ang damit.              |
| _____ David           | Malaki si David.               |
| _____ Amerikana        | Malaki ang Amerikana.          |
| _____ Ginoong Magpayo | Malaki si Ginoong Magpayo.     |
| _____ titser          | Malaki ang titser.             |
| _____ bel             | Malaki ang bel.                |

4. Matalino si Pedrito.

|                        |                              |
|------------------------|------------------------------|
|                        | Matalino si Pedrito.         |
| _____ babae       | Matalino ang babae.          |
| _____ Carlos      | Matalino si Carlos.          |
| _____ Angela      | Matalino si Angela.          |
| _____ titser      | Matalino ang titser.         |
| _____ Kastila     | Matalino ang Kastila.        |

5. Magaling si Angela.

|                        |                              |
|------------------------|------------------------------|
|                        | Magaling si Angela.          |
| _____ kotse       | Magaling ang kotse.          |
| _____ babae       | Magaling ang babae.          |
| _____ Luningning  | Magaling si Luningning.      |
| _____ Amerikano   | Magaling ang Amerikano.      |
| _____ Pedrito     | Magaling si Pedrito.         |

## SUBSTITUTION DRILL (Moving Slot)

Instructions: In the following drill sentences, the first slot is filled by an adjective, the second by a noun. Make substitutions following this pattern.

| Teacher | | Student |
|---------|--------------|---------|
| 1. Maganda si Nene. | Ulitin mo. | Maganda si Nene. |
| 2. _____ damit | | Maganda ang damit. |
| 3. _____ bahay | | Maganda ang bahay. |
| 4. Modelo _____ | | Modelo ang bahay. |
| 5. _____ kotse | | Modelo ang kotse. |
| 6. Bago _____ | | Bago ang kotse. |
| 7. Magaling _____ | | Magaling ang kotse. |
| 8. _____ titser | | Magaling ang titser. |
| 9. _____ Nene | | Magaling si Nene. |
| 10. Matalino _____ | | Matalino si Nene. |
| 11. _____ Joe | | Matalino si Joe. |
| 12. Mahusay _____ | | Mahusay si Joe. |
| 13. _____ damit | | Mahusay ang damit. |
| 14. _____ Nene | | Mahusay si Nene. |
| 15. Maganda _____ | | Maganda si Nene. |

## TRANSLATION DRILL

A. 
1. The teacher is beautiful.               Maganda ang titser.
2. The girl is intelligent.                Matalino ang babae.
3. The house is big.                       Malaki ang bahay.
4. The car is new.                         Bago ang kotse.
5. The dress is latest style (model).      Modelo ang damit.
6. The house is good.                      Mahusay ang bahay.
7. The allowance is good.                  Mahusay ang alawans.

    8. The teacher is American[1].        Amerikana ang titser.
    9. The girl is Spanish.           Kastila ang babae.
  10. The car is big.                Malaki ang kotse.
  11. The teacher is okay.           Mahusay ang titser.
  12. The girl is nice.              Mabait ang babae.
  13. The house is modern.         Modelo ang bahay.

B. 1. The Spaniard is rich.          Mayaman ang Kastila.
   2. The American is big.          Malaki ang Amerikana.
   3. The Spaniard is beautiful.    Maganda ang Kastila.
   4. The American is new.         Bago ang Amerikana.

C. 1. The teacher is a girl.         Babae ang titser.
   2. The Spaniard is a teacher.    Titser ang Kastila.
   3. The girl is a Spaniard.       Kastila ang babae.
   4. The American is a teacher.    Titser ang Amerikana.

D. 1. The teacher is the girl.       Ang babae ang titser.
      The girl is the teacher.      Ang titser ang babae.
   2. The Spaniard is the girl.     Ang babae ang Kastila.
      The girl is the Spaniard.    Ang Kastila ang babae.
   3. The American is the teacher.   Ang titser ang Amerikana.
      The teacher is the American.   Ang Amerikana ang titser.

E. 1. Nene is rich.                Mayaman si Nene.
   2. Joe is big.                 Malaki si Joe.
   3. Ben is good-looking.         Guwapo si Ben.
   4. David is nice.               Mabait si David.
   5. Eddie is intelligent.         Matalino si Eddie.
   6. Angela is beautiful.         Maganda si Angela.

F. 1. Nene is a girl.               Babae si Nene.
   2. Eddie is a teacher.          Titser si Eddie.
   3. Angela is a Spaniard.       Kastila si Angela.
   4. Joe is an American.        Amerikano si Joe.
   5. Luningning is a girl.       Babae si Luningning.
   6. Carlos is a teacher.        Titser si Carlos.

G. 1. Nene is the girl.            Ang babae si Nene.
   2. David is the American.      Ang Amerikano si David.
   3. Carlos is the Spaniard.     Ang Kastila si Carlos.
   4. Eddie is the teacher.       Ang titser si Eddie.

H. 1. Nene is the girl.            Ang babae si Nene.
      The girl is Nene.         Si Nene ang babae.
   2. Ben is the American.        Ang Amerikano si Ben.
      The American is Ben.     Si Ben ang Amerikano.
   3. Pedrito is the Spaniard.    Ang Kastila si Pedrito.
      The Spaniard is Pedrito.   Si Pedrito ang Kastila.
   4. Luningning is the teacher.   Ang titser si Luningning.
      The teacher is Luningning.   Si Luningning ang titser.

I. 1. The girl is a teacher.       Titser ang babae.
      The girl is the teacher.    Ang titser ang babae.
   2. The Spaniard is a teacher.   Titser ang Kastila.
      The Spaniard is the teacher.  Ang titser ang Kastila.
   3. The girl is an American.     Amerikana ang babae.
      The girl is the American.    Ang Amerikana ang babae.

J. 1. Carlos is the intelligent one.  Ang matalino si Carlos.
      The intelligent one is Carlos. Si Carlos ang matalino.
   2. Nene is the beautiful one.    Ang maganda si Nene.
      The beautiful one is Nene.   Si Nene ang maganda.

---

[1]The Tagalog equivalent of "American" follows Spanish practice, with separate forms for male and female: Amerikano ~ Amerikana; this is also true of "Filipino", which is Pilipino ~ Pilipina. Sometimes these distinctions are ignored, if the reference is only to nationality, with no special attention called to the person. In this case, the form ending in -o is used. Note, however, that Kastila has only one form.

  3. Eddie is the rich one.
     The rich one is Eddie.
  4. David is the good-looking one.
     The good-looking one is David.
  5. Luningning is the nice one.
     The nice one is Luningning.
  6. Nene is the good one.
     The good one is Nene.

K. 1. Ben is the one coming.
      The one coming is Ben.
   2. The teacher is the one coming.
      The one coming is the teacher.
   3. Nene is the one wearing (it).
      The one wearing (it) is Nene.
   4. The bell is the thing ringing.
      The thing ringing is the bell.

Ang mayaman si Eddie.
Si Eddie ang mayaman.
Ang guwapo si David.
Si David ang guwapo.
Ang mabait si Luningning.
Si Luningning ang mabait.
Ang mahusay si Nene.
Si Nene ang mahusay.

Ang dumarating si Ben.
Si Ben ang dumarating.
Ang dumarating ang titser.
Ang titser ang dumarating.
Ang nagsusuot si Nene.
Si Nene ang nagsusuot.
Ang tumutugtog ang bel.
Ang bel ang tumutugtog.

## DISCUSSION

The topic of a Tagalog sentence usually represents some person, object, idea, or action that the listener is already aware of, either because it is visible to him or because it has been mentioned or implied in the immediately preceding context. The predicate of a Tagalog sentence usually offers new information to the listener, and represents some person, object, idea, or action that the speaker wants the listener to associate with the topic. Thus in the sentence Maganda ang damit, the listener has already seen the dress and the speaker is calling attention to its beauty. In the sentence Si Joe ang mayaman, the idea of wealth has been introduced previously, and the speaker is associating Joe with this idea.

While the topic of a Tagalog sentence often corresponds to the subject of an English sentence, there are important differences between the categories. One such difference is that the Tagalog topic normally follows the predicate while the English subject normally precedes it. Another is that the English subject may be either definite 'one unique' or indefinite 'one of many' ('The teacher is coming' or 'A teacher is coming') while the Tagalog topic is always definite (Dumarating ang titser). To express the equivalent of the English indefinite subject, Tagalog uses a topicless construction, to be discussed in a later lesson.

The Tagalog predicate may be indefinite or definite. When it is indefinite, it corresponds quite closely, apart from position in the sentence, to the English indefinite predicate. Thus Amerikana in the sentence Amerikana ang titser corresponds to 'an American' in the sentence 'The teacher is an American'.

The correspondence of the Tagalog definite predicate to the English predicate is less regular. The sentence Ang Amerikana ang titser, for example, has several possible translations in English, among them: 'The teacher is the American' (with strongest stress on 'American'), 'The American is the teacher' (again with strongest stress on 'American'), or 'It's the American who's the teacher'. Only in the first (and last by some analyses)

of these sentences is 'the American' the predicate. In English, therefore, the meaning 'new information' is less consistently associated with the predicate than it is in Tagalog.

The predicate, whether definite or indefinite, may be a noun or an adjective (or, of course, a verb). Sentences that have adjectives or nouns as predicates are known as equational sentences.

Equational sentences in English are often called linking sentences, because two elements, subject and predicate, are 'linked' or joined by a form of the verb be:

| SUBJECT     | be  | PREDICATE  |
|-------------|-----|------------|
| The dress   | is  | beautiful. |
| The teacher | is  | a woman.   |

In the comparable Tagalog structures, there is no overt equivalent of the English verb be.

In English, adjectives and nouns can appear interchangeably in certain contexts. Thus both the adjective 'beautiful' and the noun 'stone' can appear in the environment: 'The _____ house'. English adjectives and nouns also have certain environments that are not shared. Thus 'pretty', but not 'stone', occurs in the environment 'very _____', while 'stone', but not 'pretty', occurs in the environment 'the _____s'.

In Tagalog, too, adjectives and nouns have some common environments and some that are not shared. But the common environments are more numerous than they are in English. Thus, in Tagalog any adjective, like any noun, may be made definite by placing before it the word ang (e.g., ang mayaman). The use of ang in this example automatically particularizes a certain instance of richness. In English, however, it is usually necessary not only to place the word 'the' before the adjective, but also to place the word 'one' after it ('the rich one').

### II. FUNCTIONS OF VERBS

EXAMPLES

A. 1. Dumarating ang titser.                The teacher's coming.
   2. Tumutugtog ang bel.                    [The bell's ringing.]

B. 1. Maganda ang nagsusuot.                [The one wearing (it) is beautiful.]
   2. Amerikana ang dumarating.             The one coming is an American.

C. 1. Ang dumarating ang maganda.           The beautiful one is the one coming.
   2. Ang dumarating ang titser.            The teacher is the one coming.

D. 1. Ang tumutugtog ang dumarating.        The one coming is the one playing (some
                                            musical instrument).

Non-Equational Sentence Pattern

| PREDICATE | | TOPIC |
|---|---|---|
| Verb | ang + | Noun<br>Adjective<br>Verb |

Equational Sentence Pattern

| PREDICATE | | TOPIC |
|---|---|---|
| Ang + Verb | ang + | Noun<br>Adjective<br>Verb |

a. The most common function of Tagalog verbs is as indefinite predicates (examples A). Verbs may also occur as topics (examples B).

SUBSTITUTION DRILL (Alternative Slot)

Instructions: The cue in the following drill may be substituted in the predicate or in the topic position.

| Teacher | Cue | Student 1[1] |
|---|---|---|
| 1. Dumarating ang titser. | maganda | Maganda ang titser.<br>Dumarating ang maganda. |
| 2. Matalino ang babae. | dumarating | Dumarating ang babae.<br>Matalino ang dumarating. |
| 3. Dumarating si Ben. | guwapo | Guwapo si Ben.<br>Dumarating ang guwapo. |
| 4. Tumutugtog ang bel. | pinakamalaki | Pinakamalaki ang bel.<br>Tumutugtog ang pinakamalaki. |
| 5. Mahusay ang Kastila. | dumarating | Dumarating ang Kastila.<br>Mahusay ang dumarating. |

TRANSLATION DRILL

| Teacher | Student |
|---|---|
| 1. The teacher is coming.<br>The teacher is the one coming. | Dumarating ang titser.<br>Ang dumarating ang titser. |
| 2. The bell is ringing.<br>The bell is the thing ringing. | Tumutugtog ang bel.<br>Ang tumutugtog ang bel. |
| 3. The woman is coming.<br>The woman is the one coming. | Dumarating ang babae.<br>Ang dumarating ang babae. |

DISCUSSION

The Tagalog verb is quite similar to the Tagalog noun in the way it is used, that is, in being able to occur in the same place in a sentence. The English verb and noun are much less similar in their distributions. An English verb, for example, cannot serve as the subject of a sentence unless it is accompanied by a noun and/or is altered in some way (e.g., 'The one who is wearing it' or 'the

---

[1]The instructor should accept either of the possible substitutions or can plan to elicit both, from the same or from different students.

wearer', but not 'the is wearing it'). The Tagalog
verb, on the other hand, may be used as topic (with

ang preceding it) without addition or alteration in
form.

## III. INTERROGATIVE, NEGATIVE, AND NEGATIVE-INTERROGATIVE

EXAMPLES

    A. 1. Mahusay ba ang titser?            Is the teacher good?
       2. Matalino ba si Ben?              Is Ben intelligent?
       3. Dumarating ba si Eddie?        Is Eddie coming?

| PREDICATE | ba | TOPIC |
|-----------|----|-------|

    B. 1. Hindi maganda ang damit.      The dress is not beautiful.
       2. Hindi Kastila ang titser.       The teacher is not a Spaniard.
       3. Hindi tumutugtog ang bel.      The bell is not ringing.

| hindi | PREDICATE | TOPIC |
|-------|-----------|-------|

    C. 1. Hindi ba si Eddie ang guwapo?    [Isn't the handsome one Eddie?]
       2. Hindi ba mabait ang titser?      Isn't the teacher nice?
       3. Hindi ba dumarating ang titser?  Isn't the teacher coming?

| hindi ba | PREDICATE | TOPIC |
|----------|-----------|-------|

    a. The interrogative particle ba normally follows
       the predicate.

    b. The negative particle hindi normally precedes
       the predicate.

    c. If both hindi and ba appear in the same sen-
       tence, they normally precede the predicate as
       a unit.

    D. 1. Hindi maganda ang damit, ano?   }   The dress isn't pretty, is it?
         Hindi maganda ang damit, hindi ba?}
         Oo, hindi maganda.               No, it isn't.
         Maganda!                      Yes, it is!

| | Negative Tag Question | | Responses | | | |
|---|---|---|---|---|---|---|
| | | | Agreeing | | Disagreeing | |
| | Statement | Question Tag | Response Tag | Answer | Response Tag | Answer |
| English | The dress isn't pretty, | is it? | No, it isn't. | | Yes, | it is. |
| Tagalog | Hindi maganda ang damit, | {ano / hindi ba}? | Oo, hindi maganda. | | {Hindi, | Maganda. / maganda. } |

    a. In response to a negative tag question, one agrees in English by saying No (repeating the nega-
      tive idea of the original statement); one agrees in Tagalog by saying Oo (confirming the accu-
      racy of the original statement).

    b. To disagree one says Yes in English and then corrects the original statement; in Tagalog ei-
      ther one of two possible answers is said: one merely corrects the original statement or one
      says hindi with a juncture after it, followed by a correction of the original statement.

    c. The question tag in English is an echo of the preceding statement ('is it, are they, did he, can
      we', etc.); the question tag in Tagalog is always either hindi ba or ano.

## SUBSTITUTION-RESPONSE DRILL (Fixed Slot)

Instructions: The teacher gives a sentence which Student 1 changes into interrogative and Student 2 answers in the affirmative (with the teacher prompting the first two or three trials, if necessary). The teacher then gives a word which Student 1 substitutes for the appropriate word in the sentence and orally changes the resulting sentences into the interrogative. Student 2 supplies the answer.

Note on the Intonation: Note the backward shift in pitch from final to second-to-last syllable in the first answer of Student 2. This pitch shift is very common in ordinary responses. It is of course evident only in those responses which end in phrase-stressed words (as in Luningning → Luningning ) or in words where the stress falls on the third, fourth, etc. syllables from the last (ex. narito → narito ). The rise in pitch in this kind of shift may be very slight.

| Teacher | Student 1 | Student 2 |
|---|---|---|
| A. 1. Maganda si Luningning. | Maganda ba si Luningning? | Oo, maganda si Luningning. |
| Mabait _____ | Mabait ba si Luningning? | Oo, mabait si Luningning. |
| Matalino _____ | Matalino ba si Luningning? | Oo, matalino si Luningning. |
| Mayaman _____ | Mayaman ba si Luningning? | Oo, mayaman si Luningning. |
| 2. Amerikana ang titser. | Amerikana ba ang titser? | Oo, Amerikana ang titser. |
| Kastila _____ | Kastila ba ang titser? | Oo, Kastila ang titser. |
| Pilipino _____ | Pilipino ba ang titser? | Oo, Pilipino ang titser. |
| Amerikano _____ | Amerikano ba ang titser? | Oo, Amerikano ang titser. |
| 3. Malaki ang alawans. | Malaki ba ang alawans? | Oo, malaki ang alawans. |
| _____ bahay | Malaki ba ang bahay? | Oo, malaki ang bahay. |
| _____ titser | Malaki ba ang titser? | Oo, malaki ang titser. |
| _____ Ginoong Magpayo | Malaki ba si Ginoong Magpayo? | Oo, malaki si Ginoong Magpayo. |
| 4. Dumarating si Eddie. | Dumarating ba si Eddie? | Oo, dumarating si Eddie. |
| _____ Ben | Dumarating ba si Ben? | Oo, dumarating si Ben. |
| _____ babae | Dumarating ba ang babae? | Oo, dumarating ang babae. |
| _____ Kastila | Dumarating ba ang Kastila? | Oo, dumarating ang Kastila. |
| B. 1. Mayaman ang titser. | Mayaman ba ang titser? | Hindi, hindi mayaman ang titser. |
| _____ babae | Mayaman ba ang babae? | Hindi, hindi mayaman ang babae. |
| _____ Pilipino | Mayaman ba ang Pilipino? | Hindi, hindi mayaman ang Pilipino. |
| _____ David | Mayaman ba si David? | Hindi, hindi mayaman si David. |
| 2. Maganda ang bahay. | Maganda ba ang bahay? | Hindi, hindi maganda ang bahay. |
| _____ damit | Maganda ba ang damit? | Hindi, hindi maganda ang damit. |
| _____ kotse | Maganda ba ang kotse? | Hindi, hindi maganda ang kotse. |
| _____ bel | Maganda ba ang bel? | Hindi, hindi maganda ang bel. |
| 3. Malaki ang kotse. | Malaki ba ang kotse? | Hindi, hindi malaki ang kotse. |
| Mahusay _____ | Mahusay ba ang kotse? | Hindi, hindi mahusay ang kotse. |
| Bago _____ | Bago ba ang kotse? | Hindi, hindi bago ang kotse. |
| Modelo _____ | Modelo ba ang kotse? | Hindi, hindi modelo ang kotse. |
| 4. Babae ang titser. | Babae ba ang titser? | Hindi, hindi babae ang titser. |
| Amerikano _____ | Amerikano ba ang titser? | Hindi, hindi Amerikano ang titser. |
| Kastila _____ | Kastila ba ang titser? | Hindi, hindi Kastila ang titser. |
| Pilipino _____ | Pilipino ba ang titser? | Hindi, hindi Pilipino ang titser. |

## CONVERSION-RESPONSE DRILL

Instructions: The teacher asks a question which Student 1 answers in the negative. Then Student 2 asks a negative question which requests confirmation of the information given by Student 1.

Note on the Intonation: The intonation pattern for a negative-interrogative question in a confirmation context is typically raised, that is, not / ‾‾‾‾‾ ↑ / but / ‾‾‾‾‾ ↑ /, to express surprise, almost disbelief.

| Teacher | Student 1 | Student 2 |
|---|---|---|
| 1. Titser ba si Nene? | Hindi, hindi titser si Nene. | Hindi ba titser si Nene? |
| 2. Amerikana ba si Luningning? | Hindi, hindi Amerikana si Luningning. | Hindi ba Amerikana si Luningning? |
| 3. Kastila ba si G. Magpayo? | Hindi, hindi Kastila si G. Magpayo. | Hindi ba Kastila si G. Magpayo? |
| 4. Pilipino ba si Joe? | Hindi, hindi Pilipino si Joe. | Hindi ba Pilipino si Joe? |
| 5. Mayaman ba si G. Arroyo? | Hindi, hindi mayaman si G. Arroyo. | Hindi ba mayaman si G. Arroyo? |
| 6. Modelo ba ang kotse? | Hindi, hindi modelo ang kotse. | Hindi ba modelo ang kotse? |

## SUBSTITUTION-RESPONSE DRILL (Moving Slot)

Instructions: The teacher gives a question with a question tag, which Student 1 repeats and Student 2 answers in the affirmative. Student 3 contradicts his statement.

| Teacher | Student 1 |
|---|---|
| A. 1. Hindi maganda ang babae, ano? | Hindi maganda ang babae, ano? |
| 2. ____ mabait ____ | Hindi mabait ang babae, ano? |
| 3. ____ marunong ____ | Hindi marunong ang babae, ano? |
| 4. ____ mayaman ____ | Hindi mayaman ang babae, ano? |
| 5. _____ Joe ____ | Hindi mayaman si Joe, ano? |

| Student 2 | Student 3 |
|---|---|
| Oo, hindi maganda ang babae. | Hindi. Maganda ang babae. |
| Oo, hindi mabait ang babae. | Hindi. Mabait ang babae. |
| Oo, hindi marunong ang babae. | Hindi. Marunong ang babae. |
| Oo, hindi mayaman ang babae. | Hindi. Mayaman ang babae. |
| Oo, hindi mayaman si Joe. | Hindi. Mayaman si Joe. |
| 6. ____ mahusay ____ | Hindi mahusay si Joe, ano? |
| 7. _____ damit ____ | Hindi mahusay ang damit, ano? |
| 8. ____ maganda ____ | Hindi maganda ang damit, ano? |
| 9. ____ bago ____ | Hindi bago ang damit, ano? |
| 10. _____ titser ____ | Hindi bago ang titser, ano? |
| Oo, hindi mahusay si Joe. | Hindi. Mahusay si Joe. |
| Oo, hindi mahusay ang damit. | Hindi. Mahusay ang damit. |
| Oo, hindi maganda ang damit. | Hindi. Maganda ang damit. |
| Oo, hindi bago ang damit. | Hindi. Bago ang damit. |
| Oo, hindi bago ang titser. | Hindi. Bago ang titser. |

| Teacher | Student 1 |
|---|---|
| B. 1. Hindi siya bago, hindi ba? | Hindi siya bago, hindi ba? |
| 2. _____ marunong ____ | Hindi siya marunong, hindi ba? |
| 3. _____ matalino ____ | Hindi siya matalino, hindi ba? |
| 4. ____ ka ____ | Hindi ka matalino, hindi ba? |
| 5. _____ mabait ____ | Hindi ka mabait, hindi ba? |

| Student 2 | Student 3 |
|---|---|
| Oo, hindi siya bago. | Hindi. Bago siya. |
| Oo, hindi siya marunong. | Hindi. Marunong siya. |
| Oo, hindi siya matalino. | Hindi. Matalino siya. |
| Oo, hindi ako matalino. | Hindi. Matalino ka. |
| Oo, hindi ako mabait. | Hindi. Mabait ka. |
| 6. _____ guwapo ____ | Hindi ka guwapo, hindi ba? |
| 7. ____ ako ____ | Hindi ako guwapo, hindi ba? |

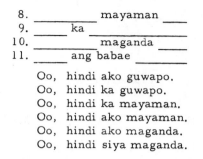

| 8. | _____ mayaman \_\_\_ | Hindi ako mayaman, hindi ba? |
| 9. | \_\_\_\_ ka _____ | Hindi ka mayaman, hindi ba? |
| 10. | \_\_\_\_\_ maganda \_\_\_\_ | Hindi ka maganda, hindi ba? |
| 11. | \_\_\_ ang babae \_\_\_\_\_ | Hindi maganda ang babae, hindi ba? |

| | |
|---|---|
| Oo, hindi ako guwapo. | Hindi. Guwapo ka. |
| Oo, hindi ka guwapo. | Hindi. Guwapo siya. |
| Oo, hindi ka mayaman. | Hindi. Mayaman siya. |
| Oo, hindi ako mayaman. | Hindi. Mayaman ka. |
| Oo, hindi ako maganda. | Hindi. Maganda ka. |
| Oo, hindi siya maganda. | Hindi. Maganda siya. |

## DISCUSSION

The interrogative particle, ba, is one of the numerous Tagalog enclitics. Enclitics never begin sentences, but instead normally follow the first full word of a sentence (in contrast with another class of words, the preclitics, which can occur sentence-initially, but not finally). A full word is a word that can occur anywhere in the sentence in contrast to the enclitics and preclitics. Words like ang and si, which never occur finally, are preclitics.

Ba normally occurs in yes-no questions (i.e., questions that may be answered by oo or hindi). Questions of this type have a characteristic rising intonation (see Unit I). Ba itself is sometimes omitted from yes-no questions: e.g., Ako? in Sino ang matalino? Ako? The rising intonation, however, is always retained. This same intonation pattern occurs in negative yes-no questions with or without ba.

The negative particle, hindi, precedes what it negates. Its most characteristic function is to negate the predicate, but it may negate the topic as well, as in Kastila ang hindi mayaman ('The one who isn't rich is a Spaniard').

Hindi and ba when found together at the beginning of a sentence signify the negative-interrogative, which is very much like English questions that include not. At the end of a sentence, they form a "tag question": Matalino si Ben, hindi ba?

meaning 'Ben is intelligent, isn't he?' (Sometimes ano, instead of hindi ba, is used as a tag.)

The response of agreement to a negative tag question is different in Tagalog and English and therefore is something of a learning problem. If the Tagalog tag can be equated with English "Right?", the answers will be comparable in the languages:

| | |
|---|---|
| She's not Spanish, right? | Yes (or 'right'), she's French. |
| He didn't do it, right? | Yes (or 'right'), Fred did it. |

More often than not, however, the English question tag will be a partial repetition of the verb of the preceding statement, in which case the answer tag will be negative:

| | |
|---|---|
| She's not Spanish, is she? | No, she isn't. |
| He didn't do it, did he? | No, he didn't. |

The equivalent Tagalog answer tag would be affirmative. The Tagalog pattern is very unusual in English, as can be seen by the comical effect of the song title "Yes, we have no bananas", which is humorous precisely because it mixes two patterns of expression. The Tagalog pattern, illustrated by:

Hindi siya maganda, ano?  Oo, hindi siya maganda.

will be difficult for most English speakers at first.

## IV. SINGULAR ang-PRONOUNS; INTERROGATIVES

### EXAMPLES

| | |
|---|---|
| A. 1. Ako ang Kastila. | I'm the Spaniard. |
| 2. Kastila ako. | I'm a Spaniard. |
| | |
| B. 1. Ikaw ang matalino. | You're the intelligent one. |
| 2. Matalino ka. | You're intelligent. |
| | |
| C. 1. Siya ang Amerikana. | She's the American. |
| 2. Mahusay ba siya? | [Is she good?] |
| | |
| D. 1. Maganda ba ang Amerikana? | Is the American beautiful? |
| Oo, maganda (siya). | Yes, she is. |
| 2. Maganda ba ang bahay? | Is the house beautiful? |
| Oo, maganda. | Yes, it is. |
| | |
| E. 1. Sino ang matalino? | [Who's the intelligent one?] |
| Ikaw ang matalino. | You're the intelligent one. |
| 2. Ano ba ang titser? | What's the teacher? |
| Babae. | (The teacher is) a girl. |

Personal Pronouns                                   Interrogatives

|  | PREDICATE | TOPIC |
|---|---|---|
| 1st |  | ako |
| 2nd | ikaw | ka |
| 3rd |  | siya |

| PERSON | THING |
|---|---|
|  |  |
| sino | ano |

a. Note that when the antecedent of he/she/it is an animate creature, it is translated siya in Tagalog (example D.1). It is not translated at all when it refers to an inanimate object like a house or car (example D.2).

b. The pronoun siya always refers to an animate antecedent (meaning he, she, or it), though often it may be omitted; siya is never used to refer to an inanimate antecedent, though English it usually has this meaning.

c. The interrogative pronouns, sino and ano, may or may not be accompanied by the interrogative particle ba (cf. E.1, E.2).

SUBSTITUTION DRILL (Moving Slot)

Teacher                                                    Student

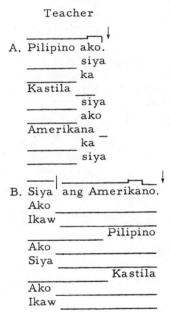

A. Pilipino ako.                                       Pilipino ako.
_____ siya                                           Pilipino siya.
_____ ka                                             Pilipino ka.
Kastila __                                              Kastila ka.
_____ siya                                           Kastila siya.
_____ ako                                            Kastila ako.
Amerikana __                                           Amerikana ako.
_____ ka                                             Amerikana ka.
_____ siya                                           Amerikana siya.

B. Siya ang Amerikano.                                 Siya ang Amerikano.
Ako _____                                            Ako ang Amerikano.
Ikaw _____                                           Ikaw ang Amerikano.
_____ Pilipino                                       Ikaw ang Pilipino.
Ako _____                                            Ako ang Pilipino.
Siya _____                                           Siya ang Pilipino.
_____ Kastila                                        Siya ang Kastila.
Ako _____                                            Ako ang Kastila.
Ikaw _____                                           Ikaw ang Kastila.

RESPONSE DRILL

A. Amerikano ka ba?                                    Oo, Amerikano ako.
Amerikano ba siya?                                     Oo, Amerikano siya.
Pilipino ba ako?                                       Oo, Pilipino ka.

B. Pilipino ka ba?                                     Hindi. Amerikano ako.
Pilipino ba siya?                                      Hindi. Amerikano siya.
Amerikano ba ako?                                      Hindi. Pilipino ka.

C. Kastila ka ba?                                      Hindi. Amerikano ako.
Kastila ba siya?                                       Hindi. Amerikano siya.
Kastila ba ako?                                        Hindi. Pilipino ka.

D. Sino ang Amerikano?                                 Ako ang Amerikano.
Sino ang Pilipino?                                     Ikaw ang Pilipino.
Sino ang Kastila?                                      Siya ang Kastila.

E. Ano ang titser?                                 Babae.
    Ano ang Kastila?                               Babae.
    Ano ang Amerikano?                         Babae.

F. Siya ba ang Kastila?                         Oo, siya ang Kastila.
                                           Hindi. Siya ang Amerikano (Pilipino).
    Ikaw ba ang Pilipino?                      Hindi. Ako ang Amerikano.
    Ako ba ang Pilipino?                       Oo, ikaw ang Pilipino.
    Ikaw ba ang Kastila?                       Hindi. Ako ang Amerikano.
    Ako ba ang Amerikano?                   Hindi. Ikaw ang Pilipino.

G. Siya ang Pilipino, hindi ba?               Oo, siya ang Pilipino.
    Siya ang Amerikano, hindi ba?            Oo, siya ang Amerikano.
    Ikaw ang Kastila, hindi ba?              Hindi. Ako ang Amerikano.

## TRANSLATION DRILL

A. She's a teacher.                            Titser siya.
    You're a Filipino.                        Pilipino ka.
    He's a Spaniard.                         Kastila siya.
    I'm an American.                        Amerikano ako.
    She's a girl.                            Babae siya.
    I'm a teacher.                          Titser ako.
    He's a Filipino.                        Pilipino siya.
    You're a Spaniard.                       Kastila ka.

B. <u>He's</u> the intelligent one.             Siya ang matalino.
    <u>You're</u> the rich one.                   Ikaw ang mayaman.
    <u>She's</u> the pretty one.                  Siya ang maganda.
    <u>I'm</u> the big one.                       Ako ang malaki.
    <u>He's</u> the good-looking one.         Siya ang guwapo.
    <u>She's</u> the nice one.                   Siya ang mabait.

## SUBSTITUTION-RESPONSE DRILL (Fixed Slot)

Instructions: The teacher gives a sentence with a question tag, which Student 1 repeats. Student 2 answers in the negative in a complete sentence, transferring <u>ka</u> from topic position to predicate position changing it to <u>ikaw</u>. The teacher prompts Student 2 the first two or three times, if necessary.

Note on the Intonation: Note the shift in pitch to the end of the sentence, except when the last word is already stressed on its final syllable, in the answers of Student 2. The shift is for emphasis and generally occurs in an answer after the negative <u>hindi</u>. Before tags like <u>hindi ba</u> and <u>ano</u> there is almost always a similar shift in pitch to the last syllable of the phrase: Example: Ikaw ang matalino, hindi ba? /ˈɪkaw aŋ matali·no·h ˈhɪndi· ba·h /.

| Teacher | Student 1 | Student 2 |
|---|---|---|
| 1. Guwapo ka, hindi ba? Ulitin mo. | Guwapo ka, hindi ba? | Hindi. Ikaw ang guwapo. |
| 2. Mayaman _____ | Mayaman ka, hindi ba? | Hindi. Ikaw ang mayaman. |
| 3. Malaki _____ | Malaki ka, hindi ba? | Hindi. Ikaw ang malaki. |
| 4. Maganda _____ | Maganda ka, hindi ba? | Hindi. Ikaw ang maganda. |
| 5. Matalino _____ | Matalino ka, hindi ba? | Hindi. Ikaw ang matalino. |
| 6. Mabait _____ | Mabait ka, hindi ba? | Hindi. Ikaw ang mabait. |
| 7. Mahusay _____ | Mahusay ka, hindi ba? | Hindi. Ikaw ang mahusay. |

## SUBSTITUTION-RESPONSE DRILL (Moving Slot)

Instructions: In the following drill, the first slot is filled by an adjective, the second by a noun or pronoun. Make substitutions following this pattern.

| Teacher | Student 1 | Student 2 |
|---|---|---|
| 1. Matalino si Nene, hindi ba? | Matalino si Nene, hindi ba? | Oo, matalino siya. |

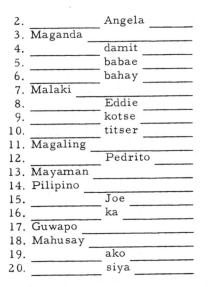

| | | |
|---|---|---|
| 2. _____ Angela | Matalino si Angela, hindi ba? | Oo, matalino siya. |
| 3. Maganda _____ | Maganda si Angela, hindi ba? | Oo, maganda siya. |
| 4. _____ damit _____ | Maganda ang damit, hindi ba? | Oo, maganda. |
| 5. _____ babae _____ | Maganda ang babae, hindi ba? | Oo, maganda siya. |
| 6. _____ bahay _____ | Maganda ang bahay, hindi ba? | Oo, maganda. |
| 7. Malaki _____ | Malaki ang bahay, hindi ba? | Oo, malaki. |
| 8. _____ Eddie _____ | Malaki si Eddie, hindi ba? | Oo, malaki siya. |
| 9. _____ kotse _____ | Malaki ang kotse, hindi ba? | Oo, malaki. |
| 10. _____ titser _____ | Malaki ang titser, hindi ba? | Oo, malaki siya. |
| 11. Magaling _____ | Magaling ang titser, hindi ba? | Oo, magaling siya. |
| 12. _____ Pedrito _____ | Magaling si Pedrito, hindi ba? | Oo, magaling siya. |
| 13. Mayaman _____ | Mayaman si Pedrito, hindi ba? | Oo, mayaman siya. |
| 14. Pilipino _____ | Pilipino si Pedrito, hindi ba? | Oo, Pilipino siya. |
| 15. _____ Joe _____ | Pilipino si Joe, hindi ba? | Oo, Pilipino siya. |
| 16. _____ ka _____ | Pilipino ka, hindi ba? | Oo, Pilipino ako. |
| 17. Guwapo _____ | Guwapo ka, hindi ba? | Oo, guwapo ako. |
| 18. Mahusay _____ | Mahusay ka, hindi ba? | Oo, mahusay ako. |
| 19. _____ ako _____ | Mahusay ako, hindi ba? | Oo, mahusay ka. |
| 20. _____ siya _____ | Mahusay siya, hindi ba? | Oo, mahusay siya. |

## DISCUSSION

The personal pronouns may occupy either topic or predicate position. Regardless of position, they are never preceded by ang. The second person singular has the form ikaw in predicate position, the form ka in topic position: e.g., Ikaw ang matalino, Matalino ka. The other pronouns have only one form.

Note that there is only one pronoun for the third person singular, siya, which corresponds to both he and she in English. Siya may also correspond to English it when this word refers to an animate creature (a baby or an animal). In cases where English it refers to an inanimate object, Tagalog does not use a pronoun at all. Thus, 'It's beautiful' referring to a new baby would be translated Maganda siya, while 'It's beautiful' referring to a dress would be translated simply Maganda.

When the personal pronouns occupy predicate position, the formation of interrogative, negative, and negative-interrogative sentences is the same as with any other predicate: e.g., Ikaw ba ang matalino?, Hindi ikaw ang matalino, Hindi ba ikaw ang matalino? When the pronouns occupy topic position, however, there is a change in the formation of these sentence-types. This change is due to the fact that pronouns in topic position function like enclitics, occurring after the first full word of the sentence. This means that when hindi appears as the first full word, the topic pronouns are shifted to a position before the predicate. When the sentence includes another enclitic, such as ba, ka precedes this enclitic, the other pronouns follow it.

| | | Topic | Predicate | Topic | |
|---|---|---|---|---|---|
| Affirmative | | | Titser | ako | |
| | | | Titser | ka | |
| | | | Titser | siya | |
| | | | Titser ba | ako? | |
| | | | Titser ba | ka | ba? |
| | | | Titser ba | siya? | |
| Negative | | Hindi | ako | titser | |
| | | Hindi | ka | titser | |
| | | Hindi | siya | titser | |
| | | Hindi ba | ako | titser? | |
| | | Hindi | ka ba | titser? | |
| | | Hindi ba | siya | titser? | |

Questions beginning with the interrogative pronouns sino and ano, as well as all other specific questions, have a characteristic falling intonation. The presence of ba, which is optional in all specific questions, does not affect the intonation pattern.

## V. ATTRIBUTION: USE OF THE LINKERS -ng AND na

### EXAMPLES

A. 1. Dumarating ang Kastilang titser.  The Spanish teacher is coming.

B. 1. Dumarating ang bagong titser.  [The new teacher's coming.]
   2. Dumarating ang matalinong titser.  The intelligent teacher is coming.

C. 1. Dumarating ang mayamang titser.  The rich teacher is coming.

D. 1. Dumarating ang mabait na titser.  The kind teacher is coming.
   2. Dumarating ang mahusay[1] na titser.  The good teacher is coming.

---

[1]The meaning of mahusay is discussed in note 14 following the dialog of this unit.

3. Dumarating ang magaling[1] na titser.          The good teacher is coming.

| Attributive | With linker /-ŋ/ or /na/ | Nominal |
|---|---|---|
| . . . V'[2] <br> . . . Vh <br> . . . Vn <br> . . . VC | . . . Vŋ <br><br> . . . VC na | Noun |

   a. An adjective which ends in a vowel plus
      /-'/ or /-h/ or /-n/ is linked to a follow-
      ing noun by dropping the final /-'/ or
      /-h/ or /-n/ and adding the suffix /-ŋ/.

   b. Those ending in a vowel plus any other
      consonant are linked by the particle na.

E. 1. Matalinong babae ba ang titser?          Is the teacher an intelligent girl?
   2. Mabait na babae ba ang titser?           Is the teacher a kind girl?

| Attributive Construction | ba | Remainder |

   a. The enclitic usually follows the first full
      word, but an attributive construction normal-
      ly functions as a full word, with enclitics fol-
      lowing the entire construction.

SUBSTITUTION DRILL (Fixed Slot)

| Teacher | Cue | Student |
|---|---|---|
| Titser ang babae. | magandang babae | Titser ang magandang babae. |
| | mabait | Titser ang mabait na babae. |
| | matalino | Titser ang matalinong babae. |
| | mayaman | Titser ang mayamang babae. |
| | malaki | Titser ang malaking babae. |
| | magaling | Titser ang magaling na babae. |
| | maganda | Titser ang magandang babae. |

SUBSTITUTION-RESPONSE DRILLS (Fixed Multiple Slot)

Instructions: The teacher gives a sentence which Student 1 repeats and Student 2 answers in the affirma-
            tive (with the teacher prompting the first two trials, if necessary). The teacher then gives
            three word cues which Student 1 substitutes for the appropriate words in the sentence and
            orally repeats the resulting sentence. Student 2 supplies the answer.

| Teacher | | Student 1 |
|---|---|---|
| A. 1. Magandang babae ba ang titser? | Ulitin mo. | Magandang babae ba ang titser? |
| 2. Mabait __ babae __ Nene | | Mabait na babae ba si Nene? |
| 3. Magaling _ titser __ Angela | | Magaling na titser ba si Angela? |
| 4. Malaki __ lunsod __ Maynila | | Malaking lunsod ba ang Maynila? |
| 5. Matalino _ titser _ Amerikana | | Matalinong titser ba ang Amerikana? |

Student 2

Oo, magandang babae ang titser.

---

[1] The meaning of magaling is discussed in note 14 following the dialog of this unit.
[2] V is a symbol for vowel, /'/ for glottal, C for consonant. Lower case symbols refer to specific sounds.

Oo, mabait na babae si Nene.
Oo, magaling na titser si Angela.
Oo, malaking lunsod ang Maynila.
Oo, matalinong titser ang Amerikana.

Instructions: The teacher gives a sentence which Student 1 repeats and Student 2 answers in the negative. The teacher then gives three word cues which Student 1 substitutes for the appropriate words in the sentence and orally repeats the resulting sentence. Student 2 supplies the negative answers.

Teacher                                                          Student 1

B. 1. Maginaw na lugar ba ang Maynila?   Ulitin mo.   Maginaw na lugar ba ang Maynila?
   2. Mahusay ___ titser ___ Nene            Mahusay na titser ba si Nene?
   3. Malaki ___ pulo ___ Pilipinas           Malaking pulo ba ang Pilipinas?
   4. Mabait ___ babae ___ Luningning         Mabait na babae ba si Luningning?
   5. Maganda ___ lunsod ___ Tagaytay         Magandang lunsod ba ang Tagaytay?

Student 2

Hindi, hindi maginaw na lugar ang Maynila.
Hindi, hindi mahusay na titser si Nene.
Hindi, hindi malaking pulo ang Pilipinas.
Hindi, hindi mabait na babae si Luningning.
Hindi, hindi magandang lunsod ang Tagaytay.

TRANSLATION DRILLS

Teacher                                                          Student

A. 1. Nene's a good teacher.                Mahusay na titser si Nene.
   2. Luningning's a rich girl.              Mayamang babae si Luningning.
   3. Mr. Magpayo's a nice teacher.          Mabait na titser si G. Magpayo.
   4. Baguio's a cool place.                 Maginaw na lugar ang Bagyo.
   5. Angela's an intelligent girl.          Matalinong babae si Angela.
   6. Eddie's a good-looking teacher.        Guwapong titser si Eddie.
   7. She's a beautiful girl.                Magandang babae siya.

B. 1. Luningning is not an intelligent girl.   Hindi matalinong babae si Luningning.
   2. Mr. Magpayo is not a good-looking teacher.   Hindi guwapong titser si G. Magpayo.
   3. Manila is not a cool place.            Hindi maginaw na lugar ang Maynila.
   4. Angela is not a nice girl.             Hindi mabait na babae si Angela.
   5. Pedrito is not a rich Spaniard.        Hindi mayamang Kastila si Pedrito.
   6. He's not a good teacher.               Hindi siya magaling na titser.
   7. She's not a beautiful girl.            Hindi siya magandang babae.

C. 1. Is Baguio a cool place?               Maginaw na lugar ba ang Bagyo?
   2. Is David a good-looking teacher?       Guwapong titser ba si David?
   3. Is Mr. Smith a rich American?          Mayamang Amerikano ba si G. Smith?
   4. Is Luningning an intelligent girl?     Matalinong babae ba si Luningning?
   5. Is she a nice girl?                    Mabait ba siyang babae?

D. 1. Isn't Angela a beautiful teacher?     Hindi ba magandang titser si Angela?
   2. Isn't Luningning a good girl?          Hindi ba magaling na babae si Luningning?
   3. Isn't Angela a big girl?               Hindi ba malaking babae si Angela?
   4. Isn't David a good-looking teacher?    Hindi ba guwapong titser si David?
   5. Isn't she an intelligent girl?         Hindi ba siya matalinong babae?

E. 1. This is a new car.                     Bagong kotse ito.
   2. That's a new bell.                     Malaking bel iyan.
   3. That's a beautiful house.              Magandang bahay iyon.

F. 1. This is the latest style dress.        Ito ang modelong damit.
   2. That's the big bell.                   Iyan ang malaking bel.
   3. That's the new house.                  Iyon ang bagong bahay.

G. 1. Is this a new house?                   Bagong bahay ba ito?
   2. Is that a brand new (latest style) car?   Modelong kotse ba iyan?
   3. Is that a beautiful dress?             Magandang damit ba iyon?

H. 1. Isn't this a big house?               Hindi ba malaking bahay ito?
   2. Isn't that a new bell?                 Hindi ba bagong bel iyan?
   3. Isn't that a good car?                 Hindi ba mahusay na kotse iyon?

I. 1. Isn't this the modern house?          Hindi ba ito ang modelong bahay?
   2. Isn't that the new car?               Hindi ba iyan ang bagong kotse?
   3. Isn't that the big bell?              Hindi ba iyon ang malaking bel?

## SUBSTITUTION-CONVERSION-RESPONSE DRILL (Fixed Slot)

Instructions: The teacher gives a sentence, then prompts Student 1 to give its interrogative. Student 2 answers in the negative. Student 3 is surprised and asks for a confirmation, using the negative-interrogative. Student 4, disagreeing with Student 2, answers in the affirmative by insisting on the quality in question. Note the contrastive intonation and stress pattern in the response of Student 4.

| Teacher | Student 1 | Student 2 |
|---|---|---|
| 1. Mabait na babae ang titser. | Mabait na babae ba ang titser? | Hindi, hindi mabait na babae ang titser. |
| 2. Matalino _____ | Matalinong babae ba ang titser? | Hindi, hindi matalinong babae ang titser. |
| 3. Mayaman _____ | Mayamang babae ba ang titser? | Hindi, hindi mayamang babae ang titser. |
| 4. Malaki _____ | Malaking babae ba ang titser? | Hindi, hindi malaking babae ang titser. |
| 5. Maganda _____ | Magandang babae ba ang titser? | Hindi, hindi magandang babae ang titser. |

| Student 3 | Student 4 |
|---|---|
| Hindi ba mabait na babae ang titser? | Mabait! Mabait na babae ang titser! |
| Hindi ba matalinong babae ang titser? | Matalino! Matalinong babae ang titser! |
| Hindi ba mayamang babae ang titser? | Mayaman! Mayamang babae ang titser! |
| Hindi ba malaking babae ang titser? | Malaki! Malaking babae ang titser! |
| Hindi ba magandang babae ang titser? | Maganda! Magandang babae ang titser! |

| | Student 1 | Student 2 |
|---|---|---|
| 6. Mabait _____ | Mabait na babae ba ang titser? | Hindi, hindi mabait na babae ang titser. |
| 7. Magaling _____ | Magaling na babae ba ang titser? | Hindi, hindi magaling na babae ang titser. |
| 8. Mahusay _____ | Mahusay na babae ba ang titser? | Hindi, hindi mahusay na babae ang titser. |
| 9. Magaling _____ | Magaling na babae ba ang titser? | Hindi, hindi magaling na babae ang titser. |
| 10. Kastila _____ | Kastilang babae ba ang titser? | Hindi, hindi Kastilang babae ang titser. |

| | |
|---|---|
| Hindi ba mabait na babae ang titser? | Mabait! Mabait na babae ang titser! |
| Hindi ba magaling na babae ang titser? | Magaling! Magaling na babae ang titser! |
| Hindi ba mahusay na babae ang titser? | Mahusay! Mahusay na babae ang titser! |
| Hindi ba magaling na babae ang titser? | Magaling! Magaling na babae ang titser! |
| Hindi ba Kastilang babae ang titser? | Kastila! Kastilang babae ang titser! |

## DISCUSSION

Adjectives have been shown previously only occupying the predicate position. Here they are shown directly modifying a noun.

This modifying relationship shows the same relative order in the above pattern as comparable English items (adjectives before noun), but in Tagalog there is an additional structural symbol involved, a linker. This linker may be either the suffix /-ŋ/ or a separate particle /na/, the choice depending on the phonological shape of the attributive, as shown in the chart in the presentation above.

Attributive constructions such as adjective plus noun require a special rule for the position of ba. The general rule for the placement of enclitics states that they follow the first full word of a sentence. It was stated above, however, that they usually follow an entire attributive construction. Actually the placement may follow either pattern: (1) after the first word (in the present case the adjective) or (2) after the entire attributive construction (adjective plus noun). The second alternative is much more common in spoken Tagalog.

If the enclitic follows the first word, the linker follows the enclitic. The construction can be illustrated as follows:

| Adjective | Enclitic + Linker | Nominal | Remainder |
|-----------|-------------------|---------|-----------|
| Matalino | bang | babae | ang titser? |
| Mabait | bang | babae | ang titser? |

The more normal construction can be illustrated as follows:

| Adjective + Linker + Nominal | Enclitic | Remainder |
|------------------------------|----------|-----------|
| Matalinong | babae | ba | ang titser? |
| Mabait na | babae | ba | ang titser? |

## CUMULATIVE DRILLS

Instructions: The sentences below have an adjective or verb in the predicate followed by a noun or pronoun in the topic. The teacher gives a statement which Student 1 changes to interrogative and Student 2 answers in the affirmative.

| | Teacher | Student 1 | Student 2 |
|---|---------|-----------|-----------|
| A. 1. | Maganda ang damit. | Maganda ba ang damit? | Oo, maganda ang damit. |
| 2. | bahay | Maganda ba ang bahay? | Oo, maganda ang bahay. |
| 3. | Malaki | Malaki ba ang bahay? | Oo, malaki ang bahay. |
| 4. | alawans | Malaki ba ang alawans? | Oo, malaki ang alawans. |
| 5. | kotse | Malaki ba ang kotse? | Oo, malaki ang kotse. |
| 6. | Joe | Malaki ba si Joe? | Oo, malaki si Joe. |
| 7. | Guwapo | Guwapo ba si Joe? | Oo, guwapo si Joe. |
| 8. | Eddie | Guwapo ba si Eddie? | Oo, guwapo si Eddie. |
| 9. | Matalino | Matalino ba si Eddie? | Oo, matalino si Eddie. |
| 10. | Nene | Matalino ba si Nene? | Oo, matalino si Nene. |
| 11. | Magaling | Magaling ba si Nene? | Oo, magaling si Nene. |
| 12. | babae | Magaling ba ang babae? | Oo, magaling ang babae. |
| 13. | Dumarating | Dumarating ba ang babae? | Oo, dumarating ang babae. |
| 14. | titser | Dumarating ba ang titser? | Oo, dumarating ang titser. |
| 15. | Kastila | Kastila ba ang titser? | Oo, Kastila ang titser. |
| 16. | Mahusay | Mahusay ba ang titser? | Oo, mahusay ang titser. |
| 17. | siya | Mahusay ba siya? | Oo, mahusay siya. |
| 18. | Matalino | Matalino ba siya? | Oo, matalino siya. |
| 19. | Nene | Matalino ba si Nene? | Oo, matalino si Nene. |
| 20. | Mabait | Mabait ba si Nene? | Oo, mabait si Nene. |
| 21. | Pedrito | Mabait ba si Pedrito? | Oo, mabait si Pedrito. |
| 22. | Bago | Bago ba si Pedrito? | Oo, bago si Pedrito. |
| 23. | titser | Bago ba ang titser? | Oo, bago ang titser. |
| 24. | damit | Bago ba ang damit? | Oo, bago ang damit. |
| 25. | Maganda | Maganda ba ang damit? | Oo, maganda ang damit. |

Instructions: In the following drill, the teacher models and then cues both the question and the answer, which are given by Student 1 and Student 2 respectively.

| | Teacher | Student 1 |
|---|---------|-----------|
| B. 1. | Sino ang matalino? Ako? | Sino ang matalino? Ako? |
| 2. | Ang titser? | Sino ang matalino? Ang titser? |
| 3. | mabait | Sino ang mabait? Ang titser? |
| 4. | mahusay | Sino ang mahusay? Ang titser? |
| 5. | Si Nene? | Sino ang mahusay? Si Nene? |

| Teacher | Student 2 |
|---------|-----------|
| Hindi. Si Ben ang matalino. | Hindi. Si Ben ang matalino. |
| Siya | Hindi. Siya ang matalino. |
| mabait | Hindi. Siya ang mabait. |
| mahusay | Hindi. Siya ang mahusay. |
| Ang titser | Hindi. Ang titser ang mahusay. |

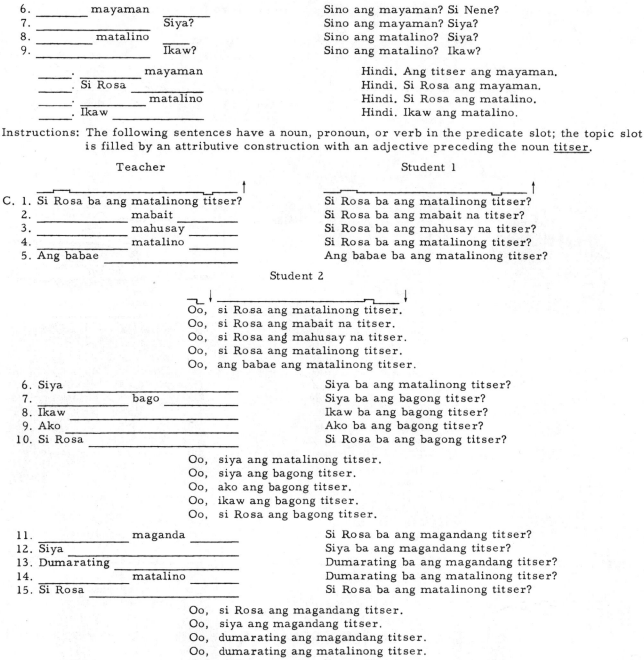

6. _____ mayaman                          Sino ang mayaman? Si Nene?
7. _____ Siya?                     Sino ang mayaman? Siya?
8. _____ matalino ____                     Sino ang matalino? Siya?
9. _____ Ikaw?                     Sino ang matalino? Ikaw?

_____ _____ mayaman                      Hindi. Ang titser ang mayaman.
_____ . Si Rosa _____                     Hindi. Si Rosa ang mayaman.
_____ _____ matalino _____                Hindi. Si Rosa ang matalino.
_____ . Ikaw _____                    Hindi. Ikaw ang matalino.

Instructions: The following sentences have a noun, pronoun, or verb in the predicate slot; the topic slot
           is filled by an attributive construction with an adjective preceding the noun <u>titser</u>.

                    Teacher                                        Student 1

C. 1. Si Rosa ba ang matalinong titser?       Si Rosa ba ang matalinong titser?
   2. _____ mabait _____         Si Rosa ba ang mabait na titser?
   3. _____ mahusay _____          Si Rosa ba ang mahusay na titser?
   4. _____ matalino _____          Si Rosa ba ang matalinong titser?
   5. Ang babae _____             Ang babae ba ang matalinong titser?

                              Student 2

        Oo, si Rosa ang matalinong titser.
        Oo, si Rosa ang mabait na titser.
        Oo, si Rosa ang mahusay na titser.
        Oo, si Rosa ang matalinong titser.
        Oo, ang babae ang matalinong titser.

   6. Siya _____               Siya ba ang matalinong titser?
   7. _____ bago _____               Siya ba ang bagong titser?
   8. Ikaw _____             Ikaw ba ang bagong titser?
   9. Ako _____             Ako ba ang bagong titser?
  10. Si Rosa _____            Si Rosa ba ang bagong titser?

        Oo, siya ang matalinong titser.
        Oo, siya ang bagong titser.
        Oo, ako ang bagong titser.
        Oo, ikaw ang bagong titser.
        Oo, si Rosa ang bagong titser.

  11. _____ maganda _____           Si Rosa ba ang magandang titser?
  12. Siya _____             Siya ba ang magandang titser?
  13. Dumarating _____            Dumarating ba ang magandang titser?
  14. _____ matalino _____           Dumarating ba ang matalinong titser?
  15. Si Rosa _____            Si Rosa ba ang matalinong titser?

        Oo, si Rosa ang magandang titser.
        Oo, siya ang magandang titser.
        Oo, dumarating ang magandang titser.
        Oo, dumarating ang matalinong titser.
        Oo, si Rosa ang matalinong titser.

VISUAL-CUE DRILLS

PICTURE A

Panuto: Ilarawan ang sumusunod.                    Directions: Describe the following.

## PICTURE B

Panuto: Sagutin ang sumusunod.                    Directions: Answer the following.

Teacher

1. Maganda ba ang bahay?
2. Sino ang guwapo?
3. Mabait ba si Rosy?
4. Sino si Bb. Santos?
5. Sino ang matalino?
6. Si Eddie ba ang guwapo?
7. Si Cely ba ang matalino?
8. Si Joe ba ang mayaman?
9. Ano ang modelo?
10. Amerikana ba si Bb. Santos?
    atbp.

Student

Oo. Maganda.
atbp.

PICTURE C

| Predicate | Topic |
| --- | --- |
| Maganda | si Nene. |
| Titser | ang babae. |

Bb. SANTOS

Bb. SMITH

| Teacher | Student |
| --- | --- |
| 1. Sino ang dumarating? | Si Bb. Santos ang dumarating. |
| 2. Ano ang dumarating? | Titser ang dumarating. |
| 3. Amerikana ba ang dumarating? | atbp. |
| 4. Maganda si Bb. Santos, ano? | |
| 5. Hindi ba titser si Bb. Smith? | |
| 6. Si Bb. Smith ba ang Kastila? | |
| 7. Pilipina ba si Bb. Smith? | |
| 8. Sino ang Pilipina? | |
| 9. Ano ang Amerikana? | |
| 10. Hindi ba si Bb. Smith ang dumarating? | |
|     atbp. | |

## COMPREHENSION-RESPONSE DRILLS

Instructions: Answer the following questions on the basis of information given in the basic dialog. Minimum answers will be adequate, just as if this were an authentic communication situation.

A. (Yes or No)

     1. Maganda ba ang damit?
     2. Maganda ba ang nagsusuot?
     3. Si Joe ba ang mayaman?
     4. Ang alawans ba ang malaki?
     5. Ang kotse ba ang maganda?
     6. Guwapo ba si Eddie?
     7. Matalino ba si Ben?
     8. Kastila ba ang bagong titser?
     9. Mahusay ba ang Amerikana?
    10. Mabait ba siya?

B. (Choice Response)

     1. Si Pedrito ba o si Eddie ang guwapo?
     2. Ang kotse ba o ang bahay ang modelo?
     3. Si David ba o si Ben ang matalino?
     4. Kastila ba o Amerikana ang bagong titser?
     5. Si Eddie ba ang mayaman o ang guwapo?

C. (Specific Question)

     1. Sino ang maganda?
     2. Ano ang modelo?
     3. Ano ang malaki?
     4. Sino ang guwapo?
     5. Sino ang matalino?
     6. Ano ang bagong titser?
     7. Sino ang bagong titser?
     8. Sino ang matalino at mabait?
     9. Ano ang tumutugtog?

# UNIT III

Kaisahan ng Pamilya

Dumarating si Aling Sela buhat sa pamimili. Sumasalubong si Ben.

Ben:
Hoy, dali kayo! Heto na ang Nanay (2)! Uy! Maganda ang manika!

ho·y dali· kayo·h (1)
(hurry)

he·tʊ na·ŋ na·na·y (1)
(here) (mother)

'u·y (3) maganda·ŋ mani·ka·' (1)
(gee) (doll)

Tentay:
Para kanino ho iyan?

pa·ra kani·nʊ hu· ya·n
(for) (whose)(ma'am)(that)

Aling Sela:
Para sa bunso (4) iyan.

pa·ra sa bʊnsu· ya·n
(for the)(youngest)

Ben:
Kay Nene ho ba?

key ne·ne· hu· ba·h
(for)

Aling Sela:
Oo, anak. Nasaan ang Kuya Boy (5)?

'o·'o ana·k na·sa'an aŋ ku·ya bo·y
(child) (elder (Boy)
brother)

Oneness of the Family

Aling Sela comes home from shopping. Ben meets her.

Hey, hurry up! Here's Mother! Gee, that sure is a pretty doll!

Who's it for?

For the baby.

Nene's?

Yes, dear. Where's your Kuya Boy?

[41]

Ben:
Nasa kabila pa (6) po.

na·sa kabıla· pa po·'
(next-door (yet)
neighbor)

He's next door.

Aling Sela:
At si Esting, nasaan?

'at sı estı·ŋ na·sa·an
(Esting)

And Esting? Where's he?

Tentay:
Nasa kusina po. Kuma-
kain.

na·sa kʊsı·na po·'    kʊma·ka·'ı·n
(kitchen)            (eating)

In the kitchen. He's eating.

Ben:
Aba (7)! Nasaan ba si
Ate Linda (5)?

'aba·h    na·sa·an ba sı a·te lı·ndah
(oh)              (elder (Linda)
                   sister)

Hey, where's Ate Linda?

Tentay:
Gumagayak pa siya, e.

gʊma·gayak    pa sya e·h
(getting-dressed)

She's still dressing.

Aling Sela:
Bakit, para saan siya
gumagayak?

ba·kıt    pa·ra sa·an sya gʊma·gayak
(why)

Why? What's she dressing
for?

Ben:
Para sa miting ho.

pa·ra sa mı·tıŋ hó·'
(meeting)

For the meeting.

Aling Sela:
A, siyanga pala (8)! O,
kanino siya?

'a·h    syaŋa· pala·h    'o·h kanı·nʊ sya·h
(really) (so)

Oh, yes, I remember. Now,
who is she for?

Tentay:
Kay Mrs. Gonzales ho.
Pero kay Mrs. Villamor
ho ako.

key mı·sıs gʊnsa·les ho·'    (9)
(Mrs.)(Gonzales)

pe·rʊ key mı·sıs vılyamʊr hʊ· 'ako·h
(but)           (Villamor)

For Mrs. Gonzales. But
I'm for Mrs. Villamor.

Aling Sela:
Bakit magkaiba pa?

ba·kıt magkaıba pa·h    (10)
(different)

Why the difference?

Teka (11) ... ang Tatay
(2)? At ang Lola?

te·kah    'aŋ ta·tay    'at aŋ    lo·lah
(wait-you) (father)           (grandmother)

By the way, where's Dad?
And Grandma?

Ben:
Nasa manukan ho. Ngu-
manganga (12) ho ang
Lola.

na·sa ma·nʊ·kan ho·'
(chicken-yard)

ŋʊma·ŋa·ŋa hʊ· 'aŋ lo·la·h
(chewing-buyo)

Dad's in the chicken yard.
And Grandma's chewing
betel.

Tentay:
At bumabasa ho ang Lo-
lo.

'at bʊma·ba·sa hʊ· 'aŋ    lo·lo·h
(reading)            (grandfather)

And Grandpa's reading.

Aling Sela:
Ang Tiyang (13)?

'aŋ tya·ŋ
(aunt)

How about your aunt?

Tentay:
Sumasakit ho ang tiyan,
e.

sʊma·sakıt hʊ· 'aŋ    tyan    e·h
(aching)              (stomach)

She's got a stomach ache.

Aling Sela:
Ganoon ba (14)? Kawawa
naman!

gano'on ba·h    ka·wa·wa· nama·n    (15)
(like-that)    (pitiful)

Is that so? Too bad!

## CULTURAL AND STRUCTURAL NOTES

(1) Patterns uttered on level 4 are often used for utterances that express some strong emotion, such as enthusiasm, fright, impatience, etc.

(2) Nanay, Inay, 'Nay, or Inang are used interchangeably for 'Mother', and Tatay, Itay, 'Tay, or Tatang for 'Father'.

(3) As reflected in its English equivalent, the word uy is uttered as an exclamation of admiration. It is pronounced with a very long u, beginning on level 2 and rising rapidly to level 4, where it becomes a diphthong and drops to level one, as if transcribed /'u·uy/. There is, of course, no glottal in the middle of /u·u/, which is why in the dialog only one ./u/ appears.

(4) Bunso is used as an expression of endearment for the youngest child or pet of the family. It is often retained even after one has come of age.

(5) Note that the mother here starts a virtual roll call of the family. This is a common habit of the Filipino mother when she comes home after an absence of even a few hours.

Kuya is used when talking to or about one's older brother to show respect. Kuyang is a variant form. (Ate or Ateng is used for an older sister.) Nouns, when preceded by any of these titles of respect, may take ang instead of si; ang Kuya Boy is just as frequently used as si Kuya Boy. Note that Boy is used as a proper noun. Note also the corresponding change in the translation of ang, normally the, to your, a definitizing pronoun.

(6) Pa is a particle meaning 'more, yet, still, as yet'.

(7) Aba is an exclamation which in context may express surprise, wonder, admiration, disapproval, etc.

Note the shift in pitch to the second-to-last syllable of aba /'aba·h / (aba is /'aba·h / in citation). Words with phrase stress, like those with word stress, also get affected by sentence intonation in special contexts.

(8) A, siyanga pala, literally 'Eh, really so', is a set expression meaning 'Oh, yes, I remember.'

Siyanga is a combination of siya 'he, she' and nga, an emphatic particle which may mean 'truly' or 'really'. (In expressions of request, nga also means 'please'.) Pala, a particle without any near-equivalent in English, is added to one's statement upon acknowledging a reminder or upon expressing something one has suddenly remembered. For instance, one says oo nga pala if one's reminded of something he knows he should do or know.

(9) The pattern / / is often used for short answers, especially short answers to specific questions. The voice may stay on level 2 until it drops to level 1 on the last syllable, or it may gradually drop to it on every syllable, stressed or unstressed, as in the pattern / /.

(10) In Unit II the fact was indicated that the / / pattern expresses, among other things, a rejoinder affirming what has been said before. Used in a specific question it roughly conveys the meaning of 'Then why...' or 'But why..., Then how...' or 'But how...', etc., and invariably indicates that it is a question uttered as an offshoot of an immediately preceding statement or statements. Aling Sela's question Bakit magkaiba pa? may therefore be interpreted as being the result of a trend of thought such as the following: 'Your Ate Linda is for Mrs. Gonzales. You are for Mrs. Villamor. Now, why the difference?'

(11) Teka, from maghintay ka, means 'wait'. It is one of the expressions used as conversation breakers to interrupt the train of discussion, such as 'Incidentally, By the way', etc.

(12) Many old men and women in the provinces chew areca nut with betel leaves and lime. They usually pound this to bits in a long bamboo tube called kalikot.

(13) Tiya is one's aunt; to express endearment, one says Tiyang, which is a sort of nickname or diminutive for Tiya, like Sela for Marcela, Esting for Ernesto, etc. Tiyo (or Tiyong) is one's uncle.

(14) Ganoon ba, literally 'like that', is a set expression meaning 'Is that it?, Really?', Is that so?', etc.

(15) The pattern / /, read on a low level with a slight drop at the end, is generally uttered in soft tones to indicate feelings like sympathy and pity or, if the voice is lowered some more, petulance, grumpiness, or any feeling expressive of some grievance.

## PRONUNCIATION EXERCISES

Stress Drill.

Word stress in Tagalog is indicated mainly by vowel length. In cited words, and at the end of normal statements, stressed syllables are said on a higher pitch than unstressed syllables, unless the word has more than one stressed syllable, in which case the voice generally rises only on the last one. Words without stressed syllables are given phrase stress on the last syllable. Within phrases word stress is retained if present; if not, phrase stress normally appears on the last syllable of the phrase.

A. Differentiate between the following words which have different meanings:

aso        /'a·soh/        aso        /'aso·h/
'dog'                      'smoke'

| | | | |
|---|---|---|---|
| bata | /ba·tah/ | bata | /bata·h/ |
| 'bathrobe' | | 'suffer, bear' | |
| tira | /ti·rah/ | tira | /tɪra·h/ |
| 'strike' | | 'left-over' | |
| tubo | /tu·boh/ | tubo | /tʊbo·h/ |
| 'tube, pipe' | | 'sugar cane' | |
| bati | /ba·tɪ/ | bati | /bati·/ |
| 'greeting' | | 'on speaking terms' | |
| dali | /da·lɪ/ | dali | /dali·/ |
| 'inch' | | 'hurry up' | |
| pili | /pi·lɪ/ | pili | /pɪli·/ |
| 'a kind of nut' | | 'selected' | |
| puno | /pu·no/ | puno | /pʊno·/ |
| 'tree' | | 'full' | |
| bukas | /bu·kas/ | bukas | /bʊka·s/ |
| 'tomorrow' | | 'open' | |
| balot | /ba·lot/ | balot | /balo·t/ |
| 'package' | | 'duck egg with an embryo' | |
| bihisan | /bɪhi·san/ | bihisan | /bɪhɪsa·n/ |
| 'to dress someone' | | 'dressing-room' | |
| pasukan | /pasu·kan/ | pasukan | /pasʊka·n/ |
| 'to enter' | | 'opening of classes' | |
| sulatan | /sʊla·tan/ | sulatan | /sʊlata·n/ |
| 'to write to someone' | | 'place for writing' | |
| kainan | /ka·'i·nan/ | kainan | /kaɪna·n/ |
| 'party' | | 'place for eating' | |
| daanan | /da·'a·nan/ | daanan | /da'a·nan/ |
| 'road, by the hundred' | | 'to pick up' | |
| tawanan | /ta·wa·nan/ | tawanan | /tawa·nan/ |
| 'laughter' | | 'to laugh at' | |
| malilinis | /ma·lɪli·nɪs/ | malilinis | /malɪli·nɪs/ |
| 'will be cleaned' | | 'clean (plural)' | |
| balitaan | /ba·lɪta·an/ | balitaan | /balɪta·'an/ |
| 'news-reporting' | | 'to send word' | |
| makakatulong | | makakatulong | |
| /ma·kakatu·loŋ/ | | /maka·katu·loŋ/ | |
| 'someone who'd be able to help' | | 'will be able to help' | |

B. Repeat the following sentences after your model:

   1. Para kanino ang tubo? /tu·boh/ - Para sa karpintero.

     'Who's the piece of pipe for?    For the carpenter.'

Para kanino ang tubo? /tʊbo·h/ - Para sa bata.
'Who's the sugar cane for?      For the child.'

2. Nasaan ang aso? /'a·soh/ - Nasa hagdanan.
'Where's the dog?        On the stairs.'
Nasaan ang aso? /'aso·h/ - Nasa kalan.
'Where's the smoke?      In the stove.'

3. Saan ang kainan? /ka·'i·nan/ - Sa bahay ni Pedro.
'Where's the party?        At Pedro's.'
Saan ang kainan? /kaɪna·n/ - Sa kumedor.
'Where's the place to eat?   In the dining room.'

Say any of the above questions and have another student give the right answers. Be sure to give the last word in the question the right stress so that there will be no doubt about the answer needed.

C. Each of the following sentences contains a pair of words differentiated only by stress. Listen to your model's pronunciation and then imitate each sentence carefully.

  1. Mananahi ang mananahi.

     /mana·nahɪ' | 'aŋ ma·nana·hɪ' /
     'The dressmaker will sew.'

  2. Sa Hapon ang hapon.

     /sa hapo·n | 'aŋ ha·pon /
     'The afternoon is for the Japanese.'

  3. Ang pili ang pili.

     /'aŋ pɪli·' | 'aŋ pi·lɪ' /
     'The pili nuts are the ones selected.'

Say the same sentences with the word pairs changing places:

  1. Mananahi ang mananahi.

     /ma·nana·hɪ' | 'aŋ mana·nahɪ' /
     'The one who will sew is a dressmaker.'

  2. Sa hapon ang Hapon.

     /sa ha·pon | 'aŋ hapo·n /
     'For the Japanese, (we have) the afternoon.'

  3. Ang pili ang pili.

     /'aŋ pi·lɪ' | 'aŋ pɪli·' /
     'The ones selected are the pili nuts.'

---

## DRILLS AND GRAMMAR

### I. POSSESSIVE, PREFERENTIAL, RESERVATIONAL, LOCATIVE

EXAMPLES

   A. 1. Kay Nene ang manika.           The doll belongs to Nene.
       2. Sa bunso ang manika.         The doll belongs to the baby.

B. 1. Kay Mrs. Gonzales si Ate Linda.          [Ate Linda is for Mrs. Gonzales.]
   2. Sa babae si Nita.                          Nita is for the woman.

C. 1. Para kay Tentay ang manika.               The doll is for Tentay.
   2. Para sa bunso iyon.                        That's for the baby.

D. 1. Na kay Nita si Nene.                       Nene is at Nita's.
   2. Nasa babae ang manika.                     The doll is in the woman's possession.
   3. Nasa kusina si Esting.                      Esting is in the kitchen.

### Functions of sa-Markers

|  | With Person Names | With Other Nouns |
|---|---|---|
| Possessive ~ Preferential | kay | sa |
| Reservational | para kay | para sa |
| Locative | na kay | nasa |

a. Some of the functions of sa are as presented above: it goes
   with possessive, preferential, reservational, and locative
   phrases.

b. To express the locative with nouns other than person names,
   sa combines with na to form one word: nasa.

## SUBSTITUTION DRILLS (Moving Slot)

Teacher                                          Student

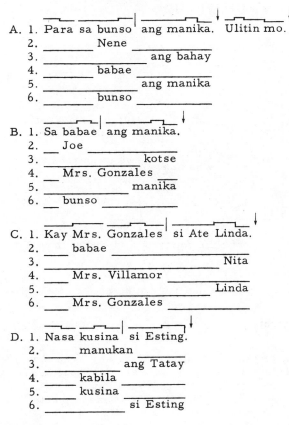

A. 1. Para sa bunso ang manika.  Ulitin mo.      Para sa bunso ang manika.
   2.        Nene                                Para kay Nene ang manika.
   3. _____        ang bahay                   Para kay Nene ang bahay.
   4.        babae                                Para sa babae ang bahay.
   5. _____        ang manika                   Para sa babae ang manika.
   6.        bunso                                Para sa bunso ang manika.

B. 1. Sa babae ang manika.                       Sa babae ang manika.
   2.     Joe                                     Kay Joe ang manika.
   3.            kotse                             Kay Joe ang kotse.
   4.     Mrs. Gonzales                            Kay Mrs. Gonzales ang kotse.
   5.            manika                            Kay Mrs. Gonzales ang manika.
   6.     bunso                                    Sa bunso ang manika.

C. 1. Kay Mrs. Gonzales si Ate Linda.            Kay Mrs. Gonzales si Ate Linda.
   2.     babae                                   Sa babae si Ate Linda.
   3.                         Nita                 Sa babae si Ate Nita.
   4.     Mrs. Villamor                            Kay Mrs. Villamor si Ate Nita.
   5.                         Linda                Kay Mrs. Villamor si Ate Linda.
   6.     Mrs. Gonzales                            Kay Mrs. Gonzales si Ate Linda.

D. 1. Nasa kusina si Esting.                      Nasa kusina si Esting.
   2.      manukan                                 Nasa manukan si Esting.
   3.             ang Tatay                        Nasa manukan ang Tatay.
   4.      kabila                                  Nasa kabila ang Tatay.
   5.      kusina                                  Nasa kusina ang Tatay.
   6.             si Esting                        Nasa kusina si Esting.

## DISCUSSION

To show possession of a specific thing, the word
for the thing owned is placed in topic position, the
word for the owner in predicate position, preceded
by kay or sa. Kay is used before the name of a per-
son, sa before other nouns: e.g., Kay Nene ang ma-
nika 'The doll belongs to Nene', Sa bunso ang ma-

nika 'The doll belongs to the baby'. To show owner-ship of a non-specific thing (e.g., 'Nene has a doll'), Tagalog uses a different type of construction, to be discussed in a later lesson (see Unit VII, grammar point III).

Preference — say, for a candidate — is also indicated by predicates with kay or sa. In this case, the topic of the sentence corresponds to the person showing the preference, the predicate to the person preferred: e.g., Kay Mrs. Gonzales si Ate Linda 'Ate Linda is for Mrs. Gonzales', Sa babae si Nita 'Nita is for the woman'.

Reservation, expressed by 'is intended for, is to be given to', etc. in English, is expressed in Ta-galog by a predicate consisting of para kay followed by the name of a person or para sa followed by

some other noun: e.g., Para kay Tentay ang mani-ka 'The doll is for Tentay', Para sa bunso iyan 'That's for the youngest child'.

Location is expressed by na kay or nasa, fol-lowed respectively by the name of a person or some other noun. When the topic of the sentence is animate, na kay or nasa followed by an animate noun usually corresponds to English 'is at the house of': e.g., Na kay Nita si Nene 'Nene is at Ni-ta's'. When the topic is inanimate, na kay or nasa followed by an animate noun indicates temporary possession: e.g., Nasa babae ang manika 'The doll is in the woman's possession' or 'The woman has the doll'. Nasa with a place noun usually corres-ponds to English 'is in, is at', etc.: e.g., Nasa ku-sina si Esting 'Esting is in the kitchen'.

## II. INTERROGATIVES WITH sa-FORMS

EXAMPLES

|  | | | |
|---|---|---|---|
| A. Kanino ang manika? | Kay Nene.<br>Sa bunso. | Whose is the doll? | Nene's.<br>The baby's. |
| B. Para kanino ang manika? | Para kay Nene.<br>Para sa bunso. | Who's the doll for? | For Nene.<br>For the baby. |
| C. 1. Na kanino ang manika? | Na kay Nene.<br>Nasa babae. | Who has the doll? | Nene has it.<br>The woman has it. |
| 2. Nasaan ang manika? | Nasa kusina. | Where's the doll? | In the kitchen. |

Tagalog

| Question | Response |
|---|---|
| Kanino | { kay + person name <br> { sa + noun not person name |
| Para kanino | { para kay + person name <br> { para sa + noun not person name |
| Na kanino | { na kay + person name <br> { nasa + animate common noun |
| Nasaan | { nasa + noun denoting place <br> { na kay + person name |

English

| Question | Response |
|---|---|
| Whose | (noun)'s |
| For whom | { for + person name <br> { for the + common noun |
| With whom (in the sense of 'Who has it?') | { with + person name <br> { with the + common noun |
| Where | { various prepositions <br> { (in, at, by, etc.) + noun <br> { with + person name |

SUBSTITUTION DRILL (Moving Slot)

Instructions: The teacher gives a question which Student 1 repeats and Student 2 answers at the teacher's prompting.

| Teacher | | Student 1 | Student 2 |
|---|---|---|---|
| 1. Para kanino ang manika? | Ulitin mo. | Para kanino ang manika? (Nene) | Para kay Nene ang manika. |
| 2. _____ bahay | | Para kanino ang bahay? | Para kay Nene ang bahay. |
| 3. _____ kotse | | Para kanino ang kotse? | Para kay Nene ang kotse. |
| 4. Kanino _____ | | Kanino ang kotse? | Kay Nene ang kotse. |
| 5. _____ bahay | | Kanino ang bahay? | Kay Nene ang bahay. |
| 6. _____ kotse | | Kanino ang kotse? | Kay Nene ang kotse. |
| 7. _____ bel | | Kanino ang bel? | Kay Nene ang bel. |
| 8. Para kanino _____ | | Para kanino ang bel? | Para kay Nene ang bel. |
| 9. _____ damit | | Para kanino ang damit? | Para kay Nene ang damit. |
| 10. _____ manika | | Para kanino ang manika? | Para kay Nene ang manika. |

RESPONSE DRILLS (Cued Response)

Instructions: The teacher gives a cue in a stage whisper and then asks a question. The student answers
using the information in the cue.

|  | | Teacher | Student |
|---|---|---|---|
| (Tentay) | A. 1. | Kanino ang manika? | Kay Tentay. |
| (Eddie) | 2. | Kanino ang kotse? | Kay Eddie. |
| (bunso) | 3. | Kanino ang damit? | Sa bunso. |
| (titser) | 4. | Kanino ang bahay? | Sa titser. |
| (Mrs. Villamor) | B. 1. | Kanino si Ate Linda? | Kay Mrs. Villamor. |
| (G. Magpayo) | 2. | Kanino si Eddie? | Kay G. Magpayo. |
| (Amerikano) | 3. | Kanino ang Lolo? | Sa Amerikano. |
| (babae) | 4. | Kanino ang Tiyang? | Sa babae. |
| (Angela) | C. 1. | Para kanino ang damit? | Para kay Angela. |
| (Boy) | 2. | Para kanino ang bel? | Para kay Boy. |
| (babae) | 3. | Para kanino ang manika? | Para sa babae. |
| (bunso) | 4. | Para kanino ang kotse? | Para sa bunso. |
| (kusina) | D. 1. | Nasaan ang manika? | Nasa kusina. |
| (miting) | 2. | Nasaan ang Tatay? | Nasa miting. |
| (kabila) | 3. | Nasaan si Angela? | Nasa kabila. |
| (manukan) | 4. | Nasaan si Kuya Boy? | Nasa manukan. |
| (Luningning) | E. 1. | Na kanino ang mapa? | Na kay Luningning. |
| (Pedrito) | 2. | Na kanino ang kotse? | Na kay Pedrito. |
| (titser) | 3. | Na kanino ang bel? | Nasa titser. |
| (babae) | 4. | Na kanino ang damit? | Nasa babae. |

TRANSLATION-RESPONSE DRILLS

Instructions: The teacher gives the question and prompts the answer in English. Student 1 translates the
question and Student 2 translates the prompted response.

| Teacher | Student 1 |
|---|---|
| 1. Whose is the new car? | Kanino ang bagong kotse? |
| 2. Whose is the pretty dress? | Kanino ang magandang damit? |
| 3. Whose is the big bell? | Kanino ang malaking bel? |
| 4. Whose is the modern house? | Kanino ang modelong bahay? |

| Teacher | Student 2 |
|---|---|
| (It's) Eddie's. | Kay Eddie. |
| (It's) Nene's. | Kay Nene. |
| (It's) the baby's. | Sa bunso. |
| (It's) the woman's. | Sa babae. |

| 5. Who's the big allowance for? | Para kanino ang malaking alawans? |
| 6. Who's the pretty doll for? | Para kanino ang magandang manika? |
| 7. Who's the big map for? | Para kanino ang malaking mapa? |
| 8. Who's the new house for? | Para kanino ang bagong bahay? |

| It's for David. | Para kay David. |
| It's for Luningning. | Para kay Luningning. |
| It's for the teacher. | Para sa titser. |
| It's for the girl. | Para sa babae. |

| 9. Who's got the big doll? | Na kanino ang malaking manika? |
| 10. Who's got the new map? | Na kanino ang bagong mapa? |
| 11. Who's got the new dress? | Na kanino ang bagong damit? |
| 12. Who's got the beautiful car? | Na kanino ang magandang kotse? |

| Ate Linda has. | Na kay Ate Linda. |

|  |  |
|---|---|
| Miss Santos has. | Na kay Miss Santos. |
| (The) Grandmother has. | Nasa Lola. |
| The teacher has. | Nasa titser. |

| | |
|---|---|
| 13. Where's Mr. Magpayo? | Nasaan si G. Magpayo? |
| 14. Where's <u>Ate</u> Tentay? | Nasaan si Ate Tentay? |
| 15. Where's the new teacher? | Nasaan ang bagong titser? |
| 16. Where's the biggest city? | Nasaan ang pinakamalaking lunsod? |

| | |
|---|---|
| (He's) next door. | Nasa kabila. |
| (She's) in the kitchen. | Nasa kusina. |
| (She's) at the meeting. | Nasa miting. |
| (It's) in Luzon. | Nasa Luson. |

## DISCUSSION

To elicit the possessive, preferential, reservational, and locative constructions, Tagalog uses interrogative words, either with or without <u>ba</u>, the question marker. Thus, one says either <u>Kanino ang manika</u> or <u>Kanino ba ang manika</u>, both using the same intonation pattern. <u>Nasaan</u> is used when one looks for a person, place, or thing, but when one expects the object to be with a person, he uses <u>na kanino</u>.

The appropriate responses are given in the presentation.

## III. DEFINITIZATION OF sa-PHRASES

### EXAMPLES

A. 1. Ang sa bunso ang manika.
2. Ang kay Mrs. Villamor ang titser.

3. Ang para kay Ben ang kotse.
4. Ang nasa manukan ang Lola.

The doll is what belongs to the baby.
The teacher is the one in favor of Mrs. Villamor.
The car is the thing for Ben.
(The) Grandmother is the one in the poultry yard.

B. 1. Ang bahay ang kay Joe.
2. Amerikana ang kay Mrs. Gonzales.

3. Manika ang para sa bunso.
4. Babae ang nasa kusina.

What belongs to Joe is the house.
The one in favor of Mrs. Gonzales is an American.
The thing for the baby is a doll.
The one in the kitchen is a woman.

> <u>ang</u>  +  <u>sa</u>-phrase

a. Possessive, preferential, reservational, and locative phrases become definite when preceded by <u>ang</u>. These definite phrases may occur in predicate position (examples A) or in topic position (examples B).

b. The English translation usually requires <u>one</u>, <u>thing</u>, <u>that which</u>, <u>what</u> to express the equivalent definitized phrases.

## CONVERSION DRILL

Instructions: The teacher gives a sentence with a possessive or reservational or locative predicate. The student makes the predicate definite and places it in subject position.

| Teacher | Student |
|---|---|
| 1. Para sa bunso ang manika. | Ang manika ang para sa bunso. |
| 2. Para kay Nene ang manika. | Ang manika ang para kay Nene. |
| 3. Para kay Nene ang bahay. | Ang bahay ang para kay Nene. |
| 4. Para sa babae ang bahay. | Ang bahay ang para sa babae. |

5. Sa babae ang bahay.                          Ang bahay ang sa babae.
6. Kay Nene ang kotse.                           Ang kotse ang kay Nene.
7. Kay Joe ang bahay.                            Ang bahay ang kay Joe.
8. Kay Joe ang manika.                           Ang manika ang kay Joe.
9. Para kay Joe ang manika.                      Ang manika ang para kay Joe.
10. Para sa bunso ang manika.                    Ang manika ang para sa bunso.

## TRANSLATION DRILLS

| Teacher | Student |
|---|---|

A. 1. The doll belongs to the baby.                  Sa bunso ang manika.
The doll is the thing that belongs to the baby.      Ang sa bunso ang manika.
The thing that belongs to the baby is the doll.      Ang manika ang sa bunso.

2. The map belongs to Miss Santos.                   Kay Miss Santos ang mapa.
The map is the thing that belongs to Miss Santos.    Ang kay Miss Santos ang mapa.
The thing that belongs to Miss Santos is the map.    Ang mapa ang kay Miss Santos.

B. 1. The woman is in favor of Mrs. Villamor.        Kay Mrs. Villamor ang babae.
The woman is the one in favor of Mrs. Villamor.      Ang kay Mrs. Villamor ang babae.
The one in favor of Mrs. Villamor is the woman.      Ang babae ang kay Mrs. Villamor.

2. Ate Tentay is in favor of Mrs. Gonzales.          Kay Mrs. Gonzales si Ate Tentay.
Ate Tentay is the one in favor of Mrs. Gonzales.     Ang kay Mrs. Gonzales si Ate Tentay.
The one in favor of Mrs. Gonzales is Ate Tentay.     Si Ate Tentay ang kay Mrs. Gonzales.

C. 1. The dress is for the girl.                     Para sa babae ang damit.
The dress is the thing (that is) for the girl.       Ang para sa babae ang damit.
The thing (that is) for the girl is the dress.       Ang damit ang para sa babae.

2. The car is for Pedrito.                           Para kay Pedrito ang kotse.
The car is the thing (that is) for Pedrito.          Ang para kay Pedrito ang kotse.
The thing (that is) for Pedrito is the car.          Ang kotse ang para kay Pedrito.

D. 1. (The) Grandfather is in the poultry yard.      Nasa manukan ang Lolo.
(The) Grandfather is the one in the poultry yard.    Ang nasa manukan ang Lolo.
The one in the poultry yard is (the) Grandfather.    Ang Lolo ang nasa manukan.

2. Kuya Boy is in the kitchen.                       Nasa kusina si Kuya Boy.
Kuya Boy is the one in the kitchen.                  Ang nasa kusina si Kuya Boy.
The one in the kitchen is Kuya Boy.                  Si Kuya Boy ang nasa kusina.

E. 1. The baby is with the woman.                    Nasa babae ang bunso.
The baby is the one with the woman.                  Ang nasa babae ang bunso.
The one with the woman is the baby.                  Ang bunso ang nasa babae.

2. The dress is with Luningning.                     Na kay Luningning ang damit.
The dress is the one with Luningning.                Ang na kay Luningning ang damit.
The one with Luningning is the dress.                Ang damit ang na kay Luningning.

## IV. LINKERS WITH ang-DEMONSTRATIVES

### EXAMPLES

A. 1. Itong bahay ang kay Luningning.        What belongs to Luningning is this house.
2. Iyang manika ang para sa bunso.           The thing that is for the baby is that doll.
3. Na kay Nene iyong damit.                   That dress is the one with Nene.
4. Nasa harapan iyong kotse.                  That car is up front.

B. 1. Ang bahay na ito ang kay Luningning.    What belongs to Luningning is this house.
2. Ang manikang iyan ang para sa bunso.       The thing that is for the baby is that doll.
3. Ang na kay Nene ang damit na iyon.         That dress is the one with Nene.
4. Ang nasa harapan ang kotseng iyon.         That car is the one in front.

| MARKER | DEMON-STRATIVE | LINKER | NOUN | LINKER | DEMON-STRATIVE |
|--------|----------------|--------|------|--------|----------------|
|        | ito            | -ng    | mapa |        |                |
|        | iya-           | -ng    | damit |       |                |
| ang    |                |        | mapa | -ng    | ito            |
| ang    |                |        | damit | na    | iyan           |

a. Like other noun modifiers, an ang-demonstrative (ito, iyan, iyon) may precede or follow a noun. In either case, a linker will appear between them.

b. When these demonstratives follow the noun, a marker, such as ang, will precede the construction (examples B).

## CONVERSION DRILLS

Instructions: Invert the order of the following phrases, adding or dropping ang as necessary.

| Teacher | Student |
|---------|---------|
| A. 1. itong mapa | ang mapang ito |
| 2. iyang manika | ang manikang iyan |
| 3. iyong lunsod | ang lunsod na iyon |
| 4. iyang bahay | ang bahay na iyan |
| 5. itong kotse | ang kotseng ito |
| 6. iyong bunso | ang bunsong iyon |
| 7. iyang damit | ang damit na iyan |
| 8. iyong manukan | ang manukang iyon |
| 9. itong babae | ang babaing ito |
| 10. iyong kusina | ang kusinang iyon |
| 11. itong titser | ang titser na ito |
| 12. iyang bel | ang bel na iyan |
| 13. iyong Kastila | ang Kastilang iyon |
| | |
| B. 1. ang Kastilang ito | itong Kastila |
| 2. ang bel na iyan | iyang bel |
| 3. ang kusinang iyon | iyong kusina |
| 4. ang titser na ito | itong titser |
| 5. ang babaing iyan | iyang babae |
| 6. ang damit na iyon | iyong damit |
| 7. ang manukang ito | itong manukan |
| 8. ang bahay na iyan | iyang bahay |
| 9. ang bunsong iyon | iyong bunso |
| 10. ang kotseng ito | itong kotse |
| 11. ang lunsod na iyan | iyang lunsod |
| 12. ang mapang iyan | iyang mapa |
| 13. ang manikang ito | itong manika |

## SUBSTITUTION-RESPONSE DRILLS (Moving Slot)

Instructions: The teacher asks a question which Student 1 repeats. Student 2 gives an affirmative response. The spatial relationships can be more easily clarified if teacher and students use pointing gestures to indicate 'here by me', 'there by you', and 'over there in the distance'.

| Teacher | Student 1 | Student 2 |
|---------|-----------|-----------|
| A. 1. Kay Nene ba iyan? Ulitin mo. | Kay Nene ba iyan? | Oo, kay Nene ito. |
| 2. _____ iyon | Kay Nene ba iyon? | Oo, kay Nene iyon. |
| 3. _____ bata | Sa bata ba iyon? | Oo, sa bata iyon. |
| 4. _____ ito | Sa bata ba ito? | Oo, sa bata iyan. |
| 5. _____ Lola | Sa Lola ba ito? | Oo, sa Lola iyan. |

| | | Teacher | | Student 1 | | Student 2 |
|---|---|---|---|---|---|---|

6. _____ iyan          Sa Lola ba iyan?            Oo, sa Lola ito.
7. \_\_\_ Linda _____        Kay Linda ba iyan?          Oo, kay Linda ito.
8. _____ ito        Kay Linda ba ito?           Oo, kay Linda iyan.
9. \_\_\_ Nene _____       Kay Nene ba ito?            Oo, kay Nene iyan.
10. _____ iyan         Kay Nene ba iyan?           Oo, kay Nene ito.

B. 1. Kay Nene ba itong manika?      Kay Nene ba itong manika?      Oo, kay Nene iyang manika.
2. _____ iyan            Kay Nene ba iyang manika?      Oo, kay Nene itong manika.
3. _____ kotse    Kay Nene ba iyang kotse?       Oo, kay Nene itong kotse.
4. _____ iyon \_\_\_          Kay Nene ba iyong kotse?       Oo, kay Nene iyong kotse.
5. _____ ito \_\_\_           Kay Nene ba itong kotse?       Oo, kay Nene iyang kotse.
6. _____ alawans      Kay Nene ba itong alawans?     Oo, kay Nene iyang alawans.
7. _____ iyan \_\_\_           Kay Nene ba iyang alawans?     Oo, kay Nene itong alawans.
8. _____ bahay        Kay Nene ba iyang bahay?       Oo, kay Nene itong bahay.
9. _____ ito \_\_\_           Kay Nene ba itong bahay?       Oo, kay Nene iyang bahay.
10. _____ manika      Kay Nene ba itong manika?      Oo, kay Nene iyang manika.

C. 1. Iyong Kastila ba ang titser?     Iyong Kastila ba ang titser?     Oo, iyong Kastila ang titser.
2. \_\_\_\_\_ babae _____   Iyong babae ba ang titser?       Oo, iyong babae ang titser.
3. Ito _____         Itong babae ba ang titser?       Oo, iyang babae ang titser.
4. _____ ang maganda       Itong babae ba ang maganda?      Oo, iyang babae ang maganda.
5. \_\_\_\_\_ manika _____        Itong manika ba ang maganda?     Oo, iyang manika ang maganda.
6. Iyan _____            Iyang manika ba ang maganda?     Oo, itong manika ang maganda.
7. \_\_\_\_\_ damit _____         Iyang damit ba ang maganda?      Oo, itong damit ang maganda.
8. \_\_\_\_\_ Kastila \_\_\_\_\_         Iyang Kastila ba ang maganda?    Oo, itong Kastila ang maganda.
9. Iyon _____            Iyong Kastila ba ang maganda?    Oo, iyong Kastila ang maganda.
10. _____ ang titser       Iyong Kastila ba ang titser?     Oo, iyong Kastila ang titser.

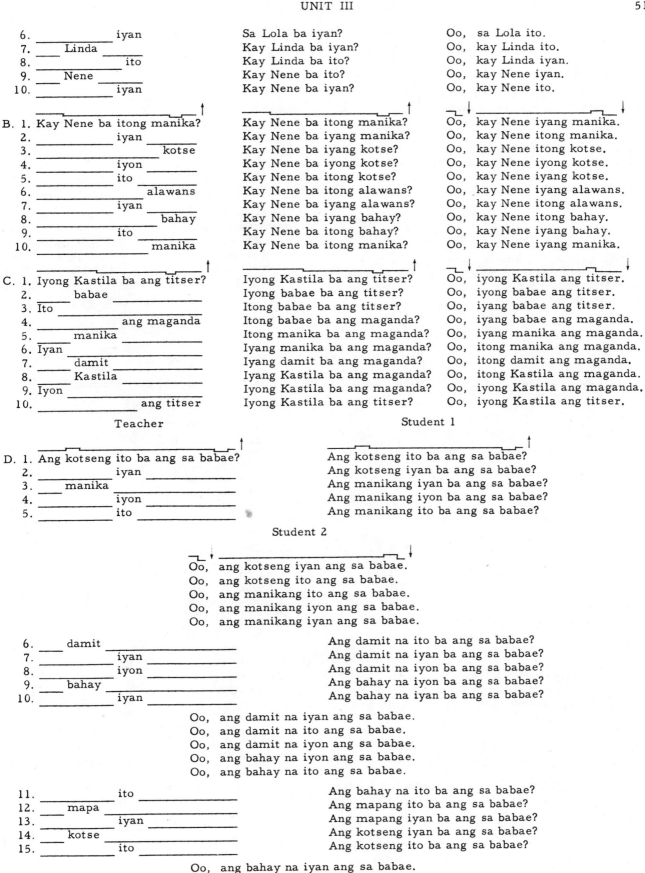

Teacher

D. 1. Ang kotseng ito ba ang sa babae?

Student 1

Ang kotseng ito ba ang sa babae?
2. _____ iyan _____        Ang kotseng iyan ba ang sa babae?
3. \_\_\_ manika _____          Ang manikang iyan ba ang sa babae?
4. _____ iyon _____        Ang manikang iyon ba ang sa babae?
5. _____ ito _____        Ang manikang ito ba ang sa babae?

Student 2

Oo, ang kotseng iyan ang sa babae.
Oo, ang kotseng ito ang sa babae.
Oo, ang manikang ito ang sa babae.
Oo, ang manikang iyon ang sa babae.
Oo, ang manikang iyan ang sa babae.

6. \_\_\_ damit _____          Ang damit na ito ba ang sa babae?
7. _____ iyan _____        Ang damit na iyan ba ang sa babae?
8. _____ iyon _____        Ang damit na iyon ba ang sa babae?
9. \_\_\_ bahay _____          Ang bahay na iyon ba ang sa babae?
10. _____ iyan _____        Ang bahay na iyan ba ang sa babae?

Oo, ang damit na iyan ang sa babae.
Oo, ang damit na ito ang sa babae.
Oo, ang damit na iyon ang sa babae.
Oo, ang bahay na iyon ang sa babae.
Oo, ang bahay na ito ang sa babae.

11. _____ ito _____        Ang bahay na ito ba ang sa babae?
12. \_\_\_ mapa _____          Ang mapang ito ba ang sa babae?
13. _____ iyan _____        Ang mapang iyan ba ang sa babae?
14. \_\_\_ kotse _____          Ang kotseng iyan ba ang sa babae?
15. _____ ito _____        Ang kotseng ito ba ang sa babae?

Oo, ang bahay na iyan ang sa babae.
Oo, ang mapang iyan ang sa babae.
Oo, ang mapang ito ang sa babae.

Oo,  ang kotseng ito ang sa babae.
Oo,  ang kotseng iyan ang sa babae.

## DISCUSSION

The ang-demonstratives may occur in either predicate or topic position. They may occur alone (as presented in Unit I) or may modify nouns. In the latter case, a linker appears between demonstrative and noun, following the pattern presented in Unit II, grammar point V. If the demonstrative precedes, the linker will always be -ng; if the noun precedes, the linker may be -ng or na. These two constructions are similar in meaning, but the expression is more emphatic when the demonstrative follows.

The demonstratives do not change for reference to plural persons or objects; both this and these are translated ito. Iyan and iyon can both be translated either that or those. This pattern is shown in the following chart.

| SINGULAR | PLURAL | SINGULAR/PLURAL |
|----------|--------|-----------------|
| this     | these  | ito             |
| that     | those  | $\begin{Bmatrix} iyan \\ iyon \end{Bmatrix}$ |

The demonstratives never occur with ang in any position except to express plurality, in which case a marker is used between ang and ito/iyan/iyon. Thus, *ang ito is never used, but ang mga ito (equivalent to 'these' and 'those') is very common. (The use of mga is explained in the unit following this one.)

## CUMULATIVE DRILLS

Instructions: The teacher asks a question, which Student 1 repeats. The teacher then prompts the response which Student 2 gives.

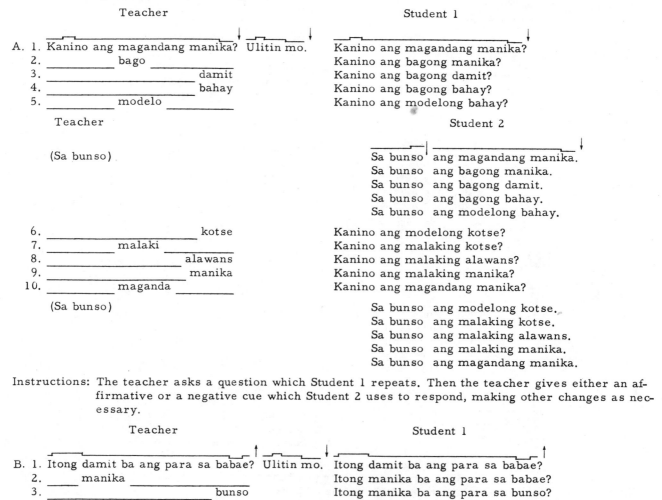

              Teacher                                    Student 1

A. 1. Kanino ang magandang manika?  Ulitin mo.   Kanino ang magandang manika?
   2. _____ bago _____                   Kanino ang bagong manika?
   3. _____ damit                Kanino ang bagong damit?
   4. _____ bahay                Kanino ang bagong bahay?
   5. _____ modelo _____                 Kanino ang modelong bahay?

              Teacher                                    Student 2

   (Sa bunso)                                    Sa bunso ang magandang manika.
                                                 Sa bunso ang bagong manika.
                                                 Sa bunso ang bagong damit.
                                                 Sa bunso ang bagong bahay.
                                                 Sa bunso ang modelong bahay.

   6. _____ kotse                Kanino ang modelong kotse?
   7. _____ malaki _____                 Kanino ang malaking kotse?
   8. _____ alawans              Kanino ang malaking alawans?
   9. _____ manika               Kanino ang malaking manika?
  10. _____ maganda _____                Kanino ang magandang manika?

   (Sa bunso)                                    Sa bunso ang modelong kotse.
                                                 Sa bunso ang malaking kotse.
                                                 Sa bunso ang malaking alawans.
                                                 Sa bunso ang malaking manika.
                                                 Sa bunso ang magandang manika.

Instructions: The teacher asks a question which Student 1 repeats. Then the teacher gives either an affirmative or a negative cue which Student 2 uses to respond, making other changes as necessary.

              Teacher                                    Student 1

B. 1. Itong damit ba ang para sa babae?  Ulitin mo.   Itong damit ba ang para sa babae?
   2. _____ manika _____                  Itong manika ba ang para sa babae?
   3. _____ bunso                      Itong manika ba ang para sa bunso?

4. Iyon _____     Iyong manika ba ang para sa bunso?
5. ____ damit _____     Iyong damit ba ang para sa bunso?

Teacher[1]                                             Student 2

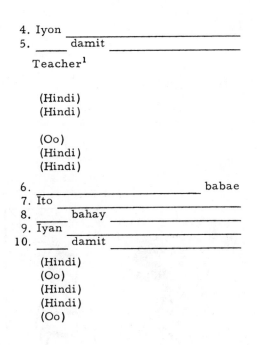

   (Hindi)          Hindi, hindi iyang damit ang para sa babae.
   (Hindi)          Hindi, hindi iyang manika ang para sa babae.

   (Oo)             Oo, iyang manika ang para sa bunso.
   (Hindi)          Hindi, hindi iyong manika ang para sa bunso.
   (Hindi)          Hindi, hindi iyong damit ang para sa bunso.

6. _____ babae     Iyong damit ba ang para sa babae?
7. Ito _____          Itong damit ba ang para sa babae?
8. ____ bahay _____     Itong bahay ba ang para sa babae?
9. Iyan _____         Iyang bahay ba ang para sa babae?
10. ____ damit _____     Iyang damit ba ang para sa babae?

   (Hindi)          Hindi, hindi iyong damit ang para sa babae.
   (Oo)             Oo, iyang damit ang para sa babae.
   (Hindi)          Hindi, hindi iyang bahay ang para sa babae.
   (Hindi)          Hindi, hindi itong bahay ang para sa babae.
   (Oo)             Oo, itong damit ang para sa babae.

----

[1]This cue can easily and effectively be given with a gesture.

## VISUAL-CUE DRILLS

### PICTURE A

Panuto: Pag-usapan ang sumusunod.          Directions: Talk about the following.

Halimbawa: Kanino ang manika?
            Sa bunso ang manika.
          Para kanino ang manika?
            Para sa bunso ang manika.
          Nasaan ang manika?
            Nasa Nanay ang manika.

## PICTURE B

Panuto: Pag-usapan ang sumusunod.

Halimbawa: Nasaan ang Lola?
            Nasa kusina ang Lola.

### PICTURE C

Panuto: Pag-usapan ang sumusunod.

Halimbawa: Kanino ang manika?
       Kay Linda ang manika.
   Para kanino ang manika?
       Para kay Linda ang manika.
   Nasaan si Linda?
       Nasa bahay si Linda.
   Nasaan ang manika?
   Na kanino ang manika?
       Na kay Linda ang manika.

### PICTURE D

Panuto: Pag-usapan ang sumusunod.

Halimbawa: Kanino ang mga babae?
       Kay Gng. Sotto ang mga babae.
   Kay Gng. Ledesma ba sila?
       Hindi. Kay Gng. Sotto sila.
   Sino ang kay Gng. Sotto?
       Ang mga babae ang kay Gng. Sotto.

# PICTURE E

Panuto: Ilarawan ang sumusunod.

## COMPRENSION-RESPONSE DRILLS

A. 1. Dumarating ba ang Nanay?
   2. Maganda ba ang manika?
   3. Para kay Nene ba ang manika?
   4. Nasa kabila ba si Kuya Boy?
   5. Gumagayak ba si Esting?
   6. Nasa kusina ba si Ate Linda?
   7. Para sa miting ba gumagayak si Ate Linda?
   8. Kay Mrs. Gonzales ba si Tentay?
   9. Nasa manukan ba ang Tatay?
  10. Bumabasa ba ang Lolo?
  11. Ngumanganga ba ang Lola?
  12. Sumasakit ba ang tiyan ng Tiyang?

B. 1. Para kay Nene ba o para kay Ate Linda ang manika?
   2. Nasa manukan ba o nasa kabila si Kuya Boy?
   3. Nasa kusina ba o nasa manukan ang Tatay?
   4. Bumabasa ba o ngumanganga ang Lola?
   5. Kumakain ba o gumagayak si Esting?
   6. Para sa miting ba o para sa klase gumagayak si Ate Linda?
   7. Kay Mrs. Villamor ba o kay Mrs. Gonzales si Tentay?

C. 1. Sino ang dumarating?
   2. Ano ang maganda?
   3. Para kanino ang manika?
   4. Nasaan ang Kuya Boy?
   5. Nasaan si Esting?
   6. Nasaan si Ate Linda?
   7. Para saan gumagayak si Ate Linda?
   8. Kanino si Ate Linda? Si Tentay?
   9. Nasaan ang Tatay?
  10. Nasaan ang Lola?
  11. Nasaan ang Lolo?
  12. Nasaan ang Tiyang?

# UNIT IV

Araw ng Pista

Magkaibigan ang mga batang sina Andoy at Esting. Masaya sila sa araw ng pista. Nasa bahay sila nina Andoy. Tumutulong si Aling Sela sa kusina nina Aling Tinang, ang ina ni Andoy.

Fiesta

The two boys, Andoy and Esting, are friends. It's the day of the fiesta, and they are happy. They are at Andoy's house. <u>Aling</u> Sela is helping <u>Aling</u> Tinang, Andoy's mother, in the kitchen.

Esting:
S-s-t ... dumarating na ang inyong mga bisita, Andoy.

ssst ... dʊmaˑratɪŋ naˑ ˈɪnyʊŋ maŋa bɪsiˑtaˑh (1)
(visitor)

ˈaˑndoˑy
(Andoy)

Pssst, your visitors are coming, Andoy.

Andoy:
Siyanga? A, oo, nauuna ang Tiya Linda, o. Marami ang kaniyang mga kasama.

syaŋaˑˑ ˈaˑh ˈoˑˑoˑh
naˑˈʊˈʊnaˑŋ tya liˑnda oˑh (2)
(first) (Linda)
maraˑmɪ aŋ kanyaŋ maŋa kasaˑmaˑh
(her) (companion)

Really? Oh, yes, Aunt Linda is in front. She has a lot of people with her.

Esting:
Sinu-sino sila? Kaniya bang mga kaibigan?

siˑnʊ siˑnʊ sɪlaˑh kanya baŋ maŋa keybiˑgaˑn
(who pl.) (friend)

Who are they? Her friends?

[59]

Andoy:
Siguro (3).

siguˑroh
(maybe)

Maybe.

Esting:
Naku (4)! Magagara ang damit, ano (5)?

nakuˑh    magagaˑraŋ damiˑt ˈanoˑh    (5)
(my!)        (elegant)

Boy! They've got beautiful dresses, haven't they?

Andoy:
Mga makukulay! (Tigil) Hindi ka ba gutom?

maŋa makʊkuˑlaˑy
(colorful)

hɪndiˑ ka ba gʊtoˑm    (6)
(hungry)

Colorful! (Pause) Aren't you hungry?

Esting:
Hindi. Gutom ka ba?

hɪndiˑˈ    gʊtʊm ka baˑh

No. Are you?

Andoy:
Oo, e. Halika. Kumakain na ang iba.

ˈoˑˈo eˑh    haliˑkaˑh    kʊmaˑkaˑˈɪn naˑŋ ibaˑh
                                          (others)

Yes, I am. Come on. The others are already eating.

(Sa kusina)

ˈaˑlɪŋ seˑlaˑh    dalawa    ŋaŋ    suˑman oˑh    (2)
                  (two)  (please)(suman)

(In the kitchen)

Aling (7) Sela, dalawa ngang suman (8), o. At dalawang ...

ˈat dalawaˑŋ

Aling Sela, give us two sumans, please. And two ...

Aling Sela:
Ha, alis, alis (9).... Mga batang magugulo (10)....

haˑh ˈaliˑs ˈaliˑs    maŋa baˑtaŋ magʊgʊloˑh
       (go away)          (child)(troublesome)

Ha, go away.... Pests....

Andoy:
Sige na (11).

siˑgɪ naˑh
(go-on)

Come on, give us some.

Aling Sela:
O sige, dalawa.... Tama na (12) ang dalawa.

ˈoˑ siˑgeh    dalawaˑh    taˑmaˑ naŋ dalawaˑh
                                          (correct)

All right, two.... That's all you get.

Esting:
Isa pa, Inay.

ˈɪsa paˑh ˈɪnaˑy
(one)    (Mom)

One more, Mom.

Aling Sela:
Tama na. Sige, alis.

taˑmaˑ naˑh    siˑgeh ˈaliˑs

You've had enough. Go on, get out of here.

Esting:
Isa pa.

ˈɪsa paˑh

One more.

(Kukuha si Aling Sela ng dalawang suman at ibibigay sa kanila. Aalis sila. Tutuloy sa loob (13).)

(Aling Sela gets two more sumans and gives these to them. They leave and go back to the sala.)

* * * * *

Esting:
Abalang-abala ang iyong nanay, o.

ˈabalaŋ abalaˑŋ    ɪyʊŋ    naˑnay oˑh
(very busy)    (your-sg.)

Your mother is really busy.

Andoy:
Ay oo, tuwang-tuwa siya. Tumatawa siya, o.

ˈaˑy ˈoˑˈoˑh    tʊwantʊwaˑ syaˑh
                    (very happy)

tʊmaˑtaˑwa syaˑh ˈoˑh    (2)
(laughing)

Oh, yes, but she's very happy. Look, she's laughing.

Esting:
Tumatawa ang iyong ninong (14), o.

tʊmaˑtaˑwaˑŋ ɪyʊŋ    niˑnʊŋ    oˑh
                          (godfather)

Your godfather is laughing, too.

Andoy:
Masaya siya. Malapit si Aling Charing, e.

masaya sya·h    mala·pɪt sɪ a·lɪŋ tsarɪŋ e·h
(happy)                          (Charing)

He's happy. <u>Aling</u> Charing is near.

Esting:
Siya ba ang kaniyang katabi?

sya ba·ŋ kanyaŋ katabi·h
(his)    (at side)

Is she the one by him?

Andoy:
Oo. Hindi ba siya maganda? Maganda rin sina Aling Pelang at Aling Osang, ano?

'o·'oh    hɪndi· ba sya maganda·h

maganda rɪn sɪna 'a·lɪŋ pe·laŋ at
(pl.)            (Pelang)

a·lɪŋ o·sa·ŋ 'ano·h
(Osang)

Yes. Isn't she beautiful? <u>Aling</u> Pelang and <u>Aling</u> Osang are beautiful, too, aren't they?

Esting:
A, oo. At sumasayaw at umaawit pa.

'a·h 'o·'o·h    'at sʊma·sayaw at ʊma·'a·wɪt pa·h
(dancing)        (singing)

Oh, yes, and they can dance and sing, too.

Andoy:
Umaawit si Aling Osang, a.

'ʊma·'a·wɪt sɪ a·lɪŋ o·saŋ a·h    (15)

<u>Aling</u> Osang is singing, listen.

Esting:
Halika, maganda ang kaniyang awit. (Lalapit.)

hali·ka·h    maganda·ŋ kanyaŋ a·wi·t
(song)

Come on, let's get up closer. Her song is beautiful. (Starts to approach.)

Andoy:
Masarap ang pagkain, sabihin mo (16); halika.

masarap aŋ pagka·'i·n sabi·hɪn mo·h    hali·ka·h
(delicious)  (food)  (to-be-said-by-you)

You mean the food's delicious. Come on.

* * * * *

(Sa kusina na naman)

* * * * *

(Back in the kitchen)

Aling Sela:
O, ano na naman ba?

'o·h 'anʊ na naman ba·h

What is it this time?

Andoy:
Kanin (17) ho, at litson (18).

ka·nɪn ho·' 'at lɪtso·n
(cooked     (lechon)
rice)

Some rice, ma'am, and lechon.

Esting:
Sa akin ang buntot, ha? Iyo ang tainga ... at kaldereta (19), Inay.

sa 'a·kɪn aŋ bʊnto·t ha·h    'ɪyʊ aŋ te·ŋa·h
(tail)                       (ear)

'at kaldɪre·ta·h 'ina·y
(kaldereta)

The tail is mine, okay? You can have the ear ... and <u>kaldereta</u>, Mom.

Andoy:
... at turon (20), turon ...

'at tʊro·n tʊro·n
(turon)

... and <u>turon</u>, <u>turon</u> ...

Aling Sela:
Tama na, alis!

ta·ma· na·h 'ali·s

That's enough. Run along now.

## CULTURAL AND STRUCTURAL NOTES

(1) <u>Ang</u> is very often reduced to /ŋ/. The assimilating vowel is sometimes lengthened, sometimes not. Thus, the sentence <u>Ano ba ang kinuha mo</u>? 'What did you get?' may sometimes be heard as /'anʊ ba·ŋ kɪnu·ha mo·h / and sometimes as /'anʊ baŋ kɪnu·ha mo·h /. Often the <u>ang</u> is lost al-

together, leaving only a preceding lengthened vowel as evidence of its participation in the construction, so that the sentence <u>Dumarating</u> <u>na</u> <u>ang</u> <u>inyong</u> <u>mga</u> <u>bisita</u>, <u>Andoy</u> may be heard as:

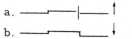

/dʊmaˑratɪŋ naˑ ˈɪnyʊŋ maŋa bɪsiˑtaˑh ˈˈaˑndoˑy/

(2) Sentences with the particle <u>o</u> at the end are generally said in two ways:

a. ⎯⎯⎯⎯⎯⎯|⎯⎯ ↑

b. ⎯⎯⎯⎯⎯⎯|⎯⎯ ↓

The first variant <u>o</u> pattern is generally said in close transition with the preceding word and in rapid speech, as discussed in Unit I, the glottal stop preceding the vowel may be lost altogether; the second variant is said just like <u>e</u>- and <u>a</u>-sentences. Sentences with <u>o</u> at the end express an underlying suggestion to look at or pay attention to whatever the speaker is indicating. Thus, <u>Nauuna</u> <u>ang</u> <u>Tiya</u> <u>Linda</u>, <u>o</u> means, roughly, 'Look at Aunt Linda going ahead of the rest'.

<u>O</u>-sentences with the / ⎯⎯⎯⎯⎯⎯↓ / pattern are also frequently used to intensify requests, as in <u>Aling</u> <u>Sela</u>, <u>dalawa</u> <u>ngang</u> <u>suman</u>, <u>o</u> 'Aling Sela, give us two <u>suman</u>s, please'.

The dotted /e/ after /k/ in <u>kaibigan</u> /keˑbiˑgan/ is a frequent variant of the sequence /aˈi/ which often reduces to the diphthong /ay/ or /ey/.

(3) <u>Siguro</u> is a loanword from Spanish which now means 'maybe, probably', rather than its original meaning 'certain'. To express certainty, <u>sigurado</u> 'without doubt' is used.

(4) <u>Naku</u> is an exclamation shortened from <u>ina</u> <u>ko</u> which means 'mother of mine'.

(5) The tag <u>ano</u> /ˈanoˑh/ is always said immediately after the utterance that precedes it and may be pronounced with or without the initial glottal stop.

(6) The rise to level 3 at the end of a yes-no question may mean either of two things:

a. The speaker cannot believe what he has just heard.

b. The speaker expects an answer in the affirmative (whether he gets what he expects or not is another matter).

(7) <u>Aling</u> (from <u>ale</u> + <u>ng</u>) is used to address an older woman to show respect, <u>ale</u> or <u>aling</u> <u>ano</u> to any woman when the speaker does not know her name. <u>Mama</u> /maˑmaˑ/ is used for men: when followed by the name, it is <u>Mamang</u>, regularly shortened to <u>Mang</u>, e.g., <u>Mang</u> <u>Pablo</u>; <u>Mamang</u> <u>ano</u> or <u>Mang</u> <u>ano</u> to any man whose name one does not know.

(8) <u>Suman</u> is a native delicacy made of sticky rice with coconut milk, wrapped in banana or palm leaves and eaten with or without coconut meat and/or sugar.

(9) <u>Alis</u> is a command (from <u>umalis</u> <u>ka</u> <u>riyan</u> 'go away from there') used to drive away children or anything that gets in the way.

(10) <u>Magugulo</u> means 'troublesome'. Children get under foot during fiestas. They come and go and are everywhere in the house. They eat almost every hour, and the son of the house is usually given what he asks for from the cooks, who are friends of his mother.

(11) <u>Sige</u> <u>na</u> 'go on' or 'go ahead' is a fixed expression used when trying to persuade somebody to do something. As <u>O</u> <u>sige</u> or <u>O</u> <u>sige</u> <u>na</u> <u>nga</u> 'Oh, all right', it is used when one gives in to a request. When one gives in grudgingly, as at the consummation of a bargaining session, he generally says <u>O</u> <u>sige</u> <u>na</u> <u>nga</u>.

(12) <u>Tama</u> means 'correct, right'. If followed by <u>na</u>, which means 'already', the phrase means 'enough'.

(13) <u>Loob</u>, basically meaning 'inside', is an ingenious word for referring to another part of the house. If the speaker is in the <u>sala</u>, it may mean the kitchen or the bedroom; if he is in the bedroom or kitchen, it means the <u>sala</u>; if he is on the porch, it means the <u>sala</u> or some other part of the house.

(14) <u>Ninong</u>, which indicates a ceremonial relationship contracted at a baptism, confirmation, wedding, etc., is used by a godchild to address his/her godfather. <u>Ninang</u> is used for the godmother.

(15) The <u>a</u> at the end of an <u>a</u>-pattern is pronounced directly after the last word in the sentence. The most common meaning it imparts to the sentence is that of some kind of reminder that a desired state of affairs is in fact already existing or has existed, or that a desired course of action is actually taking place or has taken place. The situation may be illustrated quite simply: Suppose Eddie tells Ben that he has heard that Mr. and Mrs. Santos were very much put out over Ben's failure to come to their party and to bring his record-player. Eddie might say something like 'You should have called them up early enough to say that you weren't coming and that your record-player for some reason or other also wasn't available.' To this Ben might answer, 'Oh, but I <u>did</u> call them up early enough to tell them just that', the implication being that Ben doesn't think Mr. and Mrs. Santos ought to have been put out. He had done what needed to be done.

Sometimes the person giving the assertion isn't fully convinced of what he has just said. The equivalent situation in English would be a statement followed by a tag question which requests confirmation for what the statement claims, as in 'But you <u>have</u> done your homework, haven't you?, But they <u>are</u> doing their best, aren't they?'

Frequently, as in this dialog, the <u>a</u> implies a request to the hearer or hearers to turn their attention to something that they have not noticed before.

(16) <u>Sabihin</u> <u>mo</u>, literally 'say you', means 'say rather' or 'or better still' or 'you mean'. It is said in close transition with the clause before it. If too long a pause is allowed before it is uttered, <u>sabihin</u> <u>mo</u> turns into a command.

(17) Cooked rice is <u>kanin</u> /kaˑnɪn/; uncooked husked rice is <u>bigas</u> /bɪgaˑs/; unhusked rice is

palay /paꞏlay/. Rice is as important to the Filipino cook as potatoes to her American counterpart.

(18) Litson, present in almost every house during fiestas, is a roast pig, eaten with sour-sweet gravy of ground liver.

(19) Kaldereta, another favorite fiesta item, is a peppery dish of goatmeat, usually eaten with beer or tuba (a native drink) by men.

(20) Turon is a native confection made of ground nuts or mongo beans or halved banana and wrapped in very thin tasteless dough.

## PRONUNCIATION EXERCISES

Each Tagalog vowel under weak stress has its own distinct pronunciation. In English, unstressed vowels are generally all reduced into a common sound, one produced with the tongue in a neutral position. This is the sound of the underlined unstressed vowels in such words as the following: person, laboratory, until, vision, vowel, and, but, the, a, etc. In Tagalog the nearest sound to this unstressed English vowel sound is the variant /a/ in rapid speech in non-final unstressed positions. English speakers learning to speak Tagalog, with the force of their language habits behind them, tend to transfer their unstressed vowel sound to Tagalog unstressed syllables, frequently without even being conscious of doing so. The result is generally confusing to the Tagalog listener.

Repeat the following words after your teacher, taking care that you do not give the unstressed vowels the sound you would be giving them in English.

### /a/ ~ /e/

| | | | |
|---|---|---|---|
| bala 'bullet' | /baꞏlah/ | bale 'worth' | /baꞏleh/ |
| para 'stop' | /paꞏṛah/ | pare 'buddy' | /paꞏreh/ |
| tala 'star' | /taꞏla'/ | tali 'string' | /taꞏle'/ |
| bangketa 'sidewalk' | /baŋkeꞏtah/ | bangkete 'banquet' | /baŋkeꞏteh/ |
| markado 'marked' | /markaꞏdoh/ | merkado 'market' | /merkaꞏdoh/ |

### /a/ ~ /ɪ/

| | | | |
|---|---|---|---|
| sala 'mistake' | /saꞏlah/ | sali 'participate' | /saꞏlɪh/ |
| saga 'a kind of red and black seed' | /saꞏga'/ | sagi 'collide lightly' | /saꞏgɪ'/ |
| sapa 'brook' | /saꞏpa'/ | sapi 'reinforcement' | /saꞏpɪ'/ |
| sipa 'kick' | /siꞏpa'/ | sipi 'copy' | /siꞏpɪ'/ |
| suka 'vinegar' | /suꞏka'/ | suki 'regular customer' | /suꞏkɪ'/ |
| pali 'spleen' | /paliꞏ'/ | pili 'picked' | /pɪliꞏ'/ |
| halik 'kiss' | /haliꞏk/ | hilik 'snore' | /hɪliꞏk/ |

### /a/ ~ /o/

| | | | |
|---|---|---|---|
| baga 'ember' | /baꞏgah/ | bago 'new' | /baꞏgoh/ |
| kasa 'company' | /kaꞏsah/ | kaso 'case' | /kaꞏsoh/ |
| kesa 'than' | /keꞏsah/ | keso 'cheese' | /keꞏsoh/ |
| kuwarta 'money' | /kwaꞏrtah/ | kuwarto 'room' | /kwaꞏrtoh/ |
| maya 'a kind of bird' | /maꞏyah/ | Mayo 'May' | /maꞏyoh/ |
| moda 'style' | /moꞏdah/ | modo 'manner' | /moꞏdoh/ |
| pera 'money' | /peꞏrah/ | pero 'but' | /peꞏroh/ |
| hita 'thigh' | /hiꞏta'/ | hito 'catfish' | /hiꞏto'/ |
| luma 'old' | /luꞏma'/ | lumo 'sorrow' | /luꞏmo'/ |
| suka 'vinegar' | /suꞏka'/ | suko 'surrender' | /suꞏko'/ |
| balat 'birthmark' | /baꞏlat/ | balot 'wrap' | /baꞏlot/ |

### /a/ ~ /ʊ/

| | | | |
|---|---|---|---|
| balsa 'raft' | /balsaꞏh/ | bulsa 'pocket' | /bʊlsaꞏh/ |
| bato 'stone' | /batoꞏh/ | buto 'bone' | /bʊtoꞏh/ |
| Mando 'a masculine nickname' | /mandoꞏh/ | mundo 'world, universe' | /mʊndoꞏh/ |
| pala 'so' | /palaꞏh/ | pula 'red' | /pʊlaꞏh/ |
| kalo 'pulley' | /kaloꞏ'/ | kulo 'boil' | /kʊloꞏ'/ |
| mali 'wrong' | /maliꞏ'/ | muli 'again' | /mʊliꞏ'/ |
| kalas 'untie' | /kalaꞏs/ | Kulas 'a masculine nickname' | /kʊlaꞏs/ |
| tampok 'gem' | /tampoꞏk/ | tumpok 'heap, mound' | /tʊmpoꞏk/ |
| parol 'lantern' | /paroꞏl/ | purol 'bluntness' | /pʊroꞏl/ |

| payat | /paya·t/ | puyat | /pʊya·t/ | ahin | /'a·hɪn/ | ahon | /'a·hon/ |

payat    /paya·t/        puyat    /pʊya·t/         ahin    /'a·hɪn/        ahon    /'a·hon/
'skinny'                 'sleepless'                'set the table'         'ascend, go up'

                         /ɪ/ ~ /o/                  bingit   /bi·ŋɪt/       bingot   /bi·ŋot/
                                                    'border'                'notch, dent'
hili     /hi·lɪh/        hilo     /hi·loh/
'a kind of fish'         'dizziness'                        /ɪ/ ~ /ʊ/

buli     /bu·lɪh/        bulo     /bu·loh/          pinta    /pɪnta·h/      punta    /pʊnta·h/
'polish'                 'floss covering'           'paint'                 'direction'

suki     /su·kɪ'/        suko     /su·ko'/          pilas    /pɪla·s/       pulas    /pʊla·s/
'regular customer'       'surrender'                'torn'                  'escape'

suri     /su·rɪ'/        suro     /su·ro'/                  /o/ ~ /ʊ/
'examine'                'shove'
                                                    botohan  /botoha·n/     butuhan  /bʊtʊha·n/
tabi     /ta·bɪ'/        tabo     /ta·bo'/          'election'              'skinny, bony'
'gangway'                'water scoop'


DRILLS AND GRAMMAR

I. OVERT PLURALS

EXAMPLES

A. 1. Magulo ang mga bata.              The children are troublesome.
   2. Magara ang mga kotse.             The cars are elegant.
   3. Makulay ang mga damit.            The dresses are colorful.
   4. Makulay ang mga ito.              These are colorful.

B. 1. Magugulo ang mga bata.            The children are troublesome.
   2. Magagara ang mga kotse.           The cars are elegant.
   3. Makukulay ang mga damit.          The dresses are colorful.
   4. Makukulay ang mga iyan.           Those are colorful.

C. 1. Mga magugulo ang mga bata.        The children are troublesome.
   2. Mga magagara ang mga kotse.       The cars are elegant.
   3. Mga makukulay ang mga damit.      The dresses are colorful.
   4. Mga makukulay ang mga iyon.       Those are colorful.

| PREDICATE | TOPIC |
|---|---|
| Ma-adjective<br>(Mga) + Ma-adjective plural | ang + mga + { Nominal<br>Ang-demonstratives |

D. 1. Babae ang mga titser.             The teachers are women.
   2. Gutom ang mga bata.               The children are hungry.
   3. Gutom ang mga ito.                They (these people) are hungry.

E. 1. Mga babae ang mga titser.         The teachers are women.
   2. Mga gutom ang mga bata.           The children are hungry.
   3. Mga gutom ang mga iyon.           They (those people) are hungry.

| PREDICATE | TOPIC |
|---|---|
| (Mga) + Noun<br>(Mga) + Adjective not ma- | ang + mga + { Nominal<br>Ang-demonstratives |

F. 1. Mga babae ang dumarating.         The ones coming are women.
   2. Mga gutom ang bata.               The children are hungry.
   3. Magagara ang damit.               The dresses are elegant.
   4. Mga magagara ang damit.           The dresses are elegant.

| PREDICATE | TOPIC |
|---|---|
| Mga + Noun<br>Mga + Adjective not ma-<br>(Mga) + Ma-adjective plural | ang + Nominal |

G. 1. Maganda rin sina Aling Pelang at Aling Osang.

    [Aling Pelang and Aling Osang are beautiful, too.]

  2. Kay Mrs. Gonzales sina Tentay.

    Tentay and the others are for (in favor of) Mrs. Gonzales.

  3. Para kina Andoy at Esting ang turon.

    The turon is for Andoy and Esting.

  4. Kina Mrs. Gonzales ang babae.

    The girl is for Mrs. Gonzales' group.

| | MARKERS | | NOUN |
|---|---|---|---|
| | Singular | Plural | |
| ang-phrase | si | sina ⎫ | person name(s) |
| sa-phrase | kay | kina ⎭ | |

a. Plurality may be indicated by pluralizing either the topic alone (examples A and D) or the predicate alone (examples F), or both (examples B, C, and E). Pluralization of both topic and predicate is optional (compare examples A with B, D with E).

b. Mga, an abbreviation pronounced /maŋa·h/, is a plural marker that is used with most adjectives that do not begin with ma- and with nouns. It is also used to pluralize an ang-demonstrative (examples A.4, B.4, C.4, and D.3, E.3).

c. Ma-adjectives are pluralized by reduplication of the first consonant and vowel of the root (maganda → magaganda). They are sometimes doubly pluralized by also using mga (examples C).

d. Sina is the plural of si. Before a person name (meaning that person and others) or before person names, it is equivalent to ang mga before a common noun.

e. Kina is the plural of kay. It patterns like sina; it is equivalent to sa mga before a common noun.

## CONVERSION DRILLS

Instructions: The teacher gives a sentence with singular predicate and singular subject. Student 1 changes the subject to plural, after which Student 2 changes the predicate to plural.

| Teacher | Student 1 | Student 2 |
|---|---|---|
| A. 1. Kastila ang titser. | Kastila ang mga titser. | Mga Kastila ang mga titser. |
| 2. Titser ang Amerikana. | Titser ang mga Amerikana. | Mga titser ang mga Amerikana. |
| 3. Gutom ang bata. | Gutom ang mga bata. | Mga gutom ang mga bata. |
| 4. Babae ang titser. | Babae ang mga titser. | Mga babae ang mga titser. |
| 5. Abalang-abala ang Nanay. | Abalang-abala ang mga Nanay. | Mga abalang-abala ang mga Nanay. |
| 6. Tuwang-tuwa ang Ninong. | Tuwang-tuwa ang mga Ninong. | Mga tuwang-tuwa ang mga Ninong. |
| 7. Bisita si Pelang. | Bisita sina Pelang. | Mga bisita sina Pelang. |
| 8. Ninong si Eddie. | Ninong sina Eddie. | Mga Ninong sina Eddie. |
| 9. Gutom si Andoy. | Gutom sina Andoy. | Mga gutom sina Andoy. |
| 10. Tuwang-tuwa si Andoy. | Tuwang-tuwa sina Andoy. | Mga tuwang-tuwa sina Andoy. |

Instructions: This is the same as A except that Student 2 has two possible answers, either of which the teacher should accept. Student 3 gives the other possible answer.

| Teacher | Student 1 | Students 2 and 3 |
|---|---|---|
| B. 1. Magara ang damit. | Magara ang mga damit. | (Mga) magagara ang mga damit. |
| 2. Makulay ang damit. | Makulay ang mga damit. | (Mga) makukulay ang mga damit. |
| 3. Magulo ang bata. | Magulo ang mga bata. | (Mga) magugulo ang mga bata. |
| 4. Masaya ang bata. | Masaya ang mga bata. | (Mga) masasaya ang mga bata. |
| 5. Maganda ang bata. | Maganda ang mga bata. | (Mga) magaganda ang mga bata. |
| 6. Maganda ang awit. | Maganda ang mga awit. | (Mga) magaganda ang mga awit. |
| 7. Masarap ang pagkain. | Masarap ang mga pagkain. | (Mga) masasarap ang mga pag-kain. |
| 8. Mabait ang titser. | Mabait ang mga titser. | (Mga) mababait ang mga titser. |
| 9. Matalino ang babae. | Matalino ang mga babae. | (Mga) matatalino ang mga babae. |
| 10. Mayaman ang Amerikano. | Mayaman ang mga Amerikano. | (Mga) mayayaman ang mga Amerikano. |

Instructions: The teacher gives a sentence which has a singular predicate and singular topic. Student 1 changes the topic to plural. Student 2 restores the singular subject and changes the predicate to plural. Student 3 combines the two plural elements.

| Teacher | Student 1 |
|---|---|
| C. 1. Bago ang kotse. | Bago ang mga kotse. |
| 2. Malaki ang bahay. | Malaki ang mga bahay. |
| 3. Modelo ang kotse. | Modelo ang mga kotse. |
| 4. Matalino ang bata. | Matalino ang mga bata. |
| 5. Malaki ang alawans. | Malaki ang mga alawans. |

| Student 2 | Student 3 |
|---|---|
| Mga bago ang kotse. | Mga bago ang mga kotse. |
| (Mga) malalaki ang bahay. | (Mga) malalaki ang mga bahay. |
| Mga modelo ang kotse. | Mga modelo ang mga kotse. |
| (Mga) matatalino ang bata. | (Mga) matatalino ang mga bata. |
| (Mga) malalaki ang alawans. | (Mga) malalaki ang mga alawans. |

| | |
|---|---|
| 6. Masaya ang titser. | Masaya ang mga titser. |
| 7. Maganda ang manika. | Maganda ang mga manika. |
| 8. Bata ang bumabasa. | Bata ang mga bumabasa. |
| 9. Magara ang damit. | Magara ang mga damit. |
| 10. Abalang-abala ang babae. | Abalang-abala ang mga babae. |

| | |
|---|---|
| (Mga) masasaya ang titser. | (Mga) masasaya ang mga titser. |
| (Mga) magaganda ang manika. | (Mga) magaganda ang mga manika. |
| Mga bata ang bumabasa. | Mga bata ang mga bumabasa. |
| (Mga) magagara ang damit. | (Mga) magagara ang mga damit. |
| (Mga) abalang-abala ang babae. | (Mga) abalang-abala ang mga babae. |

| | |
|---|---|
| 11. Malaki ito. | Malaki ang mga ito. |
| 12. Mayaman iyan. | Mayaman ang mga iyan. |
| 13. Mahusay iyon. | Mahusay ang mga iyon. |
| 14. Magaling ito. | Magaling ang mga ito. |
| 15. Bago iyon. | Bago ang mga iyon. |

| | |
|---|---|
| (Mga) malalaki ito. | (Mga) malalaki ang mga ito. |
| (Mga) mayayaman iyan. | (Mga) mayayaman ang mga iyan. |
| (Mga) mahuhusay iyon. | (Mga) mahuhusay ang mga iyon. |
| (Mga) magagaling ito. | (Mga) magagaling ang mga ito. |
| Mga bago iyon. | Mga bago ang mga iyon. |

TRANSLATION DRILL

| Teacher | Student |
|---|---|
| 1. Andoy is coming. | Dumarating si Andoy. |
| Andoy and the others are coming. | Dumarating sina Andoy. |

2. <u>Aling</u> Charing is singing.                    Umaawit si Aling Charing.
   <u>Aling</u> Charing and the others are singing.    Umaawit sina Aling Charing.
3. <u>Aling</u> Pelang is laughing.                     Tumatawa si Aling Pelang.
   <u>Aling</u> Pelang and the others are laughing.    Tumatawa sina Aling Pelang.
4. The one dancing is <u>Aling</u> Osang.              Si Aling Osang ang sumasayaw.
   The ones dancing are <u>Aling</u> Osang and the others.   Sina Aling Osang ang sumasayaw.
5. The one eating is Esting.                            Si Esting ang kumakain.
   The ones eating are Esting and the others.           Sina Esting ang kumakain.
6. The one chewing betel nut is <u>Aling</u> Sela.     Si Aling Sela ang ngumanganga.
   The ones chewing betel nut are <u>Aling</u> Sela and the   Sina Aling Sela ang ngumanganga.
   others.

7. The doll belongs to Tentay.                          Kay Tentay ang manika.
   The doll belongs to Tentay and the others.           Kina Tentay ang manika.
8. The <u>suman</u> is for <u>Kuya</u> Boy.            Para kay Kuya Boy ang suman.
   The <u>suman</u> is for <u>Kuya</u> Boy and the others.   Para kina Kuya Boy ang suman.
9. The bell is with Luningning.                         Na kay Luningning ang bel.
   The bell is with Luningning and the others.          Na kina Luningning ang bel.
10. Eddie is for Mrs. Villamor.                         Kay Mrs. Villamor si Eddie.
    Eddie is for Mrs. Villamor's group.                 Kina Mrs. Villamor si Eddie.
11. The thing that belongs to <u>Aling</u> Sela is the house.   Ang bahay ang kay Aling Sela.
    The thing that belongs to <u>Aling</u> Sela and the others   Ang bahay ang kina Aling Sela.
    is the house.

12. The tail is the thing for David.                    Ang para kay David ang buntot.
    The tail is the thing for David and the others.     Ang para kina David ang buntot.

## DISCUSSION

Most adjectives and nouns pluralize by the use of <u>mga</u>. A large number of adjectives with the <u>ma-</u> prefix have a plural formation consisting of reduplication of the first syllable of the root; in addition, they may or may not take <u>mga</u>. These <u>ma-</u>adjectives cannot, however, pluralize with <u>mga</u> without reduplication. Thus, one says either <u>Magugulo ang mga bata</u> or <u>Mga magugulo ang mga bata</u>, but never *<u>Mga magulo ang mga bata</u>. Regardless of their position in the sentence, whether in predicate or topic, adjectives and nouns follow this system of pluralization.

Unlike English, which normally requires number agreement between subject and predicate, Tagalog allows either the topic alone or the predicate alone (or both) to be pluralized. Pluralization of both predicate and topic is optional, in other words.

One may say <u>Babae ang mga titser</u> or <u>Mga babae ang titser</u>, as well as <u>Mga babae ang mga titser</u>. In Tagalog, when a speaker says <u>Babae ang mga titser</u>, the listener knows the sentence is plural because of its topic which is accompanied by a plural marker. The same listener would recognize the sentence <u>Mga babae ang titser</u> as plural because of its predicate which is marked by <u>mga</u>.

In normal conversation one marker of plurality is usually considered adequate. There seems to be no preference for the location of the marker. It may occur in either predicate or topic.

To summarize, pluralization of both elements of the Tagalog sentence is optional. The notion of plurality is amply shown by the pluralization of either topic or predicate, though both may be pluralized.

## II. <u>Ang</u>-PRONOUNS AND INTERROGATIVES: PLURAL

### EXAMPLES

A. 1. Sinu-sino sila?                    [Who are they?]
   2. Umaawit sila.                      They're singing.
   3. Umaawit kayo.                      You're singing.
   4. Umaawit kami.                      We're singing (others and I).
   5. Umaawit tayo.                      We're singing (you and I).

B. 1. Sinu-sino sila?                    [Who are they?]
   2. Anu-ano na naman ba?               What again?

Personal Pronouns (Plural)              Interrogatives (Plural)

|              | PRED. AND TOPIC |
| ------------ | --------------- |
| 1st person   | kami            |
| 2nd person   | kayo            |
| 1st–2nd      | tayo            |
| 3rd person   | sila            |

| PERSON    | THING   |
| --------- | ------- |
| sinu-sino | anu-ano |

a. Note the difference between kami and tayo carefully. Tayo is 'we', including the speaker and the person spoken to, with or without others. Kami is also 'we', but it specifically excludes the person spoken to.

b. Sila replaces any animate noun that is plural (e.g., sina Pelang at Osang, ang mga babae).

c. Sinu-sino and anu-ano are plural forms of sino and ano respectively.

SUBSTITUTION-RESPONSE DRILL (Fixed Slot)

Teacher[1]                                                 Student 1

1. Sinu-sino ang sumasayaw?  Si Pelang at ako?     Sinu-sino ang sumasayaw?  Si Pelang at ako?
2. _____       Ikaw at si Pelang?    Sinu-sino ang sumasayaw?  Ikaw at si Pelang?
3. _____       Ikaw at sina Pelang?  Sinu-sino ang sumasayaw?  Ikaw at sina Pelang?
4. _____       Sina Pelang at ako?   Sinu-sino ang sumasayaw?  Sina Pelang at ako?
5. _____       Si Ben at ako?        Sinu-sino ang sumasayaw?  Si Ben at ako?

Student 2

Oo, kayo ang sumasayaw.
Oo, kami ang sumasayaw.
Oo, kami ang sumasayaw.
Oo, kayo ang sumasayaw.
Oo, kayo ang sumasayaw.

6. _____       Ikaw at si Ben?       Sinu-sino ang sumasayaw?  Ikaw at si Ben?
7. _____       Si Nene at si Ben?    Sinu-sino ang sumasayaw?  Si Nene at si Ben?
8. _____       Si Nene at si Pelang? Sinu-sino ang sumasayaw?  Si Nene at si Pelang?
9. _____       Si Pelang at ako?     Sinu-sino ang sumasayaw?  Si Pelang at ako?
10. _____      Ikaw at ako?          Sinu-sino ang sumasayaw?  Ikaw at ako?

Oo, kami ang sumasayaw.
Oo, sila ang sumasayaw.
Oo, sila ang sumasayaw.
Oo, kayo ang sumasayaw.
Oo, tayo ang sumasayaw.

11. _____      Kayo at ako?          Sinu-sino ang sumasayaw?  Kayo at ako?
12. _____      Kayo at kami?         Sinu-sino ang sumasayaw?  Kayo at kami?
13. _____      Sila at ako?          Sinu-sino ang sumasayaw?  Sila at ako?
14. _____      Kayo at sila?         Sinu-sino ang sumasayaw?  Kayo at sila?
15. _____      Siya at ikaw?         Sinu-sino ang sumasayaw?  Siya at ikaw?

Oo, tayo ang sumasayaw.
Oo, tayo ang sumasayaw.
Oo, kayo ang sumasayaw.
Oo, kami ang sumasayaw.
Oo, kami ang sumasayaw.

_____
[1]Following the first example, the teacher may use the customary cue for repetition of what has been said: Ulitin mo.

## RESPONSE DRILLS (Short Answer Response)

Instructions: The teacher asks the following questions, using gestures to indicate the referents of the pro-
nouns. The student gives a simple confirming answer, using the polite form <u>opo</u>.

| Teacher | Student |
|---|---|
| A. 1. Sinu-sino ang mga bisita? Si Ben at si Nene? | Opo, sila. |
| 2. Sinu-sino ang mga titser? Sina G. Magpayo? | Opo, sila. |
| 3. Sinu-sino ang mga nagbabakasyon? Si Nene at ang Lola? | Opo, sila. |
| 4. Sinu-sino ang nasa miting? Siya at sina Angela? | Opo, sila. |
| 5. Sinu-sino ang nasa manukan? Ikaw at sina Joe? | Opo, kami. |
| 6. Sinu-sino ang nasa kabila? Siya at ikaw? | Opo, kami. |
| 7. Sinu-sino ang abalang-abala? Kayo at si Tentay? | Opo, kami. |
| 8. Sinu-sino ang kina Mrs. Villamor? Sila at kayo? | Opo, kami. |
| 9. Sinu-sino ang kay Mrs. Gonzales? Siya at ako? | Opo, kayo. |
| 10. Sinu-sino ang masasaya? Ang Tatay at ako? | Opo, kayo. |
| 11. Sinu-sino ang magugulo? Sina Linda at ako? | Opo, kayo. |
| 12. Sinu-sino ang mga gutom? Sila at kami? | Opo, kayo. |
| 13. Sinu-sino ang kumakain? Ikaw at ako? | Opo, tayo. |
| 14. Sinu-sino ang bumabasa? Kayo at ako? | Opo, tayo. |
| 15. Sinu-sino ang ngumanganga? Kayo at kami? | Opo, tayo. |

Instructions: The teacher asks the following questions, using gestures to indicate the referents of the pro-
nouns. The student gives a complete contradicting answer.

| Teacher | Student |
|---|---|
| B. 1. Sinu-sino ang nasa miting? Si Ben at ako? | Hindi, hindi kayo ang nasa miting. |
| 2. Sinu-sino ang nasa manukan? Ikaw at ang Tatay? | Hindi, hindi kami ang nasa manukan. |
| 3. Sinu-sino ang nasa harapan? Siya at ikaw? | Hindi, hindi kami ang nasa harapan. |
| 4. Sinu-sino ang nasa kabila? Sila at ikaw? | Hindi, hindi kami ang nasa kabila. |
| 5. Sinu-sino ang nasa bahay? Siya at ako? | Hindi, hindi kayo ang nasa bahay. |
| 6. Sinu-sino ang magugulo? Kami at sina Joe? | Hindi, hindi kayo ang magugulo. |
| 7. Sinu-sino ang masasaya? Kami at kayo? | Hindi, hindi tayo ang masasaya. |
| 8. Sinu-sino ang mga gutom? Siya at kayo? | Hindi, hindi kami ang mga gutom. |
| 9. Sinu-sino ang tuwang-tuwa? Sila at kayo? | Hindi, hindi kami ang tuwang-tuwa. |
| 10. Sinu-sino ang mga abalang-abala? Siya at tayo? | Hindi, hindi tayo ang mga abalang-abala. |
| 11. Sinu-sino ang bumabasa? Siya at kami? | Hindi, hindi kayo ang bumabasa. |
| 12. Sinu-sino ang sumasayaw? Siya at si David? | Hindi, hindi sila ang sumasayaw. |
| 13. Sinu-sino ang umaawit? Siya at kami? | Hindi, hindi kayo ang umaawit. |
| 14. Sinu-sino ang kumakain? Ikaw at siya? | Hindi, hindi kami ang kumakain. |
| 15. Sinu-sino ang tumatawa? Kayo at sina Andoy? | Hindi, hindi kami ang tumatawa. |

## SUBSTITUTION-RESPONSE DRILL (Moving Slot)

| Teacher | Student 1 | Student 2 |
|---|---|---|
| 1. Kayo ba ang magugulo? Ulitin mo. | Kayo ba ang magugulo? | Hindi, hindi kami ang magugulo. |
| 2. Kami | Kami ba ang magugulo? | Hindi, hindi kayo ang magugulo. |
| 3. Tayo _____ | Tayo ba ang magugulo? | Hindi, hindi tayo ang magugulo. |
| 4. Sila _____ | Sila ba ang magugulo? | Hindi, hindi sila ang magugulo. |
| 5. _____ mababait | Sila ba ang mababait? | Hindi, hindi sila ang mababait. |
| 6. Kami _____ | Kami ba ang mababait? | Hindi, hindi kayo ang mababait. |
| 7. Tayo _____ | Tayo ba ang mababait? | Hindi, hindi tayo ang mababait. |
| 8. Sina Joe _____ | Sina Joe ba ang mababait? | Hindi, hindi sila ang mababait. |
| 9. Kayo _____ | Kayo ba ang mababait? | Hindi, hindi kami ang mababait. |
| 10. _____ magugulo | Kayo ba ang magugulo? | Hindi, hindi kami ang magugulo. |

## DISCUSSION

The plural pronouns behave like <u>ako</u> and <u>siya</u> in
interrogative, negative, and negative-interrogative

constructions. It will be recalled from Unit II that
the second person singular behaves differently,

both in its change from <u>ikaw</u> in predicate position to <u>ka</u> in topic position, and in its relation with the enclitic, <u>ba</u>.

<u>Tayo</u> and <u>kami</u> are inclusive and exclusive pronouns respectively. In referring exclusively to the speaker and the person spoken to, <u>kata</u> is sometimes used, but <u>tayo</u> is more common. <u>Tayo</u> is used in referring either to only these two (speaker and person spoken to) or to the speaker, the person or persons spoken to, and another (or others). <u>Kami</u> excludes the person or persons spoken to, and refers only to the speaker and another (or others). Both pronouns translate 'we' in English, but the distinction is often implicit in sentences like 'We didn't know you were here', in which the 'we' excludes the person spoken to, or like 'We're Americans, aren't we, Daddy?' where 'we' includes the person spoken to.

The plural personal pronouns, like the singular, are never preceded by <u>ang</u>, but instead replace entire <u>ang</u>- or <u>si</u>-phrases; these pronouns are therefore referred to as <u>ang</u>-pronouns.

Pluralization of <u>sino</u> and <u>ano</u> is accomplished by a reduplication of both syllables of each word, to form <u>sinu-sino</u> and <u>anu-ano</u>. Agreement of the interrogative pronoun with the topic is optional. Plurality may be indicated by pluralizing the interrogative pronoun alone, the topic alone, or both. Thus the following sentences are identical in meaning: <u>Sinu-sino ang titser?</u>, <u>Sino ang mga titser?</u>, <u>Sinu-sino ang mga titser?</u>

Summary chart:

### ang-Pronouns

|  | SINGULAR | | PLURAL |
|---|---|---|---|
|  | PREDICATE | TOPIC |  |
| 1st person | ako | | kami |
| 2nd person | ikaw | ka | kayo |
| 1st-2nd | (kata) | | tayo |
| 3rd person | siya | | sila |

## III. Sa-PRONOUNS

EXAMPLES

A. 1. Sa akin ang buntot.     [The tail is mine.]
2. Sa iyo ang tainga.     The ear is yours.
3. Sa kaniya ang damit.     The dress is hers.
4. Sa amin ang bahay.     The house is ours (his and mine).

B. 1. Nasa atin ang bunso.     The baby is at our place (yours and mine).
2. Para sa inyo ang manika.     The doll is for you all.
3. Para sa kanila ang litson.     The lechon is for them.

C. 1. Akin ang buntot.     The tail is mine.
2. Iyo ang tainga.     [The ear is yours].
3. Kaniya ang damit.     The dress is hers.
4. Amin ang bahay.     The house is ours.

D. 1. Maganda ang iyong bahay.     Your house is beautiful.
2. Masarap ang kanilang pagkain.     Their food is delicious.

E. 1. Ang sa iyo ang maganda.     The beautiful one is what's yours.
2. Ang bahay ang kaniya.     What's his is the house.
3. Ang nasa atin ang bunso.     The baby's the one at our place.
4. Ang litson ang para sa kanila.     What's for them is the lechon.

|  | TAGALOG | | ENGLISH | |
|---|---|---|---|---|
|  | SINGULAR | PLURAL | SINGULAR | PLURAL |
| 1st person | akin | amin | my/mine | our/ours = his/theirs and mine |
| 2nd person | iyo | inyo | your/yours | your/yours |
| 1st-2nd | (kanita) | atin | | our/ours = yours and mine |
| 3rd person | kaniya | kanila | her/hers his its | |

a. The Tagalog personal pronouns listed above may replace animate nouns in the various <u>sa</u>-constructions (possessive, preferential, reservational, locative) discussed in Unit III. These pronouns have distinctive forms (examples A and B).

b. In the possessive predicate construction, sa itself may be deleted, and the sa-form of the pronoun used alone (compare A and C).

c. When the possessive sa-pronoun is used attributively, it precedes the noun it modifies and deletion of sa is normal. Like adjectives, attributive sa-pronouns are linked to nouns according to the rules of preposed attribution presented in Unit II, grammar point V (examples D).

d. The various sa-pronoun constructions are definitized if preceded by ang. The definitized constructions may occur in either predicate (examples E.1, 3) or topic position (examples E.2, 4). In this construction, sa may be deleted or retained, but para sa and nasa are retained.

e. Notice that the inclusive-exclusive distinction is preserved in the sa-pronouns, with amin and atin corresponding to kami and tayo respectively.

SUBSTITUTION-RESPONSE DRILL (Fixed Slot)

| Teacher | Student 1 | Student 2 |
|---|---|---|
| 1. Sa babae ba ang bahay? Ulitin mo. | Sa babae ba ang bahay? | Oo, kaniya ang bahay. |
| 2. Akin | Akin ba ang bahay? | Oo, iyo ang bahay. |
| 3. Atin | Atin ba ang bahay? | Oo, atin ang bahay. |
| 4. Iyo | Iyo ba ang bahay? | Oo, akin ang bahay. |
| 5. Kaniya | Kaniya ba ang bahay? | Oo, kaniya ang bahay. |
| 6. Kanila | Kanila ba ang bahay? | Oo, kanila ang bahay. |
| 7. Inyo | Inyo ba ang bahay? | Oo, amin ang bahay. |
| 8. Kay Aling Sela | Kay Aling Sela ba ang bahay? | Oo, kaniya ang bahay. |
| 9. Kina Nene | Kina Nene ba ang bahay? | Oo, kanila ang bahay. |
| 10. Sa babae | Sa babae ba ang bahay? | Oo, kaniya ang bahay. |

SUBSTITUTION-RESPONSE DRILL (Moving Slot)

Instructions: The teacher gives Student 1 a question which he asks Student 2. Student 2 answers in the affirmative, but Student 3 contradicts his statement.

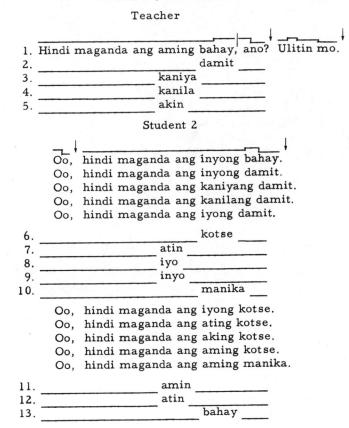

| Teacher | Student 1 |
|---|---|
| 1. Hindi maganda ang aming bahay, ano? Ulitin mo. | Hindi maganda ang aming bahay, ano? |
| 2. damit | Hindi maganda ang aming damit, ano? |
| 3. kaniya | Hindi maganda ang kaniyang damit, ano? |
| 4. kanila | Hindi maganda ang kanilang damit, ano? |
| 5. akin | Hindi maganda ang aking damit, ano? |

| Student 2 | Student 3 |
|---|---|
| Oo, hindi maganda ang inyong bahay. | Hindi. Maganda ang kanilang bahay. |
| Oo, hindi maganda ang inyong damit. | Hindi. Maganda ang kanilang damit. |
| Oo, hindi maganda ang kaniyang damit. | Hindi. Maganda ang kaniyang damit. |
| Oo, hindi maganda ang kanilang damit. | Hindi. Maganda ang kanilang damit. |
| Oo, hindi maganda ang iyong damit. | Hindi. Maganda ang kaniyang damit. |

| | Student 1 |
|---|---|
| 6. kotse | Hindi maganda ang aking kotse, ano? |
| 7. atin | Hindi maganda ang ating kotse, ano? |
| 8. iyo | Hindi maganda ang iyong kotse, ano? |
| 9. inyo | Hindi maganda ang inyong kotse, ano? |
| 10. manika | Hindi maganda ang inyong manika, ano? |

| Student 2 | Student 3 |
|---|---|
| Oo, hindi maganda ang iyong kotse. | Hindi. Maganda ang kaniyang kotse. |
| Oo, hindi maganda ang ating kotse. | Hindi. Maganda ang inyong kotse. |
| Oo, hindi maganda ang aking kotse. | Hindi. Maganda ang iyong kotse. |
| Oo, hindi maganda ang aming kotse. | Hindi. Maganda ang ating kotse. |
| Oo, hindi maganda ang aming manika. | Hindi. Maganda ang ating manika. |

| | Student 1 |
|---|---|
| 11. amin | Hindi maganda ang aming manika, ano? |
| 12. atin | Hindi maganda ang ating manika, ano? |
| 13. bahay | Hindi maganda ang ating bahay, ano? |

14. _____ iyo _____        Hindi maganda ang iyong bahay, ano?
15. _____ amin _____         Hindi maganda ang aming bahay, ano?

    Oo, hindi maganda ang inyong manika.        Hindi. Maganda ang kanilang manika.
    Oo, hindi maganda ang ating manika.         Hindi. Maganda ang inyong manika.
    Oo, hindi maganda ang ating bahay.          Hindi. Maganda ang inyong bahay.
    Oo, hindi maganda ang aking bahay.          Hindi. Maganda ang iyong bahay.
    Oo, hindi maganda ang inyong bahay.         Hindi. Maganda ang kanilang bahay.

## TRANSLATION DRILL

| Teacher | Student |
|---|---|
| A. 1. The new doll is mine. | Akin ang bagong manika. |
| 2. The big car is his. | Kaniya ang malaking kotse. |
| 3. The pretty baby is hers. | Kaniya ang magandang bunso. |
| 4. The attractive dress is yours. | Iyo ang magarang damit. |
| 5. The modern house is ours (yours and mine). | Atin ang modelong bahay. |
| 6. The big allowance is theirs. | Kanila ang malaking alawans. |
| 7. The biggest map is ours (his and mine). | Amin ang pinakamalaking mapa. |
| 8. The delicious food is yours (pl.). | Inyo ang masarap na pagkain. |
| 9. The troublesome children are ours (his and mine). | Amin ang mga magugulong bata. |
| 10. The two turons are ours (yours and mine). | Atin ang dalawang turon. |
| B. 1. My doll is new. | Bago ang aking manika. |
| 2. His car is big. | Malaki ang kaniyang kotse. |
| 3. Her baby is pretty. | Maganda ang kaniyang bunso. |
| 4. Your dress is attractive. | Magara ang iyong damit. |
| 5. Our (your and my) house is modern. | Modelo ang ating bahay. |
| 6. Their allowance is big. | Malaki ang kanilang alawans. |
| 7. Our (his and my) map is the biggest. | Pinakamalaki ang aming mapa. |
| 8. Your (pl.) food is delicious. | Masarap ang inyong pagkain. |
| 9. Our (his and my) children are troublesome. | Magulo ang aming bata. |
| 10. Our (your and my) turons are two. | Dalawa ang ating turon. |

## DISCUSSION

    The sa-form of the inclusive tayo is atin; that of the exclusive kami is amin. (Sa) kanita is sometimes used in referring to what belongs to only the speaker and the person spoken to, but, like the corresponding ang-pronoun kata, it is relatively rare.

    Unlike English, Tagalog does not make a distinction among male, female, or neuter possessors. His, hers, and its (animate) are all translated kaniya. In other words, Tagalog third person singular possessive forms are just like Tagalog third person plural forms (and also English third person plural forms) in not marking any gender reference. Tagalog, however, has an animate limitation not present in English its and theirs, which can refer to beings or things: The door is off its hinges, Both cars need their batteries recharged, etc.

    Tagalog and English treatments of gender and animation are summarized in the following chart:

| | TAGALOG | | ENGLISH | |
|---|---|---|---|---|
| | Category of Animation | Pronoun Forms | Pronoun Forms | Category of Gender |
| Singular | Animate | kaniya | his | Masculine |
| | | | her(s) | Feminine |
| | Inanimate | ø | its | Neuter or undefined |
| Plural | Animate | kanila | their(s) | Undefined |
| | Inanimate | ø | | |

## IV. THE NUMERALS 1-10

### EXAMPLES

    1. Dalawa ngang suman.                 [Two sumans, please.]
    2. Isa pa.                          [One more.]

| | | | |
|---|---|---|---|
| 1 isa | /'ɪsa·h/ | 6 anim | /'a·nɪm/ |
| 2 dalawa | /dalawa·h/ | 7 pito | /pɪto·h/ |
| 3 tatlo | /tatlo·h/ | 8 walo | /walo·h/ |
| 4 apat | /'a·pat/ | 9 siyam | /sya·m/ |
| 5 lima | /lɪma·h/ | 10 sampu | /sampʊ·'/ |

a. <u>Sampu</u> is a compound formed from /'ɪsa-ŋ/ + /pʊ'/, meaning 'one ten', i.e., the numeral 10. (The initial /'ɪ/ drops, and by assimilation the ligature /-ŋ/ becomes /-m/: /'ɪsaŋpʊ·'/ → /sampʊ·'/).

QUESTION DRILL

Instructions: The teacher holds up or points to a series of objects (or pictures of objects) and asks:

| Teacher | Student | Teacher | Student |
|---|---|---|---|
| 1. Ilan[1] ito? (5 pencils) | Lima. | Bilangin mo.[2] | Isa, dalawa, tatlo, apat, lima. |
| 2. Ilan ito? (3 books) | Tatlo. | Bilangin mo. | Isa, dalawa, tatlo. |
| 3. Ilan ito? (8 fingers) | Walo. | Bilangin mo. | Isa, dalawa, tatlo, apat, lima, anim, pito, walo. |
| 4. Ilan ito? (10 fingers) | Sampu. | Bilangin mo. | Isa, dalawa, tatlo, apat, lima, anim, pito, walo, siyam, sampu. |
| 5. Ilan ito? (4 erasers) | Apat. | Bilangin mo. | Isa, dalawa, tatlo, apat. |
| 6. Ilan ito? (2 desks) | Dalawa. | Bilangin mo. | Isa, dalawa. |
| 7. Ilan ito? (1 table) | Isa. | | |
| 8. Ilan ito? (7 rubber bands) | Pito. | Bilangin mo. | Isa, dalawa, tatlo, apat, lima, anim, pito. |
| 9. Ilan ito? (9 pieces of chalk) | Siyam. | Bilangin mo. | Isa, dalawa, tatlo, apat, lima, anim, pito, walo, siyam. |
| 10. Ilan ito? (6 pieces of paper) | Anim. | Bilangin mo. | Isa, dalawa, tatlo, apat, lima, anim. |

ARITHMETIC DRILL (Simple Addition)

Instructions: Give the sum of each of the following.

| Teacher | Student |
|---|---|
| 1. Isa at dalawa. | Tatlo. |
| 2. Isa at isa. | Dalawa. |
| 3. Dalawa at dalawa. | Apat. |
| 4. Dalawa at tatlo. | Lima. |
| 5. Isa at tatlo. | Apat. |
| 6. Tatlo at tatlo. | Anim. |
| 7. Tatlo at apat. | Pito. |
| 8. Apat at dalawa. | Anim. |
| 9. Isa at apat. | Lima. |
| 10. Lima at dalawa. | Pito. |
| 11. Apat at apat. | Walo. |
| 12. Apat at lima. | Siyam. |
| 13. Lima at lima. | Sampu. |
| 14. Tatlo at lima. | Walo. |
| 15. Anim at apat. | Sampu. |
| 16. Isa at anim. | Pito. |
| 17. Pito at tatlo. | Sampu. |
| 18. Walo at isa. | Siyam. |
| 19. Walo at dalawa. | Sampu. |
| 20. Pito at dalawa. | Siyam. |

---

[1]How many?
[2]Count them.

## V. ATTRIBUTION: POSTPOSED ADJECTIVES

### EXAMPLES

A. 1. Kumakain ang mga <u>batang magugulo.</u>          The troublesome children are eating.
   2. Dumarating ang mga <u>bisitang magaganda.</u>       The pretty visitors are coming.
   3. Dumarating ang aking mga <u>kaibigang ma-</u>       My kind friends are coming.
      <u>babait.</u>

B. 1. Maganda ang mga <u>damit na makukulay.</u>         The colorful dresses are beautiful.

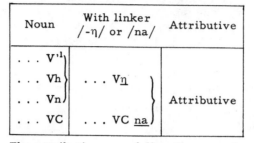

| Noun | With linker /-ŋ/ or /na/ | Attributive |
|------|--------------------------|-------------|
| ... V'[1] <br> ... Vh <br> ... Vn <br> ... VC | ... Vŋ <br><br> ... VC <u>na</u> | Attributive |

a. The attributive may follow the noun in-
   stead of precede it (as shown in Unit II).

b. The rules for linking the attributive and
   the noun are the same (except that since
   the linker appears between the two forms,
   the suffix /-ŋ/ or the particle <u>na</u> appears
   after the noun rather than the adjective):
   a word ending in a vowel plus /-h/ or /-'/
   or /-n/ is linked to a following word by
   dropping this final consonant and adding
   /-ŋ/; one that ends in a vowel plus any
   other consonant is linked by the particle
   <u>na.</u>

### CONVERSION DRILL

Instructions: Restate the phrase given by inverting the order of the adjective and noun.

Teacher                                          Student

A. 1. magandang pulo              pulong maganda
   2. mabait na titser            titser na mabait
   3. pinakamalaking lunsod       lunsod na pinakamalaki
   4. malaking mapa               mapang malaki
   5. mayamang kaibigan           kaibigang mayaman
   6. abalang-abalang babae       babaing abalang-abala
   7. modelong bahay              bahay na modelo
   8. bagong bel                  bel na bago
   9. makukulay na damit          damit na makukulay
  10. magulong bunso              bunsong magulo
  11. malapit na lugar            lugar na malapit
  12. magarang manika             manikang magara
  13. masasayang bisita           bisitang masasaya
  14. gutom na bata               batang gutom
  15. mahusay na alawans          alawans na mahusay

B. 1. Magaling na kotse ito.      Kotseng magaling ito.
   2. Magandang awit iyan.        Awit na maganda iyan.
   3. Masarap na pagkain iyan.    Pagkaing masarap iyan.
   4. Maginaw na lunsod iyon.     Lunsod na maginaw iyon.
   5. Modelong bahay ito.         Bahay na modelo ito.

---

[1]V is a symbol for any vowel, C for any consonant. Lower case symbols refer to specific sounds; /'/
represents the glottal consonant.

6. Malalaking suman ito.                    Sumang malalaki ito.
7. Malapit na pulo ito.                     Pulong malapit ito.
8. Masayang titser iyan.                    Titser na masaya iyan.
9. Magagarang damit ito.                    Damit na magagara ito.
10. Mga bagong bel iyon.                     Mga bel na bago iyon.
11. Magagandang manika ito.                  Manikang magaganda ito.
12. Mababait na bisita iyon.                 Bisitang mababait iyon.
13. Magagaling na kaibigan iyon.             Kaibigang magagaling iyon.
14. Malalapit na lugar iyon.                 Lugar na malalapit iyon.
15. Masasarap na turon ito.                  Turong masasarap ito.

## SUBSTITUTION DRILL (Moving Slot)

Instructions: In the following drill, the noun precedes the adjective.

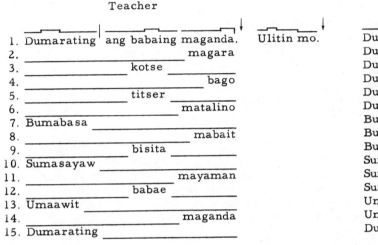

Teacher

1. Dumarating ang babaing maganda.  Ulitin mo.
2. _____ magara
3. _____ kotse
4. _____ bago
5. _____ titser
6. _____ matalino
7. Bumabasa _____
8. _____ mabait
9. _____ bisita
10. Sumasayaw _____
11. _____ mayaman
12. _____ babae
13. Umaawit _____
14. _____ maganda
15. Dumarating _____

Student

Dumarating ang babaing maganda.
Dumarating ang babaing magara.
Dumarating ang kotseng magara.
Dumarating ang kotseng bago.
Dumarating ang titser na bago.
Dumarating ang titser na matalino.
Bumabasa ang titser na matalino.
Bumabasa ang titser na mabait.
Bumabasa ang bisitang mabait.
Sumasayaw ang bisitang mabait.
Sumasayaw ang bisitang mayaman.
Sumasayaw ang babaing mayaman.
Umaawit ang babaing mayaman.
Umaawit ang babaing maganda.
Dumarating ang babaing maganda.

## DISCUSSION

Attribution can be expressed by placing the modifier either before or after the word modified. The construction with the preposed adjective is similar to the English modifier-modified construction, differing only by the addition of the linker in Tagalog. The construction with the postposed adjective, however, does not seem to have a comparable equivalent except the participial phrase in a sentence like "The boy reading in the corner is Jose" and a few fixed phrases, like heir apparent, heir presumptive, battle royal, attorney general, etc.

There doesn't seem to be any meaning difference between the two constructions (although some analyses would differentiate them on point of emphasis, with the last item being somewhat more emphatic), but the preposed adjective seems to be more common than the postposed adjective in actual usage.

The attributive possessive sa-pronouns, unlike the attributive adjectives, always precede the word they modify.

## CUMULATIVE DRILLS

### SUBSTITUTION-RESPONSE DRILLS

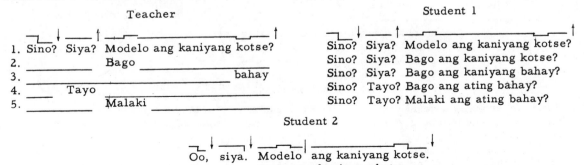

Teacher

1. Sino? Siya? Modelo ang kaniyang kotse?
2. _____ Bago _____
3. _____ bahay
4. _____ Tayo _____
5. _____ Malaki _____

Student 1

Sino? Siya? Modelo ang kaniyang kotse?
Sino? Siya? Bago ang kaniyang kotse?
Sino? Siya? Bago ang kaniyang bahay?
Sino? Tayo? Bago ang ating bahay?
Sino? Tayo? Malaki ang ating bahay?

Student 2

Oo, siya. Modelo ang kaniyang kotse.
Oo, siya. Bago ang kaniyang kotse.

Oo, siya. Bago ang kaniyang bahay.
Oo, tayo. Bago ang ating bahay.
Oo, tayo. Malaki ang ating bahay.

| 6. | _____ damit. | Sino? Tayo? Malaki ang ating damit? |
| 7. | _____ Marami _____ | Sino? Tayo? Marami ang ating damit? |
| 8. | ___ Kayo _____ | Sino? Kayo? Marami ang inyong damit? |
| 9. | _____ kaibigan | Sino? Kayo? Marami ang inyong kaibigan? |
| 10. | _____ Maganda _____ | Sino? Kayo? Maganda ang inyong kaibigan? |

Oo, tayo. Malaki ang ating damit.
Oo, tayo. Marami ang ating damit.
Oo, kami. Marami ang aming damit.
Oo, kami. Marami ang aming kaibigan.
Oo, kami. Maganda ang aming kaibigan.

| 11. | _____ kasama | Sino? Kayo? Maganda ang inyong kasama? |
| 12. | ___ Ikaw _____ | Sino? Ikaw? Maganda ang iyong kasama? |
| 13. | _____ Mabait _____ | Sino? Ikaw? Mabait ang iyong kasama? |
| 14. | _____ nanay | Sino? Ikaw? Mabait ang iyong nanay? |
| 15. | _____ ninong | Sino? Ikaw? Mabait ang iyong ninong? |

Oo, kami. Maganda ang aming kasama.
Oo, ako. Maganda ang aking kasama.
Oo, ako. Mabait ang aking kasama.
Oo, ako. Mabait ang aking nanay.
Oo, ako. Mabait ang aking ninong.

| 16. | ___ Ako _____ | Sino? Ako? Mabait ang aking ninong? |
| 17. | _____ tiya | Sino? Ako? Mabait ang aking tiya? |
| 18. | _____ Abalang-abala _____ | Sino? Ako? Abalang-abala ang aking tiya? |
| 19. | _____ Masaya _____ | Sino? Ako? Masaya ang aking tiya? |
| 20. | ___ Kami _____ | Sino? Kami? Masaya ang aming tiya? |

Oo, ikaw. Mabait ang iyong ninong.
Oo, ikaw. Mabait ang iyong tiya.
Oo, ikaw. Abalang-abala ang iyong tiya.
Oo, ikaw. Masaya ang iyong tiya.
Oo, kayo. Masaya ang inyong tiya.

| 21. | _____ pista | Sino? Kami? Masaya ang aming pista? |
| 22. | _____ bisita | Sino? Kami? Masaya ang aming bisita? |
| 23. | _____ Magara _____ | Sino? Kami? Magara ang aming bisita? |
| 24. | _____ titser | Sino? Kami? Magara ang aming titser? |
| 25. | ___ Sila _____ | Sino? Sila? Magara ang kanilang titser? |

Oo, kayo. Masaya ang inyong pista.
Oo, kayo. Masaya ang inyong bisita.
Oo, kayo. Magara ang inyong bisita.
Oo, kayo. Magara ang inyong titser.
Oo, sila. Magara ang kanilang titser.

| 26. | _____ katabi | Sino? Sila? Magara ang kanilang katabi? |
| 27. | _____ ninang | Sino? Sila? Magara ang kanilang ninang? |
| 28. | _____ kotse | Sino? Sila? Magara ang kanilang kotse? |
| 29. | _____ Modelo _____ | Sino? Sila? Modelo ang kanilang kotse? |
| 30. | ___ Siya _____ | Sino? Siya? Modelo ang kaniyang kotse? |

Oo, sila. Magara ang kanilang katabi.
Oo, sila. Magara ang kanilang ninang.
Oo, sila. Magara ang kanilang kotse.
Oo, sila. Modelo ang kanilang kotse.
Oo, siya. Modelo ang kaniyang kotse.

Instructions: The teacher gives a question which Student 1 repeats. The teacher raises his fingers to
signal the answer to be given by Student 2 who replies, making the necessary changes in
the pronouns.

The statement pattern is sometimes given to specific questions. It is a pattern some-
times used in schoolroom drills and exercises.

| Teacher | Student 1 | Teacher | Student 2 |
|---------|-----------|---------|-----------|
| A. 1. Ilan ang iyong turon? Ulitin mo. | Ilan ang iyong turon? | 4 | Apat ang aking turon. |
| 2. _____ kaniya _____ | Ilan ang kaniyang turon? | 8 | Walo ang kaniyang turon. |
| 3. _____ suman | Ilan ang kaniyang suman? | 6 | Anim ang kaniyang suman. |
| 4. _____ akin _____ | Ilan ang aking suman? | 2 | Dalawa ang iyong suman. |
| 5. _____ kaibigan | Ilan ang aking kaibigan? | 5 | Lima ang iyong kaibigan. |
| 6. _____ kanila _____ | Ilan ang kanilang kaibigan? | 3 | Tatlo ang kanilang kaibigan. |
| 7. _____ atin _____ | Ilan ang ating kaibigan? | 7 | Pito ang ating kaibigan. |
| 8. _____ amin _____ | Ilan ang aming kaibigan? | 9 | Siyam ang inyong kaibigan. |
| 9. _____ bisita | Ilan ang aming bisita? | 10 | Sampu ang inyong bisita. |
| 10. _____ kasama | Ilan ang aming kasama? | 5 | Lima ang inyong kasama. |
| 11. _____ kaniya _____ | Ilan ang kaniyang kasama? | 7 | Pito ang kaniyang kasama. |
| 12. _____ nanay | Ilan ang kaniyang nanay? | 1 | Isa ang kaniyang nanay. |
| 13. _____ ninong | Ilan ang kaniyang ninong? | 2 | Dalawa ang kaniyang ninong. |
| 14. _____ iyo _____ | Ilan ang iyong ninong? | 4 | Apat ang aking ninong. |
| 15. _____ turon | Ilan ang iyong turon? | 10 | Sampu ang aking turon. |

Instructions: The teacher gives a question with singular predicate and topic. Student 1 repeats the question but pluralizes both predicate and topic. The teacher gives a cue to Student 2, who answers with a plural predicate and topic, making any necessary pronoun changes.

| Teacher | Student 1 |
|---------|-----------|
| B. 1. Sino ang maganda? | Sinu-sino ang (mga) magaganda? |
| 2. _____ mabait | Sinu-sino ang (mga) mababait? |
| 3. _____ magara | Sinu-sino ang (mga) magagara? |
| 4. _____ masaya | Sinu-sino ang (mga) masasaya? |
| 5. _____ mayaman | Sinu-sino ang (mga) mayayaman? |

| Teacher | Student 2 |
|---------|-----------|
| ang babae | Ang mga babae ang (mga) magaganda. |
| ang bata | Ang mga bata ang (mga) mababait. |
| ang bisita | Ang mga bisita ang (mga) magagara. |
| ang titser | Ang mga titser ang (mga) masasaya. |
| ang Amerikano | Ang mga Amerikano ang (mga) mayayaman. |
| 6. _____ matalino | Sinu-sino ang (mga) matatalino? |
| 7. _____ abalang-abala | Sinu-sino ang mga abalang-abala? |
| 8. _____ tuwang-tuwa | Sinu-sino ang mga tuwang-tuwa? |
| 9. _____ magaling | Sinu-sino ang (mga) magagaling? |
| 10. _____ magulo | Sinu-sino ang (mga) magugulo? |
| ang Pilipino | Ang mga Pilipino ang (mga) matatalino. |
| sina Osang at Pelang | Sina Osang at Pelang ang mga abalang-abala. |
| sina Ben at Eddie | Sina Ben at Eddie ang mga tuwang-tuwa. |
| kayo (ikaw at Student 1) | Kami ang (mga) magagaling. |
| tayo (ikaw at ako) | Tayo ang (mga) magugulo. |
| 11. _____ mahusay | Sinu-sino ang (mga) mahuhusay? |
| 12. _____ tuwang-tuwa | Sinu-sino ang mga tuwang-tuwa? |
| 13. _____ magulo | Sinu-sino ang (mga) magugulo? |
| 14. _____ abalang-abala | Sinu-sino ang mga abalang-abala? |
| 15. _____ maganda | Sinu-sino ang (mga) magaganda? |
| kami (siya at ako) | Kayo ang (mga) mahuhusay. |
| tayo (Student 1, ikaw, at ako) | Tayo ang mga tuwang-tuwa. |
| kayo (ikaw at siya) | Kami ang (mga) magugulo. |
| kami (Student 1 at ako) | Kayo ang mga abalang-abala. |
| ang babae | Ang mga babae ang (mga) magaganda. |

## TRANSLATION DRILL

| Teacher | Student |
|---------|---------|
| 1. I'm a teacher. | Titser ako. |
| I'm the teacher. | Ako ang titser. |

2. He's a godfather.                    Ninong siya.
   He's the godfather.                  Siya ang ninong.
3. She's a godmother.                   Ninang siya.
   She's the godmother.                 Siya ang ninang.
4. You're intelligent.                  Matalino ka.
   You are the intelligent one.         Ikaw ang matalino.
5. You're eating.                       Kumakain ka.
   You are the one eating.              Ikaw ang kumakain.
6. You (pl.) are very busy.             Abalang-abala kayo.
   You (pl.) are the very busy ones.    Kayo ang abalang-abala.
7. They are happy.                      Masasaya sila.
   They are the happy ones.             Sila ang masasaya.
8. We (you and I) are hungry.           Gutom tayo.
   We (you and I) are the hungry ones.  Tayo ang mga gutom.
9. We (he and I) are troublesome.       Magulo kami.
   We (he and I) are the troublesome ones. Kami ang magulo.
10. They are coming.                    Dumarating sila.
    They are the ones coming.           Sila ang dumarating.
11. We (he and I) are dancing.          Sumasayaw kami.
    We (he and I) are the ones dancing. Kami ang sumasayaw.
12. We (you and I) are singing.         Umaawit tayo.
    We (you and I) are the ones singing. Tayo ang umaawit.
13. You (pl.) are chewing betel nut.    Ngumanganga kayo.
    You (pl.) are the ones chewing betel nut. Kayo ang ngumanganga.
14. I'm laughing.                       Tumatawa ako.
    I'm the one laughing.               Ako ang tumatawa.
15. She's nice.                         Mabait siya.
    She's the nice one.                 Siya ang mabait.

# VISUAL-CUE DRILLS

## PICTURE A

Panuto: Pag-usapan ang sumusunod.

Halimbawa: Kanino ang damit na ito?
Kay Linda ang damit na ito.
Kaniya ang damit na ito.
Kanino ang mga damit na ito?
Kina Ely at Rosy ang mga damit na ito.
Kanila ang mga damit na ito.
Ilan ang mga damit na ito?
Anim.
Bilangin mo.
Isa, dalawa, tatlo, apat, lima, anim.

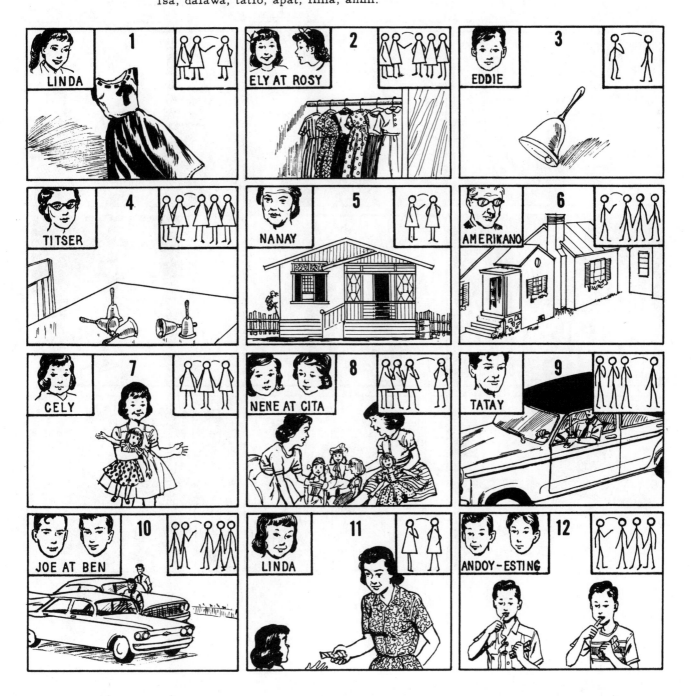

## PICTURE B

Panuto: Ilarawan ang sumusunod.

## PICTURE C

Panuto: Ano ang kanilang sinasabi?                    Directions: What are they saying?

Halimbawa: 1. "Nanay, turon nga, o."
              "Dalawa ngang suman, o."

## PICTURE D

Panuto: Ilarawan ang sumusunod.

## COMPREHENSION-RESPONSE DRILLS

A.  1. Dumarating na ba ang mga bisita?
    2. Nauuna ba ang Tiya Linda?
    3. Marami ba ang kaniyang mga kasama?
    4. Kaniya bang mga kaibigan sila?
    5. Magagara ba at mga makukulay ang mga damit?
    6. Magugulo ba ang mga bata?
    7. Abalang-abala ba si Aling Tinang?
    8. Tumatawa ba ang Ninong?
    9. Masaya ba ang Ninong?
   10. Si Aling Pelang ba ang kaniyang katabi?
   11. Sumasayaw ba at umaawit sina Aling Pelang at Aling Osang?
   12. Umaawit ba si Aling Osang? Maganda ba ang kaniyang awit?
   13. Masarap ba ang pagkain?

B.  1. Si Tiya Linda ba o si Aling Charing ang nauuna?
    2. Ang mga bata ba o ang mga bisita ang magugulo?
    3. Si Aling Tinang ba o ang Ninong ang abalang-abala?
    4. Kumakain ba o tumatawa ang Ninong?
    5. Si Aling Osang ba o si Aling Charing ang umaawit?

C.  1. Sino ang mga dumarating?
    2. Sino ang nauuna?
    3. Sino ang mga kasama ni Tiya Linda?
    4. Sino ang magugulo?
    5. Anu-ano ang mga pagkain?
    6. Sinu-sino ang mga bisita?
    7. Sino ang abalang-abala?
    8. Sino ang masaya?
    9. Sinu-sino ang sumasayaw at umaawit?
   10. Sino ang katabi ng Ninong?
   11. Kanino ang buntot? Ang tainga?

# UNIT V

Bayanihan (1)

Nag-uusap ang magkasama sa upisinang sina Arthur, isang Amerikano, at David habang tumatakbo ang kotseng sinasakyan nila patungong Baliwag.

Bayanihan

Arthur, an American, and David, co-workers in the same office, are discussing country life in the Philippines as they drive to Baliuag.

Arthur:
Talagang (2) masaya ang anihan (3) ng (4) mga Pilipino, ano?

talagaŋ masaya·ŋ anıhan naŋ maŋa pılıpi·no·h
(harvest)

'ano·h

Philippine harvests are really fun, aren't they?

David:
A, oo, lalo na kung maliwanag ang buwan.

'a·h 'o·'o·h la·lu· na kuŋ malıwa·nag am
(more) (when) (bright)

bwa·n (5)
(moon)

Oh, yes, especially on moonlight nights.

Arthur:
Ano ang kaugnayan ng buwan sa anihan?

'anʊŋ kaʊgna·yan nam bwan sa 'anıha·n (5)
(connection)

What's the moon got to do with harvesting?

David:
Mas (6) maraming tao sa pipigan (7).

mas mara·mın ta·'o·h sa pıpıga·n
(person) (pipigan)

More people go to the pipigan.

Arthur:
Bumabayo't pumipipig sila, ganoon ba?

bʊma·bayot pʊmi·pi·pıg sıla·h ganʊm ba·h
(pounding) (making pinipig)

They pound (the palay) (7) and the pinipig, is that it?

David:
Oo. Kusang-loob ang pag-punta't pagtulong nila.

'o·'o·h  ku·sanlo'ob  'am  pagpʊnta·t  (8)
(voluntary)  (act-of-going)

pagtu·lʊŋ nɪla·h
(act-of-
helping)

Yes, they're glad to go and help.

Arthur:
Ang ibig mong sabihin (9), libre sa pagawa ang may-bahay?

'aŋ i·bɪg mʊŋ sabi·hi·n  li·brɪ sa pagawa·ŋ
(like)  (free)  (work)

mayba·ha·y
(house-owner)

You mean the neighbors work for nothing?

David:
Oo. Iyan ang isa naming kapuri-puring kaugalian —ang bayanihan (1).

'o·'o·h  yan aŋ ɪsa na·mɪŋ kapu·ri·pu·rɪŋ
(praiseworthy)

kaʊgalɪ'a·n  'am ba·yani·han
(custom)  (bayanihan)

Yes. That's one of our most admirable customs —the bayanihan.

Arthur:
Iba pa ba iyon sa palu-song (1)?

'ɪba pa ba yʊŋ sa palu·so·ŋ
(palusong)

Is that different from palu-song?

David:
Pareho iyon. Tumutu-long ang bawa't isa sa mga gawain nang (4) walang bayad.

pare·hʊ yo·n  tʊmu·tu·lʊŋ  'am ba·wat ɪsah sa
(like)  (helping)  (each)

maŋa ga·wa·'ɪn  naŋ walam ba·ya·d  (10)
(job)  (none)  (payment)

Same thing. People help each other on special jobs without getting paid.

Arthur:
Sama-samang gumaga-wa ang matatanda't ka-bataan?

sa·masa·maŋ gʊma·ga·wa·ŋ matatandat
(together)  (working)  (old)

kabata·'a·n  (10)
(youth)

Young and old work together?

David:
Sa kusina ang matatanda at sa tunay na trabaho ang mga dalaga't binata.

sa kʊsi·na·ŋ matatanda·'  'at sa tu·nay na
(real)

traba·ho·h  'aŋ maŋa dala·gat bɪna·ta·'  (10)
(work)  (maiden)(bachelor)

The older ones help in the kitchen, while the young men and women do the real work.

Arthur:
Uy, romantiko pa.

'u·y  rʊma·ntɪkʊ pa·h
(romantic)

Gee, how romantic!

David:
Siyempre (11), sa mga pagtitipong ganyan umu-usbong ang matamis na pagmamahalan.

sye·mpre·h  sa maŋa pagtɪtɪ·pʊŋ ganya·n
(of-course)  (gathering)(like-that)

'ʊmu·'ʊsbʊŋ  'aŋ matamɪs na pagmama·ha·la·n
(budding)  (sweet)  (the-loving)

Sure. Romance blossoms at get-togethers like these.

Arthur:
Pagkatapos...

pagkata·pos
(afterwards)

And then...

David:
Tuluy-tuloy sa pagmama-habang-dulang (12).

tʊlʊy tʊlu·y  sa  pagmamaha·ban du·la·ŋ
(continue)  (the-becoming-long)(table)

The wedding follows.

Arthur:
Magaling.... Aba, ano iyon? Lumalakad yata iyong bahay.

magali·ŋ  'aba·h  'anʊ yo·n

lʊma·la·kad ya·ta·  yʊm ba·ha·y
(walking)  (seems)  (house)

Great! Hey, what's that? That house seems to be moving.

David:
Lumililipat lamang ang
may-ari niyon sa ibang
lugar. Mga tao ang bu-
mubuhat, o.

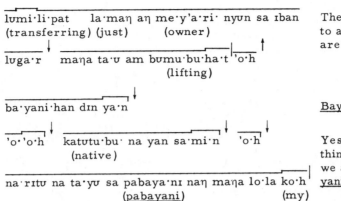

lʊmi·li·pat    la·maŋ aŋ me·y'a·ri· nyʊn sa ɪban
(transferring) (just)      (owner)

lʊga·r    maŋa ta·ʊ am bʊmu·bu·ha·t''o·h
                       (lifting)

The owner is just moving
to another place. Some men
are carrying it, see.

Arthur:
Bayanihan din iyan?

ba·yani·han dɪn ya·n

Bayanihan, too, of course?

David:
Oo. Katutubo na iyan sa
amin. (Tigil) O, narito
na tayo sa pabayani (1)
ng mga Lola ko.

'o·'o·h    katʊtu·bu· na yan sa·mi·n    'o·h
          (native)

na·rɪtʊ na ta·yʊ sa pabaya·nɪ naŋ maŋa lo·la ko·h
         (pabayani)                        (my)

Yes, that's the way we do
things. (Pause) Well, here
we are at Grandma's paba-
yani.

CULTURAL AND STRUCTURAL NOTES

(1) Bayanihan refers to the mutual help given by members of a community during times of planting and harvesting rice, constructing homes, roads and bridges, moving a house from one lot to another, preparing for a fiesta or party, etc. (More recently, Bayanihan has been adopted as a name for a group of dancers who aim to promote and preserve Philippine folk art and culture through songs and dances.) In some places, bayanihan is also called palusong or pabatares or pabayani.

(2) Talagang is the adverb talaga plus the linker -ng. The linker will always appear unless an enclitic follows, in which case the linker will attach to the enclitic: Talaga bang masaya ....

(3) Anihan is harvest time in the Philippines, which begins in November. This is the time when the bayanihan spirit is most apparent.

(4) The marker /naŋ/ is usually written with the abbreviation ng. With certain functions, as in adverbial phrases modifying verbs, e.g., tumatawa nang malakas 'laughing loudly', and in intensified verb constructions, e.g., kumakain nang kumakain 'eating and eating', it is not abbreviated in traditional spelling, but written nang. (Both constructions mentioned are discussed in later units.)

(5) In Tagalog, as in English, sounds in connected speech get modified by neighboring sounds. The process of modification whereby neighboring sounds become more alike is called partial assimilation. Specifically, in the informal speech characteristic of normal conversation, only certain sequences of nasals before stops occur (unless there is some kind of pause or break between them). Only the following normally appear:

/m/  before  /p, b/
/n/   before  /t, d/
/ŋ/   before  /k, g/

/am/ in the present case is the respelling of ang before buwan.

The assimilation of nasal sounds is discussed further in the pronunciation section of this unit.

(6) A Spanish word meaning 'more', mas is used to indicate a comparison between two things.

(7) Pipigan is the place where pinipig is made from palay (unhusked rice). It is customary during harvest time to make pinipig, the not-so-mature grains of a sticky variety of rice roasted, then pounded. It may be eaten as is, made into cakes, or mixed with either coconut milk or chocolate.

(8) The sequence /ʊ'o/ tends to become /'o'o/ with the first vowel being influenced and changed by the second. Thus ginoo is often pronounced /gɪno'o·h/ instead of /gɪnʊ'o·h/, and, as in the sentence being considered, kusang-loob is frequently /ku·sanlo'o·b/ instead of /ku·sanlʊ'o·b/.

(9) Ang ibig mong sabihin is a set expression which literally means 'the want you to say', equatable with English 'you mean'.

(10) The word bawa't respelled /ba·wat/ is a combination of two words, bawa /ba·wa'/ 'each, every' and at /'a·t/ 'and', which means 'each and every one, everybody'. After vowels, at generally reduces to /t/ and forms a contraction with the preceding word, as in bumabayo't pumipipig /bʊma·bayot pʊmi·pi·pɪg/ 'pounding and making pinipig', dalaga't binata /dala·gat bɪna·ta'/ 'young women and men', and matatanda't kabataan /matatandat kabata·'an/ 'old and young (people)'. Occasionally, words ending in /n/ lose the /n/ and the /a/ of at: suman at tsokolate /su·mat tsʊkʊ-la·teh/ 'suman and chocolate', sabon at labakara /sabu·t labaka·rah/ 'soap and face towel', etc.

(11) Siyempre, a loanword from Spanish, has come to mean 'of course' or 'naturally' instead of 'always'.

The pattern where a vowel is stretched out over three levels has been met before in the expression of admiration /'u·y/, in Unit III. In the pattern over siyempre /sye·mpre·h/ the /e/ of the second syllable /-preh/ begins on level one, rises rapidly to level three, and drops down just as rapidly to level one. This pattern indicates strong emphasis, so that the word siyempre as uttered is roughly equivalent to the English expression 'But of course!'

(12) Wedding reception is <u>mahabang-dulang</u>. It is traditional when a couple gets married for the groom to provide a long table laden with delicious native dishes, which the whole barrio partakes of.

<u>Dulang</u> /du·laŋ/ means a low table a foot or two off the floor used for dining. It is now being replaced by the more conventional table.

## PRONUNCIATION EXERCISES

The Nasals: /ŋ/.

For all practical purposes /m/, /n/, and /ŋ/ may be transferred directly from English to Tagalog. The sounds are sufficiently similar to cause practically no difficulty. Tagalog /n/ is dental, i.e., it is produced with the tip of the tongue against the back of the upper teeth; English /n/ is alveolar, i.e., produced with the tongue tip against the upper gum ridge. This difference is not serious enough to cause much learning difficulty. The real difficulty arises from differences in distribution of /ŋ/ which occurs initially in Tagalog, a position it never occupies in English. Substituting /n/ for /ŋ/ in initial position, however, is a common tendency of English speakers learning Tagalog. Such substitution results in a non-existent word in Tagalog or in a word with an entirely different meaning.

/m/ and /n/ in Tagalog and English distribute similarly (in all three positions, initial, medial, final), and they do not cause difficulty to learners.

A. Mimic your model's pronunciation of the phrases below. When the word beginning with /ŋ/ is within a phrase and the word preceding it ends with a vowel, the pronunciation of initial /ŋ/ may be made easier by linking it to the vowel of the preceding word: <u>sa ngayon</u> may be pronounced /saŋ ayo·n / with the /ŋ/ read as part of the preceding vowel and the /a/ of /ayon/ pronounced immediately after /ŋ/ <u>without an intervening glottal stop</u>, the whole phrase pronounced smoothly without breaks. When the /ŋ/ starts a stressed syllable within a word, the same principle may be followed: <u>nangalay</u> /naŋ a·lay/.

| | |
|---|---|
| na ngisi /na ŋi·sɪh/ 'giggling' | nangalay /naŋa·lay/ 'got tired' |
| na nganga /na ŋa·ŋa'/ 'chewing betel nut' | nanganay /naŋa·nay/ 'delivered first-born' |
| sa ngingi /sa ŋi·ŋɪ'/ 'between the digits' | nangawit /naŋa·wɪt/ 'got tired' |
| na ngongo /na ŋo·ŋo'/ 'acquired nasal twang' | panganay /paŋa·nay/ 'eldest child' |
| sa nguso /sa ŋu·so'/ 'on the upper lip' | nangiki /naŋi·kɪh/ 'shivered' |
| na ngalan /na ŋa·lan/ 'by the name' | nangibig /naŋi·bɪg/ 'courted, wooed' |
| sa ngipin /sa ŋi·pɪn/ 'on the teeth' | nangimay /naŋi·may/ 'numbed' |

B. Say the following pairs of words after your model. The words in each pair have different meanings:

| | |
|---|---|
| banay /ba·nay/ 'slow, gradual' | bangay /ba·ŋay/ 'quarrel' |
| punas /pu·nas/ 'sponge bath' | pungas /pu·ŋas/ 'getting up half awake' |
| tena /te·nah/ 'Let's go!' | tenga /te·ŋah/ 'ear' |
| unos /'ʊno·s/ 'storm' | ungos /'ʊŋo·s/ 'projection' |
| banal /bana·l/ 'holy' | bangal /baŋa·l/ 'to break off, as the branches of a tree' |
| sanay /sana·y/ 'accustomed to' | sangay /saŋa·y/ 'branch office' |
| tunaw /tʊna·w/ 'melted' | tungaw /tʊŋa·w/ 'chigger' |
| nanay /na·nay/ 'mother' | nganay /ŋa·nay/ 'first born' |
| nana /na·na'/ 'pus' | nganga /ŋa·ŋa'/ 'mixture of areca nut, betel leaves, and lime' |
| nawa /nawa·'/ 'May it be so' | ngawa /ŋawa·'/ 'howl' |
| naknak /nakna·k/ 'an abcess' | ngakngak /ŋakŋa·k/ 'loud crying' |
| nisnis /nɪsni·s/ 'scraped off' | ngisngis /ŋɪsŋi·s/ 'giggle' |
| nuynuy /nʊyno·y/ 'to turn over in one's mind' | nguyngoy /ŋʊyŋo·y/ 'prominent, continuous crying' |

Assimilation.

Unlike most of the other consonants, the Tagalog nasals in a great many words spoken in normal rapid conversation often tend to accommodate themselves to a following consonant, by adopting the place of articulation of this consonant. Thus, any other nasal consonant may tend to become:

/m/ before /p, b/
/n/ before /t, d, s, l, r, y/ and /ts, dy/
/ŋ/ before /k, g, h, w/

This phenomenon of sound change is commonly referred to as assimilation. Some assimilations are more readily followed than others. In this book, starting in this unit, only the assimilations before /p, b, t, d/ are regularly shown. This means that from Unit V on, a more informal, more natural representation of the spoken language is given. This, however, complicates the grammar (in obscuring the presence of the linker -ng, for example) and the relationship between the spelling of column one and the transcription of column two, which is why the introduction of this style of speech was postponed until the basic contrasts of Tagalog and English pronunciation were presented and practiced.

Two very common illustrations of assimilation are to be found in the names for numbers and in words following the word ang. The names for numbers will be taken up in this unit. Exercise C below illustrates assimilation with ang.

Assimilations that occur within words (e.g., kusang-loob /ku·sanlo'ob/, in this unit) are generally more commonly observed than those across word boundaries where assimilations may or may not take place (e.g., ang tsuper /'aŋ tsʊpe·r ~ 'an tsʊpe·r/), depending on factors like rate of speech, emphasis, length of pause between the words, etc. In normal rapid speech, however, assimilation, even across word boundaries, is the usual thing, as illustrated in maliwanag ang buwan /malɪwa·nag am bwa·n/ and pagmamahabang-dulang /pagmamaha·baŋ du·laŋ/ in this unit. The changes in pronunciation are sometimes reflected in the spelling, if they occur within words (e.g., labindalawa /labɪndalawa·h/ from labing + dalawa 'twelve'), but not if they occur across word boundaries, as in the case of ang.

English exhibits sound assimilation in many instances and in various ways, just as Tagalog does. The assimilation of nasals, discussed above, is illustrated in English by the prefix con- /kan-/:

The prefix remains /n/ before alveolar

sounds like /t, d, s/: contact, conduct, consume.

It becomes /m/ before the labial sounds /p, b/: compound, combine.

It becomes /ŋ/ before the velar sounds /k, g/: conquer, congress.

C. Assimilation with ang-. Say the following word groups after your instructor:

/ŋ/ to /m/

| ang bahay | /'am ba·hay/ | 'the house' |
| ang baon | /'am ba·'on/ | 'the provision' |
| ang baso | /'am ba·soh/ | 'the drinking glass' |
| ang bote | /'am bo·teh/ | 'the bottle' |
| ang bata | /'am ba·ta'/ | 'the child' |
| ang puso | /'am pu·so'/ | 'the heart' |
| ang paksa | /'am paksa·'/ | 'the topic' |
| ang pader | /'am pade·r/ | 'the fence, wall' |
| ang papel | /'am pape·l/ | 'the paper' |
| ang paligo | /'am pali·go'/ | 'the bath' |

/ŋ/ to /n/

| ang tiyang | /'an tya·ŋ/ | 'the aunt' |
| ang tatay | /'an ta·tay/ | 'the father' |
| ang tama | /'an ta·ma'/ | 'the correct one' |
| ang tunay | /'an tu·nay/ | 'the truth, real' |
| ang trabaho | /'an traba·hoh/ | 'the work' |
| ang dami | /'an da·mɪh/ | 'the amount, number' |
| ang damit | /'an dami·t/ | 'the dress' |
| ang dating | /'an dati·ŋ/ | 'the arrival' |
| ang diploma | /'an dɪplo·mah/ | 'the diploma' |
| ang dispat-sadora | /'an dɪspatsado·rah/ | 'the saleslady' |

DRILLS AND GRAMMAR

I. Ng-PHRASES: POSSESSIVE

EXAMPLES

A. 1. Ito ang pabayani ni Nita.　　　This is Nita's pabayani.
   2. Kaibigan ni Arthur si David.　　David is a friend of Arthur.
   3. Malaki ang bahay nina David.　The house of David and the others is big.

B. 1. Masaya ang anihan ng mga Pilipino.　[Philippine harvests (the harvests of the Filipinos) are fun.]

   2. Trabaho ng matatanda iyon.　That's old people's work.
   3. Ano ang kaugnayan ng buwan sa anihan?　[What has the moon got to do (is the connection of the moon) with the harvest?]

| Thing Possessed | Possessive Marker | Possessor |
| --- | --- | --- |
| (ang) Noun | ni | person name |
| | nina | person name(s) |
| | ng | other noun |

a. Attributive possession is expressed by a ni- or ng-phrase: ni before the name of a person (nina is the plural equivalent), ng before any other noun.

b. Ng is an abbreviation of nang.

## SIMPLE SUBSTITUTION DRILL (Fixed Slot)

Teacher                                             Student

| | Teacher | | Student |
|---|---|---|---|
| 1. | Maganda ang damit ni Nene.  Ulitin mo. | | Maganda ang damit ni Nene. |
| 2. | titser | | Maganda ang damit ng titser. |
| 3. | babae | | Maganda ang damit ng babae. |
| 4. | Tentay | | Maganda ang damit ni Tentay. |
| 5. | bisita | | Maganda ang damit ng bisita. |
| 6. | Linda | | Maganda ang damit ni Linda. |
| 7. | Kastila | | Maganda ang damit ng Kastila. |
| 8. | Angela | | Maganda ang damit ni Angela. |
| 9. | bata | | Maganda ang damit ng bata. |
| 10. | Pelang at Osang | | Maganda ang damit nina Pelang at Osang. |
| 11. | mga babae | | Maganda ang damit ng mga babae. |
| 12. | Luningning | | Maganda ang damit ni Luningning. |
| 13. | Aling Charing | | Maganda ang damit ni Aling Charing. |
| 14. | Tentay at Cely | | Maganda ang damit nina Tentay at Cely. |
| 15. | Nene | | Maganda ang damit ni Nene. |

## SUBSTITUTION DRILL (Moving Slot)

Teacher                                             Student

| | Teacher | | Student |
|---|---|---|---|
| 1. | Masaya ang anihan ng Pilipino.  Ulitin mo. | | Masaya ang anihan ng Pilipino. |
| 2. | kabataan | | Masaya ang anihan ng kabataan. |
| 3. | Kapuri-puri | | Kapuri-puri ang anihan ng kabataan. |
| 4. | kaugalian | | Kapuri-puri ang kaugalian ng kabataan. |
| 5. | pagtulong | | Kapuri-puri ang pagtulong ng kabataan. |
| 6. | David | | Kapuri-puri ang pagtulong ni David. |
| 7. | Kusang-loob | | Kusang-loob ang pagtulong ni David. |
| 8. | binata | | Kusang-loob ang pagtulong ng binata. |
| 9. | pagpipig | | Kusang-loob ang pagpipig ng binata. |
| 10. | Tunay | | Tunay ang pagpipig ng binata. |
| 11. | Rosy | | Tunay ang pagpipig ni Rosy. |
| 12. | Pare-pareho | | Pare-pareho ang pagpipig ni Rosy. |
| 13. | Pilipino | | Pare-pareho ang pagpipig ng Pilipino. |
| 14. | anihan | | Pare-pareho ang anihan ng Pilipino. |
| 15. | Masaya | | Masaya ang anihan ng Pilipino. |

## RESPONSE DRILL

Instructions: The teacher inquires about ownership, using a <u>ng</u>-construction. Student 1 answers in the affirmative, using a <u>sa</u>-phrase. Then the teacher cues Student 2, who gives a contradicting answer, using a <u>ng</u>-construction.

Note that only nouns naming things (not those referring to persons) can be used in this construction identifying what is possessed. For example, to the question <u>Ito ba ang kaibigan ni Rosie?</u> we cannot answer <u>Oo, kay Rosie ito.</u> The correct answer would be <u>Oo, kaibigan ni Rosie ito.</u>

| Teacher | Student 1 |
|---|---|
| 1. Ito ba ang bahay ng titser? | Oo, sa titser iyan. |
| 2. Ito ba ang kotse ng binata? | Oo, sa binata iyan. |
| 3. Ito ba ang pipigan ng babae? | Oo, sa babae iyan. |
| 4. Iyan ba ang pagkain ng bata? | Oo, sa bata ito. |
| 5. Iyan ba ang damit ng Ninong? | Oo, sa Ninong ito. |

| Teacher | Student 2 |
|---|---|
| (dalaga) | Hindi. Bahay ng dalaga iyan. |
| (Lolo) · | Hindi. Kotse ng Lolo iyan. |
| (Lola) | Hindi. Pipigan ng Lola iyan. |
| (bunso) | Hindi. Pagkain ng bunso ito. |
| (babae) | Hindi. Damit ng babae ito. |

6. Iyan ba ang palusong ni Aling Sela?          Oo, kay Aling Sela ito.
7. Iyan ba ang turon ni Rosy?                    Oo, kay Rosy ito.
8. Iyon ba ang bel ni Pelang?                    Oo, kay Pelang iyon.
9. Iyon ba ang mapa ni Angela?                   Oo, kay Angela iyon.
10. Ito ba ang anihan ni Mang Ambo?              Oo, kay Mang Ambo iyan.

   (Ninong)                                    Hindi. Palusong ng Ninong ito.
   (Linda)                                     Hindi. Turon ni Linda ito.
   (Osang)                                     Hindi. Bel ni Osang iyon.
   (David)                                     Hindi. Mapa ni David iyon.
   (Mang Kardo)                                Hindi. Anihan ni Mang Kardo iyan.

11. Ito ba ang manika ng bunso?                  Oo, sa bunso iyan.
12. Ito ba ang alawans ng dalaga?                Oo, sa dalaga iyan.
13. Ito ba ang kaldereta ng Tatay?               Oo, sa Tatay iyan.
14. Iyon ba ang litson ng Lolo?                  Oo, sa Lolo iyon.
15. Iyon ba ang damit ng Tiyang?                 Oo, sa Tiyang iyon.

   (Tiyang)                                    Hindi. Manika ng Tiyang iyan.
   (binata)                                    Hindi. Alawans ng binata iyan.
   (bisita)                                    Hindi. Kaldereta ng bisita iyan.
   (Kuya)                                      Hindi. Litson ng Kuya iyon.
   (Ate)                                       Hindi. Damit ng Ate iyon.

## DISCUSSION

The difference between a ng-possessive-phrase and a sa-possessive-phrase (cf. Unit III) may be represented as follows:

| Thing Possessed | Possessive Marker | Possessor |
|---|---|---|
| (ang) bahay | ng | titser |
| (ang) bahay | ni | David |
| (ang) | sa | titser |
| (ang) | kay | David |

Note that while the ng- (or ni-) phrase is always attributive, the sa- (or kay-) phrase is usually independent. The ng-phrase never stands alone in either predicate or topic position (in major sentence patterns). In either position, it follows, and is attributive to a word representing the thing possessed (e.g., Bahay ng titser ito or Maganda ang bahay ng titser, but NOT Ng titser ito or Maganda ang ng titser).

With the sa-phrase, on the other hand, the thing possessed need not be expressed at all, and the phrase itself normally stands alone as either predicate or topic (e.g., Sa titser ito or Maganda ang sa titser).

## II.  Ng-PRONOUNS

## EXAMPLES

A. 1. Makulay ang damit ko.                      My dress is colorful.
   2. Mayaman ang lola mo.                   Your grandmother is rich.
   3. Libre ang trabaho niya.                His work is gratis.

B. 1. Kapuri-puri ang kaugalian namin.          Our custom (his and mine) is praise-worthy.
   2. Lumalakad yata ang bahay ninyo.       Your house seems to be moving.
   3. Modelo ang kotse natin.               Our car (yours and mine) is the latest model.
   4. Kusang-loob ang pagpunta nila.        [Their going is voluntary.]

|  | Singular | Plural |
|---|---|---|
| 1st person | ko | namin |
| 2nd person | mo | ninyo |
| 1st-2nd | (nata) | natin |
| 3rd person | niya | nila |

C. 1. Makulay ang aking damit.⎫                 My dress is colorful.
     Makulay ang damit ko.⎭

2. Masarap ang iyong pagkain. ⎫
   Masarap ang pagkain mo. ⎭    Your food is delicious.

D. 1. Bago ang kanilang bahay. ⎫
      Bago ang bahay nila. ⎭    Their house is new.

   2. Kusang-loob ang aming pagtulong. ⎫
      Kusang-loob ang pagtulong namin. ⎭    Our help is voluntary.

|  |  | sa-PRONOUNS | ng-PRONOUNS |
|---|---|---|---|
| Singular |  |  |  |
|  | 1st person | aking damit | damit ko |
|  | 2nd person | iyong damit | damit mo |
|  | 3rd person | kaniyang damit | damit niya |
| Plural |  |  |  |
|  | 1st person | aming damit | damit namin |
|  | 2nd person | inyong damit | damit ninyo |
|  | 1st-2nd | ating damit | damit natin |
|  | 3rd person | kanilang damit | damit nila |

a. Attributive sa-pronouns precede the word they modify, and are linked to this word by the ligature -ŋ (cf. Unit IV).

b. Attributive ng-pronouns (so called because they replace a ng-phrase) follow the word they modify, without a linker.

## SUBSTITUTION-CONVERSION-RESPONSE DRILL (Moving Slot)

Instructions: The teacher asks a question containing an ang- and sa-pronoun. Student 1 repeats the question and Student 2 answers affirmatively, using the appropriate ang-pronoun in the first phrase and its corresponding ng-pronoun in the second phrase.

|  | Teacher | Student 1 |
|---|---|---|
| 1. | Sino? Ako? Kusang-loob ang aking pagtulong? | Sino? Ako? Kusang-loob ang aking pagtulong? |
| 2. | pagpunta | Sino? Ako? Kusang-loob ang aking pagpunta? |
| 3. | Masaya | Sino? Ako? Masaya ang aking pagpunta? |
| 4. | anihan | Sino? Ako? Masaya ang aking anihan? |
| 5. | Kami | Sino? Kami? Masaya ang aming anihan? |

### Student 2

Oo, ikaw. Kusang-loob ang pagtulong mo.
Oo, ikaw. Kusang-loob ang pagpunta mo.
Oo, ikaw. Masaya ang pagpunta mo.
Oo, ikaw. Masaya ang anihan mo.
Oo, kayo. Masaya ang anihan ninyo.

| 6. | pagmamahabang-dulang | Sino? Kami? Masaya ang aming pagmamahabang-dulang? |
| 7. | pipigan | Sino? Kami? Masaya ang aming pipigan? |
| 8. | Magulo | Sino? Kami? Magulo ang aming pipigan? |
| 9. | palusong | Sino? Kami? Magulo ang aming palusong? |
| 10. | Kayo | Sino? Kayo? Magulo ang inyong palusong? |

Oo, kayo. Masaya ang pagmamahabang-dulang ninyo.
Oo, kayo. Masaya ang pipigan ninyo.
Oo, kayo. Magulo ang pipigan ninyo.
Oo, kayo. Magulo ang palusong ninyo.
Oo, kami. Magulo ang palusong namin.

| | | | |
|---|---|---|---|
| 11. | Iba | | Sino? Kayo? Iba ang inyong palusong? |
| 12. | | trabaho | Sino? Kayo? Iba ang inyong trabaho? |
| 13. | | bahay | Sino? Kayo? Iba ang inyong bahay? |
| 14. | Malaki | | Sino? Kayo? Malaki ang inyong bahay? |
| 15. | Siya | | Sino? Siya? Malaki ang kaniyang bahay? |

Oo, kami. Iba ang palusong namin.
Oo, kami. Iba ang trabaho namin.
Oo, kami. Iba ang bahay namin.
Oo, kami. Malaki ang bahay namin.
Oo, siya. Malaki ang bahay niya.

| | | | |
|---|---|---|---|
| 16. | | kotse | Sino? Siya? Malaki ang kaniyang kotse? |
| 17. | Modelo | | Sino? Siya? Modelo ang kaniyang kotse? |
| 18. | Marami | | Sino? Siya? Marami ang kaniyang kotse? |
| 19. | | kaibigan | Sino? Siya? Marami ang kaniyang kaibigan? |
| 20. | Ikaw | | Sino? Ikaw? Marami ang iyong kaibigan? |

Oo, siya. Malaki ang kotse niya.
Oo, siya. Modelo ang kotse niya.
Oo, siya. Marami ang kotse niya.
Oo, siya. Marami ang kaibigan niya.
Oo, ako. Marami ang kaibigan ko.

| | | | |
|---|---|---|---|
| 21. | | pagkain | Sino? Ikaw? Marami ang iyong pagkain? |
| 22. | | kasama | Sino? Ikaw? Marami ang iyong kasama? |
| 23. | Kapuri-puri | | Sino? Ikaw? Kapuri-puri ang iyong kasama? |
| 24. | | Lola | Sino? Ikaw? Kapuri-puri ang iyong Lola? |
| 25. | Sila | | Sino? Sila? Kapuri-puri ang kanilang Lola? |

Oo, ako. Marami ang pagkain ko.
Oo, ako. Marami ang kasama ko.
Oo, ako. Kapuri-puri ang kasama ko.
Oo, ako. Kapuri-puri ang Lola ko.
Oo, sila. Kapuri-puri ang Lola nila.

| | | | |
|---|---|---|---|
| 26. | | kaugalian | Sino? Sila? Kapuri-puri ang kanilang kaugalian? |
| 27. | | bayanihan | Sino? Sila? Kapuri-puri ang kanilang bayanihan? |
| 28. | Malaki | | Sino? Sila? Malaki ang kanilang bayanihan? |
| 29. | | pagtitipon | Sino? Sila? Malaki ang kanilang pagtitipon? |
| 30. | Tayo | | Sino? Tayo? Malaki ang ating pagtitipon? |

Oo, sila. Kapuri-puri ang kaugalian nila.
Oo, sila. Kapuri-puri ang bayanihan nila.
Oo, sila. Malaki ang bayanihan nila.
Oo, sila. Malaki ang pagtitipon nila.
Oo, tayo. Malaki ang pagtitipon natin.

| | | | |
|---|---|---|---|
| 31. | | anihan | Sino? Tayo? Malaki ang ating anihan? |
| 32. | Pareho | | Sino? Tayo? Pareho ang ating anihan? |
| 33. | | pagtulong | Sino? Tayo? Pareho ang ating pagtulong? |
| 34. | Kusang-loob | | Sino? Tayo? Kusang-loob ang ating pagtulong? |
| 35. | Ako | | Sino? Ako? Kusang-loob ang aking pagtulong? |

Oo, tayo. Malaki ang anihan natin.
Oo, tayo. Pareho ang anihan natin.
Oo, tayo. Pareho ang pagtulong natin.
Oo, tayo. Kusang-loob ang pagtulong natin.
Oo, ikaw. Kusang-loob ang pagtulong mo.

## SUBSTITUTION-CONVERSION DRILL (Moving Slot)

Instructions: The teacher cues a sentence with a _sa_-pronoun, which Student 1 repeats. Student 2 recasts the same sentence in a construction with a _ng_-pronoun.

| | Teacher | Student 1 | Student 2 |
|---|---|---|---|
| 1. | Masaya ang kanilang anihan. | Masaya ang kanilang anihan. | Masaya ang anihan nila. |
| 2. | pipigan | Masaya ang kanilang pipigan. | Masaya ang pipigan nila. |

| 3. | _____ pagtitipon | Masaya ang kanilang pagtitipon. | Masaya ang pagtitipon nila. |
|---|---|---|---|
| 4. | Kusang-loob _____ | Kusang-loob ang kanilang pagtitipon. | Kusang-loob ang pagtitipon nila. |
| 5. | _____ pagtulong | Kusang-loob ang kanilang pagtulong. | Kusang-loob ang pagtulong nila. |
| 6. | _____ iyo _____ | Kusang-loob ang iyong pagtulong. | Kusang-loob ang pagtulong mo. |
| 7. | Kapuri-puri _____ | Kapuri-puri ang iyong pagtulong. | Kapuri-puri ang pagtulong mo. |
| 8. | _____ kaniya _____ | Kapuri-puri ang kaniyang pagtulong. | Kapuri-puri ang pagtulong niya. |
| 9. | _____ pagawa | Kapuri-puri ang kaniyang pagawa. | Kapuri-puri ang pagawa niya. |
| 10. | Tunay _____ | Tunay ang kaniyang pagawa. | Tunay ang pagawa niya. |
| 11. | _____ inyo _____ | Tunay ang inyong pagawa. | Tunay ang pagawa ninyo. |
| 12. | _____ pagmamahalan | Tunay ang inyong pagmamahalan. | Tunay ang pagmamahalan ninyo. |
| 13. | Matamis _____ | Matamis ang inyong pagmamahalan. | Matamis ang pagmamahalan ninyo. |
| 14. | _____ suman | Matamis ang inyong suman. | Matamis ang suman ninyo. |
| 15. | _____ atin _____ | Matamis ang ating suman. | Matamis ang suman natin. |
| 16. | Masarap _____ | Masarap ang ating suman. | Masarap ang suman natin. |
| 17. | _____ pagkain | Masarap ang ating pagkain. | Masarap ang pagkain natin. |
| 18. | _____ amin _____ | Masarap ang aming pagkain. | Masarap ang pagkain namin. |
| 19. | Mahusay _____ | Mahusay ang aming pagkain. | Mahusay ang pagkain namin. |
| 20. | _____ akin _____ | Mahusay ang aking pagkain. | Mahusay ang pagkain ko. |
| 21. | Marami _____ | Marami ang aking pagkain. | Marami ang pagkain ko. |
| 22. | _____ kanila _____ | Marami ang kanilang pagkain. | Marami ang pagkain nila. |
| 23. | _____ pista | Marami ang kanilang pista. | Marami ang pista nila. |
| 24. | Masaya _____ | Masaya ang kanilang pista. | Masaya ang pista nila. |
| 25. | _____ anihan | Masaya ang kanilang anihan. | Masaya ang anihan nila. |

## SUBSTITUTION-RESPONSE DRILL (Moving Slot)

Instructions: The teacher asks a question which Student 1 repeats. Student 2 answers, affirmatively, using a preposed sa-possessive. Student 3 gives a contradicting answer, using the postposed ng-possessive.

| Teacher | Student 1 |
|---|---|
| 1. Masaya ang anihan nila, hindi ba? Ulitin mo. | Masaya ang anihan nila, hindi ba? |
| 2. _____ ninyo _____ | Masaya ang anihan ninyo, hindi ba? |
| 3. _____ namin _____ | Masaya ang anihan namin, hindi ba? |
| 4. _____ pagtitipon _____ | Masaya ang pagtitipon namin, hindi ba? |
| 5. _____ natin _____ | Masaya ang pagtitipon natin, hindi ba? |

| Student 2 | Student 3 |
|---|---|
| Oo, masaya ang kanilang anihan. | Hindi, hindi masaya ang anihan nila. |
| Oo, masaya ang aming anihan. | Hindi, hindi masaya ang anihan namin. |
| Oo, masaya ang inyong anihan. | Hindi, hindi masaya ang anihan ninyo. |
| Oo, masaya ang inyong pagtitipon. | Hindi, hindi masaya ang pagtitipon ninyo. |
| Oo, masaya ang ating pagtitipon. | Hindi, hindi masaya ang pagtitipon natin. |

| | | |
|---|---|---|
| 6. | Kusang-loob _____ | Kusang-loob ang pagtitipon natin, hindi ba? |
| 7. | _____ pagtulong _____ | Kusang-loob ang pagtulong natin, hindi ba? |
| 8. | _____ niya _____ | Kusang-loob ang pagtulong niya, hindi ba? |
| 9. | Kapuri-puri _____ | Kapuri-puri ang pagtulong niya, hindi ba? |
| 10. | _____ pagawa _____ | Kapuri-puri ang pagawa niya, hindi ba? |

| | |
|---|---|
| Oo, kusang-loob ang ating pagtitipon. | Hindi, hindi kusang-loob ang pagtitipon natin. |
| Oo, kusang-loob ang ating pagtulong. | Hindi, hindi kusang-loob ang pagtulong natin. |
| Oo, kusang-loob ang kaniyang pagtulong. | Hindi, hindi kusang-loob ang pagtulong niya. |
| Oo, kapuri-puri ang kaniyang pagtulong. | Hindi, hindi kapuri-puri ang pagtulong niya. |
| Oo, kapuri-puri ang kaniyang pagawa. | Hindi, hindi kapuri-puri ang pagawa niya. |

| | | |
|---|---|---|
| 11. | _____ ko _____ | Kapuri-puri ang pagawa ko, hindi ba? |
| 12. | Tunay _____ | Tunay ang pagawa ko, hindi ba? |
| 13. | _____ mo _____ | Tunay ang pagawa mo, hindi ba? |
| 14. | _____ ninyo _____ | Tunay ang pagawa ninyo, hindi ba? |
| 15. | _____ pagmamahalan _____ | Tunay ang pagmamahalan ninyo, hindi ba? |

Oo, kapuri-puri ang iyong pagawa.
Oo, tunay ang iyong pagawa.
Oo, tunay ang aking pagawa.
Oo, tunay ang aming pagawa.
Oo, tunay ang aming pagmamahalan.

Hindi, hindi kapuri-puri ang pagawa mo.
Hindi, hindi tunay ang pagawa mo.
Hindi, hindi tunay ang pagawa ko.
Hindi, hindi tunay ang pagawa namin.
Hindi, hindi tunay ang pagmamahalan namin.

16. Matamis _____
17. _____ namin _____
18. Masarap _____
19. _____ natin _____
20. Magulo _____

Matamis ang pagmamahalan ninyo, hindi ba?
Matamis ang pagmamahalan namin, hindi ba?
Masarap ang pagmamahalan namin, hindi ba?
Masarap ang pagmamahalan natin, hindi ba?
Magulo ang pagmamahalan natin, hindi ba?

Oo, matamis ang aming pagmamahalan.
Oo, matamis ang inyong pagmamahalan.
Oo, masarap ang inyong pagmamahalan.
Oo, masarap ang ating pagmamahalan.
Oo, magulo ang ating pagmamahalan.

Hindi, hindi matamis ang pagmamahalan namin.
Hindi, hindi matamis ang pagmamahalan ninyo.
Hindi, hindi masarap ang pagmamahalan ninyo.
Hindi, hindi masarap ang pagmamahalan natin.
Hindi, hindi magulo ang pagmamahalan natin.

21. _____ pista _____
22. _____ ninyo _____
23. Masaya _____
24. _____ nila _____
25. _____ anihan _____

Magulo ang pista natin, hindi ba?
Magulo ang pista ninyo, hindi ba?
Masaya ang pista ninyo, hindi ba?
Masaya ang pista nila, hindi ba?
Masaya ang anihan nila, hindi ba?

Oo, magulo ang ating pista.
Oo, magulo ang aming pista.
Oo, masaya ang aming pista.
Oo, masaya ang kanilang pista.
Oo, masaya ang kanilang anihan.

Hindi, hindi magulo ang pista natin.
Hindi, hindi magulo ang pista namin.
Hindi, hindi masaya ang pista namin.
Hindi, hindi masaya ang pista nila.
Hindi, hindi masaya ang anihan nila.

## DISCUSSION

Like the ng-possessive phrase, the ng-possessive-pronoun is always attributive; it never constitutes an independent part of the sentence. Ng itself does not occur with the ng-pronouns.

The sa-possessive-pronouns may occur independently as either predicate or topic. When they are used attributively, they must be linked to the word they modify. Sa itself is optional with the sa-pronouns, and it is usually omitted when the pronouns are attributive.

Note that the ng-pronouns namin and natin parallel the sa-pronouns amin and atin, the first member of each pair being exclusive, the second inclusive. The ng-pronoun nita is occasionally used instead of natin to refer to something possessed by the speaker and the hearer only (cf. kata, kanita).

The full pattern of Tagalog personal pronouns is shown in the following chart:

|  | ang-Pronouns | ng-Pronouns | sa-Pronouns |
|---|---|---|---|
| Singular |  |  |  |
| 1st person | ako | ko | akin |
| 2nd person | ikaw   ka | mo | iyo |
| 1st-2nd | (kata) | (nita) | (kanita) |
| 3rd person | siya | niya | kaniya |
| Plural |  |  |  |
| 1st person | kami | namin | amin |
| 2nd person | kayo | ninyo | inyo |
| 1st-2nd | tayo | natin | atin |
| 3rd person | sila | nila | kanila |

## III. THE NUMERALS 11-199

| 11 | labing-isa | /labɪŋɪsa·h/ |
|---|---|---|
| 12 | labindalawa | /labɪndalawa·h/ |
| 13 | labintatlo | /labɪntatlo·h/ |
| 14 | labing-apat | /labɪŋ'a·pat/ |
| 15 | labinlima | /labɪnlɪma·h/ |
| 16 | labing-anim | /labɪŋ'a·nɪm/ |
| 17 | labimpito | /labɪmpito·h/ |
| 18 | labingwalo | /labɪŋwalo·h/ |
| 19 | labinsiyam | /labɪnsya·m/ |

| 20 | dalawampu | /dalawampu·'/ |
|---|---|---|
| 30 | tatlumpu | /tatlumpu·'/ |
| 40 | apatnapu | /'a·patnapu·'/ |
| 50 | limampu | /lɪmampu·'/ |
| 60 | animnapu | /'a·nɪmnapu·'/ |
| 70 | pitumpu | /pɪtumpu·'/ |
| 80 | walumpu | /walumpu·'/ |
| 90 | siyamnapu | /syamnapu·'/ |
| 100 | sandaan | /sanda'a·n/ |

| 101 | sandaa't isa | /sanda'at ɪsa·h/ |
| 112 | sandaa't labindalawa | /sanda'at labɪndalawa·h/ |
| 123 | sandaa't dalawampu't tatlo | /sanda'at dalawampʊt tatlo·h/ |
| 134 | sandaa't tatlumpu't apat | /sanda'at tatlʊmpʊt 'a·pat/ |
| 145 | sandaa't apatnapu't lima | /sanda'at a·patnapʊt lɪma·h/ |
| 156 | sandaa't limampu't anim | /sanda'at lɪmampʊt 'a·nɪm/ |
| 167 | sandaa't animnapu't pito | /sanda'at a·nɪmnapʊt pɪto·h/ |
| 178 | sandaa't pitumpu't walo | /sanda'at pɪtʊmpʊt walo·h/ |
| 189 | sandaa't walumpu't siyam | /sanda'at walʊmpʊt sya·m/ |
| 199 | sandaa't siyamnapu't siyam | /sanda'at syamnapʊt sya·m/ |

a. As was hinted at in Unit IV, Tagalog says one-ten, two-ten, three-ten for 10, 20, 30, etc. Notice that the first number in these cases is linked to pu by the ligature -ŋ or na.

b. Except for the series 11 to 20, tens and units are joined by the conjunction at 'and', which appears as a final /-t/ replacing the glottal on -pu'.

c. Sandaan is derived from isangdaan, daan meaning 'hundred'. It is joined to a following smaller number by the conjunction at 'and', which is contracted to a final /-t/ which replaces the last /n/ of sandaan.

d. Tagalog says two-ten-and-one, two-ten-and-two for 21, 22, etc., and one-hundred-and-one for 101, etc.

## COUNTING DRILL

1. Bumilang ka buhat sa[1] labing-isa hanggang[2] dalawampu.
2. Bumilang ka buhat sa dalawampu't isa hanggang tatlumpu.
3. Bumilang ka ng sampuan[3] hanggang limampu.
4. Bumilang ka ng sampuan hanggang sandaan.
5. Bumilang ka hanggang dalawampu.
6. Bumilang ka ng dalawahan[3] hanggang dalawampu.
7. Bumilang ka ng tatluhan[3] hanggang tatlumpu.
8. Bumilang ka ng limahan[3] hanggang sandaan.
9. Bumilang ka ng dalawampuan[3] hanggang dalawandaan.
10. Bumilang ka ng dalawampu't limahan[3] hanggang tatlong daan.

## DRILL ON READING NUMBERS

Basahin mo:

A. 1. 18
2. 31
3. 50
4. 65
5. 42
6. 73
7. 24
8. 86
9. 97
10. 99
11. 100
12. 58
13. 37
14. 51
15. 60

B. 1. 13 kotse
2. 24 bata
3. 35 babae
4. 46 lalaki
5. 57 bahay
6. 168 turon
7. 179 Kastila
8. 182 Pilipino
9. 191 damit
10. 102 matanda
11. 66 damit
12. 39 kaibigan
13. 86 bel
14. 120 dalaga
15. 111 bisita

## DISCUSSION

Tagalog numbers employ more conjunctions than English, which uses them optionally between hundreds and tens. Tagalog normally uses a conjunction between tens and units (except 11-20) and

[1] From.

[2] 'Until, to' or 'up to' can also be translated hanggang sa.

[3] By tens, by twos, by threes, by fives, by twenties, by twenty-fives.

between hundreds and tens. Literally translated, these numbers are <u>two-ten-and-one</u>, <u>two-ten-and-two</u>, for 21, 22, etc., and <u>one-hundred-and-three-ten-and-one</u>, <u>one-hundred-and-four-ten-and-five</u>, for 131, 145, etc.

Cardinal numbers exhibit processes of sound assimilation. An ŋ followed by a <u>p</u> becomes <u>mp</u>, as in <u>isang pu</u> → <u>sampu</u>, <u>dalawang pu</u> → <u>dalawampu</u>. An ŋ followed by <u>d</u> or <u>t</u> becomes <u>n</u>, as in <u>labing dalawa</u> → <u>labindalawa</u>, <u>labing tatlo</u> → <u>labintatlo</u>.

The consonant /ŋ/ is a velar nasal (as explained in the introduction to sounds), and /d/ is a dental stop. The tendency in pronunciation is toward simplification by means of making these two sounds more similar. The normal pattern of change is for a nasal sound to become more like the sound which follows. Since the next sound is dental, the tongue (which would otherwise touch the velum to produce /ŋ/) moves directly to the back of the teeth in position for /d/. Since the nasal quality of /ŋ/ remains, the resultant sound is /n/, the dental nasal.

The original /ŋ/ is assimilated to the /d/, that is, it becomes more like the /d/ by sharing the same articulatory feature of "dentalness". English exhibits the same phenomenon of assimilation in many instances. Note the following partial description of the pattern for the English negating prefix <u>in-</u>:

Before dental sounds like /t, d/: intolerant, indecisive.
Before labial sounds like /p, b/: impious, imbalance.

## IV. DATES

### A. Ordinal Numbers

EXAMPLES

A. 1. Ikailan si Joe?                              What order does Joe come in?

B. 1. Una siya.                                    He's first.
   2. Ikalawa si Ben. }
      Pangalawa si Ben. }                          Ben's second.
   3. Ikatlo si Eddie. }
      Pangatlo si Eddie. }                         Eddie's third.
   4. Ikaapat si Nene. }
      Pang-apat si Nene. }                         Nene's fourth.
   5. Ikalima si Mario. }
      Panlima si Mario. }                          Mario's fifth.

Question

| Tagalog | English |
|---------|---------|
| Ilan? | How many? |
| Ikailan?<br>Pang-ilan? | In what order?<br>What rank? |

Response

| Tagalog | | English |
|---------|---------|---------|
| Isa, etc. | | One, etc. |
| Una | /'uˑnah/ | First |
| Ikalawa<br>Pangalawa | /'ɪkalawaˑh/<br>/paŋalawaˑh/ | Second |
| Ikatlo<br>Pangatlo | /'ɪkatloˑh/<br>/paŋatloˑh/ | Third |
| Ikaapat<br>Pang-apat | /'ɪkaˑ'apat/<br>/paŋ'aˑpat/ | Fourth |
| Ikalima<br>Panlima | /'ɪkalɪmaˑh/<br>/panlɪmaˑh/ | Fifth |
| Ikaanim<br>Pang-anim | /'ɪkaˑ'nɪm/<br>/paŋ'aˑnɪm/ | Sixth |
| Ikapito<br>Pampito | /'ɪkapɪtoˑh/<br>/pampɪtoˑh/ | Seventh |
| Ikawalo<br>Pangwalo | /'ɪkawaloˑh/<br>/paŋwaloˑh/ | Eighth |
| Ikasiyam<br>Pansiyam | /'ɪkasyaˑm/<br>/pansyaˑm/ | Ninth |
| Ikasampu<br>Pansampu | /'ɪkasampuˑ'/<br>/pansampuˑ'/ | Tenth |
| etc. | | |

a. The prefix <u>ika</u>- or the prefix <u>pang</u>-, both meaning 'order', convert any cardinal number except <u>isa</u> into an ordinal number. The ordinal counterpart of <u>isa</u> is <u>una</u>.

b. Numbers, either cardinal or ordinal, may be used attributively. Cardinal numbers precede but ordinal numbers may precede or follow the word they modify. In all cases, the number and the noun modified will be linked by -<u>ng</u> or <u>na</u>.

### B. Days, Months, Years

EXAMPLES

A. 1. Anong araw ngayon? — What day is it today?
      Miyerkoles. — Wednesday.
   2. Ilan ang araw sa isang linggo? — How many days are there in a week?
      Pito. — Seven.
   3. Anong buwan ngayon? — What month is it?
      Abril. — April.
   4. Ilan ang buwan sa isang taon? — How many months are there in a year?
      Labindalawa. — Twelve.
   5. Anong taon ngayon? — What year is it?
      Labinsiyam animnapu't isa. — 1961.
      Nayntin siksti wan. — 1961.
      Mil nuebe sientos sesentay-uno. — 1961.

B. 1. Ikailang buwan ang Setyembre? Ikawalo o ikasiyam? — What month is September? The 8th or the 9th?
      Ikasiyam na buwan ang Setyembre. — September is the 9th month.

C. 1. Ano ang petsa ngayon? — What's the date today?
      Aprimero ng Mayo. — It's the first of May.
      Ikalima ng Hunyo. — It's the fifth of June.
      Asingko ng Hunyo. — It's the fifth of June.

| | | | | | |
|---|---|---|---|---|---|
| Linggo | /lɪŋgo·h/ | Sunday, week | Huwebes | /hwe·bes/ | Thursday |
| Lunes | /lu·nes/ | Monday | Biyernes | /bye·rnes/ | Friday |
| Martes | /marte·s/ | Tuesday | Sabado | /sa·badoh/ | Saturday |
| Miyerkoles | /mye·rkʊles/ | Wednesday | | | |

| | | | | | |
|---|---|---|---|---|---|
| Enero | /'ɪne·roh/ | January | Hulyo | /hu·lyoh/ | July |
| Pebrero | /pebre·roh/ | February | Agosto | /'ago·stoh/ | August |
| Marso | /ma·rsoh/ | March | Setyembre | /setye·mbrẹh/ | September |
| Abril | /'abri·l/ | April | Oktubre | /'oktu·breh/ | October |
| Mayo | /ma·yoh/ | May | Nobyembre | /nʊbye·mbreh/ | November |
| Hunyo | /hu·nyoh/ | June | Disyembre | /dɪsye·mbreh/ | December |

| | | | | | |
|---|---|---|---|---|---|
| 1st | aprimero | /'aprɪme·roh/ | 11th | aonse | /'a·o·nseh/ |
| 2nd | ados | /'ado·s/ | 12th | adose | /'ado·seh/ |
| 3rd | atres | /'atre·s/ | 13th | atrese | /'atre·seh/ |
| 4th | akuwatro | /'akwa·troh/ | 14th | (a)katorse | /'akato·rseh/ |
| 5th | asingko | /'asi·ŋkoh/ | 15th | (a)kinse | /'aki·nseh/ |
| 6th | asais | /'asa·i·s/ | 16th | (a)disisais | /'adɪsɪsa·i·s/ |
| 7th | asiyete | /'asye·teh/ | 17th | (a)disisiyete | /'adɪsɪsye·teh/ |
| 8th | aotso | /'a·o·tsoh/ | 18th | (a)disiotso | /'adɪsɪ'o·tsoh/ |
| 9th | anuwebe | /'anwe·beh/ | 19th | (a)disinuwebe | /'adɪsɪnwe·beh/ |
| 10th | adiyes | /'adyi·s/ | 20th | abeynte | /'abe·ynteh/ |
| | | | | etc. | |

a. For dates, the preceding loanwords from Spanish or (except for 'first') the <u>ika-</u> construction is used, the former much more frequently.

b. Notice that starting with <u>(a)katorse</u>, the /a/ becomes optional (and more often omitted than not), though Spanish-oriented speakers will never forget to use it.

c. Following the Spanish pattern, 'the first' is expressed by <u>aprimero</u> from the Spanish ordinal number; all others are from the Spanish cardinal numbers.

d. <u>Linggo</u> meaning 'Sunday' and other names of days are always capitalized; meaning 'week', no special rules of capitalization apply.

e. The year may be given in Tagalog, English, or Spanish numbers (examples A.5). Often the same speaker may use any of the three at different times.

SUBSTITUTION-RESPONSE DRILL (Fixed Slot)

Instructions: The teacher gives a question which Student 1 repeats. Then the teacher gives a cue which Student 2 uses to answer.

| Teacher | Student 1 |
|---|---|
| 1. Anong araw ang bakasyon mo? | Anong araw ang bakasyon mo? |
| 2. _____ pagpunta ko | Anong araw ang pagpunta ko? |
| 3. _____ pabayani niya | Anong araw ang pabayani niya? |
| 4. _____ pista ninyo | Anong araw ang pista ninyo? |
| 5. _____ anihan namin | Anong araw ang anihan namin? |

| Teacher | Student 2 |
|---|---|
| Lunes[1] | Lunes ang bakasyon ko. |
| Martes | Martes ang pagpunta mo. |
| Miyerkoles | Miyerkoles ang pabayani niya. |
| Huwebes | Huwebes ang pista namin. |
| Biyernes | Biyernes ang anihan ninyo. |
| 6. _____ pipigan nila | Anong araw ang pipigan nila? |
| 7. _____ miting natin | Anong araw ang miting natin? |
| 8. _____ trabaho namin | Anong araw ang trabaho namin? |
| 9. _____ pagtitipon ninyo | Anong araw ang pagtitipon ninyo? |
| 10. _____ pagmamahabang-dulang mo | Anong araw ang pagmamahabang-dulang mo? |
| Lunes | Lunes ang pipigan nila. |
| Linggo | Linggo ang miting natin. |
| Martes | Martes ang trabaho ninyo. |
| Miyerkoles | Miyerkoles ang pagtitipon namin. |
| Sabado | Sabado ang pagmamahabang-dulang ko. |

Instructions: The same procedure is followed here as in the drill above, except that Student 3 adds an alternative form of the answer Student 2 gives.

| Teacher | | Student 1 |
|---|---|---|
| B. 1. Ikailan ng Enero ang pista? | Ulitin mo. | Ikailan ng Enero ang pista? |
| 2. _____ Pebrero _____ | | Ikailan ng Pebrero ang pista? |
| 3. _____ Marso _____ | | Ikailan ng Marso ang pista? |
| 4. _____ Abril _____ | | Ikailan ng Abril ang pista? |
| 5. _____ Mayo _____ | | Ikailan ng Mayo ang pista? |

| Teacher[2] | Student 2 | Student 3 |
|---|---|---|
| 2 | Ikalawa ng Enero. | Ados ng Enero. |
| 3 | Ikatlo ng Pebrero. | Atres ng Pebrero. |
| 4 | Ikaapat ng Marso. | Akuwatro ng Marso. |
| 5 | Ikalima ng Abril. | Asingko ng Abril. |
| 6 | Ikaanim ng Mayo. | Asais ng Mayo. |

---

[1]If desired, this cue can be given visually by pointing to the appropriate heading on a calendar.
[2]This cue can be given unobtrusively by holding up the required number of fingers.

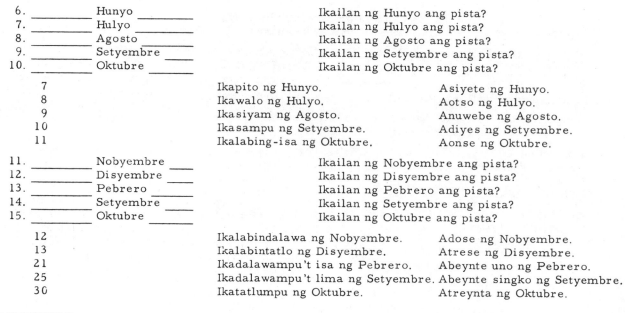

| 6. | Hunyo | Ikailan ng Hunyo ang pista? |
| 7. | Hulyo | Ikailan ng Hulyo ang pista? |
| 8. | Agosto | Ikailan ng Agosto ang pista? |
| 9. | Setyembre | Ikailan ng Setyembre ang pista? |
| 10. | Oktubre | Ikailan ng Oktubre ang pista? |

| 7 | Ikapito ng Hunyo. | Asiyete ng Hunyo. |
| 8 | Ikawalo ng Hulyo. | Aotso ng Hulyo. |
| 9 | Ikasiyam ng Agosto. | Anuwebe ng Agosto. |
| 10 | Ikasampu ng Setyembre. | Adiyes ng Setyembre. |
| 11 | Ikalabing-isa ng Oktubre. | Aonse ng Oktubre. |

| 11. | Nobyembre | Ikailan ng Nobyembre ang pista? |
| 12. | Disyembre | Ikailan ng Disyembre ang pista? |
| 13. | Pebrero | Ikailan ng Pebrero ang pista? |
| 14. | Setyembre | Ikailan ng Setyembre ang pista? |
| 15. | Oktubre | Ikailan ng Oktubre ang pista? |

| 12 | Ikalabindalawa ng Nobyembre. | Adose ng Nobyembre. |
| 13 | Ikalabintatlo ng Disyembre. | Atrese ng Disyembre. |
| 21 | Ikadalawampu't isa ng Pebrero. | Abeynte uno ng Pebrero. |
| 25 | Ikadalawampu't lima ng Setyembre. | Abeynte singko ng Setyembre. |
| 30 | Ikatatlumpu ng Oktubre. | Atreynta ng Oktubre. |

## DISCUSSION

The days of the month are designated as follows: the first is always aprimero; thereafter, either Spanish cardinal numbers (preceded by /a/) or Tagalog ordinal numbers are used.

Anong petsa ngayon is the standard formula for asking the date; Ikatlo ng Mayo labinsiyam animnapu't isa. Sometimes, instead of Anong petsa ngayon? one asks Ikailan tayo ngayon?, literally, 'In what order (of the month) are we now?'

For years, most speakers interchange Tagalog, English, and Spanish numbers freely. Those who use Tagalog follow the number division of English: 1961 is usually not one thousand nine hundred sixty-one but nineteen sixty-one; thus Tagalog speakers do not say sanlibo siyam na raan animnapu't isa but labinsiyam animnapu't isa. (For the Spanish numbers, consult the appendix.)

In written Tagalog, the abbreviation of ordinal numbers, except first, is ika-2, ika-3, etc., equivalent to English 2nd, 3rd, etc. There is no numerical abbreviation of Tagalog una.

## CUMULATIVE DRILLS

### SUBSTITUTION-RESPONSE DRILL (Moving Slot)

Instructions: The teacher gives a question which Student 1 repeats. Student 2 answers with an assurance that the particular quality which is queried is not present in excess.

Teacher                                                                 Student 1

A. 1. Talaga bang magara ang mga bisita ng Ate? Ulitin mo.  Talaga bang magara ang mga bisita ng Ate?
   2. _____ masaya _____   Talaga bang masaya ang mga bisita ng Ate?
   3. _____ titser _____   Talaga bang masaya ang mga titser ng Ate?
   4. _____ mahusay _____   Talaga bang mahusay ang mga titser ng Ate?
   5. _____ bata     Talaga bang mahusay ang mga titser ng bata?

Student 2

Hindi naman sila masyadong[1] magara.
Hindi naman sila masyadong masaya.
Hindi naman sila masyadong masaya.

---

[1]Masyado is equivalent to 'too' or 'too much', like the Spanish demasiado 'excessive' from which it was borrowed.

Both talaga and masyado act as adverbs in that they can stand as attributives to adjectives, nouns, and verbs; only masyado, however, can stand alone as an adjective, e.g., Masyado si Rosa, which means 'Rosa is too (much so)', always implying disapproval or displeasure.

Hindi naman sila masyadong mahusay.
Hindi naman sila masyadong mahusay.

| 6. | _____ matatanda _____ | Talaga bang matatanda ang mga titser ng bata? |
| 7. | _____ kasama _____ | Talaga bang matatanda ang mga kasama ng bata? |
| 8. | _____ Ninong | Talaga bang matatanda ang mga kasama ng Ninong? |
| 9. | _____ romantiko _____ | Talaga bang romantiko ang mga kasama ng Ninong? |
| 10. | _____ Kuya | Talaga bang romantiko ang mga kasama ng Kuya? |

Hindi naman sila masyadong matatanda.
Hindi naman sila masyadong matatanda.
Hindi naman sila masyadong matatanda.
Hindi naman sila masyadong romantiko.
Hindi naman sila masyadong romantiko.

| 11. | _____ marami _____ | Talaga bang marami ang mga kasama ng Kuya? |
| 12. | _____ dalaga | Talaga bang marami ang mga kasama ng dalaga? |
| 13. | _____ bisita _____ | Talaga bang marami ang mga bisita ng dalaga? |
| 14. | _____ magara _____ | Talaga bang magara ang mga bisita ng dalaga? |
| 15. | _____ Ate | Talaga bang magara ang mga bisita ng Ate? |

Hindi naman sila masyadong marami.
Hindi naman sila masyadong marami.
Hindi naman sila masyadong marami.
Hindi naman sila masyadong magara.
Hindi naman sila masyadong magara.

Instructions: The teacher gives a question which Student 1 repeats. Student 2 answers affirmatively using a preposed possessive sa-pronoun. Student 3 gives the same answer using a postposed possessive ng-pronoun.

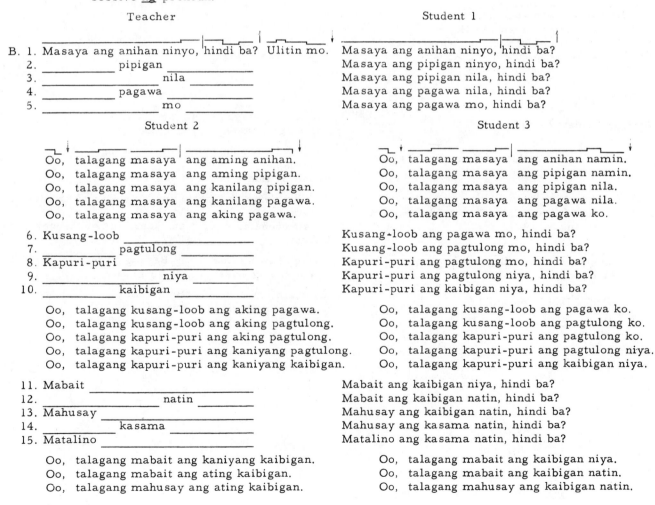

Teacher | Student 1

B. 1. Masaya ang anihan ninyo, hindi ba? Ulitin mo. | Masaya ang anihan ninyo, hindi ba?
2. _____ pipigan _____ | Masaya ang pipigan ninyo, hindi ba?
3. _____ nila _____ | Masaya ang pipigan nila, hindi ba?
4. _____ pagawa _____ | Masaya ang pagawa nila, hindi ba?
5. _____ mo _____ | Masaya ang pagawa mo, hindi ba?

Student 2 | Student 3

Oo, talagang masaya ang aming anihan. | Oo, talagang masaya ang anihan namin.
Oo, talagang masaya ang aming pipigan. | Oo, talagang masaya ang pipigan namin.
Oo, talagang masaya ang kanilang pipigan. | Oo, talagang masaya ang pipigan nila.
Oo, talagang masaya ang kanilang pagawa. | Oo, talagang masaya ang pagawa nila.
Oo, talagang masaya ang aking pagawa. | Oo, talagang masaya ang pagawa ko.

6. Kusang-loob _____ | Kusang-loob ang pagawa mo, hindi ba?
7. _____ pagtulong _____ | Kusang-loob ang pagtulong mo, hindi ba?
8. Kapuri-puri _____ | Kapuri-puri ang pagtulong mo, hindi ba?
9. _____ niya _____ | Kapuri-puri ang pagtulong niya, hindi ba?
10. _____ kaibigan _____ | Kapuri-puri ang kaibigan niya, hindi ba?

Oo, talagang kusang-loob ang aking pagawa. | Oo, talagang kusang-loob ang pagawa ko.
Oo, talagang kusang-loob ang aking pagtulong. | Oo, talagang kusang-loob ang pagtulong ko.
Oo, talagang kapuri-puri ang aking pagtulong. | Oo, talagang kapuri-puri ang pagtulong ko.
Oo, talagang kapuri-puri ang kaniyang pagtulong. | Oo, talagang kapuri-puri ang pagtulong niya.
Oo, talagang kapuri-puri ang kaniyang kaibigan. | Oo, talagang kapuri-puri ang kaibigan niya.

11. Mabait _____ | Mabait ang kaibigan niya, hindi ba?
12. _____ natin _____ | Mabait ang kaibigan natin, hindi ba?
13. Mahusay _____ | Mahusay ang kaibigan natin, hindi ba?
14. _____ kasama _____ | Mahusay ang kasama natin, hindi ba?
15. Matalino _____ | Matalino ang kasama natin, hindi ba?

Oo, talagang mabait ang kaniyang kaibigan. | Oo, talagang mabait ang kaibigan niya.
Oo, talagang mabait ang ating kaibigan. | Oo, talagang mabait ang kaibigan natin.
Oo, talagang mahusay ang ating kaibigan. | Oo, talagang mahusay ang kaibigan natin.

Oo, talagang mahusay ang ating kasama.
Oo, talagang matalino ang ating kasama.

Oo, talagang mahusay ang kasama natin.
Oo, talagang matalino ang kasama natin.

16. _____ namin _____
17. _____ titser _____
18. Masaya _____
19. _____ anihan _____
20. _____ ninyo _____

Matalino ang kasama namin, hindi ba?
Matalino ang titser namin, hindi ba?
Masaya ang titser namin, hindi ba?
Masaya ang anihan namin, hindi ba?
Masaya ang anihan ninyo, hindi ba?

Oo, talagang matalino ang inyong kasama.
Oo, talagang matalino ang inyong titser.
Oo, talagang masaya ang inyong titser.
Oo, talagang masaya ang inyong anihan.
Oo, talagang masaya ang aming anihan.

Oo, talagang matalino ang kasama ninyo.
Oo, talagang matalino ang titser ninyo.
Oo, talagang masaya ang titser ninyo.
Oo, talagang masaya ang anihan ninyo.
Oo, talagang masaya ang anihan namin.

## RESPONSE DRILL

Teacher                                    Student

A. 1. Ilan ang araw sa isang linggo?        Pito.
   2. Ilan ang buwan sa isang taon?          Labindalawa.

B. 1. Ilan ang araw sa buwan ng[1] Abril?    Tatlumpu.
   2. Ilan ang araw sa buwan ng Disyembre?   Tatlumpu't isa.
   3. Ilan ang araw sa buwan ng Enero?       Tatlumpu't isa.
   4. Ilan ang araw sa buwan ng Hulyo?       Tatlumpu't isa.
   5. Ilan ang araw sa buwan ng Pebrero?     Dalawampu't walo o dalawampu't siyam.

C. 1. Ikailang araw ang Sabado?              Ikapito.
   2. Ikailang araw ang Huwebes?             Ikalima.
   3. Ikailang buwan ang Nobyembre?          Ikalabing-isa.
   4. Ikailang buwan ang Agosto?             Ikawalo.
   5. Ikailang buwan ang Enero?              Una.

## TRANSLATION DRILL

A. 1. Our fiesta is on May 6.

Ikaanim ng Mayo ang aming pista.
Asais ng Mayo ang aming pista.

   2. The Philippine Independence Day is on June 12.

Ikalabindalawa ng Hunyo ang Araw ng Kalayaan ng Pilipinas.
Adose ng Hunyo ang Araw ng Kalayaan ng Pilipinas.

   3. Manuel L. Quezon's birthday (kaarawan) is on August 19.

Ikalabinsiyam ng Agosto ang kaarawan ni Manuel L. Quezon.
Adisinuwebe ng Agosto ang kaarawan ni Manuel L. Quezon.

   4. New Year's Day (Bagong Taon) is on January 1.

Unang araw ng Enero ang Bagong Taon.
Aprimero ng Enero ang Bagong Taon.

   5. Bataan Day is on April 9.

Ikasiyam ng Abril ang 'Bataan Day'.
Anuwebe ng Abril ang 'Bataan Day'.

---

[1]Sa buwan ng .... means 'in the month of'.

## VISUAL-CUE DRILLS

### PICTURE A

Panuto: Ilarawan ang mga sumusunod.

Halimbawa: Kusang-loob ang pagtulong ni Ben.
Kapuri-puri ang kaniyang pagtulong.
Kapuri-puri ang pagtulong niya.

### PICTURE B

Panuto: Pag-usapan ang sumusunod.

Halimbawa: S₁: Anong araw ang miting?　　S₂: Sa Lunes ang miting.
Kailan ang miting?

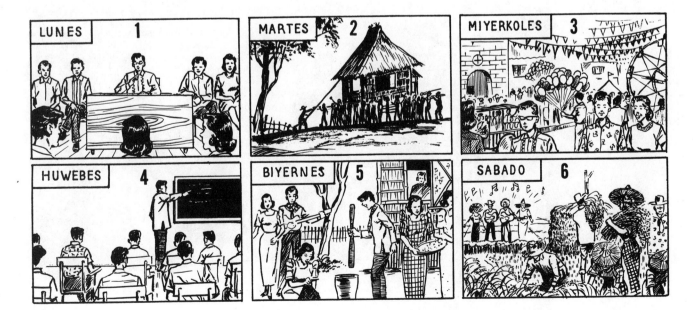

## PICTURE C

Panuto: Pag-usapan ang sumusunod na mga larawan.

       Halimbawa: S₁: Ikailan ng Mayo ang pista?      S₂: Ikawalo ng Mayo ang pista.
                       Anong petsa ang pista?             Aotso ng Mayo ang pista.

## PICTURE D

Panuto: Ilarawan ang sumusunod.

## COMPREHENSION-RESPONSE DRILLS

A. 1. Masaya ba ang anihan ng mga Pilipino?
   2. Kusang-loob ba ang pagtulong ng mga tao?
   3. Pareho ba ang pabayani at palusong?
   4. Sama-sama bang gumagawa ang matatanda't kabataan?
   5. Katutubo bang kaugalian ang bayanihan?
   6. Libre ba sa pagawa ang maybahay?

B. 1. Si David ba o si Arthur ang Amerikano?
   2. Libre ba o hindi sa pagawa ang maybahay?
   3. Kusang-loob ba o hindi ang pagtulong ng mga tao?
   4. Sama-sama bang gumagawa o hindi ang mga matatanda't kabataan?
   5. Masaya ba o hindi ang anihan ng mga Pilipino?

C. 1. Ano ang katutubong kaugalian ng mga Pilipino?
   2. Sino ang nagtatrabaho nang walang bayad?
   3. Ano ang kaugnayan ng buwan sa anihan?
   4. Ano ang kapuri-puring kaugalian ng mga Pilipino?
   5. Sinu-sino ang bumabayo at pumipipig?
   6. Saan nagtatrabaho ang matatanda? Ang mga dalaga't binata?
   7. Saan umuusbong ang matamis na pagmamahalan?
   8. Sinu-sino ang mga bumubuhat ng bahay?
   9. Saan ang pabayani nina David?

# UNIT VI

Ang Dobol Istandard

Matandang magkaibigan sina Arthur, isang Amerikano, at Fidel, isang Pilipino. Isang <u>lower</u> <u>upper</u> <u>class</u> (1) si Fidel. Nag-uusap sila nang masinsinan.

Arthur:
Magkaibang-magkaiba tayo!

magkaɪbaŋ magkaɪba taˑyoh  (2)
(very different)

Fidel:
Nag-iiba na nga ang aming mga ugali, e.

nagiˑˈɪba na ŋaˑŋ ˈaˑmɪŋ maŋa ʊgaˑliˑ ˈeˑh
(changing)  (custom)

Arthur:
Alin-alin ang nag-iiba?

ˈalɪn alɪn aŋ nagiˑˈɪbah
(which pl.)

Fidel:
Halimbawa, ang mga pamantayang pangkaugalian.

halɪmbaˑwaˈ ˈaŋ maŋa paˑmantaˑyaŋ
(example)  (standard)

paŋkaʊgalɪˈaˑn
(habit)

Arthur:
O, hindi ba nagdodobol-istandard (3) pa rin ang mga lalaki?

ˈoˑh hɪndiˑ ba nagdoˑdoˑbʊl ɪstaˑndard
(following-the-double-standard)

pa rɪn aŋ maŋa lalaˑkiˑh
(man)

The Double Standard

Arthur, an American, and Fidel, a Filipino who belongs to the lower upper class, are old friends. They have been talking seriously.

You Filipinos are very different from us.

But our customs are changing.

What's changing?

For example, social standards.

Oh, don't your men still follow the double standard?

[104]

Fidel:
Oo, nagsisimba ang mga babae, hindi laging nagsisimba ang mga lalaki (4).

'o·'oh   nagsi·sɪmba·ŋ  maŋa baba·'eh
(going-to-church)

hɪndi·  la·gɪŋ  nagsi·sɪmba·ŋ maŋa lala·kɪh
(always)

Well, yes. The women go to church, the men don't always go.

Arthur:
Sino? Ang mga lalaki, hindi nagsisimba?

si·ŋoh    'aŋ maŋa lala·ki·h

hɪndi·  nagsi·sɪmba·h

How's that? The men don't go to church?

Fidel:
Nagsisimba sila pero...

nagsi·sɪmba sɪla·h   pe·roh   (5)

They do, but...

Arthur:
Hindi regular ang pagsisimba, ganoon ba?

hɪndi·  regʊlar am pagsɪsɪmba·h ganʊm ba·h
(act-of-going-to-church)

Not regularly, is that it?

Fidel:
Oo, at nagdodobol-istandard.

'o·'oh    'at nagdo·do·bʊl ɪsta·ndard

Yes, and they follow the double standard.

Arthur:
Alam ko, alam ko...Nagsisigarilyo kayo, hindi nagsisigarilyo ang mga babae (6).

'alam ko·h  'alam ko·h  nagsi·sɪgari·lyo kayo·h
(know my)              (smoking)

hɪndi·  nagsi·sɪgari·lyoh  'aŋ maŋa baba·'eh

Yes, I know; you smoke, the women don't.

Fidel:
Nagpapasyal (7) kami saanman, hindi nagpapasyal ang mga babae.

nagpa·pasyal kamɪ sa'anma·n
(going-places)

hɪndi·  nagpa·pasyal aŋ maŋa baba·'eh

We go anywhere we please, the women don't.

Arthur:
At nagloloko ang ibang lalaki, hindi nagloloko ang mga babae.

'at    naglu·lʊkʊ   aŋ ɪban lala·ki·h   (8)
(playing-around)

hɪndi·  naglu·lʊkʊ aŋ maŋa baba·'eh

And some men play around, the women don't.

Fidel:
Lalo ang mga istandard sa probinsya (9).

la·lu·  'aŋ maŋa ɪsta·ndard sa prʊbi·nsya·h
(province)

It's worse in the province.

Arthur:
Mas libre ba ang mga lalaki?

mas li·brɪ ba·ŋ maŋa lala·ki·h

The men are freer?

Fidel:
Oo, nagloloko ang karamihan. At naghihirap ang mga babae (9).

'o·'oh   naglu·lʊkoh   'aŋ karami·han
(majority)

'at naghi·hi·rap  'aŋ maŋa baba·'eh
(suffering)

Yes, the majority play around. And the women suffer.

Arthur:
Nagtitiis sila, e.

nagti·tɪ'ɪs sɪla e·h
(enduring)

(Because) they put up with it.

Fidel:
Ugali e, nagtitiis sila. Pero nag-iiba na ang mga ugali namin.

'ʊga·li·  'eh   nagti·tɪ'ɪs sɪla·h   (10)

pe·rʊ nagi·'iba na·ŋ maŋa ʊga·li· na·mi·n

It's the custom, so they have to take it. But all that's changing.

Arthur:
Oo, alam ko.

'o·'oh  'alam ko·h

Yes, I know.

## CULTURAL AND STRUCTURAL NOTES

(1) It is said that there are only two social classes in the Philippines—the upper and the lower classes: the former consists of the upper upper and the lower upper groups, and the latter of the upper lower and the lower lower groups. The middle class, significant in other countries, is only beginning to emerge. Professional men and women usually belong to the lower upper class.

(2) Fully reduplicated words are generally read on separate intonation phrases, especially under emphasis.

(3) It used to be that a married man's flirtation, mild or serious, with other women was tolerated by his society (even by his family and his wife's, and probably even by the wife, who just suffered in silence). It was nothing unusual, in other words; but the mildest flirtation on the part of the woman was a scandal. This seems to be changing now, not in the sense that women are freer to act like the men, but that the men have started to forsake this double standard of morality (or at least the public appearance of it) for various reasons, among them being the vocal protests of the women. The separate codes for men and women are gradually tending to become one, probably as a result of the gradual emergence of a middle class.

Note use of double standard as a verb.

(4) The men usually feel that worship is an obligation of the wife and other female members of the house, just like marketing and cooking, rather than of both husband and wife.

The word lalaki is generally spelled with an i at the end, occasionally with e. It is pronounced in three different ways, with /i/, /ɪ/, or /e/. A great many words ending in i are pronounced /ɪ/ or /e/ when final in a phrase.

(5) The / ⌐‾‾‾‾‾‾⌐↓ /, met previously in Unit II, is again used here to affirm what the previous speaker has said. This pattern, used with pero, nguni't, and similar limiting words, expresses res-

ervation of some kind, hence the translation of the sentence Nagsisimba sila, pero .... given as 'They do, but ....' If started on level 4, the same pattern would suggest impatience, so that the same sentence would be translated 'Oh, yes of course they do, but ....'

(6) In the provinces, there are women who smoke, whose age bracket is usually from fifty or sixty and above, and a few young college girls who try to ape Western ways. The former usually smoke long, big cigars or black homemade cigarettes; the latter smoke American cigarettes. The social class to which Fidel belongs does not usually have women smokers.

(7) This verb covers a lot of activities, such as 'going visiting, going for a walk, going for a drive', etc.

(8) The root word of nagloloko /naglu·lʊkoh/ is loko /lo·koh/. With the prefix nag-, the word stress of loko /lo·koh/ is dropped and only the length after the reduplicated syllable remains. This is an exception to the generalization given in the pronunciation section of this unit.

(9) The province is both a political and social unit distinct from the city. It has a set of traditions and a personal relationship code which the city does not have. There is probably less socio-economic and ethical consciousness among the people, in the sense that they tend to follow their old conditioning, but there seems to be a gradual, though slower, change too.

In the sentence Lalo ang mga istandard sa probinsya, the / ⌐‾‾‾⌐‾‾⌐↓ / pattern has the effect of adding to what has been previously said or talked about.

(10) The same pattern, / ⌐‾‾‾‾‾⌐↓ /, in a sentence like Nagtitiis sila, implies reason-giving, equivalent to the English 'It's like this ..., That's why ....'

## PRONUNCIATION EXERCISES

Stress Patterns of mag-[1] and -um- Verbs.

The imperfective forms of mag- and -um- verbs are described in grammar point I of this unit. They are made up of an affix (prefix nag- or infix -um-), a reduplication of the first consonant and vowel of the root, and the root itself. The reduplicated syllable is always long. There are two stress patterns of imperfective forms, which can be predicted from the stress pattern of the root: word stress (on any but the last syllable) is retained, but phrase stress (on the last syllable) is dropped. The pitch rise of the intonation pattern occurs on the last stressed syllable, which occasions a shift when stress is lost from phrase stressed roots. The patterns are illustrated below.

A. Mag- Verbs: Stress Patterns for Roots with Word Stress. The pattern of formation is:

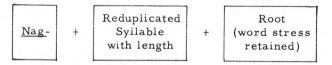

| Nag- | + | Reduplicated Syllable with length | + | Root (word stress retained) |

Mimic your model's pronunciation of the root alone and of its imperfective form in the exercise on the following page. You may notice a very slight drop in pitch on the first stressed syllable before the rise on the second stressed syllable of the imperfective.

---

[1] These verbs are designated mag- verbs because mag- is the affix that appears in the basic form of the verb (see Unit 17).

| Root | Imperfective |
|---|---|
| hirap | → naghihirap |
| /hi·rap/ | /naghi·hi·rap/ |
| 'difficulty' | 'suffering' |
| sama | → nagsasama |
| /sa·mah/ | /nagsa·sa·mah/ |
| 'accompany' | 'bringing someone along' |
| turo | → nagtuturo |
| /tu·ro'/ | /nagtu·tu·ro'/ |
| 'teach' | 'teaching' |
| bago | → nagbabago |
| /ba·goh/ | /nagba·ba·goh/ |
| 'new' | 'changing' |
| bayad | → nagbabayad |
| /ba·yad/ | /nagba·ba·yad/ |
| 'payment' | 'paying' |
| usap | → nag-uusap[1] |
| /'u·sap/ | /nagu·'u·sap/ |
| 'talk' | 'conversing' |
| ani | → nag-aani |
| /'a·nɪh/ | /naga·'a·nɪh/ |
| 'harvest' | 'harvesting' |
| kasiya | → nagkakasiya |
| /ka·syah/ | /nagka·ka·syah/ |
| 'sufficient' | 'being sufficient' |
| klase | → nagkaklase |
| /kla·seh/ | /nagka·kla·seh/ |
| 'class' | 'having a class' |
| alala | → nag-aalala |
| /'ala·lah/ | /naga·'ala·lah/ |
| 'worry' | 'worrying' |
| Elena | → nag-eelena |
| /'ele·nah/ | /nage·'ele·nah/ |
| 'Elena' | 'reigning as Elena' |
| pasensiya | → nagpapasensya |
| /pase·nsyah/ | /nagpa·pase·nsyah/ |
| 'patience' | 'being patient' |
| sigarilyo | → nagsisigarlyo |
| /sɪgari·lyoh/ | /nagsi·sɪgari·lyoh/ |
| 'cigarette' | 'smoking' |
| trabaho | → nagtatrabaho |
| /traba·hoh/ | /nagta·traba·hoh/ |
| 'work, job' | 'working' |

---

[1]When the root starts with a glottal stop, the reduplication pattern of consonant plus vowel may be reduced to just vowel, since the glottal stop in the middle of a word may become optional. Then the adjacent vowels may coalesce into one very long vowel. Thus we have, for the root usap /'u·sap/, nag-uusap, respelled /nag'u·'u·sap/ or /nagu·sap/ or /nagu·'u·sap/, the second generally with a change in pitch within the /u/. The respelling adopted above represents a compromise: neither the most conservative nor the most informal pronunciation.

**B. Mag- Verbs: Stress Pattern for Roots with Phrase Stress.** The pattern of formation is:

| Nag- | + | Reduplicated Syllable with length (and pitch rise) | + | Root (phrase stress dropped) |
|---|---|---|---|---|

Mimic your model's pronunciation of the root alone and of its imperfective form in the following exercise. Note the shift of the pitch rise to the stressed syllable.

| Root | Imperfective |
|---|---|
| alis | → nag-aalis |
| /'ali·s/ | /naga·'alɪs/ |
| 'leave' | 'removing' |
| suot | → nagsusuot |
| /sʊ'o·t/ | /nagsu·sʊ'ot/ |
| 'wear' | 'wearing' |
| iba | → nag-iiba |
| /'ɪba·h/ | /nagi·'ɪbah/ |
| 'different' | 'becoming different' |
| bigay | → nagbibigay |
| /bɪga·y/ | /nagbi·bɪgay/ |
| 'give' | 'giving' |
| dala | → nagdadala |
| /dala·h/ | /nagda·dalah/ |
| 'carry' | 'carrying' |
| hintay | → naghihintay |
| /hɪnta·y/ | /naghi·hɪntay/ |
| 'wait' | 'waiting' |
| mahal | → nagmamahal |
| /maha·l/ | /nagma·mahal/ |
| 'love' | 'loving' |
| pasyal | → nagpapasyal |
| /pasya·l/ | /nagpa·pasyal/ |
| 'take a walk' | 'strolling' |
| malaki | → nagmamalaki |
| /malaki·h/ | /nagma·malakɪh/ |
| 'big' | 'acting like a swellhead' |
| bakasyon | → nagbabakasyon |
| /bakasyo·n/ | /nagba·bakasyon/ |
| 'vacation' | 'vacationing' |
| pahinga | → nagpapahinga |
| /pahɪŋa·h/ | /nagpa·pahɪŋah/ |
| 'rest' | 'resting' |
| madali | → nagmamadali |
| /madali·'/ | /nagma·madalɪ'/ |
| 'hurry' | 'hurrying' |
| simula | → nagsisimula |
| /sɪmʊla·'/ | /nagsi·sɪmʊla'/ |
| 'start, begin' | 'beginning' |
| hinanakit | → naghihinanakit |
| /hɪnanaki·t/ | /naghi·hɪnanakɪt/ |
| 'grudge' | 'having ill-feelings' |

| | |
|---|---|
| ipon-ipon | → nag-iipun-ipon |
| /'ɪpʊnɪpo·n/ | /nagi·'ɪpʊnɪpon/ |
| 'save little by little' | 'saving little by little' |

| | |
|---|---|
| ibig | → umiibig |
| /'i·bɪg/ | /ʊmi·'i·bɪg/ |
| 'love' | 'loving' |

| | |
|---|---|
| gradweyt | → gumagradweyt |
| /gra·dweyt/ | /gʊma·gra·dweyt/ |
| 'graduate' | 'graduating' |

C. -Um- Verbs: Stress Pattern for Roots with Word Stress. In this formation, the infix -um- occurs between the consonant and vowel of the reduplicated syllable. The pattern of formation is:

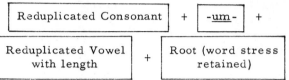

Reduplicated Consonant + -um- + Reduplicated Vowel with length + Root (word stress retained)

Mimic your model's pronunciation of the root and of its imperfective form in the following exercise.

| Root | Imperfective |
|---|---|
| basa → | bumabasa |
| /ba·sah/ | /bʊma·ba·sah/ |
| 'read' | 'reading' |
| awit → | umaawit |
| /'a·wɪt/ | /ʊma·'a·wɪt/ |
| 'song' | 'singing' |
| buhat → | bumubuhat |
| /bu·hat/ | /bʊmu·bu·hat/ |
| 'lift' | 'lifting' |
| buti → | bumubuti |
| /bu·tɪh/ | /bʊmu·bu·tɪh/ |
| 'good' | 'becoming better' |
| kain → | kumakain |
| /ka·'ɪn/ | /kʊma·ka·'ɪn/ |
| 'eat' | 'eating' |
| lakad → | lumalakad |
| /la·kad/ | /lʊma·la·kad/ |
| 'walk' | 'walking' |
| lipat → | lumilipat |
| /li·pat/ | /lʊmi·li·pat/ |
| 'transfer' | 'transferring' |
| nganga → | ngumanganga |
| /ŋa·ŋa'/ | /ŋʊma·ŋa·ŋa'/ |
| 'mixture of areca nut, betel leaf, and lime' | 'chewing a mixture of areca nut, betel leaf, and lime' |
| pasok → | pumapasok |
| /pa·sok/ | /pʊma·pa·sok/ |
| 'enter' | 'entering' |
| tawa → | tumatawa |
| /ta·wah/ | /tʊma·ta·wah/ |
| 'laugh' | 'laughing' |
| tulong → | tumutulong |
| /tu·loŋ/ | /tʊmu·tu·loŋ/ |
| 'help' | 'helping' |
| yaman → | yumayaman |
| /ya·man/ | /yʊma·ya·man/ |
| 'wealth' | 'becoming wealthy' |

D. -Um- Verbs: Stress Pattern for Roots with Phrase Stress. The pattern of formation is:

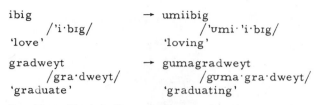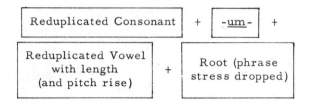

Reduplicated Consonant + -um- + Reduplicated Vowel with length (and pitch rise) + Root (phrase stress dropped)

Mimic your model's pronunciation of the root and of its imperfective form in the following exercise. Note the shift of the pitch rise to the stressed syllable.

| Root | Imperfective |
|---|---|
| alis → | umaalis |
| /'ali·s/ | /'ʊma·'alɪs/ |
| 'leave' | 'leaving' |
| bait → | bumabait |
| /ba'i·t/ | /bʊma·baɪt/ |
| 'goodness' | 'becoming better' |
| dating → | dumarating |
| /dati·ŋ/ | /dʊma·ratɪŋ/ |
| 'arrival' | 'arriving' |
| ganda → | gumaganda |
| /ganda·h/ | /gʊma·gandah/ |
| 'beauty' | 'becoming beautiful' |
| sakay → | sumasakay |
| /saka·y/ | /sʊma·sakay/ |
| 'ride on' | 'getting on' |
| sakit → | sumasakit |
| /saki·t/ | /sʊma·sakɪt/ |
| 'illness, pain' | 'aching' |
| takbo → | tumatakbo |
| /takbo·h/ | /tʊma·takboh/ |
| 'run' | 'running' |
| inom → | umiinom |
| /'ino·m/ | /'ʊmi·'ɪnom/ |
| 'drink' | 'drinking' |
| gawa → | gumagawa |
| /gawa·'/ | /gʊma·gawa·'/ |
| 'work' | 'working' |
| ngiti → | ngumingiti |
| /ŋɪti·'/ | /ŋʊmi·ŋɪtɪ'/ |
| 'smile' | 'smiling' |
| tugtog → | tumutugtog |
| /tʊgto·g/ | /tʊmu·tʊgtog/ |
| 'music' | 'playing (a musical instrument)' |

kalampag → kumakalampag
/kalampa·g/ /kʊma·kalampag/
'rattle' 'rattling'

labas → lumalabas
/laba·s/ /lʊma·labas/
'outside' 'coming or going out'

### E. Pronunciation Exercise on Imperfective Forms.
Give the mag- imperfective of the following roots:

| Root | Imperfective |
|---|---|
| parti | → nagpaparti |
| /pa·rtɪh/ | /nagpa·pa·rtɪh/ |
| 'party' | 'having a party' |
| tapos | → nagtatapos |
| /tapo·s/ | /nagta·tapos/ |
| 'finished' | 'finishing, graduating' |
| pasyon | → nagpapasyon |
| /pasyo·n/ | /nagpa·pasyon/ |
| 'Pasyon' | 'singing the Pasyon' |
| simula | → nagsisimula |
| /sɪmʊla·'/ | /nagsi·sɪmʊla·'/ |
| 'start' | 'starting' |
| sisi | → nagsisisi |
| /si·sɪh/ | /nagsi·si·sɪh/ |
| 'regret' | 'repenting, regretting' |
| pasensiya | → nagpapasensiya |
| /pase·nsyah/ | /nagpa·pase·nsyah/ |
| 'patience' | 'being patient with' |
| sabi | → nagsasabi |
| /sa·bɪh/ | /nagsa·sa·bɪh/ |
| 'said' | 'telling, saying' |
| alok | → nag-aalok |
| /'alo·k/ | /naga·'alok/ |
| 'offer' | 'offering' |
| baon | → nagbabaon |
| /ba·'on/ | /nagba·ba·on/ |
| 'baon' | 'bringing baon' |
| tanong | → nagtatanong |
| /tano·ŋ/ | /nagta·tanoŋ/ |
| 'question' | 'asking' |

Give the -um- imperfective of the following roots:

| | |
|---|---|
| hanap | → humahanap |
| /ha·nap/ | /hʊma·ha·nap/ |
| 'look for' | 'looking for' |
| tama | → tumatama |
| /ta·ma'/ | /tʊma·ta·ma'/ |
| 'win' | 'winning' |
| gabi | → gumagabi |
| /gabi·h/ | /gʊma·gabɪh/ |
| 'night' | 'getting late' |
| pulot | → pumupulot |
| /pu·lot/ | /pʊmu·pu·lot/ |
| 'pick up' | 'picking up' |
| baba | → bumababa |
| /baba·'/ | /bʊma·baba·'/ |
| 'down' | 'coming down' |

labas → lumalabas
/laba·s/ /lʊma·labas/
'outside' 'coming or going out'

| | |
|---|---|
| takbo | → tumatakbo |
| /takbo·h/ | /tʊma·takboh/ |
| 'run' | 'running' |
| isip | → umiisip |
| /'i·sɪp/ | /ʊmi·'i·sɪp/ |
| 'think' | 'thinking' |
| sira | → sumisira |
| /si·ra'/ | /sʊmi·si·ra'/ |
| 'damage' | 'damaging' |
| sagot | → sumasagot |
| /sago·t/ | /sʊma·sagot/ |
| 'answer' | 'answering' |

### F. Mag- ~ -Um- Verbs.
Quite a number of roots take both mag- and -um- affixes. These related forms will always differ in meaning.

Pronounce the two imperfective forms of the following roots:

| Root | Imperfective |
|---|---|
| bili | → bumibili |
| /bɪli·h/ | /bʊmi·bɪlɪh/ |
| 'buy' | 'buying' |
| | nagbibili |
| | /nagbi·bɪlɪh/ |
| | 'selling' |
| daan | → dumaraan |
| /da·'a·n/ | /dʊma·ra·'an/ |
| 'way' | 'passing' |
| | nagdaraan |
| | /nagda·ra·'an/ |
| | 'passing (by design or by habit)' |
| tayo | → tumatayo |
| /tayo·'/ | /tʊma·tayo·'/ |
| 'stand' | 'standing' |
| | nagtatayo |
| | /nagta·tayo·'/ |
| | 'erecting' |
| alis | → umaalis |
| /'ali·s/ | /ʊma·'alɪs/ |
| 'leave' | 'departing' |
| | nag-aalis |
| | /naga·'alɪs/ |
| | 'removing' |
| akyat | → umaakyat |
| /'akya·t/ | /ʊma·'akyat/ |
| 'rise' | 'going up' |
| | nag-aakyat |
| | /naga·'akyat/ |
| | 'bringing up' |
| bayo | → bumabayo |
| /bayo·h/ | /bʊma·bayoh/ |
| 'pound' | 'pounding (now and then)' |
| | nagbabayo |
| | /nagba·bayoh/ |
| | 'pounding (by design)' |

balot             → bumabalot
    /ba·lot/             /buma·ba·lot/
'wrap'                    'wrapping itself'
                     nagbabalot
                       /nagba·ba·lot/
                       'wrapping up'

linis             → lumilinis
    /li·nɪs/             /lumi·li·nɪs/
'clean'                 'becoming clean'
                     naglilinis
                       /nagli·li·nɪs/
                       'cleaning something'

bitin             → bumibitin
    /bi·tɪn/             /bumi·bi·tɪn/
'hang'                 'hanging'
                     nagbibitin
                       /nagbi·bi·tɪn/
                       'hanging something'

sama             → sumasama
    /sa·mah/            /suma·sa·mah/
'accompany'           'going with'
                     nagsasama
                       /nagsa·sa·mah/
                       'taking someone along'

kita             → kumikita
    /ki·tah/             /kumi·ki·tah/
'see'                  'earning'
                     nagkikita
                       /nagki·ki·tah/
                       'seeing each other'

bisita            → bumibisita
    /bɪsi·tah/          /bumi·bɪsi·tah/
'visitor'               'visiting (now and then)'
                     nagbibisita
                       /nagbi·bɪsi·tah/
                       'visiting (by design)'

## DRILLS AND GRAMMAR

### I. IMPERFECTIVE VERB FORMS: mag- AND -um- VERBS

EXAMPLES

    A. 1. Nagsisimba si Linda.            Linda goes to church.
         2. Nagsisigarilyo si Fidel.         Fidel smokes.
         3. Nag-iiba na nga ang aming mga ugali, e.    [Our customs are already changing.]
         4. Hindi ba nagdodobol-istandard pa rin ang    [Don't the men still follow the double standard?]
            mga lalaki?
         5. Nagpapasyal kami saanman.        [We go anywhere.]
         6. Nagloloko ang ibang lalaki.       [Some men play around.]
         7. Naghihirap ang mga babae.        [The women suffer.]
         8. Nagtitiis sila.                  [They put up with it.]
         9. Nagbabakasyon sila.          They're vacationing.
       10. Nagsasayaw siya.             He's dancing.

Imperfective form of mag- verbs = [ nag- ] + [ Reduplicated Syllable ] + [ Root ]

    a. Notice that all the verbs above start with nag- and have a reduplicated syllable after nag-.

    b. The verbs are all imperfective forms, meaning that the action (or series of actions) expressed has been begun but not necessarily completed.

    c. The roots of these verbs are simba, sigarilyo, iba, dobol-istandard, pasyal, loko, hirap, tiis, bakasyon, sayaw.

    d. Reduplication involves a repetition of the first consonant and vowel of the root.

    e. Notice that the verb form remains the same with plural and singular subjects, unlike English verbs which have one form for a singular subject and another for a plural subject, e.g., He smokes, They smoke.

    B. 1. Dumarating ang tagong titser.       [The new teacher is coming.]
         2. Tumutugtog ang bel.          [The bell's ringing.]
         3. Ngumanganga ang Lola.       [Grandma's chewing betel.]
         4. Kumakain na ang iba.         [The others are eating already.]
         5. Umaawit si Aling Osang.       [Aling Osang's singing.]
         6. Bumabayo at pumipipig sila.      [They pound the palay and the pinipig.]
         7. Tumutulong ang bawa't isa sa mga gawain    [People help one another on special projects
            nang walang bayad.            without getting paid.]

8. Sama-samang gumagawa ang matatanda't       [Young and old work together.]
   kabataan.
9. Sa mga pagtitipong ganyan umuusbong ang     [Romance blossoms at get-togethers like
   matamis na pagmamahalan.                     those.]
10. Lumalakad yata iyong bahay.                 [That house seems to be moving.]

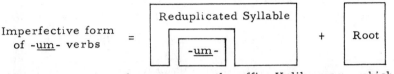

a. All the verbs above have -um- as the affix. Unlike mag-, which
   is prefixed, -um- is infixed in the reduplicated syllable of the
   root (between the consonant and the vowel of the reduplication),
   followed by the root.

b. The -um- verbs above are all imperfective forms; the action ex-
   pressed has been begun but not necessarily completed.

c. The roots of these verbs are dating, tugtog, nganga, kain, awit,
   bayo, pipig, tulong, gawa, usbong, lakad.

d. Some roots take mag- affixes, some -um-, and some both. When
   both occur, there is normally a meaning difference, with mag-
   forms indicating purposeful actions and -um- forms incidental
   actions.

SUBSTITUTION-RESPONSE DRILL (Moving Slot)

Instructions: The teacher asks a question which Student 1 repeats. The teacher cues an affirmative or
negative response from Student 2 by nodding or shaking his head.

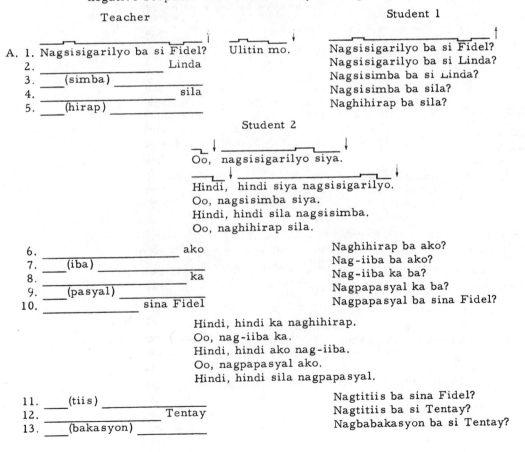

            Teacher                                    Student 1

A. 1. Nagsisigarilyo ba si Fidel?   Ulitin mo.   Nagsisigarilyo ba si Fidel?
   2.                    Linda                    Nagsisigarilyo ba si Linda?
   3.       (simba)                               Nagsisimba ba si Linda?
   4.                          sila               Nagsisimba ba sila?
   5.       (hirap)                               Naghihirap ba sila?

                            Student 2

            Oo, nagsisigarilyo siya.
            Hindi, hindi siya nagsisigarilyo.
            Oo, nagsisimba siya.
            Hindi, hindi sila nagsisimba.
            Oo, naghihirap sila.

   6.                          ako                Naghihirap ba ako?
   7.       (iba)                                 Nag-iiba ba ako?
   8.                          ka                 Nag-iiba ka ba?
   9.       (pasyal)                              Nagpapasyal ka ba?
   10.              sina Fidel                    Nagpapasyal ba sina Fidel?

            Hindi, hindi ka naghihirap.
            Oo, nag-iiba ka.
            Hindi, hindi ako nag-iiba.
            Oo, nagpapasyal ako.
            Hindi, hindi sila nagpapasyal.

   11.      (tiis)                                Nagtitiis ba sina Fidel?
   12.                  Tentay                    Nagtitiis ba si Tentay?
   13.      (bakasyon)                            Nagbabakasyon ba si Tentay?

14. _____ Fidel              Nagbabakasyon ba si Fidel?
15. ____(sigarilyo)_____             Nagsisigarilyo ba si Fidel?

                        Oo, nagtitiis sila.
                        Hindi, hindi siya nagtitiis.
                        Oo, nagbabakasyon siya.
                        Hindi, hindi siya nagbabakasyon.
                        Oo, nagsisigarilyo siya.

            Teacher                                  Student 1

B. 1. Dumarating ba ang titser?          Dumarating ba ang titser?
   2. ____(tugtog)_____               Tumutugtog ba ang titser?
   3. _____ Nene             Tumutugtog ba si Nene?
   4. ____(gayak)_____                Gumagayak ba si Nene?
   5. ____(basa)_____                 Bumabasa ba si Nene?

                    Student 2

            Oo, dumarating siya.

            Hindi, hindi siya tumutugtog.
            Oo, tumutugtog siya.
            Hindi, hindi siya gumagayak.
            Oo, bumabasa siya.

   6. _____ sina Joe         Bumabasa ba sina Joe?
   7. ____(kain)_____                 Kumakain ba sina Joe?
   8. ____(awit)_____                 Umaawit ba sina Joe?
   9. _____ mga dalaga       Umaawit ba ang mga dalaga?
  10. ____(sayaw)_____                Sumasayaw ba ang mga dalaga?

                    Hindi, hindi sila bumabasa.
                    Oo, kumakain sila.
                    Hindi, hindi sila umaawit.
                    Oo, umaawit sila.
                    Hindi, hindi sila sumasayaw.

  11. ____(tawa)_____                 Tumatawa ba ang mga dalaga?
  12. _____ mga binata       Tumatawa ba ang mga binata?
  13. ____(bayo)_____                 Bumabayo ba ang mga binata?
  14. ____(pipig)_____                Pumipipig ba ang mga binata?
  15. ____(tulong)_____               Tumutulong ba ang mga binata?

                    Oo, tumatawa sila.
                    Hindi, hindi sila tumatawa.
                    Oo, bumabayo sila.
                    Hindi, hindi sila pumipipig.
                    Oo, tumutulong sila.

  16. _____ kayo             Tumutulong ba kayo?
  17. ____(gawa)_____                 Gumagawa ba kayo?
  18. ____(lipat)_____                Lumilipat ba kayo?
  19. _____ kami             Lumilipat ba kami?
  20. ____(nganga)_____               Ngumanganga ba kami?

                    Hindi, hindi kami tumutulong.
                    Oo, gumagawa kami.
                    Hindi, hindi kami lumilipat.
                    Oo, lumilipat kayo.
                    Hindi, hindi kayo ngumanganga.

TRANSLATION DRILL (Patterned Sentences)

            Teacher                                  Student

   1. Tentay doesn't smoke.               Hindi nagsisigarilyo si Tentay.
   2. Tentay doesn't suffer.              Hindi naghihirap si Tentay.
   3. Tentay doesn't go around.           Hindi nagpapasyal si Tentay.

4. Tentay doesn't go to church.
5. Tentay doesn't go on vacation.
6. Tentay doesn't walk.
7. Tentay doesn't pound.
8. Tentay doesn't read.
9. Tentay doesn't wait.
10. Tentay doesn't change.

Hindi nagsisimba si Tentay.
Hindi nagbabakasyon si Tentay.
Hindi lumalakad si Tentay.
Hindi bumabayo si Tentay.
Hindi bumabasa si Tentay.
Hindi naghihintay si Tentay.
Hindi nag-iiba si Tentay.

## SUBSTITUTION TRANSLATION DRILL (Moving Slot)

Teacher

Student

A. 1. The man goes to church.
2. _____ on vacation
3. Eddie _____
4. _____ plays around
5. He _____
6. _____ double standard
7. The men _____
8. _____ go places
9. They _____
10. _____ go dancing

Nagsisimba ang lalaki.
Nagbabakasyon ang lalaki.
Nagbabakasyon si Eddie.
Nagloloko si Eddie.
Nagloloko siya.
Nagdodobol-istandard siya.
Nagdodobol-istandard ang mga lalaki.
Nagpapasyal ang mga lalaki.
Nagpapasyal sila.
Nagsasayaw sila.

B. 1. Women don't smoke.
2. _____ follow the double standard
3. _____ suffer
4. We _____
5. _____ change
6. I _____
7. _____ walk
8. They _____
9. _____ dance
10. The old ones _____

Hindi nagsisigarilyo ang mga babae.
Hindi nagdodobol-istandard ang mga babae.
Hindi naghihirap ang mga babae.
Hindi kami naghihirap.
Hindi kami nag-iiba.
Hindi ako nag-iiba.
Hindi ako naglalakad.
Hindi sila naglalakad.
Hindi sila sumasayaw.
Hindi sumasayaw ang matatanda.

## DISCUSSION

Tagalog verbs always contain a root and usually contain an affix. The root provides the main lexical content of the verb; the affix shows the relation of the verb to other elements in the sentence, as well as the character of the action involved (e.g., deliberate, casual, involuntary, etc.).

Many words that are not verbs also contain a root and an affix. Verbs are distinctive because of the meanings that are signalled by their inflected forms. Tagalog verbs are said to inflect for aspect; i.e., the inflected forms tell something about the status of an action or state, whether begun, still continuing, finished, etc. This is somewhat similar to the tense system of English, and older analyses of Tagalog often refer to the "tenses" of verbs, even though the system is not closely tied to time, as tense systems are.

A partial classification of the Tagalog verb pattern shows three aspect forms, as illustrated in the following chart:

| Begun | | Not Begun |
|---|---|---|
| Completed | Not Completed | |
| Perfective | Imperfective | Future |

The perfective is begun and completed; the im-

perfective is begun but not completed; the future is not yet begun.

The perfective corresponds to English past tense, and the future corresponds to what we think of as future tense in English. The imperfective corresponds to a number of English tense formations: the simple (habitual) present, the present progressive, and the past progressive. Thus the Tagalog equivalents to 'I go to church every Sunday', 'I am going (am on my way) to church now', and 'I was going to church when I saw him' all use the imperfective form, nagsisimba, indicating an action in progress.

In the present section two patterns of imperfective forms are presented. The two formations are similar, consisting of an affix added to a root which has been modified by a grammatical process known as reduplication, in which the first consonant and first vowel of the root are pronounced as a separate syllable before the root. In the case of mag- verbs the affix is a prefix, nag-, which precedes the modified root. In the case of -um- verbs the affix is an infix, -um-, which is inserted after the first consonant of the modified root. There are other patterns of formation which will be presented in later units.

Presented graphically, the formation of the imperfective of mag- and -um- verbs is shown on p. 114.

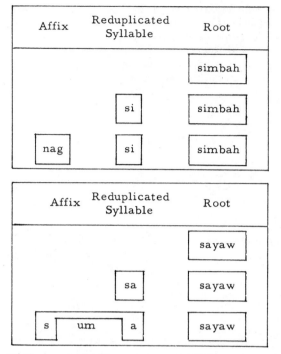

Of the verbal affixes, mag- is the most productive, but -um- is also very common. Both signify that the topic of the sentence is the performer of the action of the verb. Some verb roots, like lakad, occur with either mag- or -um-. Other verb roots occur with only one of these affixes.

Normally, there is a contrast of meaning when a verb can appear in either the mag- or the -um- pattern. In one type of contrast, the -um- verb expresses non-intensive or casual action and the mag- verb expresses intensive or repeated action. Thus:

| | |
|---|---|
| Kumakain siya ng matamis. | 'He's eating sweets.' |
| Nagkakain siya matamis. | 'He's always eating sweets.' |
| | |
| Tumatawa siya. | 'He's laughing.' |
| Nagtatawa siya. | 'He's laughing heartily.' |

The roots involved in this type of contrast always have vowel length in the penultimate syllable; the vowel length is retained in the -um- verb but lost in the mag- verb, thus: kumakain /kʊmaˑkaˑʾɪn/ vs. nagkakain /nagkaˑkaˑʾɪn/ (← kain /kaˑʾɪn/ 'eat'); tumatawa /tʊmaˑtaˑwah/ vs. nagtatawa /nagtaˑtaˑwah/ (← tawa /taˑwah/ 'laugh').

Another type of contrast is illustrated by the pair bumibili /bʊmiˑbɪlɪh/ 'buying' and nagbibili /nagbiˑbɪlɪh/ 'selling', both from the root bili /bɪliˑh/ 'buy'. The roots that show this type of contrast retain their meanings in the -um- verbs, expressing an action directed toward the performer (bumibili 'buying'); the corresponding mag- verbs express action away from the performer (nagbibili 'selling'). A similar contrast occurs in forms built on the root abot /ʾaboˑt/ 'reach': umaabot /ʾʊmaˑʾabot/ 'reaching for something' vs. nag-aabot /nagaˑʾabot/ 'handing something to somebody'. Unlike the roots expressing the contrast discussed in the preceding paragraph, these are identically stressed in both the -um- and the mag- verbs.

Another contrast can be cited: -um- verbs tend to involve the topic only, mag- verbs often involve an external item. In other words, -um- verbs are often equivalent to reflexive, or at least intransitive, verbs in English, involving only the subject, mag- verbs are more often equivalent to transitive, involving or at least implying something besides the subject. Examples are:

| Root | -um- form | mag- form |
|---|---|---|
| alis | umaalis | nag-aalis |
| 'move from' | 'departing' | 'removing' |
| | | |
| dikit | dumidikit | nagdidikit |
| 'stick together' | 'adhering' | 'attaching' |

Verb roots which occur with only mag- or only -um- do not always show such clear contrasts, but even these verbs usually pattern in a way that is consistent with the distinctions discussed above. Thus, nagsisigarilyo expresses an action that significantly involves an external object, but dumarating expresses an action that is primarily internal.

## II. INTERROGATIVES: alin, saan; ADVERBIAL sa-PHRASES

EXAMPLES

A. 1. Alin ang nag-iiba?      Which is/are changing?
 2. Alin ang mga nag-iiba?    Which are changing?
 3. Alin-alin ang nag-iiba?    [Which are changing?]
 4. Alin-alin ang mga nag-iiba?  Which are changing?

B. 1. Saan ka sumasayaw?     Where (in which place/s) do you dance?
 2. Saan-saan ka sumasayaw?   Where (in which places) do you dance?

C. 1. Pumupunta siya sa Bagyo.   He goes to Bagyo.
 2. Nagpapasyal ako sa probinsya.  I go calling in the province.
 3. Kumakain siya sa dulang.   She eats on the low dining table.
 4. Nagsisimba ako sa Quiapo.   I go to church at Quiapo.

| TAGALOG | | ENGLISH | |
|---|---|---|---|
| alin | alin-alin | which | which (ones) |
| saan | saan-saan | where | which (places) |

a. When one is positive that the answer to his question is plural, he sometimes uses alin-alin, and saan-saan, but the singular can just as well be used.

| TAGALOG | | ENGLISH |
|---|---|---|
| | to | motion toward |
| | in | surrounded by |
| Reference sa | on | in contact with |
| | at | in the near vicinity of |
| | etc. | |

a. Sa, a versatile word earlier presented as expressing possession, is here used as a preposition to introduce adverbs of place. It is translated 'in, on, at', etc.

QUESTION-SUBSTITUTION DRILL

Instructions: The teacher gives a statement which Student 1 repeats. Student 2 doesn't hear well and asks "Where?" Student 3 repeats the part of the statement that answers and Student 4 asks "Where's that?"

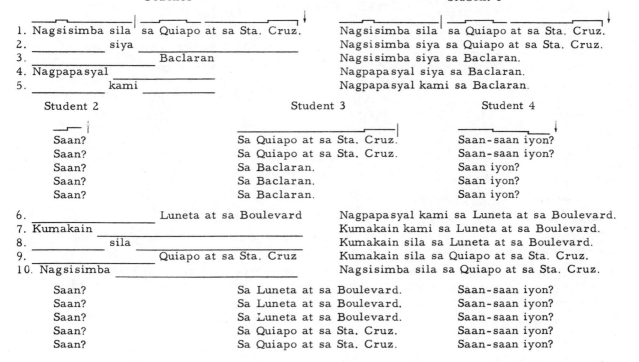

| | Teacher | Student 1 |
|---|---|---|
| 1. | Nagsisimba sila sa Quiapo at sa Sta. Cruz. | Nagsisimba sila sa Quiapo at sa Sta. Cruz. |
| 2. | siya | Nagsisimba siya sa Quiapo at sa Sta. Cruz. |
| 3. | Baclaran | Nagsisimba siya sa Baclaran. |
| 4. | Nagpapasyal | Nagpapasyal siya sa Baclaran. |
| 5. | kami | Nagpapasyal kami sa Baclaran. |

| Student 2 | Student 3 | Student 4 |
|---|---|---|
| Saan? | Sa Quiapo at sa Sta. Cruz. | Saan-saan iyon? |
| Saan? | Sa Quiapo at sa Sta. Cruz. | Saan-saan iyon? |
| Saan? | Sa Baclaran. | Saan iyon? |
| Saan? | Sa Baclaran. | Saan iyon? |
| Saan? | Sa Baclaran. | Saan iyon? |

| | | |
|---|---|---|
| 6. | Luneta at sa Boulevard | Nagpapasyal kami sa Luneta at sa Boulevard. |
| 7. | Kumakain | Kumakain kami sa Luneta at sa Boulevard. |
| 8. | sila | Kumakain sila sa Luneta at sa Boulevard. |
| 9. | Quiapo at sa Sta. Cruz | Kumakain sila sa Quiapo at sa Sta. Cruz. |
| 10. | Nagsisimba | Nagsisimba sila sa Quiapo at sa Sta. Cruz. |

| | | |
|---|---|---|
| Saan? | Sa Luneta at sa Boulevard. | Saan-saan iyon? |
| Saan? | Sa Luneta at sa Boulevard. | Saan-saan iyon? |
| Saan? | Sa Luneta at sa Boulevard. | Saan-saan iyon? |
| Saan? | Sa Quiapo at sa Sta. Cruz. | Saan-saan iyon? |
| Saan? | Sa Quiapo at sa Sta. Cruz. | Saan-saan iyon? |

DISCUSSION

Use of a plural interrogative in the presence of a plural subject is optional (review Unit IV, grammar point II for optional pluralization).

English prepositions are almost always more specific than the Tagalog sa-phrase. In adverb phrases of place, sa merely indicates 'with reference to'. If a table is involved, the relation is usually <u>on</u>; if a basket, <u>in</u>; if an address, <u>at</u>; if a destination, <u>to</u>; etc. The most likely or most logical reference is assumed in Tagalog, though details must be specified in English because of the lack of a preposition of sufficient generality.

## III. COMPARISON

### EXAMPLES

A. 1. Mas libre ba ang mga lalaki?      [Are the men freer?]
   2. Mas mahusay iyan.      That's better.
   3. Mas maganda si Linda kaysa kay Tentay.      Linda is prettier than Tentay.
   4. Mas libre ang mga lalaki kaysa (sa) mga babae.      The men are freer than the women.
   5. Mas maganda si Linda kaysa (sa) akin.      Linda is prettier than me.

B. 1. Mas bago ang kotse ng titser kaysa sa babae.      The teacher's car is newer than the woman's.
   2. Mas maganda ang damit ni Rose kaysa sa damit ni Nene.      Rose's dress is prettier than Nene's dress.
   3. Mas maganda ang damit ni Rose kaysa sa kay Nene.      Rose's dress is prettier than Nene's.
   4. Mas maganda ang damit ni Rose kaysa sa iyo.      Rose's dress is prettier than yours.

C. 1. Ito ang Maynila, ang pinakamalaking lunsod ng Pilipinas.      [This is Manila, the biggest city in the Philippines.]
   2. Si Linda ang pinakamaganda sa mga bata.      Linda is the prettiest of the children.
   3. Si Linda ang pinakamaganda sa kanilang lahat.      Linda is the prettiest of them all.
   4. Si Linda ang pinakamaganda kina Tentay.      Linda is the prettiest of Tentay's group.

| | | EXTENT | QUALITY | TERM OF COMPARISON | |
|---|---|---|---|---|---|
| Comparative | Topics Compared | <u>mas</u> | adjective | <u>kaysa kay</u><br><u>kaysa</u> (<u>sa</u>) | person name<br>{other nouns<br>{<u>sa</u>-pronouns |
| | <u>Ng</u>-Complements Compared | <u>mas</u> | adjective | <u>kaysa sa kay</u><br><u>kaysa sa</u> | person name<br>other nouns |
| Superlative | | <u>pinaka-</u> | adjective | <u>kina</u><br><br><u>sa</u> | person name<br>{<u>mga</u> + noun<br>{plural <u>sa</u>-pron. |

a. The Tagalog comparative is a separate form, <u>mas</u>; the superlative is a prefix, <u>pinaka-</u>.

b. <u>Kaysa</u>, roughly equivalent to English 'than', usually appears with a <u>sa</u>-phrase.

c. Notice the absence of a second <u>sa</u> in example A.3 and its optional use in A.4 and 5.

d. Compare A.4 and 5 with examples B where the second <u>sa</u> is obligatory.

e. English may use a nominative or an objective form of the pronoun, as the term of comparison after 'than'; Tagalog uses a <u>sa</u>-pronoun after <u>kaysa</u>.

f. <u>Kaysa</u> is not used in a superlative sentence, but the <u>sa</u>-phrase is. Notice that <u>kina</u>, the plural form of the person marker <u>kay</u>, is used since plurality is implied if one is selected from a group for special mention.

g. Mention of the terms of comparison is optional (but always implied in context: examples A.1-2, C.1).

### SUBSTITUTION-TRANSLATION DRILLS (Fixed Slot)

Teacher                                           Student

A. 1. The men are freer than the women.      Mas libre ang mga lalaki kaysa sa mga babae.

2. _____ older _____     Mas matanda[1] ang mga lalaki kaysa sa mga babae.
3. _____ more numerous _____     Mas marami ang mga lalaki kaysa sa mga babae.
4. _____ richer _____     Mas mayaman ang mga lalaki kaysa sa mga babae.
5. _____ more romantic _____     Mas romantiko ang mga lalaki kaysa sa mga babae.

B. 1. The young men are more intelligent than the young women.

Mas matalino ang mga binata kaysa sa mga dalaga.

   2. _____ troublesome __

Mas magulo ang mga binata kaysa sa mga dalaga.

   3. _____ bigger _____

Mas malaki ang mga binata kaysa sa mga dalaga.

   4. _____ better _____

Mas mahusay ang mga binata kaysa sa mga dalaga.

   5. _____ kinder _____

Mas mabait ang mga binata kaysa sa mga dalaga.

C. 1. Joe is the richest among us.
   2. _____ biggest _____
   3. _____ most intelligent _
   4. _____ oldest _____
   5. _____ handsomest _____

Pinakamayaman si Joe sa atin.
Pinakamalaki si Joe sa atin.
Pinakamatalino si Joe sa atin.
Pinakamatanda si Joe sa atin.
Pinakaguwapo si Joe sa atin.

D. 1. Eddie is the handsomest of them all.
   2. _____ best _____
   3. _____ kindest _____
   4. _____ most romantic _____
   5. _____ happiest _____

Pinakaguwapo si Eddie sa kanila.
Pinakamahusay si Eddie sa kanila.
Pinakamabait si Eddie sa kanila.
Pinakaromantiko si Eddie sa kanila.
Pinakamasaya si Eddie sa kanila.

## CONVERSION DRILLS

Instructions: The teacher gives a statement using the comparative form mas. Student 1 changes the sentence using the superlative prefix pinaka-.

| Teacher | Student |
|---|---|
| A. 1. Mas iba ang dalaga kaysa sa mga ibang babae. | Pinakaiba ang dalaga sa mga babae. |
| 2. Mas marami ang turon kaysa sa mga ibang pagkain. | Pinakamarami ang turon sa mga pagkain. |
| 3. Mas maginaw ang Bagyo kaysa sa mga ibang lugar sa Pilipinas. | Pinakamaginaw ang Bagyo sa mga lugar sa Pilipinas. |
| 4. Mas malapit sa Maynila ang Quezon City kaysa sa mga ibang lunsod. | Pinakamalapit sa Maynila ang Quezon City sa mga ibang lunsod. |
| 5. Mas malaki ang Luson kaysa sa mga ibang pulo ng Pilipinas. | Pinakamalaki ang Luson sa mga pulo ng Pilipinas. |
| 6. Mas magara si Nene kaysa sa mga ibang bisita. | Pinakamagara si Nene sa mga bisita. |
| 7. Mas magulo si Joe kaysa sa mga ibang lalaki. | Pinakamagulo si Joe sa mga lalaki. |
| 8. Mas marunong si Ben kaysa kina Eddie. | Pinakamarunong si Ben kina Eddie. |
| 9. Mas guwapo si Eddie kaysa kina Pedrito. | Pinakaguwapo si Eddie kina Pedrito. |
| 10. Mas mabait si Luningning kaysa kina Tentay. | Pinakamabait si Luningning kina Tentay. |
| 11. Mas maganda ang titser kaysa sa inyo. | Pinakamaganda ang titser sa inyo. |
| 12. Mas mayaman si Joe kaysa sa kanila. | Pinakamayaman si Joe sa kanila. |
| 13. Mas libre siya kaysa sa amin. | Pinakalibre siya sa amin. |
| 14. Mas abala ako kaysa sa kanila. | Pinakaabala ako sa kanila. |
| 15. Mas gutom siya kaysa sa atin. | Pinakagutom siya sa atin. |

Instructions: The teacher gives a statement using the superlative prefix pinaka- which the student converts to the comparative form using mas.

B. 1. Pinakamaginaw ang Bagyo sa mga lunsod.     Mas maginaw ang Bagyo kaysa sa mga ibang lunsod.

---

[1]The ma-adjectives in this drill can optionally be pluralized by reduplication of the first syllable of the root: matatanda, mararami, mayayaman, etc.

2. Pinakamalaki ang Luson sa mga pulo ng Pilipinas.

Mas malaki ang Luson kaysa sa mga ibang pulo ng Pilipinas.

3. Pinakamasarap ang litson sa mga pagkain.

Mas masarap ang litson kaysa sa mga ibang pagkain.

4. Pinakamalapit ang Tagaytay sa mga lugar na malamig.

Mas malapit ang Tagaytay kaysa sa mga ibang lugar na malamig.

5. Pinakamaganda ang dalaga sa mga bisita.

Mas maganda ang dalaga kaysa sa mga ibang bisita.

6. Pinakamatalino si Carlos sa mga binata.

Mas matalino si Carlos kaysa sa mga ibang binata.

7. Pinakamahusay si G. Magpayo sa mga titser.

Mas mahusay si G. Magpayo kaysa sa mga ibang titser.

8. Pinakamayaman si Angela kina Tentay.

Mas mayaman si Angela kaysa kina Tentay.

9. Pinakamagaling si Linda kina Angela.

Mas magaling si Linda kaysa kina Angela.

10. Pinakaromantiko si Eddie kina Kuya Boy.

Mas romantiko si Eddie kaysa kina Kuya Boy.

11. Pinakamagara ang dalaga sa amin.

Mas magara ang dalaga kaysa sa amin.

12. Pinakamabait si Nene sa kanila.

Mas mabait si Nene kaysa sa kanila.

13. Pinakaguwapo siya sa amin.

Mas guwapo siya kaysa sa amin.

14. Pinakamagulo siya sa inyo.

Mas magulo siya kaysa sa inyo.

15. Pinakamagara siya sa atin.

Mas magara siya kaysa sa atin.

## TRANSLATION DRILLS (Patterned Sentences)

A. 1. Eddie is more handsome than Ben.

Mas guwapo si Eddie kaysa kay Ben.

Nene is prettier than Luningning.

Mas maganda si Nene kaysa kay Luningning.

2. Joe's group is more troublesome than Fidel's group.

Mas magulo[1] sina Joe kaysa kina Fidel.

Aling Osang's group is happier than Aling Pelang's group.

Mas masaya sina Aling Osang kaysa kina Aling Pelang.

3. The man is bigger than Mr. Magpayo.

Mas malaki ang lalaki kaysa kay G. Magpayo.

The girl is more elegant than Linda.

Mas magara ang babae kaysa kay Linda.

4. Andoy is more troublesome than the child.

Mas magulo si Andoy kaysa sa bata.

Tentay is richer than the bachelor.

Mas mayaman si Tentay kaysa sa binata.

5. The boys are more romantic than Eddie's group.

Mas romantiko ang mga lalaki kaysa kina Eddie.

The young people are freer than Tentay's group.

Mas libre ang kabataan kaysa kina Tentay.

6. Tentay is more elegant than the visitors.

Mas magara si Tentay kaysa sa mga bisita.

Esting is bigger than the children.

Mas malaki si Esting kaysa sa mga bata.

7. The boys are freer than Andoy.

Mas libre ang mga lalaki kaysa kay Andoy.

The maidens are busier than Aling Charing.

Mas abala ang mga dalaga kaysa kay Aling Charing.

B. 1. Nene is older than I am.

Mas matanda si Nene kaysa sa akin.

2. I'm more troublesome than Joe.

Mas magulo ako kaysa kay Joe.

3. He is more handsome than you (sg.).

Mas guwapo siya kaysa sa iyo.

4. You (sg.) are better than the teacher.

Mas mahusay ka kaysa sa titser.

5. The teacher is bigger than she is.

Mas malaki ang titser kaysa sa kaniya.

6. You (pl.) are richer than we are.

Mas mayaman kayo kaysa sa amin.

7. We (you and I) are happier than they are.

Mas masaya tayo kaysa sa kanila.

8. They are hungrier than the children.

Mas gutom sila kaysa sa mga bata.

9. Nene's group is hungrier than we (you and I) are.

Mas gutom sina Nene kaysa sa atin.

10. The young people are better than Joe's group.

Mas mahusay ang kabataan kaysa kina Joe.

11. We (he and I) are freer than you (pl.) are.

Mas libre kami kaysa sa inyo.

C. 1. Baguio is colder than Tagaytay.

Mas maginaw ang Bagyo kaysa sa Tagaytay.

2. Bataan is nearer than Zambales.

Mas malapit ang Bataan kaysa sa Sambales.

3. The island is bigger than the city.

Mas malaki ang pulo kaysa sa lunsod.

4. The car is newer than the house.

Mas bago ang kotse kaysa sa bahay.

5. The harvest is happier than the fiesta.

Mas masaya ang anihan kaysa sa pista.

6. Lechon is more delicious than kaldereta.

Mas masarap ang litson kaysa sa kaldereta.

D. 1. Ben is the handsomest among them.

Pinakaguwapo si Ben sa kanila.

2. Rosy is the happiest among us (I and others).

Pinakamasaya si Rosy sa amin.

3. The teacher is the oldest among us (you and me).

Pinakamatanda ang titser sa atin.

---

[1]The ma-adjectives in this drill may be pluralized when modifying plural noun constructions.

4. The bachelor is the richest among you (pl.).    Pinakamayaman ang binata sa inyo.
5. This is the newest among the dresses.           Pinakabago ito sa mga damit.
6. The young lady is the most elegant among        Pinakamagara ang dalaga sa mga bisita.
   the visitors.
7. Manila is the biggest among the capital cities. Pinakamalaki ang Maynila sa mga punong-lunsod.
8. Andoy is the most troublesome among the         Pinakamagulo si Andoy sa mga bata.
   children.
9. Angela is the most intelligent among Nene's     Pinakamatalino si Angela kina Nene.
   group.
10. Joe is the richest among Eddie's group.        Pinakamayaman si Joe kina Eddie.

E. 1. The capital city is the biggest.             Pinakamalaki ang punong-lunsod.
   2. The American is the kindest.                  Pinakamabait ang Amerikano.
   3. Quezon City is the nearest.                   Pinakamalapit ang Lunsod ng Quezon.
   4. The <u>suman</u> is the sweetest.             Pinakamatamis ang suman.
   5. The lechon is the most delicious.             Pinakamasarap ang litson.
   6. The moon is the brightest.                    Pinakamaliwanag ang buwan.
   7. The dress is the most colorful.               Pinakamakulay ang damit.
   8. The food is the most plentiful.               Pinakamarami ang pagkain.
   9. Fidel is the most romantic.                   Pinakaromantiko si Fidel.
   10. Ben is the most intelligent.                 Pinakamatalino si Ben.

F. 1. I'm the oldest.                               Pinakamatanda ako.
   2. He's the handsomest.                          Pinakaguwapo siya.
   3. You (sg.) are the most troublesome.           Pinakamagulo ka.
   4. You (pl.) are the best.                       Pinakamahusay kayo.
   5. We (I and others) are the newest.             Pinakabago kami.
   6. We (you and I) are the biggest.               Pinakamalaki tayo.
   7. They are the happiest.                        Pinakamasaya sila.
   8. This is the best.                             Pinakamahusay ito.
   9. That (yonder) is the most beautiful.          Pinakamaganda iyon.
   10. That (near you) is the most native.          Pinakakatutubo iyan.

## DISCUSSION

English expresses comparison (of inequality) by using either -er and -est forms or <u>more</u> and <u>most</u> constructions. Tagalog expresses the comparative with a <u>mas</u> adjective construction (sometimes <u>lalo</u> is substituted for <u>mas</u>), and expresses the superlative by prefixing <u>pinaka-</u> to the adjective.

In an English comparative sentence, there are two clauses: the primary clause and the <u>than-</u>clause. When the subject of the <u>than-</u>clause is a pronoun, this pronoun is usually in the nominative case if a verb follows, e.g., 'Ben's more intelligent than he (is).' If no verb appears in the <u>than-</u>clause, many speakers use a pronoun in the objective case: '... than him'.

In Tagalog, <u>kaysa</u> 'than' is usually followed by a <u>sa</u>-phrase, composed of <u>sa</u> (or its person form <u>kay</u>) plus a noun or a <u>sa</u>-pronoun. Only this class of pronouns and no other follows <u>sa</u>. Tagalog per-

mits, for instance, <u>Mas</u> <u>matalino</u> <u>si</u> <u>Ben</u> <u>kaysa</u> <u>sa</u> <u>kaniya</u>; <u>siya</u> cannot be used in place of the <u>sa</u>-pronoun <u>kaniya</u>.

Tagalog comparison of inequality is sometimes a source of ambiguity to some learners because of a subtle difference between comparison of topics and comparison of <u>of</u>-phrases (or <u>ng</u>-possessive phrases). As was said earlier, <u>kaysa</u> is always followed by <u>sa</u>-phrases (<u>sa</u> becomes <u>kay</u> before person names). In comparing topics, however, the <u>sa</u> in a <u>sa</u>-phrase not containing a name may be deleted; thus one may say either <u>kaysa</u> <u>sa</u> <u>bata</u> or <u>kaysa</u> <u>bata</u>. In comparing <u>ng</u>-possessive phrases, <u>kaysa</u> is always followed by <u>sa</u> plus <u>kay</u> plus a person name, or by <u>sa</u> plus any other noun or plus a <u>sa</u>-pronoun. In other words, <u>sa</u> (but not <u>kay</u>) may be deleted before nouns when topics are compared, but not when <u>ng</u>-complements are compared.

## IV. INTENSIFICATION

### EXAMPLES

1. Magkaibang-magkaiba tayo.          [We differ so much.]
2. Mayamang-mayaman si Joe.           Joe is very rich.
3. Mahusay na mahusay ang titser.     The teacher is very good.

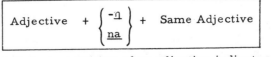

a. A linked repetition of an adjective indicates

an intensification of the quality named, with-
out explicit comparison to another object or
person.

CONVERSION DRILL

Instructions: The teacher gives a sentence the adjective of which the student intensifies.

| Teacher | Student |
|---|---|
| A. 1. Regular ang pagsisimba nila. | Regular na regular ang pagsisimba nila. |
| 2. Tunay ang pagtulong natin. | Tunay na tunay ang pagtulong natin. |
| 3. Masaya ang pagtitipon ninyo. | Masayang-masaya ang pagtitipon ninyo. |
| 4. Matamis ang pagmamahalan namin. | Matamis na matamis ang pagmamahalan namin. |
| 5. Libre ang pagawa natin. | Libreng-libre ang pagawa natin. |
| 6. Guwapo ang kaibigan ko. | Guwapong-guwapo ang kaibigan ko. |
| 7. Makulay ang damit mo. | Makulay na makulay ang damit mo. |
| 8. Mayaman ang ninong niya. | Mayamang-mayaman ang ninong niya. |
| 9. Malapit ang bahay namin. | Malapit na malapit ang bahay namin. |
| 10. Magkaiba ang ugali natin. | Magkaibang-magkaiba ang ugali natin. |
| B. 1. Mabait na bata ito. | Mabait na mabait na bata ito. |
| 2. Masarap na pagkain ito. | Masarap na masarap na pagkain ito. |
| 3. Bagong kotse iyon. | Bagong-bagong kotse iyon. |
| 4. Maginaw na lugar iyon. | Maginaw na maginaw na lugar iyon. |
| 5. Magandang awit iyan. | Magandang-magandang awit iyan. |
| 6. Magulong pista ito. | Magulong-magulong pista ito. |
| 7. Malapit na pulo ito. | Malapit na malapit na pulo ito. |
| 8. Modelong bahay iyon. | Modelong-modelong bahay iyon. |
| 9. Magaling na titser iyan. | Magaling na magaling na titser iyan. |
| 10. Matamis na suman ito. | Matamis na matamis na suman ito. |
| C. 1. Talagang mahusay siya. | Talagang mahusay na mahusay siya. |
| 2. Talagang romantiko sila. | Talagang romantikong-romantiko sila. |
| 3. Talagang marami kami. | Talagang maraming-marami kami. |
| 4. Talagang gutom tayo. | Talagang gutom na gutom tayo. |
| 5. Talagang magkaiba sila. | Talagang magkaibang-magkaiba sila. |
| 6. Talagang maganda siya. | Talagang magandang-maganda siya. |
| 7. Talagang abala kayo. | Talagang abalang-abala kayo. |
| 8. Talagang magara sila. | Talagang magarang-magara sila. |
| 9. Talagang malaki ako. | Talagang malaking-malaki ako. |
| 10. Talagang iba siya. | Talagang ibang-iba siya. |

TRANSLATION DRILL (Paired Sentences)

| Teacher | Student |
|---|---|
| 1. It's cold in Baguio. | Maginaw sa Bagyo. |
| It's very cold in Baguio. | Maginaw na maginaw sa Bagyo. |
| 2. This place is near the city. | Malapit ang lugar na ito sa lunsod. |
| This place is very near the city. | Malapit na malapit ang lugar na ito sa lunsod. |
| 3. The moon is bright. | Maliwanag ang buwan. |
| The moon is very bright. | Maliwanag na maliwanag ang buwan. |
| 4. The island is big. | Malaki ang pulo. |
| The island is very big. | Malaking-malaki ang pulo. |
| 5. The young people are free. | Libre ang kabataan. |
| The young people are very free. | Libreng-libre ang kabataan. |
| 6. The two girls are alike. | Pareho ang dalawang babae. |
| The two girls are very much alike. | Parehong-pareho ang dalawang babae. |
| 7. Mother is busy in the kitchen. | Abala ang Nanay sa kusina. |
| Mother is very busy in the kitchen. | Abalang-abala ang Nanay sa kusina. |

8. The dresses are colorful.                    Makukulay ang mga damit.
   The dresses are very colorful.               Makukulay na makukulay ang mga damit.

9. Cynthia is troublesome.                      Magulo si Cynthia.
   Cynthia is very troublesome.                 Magulong-magulo si Cynthia.

10. The maiden and the bachelor are romantic.   Romantiko ang dalaga't binata.
    The maiden and the bachelor are very romantic.  Romantikong-romantiko ang dalaga't binata.

## DISCUSSION

English uses <u>very</u>, <u>so</u>, <u>really</u>, <u>terribly</u>, and other such adverbs to express a high degree of the quality named by the modifier which follows, when there is no comparison involved: 'very pretty, extremely poor, so rich', etc. Tagalog has similar constructions but also has a different kind of construction which is very common, in which the entire adjective is repeated, with the forms linked by -ŋ or <u>na</u>. A comparable construction in English is very rare, almost non-existent.

Magandang-maganda siya.
'She's beautiful beautiful.'

Maginaw na maginaw sa Bagyo.
'It's cold cold in Baguio.'

English has a few specialized expressions suggestive of the Tagalog pattern of repetition, such as 'goody goody', and the intensifier can be repeated, as in 'very, very happy'.

Tagalog has several patterns of intensification which involve specific words (or affixes) similar to the more common patterns in English. These Tagalog patterns, which are rather complex, will be discussed in detail in later units.

## CUMULATIVE DRILLS

### SUBSTITUTION DRILL (Moving Slot)

| Teacher | Student 1 |
|---|---|
| A. 1. Saan nagdodobol-istandard ang mga lalaki? | Saan nagdodobol-istandard ang mga lalaki? |
| 2. ____ nagloloko ____ | Saan nagloloko ang mga lalaki? |
| 3. ____ babae | Saan nagloloko ang mga babae? |
| 4. ____ nagsisimba ____ | Saan nagsisimba ang mga babae? |
| 5. ____ Linda | Saan nagsisimba si Linda? |

Student 2

Nagdodobol-istandard ang mga lalaki sa probinsya.
Nagloloko ang mga lalaki sa probinsya.
Nagloloko ang mga babae sa probinsya.
Nagsisimba ang mga babae sa probinsya.
Nagsisimba si Linda sa probinsya.

| 6. ____ Fidel | Saan nagsisimba si Fidel? |
|---|---|
| 7. ____ nagpapasyal ____ | Saan nagpapasyal si Fidel? |
| 8. ____ sina Pelang | Saan nagpapasyal sina Pelang? |
| 9. ____ mga lalaki | Saan nagpapasyal ang mga lalaki? |
| 10. ____ nagdodobol-istandard ____ | Saan nagdodobol-istandard ang mga lalaki? |

Nagsisimba si Fidel sa probinsya.
Nagpapasyal si Fidel sa probinsya.
Nagpapasyal sina Pelang sa probinsya.
Nagpapasyal ang mga lalaki sa probinsya.
Nagdodobol-istandard ang mga lalaki sa probinsya.

| Teacher | Student 1 |
|---|---|
| B. 1. Saan magaganda ang mga bahay? | Saan magaganda ang mga bahay? |
| 2. ____ magagara ____ | Saan magagara ang mga bahay? |
| 3. ____ malalaki ____ | Saan malalaki ang mga bahay? |
| 4. ____ babae | Saan malalaki ang mga babae? |
| 5. ____ mayayaman ____ | Saan mayayaman ang mga babae? |

| Teacher | Student 2 |
|---|---|
| Quezon | Magaganda ang mga bahay sa Quezon. |
| Maynila | Magagara ang mga bahay sa Maynila. |
| Sebu | Malalaki ang mga bahay sa Sebu. |
| Bataan | Malalaki ang mga babae sa Bataan. |
| Dabaw | Mayayaman ang mga babae sa Dabaw. |

6. ____ mababait _____        Saan mababait ang mga babae?
7. ____ abalang-abala _____   Saan abalang-abala ang mga babae?
8. ____ naghihirap _____       Saan naghihirap ang mga babae?
9. _____ kabataan              Saan naghihirap ang mga kabataan?
10. ____ nagsisigarilyo _____  Saan nagsisigarilyo ang mga kabataan?

| Batangas | Mababait ang mga babae sa Batangas. |
| kusina | Abalang-abala ang mga babae sa kusina. |
| probinsya | Naghihirap ang mga babae sa probinsya. |
| anihan | Naghihirap ang mga kabataan sa anihan. |
| miting | Nagsisigarilyo ang mga kabataan sa miting. |

11. ____ nagloloko _____       Saan nagloloko ang mga kabataan?
12. ____ nagbabakasyon _____   Saan nagbabakasyon ang mga kabataan?
13. ____ tumutulong _____       Saan tumutulong ang mga kabataan?
14. ____ gumagawa _____         Saan gumagawa ang mga kabataan?
15. ____ bumabayo _____         Saan bumabayo ang mga kabataan?

| lunsod | Nagloloko ang mga kabataan sa lunsod. |
| Bagyo | Nagbabakasyon ang mga kabataan sa Bagyo. |
| kabila | Tumutulong ang mga kabataan sa kabila. |
| pabayani | Gumagawa ang mga kabataan sa pabayani. |
| pipigan | Bumabayo ang mga kabataan sa pipigan. |

## SUBSTITUTION-RESPONSE DRILLS (Fixed Slot)

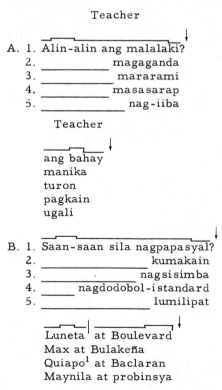

| Teacher | Student 1 |
|---|---|
| A. 1. Alin-alin ang malalaki? | Alin-alin ang malalaki? |
| 2. _____ magaganda | Alin-alin ang magaganda? |
| 3. _____ mararami | Alin-alin ang mararami? |
| 4. _____ masasarap | Alin-alin ang masasarap? |
| 5. _____ nag-iiba | Alin-alin ang nag-iiba? |

| Teacher | Student 2 |
|---|---|
| ang bahay | Ang mga bahay ang malalaki. |
| manika | Ang mga manika ang magaganda. |
| turon | Ang mga turon ang mararami. |
| pagkain | Ang mga pagkain ang masasarap. |
| ugali | Ang mga ugali ang nag-iiba. |

| B. 1. Saan-saan sila nagpapasyal? | Saan-saan sila nagpapasyal? |
|---|---|
| 2. _____ kumakain | Saan-saan sila kumakain? |
| 3. _____ nagsisimba | Saan-saan sila nagsisimba? |
| 4. ____ nagdodobol-istandard | Saan-saan sila nagdodobol-istandard? |
| 5. _____ lumilipat | Saan-saan sila lumilipat? |

| Luneta at Boulevard | Sa Luneta at sa Boulevard sila nagpapasyal. |
| Max at Bulakeña | Sa Max at sa Bulakeña sila kumakain. |
| Quiapo[1] at Baclaran | Sa Quiapo at sa Baclaran sila nagsisimba. |
| Maynila at probinsya | Sa Maynila at sa probinsya sila nagdodobol-istandard. |
| lunsod at probinsya | Sa lunsod at sa probinsya sila lumilipat. |

[1]Quiapo /kya·po'/ = the heart of downtown Manila.

| | |
|---|---|
| 6. _____ nagloloko | Saan-saan sila nagloloko? |
| 7. _____ nagsisigarilyo | Saan-saan sila nagsisigarilyo? |
| 8. _____ nagbabasa | Saan-saan sila nagbabasa? |
| 9. _____ gumagawa | Saan-saan sila gumagawa? |
| 10. _____ tumutulong | Saan-saan sila tumutulong? |

bahay at klase         Sa bahay at sa klase sila nagloloko.
klase at manukan       Sa klase at sa manukan sila nagsisigarilyo.
bahay at klase         Sa bahay at sa klase sila nagbabasa.
kusina at manukan      Sa kusina at sa manukan sila gumagawa.
anihan at pipigan       Sa anihan at sa pipigan sila tumutulong.

## CHOICE-QUESTION-RESPONSE DRILL

Instructions: The teacher asks a question. Student 1 answers by choosing one of the two possible answers suggested by the teacher. Student 2 contradicts Student 1 and gives the other possible answer.

| Teacher | Student 1 |
|---|---|
| 1. Saan mas romantiko, sa Dabaw o sa Sebu? | Mas romantiko sa Dabaw. |
| 2. Saan mas masaya, sa Maynila o sa probinsya? | Mas masaya sa probinsya. |
| 3. Saan mas magulo, sa Quiapo o sa Tundo[1]? | Mas magulo sa Tundo. |
| 4. Saan mas maliwanag, sa Quiapo o sa Escolta[2]? | Mas maliwanag sa Quiapo. |
| 5. Saan mas maginaw, sa kusina o sa manukan? | Mas maginaw sa manukan. |

### Student 2

Hindi. Mas romantiko sa Sebu.
Hindi. Mas masaya sa Maynila.
Hindi. Mas magulo sa Quiapo.
Hindi. Mas maliwanag sa Escolta.
Hindi. Mas maginaw sa kusina.

| | |
|---|---|
| 6. Saan mas masarap[3], sa klase o sa bahay? | Mas masarap sa bahay. |
| 7. Alin ang mas masaya, ang pista o ang anihan? | Mas masaya ang pista. |
| 8. Alin ang mas masarap, ang litson o ang kaldereta? | Mas masarap ang litson. |
| 9. Alin ang mas malapit, ang Bagyo o ang Dabaw? | Mas malapit ang Bagyo. |
| 10. Alin ang mas masaya, ang pista o ang Pasko[4]? | Mas masaya ang Pasko. |

Hindi. Mas masarap sa klase.
Hindi. Mas masaya ang anihan.
Hindi. Mas masarap ang kaldereta.
Hindi. Mas malapit ang Dabaw.
Hindi. Mas masaya ang pista.

| | |
|---|---|
| 11. Alin ang mas marami, ang suman o ang turon? | Mas marami ang suman. |
| 12. Alin ang mas bago, ang sa akin o ang sa iyo? | Mas bago ang sa iyo. |
| 13. Alin ang mas malaki, ang manukan ninyo o ang manukan namin? | Mas malaki ang manukan namin. |
| 14. Alin ang mas modelo, ang kotse ko o ang kotse mo? | Mas modelo ang kotse mo. |
| 15. Alin ang mas mahusay, ang pagkain niya o ang pagkain natin? | Mas mahusay ang pagkain niya. |

Hindi. Mas marami ang turon.
Hindi. Mas bago ang sa iyo.
Hindi. Mas malaki ang manukan namin.
Hindi. Mas modelo ang kotse mo.
Hindi. Mas mahusay ang pagkain natin.

---

[1] Tundo /tʊndo·h/ = an underprivileged section of Manila.

[2] Escolta /'esko·ltah/ = a street in downtown Manila where many high class stores are concentrated.

[3] Masarap /masara·p/ is not only used to describe food as 'delicious' but also to describe a situation, a place, a way of life as 'enjoyable, easy', and the like.

[4] Pasko /pasko·h/ = Christmas.

## SUBSTITUTION-RESPONSE DRILL (Moving Slot)

Instructions: The teacher asks a question which Student 1 repeats. Student 2 answers affirmatively.

| Teacher | Student 1 |
|---|---|
| 1. Nagdodobol-istandard pa rin ba sila? | Nagdodobol-istandard pa rin ba sila? |
| 2. Nagsisimba _____ | Nagsisimba pa rin ba sila? |
| 3. _____ Nene | Nagsisimba pa rin ba si Nene? |
| 4. Nagtitiis _____ | Nagtitiis pa rin ba si Nene? |
| 5. _____ babae | Nagtitiis pa rin ba ang babae? |

Student 2

Oo, nagdodobol-istandard pa rin sila.
Oo, nagsisimba pa rin sila.
Oo, nagsisimba pa rin si Nene.
Oo, nagtitiis pa rin si Nene.
Oo, nagtitiis pa rin ang babae.

| | |
|---|---|
| 6. _____ siya | Nagtitiis pa rin ba siya? |
| 7. Naghihirap _____ | Naghihirap pa rin ba siya? |
| 8. _____ dalaga | Naghihirap pa rin ba ang dalaga? |
| 9. Nagpapasyal _____ | Nagpapasyal pa rin ba ang dalaga? |
| 10. _____ mga binata | Nagpapasyal pa rin ba ang mga binata? |

Oo, nagtitiis pa rin siya.
Oo, naghihirap pa rin siya.
Oo, naghihirap pa rin ang dalaga.
Oo, nagpapasyal pa rin ang dalaga.
Oo, nagpapasyal pa rin ang mga binata.

| | |
|---|---|
| 11. Nagloloko _____ | Nagloloko pa rin ba ang mga binata? |
| 12. _____ mga lalaki | Nagloloko pa rin ba ang mga lalaki? |
| 13. Nagsisigarilyo _____ | Nagsisigarilyo pa rin ba ang mga lalaki? |
| 14. Nagdodobol-istandard _____ | Nagdodobol-istandard pa rin ba ang mga lalaki? |
| 15. _____ sila | Nagdodobol-istandard pa rin ba sila? |

Oo, nagloloko pa rin ang mga binata.
Oo, nagloloko pa rin ang mga lalaki.
Oo, nagsisigarilyo pa rin ang mga lalaki.
Oo, nagdodobol-istandard pa rin ang mga lalaki.
Oo, nagdodobol-istandard pa rin sila.

## SUBSTITUTION-CONVERSION DRILL

Instructions: The teacher gives a sentence which Student 1 repeats. Student 2 nominalizes the verb in the sentence and puts it in subject position.

| Teacher | Student 1 | Student 2 |
|---|---|---|
| 1. Dumarating ang titser. | Dumarating ang titser. | Ang titser ang dumarating. |
| 2. _____ sina Linda | Dumarating sina Linda. | Sina Linda ang dumarating. |
| 3. Tumatawa _____ | Tumatawa sina Linda. | Sina Linda ang tumatawa. |
| 4. _____ ang bata | Tumatawa ang bata. | Ang bata ang tumatawa. |
| 5. Kumakain _____ | Kumakain ang bata. | Ang bata ang kumakain. |
| 6. _____ mga bisita | Kumakain ang mga bisita. | Ang mga bisita ang kumakain. |
| 7. Sumasayaw _____ | Sumasayaw ang mga bisita. | Ang mga bisita ang sumasayaw. |
| 8. _____ Pelang | Sumasayaw si Pelang. | Si Pelang ang sumasayaw. |
| 9. Umaawit _____ | Umaawit si Pelang. | Si Pelang ang umaawit. |
| 10. _____ Lolo | Umaawit ang Lolo. | Ang Lolo ang umaawit. |
| 11. Ngumanganga _____ | Ngumanganga ang Lolo. | Ang Lolo ang ngumanganga. |
| 12. _____ Tatay | Ngumanganga ang Tatay. | Ang Tatay ang ngumanganga. |
| 13. Bumabasa _____ | Bumabasa ang Tatay. | Ang Tatay ang bumabasa. |
| 14. _____ mga babae | Bumabasa ang mga babae. | Ang mga babae ang bumabasa. |
| 15. Nagsisimba _____ | Nagsisimba ang mga babae. | Ang mga babae ang nagsisimba. |
| 16. _____ Nanay | Nagsisimba ang Nanay. | Ang Nanay ang nagsisimba. |

17. Nagsisigarilyo _____    Nagsisigarilyo ang Nanay.    Ang Nanay ang nagsisigarilyo.
18. _____ sila        Nagsisigarilyo sila.         Sila ang nagsisigarilyo.
19. Nagpapasyal _____       Nagpapasyal sila.            Sila ang nagpapasyal.
20. _____ siya        Nagpapasyal siya.            Siya ang nagpapasyal.
21. Nagloloko _____         Nagloloko siya.              Siya ang nagloloko.
22. _____ tao         Nagloloko ang tao.           Ang tao ang nagloloko.
23. Naghihirap _____        Naghihirap ang tao.          Ang tao ang naghihirap.
24. _____ babae       Naghihirap ang babae.        Ang babae ang naghihirap.
25. Nagtitiis _____         Nagtitiis ang babae.         Ang babae ang nagtitiis.
26. _____ sina Esting Nagtitiis sina Esting.       Sina Esting ang nagtitiis.
27. Nagbabakasyon _____     Nagbabakasyon sina Esting.   Sina Esting ang nagbabakasyon.
28. _____ Arthur      Nagbabakasyon sina Arthur.   Sina Arthur ang nagbabakasyon.
29. Dumarating _____        Dumarating sina Arthur.      Sina Arthur ang dumarating.
30. _____ ang titser  Dumarating ang titser.       Ang titser ang dumarating.

VISUAL-CUE DRILLS

PICTURE A

Panuto: Ilarawan ang mga sumusunod.

Halimbawa: Bumabasa ang Tatay at ang Lolo.
Tumutugtog si Tentay at umaawit si Rosy.
Nagsisimba ang Nanay.
Kumakain sina Boy at Nene.
Ngumanganga ang Lola.

## PICTURE B

Panuto: Paghambingin ang mga sumusunod na larawan.                    Compare the following pictures.

Halimbawa: Mas maganda ang bahay ni Nene kaysa sa bahay ni Rosy.
Mas (malaki, modelo) ang bahay ni Nene kaysa sa bahay ni Rosy.
Mas (maganda, malaki, modelo) ang bahay ko kaysa sa bahay natin.

## PICTURE C

Panuto: Paghambingin ang mga sumusunod na larawan.

Halimbawa: Malaki ang pulo ng Samar.
Mas malaki ang pulo ng Mindanaw kaysa sa pulo ng Samar.
Mas malaki ang pulo ng Luson kaysa sa pulo ng Mindanaw.
Pinakamalaki ang pulo ng Luson.

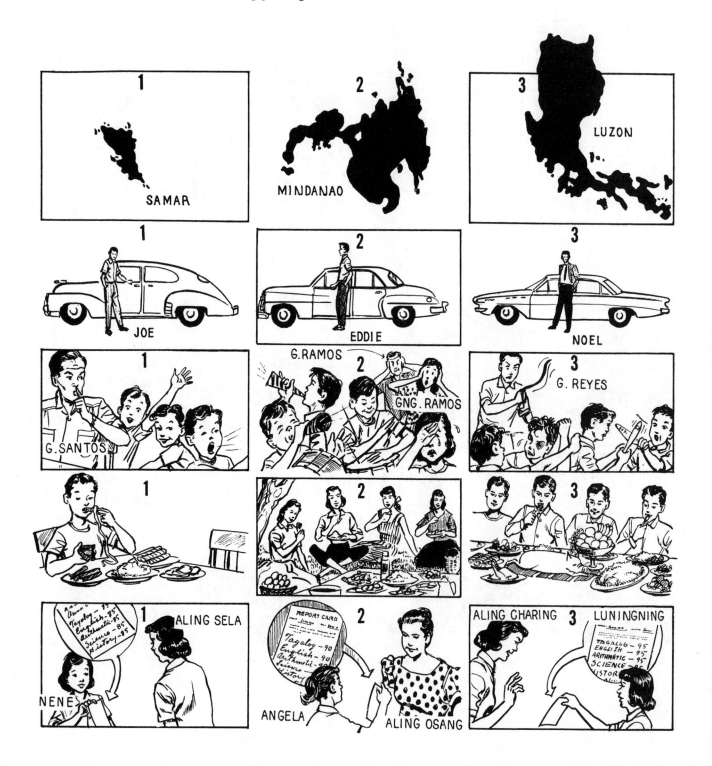

## COMPREHENSION-RESPONSE DRILLS

A. 1. Magkaibang-magkaiba ba sina Arthur at Fidel?
   2. Nag-iiba na ba ang mga ugali nina Fidel?
   3. Nagdodobol-istandard ba ang mga lalaki?
   4. Nagsisimba ba ang mga babae?
   5. Regular ba ang pagsisimba ng mga lalaki?
   6. Hindi ba nagpapasyal ang mga babae saanman?
   7. Hindi ba nagloloko ang karamihan sa probinsya?
   8. Hindi ba nagtitiis at naghihirap ang mga babae lalo na sa probinsya?

B. 1. Magkaibang-magkaiba ba o hindi sina Arthur at Fidel?
   2. Nagdodobol-istandard ba o hindi ang mga lalaki?
   3. Mas libre ba ang mga babae o ang mga lalaki?
   4. Nagtitiis ba o nagloloko ang mga babae?
   5. Regular ba o hindi ang pagsisimba ng mga lalaki?
   6. Nag-iiba na ba o hindi ang ugali nina Fidel?

C. 1. Sinu-sino ang magkaibang-magkaiba?
   2. Alin-alin ang nag-iiba?
   3. Sino ang nagdodobol-istandard?
   4. Sino ang nagsisigarilyo at nagpapasyal saanman?
   5. Sinu-sino ang mga nagloloko?
   6. Sino ang hindi laging nagsisimba?
   7. Saan mas nagdodobol-istandard ang mga lalaki?
   8. Sino ang naghihirap at nagtitiis?
   9. Bakit naghihirap at nagtitiis ang mga babae?

# UNIT VII

Ang Pamilya ni Fidel

Tuloy pa rin ang usapan nina Fidel at Arthur, pero iba na ang pinag-uusapan nila.

The Family of Fidel

Fidel and Arthur go on talking, but on a different subject.

Arthur:
Ilan kayo sa inyo?

'ılaŋ      kayʊ sa ınyo·h
(how many)

How many are there in your family?

Fidel:
Siyam (1). Limang lalaki, dalawang babae, at ang nanay ko at tatay ko!

sya·m      lımaŋ lala·ki·h | dalawam baba··e·h |
(nine)      (five)

'at aŋ na·nay ko at ta·tay ko·h

Nine. Five boys, two girls, and my mother and father.

Arthur:
Pito! At limang lalaki! Naku!

pıto·h      'at lımaŋ lala·kıh      naku·h
(seven)

Seven! And five boys! Gee!

Fidel:
Oo nga e. At iba-iba ang ugali namin.

'o··o ŋa·'e·h      'at ıba ıba·h | 'aŋ ʊga·li· na·mın

Yes, and we're all different.

Arthur:
May trabaho na ba kayong lahat?

may traba·hʊ na ba kayʊŋ laha·t
(has)

Are you all working?

Fidel:
Mayroon. Nangangalakal si Kuya Ernesto.

me·ron      naŋa·ŋala·kal | sı ku·ya erne·stoh
(have got) (doing-business)      (Ernesto)

Yes, my older brother Ernesto is in business.

Arthur:
Kilala ko si Rudy. Nasaan siya? May asawa na ba siya?

kıla·la      ko·h | sı ru·dıh      na·san sya·h
(acquaintance)      (Rudy)

I know Rudy. Where's he? Is he married yet?

[130]

me· 'asa·wa na ba sya·h
(spouse)

Fidel:
Wala pa .... Nasa amin
siya.

wala· pa·h    na·sa·mɪn sya·h

Not yet. He's at home.

Arthur:
Hindi ba betmed (2) siya?
May mga pasyente ba
siya?

hɪndi· ba    be·tmed    sya·h
(veterinarian)

may maŋa pasye·nte ba sya·h
(patient)

He's a veterinarian, isn't
he? Does he have many
"patients"?

Fidel:
Oo, marami ang mga
masasakting kalabaw sa
probinsya.

'o·'o·h    mara·mɪh    'aŋ maŋa masasaktɪŋ
(sickly)

kalaba·w sa prʊbi·nsya·h
(carabao)

Yes. There are many sick
carabaos in the province.

Arthur:
Bakit ka tumatawa?

ba·kɪt ka tʊma·ta·wah

Why are you laughing?

Fidel:
Betmed e. Mabuti pa si
Antonio, may pera (3) na
siya. At nanghihiram ako
siyempre.

be·tmed e·h    mabu·tɪ pa sɪ anto·nyo·h
(better off)    (Antonio)

me· pe·ra na sya·h    'at naŋhi·hɪram akʊ
(money)               (borrowing)

sye·mpre·h

Well, you know, a veteri-
narian. Antonio is doing
better; he's well-off now.
And I borrow from him,
naturally.

Arthur:
Nanghihiram ka? Mahiya
ka, pare (4), hindi ba
matanda ka kay Tony?

naŋhi·hɪram ka·h    mahɪya· ka pa·re·h
(be-ashamed)    (buddy)

hɪndi· ba matanda· ka kay to·ni·h
(Tony)

You borrow! You ought to
be ashamed. You're older
than Tony, aren't you?

Fidel:
Isang taon (5) ....

'ɪsan tao·n
(year)

One year ....

Arthur:
Ahh ....

'a·h

Oh ....

Fidel:
Hmmm, masarap ang
buhay ko. Nangingisda,
nanghaharana ....

'm·    (6)    masarap am bu·hay ko·h
(life)

naŋi·ŋɪsda·'    naŋha·hara·na·h
(fishing)        (serenading)

Oh, I live a wonderful life
.... Fishing .... serenading
....

Arthur:
... nanghihiram, nanggu-
gulo ....

naŋhi·hɪra·m    naŋgu·gʊlo·h
(troubling)

Asking for loans, making
trouble ....

Fidel:
Hindi naman .... (ngingi-
ti) pero alam mo, si Cyn-
thia ang nanggugulo.

hɪndi· nama·n    pe·rʊ alam mo·h    sɪ sɪ·ntya
(not really)    (know you)    (Cynthia)

'aŋ naŋgu·gʊlo·h

Not really .... (smiles) Cyn-
thia is the real troublemak-
er, you know.

Arthur:
Maganda si Cynthia, a.
Wala pa bang nobyo?

maganda sɪ sɪ·ntya 'a·h    wala· pa baŋ no·byo·h
(boy
friend)

Cynthia's pretty. Hasn't
she got a boy friend?

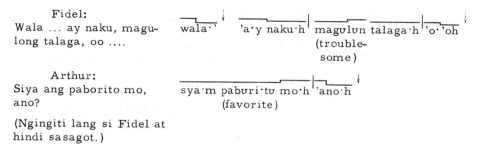

Fidel:
Wala ... ay naku, magu-
long talaga, oo ....

wala·˙  'a·y naku·h | magulʊn talaga·h |'o·'oh

(trouble-
some)

No-.... Boy, she's a charac-
ter, really.

Arthur:
Siya ang paborito mo,
ano?

sya·m pabʊri·tʊ mo·h |'ano·h

(favorite)

She's your favorite, isn't
she?

(Ngingiti lang si Fidel at
hindi sasagot.)

(Fidel just smiles and
doesn't answer.)

## CULTURAL AND STRUCTURAL NOTES

(1) The average Filipino family numbers eight
or nine, and there are many families with as many
as thirteen or fourteen children.

(2) Veterinarians are neither very numerous
nor very popular in the country. They are looked
down on, as implied in the next lines. Betmed illus-
trates a rather unusual kind of loan, combining
parts of two English words 'vet' (veterinarian) and
'med' (medicine). This is often done in an official
term, as in Namarco (National Marketing Corpora-
tion) and Naric (National Rice Corporation), but it
is less usual as a spontaneous development. The
more traditional word for veterinarian, beterinari-
yo, is widely known and does not carry the some-
what derogatory connotations of betmed.

(3) May pera literally means 'has money', an
expression that may mean either 'moderately rich'
or 'very rich'.

(4) The parents of a child use pare (from kum-
pare) in talking to or about the godfather of their
child at baptism, wedding, etc. (Mare, from kuma-
re, is used for the godmother.)

Pare is used here, however, to show not this
ceremonial relationship but camaraderie, like the
Spanish amigo or chico.

(5) Children usually come yearly, sometimes
every two years. Planned parenthood is practiced
only by a limited number of people, usually those
in the higher social levels.

(6) /'m·˙/ may be read just like the English
'Hmmm.'

## PRONUNCIATION EXERCISES

/æ/ in English Loanwords.

Tagalog does not have /æ/ (the vowel sound in
hat, lad, rap, etc.). All Tagalog a's are pronounced
with /a/, similar to the middle sound of such words
as hot, lot, stop as this sound is pronounced in mid-
western United States. English-speaking persons
have a tendency to substitute /æ/ for a great many
Tagalog words with /a/. Nowhere is this tendency
more apparent than in loanwords of English origin,
or of loans to both English and Tagalog from some
other language. The following exercise furnishes
drill on common Tagalog loanwords where English-
speaking persons tend to substitute /æ/ for Taga-
log /a/ in stressed positions:

| | | |
|---|---|---|
| bag | /ba·g/ | 'bag' |
| dyam | /dya·m/ | 'jam' |
| trap | /tra·p/ | 'trap' |
| absen (absent) | /'a·bsen ~ 'a·bsent/ | 'absent' |
| album | /'a·lbʊm/ | 'album' |
| basket | /ba·sket/ | 'basket' |
| kaktus | /ka·ktʊs/ | 'cactus' |
| kamping | /ka·mpɪŋ/ | 'camping' |
| kaki | /ka·kɪh/ | 'khaki' |
| magnet | /ma·gnet/ | 'magnet' |
| napkin | /na·pkɪn/ | 'napkin' |
| patern | /pa·tern/ | 'pattern' |

| | | |
|---|---|---|
| plastik | /pla·stɪk/ | 'plastic' |
| raket | /ra·ket/ | 'racket' |
| rali | /ra·lɪh/ | 'rally' |
| salad | /sa·lad/ | 'salad' |
| pyano | /pya·noh/ | 'piano' |
| kraker | /kra·ker/ | 'cracker' |
| dyakpat | /dya·kpat/ | 'jackpot' |
| praktis | /pra·ktɪs/ | 'practice' |
| trapik | /tra·pɪk/ | 'traffic' |
| traktor | /tra·ktor/ | 'tractor' |
| istrap | /'ɪstra·p/ | 'strap' |
| bandana | /banda·nah/ | 'bandanna' |
| pad peyper | /padpe·yper/ | 'pad paper' |
| padyama | /padya·mah/ | 'pajama' |
| alibay | /'a·lɪbay/ | 'alibi' |
| kabinet | /ka·bɪnet/ | 'cabinet' |
| kamera | /ka·merah/ | 'camera' |
| klasikal | /kla·sɪkal/ | 'classical' |
| manikyur | /ma·nɪkyʊr/ | 'manicure' |
| Santa Klaus | /sa·ntaklaws/ | 'Santa Claus' |

The following words found in this unit and in the
next contain at least one /a/ which some English-
speaking persons are likely to change to /æ/:

| | | |
|---|---|---|
| bakit | /ba·kɪt/ | 'why' |
| namin | /na·mɪn/ | 'ours' |
| nanay | /na·nay/ | 'mother' |
| nasa | /na·sah/ | 'in, on' |

| | | |
|---|---|---|
| ganyan | /ganya·n/ | 'like that' |
| alam | /'ala·m/ | 'know' |
| ilan | /'ɪla·n/ | 'how many' |
| lima | /lɪma·h/ | 'five' |
| mga | /maŋa·h/ | (plural marker) |
| naman | /nama·n/ | 'too, also' |
| wala | /wala·'/ | 'none, no' |
| nasaan | /na·sa'an/ | 'where' |
| lalaki | /lala·kɪh/ | 'male, man' |
| marami | /mara·mɪh/ | 'many' |
| importante | /'ɪmpʊrta·nteh/ | 'important' |
| nag-aaral | /naga·'a·ral/ | 'studying' |
| nakakabuhay | /naka·kabu·hay/ | 'capable of supporting' |
| nakakasuya | /naka·kasu·ya'/ | 'disgusting' |
| nangangalakal | /naŋa·ŋala·kal/ | 'in business' |
| nanghaharana | /naŋha·hara·nah/ | 'serenading' |
| nagtatrabaho | /nagta·traba·hoh/ | 'working' |
| nangangailangan | /naŋa·ŋaɪla·ŋan/ | 'needing' |

A great many errors in /a ~ æ/ substitutions arise from wrong placement of stress, that is, from stressing syllables which are lexically unstressed in Tagalog.

The following exercise also contains words in this book. The English-speaking student, following the patterns of his own language, is likely to put stresses where there are none in the Tagalog words:

| | | |
|---|---|---|
| damit | /dami·t/ | 'dress' |
| pamilya | /pami·lyah/ | 'family' |
| pasyente | /pasye·nteh/ | 'patient' |
| kalabaw | /kalaba·w/ | 'carabao' |
| dalawa | /dalawa·h/ | 'two' |
| madali | /madali·'/ | 'easy' |
| maganda | /maganda·h/ | 'beautiful' |
| nanggugulo | /naŋgu·gʊloh/ | 'making trouble' |
| nanghihiram | /naŋhi·hɪram/ | 'borrowing' |
| kabataan | /kabata·'an/ | 'youth' |
| kasalanan | /kasala·nan/ | 'sin' |
| paborito | /pabori·toh/ | 'favorite' |
| pamumuhay | /pamʊmu·hay/ | 'mode of living' |
| mahalaga | /mahalaga·h/ | 'valuable' |
| nangingisda | /naŋi·ŋɪsda·/ | 'fishing' |
| galit na galit | /galɪt na gali·t/ | 'very mad' |
| sa madaling sabi | /sa madalɪŋ sa·bɪh/ | 'in short' |
| nakakakilala | /naka·kakɪla·lah/ | 'able to recognize' |

A few mispronunciations of /a/ arise from stressing in conversation one-syllable words which are stressed in citation but which are normally de-stressed in the stream of speech, such as ba, lang, at, pa, etc. Among these the word at 'and' seems to be the most commonly mispronounced, possibly on the pattern of at, the English preposition.

Say the following phrases after your model:

mabait at maganda
/maba'i·t 'at maganda·h /
'nice and beautiful'

matipid at malambing
/matɪpi·d 'at malambi·ŋ /
'thrifty and affectionate'

mayaman at magaling
/maya·man 'at magali·ŋ /
'rich and good'

marami at masarap
/mara·mɪh 'at masara·p /
'many and delicious'

masipag at marunong
/masi·pag 'at maru·noŋ /
'industrious and intelligent'

Scotch at soda
/'ɪska·ts 'at so·dah /
'Scotch and soda'

pansit at litson
/pansi·t 'at lɪtso·n /
'pansit and lechon'

gatas at kape
/ga·tas 'at kape·h /
'milk and coffee'

pagkain at tubig
/pagka·ɪn 'at tu·bɪg /
'food and water'

tinapay at mantekilya
/tɪna·pay 'at manteki·lyah /
'bread and butter'

# DRILLS AND GRAMMAR

## I. VERBS WITH mang-AFFIX: ROOTS WITH /g, h/ AND WITH /', k/

### EXAMPLES

A. 1. Si Cynthia ang nanggugulo.              [The trouble-maker is Cynthia.]
   2. Nanghaharana si Arthur.                Arthur goes serenading.
   3. Nanghihiram ako siyempre.              [I borrow from him, naturally.]

B. 1. Nangingisda si Fidel.                  Fidel goes fishing.
   2. Nangangalakal si Kuya Ernesto.         [Kuya Ernesto is in business.]

## Imperfective Forms of mang- Verbs

| Root beginning with g or h | = | nang- | + | Reduplicated Syllable | + | Root |
|---|---|---|---|---|---|---|
| Root beginning with glottal or k | = | na | + | Modified Reduplication (CV → ηV) | + | Modified Root (C-root → η-root) |

a. When the verb root begins with /g/ or /h/, mang- verbs form the imperfective in the same way mag- verbs do. Nang- is prefixed to a stem which consists of the root with the initial consonant and vowel reduplicated (examples A).

b. When the verb root begins with /'/ or /k/, the formation of the imperfective of mang- verbs is similar but more complex. Nang- is prefixed to a reduplicated root, but with reciprocal modifications of both prefix and root, as follows: the final nasal of the prefix (the /-η/ of nang-) is transferred to the root, where it replaces the initial /'/ or /k/; the initial /η/ and vowel of the modified root appear in the reduplicated syllable (examples B).

c. Mang- verbs usually signify a repeated or recurrent action, often a professional activity.

## SUBSTITUTION-RESPONSE DRILL (Moving Slot)

| Teacher | | Student 1 | Student 2 |
|---|---|---|---|
| A. 1. Nangingisda ba si Fidel? | Ulitin mo. | Nangingisda ba si Fidel? | Oo, nangingisda siya. |
| 2. _____ ka | | Nangingisda ka ba? | Oo, nangingisda ako. |
| 3. _____ Arthur | | Nangingisda ba si Arthur? | Oo, nangingisda siya. |
| 4. Nanghaharana | | Nanghaharana ba si Arthur? | Oo, nanghaharana siya. |
| 5. _____ Tony | | Nanghaharana ba si Tony? | Oo, nanghaharana siya. |
| 6. _____ Ernesto | | Nanghaharana ba si Ernesto? | Oo, nanghaharana siya. |
| 7. Nangangalakal | | Nangangalakal ba si Ernesto? | Oo, nangangalakal siya. |
| 8. _____ siya | | Nangangalakal ba siya? | Oo, nangangalakal siya. |
| 9. _____ ako | | Nangangalakal ba ako? | Oo, nangangalakal ka. |
| 10. Nanggugulo _____ | | Nanggugulo ba ako? | Oo, nanggugulo ka. |
| 11. _____ kami | | Nanggugulo ba kami? | Oo, nanggugulo kayo. |
| 12. _____ kayo | | Nanggugulo ba kayo? | Oo, nanggugulo kami. |
| 13. Nanghihiram | | Nanghihiram ba kayo? | Oo, nanghihiram kami. |
| 14. _____ si Fidel | | Nanghihiram ba si Fidel? | Oo, nanghihiram siya. |
| 15. Nangingisda _____ | | Nangingisda ba si Fidel? | Oo, nangingisda siya. |

| Teacher | Student 1 | Student 2 |
|---|---|---|
| B. 1. Nanghihiram ba siya nito? | Nanghihiram ba siya nito? | Oo, nanghihiram siya. |
| 2. ___ awit _____ | Nang-aawit ba siya nito? | Oo, nang-aawit siya. |
| 3. ___ isda _____ | Nangingisda ba siya nito? | Oo, nangingisda siya. |
| 4. _____ dito | Nangingisda ba siya rito? | Oo, nangingisda siya. |
| 5. ___ gulo _____ | Nanggugulo ba siya rito? | Oo, nanggugulo siya. |
| 6. _____ sila _____ | Nanggugulo ba sila rito? | Oo, nanggugulo sila. |
| 7. ___ harana _____ | Nanghaharana ba sila rito? | Oo, nanghaharana sila. |
| 8. _____ kayo _____ | Nanghaharana ba kayo rito? | Oo, nanghaharana kami. |
| 9. ___ kalakal _____ | Nangangalakal ba kayo rito? | Oo, nangangalakal kami. |
| 10. _____ tayo _____ | Nangangalakal ba tayo rito? | Oo, nangangalakal tayo. |
| 11. _____ nito | Nangangalakal ba tayo nito? | Oo, nangangalakal tayo. |
| 12. ___ hiram _____ | Nanghihiram ba tayo nito? | Oo, nanghihiram tayo. |
| 13. _____ kami _____ | Nanghihiram ba kami nito? | Oo, nanghihiram kayo. |
| 14. _____ ako _____ | Nanghihiram ba ako nito? | Oo, nanghihiram ka. |
| 15. _____ siya _____ | Nanghihiram ba siya nito? | Oo, nanghihiram siya. |

## SUBSTITUTION TRANSLATION DRILL

Instructions: The teacher gives a statement and Student 1 repeats. Student 2 gives the English translation.

| Teacher | Student 1 | Student 2 |
|---|---|---|
| 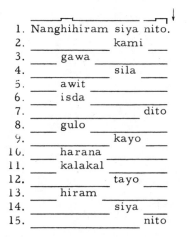 | | |
| 1. Nanghihiram siya nito. | Nanghihiram siya nito. | He borrows this. |
| 2. _____ kami _____ | Nanghihiram kami nito. | We borrow this. |
| 3. ___ gawa _____ | Nanggagawa kami nito. | We make this. |
| 4. _____ sila _____ | Nanggagawa sila nito. | They make this. |
| 5. ___ awit _____ | Nang-aawit sila nito. | They coax (for) this. |
| 6. ___ isda _____ | Nangingisda sila nito. | They fish (for) this. |
| 7. _____ dito | Nangingisda sila rito. | They fish here. |
| 8. ___ gulo _____ | Nanggugulo sila rito. | They make trouble here. |
| 9. _____ kayo _____ | Nanggugulo kayo rito. | You make trouble here. |
| 10. ___ harana _____ | Nanghaharana kayo rito. | You go serenading here. |
| 11. ___ kalakal _____ | Nangangalakal kayo rito. | You are in business here. |
| 12. _____ tayo _____ | Nangangalakal tayo rito. | We are in business here. |
| 13. ___ hiram _____ | Nanghihiram tayo rito. | We borrow here. |
| 14. _____ siya _____ | Nanghihiram siya rito. | He borrows here. |
| 15. _____ nito | Nanghihiram siya nito. | He borrows this. |

## CONVERSION DRILL

Instructions: The teacher gives a sentence using an -um- or a mag- verb. The student repeats the sentence using a mang- verb.

| Teacher | Student |
|---|---|
| 1. Humihiram dito ang Nanay. | Nanghihiram dito ang Nanay. |
| 2. Umaawit dito si Luningning. | Nang-aawit dito si Luningning. |
| 3. Kumikilala kayong lahat. | Nangingilala kayong lahat. |
| 4. Naghaharana si Antonio. | Nanghaharana si Antonio. |
| 5. Gumugulo kayong lahat. | Nanggugulo kayong lahat. |
| 6. Nag-iisda ang Ate ko. | Nangingisda ang Ate ko. |

## TRANSLATION DRILL

| Teacher | Student |
|---|---|
| 1. The one in love with her is Ben.<br>The one who loves her is Ben. | Si Ben ang umiibig sa kaniya.<br>Si Ben ang nangingibig sa kaniya. |
| 2. The one borrowing here is Mother.<br>The one who borrows here is Mother. | Ang Nanay ang humihiram dito.<br>Ang Nanay ang nanghihiram dito. |
| 3. He (Ben) is the one making trouble over there.<br>He (Ben) is the trouble-maker over there. | Siya ang gumugulo roon.<br>Siya ang nanggugulo roon. |
| 4. The one who is on a fish diet now is Angela.<br>The one fishing now is Fidel. | Si Angela ang nag-iisda ngayon.<br>Si Fidel ang nangingisda ngayon. |
| 5. The one serenading now is Oscar.<br>The one who is always serenading is the young man. | Si Oscar ang naghaharana ngayon.<br>Ang binata ang nanghaharana. |

## DISCUSSION

Like mag- and -um- verbs, mang- verbs select the performer of the action as the topic of the sentence. While mag- and -um- verbs often signify a single object, mang- verbs usually signify habitual or professional action and/or action directed toward a multitude of objects. Compare Naghaharana si Fidel 'Fidel is serenading' with Nanghaharana si Fidel 'Fidel goes serenading', or Humihiram si Fidel 'Fidel is borrowing' with Nanghihiram si Fidel 'Fidel is a borrower'.

The formation of the imperfective of mang- verbs with roots beginning with consonants other than /g/ and /h/ usually involves the loss of /ŋ/ from the affix and the replacement of the first consonant of the root by a nasal: thus, in the case of roots that begin with /'/ or /k/, the first consonant is replaced by /ŋ/. The two patterns shown in the present section can be charted as follows, illustrated by some of the verbs so far studied which can appear with a mang-affix.

| Affix mang- | + Root → | Modified Constituents (if any) → | Imperfective Form |
|---|---|---|---|
| naŋ | guloh | | naŋguguloh |
| naŋ | hiram | | naŋhihiram |
| naŋ | hiya' | | naŋhihiya' |
| naŋ | haranah | | naŋhaharanah |
| naŋ | 'isda' | naŋisda' | naŋiŋisda' |
| naŋ | ka'in | naŋa'in | naŋaŋa'in |
| naŋ | kalakal | naŋalakal | naŋaŋalakal |

Other patterns of formation with <u>mang-</u> verbs, i.e., formations with roots which begin with consonants other than /g, h, k, '/, will be presented in Unit XVII, grammar point I.

## II. ENCLITICS

### EXAMPLES

A. 1. Siya ba (question marker) ang Kastila?      [Is she the Spaniard?]
   2. Kumakain na (<u>already</u>) ang iba.      [The others are eating already.]
   3. Gumagayak pa (<u>still</u>) siya, e.      [She's still dressing.]
   4. Para kanino ho (<u>sir/ma'am</u>) iyan?      [Who's it for, sir/ma'am?]
   5. Bayanihan din (<u>too, also</u>) iyan!      [Bayanihan too, of course.]
   6. Si Cynthia nga (<u>it's true</u>) ang nanggugulo.      It's true that the trouble-maker is Cynthia.
   7. Nangangalakal daw (<u>they say</u>) si Ernesto.      They say Ernesto's in business.

B. 1. Nanggugulo ka nga rin.      It's true that you're a trouble-maker, too.
   2. Nanggugulo nga rin daw si Tentay.      They say it's true that Tentay's a trouble-maker, too.

   3. Nanggugulo pa nga rin daw si Joe.      They say it's true that Joe's still a trouble-maker, too.

   4. Nanggugulo pa nga rin daw ba si Joe?      Do they say it's true that Joe's still a trouble-maker, too?

C. 1. Hindi nga raw nanggugulo si Maria.      They say it's true that Maria's not a trouble-maker.
   2. Hindi nga rin daw nanggugulo si Nene.      They say it's true that Nene's not a trouble-maker either.

   3. Hindi nga rin daw ba nanggugulo si Nita?      Do they say it's true that Nita's not a trouble-maker either?

   4. Hindi ba nanggugulo nga raw si Nita?      Isn't it a fact that they say it's true that Nita's a trouble-maker?

| (Preclitics) | First Full Word | (Monosyllabic Pronoun) | + | Enclitic(s) | + | (Remainder) |
|---|---|---|---|---|---|---|

a. Enclitics normally occur after the first full word of the sentence.

b. The first full word may be preceded by a preclitic: i.e., a word like <u>ang</u>, <u>si</u>, <u>sa</u>, or <u>nasa</u>, which never occurs finally (example A.6).

c. The monosyllabic pronouns <u>ka</u>, <u>mo</u>, and <u>ko</u> normally precede any other enclitics (example B.1).

d. In a sentence with more than one enclitic, the normal order of the enclitics thus far introduced is:

| na}<br>pa} | nga | din/rin | daw/raw | ho}<br>po} | ba |
|---|---|---|---|---|---|

e. In a negative-interrogative sentence which questions a negative predicate, all the enclitics follow <u>hindi</u> in the order just given (examples C), thus following the regular pattern. In a confirmatory negative-interrogative sentence, which asks for confirmation of a statement assumed to be true, <u>hindi ba</u> (with <u>ho</u> or <u>po</u> possibly preceding <u>ba</u>) is placed at the beginning of the sentence as a unit, and the other enclitics follow the first word of the statement to be confirmed (example C.4).

| Hindi {ho}<br>{po} ba | Full Word | Other Enclitics |
|---|---|---|

### CONVERSION-TRANSLATION DRILLS

Instructions: Student 1 inserts the suggested enclitic(s) in the original sentence, which Student 2 then translates.

| Teacher | Student 1 | Student 2 |
|---|---|---|
| Nangangalakal si Ernesto. | | |
| A. 1. (daw) | Nangangalakal daw si Ernesto. | They say Ernesto's in business. |

| 2. (din) | Nangangalakal din si Ernesto. | Ernesto's in business, too. |
| 3. (ba) | Nangangalakal ba si Ernesto? | Is Ernesto in business? |
| 4. (nga) | Nangangalakal nga si Ernesto. | It's true Ernesto's in business. |
| 5. (po) | Nangangalakal po si Ernesto. | Ernesto's in business, sir/ma'am. |
| 6. (na) | Nangangalakal na si Ernesto. | Ernesto's already in business. |
| 7. (pa) | Nangangalakal pa si Ernesto. | Ernesto's still in business. |
| 8. (nga rin) | Nangangalakal nga rin si Ernesto. | It's true Ernesto's in business, too. |
| 9. (nga ba) | Nangangalakal nga ba si Ernesto? | Is it true Ernesto's in business? |
| 10. (din po) | Nangangalakal din po si Ernesto. | Ernesto's in business, too, sir/ma'am. |
| 11. (nga raw) | Nangangalakal nga raw si Ernesto. | They say it's true Ernesto's in business. |
| 12. (ho ba) | Nangangalakal ho ba si Ernesto? | Is Ernesto in business, sir/ma'am? |
| 13. (pa rin) | Nangangalakal pa rin si Ernesto. | Ernesto's still in business, too. |
| 14. (na raw) | Nangangalakal na raw si Ernesto. | They say Ernesto's already in business. |
| 15. (na raw ba) | Nangangalakal na raw ba si Ernesto? | Do they say that Ernesto's already in business? |

Instructions: Student 1 inserts the suggested enclitic in the immediately preceding sentence, which Student 2 then translates.

| Teacher | Student 1 | Student 2 |
|---|---|---|
| Nangangalakal si Antonio. | | |
| B. 1. (daw) | Nangangalakal daw si Antonio. | They say Antonio is in business. |
| 2. (na) | Nangangalakal na raw si Antonio. | They say Antonio is already in business. |
| 3. (nga) | Nangangalakal na nga raw si Antonio. | They say it's true Antonio is already in business. |
| 4. (ba) | Nangangalakal na nga raw ba si Antonio? | Do they say it's true Antonio is already in business? |
| 5. (rin) | Nangangalakal na nga rin daw ba si Antonio? | Do they say it's true Antonio is already in business, too? |
| 6. (po) | Nangangalakal na nga rin daw po ba si Antonio? | Do they say it's true Antonio is already in business, too, sir/ma'am? |

## SUBSTITUTION-RESPONSE DRILL

Instructions: Cued by the teacher, Student 1 asks Student 4 a question. Student 2 answers negatively for Student 4. Student 3 is surprised and asks for a confirmation. Student 4 disagrees with Student 2 by answering affirmatively.

| Teacher | Student 1 | Student 2 |
|---|---|---|
| 1. Nangingisda ka rin daw ba? | Nangingisda ka rin daw ba? | Hindi, hindi rin siya nangingisda. |
| 2. Nagsisigarilyo _____ | Nagsisigarilyo ka rin daw ba? | Hindi, hindi rin siya nagsisigarilyo. |
| 3. Nagsisimba _____ | Nagsisimba ka rin daw ba? | Hindi, hindi rin siya nagsisimba. |
| 4. Nangangalakal _____ | Nangangalakal ka rin daw ba? | Hindi, hindi rin siya nangangalakal. |
| 5. Nangingisda _____ | Nangingisda ka rin daw ba? | Hindi, hindi rin siya nangingisda. |

| Student 3 | Student 4 |
|---|---|
| Hindi ba nangingisda ka rin daw? | Oo, nangingisda nga rin ako. |
| Hindi ba nagsisigarilyo ka rin daw? | Oo, nagsisigarilyo nga rin ako. |
| Hindi ba nagsisimba ka rin daw? | Oo, nagsisimba nga rin ako. |
| Hindi ba nangangalakal ka rin daw? | Oo, nangangalakal nga rin ako. |
| Hindi ba nangingisda ka rin daw? | Oo, nangingisda nga rin ako. |

## DISCUSSION

There are a number of enclitic particles in Tagalog, each of which has a specialized meaning, and a more-or-less fixed position in relation to the other enclitics:

a. <u>Na</u> corresponds to English 'now' or 'already' in affirmative sentences, to English 'any more' in negative sentences.

b. <u>Pa</u> with a verb corresponds to English 'still' or 'yet', with a noun to English 'more' or 'another'; <u>pa</u> and <u>na</u> never occur in sequence with one another.

c. <u>Nga</u> often means 'it's true, to be sure', and may be used to confirm a preceding statement; it may also be used as an intensifier equivalent to English 'really'.

d. <u>Din/Rin</u> (<u>din</u> after consonants, <u>rin</u> after vowels) covers the areas of meaning of English 'too' or 'also' in affirmative sentences, of English 'either' or 'neither' in negative sentences.

e. <u>Daw/Raw</u> (<u>daw</u> after consonants, <u>raw</u> after vowels) is used in repeating what one has heard or read, also in stating a general truth. It is an "impersonal reporter", much like

Spanish <u>se dice que</u>, French <u>on dit que</u>, or German <u>man sagt</u>, and may be translated 'they say' or 'it is said that'.

f. <u>Ho</u> and <u>po</u>, used to indicate respect, correspond to English 'sir' or 'ma'am', but are used much more often than their English counterparts; the two particles are mutually exclusive; <u>po</u> is more formal than <u>ho</u>, and is less used. These particles never occur in the same sentence with the second-person singular pronouns <u>ikaw/ka</u>, <u>mo</u>, <u>(sa) iyo</u>, which are familiar (these are replaced by the corresponding plurals <u>kayo</u>, <u>ninyo</u>, <u>(sa) inyo</u> in respectful address, even when referring to only one person).

g. <u>Ba</u> is the interrogative particle, generally used in asking 'yes-no' questions, and optionally used in asking questions that contain interrogative words like <u>ano</u>, <u>sino</u>, <u>saan</u>.

Still other enclitics will be introduced and discussed in subsequent units.

## III. <u>May</u>, <u>mayroon</u>, <u>wala</u>: INDEFINITE POSSESSIVE

EXAMPLES

A. 1. May trabaho na ba si Ernesto? — Does Ernesto have work now?
   Mayroon. — Yes.
2. May asawa na ba siya? — [Is he married yet?]
   Wala. — No.
3. May mga pasyente ba ang betmed? — Does the veterinarian have patients?
   Mayroon na. — He does now.
   Wala pa. — [Not yet.]
4. May pera siya. — [He has (lots of) money.]

B. 1. Mayroon na bang trabaho si Ernesto? — Does Ernesto have work now?
2. Wala na bang trabaho si Ernesto? — Doesn't Ernesto have work any more?
3. Walang mga pasyente ang betmed. — The veterinarian doesn't have any patients.
4. Wala raw pera si Fidel. — They say Fidel has no money.

C. 1. Mayroon pa ba siyang pasyente? — Does he still have a patient?
2. Wala na ba siyang pasyente? — Doesn't he have patients now?
3. Mayroon siyang pera. — He has money.
4. Wala siyang pera. — He doesn't have any money.

| PREDICATE Thing Possessed | | TOPIC Possessor | |
|---|---|---|---|
| <u>May</u> | Noun (Enclitics) | | |
| <u>Mayroon</u> + Enclitics <br> <u>Wala</u> (+ Enclitics) | <u>-ng</u> + Noun | <u>ang</u> <br> <u>si</u> } + Noun | |
| <u>Mayroon</u> <br> <u>Wala</u> } (+ Enclitics) | | <u>ang</u>-pronoun | <u>-ng</u> + Noun |

a. Possession of an indefinite or non-specific thing (referred to in English by 'a' rather than 'the') is expressed by a predicate with <u>may</u> or <u>mayroon</u>; the negative of <u>may</u> and <u>mayroon</u> is <u>wala</u>.

b. <u>May</u> is a preclitic, and always immediately precedes the word (or the phrasal particle <u>mga</u> plus the word) that represents the thing possessed (examples A).

c. Mayroon and wala always require the linker /-ŋ/ (except after daw) before the word that represents the things possessed (examples B, C).

d. Mayroon may be used instead of may only if the sentence contains an enclitic particle and/or an ang-pronoun; wala is not restricted in this way (example B.3).

e. Enclitics and/or ang-pronouns precede the linker in mayroon or wala constructions.

f. In short answers to may/mayroon/wala questions, mayroon (never may) and wala are used, either alone or followed by enclitics (examples A.1-3).

## SUBSTITUTION-RESPONSE DRILLS (Moving Slot)

Instructions: The teacher gives a question which Student 1 repeats. The teacher then cues an affirmative or negative response for Student 2 by a shake or a nod of the head.

| Teacher | | Student 1 | Student 2 |
|---|---|---|---|
| A. 1. May kasama ba si Rudy? | Ulitin mo. | May kasama ba si Rudy? | Walang kasama si Rudy. |
| 2. ___ trabaho ___ | | May trabaho ba si Rudy? | May trabaho si Rudy. |
| 3. ___ asawa ___ | | May asawa ba si Rudy? | Walang asawa si Rudy. |
| 4. ___ Tony | | May asawa ba si Tony? | May asawa si Tony. |
| 5. ___ kotse ___ | | May kotse ba si Tony? | Walang kotse si Tony. |
| 6. ___ pagkain ___ | | May pagkain ba si Tony? | May pagkain si Tony. |
| 7. ___ Nene | | May pagkain ba si Nene? | Walang pagkain si Nene. |
| 8. ___ kaibigan ___ | | May kaibigan ba si Nene? | May kaibigan si Nene. |
| 9. ___ Rudy | | May kaibigan ba si Rudy? | Walang kaibigan si Rudy. |
| 10. ___ kasama ___ | | May kasama ba si Rudy? | May kasama si Rudy. |

Instructions: The teacher gives a question which Student 1 repeats. Student 2 gives an affirmative response with may. Student 3 emphasizes and repeats the response with mayroon.

| Teacher | | Student 1 |
|---|---|---|
| B. 1. Mayroon ba siyang trabaho? | Ulitin mo. | Mayroon ba siyang trabaho? |
| 2. ___ sila ___ | | Mayroon ba silang trabaho? |
| 3. ___ ako ___ | | Mayroon ba akong trabaho? |
| 4. ___ ka ___ | | Mayroon ka bang trabaho? |
| 5. ___ kaibigan | | Mayroon ka bang kaibigan? |

| Student 2 | Student 3 |
|---|---|
| Oo, may trabaho siya. | Oo, mayroon siyang trabaho. |
| Oo, may trabaho sila. | Oo, mayroon silang trabaho. |
| Oo, may trabaho ka. | Oo, mayroon kang trabaho. |
| Oo, may trabaho ako. | Oo, mayroon akong trabaho. |
| Oo, may kaibigan ako. | Oo, mayroon akong kaibigan. |

| | | |
|---|---|---|
| 6. ___ kami ___ | | Mayroon ba kaming kaibigan? |
| 7. ___ tayo ___ | | Mayroon ba tayong kaibigan? |
| 8. ___ kayo ___ | | Mayroon ba kayong kaibigan? |
| 9. ___ trabaho | | Mayroon ba kayong trabaho? |
| 10. ___ siya ___ | | Mayroon ba siyang trabaho? |

| Oo, may kaibigan kayo. | Oo, mayroon kayong kaibigan. |
|---|---|
| Oo, may kaibigan tayo. | Oo, mayroon tayong kaibigan. |
| Oo, may kaibigan kami. | Oo, mayroon kaming kaibigan. |
| Oo, may trabaho kami. | Oo, mayroon kaming trabaho. |
| Oo, may trabaho siya. | Oo, mayroon siyang trabaho. |

Instructions: The teacher gives a question which Student 1 repeats. Student 2 answers negatively.

| Teacher | | Student 1 | Student 2 |
|---|---|---|---|
| C. 1. Wala bang nobyo si Cynthia? | Ulitin mo. | Wala bang nobyo si Cynthia? | Wala siyang nobyo. |
| 2. ___ trabaho ___ | | Wala bang trabaho si Cynthia? | Wala siyang trabaho. |

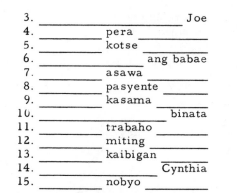

|   | | Teacher | Student 1 |
|---|---|---|---|
| 3. | _____ Joe | Wala bang trabaho si Joe? | Wala siyang trabaho. |
| 4. | _____ pera _____ | Wala bang pera si Joe? | Wala siyang pera. |
| 5. | _____ kotse _____ | Wala bang kotse si Joe? | Wala siyang kotse. |
| 6. | _____ ang babae | Wala bang kotse ang babae? | Wala siyang kotse. |
| 7. | _____ asawa _____ | Wala bang asawa ang babae? | Wala siyang asawa. |
| 8. | _____ pasyente _____ | Wala bang pasyente ang babae? | Wala siyang pasyente. |
| 9. | _____ kasama _____ | Wala bang kasama ang babae? | Wala siyang kasama. |
| 10. | _____ binata | Wala bang kasama ang binata? | Wala siyang kasama. |
| 11. | _____ trabaho _____ | Wala bang trabaho ang binata? | Wala siyang trabaho. |
| 12. | _____ miting _____ | Wala bang miting ang binata? | Wala siyang miting. |
| 13. | _____ kaibigan _____ | Wala bang kaibigan ang binata? | Wala siyang kaibigan. |
| 14. | _____ Cynthia | Wala bang kaibigan si Cynthia? | Wala siyang kaibigan. |
| 15. | _____ nobyo _____ | Wala bang nobyo si Cynthia? | Wala siyang nobyo. |

Instructions: The teacher gives a question which Student 1 answers either in the affirmative or in the negative, cued by the teacher, who nods or shakes his head. Student 2 contradicts Student 1, using <u>mayroon</u>, while Student 3 confirms Student 2's contradiction, using <u>may</u> or <u>wala</u>.

| Teacher | Student 1 | Student 2 | Student 3 |
|---|---|---|---|
| D. 1. May kotse ba siya? | Wala. | Mayroon, mayroon siyang kotse. | Oo nga, may kotse siya. |
| 2. May asawa ba siya? | Mayroon. | Wala, wala siyang asawa. | Oo nga, wala siyang asawa. |
| 3. May nobyo ba siya? | Wala. | Mayroon, mayroon siyang nobyo. | Oo nga, may nobyo siya. |
| 4. May pasyente ba siya? | Mayroon. | Wala, wala siyang pasyente. | Oo nga, wala siyang pasyente. |
| 5. May pasyente ba sila? | Wala. | Mayroon, mayroon silang pasyente. | Oo nga, may pasyente sila. |
| 6. May bisita ba sila? | Mayroon. | Wala, wala silang bisita. | Oo nga, wala silang bisita. |
| 7. May alawans ba sila? | Wala. | Mayroon, mayroon silang alawans. | Oo nga, may alawans sila. |
| 8. May anak ba sila? | Mayroon. | Wala, wala silang anak. | Oo nga, wala silang anak. |
| 9. May miting ba sila? | Wala. | Mayroon, mayroon silang miting. | Oo nga, may miting sila. |
| 10. May miting ba kayo? | Mayroon. | Wala, wala kayong miting. | Oo nga, wala kayong miting. |
| 11. May kasama ba kayo? | Wala. | Mayroon, mayroon kayong kasama. | Oo nga, may kasama kayo. |
| 12. May pagkain ba kayo? | Mayroon. | Wala, wala kayong pagkain. | Oo nga, wala kayong pagkain. |
| 13. May trabaho ba kayo? | Wala. | Mayroon, mayroon kayong trabaho. | Oo nga, may trabaho kayo. |
| 14. May trabaho ba kami? | Mayroon. | Wala, wala kaming trabaho. | Oo nga, wala kaming trabaho. |
| 15. May titser ba kami? | Wala. | Mayroon, mayroon kaming titser. | Oo nga, may titser kami. |
| 16. May pera ba kami? | Mayroon. | Wala, wala kaming pera. | Oo nga, wala kaming pera. |
| 17. May pera ba tayo? | Wala. | Mayroon, mayroon tayong pera. | Oo nga, may pera tayo. |
| 18. May kanin ba tayo? | Mayroon. | Wala, wala tayong kanin. | Oo nga, wala tayong kanin. |
| 19. May kanin ba siya? | Wala. | Mayroon, mayroon siyang kanin. | Oo nga, may kanin siya. |
| 20. May kotse ba siya? | Mayroon. | Wala, wala siyang kotse. | Oo nga, wala siyang kotse. |

TRANSLATION DRILLS (Paired Sentences)

| Teacher | Student |
|---|---|
| 1. Mr. Magpayo has a map. | May mapa si G. Magpayo. |
| The map belongs to Mr. Magpayo. | Kay G. Magpayo ang mapa. |
| 2. Luningning has a dress. | May damit si Luningning. |
| The dress belongs to Luningning. | Kay Luningning ang damit. |
| 3. <u>Aling</u> Orang has some lechon. | May litson si Aling Orang. |
| The lechon belongs to <u>Aling</u> Orang. | Kay Aling Orang ang litson. |
| 4. Eddie and the others have a car. | May kotse sina Eddie. |
| The car belongs to Eddie and the others. | Kina Eddie ang kotse. |
| 5. Rosy and the others have a doll. | May manika sina Rosy. |
| The doll belongs to Rosy and the others. | Kina Rosy ang manika. |
| 6. Joe and Ben have <u>turons</u>. | May mga turon sina Joe at Ben. |
| The <u>turons</u> belong to Joe and Ben. | Kina Joe at Ben ang mga turon. |
| 7. The American has money. | May pera ang Amerikano. |
| The money belongs to the American. | Sa Amerikano ang pera. |
| 8. Godfather has a carabao. | May kalabaw ang Ninong. |
| The carabao belongs to Godfather. | Sa Ninong ang kalabaw. |
| 9. The visitors have some food. | May pagkain ang mga bisita. |
| The food belongs to the visitors. | Sa mga bisita ang pagkain. |
| 10. The children have <u>sumans</u>. | May mga suman ang mga bata. |
| The <u>sumans</u> belong to the children. | Sa mga bata ang mga suman. |
| 11. The young people have a bell. | May bel ang mga kabataan. |

The bell belongs to the young people.          Sa mga kabataan ang bel.
12. The patient has some rice.                  May kanin ang pasyente.
    The rice belongs to the patient.            Sa pasyente ang kanin.
13. I have a car.                               May kotse ako.
    The car is mine.                            Akin ang kotse.
14. He has an allowance.                        May alawans siya.
    The allowance is his.                       Kaniya ang alawans.
15. You (pl.) have a book.                      May libro kayo.
    The book is yours.                          Inyo ang libro.
16. You have a baby.                            May bunso ka.
    The baby is yours.                          Iyo ang bunso.
17. They have some <u>kaldereta</u>.            May kaldereta sila.
    The <u>kaldereta</u> is theirs.             Kanila ang kaldereta.
18. We (he and I) have cars.                    May mga kotse kami.
    The cars are ours.                          Amin ang mga kotse.
19. We (you and I) have a house.                May bahay tayo.
    The house is ours.                          Atin ang bahay.
20. I have a low dining table.                  May dulang ako.
    The low dining table is mine.               Akin ang dulang.

## SUBSTITUTION-CONVERSION DRILL (Moving Slot)

| Teacher | Student 1 | Student 2 |
|---|---|---|
| 1. May pera na si Antonio. | May pera na si Antonio. | Mayroon na siyang pera. |
| 2. ___ asawa ___ | May asawa na si Antonio. | Mayroon na siyang asawa. |
| 3. ___ sina Ben | May asawa na sina Ben. | Mayroon na silang asawa. |
| 4. ___ trabaho ___ | May trabaho na sina Ben. | Mayroon na silang trabaho. |
| 5. Wala ___ | Wala nang trabaho sina Ben. | Wala na silang trabaho. |
| 6. ___ ang mga babae | Wala nang trabaho ang mga babae. | Wala na silang trabaho. |
| 7. ___ pagkain ___ | Wala nang pagkain ang mga babae. | Wala na silang pagkain. |
| 8. ___ pa ___ | Wala pang pagkain ang mga babae. | Wala pa silang pagkain. |
| 9. ___ ang bisita | Wala pang pagkain ang bisita. | Wala pa siyang pagkain. |
| 10. May ___ | May pagkain pa ang bisita. | Mayroon pa siyang pagkain. |
| 11. ___ turon ___ | May turon pa ang bisita. | Mayroon pa siyang turon. |
| 12. ___ sila | May turon pa sila. | Mayroon pa silang turon. |
| 13. ___ kotse ___ | May kotse pa sila. | Mayroon pa silang kotse. |
| 14. ___ kayo | May kotse pa kayo. | Mayroon pa kayong kotse. |
| 15. ___ litson ___ | May litson pa kayo. | Mayroon pa kayong litson. |
| 16. ___ ako | May litson pa ako. | Mayroon pa akong litson. |
| 17. ___ pera ___ | May pera pa ako. | Mayroon pa akong pera. |
| 18. ___ ka | May pera ka pa. | Mayroon ka pang pera. |
| 19. Wala ___ | Wala ka pang pera. | Wala ka pang pera. |
| 20. ___ na ___ | Wala ka nang pera. | Wala ka nang pera. |
| 21. ___ kami | Wala na kaming pera. | Wala na kaming pera. |
| 22. May ___ | May pera na kami. | Mayroon na kaming pera. |
| 23. ___ tayo | May pera na tayo. | Mayroon na tayong pera. |
| 24. ___ ka | May pera ka na. | Mayroon ka nang pera. |
| 25. ___ si Antonio | May pera na si Antonio. | Mayroon na siyang pera. |

## EXPANSION-CONVERSION DRILL

Instructions: The teacher gives a statement using <u>may</u>. Then she cues the enclitic for Student 1 who repeats the statement using the enclitic. Student 2 converts the statement to another using <u>mayroon</u>.

| Teacher | Student 1 | Student 2 |
|---|---|---|
| 1. May asawa si Fidel. (na) | May asawa na si Fidel. | Mayroon nang asawa si Fidel. |
| 2. May pagkain sina Rosy. (pa) | May pagkain pa sina Rosy. | Mayroon pang pagkain sina Rosy. |
| 3. May bisita ang titser. (nga) | May bisita nga ang titser. | Mayroon ngang bisita ang titser. |
| 4. May trabaho ang mga babae. (daw) | May trabaho raw ang mga babae. | Mayroon daw trabaho ang mga babae. |
| 5. May kotse siya. (po) | May kotse po siya. | Mayroon po siyang kotse. |
| 6. May alawans ako. (ho) | May alawans ho ako. | Mayroon ho akong alawans. |

7. May kaibigan ka. (rin)          May kaibigan ka rin.          Mayroon ka ring kaibigan.
8. May pamilya kayo. (raw)         May pamilya raw kayo.         Mayroon daw kayong pamilya.
9. May pera sila. (ba)             May pera ba sila?             Mayroon ba silang pera?
10. May bayad kami. (na)           May bayad na kami.            Mayroon na kaming bayad.

## DISCUSSION

As discussed previously (cf. Unit III, grammar point III), possession of a specific object is expressed by a predicate consisting of <u>sa</u> (or <u>kay</u>) plus possessor, with the thing possessed in topic position. Possession of a non-specific object is expressed by a predicate consisting of <u>may</u> or <u>mayroon</u> plus thing possessed, with the possessor in the topic position. Thus, <u>Sa akin ang kotse</u> means 'The car belongs to me', while <u>May kotse ako</u> or <u>Mayroon akong kotse</u> means 'I have a car'. As the translations show, comparable specific vs. non-specific references in English are again signalled with 'the' and 'a'.

The interchangeability of <u>may</u> and <u>mayroon</u> de-pends upon whether or not the sentence contains an enclitic or an <u>ang</u>-pronoun. When either or both of these conditions are met, <u>may</u> and <u>mayroon</u> are interchangeable; when neither is met, only <u>may</u> occurs.

In answers to questions, <u>mayroon</u> and the negative <u>wala</u> (possibly followed by enclitics) are used when the speaker wishes to give a short answer. If the answer is a complete predication, however, the full patterns are used. To illustrate, when one is asked, <u>May kapatid ba si Fidel?</u>, he may answer affirmatively just <u>Mayroon</u>, or <u>Oo, may kapatid siya</u> or <u>Oo, mayroon siyang kapatid</u>. If the answer is negative, it may be just <u>Wala</u>, or it may be <u>Wala siyang kapatid</u> (but not <u>Walang kapatid siya</u>).

## CUMULATIVE DRILLS

### DIRECTED RESPONSE DRILL

Instructions: The teacher instructs Student 1 to ask a question, which Student 2 answers affirmatively.

|   | Teacher | Student 1 |
|---|---------|-----------|
| 1. | Tanungin mo[1] si Nene kung[2] may kotse si Joe. | Nene, may kotse ba si Joe? |
| 2. | Tanungin mo si Linda kung may bahay si Ben. | Linda, may bahay ba si Ben? |
| 3. | Tanungin mo si Eddie kung may pagkain si Aling Sela. | Eddie, may pagkain ba si Aling Sela? |
| 4. | Tanungin mo si Joe kung may bisita si Tentay. | Joe, may bisita ba si Tentay? |
| 5. | Tanungin mo si Ben kung may kaibigan si Linda. | Ben, may kaibigan ba si Linda? |

Student 2

Oo, may kotse raw siya.
Oo, may bahay raw siya.
Oo, may pagkain daw siya.
Oo, may bisita raw siya.
Oo, may kaibigan daw siya.

### SUBSTITUTION-TRANSLATION-RESPONSE DRILL

Instructions: The teacher gives a question in English which Student 1 translates. The teacher then cues an affirmative or negative response for Student 2 by a shake or a nod of the head.

|   | Teacher | Student 1 | Student 2 |
|---|---------|-----------|-----------|
| 1. | Has he got a job yet? | May trabaho na ba siya? | Wala pa raw. |
| 2. | _____ car ___ | May kotse na ba siya? | Wala pa raw. |
| 3. | _____ wife ___ | May asawa na ba siya? | Wala pa raw. |
| 4. | _____ house ___ | May bahay na ba siya? | Mayroon na raw. |
| 5. | _____ patient ___ | May pasyente na ba siya? | Mayroon na raw. |
| 6. | _____ friend ___ | May kaibigan na ba siya? | Mayroon na raw. |
| 7. | _____ companion ___ | May kasama na ba siya? | Wala pa raw. |
| 8. | _____ dress ___ | May damit na ba siya? | Mayroon na raw. |
| 9. | _____ child ___ | May anak na ba siya? | Wala pa raw. |

---

[1](You) ask.
[2]Whether or not.

| 10. | _____ doll _____ | May manika na ba siya? | Mayroon na raw. |
| 11. | _____ godfather _____ | May ninong na ba siya? | Wala pa raw. |
| 12. | _____ boy friend _____ | May nobyo na ba siya? | Mayroon na raw. |
| 13. | _____ visitor _____ | May bisita na ba siya? | Wala pa raw. |
| 14. | _____ carabao _____ | May kalabaw na ba siya? | Mayroon na raw. |
| 15. | _____ allowance _____ | May alawans na ba siya? | Wala pa raw. |

## TRANSLATION DRILL

| Teacher | Student |
|---|---|
| 1. Ben's got a car. He's got a house, too. | May kotse si Ben. May bahay rin siya. |
| 2. Joe's got a house. He's got a car, too. | May bahay si Joe. May kotse rin siya. |
| 3. Nene's got a dress. She's got a doll, too. | May damit si Nene. May manika rin siya. |
| | |
| 4. Nene's got a doll. I've got one, too. | May manika si Nene. Mayroon din ako. |
| 5. Eddie's got some food. We've got some, too. | May pagkain si Eddie. Mayroon din tayo. |
| 6. Arthur's got friends. They've got some, too. | May mga kaibigan si Arthur. Mayroon din sila. |
| | |
| 7. Fidel hasn't got a job yet. Tony hasn't got one either. | Wala pang trabaho si Fidel. Wala pa rin si Tony. |
| 8. Cynthia hasn't got a boy friend yet. You haven't got one either. | Wala pang nobyo si Cynthia. Wala ka pa rin. |
| 9. Rudy hasn't got a wife yet. Arthur hasn't got one either. | Wala pang asawa si Rudy. Wala pa rin si Arthur. |

## SUBSTITUTION-RESPONSE DRILLS

Instructions: The teacher gives a question which Student 1 repeats. Student 2 restates the question in the negative-interrogative to reflect his feeling that the answer is affirmative, but still to ask for confirmation. Student 3 answers in the affirmative.

| Teacher | Student 1 |
|---|---|
| 1. Nangangalakal din daw po ba si Ernesto? | Nangangalakal din daw po ba si Ernesto? |
| 2. _____ Rudy | Nangangalakal din daw po ba si Rudy? |
| 3. _____ Antonio | Nangangalakal din daw po ba si Antonio? |
| 4. Nangingisda _____ | Nangingisda rin daw po ba si Antonio? |
| 5. _____ Arthur | Nangingisda rin daw po ba si Arthur? |

| Student 2 | Student 3 |
|---|---|
| Hindi po ba nangangalakal din daw si Ernesto? | Opo, nangangalakal nga rin daw po si Ernesto. |
| Hindi po ba nangangalakal din daw si Rudy? | Opo, nangangalakal nga rin daw po si Rudy. |
| Hindi po ba nangangalakal din daw si Antonio? | Opo, nangangalakal nga rin daw po si Antonio. |
| Hindi po ba nangingisda rin daw si Antonio? | Opo, nangingisda nga rin daw po si Antonio. |
| Hindi po ba nangingisda rin daw si Arthur? | Opo, nangingisda nga rin daw po si Arthur. |

| | | |
|---|---|---|
| 6. _____ Fidel | Nangingisda rin daw po ba si Fidel? | |
| 7. Nanghihiram _____ | Nanghihiram din daw po ba si Fidel? | |
| 8. Nanghaharana _____ | Nanghaharana rin daw po ba si Fidel? | |
| 9. Nanggugulo _____ | Nanggugulo rin daw po ba si Fidel? | |
| 10. Nagsisigarilyo _____ | Nagsisigarilyo rin daw po ba si Fidel? | |

| | |
|---|---|
| Hindi po ba nangingisda rin daw si Fidel? | Opo, nangingisda nga rin daw po si Fidel. |
| Hindi po ba nanghihiram din daw si Fidel? | Opo, nanghihiram nga rin daw po si Fidel. |
| Hindi po ba nanghaharana rin daw si Fidel? | Opo, nanghaharana nga rin daw po si Fidel. |
| Hindi po ba nanggugulo rin daw si Fidel? | Opo, nanggugulo nga rin daw po si Fidel. |
| Hindi po ba nagsisigarilyo rin daw si Fidel? | Opo, nagsisigarilyo nga rin daw po si Fidel. |

| | |
|---|---|
| 11. Nagsisimba _____ | Nagsisimba rin daw po ba si Fidel? |
| 12. Nagpapasyal _____ | Nagpapasyal din daw po ba si Fidel? |
| 13. Nag-iiba _____ | Nag-iiba rin daw po ba si Fidel? |
| 14. Nangangalakal _____ | Nangangalakal din daw po ba si Fidel? |
| 15. _____ Ernesto | Nangangalakal din daw po ba si Ernesto? |

| | |
|---|---|
| Hindi po ba nagsisimba rin daw si Fidel? | Opo, nagsisimba nga rin daw po si Fidel. |
| Hindi po ba nagpapasyal din daw si Fidel? | Opo, nagpapasyal nga rin daw po si Fidel. |
| Hindi po ba nag-iiba rin daw si Fidel? | Opo, nag-iiba nga rin daw po si Fidel. |
| Hindi po ba nangangalakal din daw si Fidel? | Opo, nangangalakal nga rin daw po si Fidel. |
| Hindi po ba nangangalakal din daw si Ernesto? | Opo, nangangalakal nga rin daw po si Ernesto. |

## VISUAL-CUE DRILLS

### PICTURE A

Panuto: Pag-usapan ang mga sumusunod.

Halimbawa: Kanino ang manika?     Kay Rosy ang manika.
                                   Akin ang manika.

           May manika ba si Rosy?     Oo. May manika siya.
                                     Mayroon.

           May manika ba si Nene?     Wala. Wala siyang manika.
           May manika ba ako?
           Mayroon ba akong manika? }     Oo. Mayroon.
           Sino ang may manika?     Si Rosy.
           Sino ang walang manika?     Si Nene.
           Wala bang manika si Nene?     Oo. Wala siyang manika.
              atbp.                      atbp.

PICTURE B

1. Panuto: Ilarawan ang mga sumusunod.

    Halimbawa: Nangingisda dito sina Andoy at Esting.
               May bahay dito.
               Mayroon ding mga kalabaw.
               Malalaki ang mga kalabaw dito.
                 atbp.

2. Panuto: Pag-usapan ang mga sumusunod.

    Halimbawa: May nangingisda ba rito?     Oo. Mayroon.
               Mayroon din bang mga kalabaw?    Oo. May mga kalabaw rin.
               Sinu-sino ang mga nangingisda?   Sina Andoy at Esting.

## COMPREHENSION-RESPONSE DRILLS

A. 1. Malaki ba ang pamilya ni Fidel?
   2. Lima ba silang lahat?
   3. May trabaho na ba silang lahat?
   4. Nangangalákal ba si Kuya Ernesto?
   5. Hindi ba betmed si Rudy?
   6. May asawa na ba siya?
   7. Si Tony ba ang may pera?
   8. Hindi ba si Cynthia ang magulo?
   9. May nobyo na ba siya?
  10. Paborito ba siya ni Fidel?
  11. Hindi ba masarap ang buhay ni Fidel?

B. 1. Malaki ba o hindi ang pamilya ni Fidel?
   2. Lima ba o dalawa ang lalaki?
   3. Nangangalakal ba o betmed si Kuya Ernesto?
   4. May asawa na ba o wala pa si Ernesto?
   5. Si Rudy ba o si Tony ang may pera na?
   6. Si Cynthia ba o si Tony ang magulo?
   7. Si Kuya Ernesto ba o si Cynthia ang paborito ni Fidel?
   8. Sino ang mas matanda? Si Fidel o si Tony?

C. 1. Ilan sina Fidel?
   2. Ilan ang babae? Ilan ang lalaki?
   3. Sino ang nangangalakal?
   4. Ano si Rudy?
   5. Sino ang may pera na?
   6. Kanino nanghihiram ng pera si Fidel?
   7. Sino ang matanda kay Tony?
   8. Bakit masarap ang buhay ni Fidel?

# UNIT VIII

Idealismo

Nag-aaral sina Lino at Alex sa unibersidad. Magkaibang-magkaiba sila. Nag-uusap sila nang masinsinan.

Idealism

Lino and Alex are university students, two very different personalities. They are having a serious discussion.

Lino:
Suyang-suya na ako!

suyaŋ suya· na·ko·h
(fed-up)

I'm fed up!

Alex:
Na naman (1)! May galit ka na naman!

na nama·n      me· ga·lit ka na nama·n
(again)        (anger)

Again! You're mad again!

Lino:
Nakakasuya ang buhay, e (2).

naka·kasu·ya· 'am bu·hay e·h
(disgusting)

Because life is disgusting!

Alex:
Nakakasuya? Bakit?

naka·kasu·ya·   ba·ki·t

Disgusting? Why?

Lino:
Tingnan mo—bakit nag-aaral ang kabataan? Bakit?

tiŋnan mo·h   ba·kɪt naga·'a·ral aŋ kabata·'an
(to look)     (studying)
ba·kɪt

Look, why do young people go to college? Why?

Alex:
Bakit? Kasi importante ang diploma (3)!

ba·ki·t   kasɪ 'ɪmpʊrta·ntɪ an dɪplo·ma·h
(because) (important)    (diploma)

Why? Because the diploma is a necessity!

[147]

Lino:
Importante ang diploma!
Hindi ba nakakasuya ang
ganyan?

'impʊrta·nti an dɪplo·mah

hɪndi· ba naka·kasu·ya· 'aŋ ganya·n

The diploma is a necessity!
Isn't that disgusting?

Alex:
Bakit nakakasuya, e (4)
ganyan ang buhay. Wa-
lang diploma, walang
trabaho.

ba·kɪt naka·kasu·ya·' | 'e ganyan am bu·ha·y |
walan dɪplo·mah | walan traba·ho·h

Why should it be when life
is really like that? No diplo-
ma, no job!

Lino:
May mga titulado (5)
riyan—wala namang na-
lalaman, nakakapagtra-
baho (6).

me· maŋa tɪtʊla·dʊ rya·n | wala· namaŋ
                    (degree holder)
na·lala·man | naka·kapagtraba·hoh |
(know-          (are-able-to-work)
something)

There're lots of college
graduates around here who
know nothing, but they have
jobs.

Alex:
May marurunong (7) pe-
ro wala silang trabaho,
kasi wala silang diploma.

me· marʊru·noŋ | pe·rʊ wala· sɪlan traba·hoh |
(intelligent)
kasɪ wala· sɪlan dɪplo·mah

There are smart people,
but they don't have jobs be-
cause they don't have a di-
ploma.

Lino:
Oo, ang may diplomang
walang utak ang nakaka-
pagtrabaho at nakakapa-
ngalakal.

'o·'oh 'aŋ may dɪplo·maŋ walaŋ 'u·tak |
                                    (brain)
'aŋ naka·kapagtraba·hoh | 'at naka·kapaŋala·kal |
                               (able-to-do-
                                business)

Yes, people without a brain
in their heads, who've got
a diploma, can get jobs and
go into business.

Alex:
Galit na galit ka. Kani-
nong kasalanan, e (4)
ganyan ang <u>socio-eco-
nomic system</u> (8) dito.

galɪt na galɪt ka·h kani·nʊŋ kasala·nan
                              (fault)
'e ganyan aŋ so·syʊ 'ɪkana·mɪk si·stem di·to·h
                    (socio-economic system)

You're really mad! But
whose fault is it? That's the
way the socio-economic sys-
tem here works.

Lino:
Ang sabihin mo, may
mga hindi nakakakilala
ng mga mahalaga sa bu-
hay.

'aŋ sabi·hɪn mo·h | mey maŋa hɪndi·
naka·kakɪla·la naŋ maŋa mahalaga sa bu·ha·y
(recognizing)              (valuable)

You mean there are people
who don't know what's real-
ly important in life.

Alex:
Nakakakilala sila ng ma-
halaga at hindi mahala-
ga, pero...

naka·kakɪla·la sɪla naŋ mahalaga·h
'at hɪndi· mahalaga·h peru·h

They can distinguish be-
tween what is valuable and
what is not, but...

Lino:
Hindi. Kakaunti ang na-
kakakilala...puro salapi,
salapi ang nasa isip.

hɪnde·· kakaʊnti· 'aŋ naka·kakɪla·la·h
                   (very few)
pu·rʊ salapi·' salapi· 'aŋ na·sa 'i·si·p
(always)(money)                  (mind)

No, very few can...always
thinking of money, money.

Alex:
Nakakabuhay ba ng tao
ang idealismo mo, Lino?

naka·kabu·hay ba nan ta·ʊ aŋ ɪdyali·smʊ mo·h
(able-to-support)
li·no·h

Can a man live on your
(kind of) idealism, Lino?

Lino:
Bakit hindi? Nangangai-
langan ba ang tao ng ma-
raming pera? Ilang damit,
ilang libro...

ba·kɪt hɪnde·· naŋa·ŋaɪla·ŋam ba·n ta·ʊ naŋ
                        (needing)
mara·mɪm pe·ra·h 'ɪlan dami·t | 'ɪlan lɪbro·h |
                  (a few)              (book)

Why not? How much money
does a man need after all?
A few clothes, a few books
...

Alex:
A, simpleng pamumuhay, sa madaling sabi (9).

'a·h | si·mplɪŋ pamʊmu·ha·y | sa madalɪŋ sa·bi·h ↓
(simple) (living) (quick)

Ah, simple living, in other words.

Lino:
Oo, simpleng pamumu-hay! Bakit hindi maging (10) simple ang mga tao?

'o·'oh  si·mplɪm pamʊmu·hay ↓  ba·kɪt hɪndi· ↓
magɪŋ  sɪ·mplɪ aŋ maŋa ta·'oh ↓
(become)

Yes, simple living! Why can't people have simple wants?

(Hindi kikibo si Alex nang matagal.)

(Alex doesn't answer for a very long time.)

O, wala kang kibo! ... ano?

'o·h | wala· kaŋ kɪbo·' ↓  'ano·h ↓
(say something)

Ha, you have nothing to say! ... What about it?

Alex:
(Ngingiti-ngiti) Wala! ... sana may pamilya ka na.

wala·' |  sa·na me· pami·lya ka na·h ↓
(wish)

(Smilingly) Nothing! ... I just wish you had a wife, that's all.

## CULTURAL AND STRUCTURAL NOTES

(1) Na naman literally means 'already also'; it is a fixed expression meaning 'again'.

(2) Nakakasuya means 'disgusting'. Although this form resembles the maka- verbs discussed in the present unit, it is in fact a kind of adjective, not unlike the adjective nakapagtataka in Hindi nakapagta-taka 'It's not surprising' of Unit II. It does not follow the normal pattern of verb inflections.

(3) Degree-consciousness is fostered not really so much by the social importance the degree gives, but a good job and therefore money-value that it promises its holder. Clerical, sometimes even janitorial-messenger jobs stipulate some degree or other as qualifications, and promotions among those already working are usually affected by educational qualifications represented by a degree. A large number of working adults are part-time students studying toward a degree to enhance their earning potential.

(4) It was said in Unit II, note 4, that e as sentence closer often provides a justification or reason for what has been said previously. It may also occur at the beginning of a sentence to give a reason or to explain things, as in these sentences.

(5) Titulado is a loanword from Spanish meaning 'holder of a title or degree', i.e., a college graduate.

(6) Nakakapagtrabaho, which means 'able to work', as well as the verbs nakakapangalakal, na-kakakilala, and nakakabuhay of this dialog, do not follow the normal pattern of verb inflection. (See grammar point II of this unit.)

(7) Marunong may refer to intelligence, knowledge, ability, or training. Matalino (cf. dialog of Unit II) refers only to intelligence.

(8) Socio-economic system could be expressed patakarang-panlipunang pangkabuhayan in Tagalog, but students in earnest discussion outside the classroom will more likely use the shorter English expression.

(9) Sa madaling sabi, literally 'in fast word', is a fixed expression meaning 'in short'.

(10) Maging is a special type of verb that functions somewhat like the linking verbs 'be' and 'become' of English. It occurs in different aspect forms: the imperfective is nagiging.

## PRONUNCIATION EXERCISES

In Unit I it was mentioned that Tagalog /p, t, k/ at the beginning of stress syllables do not have the puff of air that characterizes English /p, t, k/ in the same position. Listen to your instructor as he illustrates the distinction between the initial sounds in the following English-Tagalog pairs of words. Then mimic his pronunciation of the Tagalog words and compare this with your own pronunciation of the English words. English /p, t, k/ in stressed syllables are "aspirated"; the corresponding sounds in Tagalog are not.

Most of the Tagalog words in the following list are loans from English. A few of them do not have any necessary connection to the English words, meaning-wise. They were chosen merely because they are similar enough to point out the contrast in aspiration:

/p/

| English | | Tagalog | |
|---|---|---|---|
| Pa | pa | | /pa·h/ |
| pen | pen | | /pe·n/ |
| park | park | | /pa·rk/ |

| pink | pingk | /pɪˑŋk/ |
| party | parti | /paˑrtɪh/ |
| picnic | piknik | /pɪˑknɪk/ |
| passport | pasport | /paˑsport/ |
| pine tree | payn tri | /paˑyntrɪh/ |
| apply | aplay | /ˈaplaˑy/ |
| report | riport | /rɪpoˑrt/ |
| republic | ripablik | /rɪpaˑblɪk/ |
| appointment | apoyntment | /ˈapoˑyntment/ |

### /t/

| English | Tagalog | |
|---|---|---|
| toy | toy | /toˑy/ |
| tape | teyp | /teˑyp/ |
| type | tayp | /taˑyp/ |
| team | tim | /tiˑm/ |
| Tess | tes | /teˑs/ |
| Tex | teks | /teˑks/ |
| taxi | taksi | /taˑksɪh/ |
| tennis | tenis | /teˑnɪs/ |
| target | target | /taˑrget/ |
| canteen | kantin | /kantiˑn/ |
| atomic | atomik | /ˈatoˑmɪk/ |
| attention | atensiyon | /ˈateˑnsyon/ |

### /k/

| English | Tagalog | |
|---|---|---|
| cop | kap | /kaˑp/ |
| coke | kok | /koˑk/ |
| cake | keyk | /keˑyk/ |
| coin | koyn | /koˑyn/ |
| card | kard | /kaˑrd/ |
| candy | kendi | /keˑndɪh/ |
| carbon | karbon | /kaˑrbon/ |
| kilo | kilo | /kiˑloh/ |
| comics | komiks | /koˑmɪks/ |
| camera | kamera | /kaˑmerah/ |
| recorder | rikorder | /rɪkoˑrder/ |
| accounting | akawnting | /ˈakaˑwntɪŋ/ |
| academy | akademi | /ˈakaˑdemɪh/ |

### Tagalog /t/.

In addition to the absence of aspiration in Tagalog /t/ in stressed syllables, there is another feature of pronunciation which makes the Tagalog /t/ noticeably different from the corresponding English sound. An English speaker learning Tagalog may have a tendency, following the pattern of English, to pronounce a /t/ in an unstressed position in a Tagalog word in the same way he would pronounce it in an English word, as a kind of half /t/-half /d/ sound in words like butter, center, pretty, or as the glottal stop in words like button, fountain, kitten, or with a lateral release as in battle, dental, metal, etc. The Tagalog /t/ is different in that it is clearly pronounced whether in stressed or unstressed syllables.

The t's in the following words are "full" t's, that is, they are pronounced in pretty much the same way as any Tagalog /t/ beginning a stressed syllable. Mimic your model's pronunciation of the following words:

| atin | /ˈaˑtɪn/ | 'ours' |
| natin | /naˑtɪn/ | 'ours' |
| pabitin | /pabiˑtɪn/ | 'a pabitin' |
| pulutin | /pʊluˑtɪn/ | 'to pick up something' |
| babalutin | /baˑbaluˑtɪn/ | 'will wrap' |
| pasalamatan | /pasalamaˑtan/ | 'give thanks to' |
| natatandaan | /nataˑtandaˑan/ | 'remembers' |
| bata | /baˑtaˑ/ | 'child' |
| tatay | /taˑtay/ | 'father' |
| utang | /ˈuˑtaŋ/ | 'debt' |
| luto | /luˑtoˑ/ | 'cook' |
| prito | /priˑtoh/ | 'fried' |
| kuwarta | /kwaˑrtah/ | 'money' |
| suwerte | /sweˑrteh/ | 'luck' |
| bisita | /bɪsiˑtah/ | 'visitor' |
| mabuti | /mabuˑtɪh/ | 'good' |
| balita | /baliˑtaˑ/ | 'news' |
| katabi | /katabiˑh/ | 'beside' |
| matamis | /matamiˑs/ | 'sweet' |
| matipid | /matɪpiˑd/ | 'thrifty' |
| katapusan | /katapusaˑn/ | 'end' |
| matatanda | /matatandaˑ/ | 'old (pl.)' |
| tinitimpi | /tɪniˑtɪmpɪˑ/ | 'suppressing' |
| natplayed natututo | /natuˑtuˑtoh/ | 'learning' |
| paparito | /paˑpariˑtoh/ | 'will come here' |
| tatapusin | /taˑtapuˑsɪn/ | 'will finish' |
| susuwertihin | /suˑsweˑrtɪhɪn/ | 'will be lucky' |
| nakakatuwa | /nakaˑkatʊwaˑ/ | 'amusing' |
| nakakapagtaka | /nakaˑkapagtakah/ | 'surprising' |
| pagdadalamhati | /pagdadalamhaˑtɪˑ/ | 'bereavement' |
| pintasan | /pɪntasaˑn/ | 'criticize adversely' |
| puntahan | /pʊntahaˑn/ | 'to go to' |
| romantiko | /rʊmaˑntɪkoh/ | 'romantic' |

Listen to your instructor as he illustrates the distinction between English and Tagalog /t/ before unstressed syllables in the following English-Tagalog pairs of words. Repeat the Tagalog loanwords after your model and compare the pronunciation of the t's with that of the t's in the corresponding English words:

| English | Tagalog | |
|---|---|---|
| fountain | pawnteyn | /paˑwnteyn/ |
| platinum | platinum | /plaˑtɪnʊm/ |
| hunting | hanting | /haˑntɪŋ/ |
| center | senter | /seˑnter/ |
| auto | oto | /ˈoˑtoh/ |
| butter | bater | /baˑter/ |
| squatter | iskuwater | /ˈɪskwaˑter/ |
| fitting | piting | /piˑtɪŋ/ |
| meeting | miting | /miˑtɪŋ/ |
| skating | iskeyting | /ˈɪskeˑytɪŋ/ |
| notice | notis | /noˑtɪs/ |
| janitor | dyanitor | /dyaˑnɪtor/ |
| petticoat | petikot | /peˑtɪkot/ |
| recital | risaytal | /rɪsaˑytal/ |
| automatic | otomatik | /ˈotʊmaˑtɪk/ |

DRILLS AND GRAMMAR

I. Ng-COMPLEMENTS: INDEFINITE OBJECTS

EXAMPLES

A. 1. Kumakain ng kaldereta ang bisita.                    The visitor eats kaldereta.
   2. Nagbabasa ng libro ang bata.                         The child is reading a book.
   3. Nangangailangan ba ng maraming pera ang tao?         Does man need much money?
   4. Nangangailangan ba ng maraming pera si Lino?         Does Lino need much money?
   5. Nakakabuhay ba ng tao ang idealismo mo?              [Can a man live on your (kind of) idealism?]

B. 1. Gumagawa sila ng kotse.                             They're making a car.
   2. Nagbabasa sila ng libro.                             They read books.
   3. Nangangailangan ba sila ng maraming pera?           Do they need much money?
   4. Nakakakilala sila ng mahalaga at hindi mahalaga.     [They can distinguish between what is valuable and what is not.]

| PREDICATE | | TOPIC | |
|---|---|---|---|
| Transitive Verb | Complement | | Complement |
| | (Object) | (Actor) | (Object) |
| -um-<br>mag-<br>mang-  } Verb<br>maka-<br>.... | ng + Noun | ang/si + Noun<br><br>ang-pronoun | <br><br>ng + Noun |

a. A ng-complement that accompanies an -um-, mag-, mang-, or maka- verb is roughly equivalent to an English direct object.

b. When the topic of the sentence is a noun, the complement usually precedes it (examples A).

c. When the topic is a pronoun, it behaves like an enclitic, and thus normally comes immediately after the first full word, in these sentences after the verb (examples B).

SUBSTITUTION-RESPONSE DRILL (Moving Slot)

Teacher                                                          Student 1

1. Nangangailangan ba ng maraming pera si Joe?    Nangangailangan ba ng maraming pera si Joe?
2. _____ pagkain ___     Nangangailangan ba ng maraming pagkain si Joe?
3. _____ libro ___       Nangangailangan ba ng maraming libro si Joe?
4. Nagbabasa _____         Nagbabasa ba ng maraming libro si Joe?
5. Nanghihiram _____       Nanghihiram ba ng maraming libro si Joe?

Student 2

Oo, nangangailangan siya ng maraming pera.
Oo, nangangailangan siya ng maraming pagkain.
Oo, nangangailangan siya ng maraming libro.
Oo, nagbabasa siya ng maraming libro.
Oo, nanghihiram siya ng maraming libro.

6. _____ kotse ___       Nanghihiram ba ng maraming kotse si Joe?
7. Nangangailangan _____      Nangangailangan ba ng maraming kotse si Joe?
8. _____ damit ___       Nangangailangan ba ng maraming damit si Joe?
9. _____ pagkain ___     Nangangailangan ba ng maraming pagkain si Joe?
10. _____ pera ___       Nangangailangan ba ng maraming pera si Joe?

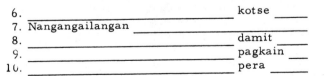

Oo, nanghihiram siya ng maraming kotse.
Oo, nangangailangan siya ng maraming kotse.

Oo, nangangailangan siya ng maraming damit.
Oo, nangangailangan siya ng maraming pagkain.
Oo, nangangailangan siya ng maraming pera.

TRANSLATION DRILL (Paired Sentences)

| Teacher | Student |
|---|---|
| 1. The children are eating lechon. | Kumakain ng litson ang mga bata. |
| We (he and I) are eating lechon, too. | Kumakain din kami ng litson. |
| 2. The doll is wearing a dress. | Nagsusuot ng damit ang manika. |
| You're (sg.) wearing a dress, too. | Nagsusuot ka rin ng damit. |
| 3. Luningning is changing (her) ways. | Nag-iiba ng ugali si Luningning. |
| Rose's changing (her) ways, too. | Nag-iiba rin ng ugali si Rose. |
| 4. Rosy's group is reading a book. | Nagbabasa ng libro sina Rosy. |
| They're reading a book, too. | Nagbabasa rin sila ng libro. |
| 5. The people need lots of money. | Nangangailangan ng maraming pera ang mga tao. |
| You (all) need lots of money, too. | Nangangailangan din kayo ng maraming pera. |
| 6. The young ladies (maidens) don't pound pinipig. | Hindi bumabayo ng pinipig ang mga dalaga. |
| I don't pound pinipig, either. | Hindi rin ako bumabayo ng pinipig. |
| 7. The young men (bachelors) don't smoke Camels. | Hindi nagsisigarilyo ng Camel ang mga binata. |
| We (you and I) don't smoke Camels, either. | Hindi rin tayo nagsisigarilyo ng Camel. |
| 8. Mother doesn't borrow money. | Hindi nanghihiram ng pera ang Nanay. |
| He doesn't borrow money, either. | Hindi rin siya nanghihiram ng pera. |
| 9. The women don't lift houses. | Hindi bumubuhat ng bahay ang mga babae. |
| We (she and I) don't lift houses, either. | Hindi rin kami bumubuhat ng bahay. |
| 10. The veterinarian doesn't make (build) houses. | Hindi gumagawa ng bahay ang betmed. |
| I don't make (build) houses, either. | Hindi rin ako gumagawa ng bahay. |

DISCUSSION

In English some verbs are intransitive; they never take an object, like sleep. Other verbs are transitive; they must have an object, like enjoy. A very large group may or may not take an object, like read. The intransitive verbs appear in intransitive sentence constructions; the transitive verbs appear in transitive constructions; the third group may appear in either intransitive or transitive constructions.

Tagalog verbs are similar, some in one or another category, some with a potential for both. All verbs introduced in earlier units have been used in intransitive constructions; as predicates they occur along with a topic to form a complete sentence. In the present unit a more complex sentence pattern is introduced, in which the predicate contains not only a verb, but also a complement (or object), in this case another noun phrase.

Tagalog has several types of complements, and these are introduced in various ways. In this unit ng (pronounced /naŋ/), which has previously been used to introduce a possessive phrase, is used to introduce a complement phrase. The ng-complement introduced here expresses an indefinite or non-specific object or goal and is equatable with the English indefinite direct object. The definite direct object is expressed by a different construction which will be introduced in a subsequent unit. This type of ng-complement occurs with transitive

verbs formed with affixes such as -um-, mag-, mang-, and maka-; with these affixes, the topic of the sentence is the performer of the action expressed by the verb.

In English, the normal sentence pattern is ⌐subject⌐ ⌐verb⌐ ⌐object⌐, whether the subject is a noun or a pronoun; e.g., 'Alex reads a book' or 'He reads a book'. In Tagalog the normal pattern depends on the form of the topic. While the order of complements and topic in a sentence is usually flexible within limits,[1] the most normal pattern is complement before topic when the topic is a noun: ⌐verb⌐ ⌐complement⌐ ⌐noun topic⌐. When the topic is an ang-pronoun, however, its enclitic property places it immediately after the first full word (the verb), and the pattern becomes: ⌐verb⌐ ⌐pronoun topic⌐ ⌐complement⌐. Restated, when the topic is a noun, the predicate verb and complement appear together. When the topic is a pronoun, it splits the predicate (if no full word precedes the verb), following the verb but preceding the complement.

Though the verbs presented in earlier units all appear in intransitive constructions, the affixes -um-, mag-, mang-, and maka- (and other affix patterns not yet presented) may also form transitive verbs. Whether a verb is transitive or intransitive (or both) depends on either the affix or base or both.

---

[1]Note the order of topic plus complement in one of the dialog sentences, which does not follow the normal order described here: Nangangailangan ba ang tao ng maraming pera? There is no important difference in meaning involved.

## II. <u>Maka</u>-, <u>makapag</u>-, AND <u>makapang</u>- VERBS

EXAMPLES

A. 1. Nakakabuhay ba ng tao ang idealismo mo, Lino?   [Can a man live on your (kind of) idealism, Lino?]
   2. Nakakabasa ng libro si Alex.                    Alex is able (has the ability) to read a book.

B. 1. Nakakapagpasyal ang mga lalaki.                 The men get to pay calls.
   2. Nakakapagtrabaho si Lino.                        Lino's able to work.

C. 1. Nakakapanggulo siya.                             He manages to be troublesome.
   2. Nakakapangalakal si Ernesto.                     Ernesto's able to go into business.

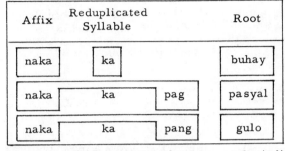

| Affix | Reduplicated Syllable | | Root |
|-------|-----------------------|------|------|
| naka  | ka                    |      | buhay |
| naka  | ka                    | pag  | pasyal |
| naka  | ka                    | pang | gulo |

a. <u>Maka</u>-, <u>makapag</u>-, and <u>makapang</u>- verbs indicate a realized potentiality of some kind.

b. The formation of the imperfective of these verbs involves an affix, a reduplication, and a root, as in the case of verbs previously mentioned. The reduplicated syllable, however, is the <u>ka</u> of the affix, which immediately follows <u>maka</u>-, infixed in the complex affixes <u>makapag</u>- and <u>makapang</u>-.

c. In the imperfective formations of several verb classes, the identifying /m/ of the affix changes to /n/. Thus, just as the <u>mag</u>- and <u>mang</u>- verbs have the imperfective affixes <u>nag</u>- and <u>nang</u>-, <u>maka</u>- verbs have <u>naka</u>-.

d. The accent patterns of these forms are slightly different from other imperfective forms: the syllable <u>ka</u> of <u>naka</u>- is lengthened; word stress on the root is retained (as in /naka·kabu·hay/, /naka·kapagtraba·hoh/, /naka·kapaŋala·kal/, etc.), but phrase stress tends to disappear (as in /naka·katakboh/, /naka·kapagpasyal/, /naka·kapaŋguloh/, etc.).

D. 1. Kumakain ng turon si Alex.          Alex is eating a <u>turon</u>.
   2. Bumabasa ng libro si Andoy.          Andoy's reading a book.
   3. Nagbabasa ng libro si Andoy.         Andoy's reading a book.
   4. Nagtatrabaho si Lino.                Lino's working.
   5. Nangangalakal si Ernesto.            Ernesto's in business.

E. 1. Nakakakain ng turon si Alex.        Alex is able to eat a <u>turon</u>.
   2. Nakakabasa ng libro si Andoy.        Andoy's able (has the ability) to read a book.
   3. Nakakapagbasa ng libro si Andoy.     Andoy's able (can find time) to read a book.
   4. Nakakapagtrabaho si Lino.            Lino's able to work.
   5. Nakakapangalakal si Ernesto.         Ernesto's able to go into business.

<u>Maka</u>- Forms of -<u>um</u>-, <u>mag</u>-, and <u>mang</u>- Verbs

| -<u>um</u>- | → | maka- |
|-------------|---|-------|
| mag-        | → | makapag- |
| mang-       | → | makapang- |

e. The prefix <u>maka</u>- adds the meaning of realized potentiality to -<u>um</u>-, <u>mag</u>-, and <u>mang</u>- verbs. When <u>maka</u>- occurs with an -<u>um</u>- verb, the -<u>um</u>- itself disappears. When it occurs with a <u>mag</u>- verb, the <u>mag</u>- is replaced by <u>pag</u>-, and the complex prefix <u>makapag</u>- is formed. When <u>maka</u>- occurs with a <u>mang</u>- verb, the <u>mang</u>- is replaced by <u>pang</u>-, and the complex prefix <u>makapang</u>- is formed.

f. Roots that take both -<u>um</u>- and <u>mag</u>- naturally take both <u>maka</u>- and <u>makapag</u>-.

g. <u>Makapang</u>- verbs show the same type of modifications of stem and root as the <u>mang</u>- verbs to which they correspond. Compare <u>nangangalakal</u> and <u>nakakapangalakal</u> (cf. Unit VII, grammar point I).

Alternate Imperfective Forms of <u>maka</u>- Verbs

EXAMPLES

A. 1. Nakabubuhay ba ng tao ang idealismo mo, Lino?    [Can a man live on your (kind of) idealism, Lino?]
   2. Nakababasa ng libro si Andoy.    Andoy's able (has the ability) to read a book.

B. 1. Nakapagpapasyal ang mga lalaki.    The men get to pay calls.
   2. Nakapagtatrabaho si Lino.    Lino's able to work.

C. 1. Nakapanggugulo si Lino.    Lino manages to be troublesome.
   2. Nakapangangalakal si Ernesto.    Ernesto's able to go into business.

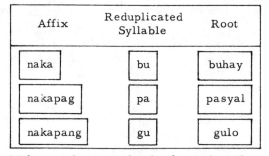

| Affix | Reduplicated Syllable | Root |
|---|---|---|
| naka | bu | buhay |
| nakapag | pa | pasyal |
| nakapang | gu | gulo |

a. <u>Maka</u>- verbs may also be formed on the same pattern as <u>mag</u>- and <u>mang</u>- verbs, with the first consonant and vowel of the root reduplicated.

b. In these formations the reduplicated syllable precedes the root, and the complex prefixes <u>makapag</u>- and <u>makapang</u>- are kept intact. As in other imperfective forms, the /m/ of the affix is replaced by /n/.

c. The accent pattern of this formation follows the normal pattern for other imperfective forms: the reduplicated syllable is lengthened, and word stress is retained (as in /nakabu·bu·hay/, /nakapagta·traba·hoh/, /nakapaŋa·ŋala·kal/, etc.), but phrase stress tends to disappear (as in /nakata·takboh/, /nakapagpa·pasyal/, /nakapaŋu·guloh/, etc.).

CONVERSION DRILLS

Instructions: The teacher gives a verb with an affix reduplication or a root reduplication. The student then gives the corresponding root or affix reduplication.

| Teacher | Student | Teacher | Student |
|---------|---------|---------|---------|
| A. 1. Nakakabili | → Nakabibili | B. 1. Nakababasa | → Nakakabasa |
| 2. Nakakabuhay | → Nakabubuhay | 2. Nakabubuhay | → Nakakabuhay |
| 3. Nakakakain | → Nakakakain | 3. Nakakikilala | → Nakakakilala |
| 4. Nakakakilala | → Nakakikilala | 4. Nakakakain | → Nakakakain |
| 5. Nakakabasa | → Nakababasa | 5. Nakanganganga | → Nakakananga |
| 6. Nakakatugtog | → Nakatutugtog | 6. Nakagagawa | → Nakakagawa |
| 7. Nakakananga | → Nakanganganga | 7. Nakatutugtog | → Nakakatugtog |
| 8. Nakakaupo | → Nakauupo | 8. Nakababasa | → Nakakabasa |
| 9. Nakakaawit | → Nakaaawit | 9. Nakaaawit | → Nakakaawit |
| 10. Nakakagawa | → Nakagagawa | 10. Nakauupo | → Nakakaupo |
| | | | |
| 11. Nakakapagtrabaho | → Nakapagtatrabaho | 11. Nakapagbabayo | → Nakakapagbayo |
| 12. Nakakapagbayo | → Nakapagbabayo | 12. Nakapaglalakad | → Nakakapaglakad |
| 13. Nakakapaglakad | → Nakapaglalakad | 13. Nakapagtatrabaho | → Nakakapagtrabaho |
| 14. Nakakapagsayaw | → Nakapagsasayaw | 14. Nakapagsasayaw | → Nakakapagsayaw |
| 15. Nakakapagbuhat | → Nakapagbubuhat | 15. Nakabubuhat | → Nakakabuhat |
| 16. Nakakapagpasyal | → Nakapagpapasyal | 16. Nakapagpapasyal | → Nakakapagpasyal |
| 17. Nakakapagtiis | → Nakapagtitiis | 17. Nakapagtitiis | → Nakakapagtiis |
| 18. Nakakapagloko | → Nakapagloloko | 18. Nakapagloloko | → Nakakapagloko |
| 19. Nakakapag-aral | → Nakapag-aaral | 19. Nakapag-aaral | → Nakakapag-aral |
| 20. Nakakapagsimba | → Nakapagsisimba | 20. Nakapagsisimba | → Nakakapagsimba |
| | | | |
| 21. Nakakapangharana | → Nakapanghaharana | 21. Nakapanghaharana | → Nakakapangharana |
| 22. Nakakapangalakal | → Nakapangangalakal | 22. Nakapangingisda | → Nakakapangisda |
| 23. Nakakapangisda | → Nakapangingisda | 23. Nakapangangalakal | → Nakakapangalakal |
| 24. Nakakapanggulo | → Nakapanggugulo | 24. Nakapanggugulo | → Nakakapanggulo |
| 25. Nakakapanghiram | → Nakapanghihiram | 25. Nakapanghihiram | → Nakakapanghiram |

## SUBSTITUTION-RESPONSE DRILL

Instructions: The teacher gives a question which Student 1 repeats. The teacher cues an affirmative or
negative response for Student 2 by nodding or shaking his head.

| Teacher | Student 1 | Student 2 |
|---------|-----------|-----------|
| 1. Nakakasimba ba siya? | Nakakasimba ba siya? | Oo, nakakasimba siya. |
| 2. _____ (pasyal) _____ | Nakakapasyal ba siya? | Oo, nakakapasyal siya. |
| 3. _____ (sayaw) _____ | Nakakasayaw ba siya? | Oo, nakakasayaw siya. |
| 4. _____ (awit) _____ | Nakakaawit ba siya? | Oo, nakakaawit siya. |
| 5. _____ (basa) _____ | Nakakabasa ba siya? | Oo, nakakabasa siya. |
| | | |
| 6. _____ (suya) _____ | Nakakasuya ba siya? | Hindi, hindi siya nakakasuya. |
| 7. _____ (gulo) _____ | Nakakagulo ba siya? | Hindi, hindi siya nakakagulo. |
| 8. _____ (hiram) _____ | Nakakahiram ba siya? | Hindi, hindi siya nakakahiram. |
| 9. _____ (harana) _____ | Nakakapangharana ba siya? | Hindi, hindi siya nakakapangharana. |
| 10. _____ (tugtog) _____ | Nakakatugtog ba siya? | Hindi, hindi siya nakakatugtog. |
| | | |
| 11. _____ (gawa) _____ | Nakakagawa ba siya? | Oo, nakakagawa siya. |
| 12. _____ (kain) _____ | Nakakakain ba siya? | Oo, nakakakain siya. |
| 13. _____ (nganga) _____ | Nakakananga ba siya? | Oo, nakakananga siya. |
| 14. _____ (bayo) _____ | Nakakabayo ba siya? | Oo, nakakabayo siya. |
| 15. _____ (buhat) _____ | Nakakabuhat ba siya? | Oo, nakakabuhat siya. |
| | | |
| 16. _____ (lakad) _____ | Nakakalakad ba siya? | Hindi, hindi siya nakakalakad. |
| 17. _____ (tiis) _____ | Nakakatiis ba siya? | Hindi, hindi siya nakakatiis. |
| 18. _____ (loko) _____ | Nakakaloko ba siya? | Hindi, hindi siya nakakaloko. |
| 19. _____ (alam) _____ | Nakakaalam ba siya? | Hindi, hindi siya nakakaalam. |
| 20. _____ (isda) _____ | Nakakapangisda ba siya? | Hindi, hindi siya nakakapangisda. |
| | | |
| 21. _____ (tawa) _____ | Nakakatawa ba siya? | Oo, nakakatawa siya. |
| 22. _____ (kalakal) _____ | Nakakapangalakal ba siya? | Oo, nakakapangalakal siya. |
| 23. _____ (tulong) _____ | Nakakatulong ba siya? | Oo, nakakatulong siya. |
| 24. _____ (buhay) _____ | Nakakabuhay ba siya? | Oo, nakakabuhay siya. |
| 25. _____ (kilala) _____ | Nakakakilala ba siya? | Oo, nakakakilala siya. |

| 26. | ___ (aral) ___ | Nakakapag-aral ba siya? | Hindi, hindi siya nakakapag-aral. |
| 27. | ___ (pipig) ___ | Nakakapipig ba siya? | Hindi, hindi siya nakakapipig. |
| 28. | ___ (lipat) ___ | Nakakalipat ba siya? | Hindi, hindi siya nakakalipat. |
| 29. | ___ (alis) ___ | Nakakaalis ba siya? | Hindi, hindi siya nakakaalis. |
| 30. | ___ (bakasyon) ___ | Nakakapagbakasyon ba siya? | Hindi, hindi siya nakakapagbakasyon. |

## SUBSTITUTION DRILL (Moving Slot)

Instructions: Substitutions are cued in the verb and complement slots in the following sentences.

| | Teacher | Student |
|---|---|---|
| 1. | Nakakakilala ng mabuti si Mario. | Nakakakilala ng mabuti si Mario. |
| 2. | ___ kaibigan ___ | Nakakakilala ng kaibigan si Mario. |
| 3. | ___ pera ___ | Nakakakilala ng pera si Mario. |
| 4. | Nakakahiram ___ | Nakakahiram ng pera si Mario. |
| 5. | ___ kotse ___ | Nakakahiram ng kotse si Mario. |
| 6. | ___ libro ___ | Nakakahiram ng libro si Mario. |
| 7. | Nakakagawa ___ | Nakakagawa ng libro si Mario. |
| 8. | ___ suman ___ | Nakakagawa ng suman si Mario. |
| 9. | ___ turon ___ | Nakakagawa ng turon si Mario. |
| 10. | Nakakakain ___ | Nakakakain ng turon si Mario. |
| 11. | ___ litson ___ | Nakakakain ng litson si Mario. |
| 12. | ___ kaldereta ___ | Nakakakain ng kaldereta si Mario. |
| 13. | Nakakakilala ___ | Nakakakilala ng kaldereta si Mario. |
| 14. | ___ pera ___ | Nakakakilala ng pera si Mario. |
| 15. | ___ mabuti ___ | Nakakakilala ng mabuti si Mario. |

## CONVERSION DRILL

Instructions: The teacher makes a statement using -um-, mag-, or mang-. The student converts it to a statement pattern using maka-, makapag-, or makapang-.

| | Teacher | Student |
|---|---|---|
| 1. | Kumakain ng litson ang bata. | Nakakakain ng litson ang bata. |
| 2. | Bumabasa ng libro si Ben. | Nakakabasa ng libro si Ben. |
| 3. | Gumagawa ng suman ang mga binata. | Nakakagawa ng suman ang mga binata. |
| 4. | Sumasayaw ng Tinikling[1] ang Amerikano. | Nakakasayaw ng Tinikling ang Amerikano. |
| 5. | Bumabayo ng pinipig si Ambo. | Nakakabayo ng pinipig si Ambo. |
| 6. | Gumagawa ng bahay si Andoy. | Nakakagawa ng bahay si Andoy. |
| 7. | Nagsisigarilyo ng Camel si Maning. | Nakakapagsigarilyo ng Camel si Maning. |
| 8. | Nagtitiis ng hirap ang mga babae. | Nakakapagtiis ng hirap ang mga babae. |
| 9. | Nanghihiram ng pera si Rosy. | Nakakapanghiram ng pera si Rosy. |
| 10. | Nanghaharana ng dalaga si Kardo. | Nakakapangharana ng dalaga si Kardo. |

## CONVERSION-RESPONSE DRILL

Instructions: The teacher gives a statement using an -um-, mag-, or mang- verb. Student 1 converts the statement to a question using the maka- verb. Student 2 gives the affirmative response.

| | Teacher | Student 1 | Student 2 |
|---|---|---|---|
| 1. | Bumabasa ng libro ang bata. | Nakakabasa ba ng libro ang bata? | Oo, nakakabasa siya. |
| 2. | Nagsusuot ng damit si Nene. | Nakakapagsuot ba ng damit si Nene? | Oo, nakakapagsuot siya. |
| 3. | Kumakain ng kanin ang pasyente. | Nakakakain ba ng kanin ang pasyente? | Oo, nakakakain siya. |
| 4. | Gumagawa ng kotse ang mga lalaki. | Nakakagawa ba ng kotse ang mga lalaki? | Oo, nakakagawa sila. |
| 5. | Bumabayo ng pinipig sina Ambo. | Nakakabayo ba ng pinipig sina Ambo? | Oo, nakakabayo sila. |

---

[1]A Philippine dance in which a couple step gracefully between two parallel bamboo poles which are alternately struck against the floor and against each other.

6. Nagtitiis ng hirap ang mga babae. | Nakakapagtiis ba ng hirap ang mga babae? | Oo, nakakapagtiis sila.
7. Nagsisigarilyo ako ng Camel. | Nakakapagsigarilyo ba ako ng Camel? | Oo, nakakapagsigarilyo ka.
8. Nagsasayaw kayo ng Tinikling. | Nakakapagsayaw ba kayo ng Tinikling? | Oo, nakakapagsayaw kami.
9. Nanghihiram kami ng pera. | Nakakapanghiram ba kami ng pera? | Oo, nakakapanghiram kayo.
10. Nanghaharana ng mga dalaga sina Kardo. | Nakakapangharana ba ng mga dalaga sina Kardo? | Oo, nakakapangharana sila.

TRANSLATION DRILL (Paired Sentences)

| Teacher | Student |
|---|---|
| 1. The child is reading. The child is able to read. | Bumabasa ang bata. Nakakabasa ang bata. |
| 2. The patient is not eating. The patient cannot eat. | Hindi kumakain ang pasyente. Hindi nakakakain ang pasyente. |
| 3. Rosy is playing (the piano). Rosy is able to play (the piano). | Tumutugtog si Rosy. Nakakatugtog si Rosy. |
| 4. Tentay is not singing. Tentay cannot sing. | Hindi umaawit si Tentay. Hindi nakakaawit si Tentay. |
| 5. The young ladies are dancing. The young ladies can dance. | Sumasayaw ang mga dalaga. Nakakasayaw ang mga dalaga. |
| 6. Ben and the others are not helping. Ben and the others are not able to help. | Hindi tumutulong sina Ben. Hindi nakakatulong sina Ben. |
| 7. I am chewing betel. I can chew betel. | Ngumanganga ako. Nakakanganga ako. |
| 8. She's not dancing. She cannot dance. | Hindi siya sumasayaw. Hindi siya nakakasayaw. |
| 9. They are working. They are able to work. | Nagtatrabaho sila. Nakakapagtrabaho sila. |
| 10. You (pl.) are not putting up with it. You (pl.) are not able to put up with it. | Hindi kayo nagtitiis. Hindi kayo nakakapagtiis. |
| 11. You (sg.) are going places. You (sg.) are able to go places. | Nagpapasyal ka. Nakakapagpasyal ka. |
| 12. We (she and I) do not smoke. We (she and I) are not able to smoke. | Hindi kami nagsisigarilyo. Hindi kami nakakapagsigarilyo. |
| 13. We (you and I) are studying. We (you and I) can study. | Nag-aaral tayo. Nakakapag-aral tayo. |
| 14. Eddie's not playing around. Eddie's not able to play around. | Hindi nagloloko si Eddie. Hindi nakakapagloko si Eddie. |
| 15. The woman goes to church. The woman is able to go to church. | Nagsisimba ang babae. Nakakapagsimba ang babae. |
| 16. The man is not making any trouble. The man is not able to make any trouble. | Hindi nanggugulo ang lalaki. Hindi nakakapanggulo ang lalaki. |
| 17. Angela is borrowing a book. Angela is able to borrow a book. | Nanghihiram ng libro si Angela. Nakakapanghiram ng libro si Angela. |
| 18. Joe and the others don't go serenading. Joe and the others are not able to go serenading. | Hindi nanghaharana sina Joe. Hindi nakakapangharana sina Joe. |
| 19. Men go into business. Men are able to go into business. | Nangangalakal ang mga lalaki. Nakakapangalakal ang mga lalaki. |
| 20. Women don't go fishing. Women are not able to go fishing. | Hindi nangingisda ang mga babae. Hindi nakakapangisda ang mga babae. |

DISCUSSION

Maka- is a very productive affix, since it occurs with the majority of -um-, mag-, and mang- verbs (in the latter two cases forming the complex affixes makapag- and makapang- respectively).

Like -um-, mag-, and mang- themselves, maka-
occurs in both transitive and intransitive verbs,
and indicates that the topic of the sentence is the
performer of the action expressed.

Maka-, makapag-, and makapang- indicate a
realized or demonstrated potentiality to act in a
way described by the root of the verb. This poten-
tiality may refer to:

1. ability, as in Nakakakilala sila ng mahalaga
   'They (show that they) can recognize what's
   valuable';

2. opportunity, as in Nakakapagpasyal ang mga
   lalaki 'The men get to pay calls';

3. permission, as in Nakakapangalakal ba ang
   mga Amerikano sa Pilipinas? 'Are Americans
   allowed to go into business in the Philippines?'

As indicated in the presentation, there are two
ways of forming the imperfective of maka- verbs.
The reduplicated syllable may be taken from the
affix or from the root. Thus /naka·kabu·hay/ alter-
nates with /nakabu·bu·hay/, /naka·kapagpasyal/
with /nakapagpa·pasyal/, and /naka·kapaŋala·kal/
with /nakapaŋa·ŋala·kal/. The forms are given in
transcription to facilitate the comparison of accent
patterns. Both formations are widely used, though
the formation with reduplicated ka is probably
more common. A comparison of the two forma-
tions is shown in the chart below:

| Affixes | | Reduplicated Syllable | | Root |
|---------|---|------|------|------|
| naka | → | ka | | sayaw |
| naka | → | ka | pag | basah |
| naka | → | ka | pang | haranah |
| naka | | sa | ← | sayaw |
| nakapag | | ba | ← | basah |
| nakapang | | ha | ← | haranah |

In addition to the maka- verbs discussed above,
there are certain other maka- verbs that are not
formed from -um- verbs. The formation of these
verbs, and the meaning of realized potentiality,
are the same as in the case of the maka- verbs al-
ready presented. No examples of these verbs have
been encountered thus far in the text; they will be
noted when they occur.

## III. DEMONSTRATIVES

EXAMPLES

A. 1. Ito ang mapa ng Pilipinas.          [This is the map of the Philippines.]
   2. Iyan ang bayanihan.                  That's the bayanihan.
   3. Iyon ang bahay.                       That's the house.

B. 1. Nanghihiram siya nito.               She's borrowing this.
   2. Bumabayo ako niyan.                   I pound that.
   3. Nangangailangan kami noon (niyon).    We need that.

C. 1. Nagsisimba sila rito.                They go to church here.
   2. Pumupunta siya riyan.                 He goes there.
   3. Kumakain kami roon.                    We eat there.

|                | ang-Forms | ng-Forms | sa-Forms |
|----------------|-----------|----------|-------------|
| Near speaker   | ito       | nito     | dito/rito   |
| Near hearer    | iyan      | niyan    | diyan/riyan |
| Far from both  | iyon      | noon/niyon | doon/roon |

a. Niyon, a possible alternative form for noon, is a personal
   or dialectal choice.

b. Rito, riyan, and roon are alternate forms of dito, diyan,
   and doon which appear in the middle of a sentence, normal-
   ly after a vowel.

CONVERSION DRILLS

Instructions: The predicate in each of the following sentences is a noun modified by one of the ang-de-
monstratives. Repeat each sentence, nominalizing the demonstrative.

| Teacher | Student |
|---|---|
| A. 1. Itong bel ang tumutugtog. | Ito ang tumutugtog. |
| 2. Itong babae ang titser. | Ito ang titser. |
| 3. Itong titser ang Amerikana. | Ito ang Amerikana. |
| 4. Itong litson ang masarap. | Ito ang masarap. |
| 5. Iyang dalaga ang aking kaibigan. | Iyan ang aking kaibigan. |
| 6. Iyang lalaki ang kaniyang kasama. | Iyan ang kaniyang kasama. |
| 7. Iyang pasyente ang tatay ko. | Iyan ang tatay ko. |
| 8. Iyang binata ang nobyo niya. | Iyan ang nobyo niya. |
| 9. Iyong bahay ang sa kanila. | Iyon ang sa kanila. |
| 10. Iyong tao ang may-ari. | Iyon ang may-ari. |
| 11. Iyong damit ang para sa bata. | Iyon ang para sa bata. |
| 12. Iyong matanda ang may-bahay. | Iyon ang may-bahay. |

Instructions: The predicate in each of the following sentences is a nominalized ang-demonstrative. Repeat the full form of the sentence, using the noun cued by the teacher to expand the predicate.

| Teacher | Cue | Student |
|---|---|---|
| B. 1. Ito ang maganda. | damit | Itong damit ang maganda. |
| 2. Ito ang kaibigan ko. | tao | Itong tao ang kaibigan ko. |
| 3. Ito ang aking ninong. | lalaki | Itong lalaki ang aking ninong. |
| 4. Iyan ang kaniyang kasama. | matanda | Iyang matanda ang kaniyang kasama. |
| 5. Iyan ang sa kanila. | pasyente | Iyang pasyente ang sa kanila. |
| 6. Iyan ang para kay Nene. | manika | Iyang manika ang para kay Nene. |
| 7. Iyon ang tumutugtog. | bel | Iyong bel ang tumutugtog. |
| 8. Iyon ang masarap. | litson | Iyong litson ang masarap. |
| 9. Iyon ang mabait na titser. | dalaga | Iyong dalaga ang mabait na titser. |
| 10. Iyon ang masaya. | pagtitipon | Iyong pagtitipon ang masaya. |

Instructions: Repeat the full form of the following sentences, using the noun cued by the teacher to expand the ng-complement.

| Teacher | Cue | Student |
|---|---|---|
| C. 1. Kumakain siya nito. | litson | Kumakain siya nitong litson. |
| 2. Nagsisigarilyo ako nito. | Camel | Nagsisigarilyo ako nitong Camel. |
| 3. Nagsusuot siya nito. | damit | Nagsusuot siya nitong damit. |
| 4. Bumabayo sila niyan. | pinipig | Bumabayo sila niyang pinipig. |
| 5. Bumabasa kayo niyan. | libro | Bumabasa kayo niyang libro. |
| 6. Nangangailangan siya niyan. | bayad | Nangangailangan siya niyang bayad. |
| 7. Nanggugulo tayo niyan. | miting | Nanggugulo tayo niyang miting. |
| 8. Nagsasayaw kami noon. | Tinikling | Nagsasayaw kami noong Tinikling. |
| 9. Nanghihiram siya noon. | pera | Nanghihiram siya noong pera. |
| 10. Nakakakilala ako noon. | turon | Nakakakilala ako noong turon. |

## SUBSTITUTION-CONVERSION-RESPONSE DRILLS

Instructions: The teacher gives a statement and a cue, which Student 1 converts to a question, expanding the ng-form which is functioning as a possessive complement with the cue. Student 2 gives the affirmative response using the emphatic form, in which an ang-form of the demonstrative is placed after the noun.

| Teacher | Cue | Student 1 |
|---|---|---|
| A. 1. Mayaman ang lolo nito. | bata | Mayaman ba ang lolo nitong bata? |
| 2. Guwapo ang nobyo nito. | dalaga | Guwapo ba ang nobyo nitong dalaga? |
| 3. Titser ang nanay nito. | pasyente | Titser ba ang nanay nitong pasyente? |
| 4. Marami ang pera niyan. | Amerikano | Marami ba ang pera niyang Amerikano? |
| 5. Mahusay ang trabaho niyan. | titser | Mahusay ba ang trabaho niyang titser? |

Student 2

Oo, mayaman ang lolo ng batang ito.

          Oo, guwapo ang nobyo ng dalagang ito.
          Oo, titser ang nanay ng pasyenteng ito.
          Oo, marami ang pera ng Amerikanong iyan.
          Oo, mahusay ang trabaho ng titser na iyan.

|  |  |  |
|---|---|---|
| 6. Maganda ang asawa niyan. | Kastila | Maganda ba ang asawa niyang Kastila? |
| 7. Masaya ang kaibigan niyan. | betmed | Masaya ba ang kaibigan niyang betmed? |
| 8. Nag-aaral ang bunso noon. | babae | Nag-aaral ba ang bunso noong babae? |
| 9. Tumutulong ang anak noon. | tao | Tumutulong ba ang anak noong tao? |
| 10. Nangangalakal ang ninong noon. | binata | Nangangalakal ba ang ninong noong binata? |

          Oo, maganda ang asawa ng Kastilang iyan.
          Oo, masaya ang kaibigan ng betmed na iyan.
          Oo, nag-aaral ang bunso ng babaeng iyon.
          Oo, tumutulong ang anak ng taong iyon.
          Oo, nangangalakal ang ninong ng binatang iyon.

Instructions: The teacher gives a statement and a cue. Student 1 converts the statement to a question expanding the possessive topic with the cue. Student 2 gives an affirmative response, which the teacher questions. Student 3 (who is near Student 2), confirms the answer, using the emphatic form. Be careful to observe the implications of spatial reference expressed by the demonstratives.

| Teacher | Cue | Student 1 |
|---|---|---|
| B. 1. Mayaman ang lolo nito. | bata | Mayaman ba ang lolo nitong bata? |
| 2. Guwapo ang nobyo nito. | dalaga | Guwapo ba ang nobyo nitong dalaga? |
| 3. Titser ang nanay nito. | pasyente | Titser ba ang nanay nitong pasyente? |
| 4. Marami ang pera niyan. | Amerikano | Marami ba ang pera niyang Amerikano? |
| 5. Mahusay ang trabaho niyan. | titser | Mahusay ba ang trabaho niyang titser? |

| Student 2 | Teacher | Student 3 |
|---|---|---|
| Oo, mayaman ang lolo niyang bata. | Talaga ba? | Oo, mayaman ang lolo ng batang iyan. |
| Oo, guwapo ang nobyo niyang dalaga. | Siyanga ba? | Oo, guwapo ang nobyo ng dalagang iyan. |
| Oo, titser ang nanay niyang pasyente. | Tunay ba? | Oo, titser ang nanay ng pasyenteng iyan. |
| Oo, marami ang pera nitong Amerikano. | Talaga ba? | Oo, marami ang pera ng Amerikanong ito. |
| Oo, mahusay ang trabaho nitong titser. | Siyanga ba? | Oo, mahusay ang trabaho ng titser na ito. |

|  |  |  |
|---|---|---|
| 6. Maganda ang asawa niyan. | Amerikano | Maganda ba ang asawa niyang Amerikano? |
| 7. Masaya ang kaibigan niyan. | betmed | Masaya ba ang kaibigan niyang betmed? |
| 8. Nag-aaral ang bunso noon. | babae | Nag-aaral ba ang bunso noong babae? |
| 9. Tumutulong ang anak noon. | tao | Tumutulong ba ang anak noong tao? |
| 10. Nangangalakal ang ninong noon. | binata | Nangangalakal ba ang ninong noong binata? |

| Oo, maganda ang asawa nitong Amerikano. | Tunay ba? | Oo, maganda ang asawa ng Amerikanong ito. |
|---|---|---|
| Oo, masaya ang kaibigan nitong betmed. | Siyanga ba? | Oo, masaya ang kaibigan ng betmed na ito. |
| Oo, nag-aaral ang bunso noong babae. | Talaga ba? | Oo, nag-aaral ang bunso ng babaeng iyon. |
| Oo, tumutulong ang anak noong tao. | Tunay ba? | Oo, tumutulong ang anak ng taong iyon. |
| Oo, nangangalakal ang ninong noong binata. | Siyanga ba? | Oo, nangangalakal ang ninong ng binatang iyon. |

Instructions: The teacher gives a sentence pattern which Student 1 converts to a question. Student 2 answers in the affirmative, the teacher queries this response, and Student 3 repeats the answer given by Student 2 but uses the emphatic form in both topic and predicate. Be careful to observe the implications of spatial reference expressed by the demonstratives.

| Teacher | Student 1 |
|---|---|
| C. 1. Itong babae ang gumagawa nitong manika. | Itong babae ba ang gumagawa nitong manika? |
| 2. Iyan _____ | Iyang babae ba ang gumagawa nitong manika? |
| 3. _____ niyan _____ | Iyang babae ba ang gumagawa niyang manika? |
| 4. _____ humihiram _____ | Iyang babae ba ang humihiram niyang manika? |
| 5. Iyon _____ | Iyong babae ba ang humihiram niyang manika? |

| Student 2 | Teacher |
|---|---|
| Oo, iyang babae ang gumagawa niyang manika. | Siyanga? |

Oo, itong babae ang gumagawa niyang manika.          Tunay?
Oo, itong babae ang gumagawa nitong manika.          Talaga?
Oo, itong babae ang humihiram nitong manika.         Siyanga?
Oo, iyong babae ang humihiram nitong manika.         Tunay?

Student 3

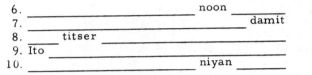

Oo, ang babaeng iyan ang gumagawa ng manikang iyan.
Oo, ang babaeng ito ang gumagawa ng manikang iyan.
Oo, ang babaeng ito ang gumagawa ng manikang ito.
Oo, ang babaeng ito ang humihiram ng manikang ito.
Oo, ang babaeng iyon ang humihiram ng manikang ito.

6. _____ noon _____     Iyong babae ba ang humihiram noong manika?
7. _____ damit          Iyong babae ba ang humihiram noong damit?
8. _____ titser _____                Iyong titser ba ang humihiram noong damit?
9. Ito _____                  Itong titser ba ang humihiram noong damit?
10. _____ niyan             Itong titser ba ang humihiram niyang damit?

Oo, iyong babae ang humihiram noong manika.          Talaga?
Oo, iyong babae ang humihiram noong damit.           Tunay?
Oo, iyong titser ang humihiram noong damit.          Siyanga?
Oo, iyang titser ang humihiram noong damit.          Talaga?
Oo, iyang titser ang humihiram nitong damit.         Tunay?

Oo, ang babaeng iyon ang humihiram ng manikang iyon.
Oo, ang babaeng iyon ang humihiram ng damit na iyon.
Oo, ang titser na iyon ang humihiram ng damit na iyon.
Oo, ang titser na iyan ang humihiram ng damit na iyon.
Oo, ang titser na iyan ang humihiram ng damit na ito.

## SUBSTITUTION-CONVERSION DRILL (Moving Slot)

Instructions: The teacher gives a statement, which Student 1 repeats. Student 2 varies the pattern by putting the demonstrative adjective before the noun. Student 3 varies the same pattern by nominalizing the ng-phrase.

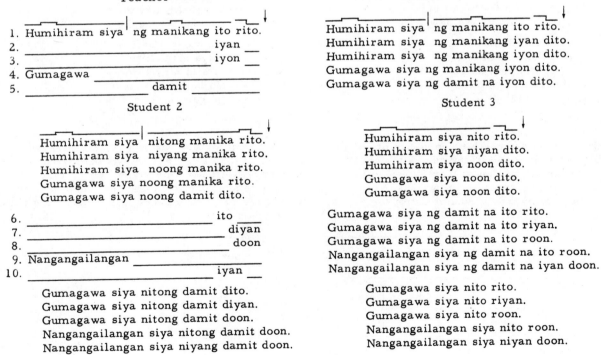

Teacher

1. Humihiram siya ng manikang ito rito.
2. _____ iyan __
3. _____ iyon __
4. Gumagawa _____
5. _____ damit _____

Student 1

Humihiram siya ng manikang ito rito.
Humihiram siya ng manikang iyan dito.
Humihiram siya ng manikang iyon dito.
Gumagawa siya ng manikang iyon dito.
Gumagawa siya ng damit na iyon dito.

Student 2

Humihiram siya nitong manika rito.
Humihiram siya niyang manika rito.
Humihiram siya noong manika rito.
Gumagawa siya noong manika rito.
Gumagawa siya noong damit dito.

Student 3

Humihiram siya nito rito.
Humihiram siya niyan dito.
Humihiram siya noon dito.
Gumagawa siya noon dito.
Gumagawa siya noon dito.

6. _____ ito            Gumagawa siya ng damit na ito rito.
7. _____ diyan          Gumagawa siya ng damit na ito riyan.
8. _____ doon           Gumagawa siya ng damit na ito roon.
9. Nangangailangan _____        Nangangailangan siya ng damit na ito roon.
10. _____ iyan          Nangangailangan siya ng damit na iyan doon.

Gumagawa siya nitong damit dito.                     Gumagawa siya nito rito.
Gumagawa siya nitong damit diyan.                    Gumagawa siya nito riyan.
Gumagawa siya nitong damit doon.                     Gumagawa siya nito roon.
Nangangailangan siya nitong damit doon.              Nangangailangan siya nito roon.
Nangangailangan siya niyang damit doon.              Nangangailangan siya niyan doon.

## SUBSTITUTION-RESPONSE DRILL

Instructions: The teacher gives a question, which Student 1 repeats. Student 2 (who is near Student 1) gives an affirmative response.

| Teacher | Student 1 | Student 2 |
|---|---|---|
| 1. Tumutulong ka ba rito? | Tumutulong ka ba rito? | Oo, tumutulong ako rito. |
| 2. _____ siya _____ | Tumutulong ba siya rito? | Oo, tumutulong siya rito. |
| 3. Nag-aaral _____ | Nag-aaral ba siya rito? | Oo, nag-aaral siya rito. |
| 4. _____ diyan | Nag-aaral ba siya riyan? | Oo, nag-aaral siya riyan. |
| 5. Nagbabasa _____ | Nagbabasa ba siya riyan? | Oo, nagbabasa siya riyan. |
| 6. _____ kayo _____ | Nagbabasa ba kayo riyan? | Oo, nagbabasa kami riyan. |
| 7. Nakakakita _____ | Nakakakita ba kayo riyan? | Oo, nakakakita kami riyan. |
| 8. _____ doon | Nakakakita ba kayo roon? | Oo, nakakakita kami roon. |
| 9. Nagpapasyal _____ | Nagpapasyal ba kayo roon? | Oo, nagpapasyal kami roon. |
| 10. _____ kami _____ | Nagpapasyal ba kami roon? | Oo, nagpapasyal kayo roon. |
| 11. _____ sila _____ | Nagpapasyal ba sila roon? | Oo, nagpapasyal sila roon. |
| 12. Nanghaharana _____ | Nanghaharana ba sila roon? | Oo, nanghaharana sila roon. |
| 13. _____ tayo _____ | Nanghaharana ba tayo roon? | Oo, nanghaharana tayo roon. |
| 14. Nakapagtatrabaho _____ | Nakapagtatrabaho ba tayo roon? | Oo, nakapagtatrabaho tayo roon. |
| 15. _____ dito | Nakapagtatrabaho ba tayo rito? | Oo, nakapagtatrabaho tayo rito. |

## TRANSLATION DRILLS

| Teacher | Student |
|---|---|
| A. 1. This woman is a teacher. | Titser itong babae. |
| 2. This bachelor is an American. | Amerikano itong binata. |
| 3. That teacher is old. | Matanda iyang titser. |
| 4. That map is new. | Bago iyang mapa. |
| 5. That man is in business. | Nangangalakal iyong lalaki. |
| | |
| B. 1. He is the father of this child. | Siya ang tatay nitong bata. |
| 2. I am the owner of this car. | Ako ang may-ari nitong kotse. |
| 3. You are the one making that dress. | Ikaw ang gumagawa niyang damit. |
| 4. We are the ones who need that carabao. | Kami ang nangangailangan niyang kalabaw. |
| 5. They are the ones building that house. | Sila ang gumagawa noong bahay. |
| | |
| C. 1. The turons here are delicious. | Masasarap ang mga turon dito. |
| 2. The dolls there are beautiful. | Magaganda ang mga manika riyan. |
| 3. The people there (yonder) are generous. | Mababait ang mga tao roon. |
| 4. The houses there are big. | Malalaki ang mga bahay doon. |
| 5. The cars there are new. | Bago ang mga kotse roon. |
| | |
| D. 1. I make this here. | Gumagawa ako nito rito. |
| 2. He studies that here. | Nag-aaral siya niyan dito. |
| 3. They fish this there. | Nangingisda sila nito doon. |
| 4. We can recognize this there. | Nakakakilala kami nito riyan. |
| 5. You need that there. | Nangangailangan ka noon doon. |

## DISCUSSION

At this time we can make a composite presentation of the Tagalog demonstratives. As the chart in the presentation above shows, there are nine basic forms, classified by space reference (near me, near you, near him) and by focus relationships (ang-, ng-, and sa-forms).

The basic Tagalog forms can be compared to two sets of forms in English, the demonstratives (which are basically adjectives, though they often nominalize and function as nouns) and a related set of adverbs of place. The following charts show the comparison:

| ito | nito | dito |
|---|---|---|
| iyan | niyan | diyan |
| iyon | noon niyon | doon |

| this these | here |
|---|---|
| that those | there |
| (yon) | (yonder) |

These charts reveal several differences: (1) the English adjectives have separate number forms, for singular and plural; (2) the Tagalog three-way distinction for space reference exists only marginally in English, with the inclusion of <u>yon</u> and <u>yonder</u> in the system; modern English normally makes only a two-way distinction, 'near' and 'not near'; (3) English does not have a focus contrast comparable to Tagalog; while the <u>sa</u>-forms can be compared to English adverbs, nothing in English can suggest the Tagalog contrast between <u>ang</u>- and <u>ng</u>-forms.

There are other differences in the use of demonstratives (and adverbs) in English and Tagalog. There are also differences in the way the three focus classes structure in Tagalog. The chart at the end of this discussion illustrates some of the contrasts in the functioning of the three classes. In connection with the chart, the following points should be noted:

(1) When the demonstrative precedes or replaces a noun, it is focus marking, i.e., it indicates the relationship of the nominal construction to the rest of the sentence without requiring any other marker;

(2) When the demonstrative follows the noun, it is non-focus marking; the parenthesized (<u>ang</u>) on the chart indicates the position where the focus marker appears;

(3) <u>Ng</u>- and <u>sa</u>-forms may follow and modify a noun indirectly, i.e., they are subordinate in a <u>ng</u>- or <u>sa</u>-construction to the noun, which may itself have any permissible sentence function (<u>ang mapa nito</u>, <u>sa mapa nito</u>, <u>ng mapa nito</u>, etc.);

(4) The <u>ang</u>-forms may be linked to a preceding or following noun; <u>ng</u>-forms may be linked only to a following noun;

(5) <u>Ang</u>-demonstratives may appear before or after a noun with only a slight difference in meaning. (The demonstrative is somewhat more emphatic when it follows.)

| Hinahanap ko itong bata. | Hinahanap ko ang batang ito. |
|---|---|
| 'I'm looking for this child.' | 'I'm looking for this child.' |

No similar statement can be made for <u>ng</u>-demonstratives. There is an important difference in meaning: when <u>nito</u>, <u>niyan</u>, <u>noon</u> precede, they are focus marking and may indicate any <u>ng</u>-function (complement of the verb, possessive modifier, etc.); when the <u>ng</u>-demonstratives follow, they are non-focus marking and have only one function (possessive modifier):

| <u>nitong</u> <u>mapa</u> | <u>mapa</u> <u>nito</u> |
|---|---|
| 'of this map' | 'map of this (area, country, etc.)' |
| <u>niyang</u> <u>bahay</u> | <u>bahay</u> <u>niyan</u> |
| 'of that house' | 'house of that (person, man, etc.)' |

Note these semantically equivalent expressions:

| <u>nitong</u> <u>mapa</u> | <u>ng</u> <u>mapang</u> <u>ito</u> |
|---|---|
| 'of this map' | 'of this map' |
| <u>niyang</u> <u>bahay</u> | <u>ng</u> <u>bahay</u> <u>na</u> <u>iyan</u> |
| 'of that house' | 'of that house' |

The <u>ng</u>-element of <u>nito</u>, <u>niyan</u>, etc. (shown by the initial <u>n</u>- of these forms) remains before the noun, where it continues to function as a marker; the remainder (<u>ito</u>, <u>iyan</u>, etc.) moves to the position of emphasis after the noun.

| | Focus Marking | | Non-Focus Marking | |
|---|---|---|---|---|
| | Modifying (Demonstrative + Linker + Noun) | Replacing (Demonstrative) | Modifying Directly (Noun + Linker + Demonstrative) | Modifying through a Subordinating Construction (Noun + Demonstrative) |
| <u>ang</u>-forms | itong mapa<br>iyang mapa<br>iyong mapa | ito (ang mapa)<br>iyan (ang mapa)<br>iyon (ang mapa) | (ang) mapang ito<br>(ang) mapang iyan<br>(ang) mapang iyon | |
| <u>ng</u>-forms | nitong mapa<br>niyang mapa<br>noong mapa | (bumili ako) nito<br>(bumili ako) niyan<br>(bumili ako) noon | | (ang) mapa nito<br>(ang) mapa niyan<br>(ang) mapa noon |
| <u>sa</u>-forms | | (pumunta ako) rito<br>(pumunta ako) riyan<br>(pumunta ako) roon | | (ang) mapa rito<br>(ang) mapa riyan<br>(ang) mapa roon |

## IV. <u>May</u>, <u>mayroon</u>, <u>wala</u>: EXISTENTIAL

EXAMPLES

A. 1. May mga titulado riyan.                [There're college graduates there.]

2. May marurunong pero wala silang trabaho.
3. May mga hindi nakakakilala ng mga maha-
   laga sa buhay.

[There're intelligent ones but they don't have work.]
[There're those who can't recognize what's valuable in life.]

B. 1. Mayroon ding mga titulado riyan.

There're also college graduates there.

C. 1. Walang mga titulado riyan.
   2. Wala ring mga marurunong.

There aren't college graduates there.
There aren't any intelligent ones either.

| PREDICATE | | TOPIC |
|---|---|---|
| <u>May</u> + Noun (+ Enclitic) | (Adverb) | —— |
| <u>Mayroon</u> + Enclitic + -ŋ + Noun | | |
| <u>Wala</u> (+ Enclitic) + -ŋ + Noun | (Adverb) | —— |

a. Aside from expressing possession (cf. Unit VII, gram-
   mar point III), <u>may</u> and <u>mayroon</u> may also be equivalent
   to the English existential expressions, <u>there's/there</u>
   <u>are</u>. Similarly, <u>wala</u> may be equivalent to the negatives
   of these expressions, <u>there isn't/aren't</u>.

b. Existential sentences in Tagalog have no topic. The
   predicate consists of <u>may</u> and noun, etc., and often in-
   cludes an adverb as well (examples A.1, B.1, C.1).

c. <u>Mayroon</u> may be substituted for <u>may</u> if the sentence
   includes an enclitic (example B.1).

d. <u>Mayroon</u> and <u>wala</u> require the linker /-ŋ/; the linker
   follows any enclitic (examples B.1, C.2).

RESPONSE DRILLS (Patterned Sentences)

Instructions: The teacher gives a question which Student 1 repeats. Student 2 gives a complete affirma-
            tive response using <u>daw/raw</u>.

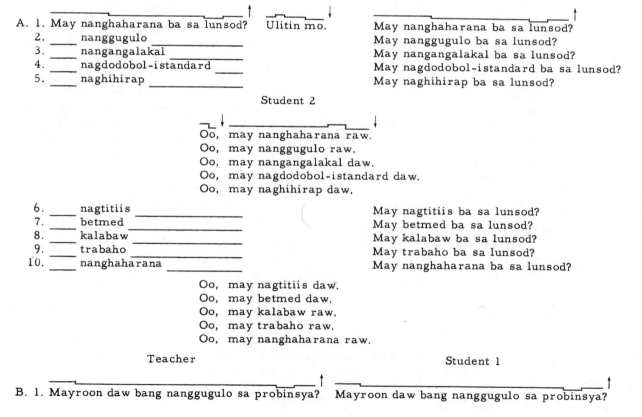

Teacher                                              Student 1

A. 1. May nanghaharana ba sa lunsod?   Ulitin mo.   May nanghaharana ba sa lunsod?
   2. ____ nanggugulo ____                           May nanggugulo ba sa lunsod?
   3. ____ nangangalakal ____                        May nangangalakal ba sa lunsod?
   4. ____ nagdodobol-istandard ____                 May nagdodobol-istandard ba sa lunsod?
   5. ____ naghihirap ____                           May naghihirap ba sa lunsod?

                              Student 2

                    Oo, may nanghaharana raw.
                    Oo, may nanggugulo raw.
                    Oo, may nangangalakal daw.
                    Oo, may nagdodobol-istandard daw.
                    Oo, may naghihirap daw.

   6. ____ nagtitiis ____                            May nagtitiis ba sa lunsod?
   7. ____ betmed ____                               May betmed ba sa lunsod?
   8. ____ kalabaw ____                              May kalabaw ba sa lunsod?
   9. ____ trabaho ____                              May trabaho ba sa lunsod?
  10. ____ nanghaharana ____                         May nanghaharana ba sa lunsod?

                    Oo, may nagtitiis daw.
                    Oo, may betmed daw.
                    Oo, may kalabaw raw.
                    Oo, may trabaho raw.
                    Oo, may nanghaharana raw.

         Teacher                                        Student 1

B. 1. Mayroon daw bang nanggugulo sa probinsya?   Mayroon daw bang nanggugulo sa probinsya?

| 2. | _____ nangangalakal _____ | Mayroon daw bang nangangalakal sa probinsya? |
| 3. | _____ nagdodobol-istandard _____ | Mayroon daw bang nagdodobol-istandard sa probinsya? |
| 4. | _____ naghihirap _____ | Mayroon daw bang naghihirap sa probinsya? |
| 5. | _____ nagtitiis _____ | Mayroon daw bang nagtitiis sa probinsya? |

Student 2

Mayroon daw nanggugulo sa probinsya.
Mayroon daw nangangalakal sa probinsya.
Mayroon daw nagdodobol-istandard sa probinsya.
Mayroon daw naghihirap sa probinsya.
Mayroon daw nagtitiis sa probinsya.

| 6. | _____ betmed _____ | Mayroon daw bang betmed sa probinsya? |
| 7. | _____ kalabaw _____ | Mayroon daw bang kalabaw sa probinsya? |
| 8. | _____ trabaho _____ | Mayroon daw bang trabaho sa probinsya? |
| 9. | _____ nanghaharana _____ | Mayroon daw bang nanghaharana sa probinsya? |
| 10. | _____ nanggugulo _____ | Mayroon daw bang nanggugulo sa probinsya? |

Mayroon daw betmed sa probinsya.
Mayroon daw kalabaw sa probinsya.
Mayroon daw trabaho sa probinsya.
Mayroon daw nanghaharana sa probinsya.
Mayroon daw nanggugulo sa probinsya.

## DISCUSSION

The essential difference between may-possessive and may-existential sentences is that the former have topics while the latter are topicless. Compare: May pabayani sa bahay ang Lola 'Grandmother is having a pabayani at the house'; May pabayani sa bahay 'There's a pabayani at the house'. May-possessives may be definitized (e.g., Si Alex ang may diploma 'It's Alex who's got a diploma') or used attributively (e.g., Babaeng may diploma si Cynthia 'Cynthia's a woman who's got a diplo-

ma'); may-existential expressions are not used in these ways.

The noun in a may-predicate (either possessive or existential) may be replaced by an adjective (may marurunong), a verb (may mga hindi nakaka-kilala), etc. When the noun is replaced by a may-expression, there is an exception to the general rule that mayroon occurs only in sentences with enclitics or enclitic pronouns. Thus: Mayroong may diploma 'There are those who've got diplomas', as well as May may diploma.

## CUMULATIVE DRILLS

### SUBSTITUTION-RESPONSE DRILLS

Instructions: The teacher gives a question which Student 1 repeats. Student 2 answers negatively using an appropriate ang-pronoun as the topic in his response. Note that in the answer, the ang-pronoun behaves like an enclitic which appears after the first full word, which in this case is hindi.

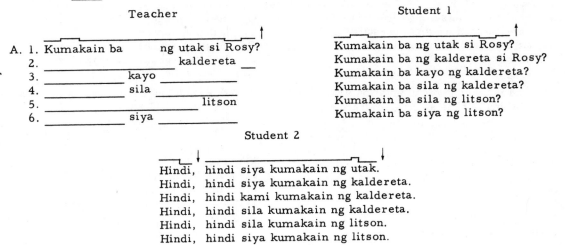

| | Teacher | | Student 1 |
|---|---|---|---|
| A. 1. | Kumakain ba | ng utak si Rosy? | Kumakain ba ng utak si Rosy? |
| 2. | | kaldereta | Kumakain ba ng kaldereta si Rosy? |
| 3. | | kayo | Kumakain ba kayo ng kaldereta? |
| 4. | | sila | Kumakain ba sila ng kaldereta? |
| 5. | | litson | Kumakain ba sila ng litson? |
| 6. | | siya | Kumakain ba siya ng litson? |

Student 2

Hindi, hindi siya kumakain ng utak.
Hindi, hindi siya kumakain ng kaldereta.
Hindi, hindi kami kumakain ng kaldereta.
Hindi, hindi sila kumakain ng kaldereta.
Hindi, hindi sila kumakain ng litson.
Hindi, hindi siya kumakain ng litson.

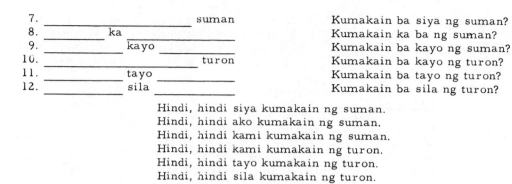

|     |                          |                                  |
|-----|--------------------------|----------------------------------|
| 7.  | _____ suman       | Kumakain ba siya ng suman?       |
| 8.  | _____ ka              | Kumakain ka ba ng suman?         |
| 9.  | _____ kayo            | Kumakain ba kayo ng suman?       |
| 10. | _____ turon       | Kumakain ba kayo ng turon?       |
| 11. | _____ tayo            | Kumakain ba tayo ng turon?       |
| 12. | _____ sila            | Kumakain ba sila ng turon?       |

Hindi, hindi siya kumakain ng suman.
Hindi, hindi ako kumakain ng suman.
Hindi, hindi kami kumakain ng suman.
Hindi, hindi kami kumakain ng turon.
Hindi, hindi tayo kumakain ng turon.
Hindi, hindi sila kumakain ng turon.

Instructions: The teacher gives a question which Student 1 repeats. Student 2 answers affirmatively, sub-
stituting an _ang_-pronoun for the _ang_-phrase which serves as the topic of the question.

Teacher

B. 1. Nangangailangan ba ng trabaho ang mga kabataan?
   2. _____ diploma _____
   3. _____ libro _____
   4. Nagbabasa _____
   5. _____ Lino

Student 1                                               Student 2

Nangangailangan ba ng trabaho ang mga kabataan?     Oo, nangangailangan sila ng trabaho.
Nangangailangan ba ng diploma ang mga kabataan?     Oo, nangangailangan sila ng diploma.
Nangangailangan ba ng libro ang mga kabataan?       Oo, nangangailangan sila ng libro.
Nagbabasa ba ng libro ang mga kabataan?             Oo, nagbabasa sila ng libro.
Nagbabasa ba ng libro si Lino?                      Oo, nagbabasa siya ng libro.

   6. Nakakapagbasa _____
   7. Nakakabasa _____
   8. _____ ang mga kabataan
   9. Nakakahiram _____
   10. _____ kotse

Nakakapagbasa ba ng libro si Lino?          Oo, nakakapagbasa siya ng libro.
Nakakabasa ba ng libro si Lino?             Oo, nakakabasa siya ng libro.
Nakakabasa ba ng libro ang mga kabataan?    Oo, nakakabasa sila ng libro.
Nakakahiram ba ng libro ang mga kabataan?   Oo, nakakahiram sila ng libro.
Nakakahiram ba ng kotse ang mga kabataan?   Oo, nakakahiram sila ng kotse.

   11. Nakakapanghiram _____
   12. _____ libro _____
   13. Nakakapagbuhat _____
   14. _____ mga bata
   15. Nakakabasa _____

Nakakapanghiram ba ng kotse ang mga kabataan?    Oo, nakakapanghiram sila ng kotse.
Nakakapanghiram ba ng libro ang mga kabataan?    Oo, nakakapanghiram sila ng libro.
Nakakapagbuhat ba ng libro ang mga kabataan?     Oo, nakakapagbuhat sila ng libro.
Nakakapagbuhat ba ng libro ang mga bata?         Oo, nakakapagbuhat sila ng libro.
Nakakabasa ba ng libro ang mga bata?             Oo, nakakabasa sila ng libro.

Instructions: The teacher gives a question which Student 1 repeats. Student 2 answers using an appropri-
ate form of the _sa_-demonstrative.

        Teacher                                      Student 1

C. 1. May mga nagsisimba ba riyan?            May mga nagsisimba ba riyan?
   2. _____ nangingisda _____           May mga nangingisda ba riyan?
   3. _____ nanggugulo _____            May mga nanggugulo ba riyan?
   4. _____ nangangalakal _____         May mga nangangalakal ba riyan?
   5. _____ nag-aaral _____             May mga nag-aaral ba riyan?

Student 2

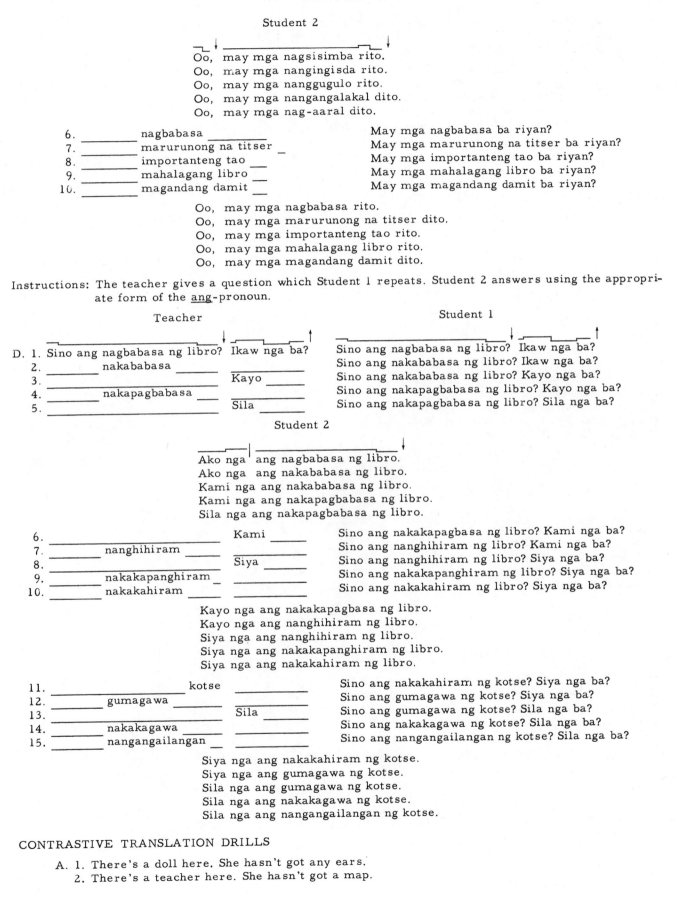

Oo, may mga nagsisimba rito.
Oo, may mga nangingisda rito.
Oo, may mga nanggugulo rito.
Oo, may mga nangangalakal dito.
Oo, may mga nag-aaral dito.

6. _____ nagbabasa _____        May mga nagbabasa ba riyan?
7. _____ marurunong na titser _     May mga marurunong na titser ba riyan?
8. _____ importanteng tao __        May mga importanteng tao ba riyan?
9. _____ mahalagang libro __         May mga mahalagang libro ba riyan?
10. _____ magandang damit __         May mga magandang damit ba riyan?

Oo, may mga nagbabasa rito.
Oo, may mga marurunong na titser dito.
Oo, may mga importanteng tao rito.
Oo, may mga mahalagang libro rito.
Oo, may mga magandang damit dito.

Instructions: The teacher gives a question which Student 1 repeats. Student 2 answers using the appropriate form of the <u>ang</u>-pronoun.

Teacher                                               Student 1

D. 1. Sino ang nagbabasa ng libro? Ikaw nga ba?   Sino ang nagbabasa ng libro? Ikaw nga ba?
2. _____ nakababasa _____                   Sino ang nakababasa ng libro? Ikaw nga ba?
3. _____ Kayo _____                    Sino ang nakababasa ng libro? Kayo nga ba?
4. _____ nakapagbabasa __                      Sino ang nakapagbabasa ng libro? Kayo nga ba?
5. _____ Sila _____                   Sino ang nakapagbabasa ng libro? Sila nga ba?

Student 2

Ako nga ang nagbabasa ng libro.
Ako nga ang nakababasa ng libro.
Kami nga ang nakababasa ng libro.
Kami nga ang nakapagbabasa ng libro.
Sila nga ang nakapagbabasa ng libro.

6. _____ Kami _____     Sino ang nakakapagbasa ng libro? Kami nga ba?
7. _____ nanghihiram _____         Sino ang nanghihiram ng libro? Kami nga ba?
8. _____ Siya _____           Sino ang nanghihiram ng libro? Siya nga ba?
9. _____ nakakapanghiram _             Sino ang nakakapanghiram ng libro? Siya nga ba?
10. _____ nakakahiram ____             Sino ang nakakahiram ng libro? Siya nga ba?

Kayo nga ang nakakapagbasa ng libro.
Kayo nga ang nanghihiram ng libro.
Siya nga ang nanghihiram ng libro.
Siya nga ang nakakapanghiram ng libro.
Siya nga ang nakakahiram ng libro.

11. _____ kotse _____     Sino ang nakakahiram ng kotse? Siya nga ba?
12. _____ gumagawa _____               Sino ang gumagawa ng kotse? Siya nga ba?
13. _____ Sila _____             Sino ang gumagawa ng kotse? Sila nga ba?
14. _____ nakakagawa _____               Sino ang nakakagawa ng kotse? Sila nga ba?
15. _____ nangangailangan _              Sino ang nangangailangan ng kotse? Sila nga ba?

Siya nga ang nakakahiram ng kotse.
Siya nga ang gumagawa ng kotse.
Sila nga ang gumagawa ng kotse.
Sila nga ang nakakagawa ng kotse.
Sila nga ang nangangailangan ng kotse.

CONTRASTIVE TRANSLATION DRILLS

A. 1. There's a doll here. She hasn't got any ears.
2. There's a teacher here. She hasn't got a map.

3. There's a man here. He hasn't got any money.
4. There's a veterinarian here. He hasn't got any patients.
5. There's a young man here. He hasn't got a wife.

B. 1. I have a diploma, but I have no job.
2. We (you and I) have diplomas, but we have no money.
3. We (he and I) have visitors, but we have no food.
4. Nene has a meeting, but you don't have one.
5. The children have rice, but he doesn't have any.

## VISUAL-CUE DRILLS

### PICTURE A

Panuto: Pag-usapan ang mga sumusunod.
       Gamitin ang <u>may</u>, <u>mayroon</u>, o <u>wala</u>.   Use <u>may</u>, <u>mayroon</u>, or <u>wala</u>.

Halimbawa: May mga nagtatrabaho ba sa pipigan?    Oo. May nagtatrabaho sa pipigan.
          Mayroon bang matatanda?                 Walang matatanda sa pipigan.
          May mga binata't dalaga ba?             Mayroon.
          May mga bata ba?                        Mayroon din.
          Mayroon bang mga bata sa anihan?        Wala.
          May mga matatanda ba sa anihan?         Mayroon.
          Mayroon bang mga binata't dalaga?       Mayroon din.

## PICTURE B

Panuto: Ilarawan ang mga sumusunod.

Halimbawa: (Bumabasa, Nagbabasa) ng libro ang mga bata.
Nakakabasa ng libro ang mga bata.
Nakakabasa siya ng libro.

PICTURE C

Panuto: Pag-usapan ang mga sumusunod.
        Gamitin ang <u>may</u> at <u>wala</u>.

   Halimbawa: May mga nakakabasa ba ng libro dito?     Wala. Walang nakakabasa ng libro dito.
              May mga nakakapanggulo ba dito?          Oo. May mga nakakapanggulo dito.

## COMPREHENSION-RESPONSE DRILLS

A.  1. Suyang-suya ba si Lino?
    2. Nakakasuya raw ba ang buhay?
    3. Hindi raw ba importante ang diploma?
    4. Wala raw bang trabaho ang walang diploma?
    5. May mga titulado bang walang nalalaman pero nakakapagtrabaho?
    6. Nakakapagtrabaho raw ba ang lahat ng mga marurunong?
    7. Nakakapagtrabaho ba't nakakapangalakal ang mga may diplomang walang utak?
    8. Nakakakilala ba ang mga tao ng mahalaga sa buhay?
    9. Nangangailangan daw ba ang mga tao ng maraming pera?
   10. May pamilya na ba si Lino?

B.  1. Si Lino ba o si Alex ang suyang-suya?
    2. Ang may utak ba o ang may diploma ang nakakapagtrabaho?
    3. Alin ang mas importante, ang diploma o ang utak?
    4. Marami ba o kakaunti ang nakakakilala ng mahalaga sa buhay?
    5. May asawa na ba si Lino o wala?

C.  1. Sino ang suyang-suya?
    2. Ano raw ang nakakasuya?
    3. Bakit daw nakakasuya ang buhay?
    4. Ano ang importante? Bakit?
    5. Sino ang nakakapagtrabaho?
    6. Bakit hindi nakakapagtrabaho ang ibang marurunong?
    7. Ano ang nasa isip ng karamihan?

# UNIT IX

### Ang Pilipina

Magkaibigang matalik sina Ray at Oscar. Nag-aaral si Ray sa U.P. Malaki ang tanda ni Oscar sa kaniya. Nag-uusap sila isang hapon sa isang kapihan.

Ray:
May edad (1) ka na, Oca (2), hindi ka pa rin nag-aasawa. Hinihintay mo ba ang dilubyo?

me· 'ɪdad ka na·h 'o·ka·' hɪndi· ka pa rɪn
(age)
naga·'asa·wa·h    hɪni·hɪntay mʊ ba·n dɪlu·byo·h
(getting married)  (waiting)          (flood)

Oscar:
Hinahanap natin (3) ang masarap na luto, e.

hɪna·ha·nap na·tɪn aŋ masarap na lu·tu· 'e·h
(looking-for)                      (cooking)

Ray:
At hinahanap natin ang tagasulsi ng medyas (3).

'at hɪna·ha·nap na·tɪn an tagasʊlsɪ naŋ me·dya·s
(mender)        (sock)

Oscar:
Marunong ang karamihan e, pero...

maru·nʊŋ aŋ karami·han e·h    peru·h
(know)

Ray:
Kaya nga (4), ano pa ang ginagawa mo?

kaya· ŋa·'    'anʊ pa·ŋ gɪna·gawa· mo·h
(that's why)        (doing)

### The Filipina

Ray, a student at U.P., and Oscar are close friends. Oscar is very much older. They are talking one afternoon in a coffee shop.

You're getting old, Oca, and you're not married yet. Are you waiting for the flood?

I'm looking for a good cook.

And for somebody who can darn your socks.

Many know how, you know, but...

That's right. What are you doing about it?

[173]

Oscar:
Iba-iba ang mga Pilipina
e (5). Masipag at matipid
ang mga Ilokana.

'ıbaɪba·ŋ maŋa pɪlɪpi·na e·h
(Filipina)

masi·pag    'at matɪpi·d    'aŋ maŋa ılʊka·nah
(industrious)  (thrifty)        (Ilocana)

Filipinas differ so much from one another. The Ilocanas are industrious and thrifty.

Ray:
Maganda ang mga Ka-
pampangan at masarap
ang luto nila.

maganda·ŋ maŋa kapampa·ŋan
(Pampangueña)

'at masarap an lu·tu· nila·h

The pretty ones are the Pampangueñas, and they cook well.

Oscar:
Oo, pero malambing at
makarinyo ang mga
Ilongga. Iba-iba, e.

'o·'oh    pe·rʊ malambɪŋ at makari·nyoh
           (loving)       (affectionate)

'aŋ maŋa ılo·ŋgah    'ıbaɪba e·h
(Ilonga)

Yes, and the Ilongas are loving and affectionate. They're all different.

Ray:
Oo, iba-iba, pero pare-
pareho rin. Nasa libro
lang ang pagkakaiba-iba
nila —pare-pareho ang
mga babaing nagmama-
hal.

'o·'oh  'ıbaɪba·h   peru·h  pare·pare·hʊ ri·n

na·sa lıbrʊ laŋ  am pagka·kaɪbaɪba nila·h
(only)      (state-of-being
                  different)

pare·pare·ho·ŋ maŋa baba·'ɪŋ nagma·maha·l
                                  (loving)

Yes, they're different and yet they're all the same. The differences are found only in books —women in love are all alike.

Oscar:
Kung sa bagay (6). Ang
mga Batanggenya (7), ha-
limbawa, hindi nila sina-
saksak ang kanilang ka-
sintahan.

kʊŋ sa ba·gay    'aŋ maŋa bataŋge·nya
(as a matter        (Batangueña)
of fact)

halɪmba·wa'    hɪndi· nıla sɪna·saksak aŋ
                                (stabbing)

kanɪlaŋ kasɪnta·han
(their) (sweetheart)

I suppose so. Take the Batangueñas, for instance; they don't stab their sweethearts.

Ray:
Siyempre hindi. Minama-
hal nila ang kanilang ka-
sintahan; hindi nila bina-
balisong (7).

sye·mpre hɪnde·'    mɪna·mahal nıla·ŋ kanɪlaŋ
                       (being-loved)

kasɪnta·han    hɪndi· nıla bɪna·balɪso·ŋ
                            (stabbing with
                             balisong)

Of course not. They love their sweethearts; they don't stab them.

Oscar:
Ganyan ang lahat, hindi
ba? Ang mga Amerikana
at mga Kastila at ang la-
hat?

ganyan aŋ laha·t hɪndi· ba·h    'aŋ maŋa

'amɪrɪka·na·h  'at maŋa kasti·la·t 'aŋ laha·t

They're all the same, aren't they? Americans and Spaniards and all the rest?

Ray:
Kaya nga —ano pa ang
hinihintay mo?

kaya· ŋa·'    'anʊ pa·ŋ hɪni·hɪntay mo·h

Exactly! What are you waiting for, then?

Oscar:
Tama na, Ray (tatawa),
alam ko na...

ta·ma· na re·y    'alam kʊ na·h

OK, Ray (laughs), I get it...

Ray:
Ano 'yon? Bakit ka tu-
matawa?

'anʊ yo·n    ba·kɪt ka tʊma·ta·wah

You get what? Why are you laughing?

Oscar:
Ang dinadala mong ka-

'an dɪna·dala mʊŋ kaho·n
(being-carried)

That box you're carrying;

hon—hindi ba tsokolate
na naman iyan para kay
Rose?

hɪndi· ba tsʊkʊla·tɪ na naman ya·n
(chocolate)

para ke· ro·ws
(Rose)

isn't that chocolates for
Rose?

Ray:
Oo, para kay Rose. Bini-
bili ko ito sa tindahan
diyan.

'o·'oh  para ke· ro·ws

bɪni·bɪlɪ kʊ ɪtʊ sa tɪnda·han dya·n
(buying)        (store) (there)

Yes, for Rose. I buy them
from that store over there.

Oscar:
Sinusungkit mo rin ba
ang buwan sa araw (8)?

sɪnu·suŋkɪt  mʊ rɪn ba·m bwan sa 'a·ra·w
(hooking down)                        (sun)

Going to give her the moon
too?

Ray:
Oo.

'o·'oh

Uh-huh.

Oscar:
Kalokohan!

kalʊko·ha·n
(foolishness)

What nonsense!

## CULTURAL AND STRUCTURAL NOTES

(1) Edad is a loanword from Spanish meaning
'age'; may edad means 'with age' or 'getting old'.

(2) Oca /'o·ka'/ is the nickname for boys or
men whose name is Oscar.

(3) Natin, the plural inclusive ng-pronoun, is
sometimes used in situations where one would nor-
mally use the singular ko, as in Hinahanap natin
ang masarap na luto 'I'm looking for a good cook',
or mo, as in the next sentence, At hinahanap natin
ang tagasulsi ng medyas 'And for somebody who
can darn your socks'. The plural notion carried by
the word is not readily seen when used in this way.
It does find realization, however, but in a some-
what different manner. Natin (as well as tayo and
sa atin), used the way it is in tne sentences cited,
denotes identification of the speaker with the hear-
er and any other person who may find himself in
the same position as the speaker. It has been sug-
gested that the idea of sharing, so dominant in the
Filipino way of life, is subtly reflected in the sub-
stitution, although the speaker and the hearer may
not be conscious of it.

There seem to be two limitations to this prac-
tice of substituting the plural inclusive for the sin-
gular form when the simple singular seems to be
more appropriate. One is that tayo, natin, kami,
namin, and sa atin are never used as a substitute
for the singular as described above except in situ-
ations marked by gaiety, humor, playfulness, etc.,

and they are also seldom, if ever, used when speak-
ing to superiors or to persons one is not very fa-
miliar with.

(4) Kaya nga, literally 'therefore also', is a
fixed expression said in agreement with a previous
statement of another speaker and means 'that is
why'. In the present sentence the meaning is some-
thing like 'So what are you doing about it?' or
'That's why I'd like to know what you're doing
about it.'

(5) Filipinas have somehow been divided into
"stereotype" groups, according to their most sa-
lient regional traits. It is needless to point out
that there are frequent and various deviations
from these stereotypes.

(6) Kung sa bagay, literally 'if to the thing',
means 'I suppose so'.

(7) The women from Batangas are reputed to
carry a balisong, a kind of pocket-knife or fan
knife.

(8) To hook down an object that is beyond arm's
reach, such as fruit up in a tree, one uses a stick
with a hook, a sungkit, to pull it down. To hook
down the moon is, of course, figurative speech
which means something like 'doing the impossible'
or 'offering the moon on a silver platter', etc.
This may refer to an old legend about the moon
and the sun as lovers; taking the moon from the
sun would be unthinkable.

## PRONUNCIATION EXERCISES

The Tagalog /l/.

Tagalog /l/ differs from English /l/ in that in
the formation of the former the tongue is relatively
straight and flat from the tip to the root, whereas
in the corresponding English sound it forms a deep

hollow in the middle with the air coming out of one
or both sides of the hollow. When pronouncing any
Tagalog word with /l/, with final /l/ particularly,
the English speaker must be careful not to lower
the middle part of the tongue. The English /l/ is

very noticeable and its pronunciation in Tagalog words brands the speaker as definitely non-Tagalog.

Repeat the following words after your instructor:

| lakad | /la·kad/ | 'walk' |
|---|---|---|
| lamang | /la·maŋ/ | 'only' |
| lapis | /la·pɪs/ | 'pencil' |
| libre | /li·breh/ | 'free' |
| lahat | /laha·t/ | 'all' |
| lima | /lɪma·h/ | 'five' |
| litson | /lɪtso·n/ | 'lechon' |
| lugar | /lʊga·r/ | 'place' |
| lunsod | /lʊnso·d/ | 'city' |
| Luneta | /lʊne·tah/ | 'the Luneta' |

| kalye | /ka·lyeh/ | 'street' |
|---|---|---|
| suweldo | /swe·ldoh/ | 'salary' |
| tuloy | /tʊlo·y/ | 'come in' |
| dalaga | /dala·gah/ | 'unmarried woman' |
| salamat | /sala·mat/ | 'thank you' |
| paalam | /pa·'a·lam/ | 'goodbye' |
| Tagalog | /taga·log/ | 'Tagalog' |
| dalawa | /dalawa·h/ | 'two' |
| magaling | /magali·ŋ/ | 'good, fine, well' |
| sigarilyo | /sɪgari·lyoh/ | 'cigaret' |

| bel | /be·l/ | 'bell' |
|---|---|---|
| bawal | /ba·wal/ | 'forbidden' |
| aral | /'a·ral/ | 'lesson' |
| kakteyl | /ka·kteyl/ | 'cocktail' |
| kasal | /kasa·l/ | 'wedding' |
| dasal | /dasa·l/ | 'prayer' |
| mahal | /maha·l/ | 'dear, expensive' |
| pasyal | /pasya·l/ | 'stroll' |
| papel | /pape·l/ | 'paper' |
| baril | /bari·l/ | 'gun, rifle' |

Here is a list of loanwords from English, where there will be a greater tendency to pronounce the Tagalog /l/ the English way. Compare the /l/'s in the following English and Tagalog words:

| English | Tagalog | |
|---|---|---|
| laundry | londri | /lo·ndrɪh/ |
| lighter | layter | /la·yter/ |
| linen | linen | /li·nen/ |
| lining | layning | /la·ynɪŋ/ |
| lipstick | lipistik | /li·pɪstɪk/ |
| library | laybrari | /la·ybrarɪh/ |
| loudspeaker | lawdispiker | /la·wdɪspi·ker/ |
| love letter | lab leter | /la·b le·ter/ |

| golf | golp | /go·lp/ |
|---|---|---|
| building | bilding | /bi·ldɪŋ/ |
| ruler | ruler | /ru·ler/ |
| salad | salad | /sa·lad/ |
| wallet | walet | /wa·let/ |
| police | pulis | /pʊli·s/ |
| allowance | alawans | /'ala·wans/ |
| electric | elektrik | /'ele·ktrɪk/ |
| television | telebisyon | /telebi·syon/ |

| pool | pul | /pu·l/ |
|---|---|---|
| sale | seyl | /se·yl/ |
| Shell | syel | /sye·l/ |

| baseball | beysbol | /be·ysbol/ |
|---|---|---|
| consul | konsul | /ko·nsʊl/ |
| dial | dayal | /da·yal/ |
| double | dobol | /do·bol/ |
| sample | sampol | /sa·mpol/ |
| vaudeville | bodabil | /bo·dabɪl/ |
| canal | kanal | /kana·l/ |

Tagalog /l/ is substantially the same whether alone with a vowel or forming a cluster with consonants like /b, k, g, p/. Tagalog words with consonant clusters are mostly of foreign origin. The following words are loans from Spanish and English. Be sure the middle of the tongue is not lowered when you come to the /l/:

/p/

| plits | /pli·ts/ | 'pleats' |
|---|---|---|
| plaka | /pla·kah/ | 'record' |
| plaket | /pla·ket/ | 'placket' |
| planta | /pla·ntah/ | 'plant' (industrial) |
| plastik | /pla·stɪk/ | 'plastic' |
| pleyboy | /ple·yboy/ | 'playboy' |
| aplay | /'apla·y/ | 'apply' |
| eroplano | /'eropla·noh/ | 'airplane' |
| impliyado | /'ɪmplɪya·doh/ | 'employee' |

/k/

| klab | /kla·b/ | 'club' |
|---|---|---|
| klip | /kli·p/ | 'clip' |
| klase | /kla·seh/ | 'class' |
| klima | /kli·mah/ | 'climate' |
| klirans | /kli·rans/ | 'clearance' |
| anklet | /'a·ŋklet/ | 'anklet' |
| tsiklet | /tsi·klet/ | 'chicklet' |
| klasikal | /kla·sɪkal/ | 'classical' |
| klitse | /klɪtse·h/ | 'printer's cuts' |

/b/

| blak | /bla·k/ | 'black' |
|---|---|---|
| bleyd | /ble·yd/ | 'blade' |
| blu | /blu·h/ | 'blue' |
| blak ay | /bla·k 'ay/ | 'black eye' |
| blakbord | /bla·kbord/ | 'blackboard' |
| blusa | /blu·sah/ | 'blouse' |
| doble | /do·bleh/ | 'double' |
| pablik | /pa·blɪk/ | 'public' |
| sable | /sa·bleh/ | 'saber' |

/g/

| glab | /gla·b/ | 'glove' |
|---|---|---|
| glorya | /glo·ryah/ | 'glory' |
| Glory | /glo·rɪh/ | 'Glory' |
| glamor | /gla·mor/ | 'glamour' |
| glase | /glase·h/ | 'patent leather' |
| gladyola | /gladyo·lah/ | 'gladiola' |
| areglado | /'arɪgla·doh/ | 'fixed' |
| reglamento | /rɪglame·ntoh/ | 'regulation' |
| aregluhin | /'are·glʊhɪn/ | 'to fix' |

The Tagalog /r/.

One kind of /r/ in Tagalog is paralleled by the English /t/ in words like city, Betty, better, and phrases like pot of coffee, a lot of money, etc. The other kind of Tagalog /r/ has no parallel in English. The Tagalog /r/ that is similar to the English /t/ is generally found at the beginning of unstressed syllables, whether at the beginning or in the middle of a word or phrase. At the beginning of stressed syllables, at the end of words, and at the end of syllables that are followed by another syllable starting with a consonant, the Tagalog /r/ taps the upper gum ridge several times, producing a sound not found in English. A common feature of the /r/'s in Tagalog is the contact made by the tip of the tongue with the back of the upper gum ridge. In the positions mentioned above, English /r/ is retroflex, that is, the tongue tip curls up and back and the air flows over this curled tip. This retroflex sound doesn't occur in Tagalog.

A great many Tagalog words with /r/ are loans from Spanish and English. In the words below, make sure the tongue-tip touches the upper gum ridge at least once:

| rises | /rɪse·s/ | 'recess' |
|---|---|---|
| risayn | /rɪsa·yn/ | 'to resign' |
| raketa | /rake·tah/ | 'badminton or tennis racket' |
| regalo | /rɪga·loh/ | 'gift' |
| retoke | /rɪto·keh/ | 'retouch' (said of photographs) |
| retiro | /reti·roh/ | 'to retire' |
| risaytal | /rɪsa·ytal/ | 'musical recital' |
| rupero | /rʊpe·roh/ | 'clothes hamper' |
| karitela | /karɪte·lah/ | 'a two-wheeled rig' |
| kariton | /karɪto·n/ | 'cart' |

Note the difference between the English /r/ and the Tagalog /r/ as this is likely to be pronounced in the following loanwords:

| English | Tagalog | |
|---|---|---|
| red | red | /re·d/ |
| racket | raket | /ra·ket/ |
| rally | rali | /ra·lɪh/ |
| record | rekord | /re·kord/ |
| ready | redi | /re·dɪh/ |
| ribbon | ribon | /ri·bon/ |
| rickrack | rikrak | /ri·krak/ |
| recipe | resipi | /re·sɪpɪh/ |
| green | berde | /be·rdeh/ |
| go ahead | larga | /la·rgah/ |
| luck | suwerte | /swe·rteh/ |
| omelet | torta | /to·rtah/ |
| turn | turno | /tu·rnoh/ |
| ship | barko | /barko·h/ |
| cargo | karga | /karga·h/ |
| meat | karne | /karne·h/ |
| souvenir | rekuwerdo | /rɪkwe·rdoh/ |
| reserve | reserba | /rɪse·rbah/ |
| sergeant | sarhento | /sarhe·ntoh/ |
| a surprise | sorpresa | /sʊrpre·sah/ |
| card or certificate | tarheta | /tarhe·tah/ |
| ruler | ruler | /ru·ler/ |
| sugar | asukal | /'asu·kal/ |
| lighter | layter | /la·yter/ |

In consonant clusters, Tagalog /r/ is generally a trill, that is, the tongue tip taps the upper gum ridge more than once:

### /pr/

| pruns | /pru·ns/ | 'prunes' |
|---|---|---|
| praktis | /pra·ktɪs/ | 'practice' |
| preno | /pre·noh/ | 'brake' |
| presyo | /pre·syoh/ | 'price' |
| prito | /pri·toh/ | 'fried' |
| prinsipal | /pri·nsɪpal/ | 'principal (of school)' |
| preyer buk | /pre·yerbʊk/ | 'prayer book' |
| problema | /prʊble·mah/ | 'problem' |
| presidente | /presɪde·nteh/ | 'president' |
| propaganda | /prʊpaga·ndah/ | 'propaganda' |
| epron | /'e·pron/ | 'apron' |
| kapre | /ka·preh/ | 'evil genie' |
| lipre | /li·preh/ | 'ice cream scoop' |
| siyempre | /sye·mpreh/ | 'of course' |

### /tr/

| trap | /tra·p/ | 'trap' |
|---|---|---|
| tren | /tre·n/ | 'train' |
| trey | /tre·y/ | 'tray' |
| trak | /tra·k/ | 'truck' |
| trik | /tri·k/ | 'trick' |
| traktor | /tra·ktor/ | 'tractor' |
| trahe | /tra·heh/ | 'evening gown or suit' |
| trapik | /tra·pɪk/ | 'traffic' |
| entrans | /'e·ntrans/ | 'entrance' |
| litro | /li·troh/ | 'liter' |
| poltri | /po·ltrɪh/ | 'poultry' |
| traysikel | /tra·ysɪkel/ | 'tricycle' |
| distroyer | /dɪstro·yer/ | 'destroyer (ship)' |
| Australya | /'awstra·lyah/ | 'Australia' |
| ritrato | /rɪtra·toh/ | 'picture' |

### /br/

| bras | /bra·s/ | 'brush' |
|---|---|---|
| brawn | /bra·wn/ | 'brown' |
| brayt | /bra·yt/ | 'bright' |
| brids | /bri·ds/ | 'bridge' |
| brants | /bra·nts/ | 'branch' |
| brandi | /bra·ndɪh/ | 'brandy' |
| brilyo | /bri·lyoh/ | 'luster' |
| brotsa | /bro·tsah/ | 'brush (paint)' |
| bruha | /bru·hah/ | 'hag' |
| abril | /'abri·l/ | 'April' |
| libre | /li·breh/ | 'free' |
| sobre | /so·breh/ | 'envelop' |
| pobre | /po·breh/ | 'poor' |
| alambre | /'ala·mbreh/ | 'wire' |

### /dr/

| dram | /dra·m/ | 'Army drum' |
|---|---|---|
| dril | /dri·l/ | 'drill' |
| drayb | /dra·yb/ | 'drive' |
| drayber | /dra·yber/ | 'driver' |
| drama | /dra·mah/ | 'drama' |
| dribol | /dri·bol/ | 'dribble (basketball)' |
| drowing | /dro·wɪŋ/ | 'drawing' |
| dreser | /dre·ser/ | 'dresser' |

| | | | | | |
|---|---|---|---|---|---|
| drakula | /dra·kʊlah/ | 'Dracula' | demokrasya | /dɪmʊkra·syah/ | 'democracy' |
| dragon | /drago·n/ | 'dragon' | sakramento | /sakrame·ntoh/ | 'sacrament' |
| kadre | /ka·dreh/ | 'barracks' | sakrilehiyo | /sakrɪle·hyoh/ | 'sacrilege' |
| madre | /ma·dreh/ | 'nun, religious sister' | | | |

/gr/

| | | | | | |
|---|---|---|---|---|---|
| padre | /pa·dreh/ | 'priest' | grap | /gra·p/ | 'graph' |
| adres | /ˈadre·s/ | 'address' | grey | /gre·y/ | 'gray' |
| padron | /padro·n/ | 'paper pattern' | greyd | /gre·yd/ | 'grade' |
| | | | graba | /gra·bah/ | 'gravel' |

/kr/

| | | | | | |
|---|---|---|---|---|---|
| | | | grabe | /gra·beh/ | 'grave, serious' |
| krus | /kru·s/ | 'cross' | grasa | /gra·sah/ | 'grease' |
| kraker | /kra·ker/ | 'cracker' | grasya | /gra·syah/ | 'grace' |
| krismas | /kri·smas/ | 'Christmas' | gradweyt | /gra·dweyt/ | 'graduate' |
| Kristo | /kri·stoh/ | 'Christ' | grogi | /gro·gɪh/ | 'groggy' |
| kromyum | /kro·myʊm/ | 'chromium' | grupo | /gru·poh/ | 'group' |
| krukat | /kru·kat/ | 'crew cut' | groseri | /gro·serɪh/ | 'grocery' |
| kristiyano | /krɪstya·noh/ | 'Christian' | sagrado | /sagra·doh/ | 'sacred' |
| kungkreto | /kʊŋkre·toh/ | 'concrete' | bisagra | /bɪsa·grah/ | 'hinge' |
| mikrobyo | /mɪkro·byoh/ | 'microbe' | milagro | /mɪla·groh/ | 'miracle' |
| sikreta | /sɪkre·tah/ | 'a secret agent' | agre dulse | /ˈagrɪdu·lseh/ | 'a dish with |
| sikreto | /sɪkre·toh/ | 'secret' | | | sweet-sour |
| sakristan | /sakrɪsta·n/ | 'sacristan' | | | sauce' |

DRILLS AND GRAMMAR

I.  -in VERBS AND DEFINITE OBJECTS

EXAMPLES

A. 1. Minamahal ni Ray si Rose.              Ray loves Rose.
   2. Hinihintay ni Ray ang babae.           Ray's waiting for the woman.
   3. Hinahanap ng lalaki si Rose.           The/A man's looking for Rose.
   4. Hinihintay ng bata ang Nanay.          The/A child's waiting for the mother.

B. 1. Minamahal niya si Rose.                He loves Rose.
   2. Minamahal nila ang kasintahan nila.    [They love their sweethearts.]

C. 1. Hinahanap niya siya.                   He's looking for her.
   2. Hinihintay ka niya.                     She's waiting for you.

D. 1. Hinihintay ba ni Oca si Ray?           Is Oca waiting for Ray?
   2. Oo, hinihintay siya ni Oca.            Yes, Oca's waiting for him.
   3. Hinihintay mo ba ang dilubyo?          [Are you waiting for the flood?]
   4. Hindi, hindi ko hinihintay.            No, I'm not waiting (for it).

| PREDICATE | | TOPIC | |
|---|---|---|---|
| Transitive Verb | Complement (Actor) | (Object) | Complement (Actor) |
| -in verb | ng/ni + Noun  ng-pronoun | ang/si + Noun | |
| | ng-pronoun | ang-pronoun | |
| | | ang-pronoun | ng/ni + Noun |

a. Transitive -in verbs take a ng-complement that represents the
   performer of the action. The ng-complement may express either
   a specific or non-specific performer of the action (see transla-
   tions of examples A.3-4).

b. The topic of the verb represents the definite or specific object of the action (marked 'the', except with names, in comparable English constructions).

c. The actor-complement is always a ng- or ni-phrase, which is normally followed by the topic ang- or si-phrase (examples A). The ng-/ni-phrase may be replaced by a ng-pronoun without changing the order of complement-topic (examples B.1-2).

d. The ang-/si-phrase may be replaced by an ang-pronoun without changing the complement-topic order (example C.1), unless the ang-pronoun is ka, which as an enclitic comes after the first full word, i.e., before the complement (example C.2).

e. All ng-pronoun complement and ang-pronoun topic combinations are possible, except the contextually unnatural sequences ko ako and mo ikaw (cf. 'I love me' and 'you love you'). The combination ko ikaw takes a special form which is not introduced here, but is put off till Unit XII, grammar point II.

f. When the complement is a ng-/ni-phrase and the topic is a pronoun, the order is reversed (example D.2).

g. Notice the lack of an ang-replacement for dilubyo, which is inanimate (cf. examples D.2 and D.4).

h. When the object is marked as indefinite, it must be expressed as the complement of an Actor-focus construction (Naghihintay siya ng dilubyo 'He is waiting for a flood') rather than as the topic of an Object-focus construction (Hinihintay niya ang dilubyo 'He is waiting for the flood').

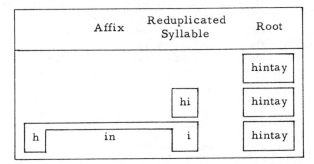

i. The formation of the imperfective of -in verbs is similar to that of -um- verbs. Thus: hintay → hihintay → hinihintay.

## CONVERSION DRILLS

Instructions: The teacher gives a verb in an actor or object focus form. The student then gives the corresponding object or actor focus form.

|  | Teacher | Student |  | Teacher | Student |
|---|---|---|---|---|---|
| A. 1. | Bumibili | → Binibili | | Binibili | → Bumibili |
| 2. | Bumabayo | → Binabayo | | Binabayo | → Bumabayo |
| 3. | Gumagawa | → Ginagawa | | Ginagawa | → Gumagawa |
| 4. | Humihiram | → Hinihiram | | Hinihiram | → Humihiram |
| 5. | Sumasayaw | → Sinasayaw | | Sinasayaw | → Sumasayaw |
| 6. | Tumutugtog | → Tinutugtog | | Tinutugtog | → Tumutugtog |
| B 1. | Lumalakad | → Linalakad | | Linalakad | → Lumalakad |
| 2. | Bumabasa | → Binabasa | | Binabasa | → Bumabasa |
| 3. | Kumakain | → Kinakain | | Kinakain | → Kumakain |
| 4. | Bumubuhat | → Binubuhat | | Binubuhat | → Bumubuhat |
| 5. | Humahanap | → Hinahanap | | Hinahanap | → Humahanap |
| 6. | Pumipipig | → Pinipipig | | Pinipipig | → Pumipipig |
| 7. | Umaawit | → Inaawit | | Inaawit | → Umaawit |
| 8. | Ngumanganga | → Nginanganga | | Nginanganga | → Ngumanganga |

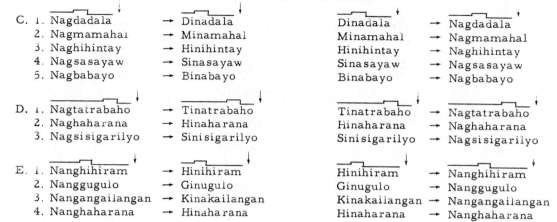

C. 1. Nagdadala      → Dinadala        Dinadala      → Nagdadala
   2. Nagmamahal    → Minamahal       Minamahal     → Nagmamahal
   3. Naghihintay   → Hinihintay      Hinihintay    → Naghihintay
   4. Nagsasayaw    → Sinasayaw       Sinasayaw     → Nagsasayaw
   5. Nagbabayo     → Binabayo        Binabayo      → Nagbabayo

D. 1. Nagtatrabaho  → Tinatrabaho     Tinatrabaho   → Nagtatrabaho
   2. Naghaharana   → Hinaharana      Hinaharana    → Naghaharana
   3. Nagsisigarilyo → Sinisigarilyo  Sinisigarilyo → Nagsisigarilyo

E. 1. Nanghihiram   → Hinihiram       Hinihiram     → Nanghihiram
   2. Nanggugulo    → Ginugulo        Ginugulo      → Nanggugulo
   3. Nangangailangan → Kinakailangan Kinakailangan → Nangangailangan
   4. Nanghaharana  → Hinaharana      Hinaharana    → Nanghaharana

## SUBSTITUTION-RESPONSE DRILLS (Moving Slot)

Instructions: The teacher gives a question which Student 1 repeats. Student 2 answers affirmatively. The teacher should use gestures to help cue the meaning and reference of the pronouns.

| Teacher | Student 1 | Student 2 |
|---|---|---|

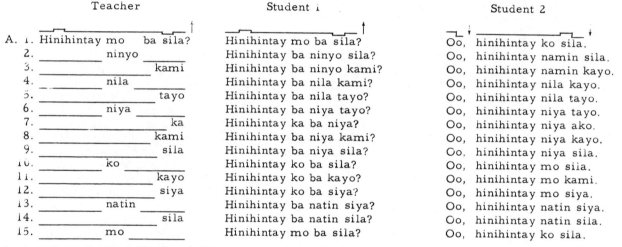

| A. 1. Hinihintay mo    ba sila? | Hinihintay mo ba sila? | Oo, hinihintay ko sila. |
| 2. _____ ninyo _____ | Hinihintay ba ninyo sila? | Oo, hinihintay namin sila. |
| 3. _____ kami | Hinihintay ba ninyo kami? | Oo, hinihintay namin kayo. |
| 4. _____ nila _____ | Hinihintay ba nila kami? | Oo, hinihintay nila kayo. |
| 5. _____ tayo | Hinihintay ba nila tayo? | Oo, hinihintay nila tayo. |
| 6. _____ niya _____ | Hinihintay ba niya tayo? | Oo, hinihintay niya tayo. |
| 7. _____ ka | Hinihintay ka ba niya? | Oo, hinihintay niya ako. |
| 8. _____ kami | Hinihintay ba niya kami? | Oo, hinihintay niya kayo. |
| 9. _____ sila | Hinihintay ba niya sila? | Oo, hinihintay niya sila. |
| 10. _____ ko _____ | Hinihintay ko ba sila? | Oo, hinihintay mo sila. |
| 11. _____ kayo | Hinihintay ko ba kayo? | Oo, hinihintay mo kami. |
| 12. _____ siya | Hinihintay ko ba siya? | Oo, hinihintay mo siya. |
| 13. _____ natin _____ | Hinihintay ba natin siya? | Oo, hinihintay natin siya. |
| 14. _____ sila | Hinihintay ba natin sila? | Oo, hinihintay natin sila. |
| 15. _____ mo _____ | Hinihintay mo ba sila? | Oo, hinihintay ko sila. |

Instructions: In the following drill, persons appear in the ng-phrase and things in the ang-phrase.

| Teacher | Student 1 | Student 2 |
|---|---|---|
| B. 1. Kinakain ng bata ang kendi. | Kinakain ba ng bata ang kendi? | Oo, kinakain niya. |
| 2. _____ tsokolate | Kinakain ba ng bata ang tsokolate? | Oo, kinakain niya. |
| 3. Hinahanap _____ | Hinahanap ba ng bata ang tsokolate? | Oo, hinahanap niya. |
| 4. _____ libro | Hinahanap ba ng bata ang libro? | Oo, hinahanap niya. |
| 5. _____ mga babae _____ | Hinahanap ba ng mga babae ang libro? | Oo, hinahanap nila. |
| 6. Binibili _____ | Binibili ba ng mga babae ang libro? | Oo, binibili nila. |
| 7. _____ damit | Binibili ba ng mga babae ang damit? | Oo, binibili nila. |
| 8. _____ Nene _____ | Binibili ba ni Nene ang damit? | Oo, binibili niya. |
| 9. Hinihiram _____ | Hinihiram ba ni Nene ang damit? | Oo, hinihiram niya. |
| 10. _____ kotse | Hinihiram ba ni Nene ang kotse? | Oo, hinihiram niya. |
| 11. _____ Nene at Ben _____ | Hinihiram ba nina Nene at Ben ang kotse? | Oo, hinihiram nila. |
| 12. Hinihintay _____ | Hinihintay ba nina Nene at Ben ang kotse? | Oo, hinihintay nila. |
| 13. _____ bata _____ | Hinihintay ba ng bata ang kotse? | Oo, hinihintay niya. |
| 14. _____ kendi | Hinihintay ba ng bata ang kendi? | Oo, hinihintay niya. |
| 15. Kinakain _____ | Kinakain ba ng bata ang kendi? | Oo, kinakain niya. |

Instructions: In the following drill questions, pronouns appear in the ang-phrase and nouns in the ng-phrase.

| Teacher | Student 1 | Student 2 |
|---|---|---|
| C. 1. Hinahanap ako ng titser. | Hinahanap ba ako ng titser? | Oo, hinahanap ka niya. |
| 2. _____ Nanay | Hinahanap ba ako ng Nanay? | Oo, hinahanap ka niya. |

| | | | |
|---|---|---|---|
| 3. | _____ Angela | Hinahanap ba ako ni Angela? | Oo, hinahanap ka niya. |
| 4. | _____ siya | Hinahanap ba siya ni Angela? | Oo, hinahanap niya siya. |
| 5. | _____ babae | Hinahanap ba siya ng babae? | Oo, hinahanap niya siya. |
| 6. | _____ sila | Hinahanap ba sila ng babae? | Oo, hinahanap niya sila. |
| 7. | Hinihintay _____ | Hinihintay ba sila ng babae? | Oo, hinihintay niya sila. |
| 8. | _____ mga bata | Hinihintay ba sila ng mga bata? | Oo, hinihintay nila sila. |
| 9. | _____ kayo | Hinihintay ba kayo ng mga bata? | Oo, hinihintay nila kami. |
| 10. | _____ tayo | Hinihintay ba tayo ng mga bata? | Oo, hinihintay nila tayo. |
| 11. | _____ Ben at Joe | Hinihintay ba tayo nina Ben at Joe? | Oo, hinihintay nila tayo. |
| 12. | _____ kami | Hinihintay ba kami nina Ben at Joe? | Oo, hinihintay nila kayo. |
| 13. | Hinaharana _____ | Hinaharana ba kami nina Ben at Joe? | Oo, hinaharana nila kayo. |
| 14. | _____ ka | Hinaharana ka ba nina Ben at Joe? | Oo, hinaharana nila ako. |
| 15. | _____ Fidel | Hinaharana ka ba ni Fidel? | Oo, hinaharana niya ako. |
| 16. | _____ binata | Hinaharana ka ba ng binata? | Oo, hinaharana niya ako. |
| 17. | Minamahal _____ | Minamahal ka ba ng binata? | Oo, minamahal niya ako. |
| 18. | _____ titser | Minamahal ka ba ng titser? | Oo, minamahal niya ako. |
| 19. | Hinahanap _____ | Hinahanap ka ba ng titser? | Oo, hinahanap niya ako. |
| 20. | _____ ako _____ | Hinahanap ba ako ng titser? | Oo, hinahanap ka niya. |

## SUBSTITUTION-CONVERSION DRILL (Moving Slot)

Instructions: The following -um- verbs are transitive (with indefinite objects). Change the indefinite object to definite by changing the -um- verb to -in and by placing the object in topic position.

| | Teacher | Student 1 | Student 2 |
|---|---|---|---|
| 1. | Bumibili ng libro ang babae. | Bumibili ng libro ang babae. | Binibili ng babae ang libro. |
| 2. | _____ Ben | Bumibili ng libro si Ben. | Binibili ni Ben ang libro. |
| 3. | Humihiram _____ | Humihiram ng libro si Ben. | Hinihiram ni Ben ang libro. |
| 4. | _____ ka | Humihiram ka ng libro. | Hinihiram mo ang libro. |
| 5. | _____ kotse | Humihiram ka ng kotse. | Hinihiram mo ang kotse. |
| 6. | _____ sila | Humihiram sila ng kotse. | Hinihiram nila ang kotse. |
| 7. | Naghihintay _____ | Naghihintay sila ng kotse. | Hinihintay nila ang kotse. |
| 8. | _____ kaibigan | Naghihintay sila ng kaibigan. | Hinihintay nila ang kaibigan. |
| 9. | _____ kami | Naghihintay kami ng kaibigan. | Hinihintay namin ang kaibigan. |
| 10. | Humahanap _____ | Humahanap kami ng kaibigan. | Hinahanap namin ang kaibigan. |
| 11. | _____ titser | Humahanap kami ng titser. | Hinahanap namin ang titser. |
| 12. | _____ kayo | Humahanap kayo ng titser. | Hinahanap ninyo ang titser. |
| 13. | _____ ang bata | Humahanap ng titser ang bata. | Hinahanap ng bata ang titser. |
| 14. | _____ pera _____ | Humahanap ng pera ang bata. | Hinahanap ng bata ang pera. |
| 15. | Nanghihiram _____ | Nanghihiram ng pera ang bata. | Hinihiram ng bata ang pera. |
| 16. | _____ Nene | Nanghihiram ng pera si Nene. | Hinihiram ni Nene ang pera. |
| 17. | _____ libro _____ | Nanghihiram ng libro si Nene. | Hinihiram ni Nene ang libro. |
| 18. | _____ Ben | Nanghihiram ng libro si Ben. | Hinihiram ni Ben ang libro. |
| 19. | Bumibili _____ | Bumibili ng libro si Ben. | Binibili ni Ben ang libro. |
| 20. | _____ ang babae | Bumibili ng libro ang babae. | Binibili ng babae ang libro. |

## TRANSLATION DRILL

| Teacher | Student |
|---|---|
| 1. The girl is buying a dress. | Bumibili ng damit ang babae. |
| The girl is buying the dress. | Binibili ng babae ang damit. |
| 2. The teacher is reading a book. | Bumabasa ng libro ang titser. |
| The teacher is reading the book. | Binabasa ng titser ang libro. |
| 3. The visitor is eating lechon. | Kumakain ng litson ang bisita. |
| The visitor is eating the lechon. | Kinakain ng bisita ang litson. |
| 4. The man is borrowing money. | Nanghihiram ng pera ang lalaki. |
| The man is borrowing the money. | Hinihiram ng lalaki ang pera. |
| 5. Joe is waiting for a car. | Naghihintay ng kotse si Joe. |
| Joe is waiting for the car. | Hinihintay ni Joe ang kotse. |
| 6. Angela is looking for a house. | Humahanap ng bahay si Angela. |
| Angela is looking for the house. | Hinahanap ni Angela ang bahay. |
| 7. She is making a doll. | Gumagawa siya ng manika. |
| She is making the doll. | Ginagawa niya ang manika. |

8. They're lifting a low dining table.      Bumubuhat sila ng dulang.
   They're lifting the low dining table.     Binubuhat nila ang dulang.
9. We're ringing a bell.                  Tumutugtog tayo ng bel.
   We're ringing the bell.               Tinutugtog natin ang bel.
10. I'm pounding pinipig.             Bumabayo ako ng pinipig.
    I'm pounding the pinipig.          Binabayo ko ang pinipig.

## DISCUSSION

In English sentences with transitive verbs, the subject usually corresponds to the performer of the action. In Tagalog the meaning-relations between topic and transitive verb are much more varied, and depend largely upon the affix with which the verb is formed. Thus, while certain classes of verbs (e.g., those formed with the affixes -um-, mag-, mang-, and maka-) select topics that correspond to the performer of the action, there are many that select topics of other types.

The -in verbs introduced in this lesson select topics that correspond to the object or goal of the action. Verbs of this kind are normal in Tagalog whenever a definite or specific object is involved. (It will be recalled that the topic of a Tagalog sentence is always definite.) With verbs that select something other than the performer as topic, the performer is expressed by a ng-complement construction. When the ng-performer is a noun, it may be either definite or indefinite. Thus, Sinasaksak siya ng babae may mean either 'The woman's stabbing him' or 'A woman's stabbing him'. When it is a pronoun or a name, it is, naturally, definite: Sinasaksak siya ni Lino 'Lino stabs him', Sinasaksak niya siya 'He stabs him'.

While English does have a class of verbs, the passives, that usually select as subject the object or goal of the action, the relation between the English passive construction and the Tagalog definite-object construction is not really a very close one. The essential point about the Tagalog construction is that it expresses a definite object. Thus a sentence like Binibili ni Alex ang libro may be translated by either the passive or (more normally) the active in English, provided the object is made definite: i.e., 'The book is being bought by Alex' or 'Alex is buying the book'. Similarly, the Tagalog indefinite-object construction may be translated by the English passive or active: e.g., Bumibili ng libro si Alex 'A book is being bought by Alex' or 'Alex is buying a book'.

The characteristic by which the form of the verb identifies the function of the topic is called focus. This function of the topic names the focus relationship. Thus in previous units actor focus was presented: the topic of the sentence was the performer of the action named by the verb. In the present unit object focus has been introduced: the topic of the sentence is the object of the action named by the verb. There are several other focus relationships; they will be named in subsequent units as they are presented and drilled.

Focus is a concept that is very useful in understanding the basic structure of Tagalog utterances. The item or concept which is 'in focus' is what is foremost in the speaker's mind, the thing which the sentence is about. The element in focus always appears as the ang-phrase (i.e., the topic), regardless of its logical function in the sentence. Focus is a grammatical concept which is not present in the structure of English and other European languages. English more typically emphasizes an item or places it foremost before the listener's attention by intonational emphasis. Thus we may say "He is waiting for the bus" or "He is waiting for the bus". The emphasis on bus in the second example would be achieved by placing the equivalent Tagalog form in focus, as the topic of the sentence, and selecting a verb form which indicates that the topic functions as the logical object of the action of waiting:

| Actor Focus | Object Focus |
|---|---|
| Naghihintay siya ng bus. | Hinihintay niya ang bus. |

Both sentences say "He is waiting for the bus", but in Actor focus the sentence is about he (siya is the topic), while in Object focus the sentence is about the bus (ang bus is the topic). The one generalization that can be made about forms in focus is that they will always refer to something definite, which suggests that in English translation "the" instead of "a" will be used. Perhaps this will become clearer if we recall the specific—non-specific contrast between sentences like these:

1. a) Pilipina ito.      This is a Filipina.
   b) Ang Pilipina ito.    This is the Filipina.

From these two and with the verb root hintay, we get these sentences:

2. a) Naghihintay siya    He's waiting for a Filipina.
     ng Pilipina.        pina.
   b) Hinihintay niya     He's waiting for the Fili-
     ang Pilipina.       pina.

The contrast between 2a and 2b is the same as the contrast between 1a and 1b. Only an Actor-focus verb (as in 2a) can be used to refer to a non-specific predicate (as Pilipina in 1a), and only an Object-focus verb (as in 2b) can be used to refer to a specific predicate (as Ang Pilipina in 1b).

The functions of items which are not in focus are also defined by the focus relationship (determined by the form of the verb). This can be illustrated from the examples above. In the Actor-focus construction the ng-phrase (more specifically the marker ng plus the noun bus) is the object; but in the Object-focus construction the ng-phrase (specifically the ng-pronoun niya) is the actor.

A different pattern of verb inflections accompanies each focus relationship. So far in these units verb patterns with -um-, mag-, mang-, and maka- affixes have been presented, all of which indicate Actor focus; and patterns with -in, which indicates Object focus. The following chart indicates these relationships:

| Actor Focus | Object Focus |
|---|---|
| -um-<br>mag-<br>mang- | -in<br>(etc.) |

The most important point to be made about the above chart is the "etc." in the object-focus column. The chart makes it appear that -um-, mag-, and mang- verbs take -in affix patterns in Object focus. This is only partly true. Some -um-, mag-, and mang- verbs have -in forms in Object focus; others take other affix patterns which will be presented in later units. It is interesting to note that while some -um- verbs take -in affixes in object focus, the maka- derivations of the same verb take other affixes. This will also be presented in later units.

This is the beginning of a much more complex chart, which will be built up gradually as pertinent data are presented in the units. There are other Actor-focus patterns, other Object-focus patterns, and other focus relationships, all of which are signalled by means of different verb affixes.

## II. REVIEW OF ALL VERBS SO FAR INTRODUCED

EXAMPLES

A. 1. Dumarating ang titser. — The teacher's coming.
   2. Tumatawa si Rosa. — Rosa's laughing.
   3. Sumasakit ang tiyan ni Tentay. — Tentay has a stomach ache.
   4. Nangingisda sina Fidel at Arthur. — Fidel and Arthur are fishing.
   5. Nagdodobol-istandard ang mga lalaki. — The men are following the double standard.

B. 1. Bumabasa ng libro si Lino. — Lino's reading a book.
   2. Kumakain ng litson si Linda. — Linda's eating litson.
   3. Nag-iiba ng ugali ang lalaki. — The man's changing ways.
   4. Nagtitiis ng gutom ang lalaki. — The man's bearing hunger.
   5. Naghihintay ng dilubyo si Lino. — Lino's waiting for the flood.

C. 1. Binabasa ni Lino ang libro. — Lino's reading the book.
   2. Kinakain ni Linda ang litson. — Linda's eating the litson.
   3. Iniiba ng lalaki ang ugali. — A/The man's changing the custom.
   4. Tinitiis ng lalaki ang gutom. — A/The man's bearing the hunger.
   5. Hinihintay ni Lino ang dilubyo. — Lino's waiting for the flood.

Intransitive Sentence Pattern

| PREDICATE | TOPIC |
|---|---|
| Intransitive Verb | ang-Actor (definite) |

Transitive Sentence Pattern

| PREDICATE | | TOPIC |
|---|---|---|
| Transitive Verb | Complement | |
| mag- Verb, etc. | ng-Object (indefinite) | ang-Actor (definite) |
| -in Verb | ng-Actor (definite or indefinite) | ang-Object (definite) |

a. Notice that the intransitive verb does not have a complement.

Intransitive Verbs

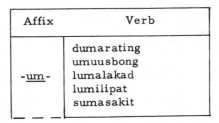

| Affix | Verb |
|---|---|
| -um- | dumarating<br>umuusbong<br>lumalakad<br>lumilipat<br>sumasakit |

Intransitive Verbs (continued)

| Affix | Verb |
|-------|------|
| mag- | nagdodobol-istandard<br>nagsisimba<br>nagpapasyal<br>naghihirap<br>nag-aasawa |
| mang- | nangangalakal<br>nangingisda |
| maka- | nakakakibo |

b. The verbs listed above can appear only in intransitive construc-
tions; therefore they have no -in forms.

Transitive or Intransitive

| ACTOR FOCUS (Indefinite Object) | | OBJECT FOCUS (Definite Object) | |
|---|---|---|---|
| Affix | Verb | Affix | Verb |
| -um- | umaawit<br>bumabasa<br>bumabayo<br>bumibilang<br>bumibili<br>bumubuhat<br>kumakain<br>gumagawa<br>humahanap<br>pumipipig<br>sumasayaw<br>tumutugtog | | inaawit<br>binabasa<br>binabayo<br>binibilang<br>binibili<br>binubuhat<br>kinakain<br>ginagawa<br>hinahanap<br>pinipipig<br>sinasayaw<br>tinutugtog |
| mag- | nagbabasa<br>nagdadala<br>naghahanap<br>naghihintay<br>nag-iiba<br>nagmamahal<br>nagsasayaw<br>nagsisigarilyo<br>nagsusuot<br>nagtitiis | -in | binabasa<br>dinadala<br>hinahanap<br>hinihintay<br>iniiba<br>minamahal<br>sinasayaw<br>sinisigarilyo<br>sinusuot<br>tinitiis |
| mang- | nambabalisong[1]<br>nanggugulo<br>nanghaharana<br>nangangailangan<br>nananaksak[1]<br>nanunungkit[1] | | binabalisong<br>ginugulo<br>hinaharana<br>kinakailangan<br>sinasaksak<br>sinusungkit |

c. The verbs listed above may appear in either transitive or intran-
sitive constructions; the -in forms must appear in transitive con-
structions.

d. An Actor-focus transitive construction has an indefinite object;
an Object-focus construction (always transitive) has a definite
object (it is in the topic, which is always definite).

---

[1] These are examples of irregular formation cf mang- verbs which will be presented in Unit XVII.

e. Conversion from Actor focus to Object focus (and therefore from indefinite to definite object) requires a knowledge of verb-affixes correspondences.

## EXPANSION DRILLS

Instructions: The teacher gives a short sentence and a cue. The student incorporates the cue in the sentence as an Object complement.

| Teacher | Cue | Student |
|---------|-----|---------|
| A. 1. Bumibili sila. | damit | Bumibili sila ng damit. |
| Binibili nila. | kendi | Binibili nila ang kendi. |
| 2. Humihiram ako. | dulang | Humihiram ako ng dulang. |
| Hinihiram ko. | libro | Hinihiram ko ang libro. |
| 3. Naghihintay siya. | kotse | Naghihintay siya ng kotse. |
| Hinihintay niya. | titser | Hinihintay niya ang titser. |
| 4. Naghahanap tayo. | bahay | Naghahanap tayo ng bahay. |
| Hinahanap natin. | titser | Hinahanap natin ang titser. |
| 5. Gumagawa kami. | suman | Gumagawa kami ng suman. |
| Ginagawa namin. | manika | Ginagawa namin ang manika. |
| B. 1. Kumakain si Nene. | kanin | Kumakain si Nene ng kanin. |
| Kinakain ni Nene. | kaldereta | Kinakain ni Nene ang kaldereta. |
| 2. Bumubuhat ang binata. | kahon | Bumubuhat ang binata ng kahon. |
| Binubuhat ng binata. | dalaga | Binubuhat ng binata ang dalaga. |
| 3. Kumakain ang mga bisita. | tsokolate | Kumakain ang mga bisita ng tsokolate. |
| Kinakain ng mga bisita. | turon | Kinakain ng mga bisita ang turon. |
| 4. Nagsisigarilyo sina Ben. | Camel | Nagsisigarilyo sina Ben ng Camel. |
| Sinisigarilyo nina Ben. | Chesterfield | Sinisigarilyo nina Ben ang Chesterfield. |
| 5. Nangangailangan ang tao. | pera | Nangangailangan ang tao ng pera. |
| Kinakailangan ng tao. | pagkain | Kinakailangan ng tao ang pagkain. |

## CONVERSION DRILL

Instructions: The teacher gives a sentence in Object focus. The student recasts the sentence in Actor focus, changing the verb affix, the markers, pronouns, and sentence order where necessary.

| Teacher | Student |
|---------|---------|
| 1. Tinutugtog ni Rose ang bel. | Tumutugtog ng bel si Rose. |
| 2. Sinasayaw niya ang pandanggo.[1] | Sumasayaw siya ng pandanggo. |
| 3. Inaawit mo ang kundiman.[2] | Umaawit ka ng kundiman. |
| 4. Hinahanap ni Fidel ang masarap na luto. | Naghahanap ng masarap na luto si Fidel. |
| 5. Kinakain ni Andoy ang turon. | Kumakain ng turon si Andoy. |
| 6. Hinihiram ng Kuya ang medyas. | Nanghihiram ng medyas ang Kuya. |
| 7. Dinadala ng binata ang tsokolate. | Nagdadala ng tsokolate ang binata. |
| 8. Kinakailangan ninyo ang pagkain. | Nangangailangan kayo ng pagkain. |
| 9. Ginugulo nila ang klase. | Nanggugulo sila ng klase. |
| 10. Binubuhat namin ang bahay. | Bumubuhat kami ng bahay. |

## SUBSTITUTION-CONVERSION DRILLS (Moving Slot)

Instructions: The teacher makes or cues a statement which Student 1 repeats. Student 2 converts the statement from Actor focus to Object focus or vice versa changing the verb form, noun markers, and word order where necessary.

| Teacher | Student 1 |
|---------|-----------|
| A. 1. Kumakain ng tsokolate si Oscar. | Kumakain ng tsokolate si Oscar. |
| 2. _____ sila | Kumakain sila ng tsokolate. |
| 3. _____ tayo | Kumakain tayo ng tsokolate. |

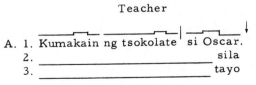

[1] A Philippine native dance.
[2] A type of Filipino love song.

4. _____ pinipig _____          Kumakain tayo ng pinipig.
5. Bumibili _____                     Bumibili tayo ng pinipig.
6. _____ sila                 Bumibili sila ng pinipig.
7. _____ kayo                 Bumibili kayo ng pinipig.
8. _____ siya                 Bumibili siya ng pinipig.
9. _____ ka                   Bumibili ka ng pinipig.
10. _____ damit _____            Bumibili ka ng damit.

### Student 2

Kinakain ni Oscar ang tsokolate.
Kinakain nila ang tsokolate.
Kinakain natin ang tsokolate.
Kinakain natin ang pinipig.
Binibili natin ang pinipig.
Binibili nila ang pinipig.
Binibili ninyo ang pinipig.
Binibili niya ang pinipig.
Binibili mo ang pinipig.
Binibili mo ang damit.

11. _____ kotse _____            Bumibili ka ng kotse.
12. _____ libro _____            Bumibili ka ng libro.
13. Bumabasa _____                    Bumabasa ka ng libro.
14. _____ si Rose             Bumabasa ng libro si Rose.
15. _____ ang bata            Bumabasa ng libro ang bata.
16. _____ si Ray              Bumabasa ng libro si Ray.
17. Nanghihiram _____                 Nanghihiram ng libro si Ray.
18. _____ ang titser          Nanghihiram ng libro ang titser.
19. _____ si Fidel            Nanghihiram ng libro si Fidel.
20. _____ pera _____             Nanghihiram ng pera si Fidel.

Binibili mo ang kotse.
Binibili mo ang libro.
Binabasa mo ang libro.
Binabasa ni Rose ang libro.
Binabasa ng bata ang libro.
Binabasa ni Ray ang libro.
Hinihiram ni Ray ang libro.
Hinihiram ng titser ang libro.
Hinihiram ni Fidel ang libro.
Hinihiram ni Fidel ang pera.

21. Naghahanap _____                  Naghahanap ng pera si Fidel.
22. _____ bahay _____            Naghahanap ng bahay si Fidel.
23. _____ siya                Naghahanap siya ng bahay.
24. _____ kotse _____            Naghahanap siya ng kotse.
25. Naghihintay _____                 Naghihintay siya ng kotse.
26. _____ kami                Naghihintay kami ng kotse.
27. _____ si Oscar            Naghihintay ng kotse si Oscar.
28. _____ dilubyo _____          Naghihintay ng dilubyo si Oscar.
29. _____ pista _____            Naghihintay ng pista si Oscar.
30. _____ ang bata            Naghihintay ng pista ang bata.

Hinahanap ni Fidel ang pera.
Hinahanap ni Fidel ang bahay.
Hinahanap niya ang bahay.
Hinahanap niya ang kotse.
Hinihintay niya ang kotse.
Hinihintay namin ang kotse.
Hinihintay ni Oscar ang kotse.
Hinihintay ni Oscar ang dilubyo.
Hinihintay ni Oscar ang pista.
Hinihintay ng bata ang pista.

B. 1. Hinihintay ni Oscar ang dilubyo.          Hinihintay ni Oscar ang dilubyo.

2. _____ Pilipina        Hinihintay ni Oscar ang Pilipina.
3. Hinahanap _____           Hinahanap ni Oscar ang Pilipina.
4. _____ Amerikana       Hinahanap ni Oscar ang Amerikana.
5. _____ niya _____            Hinahanap niya ang Amerikana.
6. Hinaharana _____          Hinaharana niya ang Amerikana.
7. _____ Andoy _____           Hinaharana ni Andoy ang Amerikana.
8. _____ pagkain         Hinaharana ni Andoy ang pagkain.
9. Binubuhat _____           Binubuhat ni Andoy ang pagkain.
10. _____ litson         Binubuhat ni Andoy ang litson.

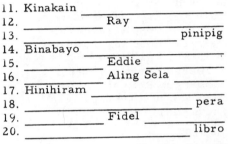

Naghihintay ng dilubyo si Oscar.
Naghihintay ng Pilipina si Oscar.
Naghahanap ng Pilipina si Oscar.
Naghahanap ng Amerikana si Oscar.
Naghahanap siya ang Amerikana.
Nanghaharana siya ng Amerikana.
Nanghaharana ng Amerikana si Andoy.
Nanghaharana ng pagkain si Andoy.
Nagbubuhat ng pagkain si Andoy.
Nagbubuhat ng litson si Andoy.

11. Kinakain _____           Kinakain ni Andoy ang litson.
12. _____ Ray _____            Kinakain ni Ray ang litson.
13. _____ pinipig        Kinakain ni Ray ang pinipig.
14. Binabayo _____           Binabayo ni Ray ang pinipig.
15. _____ Eddie _____          Binabayo ni Eddie ang pinipig.
16. _____ Aling Sela _____     Binabayo ni Aling Sela ang pinipig.
17. Hinihiram _____           Hinihiram ni Aling Sela ang pinipig.
18. _____ pera           Hinihiram ni Aling Sela ang pera.
19. _____ Fidel _____          Hinihiram ni Fidel ang pera.
20. _____ libro          Hinihiram ni Fidel ang libro.

Kumakain ng litson si Andoy.
Kumakain ng litson si Ray.
Kumakain ng pinipig si Ray.
Bumabayo ng pinipig si Ray.
Bumabayo ng pinipig si Eddie.
Bumabayo ng pinipig si Aling Sela.
Humihiram ng pinipig si Aling Sela.
Humihiram ng pera si Aling Sela.
Humihiram ng pera si Fidel.
Humihiram ng libro si Fidel.

21. Binabasa _____           Binabasa ni Fidel ang libro.
22. Kinakailangan _____       Kinakailangan ni Fidel ang libro.
23. _____ salapi         Kinakailangan ni Fidel ang salapi.
24. _____ Oscar _____          Kinakailangan ni Oscar ang salapi.
25. _____ tagasulsi      Kinakailangan ni Oscar ang tagasulsi.
26. _____ kaibigan       Kinakailangan ni Oscar ang kaibigan.
27. _____ Ray _____            Kinakailangan ni Ray ang kaibigan.
28. _____ diploma        Kinakailangan ni Ray ang diploma.
29. _____ kasintahan     Kinakailangan ni Ray ang kasintahan.
30. _____ mahalaga       Kinakailangan ni Ray ang mahalaga.

Bumabasa ng libro si Fidel.
Nangangailangan ng libro si Fidel.
Nangangailangan ng salapi si Fidel.
Nangangailangan ng salapi si Oscar.
Nangangailangan ng tagasulsi si Oscar.
Nangangailangan ng kaibigan si Oscar.
Nangangailangan ng kaibigan si Ray.
Nangangailangan ng diploma si Ray.
Nangangailangan ng kasintahan si Ray.
Nangangailangan ng mahalaga si Ray.

31. _____ pamilya        Kinakailangan ni Ray ang pamilya.

32. _____ Frank _____            Kinakailangan ni Frank ang pamilya.
33. _____ Cynthia _____          Kinakailangan ni Cynthia ang pamilya.
34. Ginugulo _____                        Ginugulo ni Cynthia ang pamilya.
35. _____ buhay               Ginugulo ni Cynthia ang buhay.
36. _____ pipigan             Ginugulo ni Cynthia ang pipigan.
37. Hinahanap _____                       Hinahanap ni Cynthia ang pipigan.
38. _____ Aling Sela _____        Hinahanap ni Aling Sela ang pipigan.
39. _____ tindahan            Hinahanap ni Aling Sela ang tindahan.
40. Binibili _____                        Binibili ni Aling Sela ang tindahan.

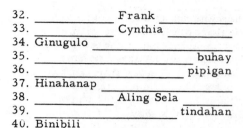

Nangangailangan ng pamilya si Ray.
Nangangailangan ng pamilya si Frank.
Nangangailangan ng pamilya si Cynthia.
Nanggugulo ng pamilya si Cynthia.
Nanggugulo ng buhay si Cynthia.
Nanggugulo ng pipigan si Cynthia.
Naghahanap ng pipigan si Cynthia.
Naghahanap ng pipigan si Aling Sela.
Naghahanap ng tindahan si Aling Sela.
Bumibili ng tindahan si Aling Sela.

41. _____ tsokolate         Binibili ni Aling Sela ang tsokolate.
42. _____ Ray _____              Binibili ni Ray ang tsokolate.
43. Dinadala _____                       Dinadala ni Ray ang tsokolate.
44. _____ Rose _____             Dinadala ni Rose ang tsokolate.
45. Kinakain _____                       Kinakain ni Rose ang tsokolate.
46. _____ turon             Kinakain ni Rose ang turon.
47. Binibilang _____                     Binibilang ni Rose ang turon.
48. _____ buwan             Binibilang ni Rose ang buwan.
49. Sinusungkit _____                    Sinusungkit ni Rose ang buwan.
50. _____ Ray _____              Sinusungkit ni Ray ang buwan.

Bumibili ng tsokolate si Aling Sela.
Bumibili ng tsokolate si Ray.
Nagdadala ng tsokolate si Ray.
Nagdadala ng tsokolate si Rose.
Kumakain ng tsokolate si Rose.
Kumakain ng turon si Rose.
Bumibilang ng turon si Rose.
Bumibilang ng buwan si Rose.
Nanunungkit ng buwan si Rose.
Nanunungkit ng buwan si Ray.

## SUBSTITUTION-TRANSLATION DRILLS (Fixed Slot)

Teacher                                          Student

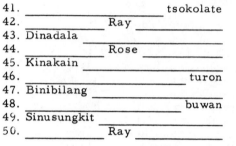

A. 1. I'm reading a book.                        Bumabasa ako ng libro.
   2. He _____                           Bumabasa siya ng libro.
   3. You _____                          Bumabasa ka ng libro.
   4. You (pl.) _____                         Bumabasa kayo ng libro.
   5. We (he and I) ____                          Bumabasa kami ng libro.

B. 1. Nene's buying a dress.                      Bumibili ng damit si Nene.
   2. Cely and others _____                       Bumibili ng damit sina Cely.
   3. The maiden _____                        Bumibili ng damit ang dalaga.
   4. The girls _____                         Bumibili ng damit ang mga babae.
   5. All _____                         Bumibili ng damit ang lahat.

C. 1. The man's laughing.                         Tumatawa ang lalaki.
   2. _____ smoking                           Nagsisigarilyo ang lalaki.
   3. _____ going places                         Nagpapasyal ang lalaki.
   4. _____ play around                          Nagloloko ang lalaki.
   5. _____ serenading                           Nanghaharana ang lalaki.

D. 1. The child is looking for a book.         Naghahanap ng libro ang bata.
   2. _____ reading a book       Nagbabasa ng libro ang bata.
   3. _____ buying a book        Bumibili ng libro ang bata.
   4. _____ borrowing a book     Nanghihiram ng libro ang bata.
   5. _____ needs a book       Nangangailangan ng libro ang bata.

E. 1. They are making a dress.           Gumagawa sila ng damit.
   2. _____ low dining table        Gumagawa sila ng dulang.
   3. _____ diploma         Gumagawa sila ng diploma.
   4. _____ box            Gumagawa sila ng kahon.
   5. _____ some suman          Gumagawa sila ng suman.

F. 1. I'm waiting for the bus.         Hinihintay ko ang bus.
   2. She's _____         Hinihintay niya ang bus.
   3. You (sg.) _____     Hinihintay mo ang bus.
   4. You (pl.) _____     Hinihintay ninyo ang bus.
   5. We (you and I) _____       Hinihintay natin ang bus.

G. 1. The bachelor serenades the lady.  Hinaharana ng binata ang dalaga.
   2. The men _____      Hinaharana ng mga lalaki ang dalaga.
   3. Ben and others _____  Hinaharana nina Ben ang dalaga.
   4. Fidel _____        Hinaharana ni Fidel ang dalaga.
   5. All _____          Hinaharana ng lahat ang dalaga.

H. 1. The teacher is reading the book.  Binabasa ng titser ang libro.
   2. _____ buying _____   Binibili ng titser ang libro.
   3. _____ borrowing _____  Hinihiram ng titser ang libro.
   4. _____ looking for ____  Hinahanap ng titser ang libro.
   5. _____ bringing _____  Dinadala ng titser ang libro.

I. 1. We (he and I) love the maiden.   Minamahal namin ang dalaga.
   2. _____ girl         Minamahal namin ang babae.
   3. _____ baby        Minamahal namin ang bunso.
   4. _____ children     Minamahal namin ang mga bata.
   5. _____ women       Minamahal namin ang mga babae.
   6. _____ Luningning   Minamahal namin si Luningning.
   7. _____ Nene and others     Minamahal namin sina Nene.
   8. _____ you (sg.)     Minamahal ka namin.
   9. _____ her         Minamahal namin siya.
  10. _____ them       Minamahal namin sila.

TRANSLATION DRILL (Paired Sentences)

  1. The teacher's looking for a book.    Humahanap ng libro ang titser.
     The teacher's looking for the book.   Hinahanap ng titser ang libro.
  2. Ben's bringing a box.             Nagdadala ng kahon si Ben.
     Ben's bringing the box.           Dinadala ni Ben ang kahon.
  3. I'm borrowing money.             Nanghihiram ako ng pera.
     I'm borrowing the money.         Hinihiram ko ang pera.
  4. You (sg.) are waiting for a visitor.   Naghihintay ka ng bisita.
     You (sg.) are waiting for the visitor.  Hinihintay mo ang bisita.
  5. We (she and I) are looking for socks.  Naghahanap kami ng medyas.
     We (she and I) are looking for the socks.  Hinahanap namin ang medyas.
  6. We (you and I) are buying some food.  Bumibili tayo ng pagkain.
     We (you and I) are buying the food.   Binibili natin ang pagkain.
  7. You (pl.) are making a doll.        Gumagawa kayo ng manika.
     You (pl.) are making the doll.      Ginagawa ninyo ang manika.

## VISUAL-CUE DRILLS

### PICTURE A

Panuto: Ilarawan ang mga sumusunod.

Halimbawa: Hinihiram ni Rudy ang libro.

## PICTURE B

Panuto: Ilarawan ang mga sumusunod.

Halimbawa: Maganda ang bahay nina Oscar. Hinihintay ni Oscar si Eddie.

## COMPREHENSION-RESPONSE DRILLS

A. 1. May asawa na ba si Oscar?
   2. Hinahanap ba niya ang masarap na luto?
   3. Ang mga Ilokana ba ang matipid at masipag?
   4. Ang mga Kapampangan ba ang malambing at makarinyo?
   5. Pare-pareho ba ang mga babaeng nagmamahal?
   6. Binabalisong ba ng mga Batanggenya ang kanilang kasintahan?
   7. Binibili ba ni Ray ang tsokolate sa tindahan para kay Rose?

B. 1. May asawa ba o wala si Oscar?
   2. Hinahanap ba ni Oscar o ni Eddie ang masarap na luto?
   3. Ang mga Kapampangan ba o ang mga Ilokana ang matipid at masipag?
   4. Pare-pareho ba o iba't iba ang mga babaeng nagmamahal?
   5. Binabalisong ba o minamahal ng mga Batanggenya ang kanilang kasintahan?
   6. Binibili ba o hindi ni Ray ang tsokolate sa tindahan para kay Rose?

C. 1. Ano ang hinahanap ni Oscar?
   2. Sino ang matipid at masipag?
   3. Sino ang maganda at masarap ang luto?
   4. Sino ang malambing at makarinyo?
   5. Sino ang minamahal ni Ray?
   6. Ano ang binibili ni Ray para kay Rose?
   7. Saan bumibili ng tsokolate si Ray?

# UNIT X

Ang Ninong (1)

Humahalik ng kamay ang bagong-kasal na sina Mario at Mameng sa kanilang ninong.

Mario:
Mano po, Ninong (2).

ma·nʊ po· ni·no·ŋ
(hand)

Mameng:
Mano po, Ninong.

ma·nʊ po· ni·no·ŋ

Mr. Araneta:
Kaawaan kayo ng Diyos (3). Ano, kumusta (4) ang mga bagong-kasal?

ka·'awa·n kayʊ nan dyo·s
(have mercy)        (God)

'ano·h kʊmʊsta·ŋ maɹa ba·gʊŋkasal
(how)                (newlyweds)

Mario:
Mabuti po naman.

mabu·tɪ pʊ· nama·n
(fine)

Mr. Araneta:
Maupo kayo. (Tigil) Ano, may pinapasukan (5) na ba kayo?

maʊpu· kayo·h    'ano·h
(sit)

me·y pɪna·pasu·kan    na ba kayo·h
(being-entered-into)

Mario:
Opo. Pumapasok po ako

'o·po'    pʊma·pa·sʊk pʊ· 'ako·h    sa nama·rkoh
(entering)              (Namarco)

The Godfather

The newlyweds, Mario and Mameng, kiss the hand of their godfather.

How do you do, <u>Ninong</u>?

How do you do, <u>Ninong</u>?

Hello, children. Well, how are the newlyweds?

Fine, sir.

Sit down. (Pause) Well, do you have jobs already?

Yes, sir. I work at Namarco

|  |  |  |
|---|---|---|
| sa Namarco at dispatsadora (6) si Mameng sa Carriedo (7). | 'at dɪspatsado·ra sɪ ma·me·ŋ sa karye·do·h (saleslady) (Mameng) (Carriedo) | and Mameng is a saleslady (in a store) on Carriedo. |
| Mr. Araneta:<br>Nagkakasya ba naman ang suweldo ninyo? | nagka·ka·sya ba naman aŋ swe·ldʊ nɪnyo·h (8) (is enough) (salary)(you-pl.) | Are your salaries enough (to live on)? |
| Mario:<br>Ang lagay po, e (9), pinagkakasya na namin at pinag-aayaw-ayaw po namin ang aming sahod. | 'aŋ lagay pu· 'e·h pɪnagka·ka·sya na na·mɪn (condition) (making-enough)<br>'at pɪnaga··'a·yawa·yaw pu· na·mɪn (budgeting)<br>'aŋ a·mɪŋ sa·ho·d (salary) | Well, it's like this...We make enough to get along, ...and we budget our money. |
| Mr. Araneta:<br>Kumikita ba kayo ng dalawandaang piso isang buwan? | kʊmi·ki·ta ba kayʊ nan dalawanda·'am pi·sʊ (earning) (peso)<br>ɪsam bwa·n (month) | Are the two of you making two hundred pesos a month? |
| Mameng:<br>Hindi nga po, e. | hɪndi· ŋa· pu· 'e·h | No, sir, we're not. |
| Mr. Araneta:<br>E, baka gusto ninyo, doon na kayo sa pabrika ko. | 'e·h baka· gʊstʊ nɪnyo·h (maybe)(want)<br>dʊn na kayʊ sa pa·brɪka ko·h (factory) | Then maybe you'd like it over at my factory? |
| Mario:<br>Kung para sa kabutihan po namin, e, di (10) ... | kʊm pa·ra sa kabuti·han pu· na·mɪn e·h di·h (good) (then) | If it's for our good, then... |
| Mr. Araneta:<br>Kaya lang, e (11), nagsisimula sa syento beynte ang mga baguhan namin. | kaya· laŋ e·h nagsi·sɪmʊla· sa sye·ntʊ be·ynteh (only) (starting) (at)(hundred-twenty)<br>'aŋ maŋa bagu·han na·mɪn (newcomer) | The only thing is, our new employees start at a hundred and twenty. |
| Mario:<br>Magaling na po iyon. Lalo na't magkasama kami. | magalɪŋ na pu· yo·n<br>la·lu· na't magkasa·ma kami·h (together) | That'd be fine, sir, especially since we'd be together. |
| Mameng:<br>Nag-aalala po kami't baka hindi na kami makakaganti sa inyo ng utang na loob (12). | naga·'ala·la pu· kami·t baka· hɪndi· na kamɪ (worrying)<br>maka·kagantɪ sa ɪnyo·h naŋ u·taŋ na lo·'o·b (able-to-repay) (debt of gratitude) | We're worried that we might never be able to repay you. |
| Mr. Araneta:<br>Ang batang ito! Ang buhay ninyo ang alalahanin mo, hindi ako. Mag-iipun-ipon na sana kayo, ha? | 'am ba·taŋ ɪto·h 'am bu·hay nɪnyo·h<br>'aŋ alalaha·nɪn mo·h hɪndi· 'ako·h<br>magi·'ɪpʊnɪpʊn na sa·na kayo·h ha·h (saving little by little) | This child! Worry about yourselves, not me. You start saving a little now, okay? |

Mario:
Nagpapasalamat nga po kami sa Diyos at hindi utang ang iniipon namin.

nagpa·pasala·mat ŋa· pu· kamɪ sa dyo·s
(giving thanks)

'at hɪndi· 'u·taŋ aŋ ɪni·'i·pʊn na·mi·n
(saving)

We thank God that we're out of debt and saving a little.

Mr. Araneta:
Pasalamatan din ninyo ang Diyos sa hindi ninyo pagkakasakit. E siya, lumakad na kayo hangga't maliwanag pa.

pasalama·tan dɪn nɪnyʊ an dyo·s    sa hɪndi·
(give thanks)

nɪnyʊ pagka·kasaki·t    'e· sya·h
(act-of-getting   (well)
sick)

lʊma·kad na kayo·h  haŋgat malɪwa·nag pa·h
(walk)              (while)

And thank God that you are in good health. Well, you'd better go now while it's still daylight.

Mario:
E, maraming salamat po, Ninong. Makakaganti rin kami sa inyo balang-araw (13)...

'e·h  mara·mɪŋ sala·mat po· ni·no·ŋ
(thanks)

maka·kagantɪ rɪn kamɪ sa ɪnyo·h  ba·laŋ a·ra·w
(someday)

Thank you very much, Ninong. We hope we'll be able to repay you someday.

Mr. Araneta:
Itong mga batang ito (14), huwag ninyong alalahanin 'yon (15).

'ɪtʊŋ maŋa ba·taŋ ɪto·h

hwag nɪnyʊŋ alalaha·nɪn yo·n
(don't)

These children! Don't worry about that.

Mario:
E, paalam na po.

'e·h  pa·'a·lam na po·'

Well, goodbye, sir.

Mr. Araneta:
Sige, lakad na.

si·ge·h  la·kad na·h

All right. Goodbye.

## CULTURAL AND STRUCTURAL NOTES

(1) Any ceremonial relationship has its concomitant responsibilities. A principal sponsor at a wedding, for instance, usually is concerned that the newlyweds have a good start, and tries to help them any way he can, like finding them a good job, etc.

(2) Mano po, Ninong, literally 'Hand sir, Godfather' (Give me your hand, sir), is said as one takes an elder's hand to kiss, a very old custom.

(3) Kaawaan kayo ng Diyos, literally 'Pity you by God' ('God bless you'), is said by an elder in acknowledgment of the respect paid him when his hand is kissed.

(4) Kumusta is taken from Spanish 'Cómo está'. It may be followed by a second-person ang-pronoun or by an ang-phrase; thus 'How are you?' is Kumusta ka? or just Kumusta.

The response is Mabuti (po naman), (awa ng Diyos), literally meaning 'Good (sir/ma'am also), (mercy of God)', or 'Fine, thank God'.

To return the question, one asks At ikaw (naman)? or At kayo po naman?, At sila po naman? when asking an older person.

(5) Pinapasukan, literally 'being entered into', denotes place of work, job, office, etc.

(6) Dispatsadora, a loanword from Spanish, means 'saleslady'.

(7) Carriedo is a downtown street that is a shopping center patronized by all social classes.

(8) The yes-no question in Tagalog sometimes assumes the statement pattern / ‾‾‾ / with the rise on the second to the last syllable regardless of stress. This pattern is normal for yes-no questions in some Tagalog speaking regions outside of Manila, notably Bulacan. When used in Manila, however, it is almost always in some special context, as in this dialog where it imparts to the sentence the meaning of 'And do you get paid enough?'

(9) Ang lagay po, e, literally 'the condition, sir', in this context equates with the English 'Well, it's like this...' or 'Well, the fact is, sir...'

(10) Di is an expression that roughly translates 'in that case'.

(11) Kaya lang, e, literally 'because only, eh', is a set expression which equates with English 'but' or 'the only thing is...'

(12) Utang na loob, literally 'debt in the inside', means 'debt of gratitude'.

The Filipino sense of gratitude is very deep and takes many forms. It may manifest itself in the form of loyalty that extends to such things as voting, occasional presents, and so on. Gratitude in this sense is never expressed monetarily, however.

(13) <u>Makakaganti rin kami sa inyo balang-araw</u>, literally 'Will-be-able-to-repay also we to you someday', is a set expression of gratitude for a benefactor's kindness.

(14) The double-demonstrative construction (<u>Itong mga batang ito</u>...) is normally used in Tagalog for emphasis.

(15) <u>Huwag ninyong alalahanin 'yon</u> is a set expression that is like 'Don't even think of it' or 'Forget it'.

## PRONUNCIATION EXERCISES

The Simple Vowels.

Speakers of English have a tendency to diphthongize the Tagalog simple vowels /i/, /e/, /u/, and /o/ when these are stressed, especially when these are stressed and are in a final syllable followed by /h/. A simple vowel (non-diphthongized) rarely occurs in comparable positions in English. The difference between the simple vowel and the diphthongized version is especially evident for /e/ and /ey/, /o/ and /ow/; that between /i/ and /iy/, /u/ and /uw/ is less so but is noticeable nonetheless. The Tagalog simple vowels are pronounced with the tongue tenser than in English. They are also pronounced with the tongue, jaw, and lips in practically the same position from the beginning to the end of the vowel. In English the tongue and the lips move to a different position toward the end of the sound, which is the characteristic that defines diphthongs.

/ey/ - /e/.

Tagalog has the diphthong /ey/ in its inventory of sounds, but this is always reflected in the spelling when it is called for in the pronunciation of the word. The spelling symbol e is pronounced /e/, sometimes /ɪ/, but never /ey/.

Listen to your model as he illustrates the difference between /ey/ and /e/ in the following English and Tagalog words. Note the difference between the two sounds:

| English | | Tagalog | |
|---|---|---|---|
| Kay | ke | /ke·h/ |
| day | de | /de·h/ |
| Fay | Fe | /fe·h/ |
| hey | he | /he·h/ |
| May | me | /me·h/ |

Say the following words after your model. Watch out for the /e/ sound.

| | | |
|---|---|---|
| e | /'e·h/ | 'a word particle' |
| bal<u>e</u> | /ba·leh/ | 'worth' |
| est<u>e</u> | /'e·steh/ | '...uh...' |
| baba<u>e</u> | /baba·'eh/ | 'girl, woman' |
| Setyembr<u>e</u> | /setye·mbreh/ | 'September' |
| Oktubr<u>e</u> | /'oktu·breh/ | 'October' |
| Nobyembr<u>e</u> | /nʊbye·mbreh/ | 'November' |
| Disyembr<u>e</u> | /dɪsye·mbreh/ | 'December' |
| Qu<u>e</u>zon | /ke·son/ | 'Quezon' |
| b<u>e</u>ho | /be·hoh/ | 'Chinaman' |
| N<u>e</u>gros | /ne·gros/ | 'Negros' |

| | | |
|---|---|---|
| par<u>e</u>ho | /pare·hoh/ | 'same' |
| bald<u>e</u> | /balde·h/ | 'pail' |
| kap<u>e</u> | /kape·h/ | 'coffee' |
| kar<u>e</u> | /kare·h/ | 'curry' |
| h<u>e</u>to | /he·toh/ | 'here' |

/ow/ - /o/.

The /ow/ - /o/ difference parallels that of the /ey/ - /e/. Listen to the difference in the following English and Tagalog words:

| English | Tagalog | |
|---|---|---|
| doe | do | /do·h/ |
| Joe | Joe | /dyo·h/ |
| mow | mo | /mo·h/ |
| Poe | Poe | /po·h/ |
| hoe | ho | /ho·'/ |

Following is a list of words with o. Be sure you do not diphthongize.

| | | |
|---|---|---|
| h<u>o</u> | /ho·'/ | 'sir/ma'am' |
| m<u>o</u> | /mo·h/ | 'you (sg.)' |
| p<u>o</u> | /po·'/ | 'sir/ma'am' |
| ak<u>o</u> | /'ako·h/ | 'I' |
| an<u>o</u> | /'ano·h/ | 'what' |
| ady<u>o</u>s | /'adyo·s/ | 'goodbye' |
| bagy<u>o</u> | /bagyo·h/ | 'storm, typhoon' |
| gust<u>o</u> | /gʊsto·h/ | 'want' |
| it<u>o</u> | /'ɪto·h/ | 'this' |
| Lingg<u>o</u> | /lɪŋgo·h/ | 'Sunday' |
| niny<u>o</u> | /nɪnyo·h/ | 'you (pl.)' |
| tatl<u>o</u> | /tatlo·h/ | 'three' |
| bot<u>o</u> | /bo·toh/ | 'vote' |
| Quiap<u>o</u> | /kya·po·/ | 'Quiapo' |
| oh<u>o</u> | /'o·ho·/ | 'yes, sir/ma'am' |
| ta<u>o</u> | /ta·'oh/ | 'person' |
| tay<u>o</u> | /ta·yoh/ | 'we' |
| Bagy<u>o</u> | /ba·gyoh/ | 'Baguio' |
| kanin<u>o</u> | /kani·noh/ | 'whose' |
| magkan<u>o</u> | /magka·noh/ | 'how much' |
| paan<u>o</u> | /pa·'a·noh/ | 'how' |
| sigur<u>o</u> | /sɪgu·roh/ | 'maybe' |
| trabah<u>o</u> | /traba·hoh/ | 'work' |
| looban | /lo·'o·ban/ | 'interior' |
| Olongap<u>o</u> | /'olo·ŋapoh/ | 'Olongapo' |
| naglalar<u>o</u> | /nagla·laro·/ | 'playing' |
| ginugul<u>o</u> | /gɪnu·gʊloh/ | 'pestering' |
| tumatakb<u>o</u> | /tʊma·takboh/ | 'running' |
| abogad<u>o</u> | /'abʊga·doh/ | 'lawyer' |
| kandidat<u>o</u> | /kandɪda·toh/ | 'candidate' |
| sigurad<u>o</u> | /sɪgʊra·doh/ | 'certain' |
| teritory<u>o</u> | /terɪto·ryoh/ | 'territory' |

/iy/ - /i/.

/iy/ - /i/ errors in Tagalog words are of the same type as the rest of the diphthong-simple vowel substitutions. Do the following exercise in the same way as the previous ones.

| English | | Tagalog |
|---------|------|---------|
| Dee | di | /di·h/ |
| see | si | /si·h/ |
| knee | ni | /ni·h/ |

Pronounce /i/ (not /iy/) in the following stressed syllables:

| kami | /kami·h/ | 'we' |
|------|----------|------|
| kasi | /kasi·h/ | 'because' |
| gabi | /gabi·h/ | 'night' |
| dito | /di·toh/ | 'here' |
| miting | /mi·tɪŋ/ | 'meeting' |
| rito | /ri·toh/ | 'here' |
| sige | /si·geh/ | 'go on' |
| titser | /ti·tser/ | 'teacher' |
| balita | /bali·ta'/ | 'news' |
| halika | /hali·kah/ | 'come' |
| mahirap | /mahi·rap/ | 'difficult' |
| Maynila | /mayni·la'/ | 'Manila' |
| sabihin | /sabi·hɪn/ | 'tell' |
| Pilipinas | /pɪlɪpi·nas/ | 'Philippines' |

/uw/ - /u/.

Listen to the difference between /uw/ and /u/ in the following words:

| English | | Tagalog |
|---------|------|---------|
| coo | ku | /ku·h/ |
| sue | su | /su·h/ |
| who | hu | /hu·h/ |

Watch out for the /u/ in the following words:

| sampu | /sampu·'/ | 'ten' |
|-------|-----------|-------|
| Sebu | /sebu·h/ | 'Cebu' |
| una | /'u·nah/ | 'first' |
| bukas | /bu·kas/ | 'tomorrow' |
| kulang | /ku·laŋ/ | 'lacking' |
| Subik | /su·bɪk/ | 'Subic' |
| tulong | /tu·loŋ/ | 'help' |
| katulad | /katu·lad/ | 'like, similar to' |
| kostumbre | /kostu·mbreh/ | 'custom' |
| marunong | /maru·noŋ/ | 'bright, intelligent' |
| matulog | /matu·log/ | 'to go to sleep' |
| matuto | /matu·toh/ | 'to learn' |
| siguro | /sɪgu·roh/ | 'perhaps' |
| turuan | /tʊru·an/ | 'to teach' |
| subukan | /sʊbu·kan/ | 'to try' |
| pakiulit | /pakɪ'u·lɪt/ | 'please repeat' |

## DRILLS AND GRAMMAR

### I. LOCATIVE COMPLEMENTS AND LOCATIVE TOPICS; -an VERBS

#### EXAMPLES

A. 1. Humahalik sa kamay ng Ninong ang bagong-kasal.   The newlyweds[1] kiss the hand of the godfather.
   2. Nagpapasalamat kay Antonio ang babae.   The woman thanks Antonio.
   3. Pumapasok sa Namarco si Mario.   Mario works at Namarco.
   4. Nanghihiram kay Antonio si Fidel.   Fidel borrows from Antonio.
   5. Bumibili sa amin ang bata.   The child buys from us.

B. 1. Humahalik ang bagong-kasal sa kamay ng Ninong.   The newlyweds kiss the hand of the godfather.
   2. Nagpapasalamat ang babae kay Antonio.   The woman thanks Antonio.
   3. Pumapasok si Mario sa Namarco.   Mario works at Namarco.
   4. Nanghihiram si Fidel kay Antonio.   Fidel borrows from Antonio.
   5. Bumibili ang bata sa amin.   The child buys from us.

C. 1. Lumilipat sila sa ibang lugar.   They're moving to another place.
   2. Nanghihiram ka kay Antonio.   You're borrowing from Antonio.
   3. Nanghaharana siya sa iyo.   He's serenading you.

| PREDICATE | | TOPIC | |
|-----------|-----------|-------|-----------|
| Verb | Complement | | Complement |
| -um- mag- mang- .... } Verb | sa/kay + Noun<br>sa + sa-Pronoun | ang/si + Noun | |
| | | ang/si + Noun | sa/kay + Noun<br>sa + sa-Pronoun |
| | | ang-Pronoun | sa/kay + Noun<br>sa + sa-Pronoun |

---

[1]Underlining in the translations is meant to suggest the emphasis given by forms in focus in Tagalog.

D. 1. Hinahalikan ng bagong-kasal ang kamay ng Ninong.   The newlyweds kiss <u>the hand of the godfather</u>.
   2. Pinasasalamatan ng babae si Antonio.              The woman thanks <u>Antonio</u>.
   3. Pinapasukan ni Mario ang Namarco.                 Mario works <u>at Namarco</u>.
   4. Hinihiraman ni Fidel si Antonio.                  Fidel borrows <u>from Antonio</u>.

E. 1. Bumibili si Ray (ng kendi) sa tindahan.           <u>Ray</u> buys (candy) at the store.
   2. Binibilhan ni Ray (ng kendi) ang tindahan.        Ray buys (candy) <u>at the store</u>.
   3. Binibilhan niya (ng kendi) ang tindahan.          He buys (candy) <u>at the store</u>.

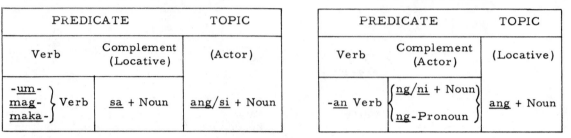

Actor Focus

| PREDICATE | | TOPIC |
|---|---|---|
| Verb | Complement (Locative) | (Actor) |
| <u>-um-</u><br><u>mag-</u> } Verb<br><u>maka-</u> | <u>sa</u> + Noun | <u>ang/si</u> + Noun |

Locative Focus

| PREDICATE | | TOPIC |
|---|---|---|
| Verb | Complement (Actor) | (Locative) |
| -<u>an</u> Verb { | (<u>ng/ni</u> + Noun)<br>(<u>ng</u>-Pronoun) | <u>ang</u> + Noun |

a. Certain <u>sa</u>-phrases are locative complements of the verbs with which they occur (examples A, B, C).

b. When the topic of a sentence with a locative complement consists of <u>ang</u> or <u>si</u> plus a noun, it may either follow or precede the complement (compare examples A and B); when the topic is an <u>ang</u>-pronoun, it precedes the locative complement (examples C).

c. Anything that can be expressed by a sentence with a locative-complement construction can also be expressed by a sentence with a locative-topic (compare examples A and B to D and E.1 to E.2 and 3).

d. In a Locative-focus construction, the performer of the action of the verb is expressed by a <u>ng</u>-complement (either a <u>ng/ni</u>-phrase or a <u>ng</u>-pronoun).

e. In an Actor-focus sentence with a locative <u>sa</u>-complement or in a Locative-focus sentence with an actor <u>ng</u>-complement, an indefinite object <u>ng</u>-complement may also appear (shown parenthetically in examples E).

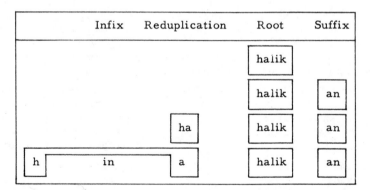

| | Infix | Reduplication | Root | Suffix |
|---|---|---|---|---|
| | | | halik | |
| | | | halik | an |
| | | ha | halik | an |
| | h in a | | halik | an |

f. The formation of the imperfective of -<u>an</u> involves the suffix -<u>an</u>, reduplication, and the infix -<u>in</u>-.

CONVERSION DRILLS

Instructions: The teacher gives a verb in an Actor- or Locative-focus form. The student then gives the corresponding Locative- or Actor-focus form.

| Teacher | Student | | Teacher | Student |
|---|---|---|---|---|
| A. 1. bumabasa | → binabasahan | C. 1. binabasahan | → bumabasa |
| 2. umaawit | → inaawitan | 2. inaawitan | → umaawit |
| 3. tumatawa | → tinatawanan | 3. tinatawanan | → tumatawa |
| 4. pumapasok | → pinapasukan | 4. pinapasukan | → pumapasok |
| 5. kumakain | → kinakainan | 5. kinakainan | → kumakain |
| B. 1. tumutugtog | → tinutugtugan | D. 1. tinutugtugan | → tumutugtog |

| 2. sumasayaw | → sinasayawan | | 2. sinasayawan | → sumasayaw |
| 3. bumibili | → binibilhan | | 3. binibilhan | → bumibili |
| 4. humihiram | → hinihiraman | | 4. hinihiraman | → humihiram |
| 5. humahalik | → hinahalikan | | 5. hinahalikan | → humahalik |
| 6. umuupo | → inuupuan | | 6. inuupuan | → umuupo |
| 7. nagsusuot | → sinusuotan | | 7. sinusuotan | → nagsusuot |
| 8. nagpapasyal | → pinapasyalan | | 8. pinapasyalan | → nagpapasyal |
| 9. naghahanap | → hinahanapan | | 9. hinahanapan | → naghahanap |
| 10. nagdadala | → dinadalhan | | 10. dinadalhan | → nagdadala |

## SUBSTITUTION-CONVERSION DRILL

Instructions: The teacher gives a sentence in Actor-focus construction with a locative complement. Student 1 repeats the sentence and Student 2 changes it to a Locative-focus construction.

| Teacher | Student 1 |
|---|---|
| 1. Kumakain siya ng litson sa dulang. | Ulitin mo. | Kumakain siya ng litson sa dulang. |
| 2. _____ pinggan¹ | | Kumakain siya ng litson sa pinggan. |
| 3. _____ pipigan | | Kumakain siya ng litson sa pipigan. |
| 4. _____ anihan | | Kumakain siya ng litson sa anihan. |
| 5. _____ tindahan | | Kumakain siya ng litson sa tindahan. |

Student 2

Kinakainan niya ng litson ang dulang.
Kinakainan niya ng litson ang pinggan.
Kinakainan niya ng litson ang pipigan.
Kinakainan niya ng litson ang anihan.
Kinakainan niya ng litson ang tindahan.

| 6. Bumibili _____ | Bumibili siya ng litson sa tindahan. |
| 7. _____ pinipig _____ | Bumibili siya ng pinipig sa tindahan. |
| 8. _____ kanin _____ | Bumibili siya ng kanin sa tindahan. |
| 9. _____ suman _____ | Bumibili siya ng suman sa tindahan. |
| 10. _____ manika _____ | Bumibili siya ng manika sa tindahan. |

Binibilhan niya ng litson ang tindahan.
Binibilhan niya ng pinipig ang tindahan.
Binibilhan niya ng kanin ang tindahan.
Binibilhan niya ng suman ang tindahan.
Binibilhan niya ng manika ang tindahan.

| 11. _____ kay Nene | Bumibili siya ng manika kay Nene. |
| 12. _____ Linda | Bumibili siya ng manika kay Linda. |
| 13. _____ Tentay | Bumibili siya ng manika kay Tentay. |
| 14. _____ Aling Sela | Bumibili siya ng manika kay Aling Sela. |
| 15. _____ Osang | Bumibili siya ng manika kay Osang. |

Binibilhan niya ng manika si Nene.
Binibilhan niya ng manika si Linda.
Binibilhan niya ng manika si Tentay.
Binibilhan niya ng manika si Aling Sela.
Binibilhan niya ng manika si Osang.

## CONVERSION DRILL

| Teacher | Student |
|---|---|
| 1. Bumabasa ang Nanay ng magasin sa bata. | Binabasahan ng Nanay ng magasin ang bata. |
| 2. Umaawit ang babae ng kundiman kay Nene. | Inaawitan ng babae ng kundiman si Nene. |
| 3. Sumasayaw ang mga bata ng Tinikling sa mga bisita. | Sinasayawan ng mga bata ng Tinikling ang mga bisita. |
| 4. Tumutugtog sila ng piyano sa mga bisita. | Tinutugtugan nila ng piyano ang mga bisita. |
| 5. Nagsusuot si Nene ng damit sa manika. | Sinusuotan ni Nene ng damit ang manika. |

¹Plate.

6. Naghahanap ang babae ng pera sa asawa niya.        Hinahanapan ng babae ng pera ang asawa niya.
7. Kumakain si Andoy ng litson sa pinggan.            Kinakainan ni Andoy ng litson ang pinggan.
8. Kumakain si Rose ng tsokolate sa kahon.            Kinakainan ni Rose ng tsokolate ang kahon.
9. Bumibili si Ray ng kendi sa tindahan.              Binibilhan ni Ray ng kendi ang tindahan.
10. Humihiram si Fidel ng libro kay Rose.             Hinihiraman ni Fidel ng libro si Rose.

11. Umuupo ang bagong-kasal sa silya.                 Inuupuan ng bagong-kasal ang silya.
12. Pumapasok si Ray sa Namarco.                      Pinapasukan ni Ray ang Namarco.
13. Nagpapasalamat sila sa Diyos.                     Pinasasalamatan nila ang Diyos.
14. Tumutulong siya sa matanda.                       Tinutulungan niya ang matanda.
15. Nagpapasyal kami kina Rose.                       Pinapasyalan namin sina Rose.

## TRANSLATION DRILLS (Patterned Sentences)

Instructions: Use the locative-topic construction.

| Teacher | Student |
|---------|---------|
| A. 1. I buy candy from the girl. | Binibilhan ko ng kendi ang babae. |
| I buy candy from the man. | Binibilhan ko ng kendi ang lalaki. |
| I buy candy from the store. | Binibilhan ko ng kendi ang tindahan. |
| I buy candy from the Filipino. | Binibilhan ko ng kendi ang Pilipino. |
| 2. I buy some food from the woman. | Binibilhan ko ng pagkain ang babae. |
| He buys some food from the woman. | Binibilhan niya ng pagkain ang babae. |
| You buy some food from the woman. | Binibilhan mo ng pagkain ang babae. |
| We (you and I) buy some food from the woman. | Binibilhan natin ng pagkain ang babae. |
| 3. She buys dresses from Rosy. | Binibilhan niya ng mga damit si Rosy. |
| She buys dresses from Aling Nena. | Binibilhan niya ng mga damit si Aling Nena. |
| She buys dresses from Aling Osang. | Binibilhan niya ng mga damit si Aling Osang. |
| She buys dresses from Luningning. | Binibilhan niya ng mga damit si Luningning. |
| 4. We (you and I) buy dresses from Angela. | Binibilhan natin ng mga damit si Angela. |
| You (pl.) buy dresses from Rosy. | Binibilhan ninyo ng mga damit si Rosy. |
| They buy dresses from Pelang. | Binibilhan nila ng mga damit si Pelang. |
| She buys dresses from Tentay. | Binibilhan niya ng mga damit si Tentay. |
| 5. Joe is borrowing a book from Angela. | Hinihiraman ni Joe ng libro si Angela. |
| Joe is borrowing a book from Tentay. | Hinihiraman ni Joe ng libro si Tentay. |
| The teacher is borrowing a book from Ben. | Hinihiraman ng titser ng libro si Ben. |
| The teacher is borrowing a book from Eddie. | Hinihiraman ng titser ng libro si Eddie. |
| 6. The girl brings food to Rose. | Dinadalhan ng babae ng pagkain si Rose. |
| The girl brings food to Eddie. | Dinadalhan ng babae ng pagkain si Eddie. |
| The girl brings food to the visitors. | Dinadalhan ng babae ng pagkain ang mga bisita. |
| The girl brings food to the patients. | Dinadalhan ng babae ng pagkain ang mga pasyente. |

Instructions: Put the underscored items in focus.

| | |
|---------|---------|
| B. 1. Nene buys the book from the teacher. | Binibili ni Nene ang libro sa titser. |
| Nene buys a book from the store. | Binibilhan ni Nene ng libro ang tindahan. |
| 2. The child buys the book from Carriedo. | Binibili ng bata ang libro sa Carriedo. |
| The child buys a book from the woman. | Binibilhan ng bata ng libro ang babae. |
| 3. Nene buys the book from Luningning. | Binibili ni Nene ang libro kay Luningning. |
| Nene buys a book from Pedrito. | Binibilhan ni Nene ng libro si Pedrito. |
| 4. The child buys the book from Tentay. | Binibili ng bata ang libro kay Tentay. |
| The child buys a book from David. | Binibilhan ng bata ng libro si David. |

## DISCUSSION

The Tagalog locative-complement construction may correspond to one of a number of different English constructions. Sometimes the construction corresponds to an English locative prepositional phrase (e.g., Pumapasok sa Namarco si Mario 'Mario is working at Namarco'), sometimes to an English indirect object (e.g., Nagbabasa ang Nanay ng libro sa bata 'The mother is reading the child a book' or '... is reading a book to the child'), and sometimes to an English direct object (e.g., Humahalik siya sa Lola 'He kisses Grandmother'). In general, the locative-complement construction may be said to express the locative goal of an action (or, with some verbs, the locative source:

Nanghihiram ako kay Pedro 'I borrow from Pedro').

Not every sa-phrase that occurs with a verb is a locative complement. The locative-complement construction is recognizable primarily from the fact that it is interchangeable with a Locative-focus construction, that is, it can be placed in focus as the topic of a sentence with an -an verb. The difference between the Actor focus and Locative focus is one of emphasis: if the locative goal of the action is foremost in the speaker's mind, a Locative-focus construction is used; if it is not, an Actor-focus construction with a locative complement is used.

We have now been introduced to the third focus relationship of the Tagalog verb system, which allows us to expand our verb chart to include Locative-focus verb formations. The following chart illustrates these formations:

| Actor Focus | Object Focus | Locative Focus |
|---|---|---|
| -um-<br><br>mag-<br><br>mang- | -in<br>(etc.) | -an<br>(etc.) |

As in the case of the Object-focus -in, the Locative-focus -an affix does not apply to all -um-, mag-, and mang- verbs. Some roots take other affix patterns which will be presented later. It should be noted that maka- forms derived from -um- verbs do not have the same pattern of -an affixes in Locative focus; these too will be presented later.

In the verb formations for Locative focus a suffix beginning with a vowel occurs after the verb root. This necessitates a minor readjustment in the spelling pattern of some of these verb forms. You will recall that final /-h/ is not written in ordinary Tagalog spelling: ako /'ako·h/, ito /'ɪto·h/, umaga /'ʊma·gah/, etc. This /h/ must be added in the spelling of verb roots before the suffix -an is added:

| Structure | Spelling |
|---|---|
| /basah/ + /an/ → /basahan/ | basa + an = basahan |
| /bilih/ + /an/ → /bilihan/ | bili + an = bilihan |

In the case of binibilhan the formation is as follows:

$$/bilih/ → /bilihan/ → /bibilihan/ → /binibilihan/ → /binibilhan/$$

The dropping of the /i/ between /l/ and /h/ of the last full formation is irregular.

## II. REVIEW: ang- AND ng- NOUN AND PRONOUN COMBINATIONS

EXAMPLES

A. 1. Binibilhan ko siya.
2. Binibilhan niya ako.

3. Binibilhan mo ng kendi si Nene.

4. Binibilhan ni Ben ng kendi si Nene.

B. 1. Hinihiraman ako ni Mario.

2. Hinihiraman siya ng titser.

3. Hinihiraman ako ng libro ni Ben.

4. Hinihiraman kami ng libro ng Nanay.

C. 1. Hinihintay ka nila.

2. Hinahanap ka namin.

3. Pinasasalamatan ko kayo.
4. Pinasasalamatan mo kami.

I buy from her. (She's the one I buy from.)
He buys from me. (I'm the one he buys from.)

You buy candy from Nene. (Nene's the one you buy candy from.)

Ben buys candy from Nene. (Nene's the one Ben buys candy from.)

Mario borrows from me. (I'm the one Mario borrows from.)

The teacher borrows from him. (He's the one the teacher borrows from.)

Ben borrows a book from me. (I'm the one Ben borrows a book from.)

Mother borrows a book from us. (We are the ones Mother borrows a book from.)

They're waiting for you. (You are the one they're waiting for.)

We are looking for you. (You are the one we're looking for.)

I'm thanking you. (You are the ones I'm thanking.)

You are thanking us. (We are the ones being thanked by you.)

| | ng-pronoun | ang-pronoun | |
|---|---|---|---|
| Verb | | ang-pronoun | ng-phrase |
| | ka<br>ko<br>mo } | any other pronoun | |

a. Ordinarily, ng-forms precede ang-forms (examples A).

b. However, since pronouns precede nouns, an ang-pronoun will precede a noun in a ng-phrase (examples B).

c. Remember that monosyllabic pronouns (ka, ko, mo) are enclitics, and therefore follow the first full word, which means they usually precede other pronouns (examples C).

d. As in the Object-focus construction, the ko + ikaw combination has a special form, which is put off till Unit XII, grammar point II.

TRANSLATION DRILLS (Patterned Sentences)

| Teacher | Student |
|---|---|
| A. 1. He buys from me. | Binibilhan niya ako. |
| 2. I buy from them. | Binibilhan ko sila. |
| 3. She buys from him. | Binibilhan niya siya. |
| 4. You (pl.) buy from us (him and me). | Binibilhan ninyo kami. |
| 5. We (you and I) buy from her. | Binibilhan natin siya. |
| 6. We (he and I) buy from you (pl.). | Binibilhan namin kayo. |
| 7. They buy from them. | Binibilhan nila sila. |
| | |
| B. 1. I buy from him. | Binibilhan ko siya. |
| He buys from me. | Binibilhan niya ako. |
| 2. She buys from him. | Binibilhan niya siya. |
| He buys from her. | Binibilhan niya siya. |
| 3. You (sg.) buy from us (her and me). | Binibilhan mo kami. |
| We (he and I) buy from you (pl.). | Binibilhan namin kayo. |
| 4. We (you and I) buy from her. | Binibilhan natin siya. |
| She buys from us (you and me). | Binibilhan niya tayo. |
| | |
| C. 1. Nene borrows from her. | Hinihiraman siya ni Nene. |
| 2. David borrows from you (pl.). | Hinihiraman kayo ni David. |
| 3. Luningning borrows from them. | Hinihiraman sila ni Luningning. |
| 4. Cely and Rose borrow from us (him and me). | Hinihiraman kami nina Cely at Rose. |
| 5. Ray and Joe borrow from us (you and me). | Hinihiraman tayo nina Ray at Joe. |
| | |
| D. 1. Tentay borrows from her. | Hinihiraman siya ni Tentay. |
| She borrows from Tentay. | Hinihiraman niya si Tentay. |
| 2. Fidel borrows from you (pl.). | Hinihiraman kayo ni Fidel. |
| You (pl.) borrow from Fidel. | Hinihiraman ninyo si Fidel. |
| 3. Angela borrows from them. | Hinihiraman sila ni Angela. |
| They borrow from Angela. | Hinihiraman nila si Angela. |
| 4. Cely and Rose borrow from us (you and me). | Hinihiraman tayo nina Cely at Rose. |
| We borrow from Cely and Rose. | Hinihiraman natin sina Cely at Rose. |
| 5. Ray and Joe borrow from us (him and me). | Hinihiraman kami nina Ray at Joe. |
| We (he and I) borrow from Ray and Joe. | Hinihiraman namin sina Ray at Joe. |
| | |
| E. 1. Rosy is buying a doll from me. | Binibilhan ako ng manika ni Rosy. |
| Rosy is buying a doll from you (sg.). | Binibilhan ka ng manika ni Rosy. |
| The young man is buying a doll from her. | Binibilhan siya ng manika ng binata. |
| The young man is buying a doll from them. | Binibilhan sila ng manika ng binata. |
| | |
| 2. You borrow money from him. | Hinihiraman mo siya ng pera. |
| You borrow money from them. | Hinihiraman mo sila ng pera. |
| You borrow money from us (him and me). | Hinihiraman mo kami ng pera. |
| You borrow money from me. | Hinihiraman mo ako ng pera. |
| | |
| 3. I borrow money from you (pl.). | Hinihiraman ko kayo ng pera. |
| He borrows money from her. | Hinihiraman niya siya ng pera. |
| They borrow money from them. | Hinihiraman nila sila ng pera. |
| You borrow money from us. | Hinihiraman mo kami ng pera. |
| | |
| 4. Nene buys the book from him. | Binibili ni Nene ang libro sa kaniya. |
| Nene buys a book from them. | Binibilhan sila ng libro ni Nene. |
| The child buys the book from us (Nene and me). | Binibili ng bata ang libro sa amin. |
| The child buys a book from us (you and me). | Binibilhan tayo ng libro ng bata. |

## CUMULATIVE DRILLS

### SUBSTITUTION-CONVERSION-RESPONSE DRILL (Moving Slot)

Instructions: The teacher gives a statement which Student 1 converts to a question. Student 2 answers the question either in the affirmative or negative, following a cue in the form of a gesture from the teacher, making any necessary changes in the pattern of the answer.

| Teacher | Student 1 |
|---|---|
| 1. Binibilhan niya ako. | Binibilhan ba niya ako? |
| 2. _____ ng bata ___ | Binibilhan ba ako ng bata? |
| 3. Hinihiraman _____ | Hinihiraman ba ako ng bata? |
| 4. _____ tayo | Hinihiraman ba tayo ng bata? |
| 5. _____ nila _____ | Hinihiraman ba nila tayo? |

Cue

Student 2

| (Oo) | Oo, binibilhan ka niya. |
| (Oo) | Oo, binibilhan ka ng bata. |
| (Hindi) | Hindi, hindi ka hinihiraman ng bata. |
| (Hindi) | Hindi, hindi tayo hinihiraman ng bata. |
| (Oo) | Oo, hinihiraman nila tayo. |

| Teacher | Student 1 |
|---|---|
| 6. Pinasasalamatan _____ | Pinasasalamatan ba nila tayo? |
| 7. _____ ni Ben _____ | Pinasasalamatan ba tayo ni Ben? |
| 8. _____ si Fred | Pinasasalamatan ba ni Ben si Fred? |
| 9. _____ ninyo _____ | Pinasasalamatan ba ninyo si Fred? |
| 10. Hinihintay _____ | Hinihintay ba ninyo si Fred? |

| (Oo) | Oo, pinasasalamatan nila tayo. |
| (Hindi) | Hindi, hindi tayo pinasasalamatan ni Ben. |
| (Oo) | Oo, pinasasalamatan ni Ben si Fred. |
| (Hindi) | Hindi, hindi namin pinasasalamatan si Fred. |
| (Hindi) | Hindi, hindi namin hinihintay si Fred. |

| Teacher | Student 1 |
|---|---|
| 11. _____ ni Mameng _ | Hinihintay ba ni Mameng si Fred? |
| 12. _____ sina Ray at Ben | Hinihintay ba ni Mameng sina Ray at Ben? |
| 13. _____ nina Cely at Nene _ | Hinihintay ba nina Cely at Nene sina Ray at Ben? |
| 14. _____ sina Tony | Hinihintay ba nina Cely at Nene sina Tony? |
| 15. _____ ng dalaga ___ | Hinihintay ba ng dalaga sina Tony? |

| (Oo) | Oo, hinihintay ni Mameng si Fred. |
| (Hindi) | Hindi, hindi hinihintay ni Mameng sina Ray at Ben. |
| (Oo) | Oo, hinihintay nina Cely at Nene sina Ray at Ben. |
| (Hindi) | Hindi, hindi hinihintay nina Cely at Nene sina Tony. |
| (Hindi) | Hindi, hindi hinihintay ng dalaga sina Tony. |

### SUBSTITUTION-CONVERSION DRILL (Moving Slot)

Instructions: The teacher gives a sentence which Student 1 repeats. Student 2 converts the sentence to a Locative-focus construction.

| Teacher | Student 1 | Student 2 |
|---|---|---|
| 1. Nagpapasalamat ako sa kanila. | Nagpapasalamat ako sa kanila. | Pinasasalamatan ko sila. |
| 2. _____ kaniya | Nagpapasalamat ako sa kaniya. | Pinasasalamatan ko siya. |
| 3. _____ ka _____ | Nagpapasalamat ka sa kaniya. | Pinasasalamatan mo siya. |
| 4. Bumibili _____ | Bumibili ka sa kaniya. | Binibilhan mo siya. |
| 5. _____ akin | Bumibili ka sa akin. | Binibilhan mo ako. |
| 6. _____ amin | Bumibili ka sa amin. | Binibilhan mo kami. |
| 7. _____ sila _____ | Bumibili sila sa amin. | Binibilhan nila kami. |
| 8. Nanghihiram _____ | Nanghihiram sila sa amin. | Hinihiraman nila kami. |

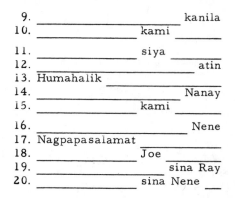

| 9. _____ kanila | Nanghihiram sila sa kanila. | Hinihiraman nila sila. |
| 10. \_\_\_\_\_ kami | Nanghihiram kami sa kanila. | Hinihiraman namin sila. |
| 11. \_\_\_\_\_ siya \_\_\_\_\_ | Nanghihiram siya sa kanila. | Hinihiraman niya sila. |
| 12. \_\_\_\_\_ atin | Nanghihiram siya sa atin. | Hinihiraman niya tayo. |
| 13. Humahalik \_\_\_\_\_ | Humahalik siya sa atin. | Hinahalikan niya tayo. |
| 14. \_\_\_\_\_ Nanay | Humahalik siya sa Nanay. | Hinahalikan niya ang Nanay. |
| 15. \_\_\_\_\_ kami \_\_\_\_\_ | Humahalik kami sa Nanay. | Hinahalikan namin ang Nanay. |
| 16. \_\_\_\_\_ Nene | Humahalik kami kay Nene. | Hinahalikan namin si Nene. |
| 17. Nagpapasalamat \_\_\_\_\_ | Nagpapasalamat kami kay Nene. | Pinasasalamatan namin si Nene. |
| 18. \_\_\_\_\_ Joe \_\_\_\_\_ | Nagpapasalamat si Joe kay Nene. | Pinasasalamatan ni Joe si Nene. |
| 19. \_\_\_\_\_ sina Ray | Nagpapasalamat si Joe kina Ray. | Pinasasalamatan ni Joe sina Ray. |
| 20. \_\_\_\_\_ sina Nene \_\_ | Nagpapasalamat sina Nene kina Ray. | Pinasasalamatan nina Nene sina Ray. |

## TRANSLATION DRILLS (Paired Sentences)

Instructions: Translate each of the following sentences first in an Actor-focus, then in a Locative-focus construction.

| Teacher | Student |
|---|---|
| A. 1. You buy a dress from me. | { Bumibili ka ng damit sa akin. <br> { Binibilhan mo ako ng damit. |
| 2. I buy a dress from him. | { Bumibili ako ng damit sa kaniya. <br> { Binibilhan ko siya ng damit. |
| 3. He buys dresses from her. | { Bumibili siya ng mga damit sa kaniya. <br> { Binibilhan niya siya ng mga damit. |
| 4. You (sg.) borrow money from them. | { Humihiram ka ng pera sa kanila. <br> { Hinihiraman mo sila ng pera. |
| 5. You (pl.) borrow money from us (him and me). | { Humihiram kayo ng pera sa amin. <br> { Hinihiraman ninyo kami ng pera. |
| 6. He borrows money from us (him and me). | { Humihiram siya ng pera sa amin. <br> { Hinihiraman niya kami ng pera. |
| 7. We (he and I) borrow a book from Tentay. | { Humihiram tayo ng libro kay Tentay. <br> { Hinihiraman natin si Tentay ng libro. |
| 8. They buy books from the young people. | { Bumibili sila ng mga libro sa mga kabataan. <br> { Binibilhan nila ang mga kabataan ng mga libro. |
| 9. The maiden borrows a book from Angela. | { Humihiram ng libro ang dalaga kay Angela. <br> { Hinihiraman ng dalaga ng libro si Angela. |
| 10. The child sings (a song) to the teacher. | { Umaawit (ng awit) ang bata sa titser. <br> { Inaawitan (ng awit) ng bata ang titser. |

Instructions: Translate the following sentences using a nominalized Locative-focus construction. (The underlined items appear in predicate position.)

| Teacher | Student |
|---|---|
| B. 1. <u>You</u>'re the one I buy a dress from. | Ikaw ang binibilhan ko ng damit. |
| 2. <u>Pedro</u> is the one I buy a dress from. | Si Pedro ang binibilhan ko ng damit. |
| 3. <u>She</u>'s the one he buys dresses from. | Siya ang binibilhan niya ng damit. |
| 4. <u>We</u> (he and I) are the ones you (pl.) borrow money from. | Kami ang hinihiraman ninyo ng pera. |
| 5. <u>They</u>'re the ones you (sg.) borrow money from. | Sila ang hinihiraman mo ng pera. |
| 6. The young people are <u>the ones they borrow books from.</u> | Ang hinihiraman nila ng libro ang kabataan. |
| 7. Tentay is <u>the one we borrow a book from.</u> | Ang hinihiraman namin ng libro si Tentay. |
| 8. Angela is <u>the one the maiden borrows a book from.</u> | Ang hinihiraman ng libro ng dalaga si Angela. |
| 9. Ray and Oscar are <u>the ones Joe and Ben borrow from.</u> | Ang hinihiraman nina Joe at Ben sina Ray at Oscar. |
| 10. The godfather is <u>the one being kissed by the newly- weds.</u> | Ang hinahalikan ng bagong-kasal ang Ninong. |

VISUAL-CUE DRILLS

PICTURE A

Panuto: Ilarawan ang mga sumusunod.
Gamitin ang -an.

Halimbawa: Binibilhan ni Boy ang tindahan. Binibilhan ni Boy si Aling Nena.

## PICTURE B

Panuto: Ilarawan ang mga sumusunod.

Halimbawa: Ito ang mga bagong-kasal, sina Ben at Cely. Masaya ang kanilang kasal. Si G. Ledesma ang ninong at si Gng. Lopez ang ninang.

# COMPREHENSION-RESPONSE DRILLS

A. 1. May pinapasukan na ba sina Mario at Mameng?
   2. Dispatsadora ba si Mameng?
   3. Nagtatrabaho ba si Mario sa pabrika?
   4. Kumikita ba sila ng ₱200 isang buwan?
   5. Nagkakasya ba naman ang suweldo nila?
   6. Gusto ba nilang nagtrabaho sa pabrika ng kanilang ninong?
   7. Nagsisimula ba sa dalawandaang piso ang baguhan sa pabrika?

B. 1. Titser ba o dispatsadora si Mameng?
   2. Sa Namarco ba o sa pabrika nagtatrabaho si Mario?
   3. Nagsisimula ba sa ₱100 o sa ₱120 ang baguhan sa pabrika?
   4. Nagkakasya ba naman o hindi ang suweldo nila?

C. 1. Sino ang mga bagong-kasal?
   2. Kanino sila humalik ng kamay?
   3. Saan pumapasok si Mario? Si Mameng?
   4. Magkano ang sahod ng baguhan sa pabrika?
   5. Bakit mas mabuti ang trabaho sa pabrika?
   6. Bakit nag-aalaala ang mga bagong-kasal?

# UNIT XI

### Ang Pulitika

Nakaupo sa harapan ng barberya si Mang Sebyo. Maya-maya'y dumating si Mang Hulyo, isang malakas na lider sa pulitika.

Mang Sebyo:
Ano ba, Pare? Nanlalalim ang mga mata mo, a...

'anʊ ba pa·re·h     nanla·la·lɪm  aŋ maŋa
(getting deeper)

mata mʊ a·h
(eye)

Mang Hulyo:
Oo nga e... P'ano, puyat gabi-gabi. Malapit na kasi ang eleksiyon.

'o·'o ŋa· 'e·h    pa·noh    pʊyat    gabɪgabi·h
(because)(lacking- (nightly)
          sleep)

maⁱa·pɪt na kase·ŋ ɪlɪksyo·n     (1)
(election)

Mang Sebyo:
Kumusta ba ang manok (2) natin?

kʊmʊsta ba·ŋ manʊk na·tɪn
(rooster)

Mang Hulyo:
Hindi ako nakakasiguro, Pare. Mukhang ipinang-gagagapang (3) ni Kardo sa teritoryo natin si Ledesma.

hɪnde·kʊ naka·kasɪgu·rʊ pa·re·h     (1)
(being sure)

mʊkaŋ ɪpɪnaŋa·ga·paŋ nɪ ka·rdo sa terɪto·ryʊ
(looks) (crawling for)   (Kardo)    (territory)

### Politics

Mang Sebyo is sitting in front of the barbershop. Mang Hulyo, a political leader with a large following, comes along.

How's it going, Pare? You're getting circles under your eyes.

Yes I know, from staying up late every night. Elections are getting close.

How's our candidate doing?

I'm not sure, Pare, but it looks like Kardo's starting to campaign on the sly in our territory for Ledesma.

na·tɪn sɪ lede·sma·h
(Ledesma)

Mang Sebyo:
Saan siya nanggagapang para kay Ledesma? Sa looban (4)?

san sya naŋga·ga·pam pa·ra ke· lede·smah
(crawling)

sa lo·'o·ba·n
(interior)

Where's he campaigning for Ledesma? In the interior?

Mang Hulyo:
Oo. At ibinibili pa raw niya siya ng mga boto e.

'o·'o·h    'at ɪbɪni·bɪlɪ pa    raw    nya sya naŋ
(buying-for)    (it is said)

maŋa bo·tʊ e·h
(vote)

Yes. They say he's even buying votes for him.

Mang Sebyo:
Balita ko naman, lumalaban si Kardo ng sanlibo para sa kaniyang kandidato kay Pareng Tino.

bali·ta· kʊ nama·n    lʊma·la·ban sɪ ka·rdo nan
(news)

sanli·bʊ        pa·ra sa kanyaŋ kandɪda·tʊ key
(one thousand)                (candidate)

pa·ren ti·no·'
(Tino)

I've got news, too, that Kardo's betting Pareng Tino a thousand on his candidate.

Mang Hulyo:
Sabihin mo ipinupusta ko naman ng limang libo si Abogado (5) sa kaniya (6).

sabi·hɪn mo·h    'ɪpɪnu·pʊsta kʊ nama·n    naŋ
(betting-for)

lɪmaŋ li·boh    sɪ abʊga·dʊ sa kanya·h
(lawyer)

You tell him I'll bet him five thousand on the Attorney.

Mang Sebyo:
Aba, sigurado naman tayong panalo ah.

'aba·h    sɪgʊra·dʊ naman ta·yʊm pana·lʊ a·h
(sure)                (winner)

Huh! We'll win for sure anyway.

Mang Hulyo:
Ipinagmamalaki nila si Ledesma—wala pa namang nagagawa (7).

'ɪpɪnagma·malakɪ nɪla sɪ lede·sma·h
(being-proud-of)

wala· pa namaŋ naga·gawa·'
(being-able-to-do)

They brag about Ledesma—he hasn't done a thing yet.

Mang Sebyo:
Ang sabihin mo (8)—iisa ang sinasabi sa miting.

'aŋ sabi·hɪn mo·h    'i·'isa·ŋ sɪna·sa·bɪ sa mi·tɪ·ŋ
(only    (being-
one)    said)

What's more, he talks about the same thing at every meeting.

Mang Hulyo:
Bakit? Dumadalo ka ba sa papulong niya?

ba·kɪt    dʊma·dalʊ ka ba sa papu·lʊŋ nya·h
(attending)    (meeting)

How do you know? Do you attend his meetings?

Mang Sebyo:
Oo. Dinadaluhan ko ang mga pamiting ng dalawa. Alam mo na.

'o·'oh    dɪna·dalʊhan    ko·ŋ maŋa pami·tɪŋ
(is-being-attended)    (meeting)

nan dalawa·h    'alam mʊ na·h

Yes. I cover the meetings on both sides. You know why.

Mang Hulyo:
Inaatake ba ni Ledesma nang personal ang ating pambato?

'ɪna·'ata·kɪ ba nɪ lede·sma nam persʊnal aŋ
(attacking)    (by)    (personal)

a·tɪm pamba·to·'
(best bet)

Does Ledesma make personal attacks on our candidate?

Mang Sebyo:
Ang kahirapan ni Atorni (5) ang bukang-bibig (9) niya.

'aŋ kahɪra·pan nɪ ato·rnɪh    'am bʊkambɪbɪg nya·h
(poverty) (of) (Attor-    (favorite
ney)    topic)

His favorite topic is Attorney's poverty.

Mang Hulyo:
E ano, kung mahirap.
Tingnan naman ang re-
kord. May pintas ba
sila?

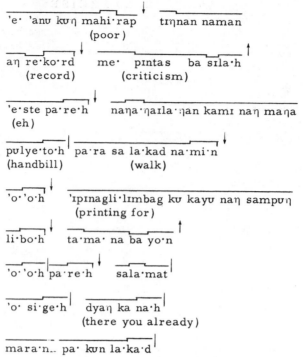

What if he is poor. Just
look at the record. Can
they criticize that?

Mang Sebyo:
Este (10), Pare, nang-
angailangan kami ng mga
polyeto (11) para sa la-
kad (12) namin.

Say, Pare, we need some
handbills for our campaign.

Mang Hulyo:
Oo. Ipinaglilimbag ko
kayo ng sampung libo.
Tama na ba iyon?

Yes, I'm printing ten thou-
sand for you. Is that enough?

Mang Sebyo:
Oo, Pare. Salamat.

Yes, Pare. Thanks.

Mang Hulyo:
O sige. Diyan ka na (13).
Marami pa akong lakad.

Well, I'm going now. I've
got lots of things to attend
to.

Mang Sebyo:
O sige.

See you later.

## CULTURAL AND STRUCTURAL NOTES

(1) Occasionally, a high vowel ending a word (sometimes even within a word) gets influenced by a much lower vowel following it and a sound about midway between the two is pronounced and length-ened. Thus, the high vowel /i/ of kasi is some-times lowered to /e/ when the next word starts with /a/ (or /ʼa/), as in the sequence kasi ang /kaseˑŋ/. The /a/ is dropped and /eˑ/ takes the place of both /ɪ/ and /ʼa/. Note also hindi ako of the sixth line.

(2) Manok is 'rooster' or 'hen' but is used here to mean 'candidate' (on whom one bets—an allu-sion to the cockpit, see Unit XIX).

(3) Ipinanggagapang, literally 'crawling', means campaigning on the sly in the other party's con-ceded territory. This is a very common practice among politicians. Kampanya /kampaˑnyah/, a loan-word from Spanish, is the Tagalog word for cam-paign and 'to campaign' is mangampanya /maŋam-paˑnyah/.

(4) Looban refers to sections of the city or prov-ince that are off the main road. These sections are made up of clusters of houses situated along alleys or narrow pathways that open into the main road. Very often there are no clearly defined roads. The narrow spaces between houses often serve as the only passageways to the main street.

(5) People usually refer to their friends and ac-quaintances and to their candidates by their titles rather than by their names, an indication of the prestige value of these titles.
Atorni (from English) and Abogado (from Span-ish) are titles for a lawyer.

(6) The love of gambling is exhibited in the big bets laid on the candidates by enthusiastic support-ers.

(7) Ledesma has obviously not held any public office yet in contrast to 'Atorni' who already has a record of public service.

(8) Ang sabihin mo, in this context, means 'as a matter of fact, the truth is, what's more', etc.

(9) Bukang-bibig is a combination of buka which means 'open' (used only to refer to objects that open by themselves like flowers, mouths, etc.) and bibig 'mouth', linked together by /-ŋ/. It means 'favorite topic' or 'common expression'.

(10) Este is a fumble-word borrowed from Span-ish, equivalent to English 'Uh,...'

(11) Polyeto is a loanword from Spanish mean-ing 'leaflet' or 'pamphlets'; in this context, it means 'candidate's handbills'.

(12) Lakad refers to various activities (the way magpasyal does). It refers to a 'going somewhere' with or without a serious purpose. It often means 'errand or a job to be done'.

(13) Diyan ka na, literally 'there you already', is a set expression meaning 'So long!'

## PRONUNCIATION EXERCISES

Diphthongs.

The diphthongs of Tagalog present two types of problems to speakers of English. One problem arises from the absence of two of the Tagalog diphthongs, /iw/ and /uy/, in most of the dialects of American English. The other arises from a difference in tongue height in the /y/ and in the lip rounding in the /w/ in the production of /ey/, /oy/, /ay/, and /aw/ respectively. The two problems are discussed in greater detail below.

/iw/.

Reference was made in Unit I to /iw/ being an especially troublesome diphthong for speakers of English. Students with an English-speaking background tend to break the sound into two syllables, substituting /'ɪyʊw/. For instance, in pronouncing aliw, students are likely to produce something that sounds like aliyuw /'alɪyu·w/.

Repeat the following words after your model. In the production of /iw/, try to keep the tongue as much as possible in the position for /i/ while your lips round out for /w/. Avoid the insertion of /y/ after /i/:

| agiw | /'a·gɪw/ | 'cobweb' |
| giliw | /gi·lɪw/ | 'affection, love' |
| aliw | /'ali·w/ | 'entertainment' |
| baliw | /bali·w/ | 'fool, crazy' |
| bitiw | /bɪti·w/ | 'let loose' |
| paksiw | /paksi·w/ | 'native dish with vinegar' |
| liwaliw | /lɪwali·w/ | 'pleasure trip, diversion' |

/uy/.

/uy/ exists in a few dialects of American English, but the majority of American speakers do not have the sound in their speech. Fortunately, there are just a few words with /uy/ in Tagalog. When found in an unstressed position, /uy/ may take a lower variant, /ʊy/.

Repeat the following words and phrases after your model. Be sure the tongue moves up to the position for /y/ at the end of the diphthong:

| uy | /'u·y/ | 'Wow!' |
| aruy | /'aru·y/ | 'Ouch!' |
| kasuy | /kasu·y/ | 'cashew nut' |
| tsampuy | /tsampu·y/ | 'fruit preserve' |
| tsapsuy | /tsapsu·y/ | 'chopsuey' |
| wansuy | /wansu·y/ | 'parsley' |
| alahuy | /'alahu·y/ | 'a greeting' |

/oy/.

In the production of Tagalog /oy/, the tongue starts slightly higher than it would normally do in English. It likewise normally moves up to the position for /y/, not merely toward it, as in the /oy/ of English and in the rest of the diphthongs with /y/.

Pronounce the following words with /oy/. Repeat after your model:

| hoy | /ho·y/ | 'Hey!' |
| baboy | /ba·boy/ | 'pig' |
| biloy | /bi·loy/ | 'dimple' |
| kahoy | /ka·hoy/ | 'wood' |
| daloy | /da·loy/ | 'flow' |
| okoy | /'o·koy/ | 'sprouted mongo-bean fritters' |
| penoy | /pe·noy/ | 'hard-boiled duck's egg' |
| simoy | /si·moy/ | 'breeze' |
| abuloy | /'abu·loy/ | 'contribution' |
| palaboy | /pala·boy/ | 'vagabond' |
| amoy | /'amo·y/ | 'smell' |
| apoy | /'apo·y/ | 'fire' |
| langoy | /laŋo·y/ | 'to swim' |
| taghoy | /tagho·y/ | 'lamentation' |
| tuloy | /tʊlo·y/ | 'to continue' |
| unggoy | /'ʊŋo·y/ | 'monkey' |
| luyloy | /lʊylo·y/ | 'sagging' |
| nuynoy | /nʊyno·y/ | 'to reflect on' |
| lamuymoy | /lamʊymo·y/ | 'hanging thread' |
| saluysoy | /salʊyso·y/ | 'rivulet' |

/ay/.

Except for the /y/ which is much more pronounced in the Tagalog diphthong, English /ay/ is pretty much the same as Tagalog /ay/. In most cases in unstressed syllables in rapid speech, Tagalog /ay/ within phrases alternates with /ey/, sometimes with /e/.

Practically all of the following words are found in this book. Be sure to move the tongue up to the position for /y/ in pronouncing the diphthong:

| bagay | /ba·gay/ | 'thing, object' |
| bahay | /ba·hay/ | 'house' |
| buhay | /bu·hay/ | 'life' |
| nanay | /na·nay/ | 'mother' |
| tatay | /ta·tay/ | 'father' |
| tunay | /tu·nay/ | 'real, true' |
| mabuhay | /mabu·hay/ | 'Long Live!' |
| mahusay | /mahu·say/ | 'good' |
| maybahay | /mayba·hay/ | 'wife' |
| may-ari | /may'a·rɪ'/ | 'owner' |
| mayroon | /mayro'o·n/ | 'there's, has' |
| bantay | /banta·y/ | 'guard' |
| bigay | /bɪga·y/ | 'give' |
| kamay | /kama·y/ | 'hand' |
| hintay | /hɪnta·y/ | 'wait' |
| inay | /'ina·y/ | 'mom' |
| lagay | /laga·y/ | 'condition' |
| Panay | /pana·y/ | 'Panay Island' |
| sanay | /sana·y/ | 'expert, used to' |
| hinimatay | /hɪnɪmata·y/ | 'collapsed, lost consciousness' |

Sometimes the /ay/ is modified in conversational Tagalog. In certain words (not in all words where it occurs) /ay/ may become /ey/ or even /e/. In the following items /ey/ is probably more common in normal conversation, though /e/ readily occurs; /ay/ usually marks careful or formal speech.

| /ay/ | ~ | /ey/ | ~ | /e/ | |
| kay | | kay, key | | ke | 'for' |
| /ka·y/ | | /ke·y/ | | /ke·h/ | |

| may | mey | me | 'there's, has' |
|-----|-----|-----|------|
| /maˑy/ | /meˑy/ | /meˑh/ | |

| aywan | eywan | ewan | 'don't know' |
|-------|-------|------|------|
| /'aywaˑn/ | /'eywaˑn/ | /'eˑwan/ | |

| kaylan, kaila | keylan | kelan | 'when' |
|------|------|------|------|
| /kaylaˑn/ | /keylaˑn/ | /keˑlan/ | |

| mayroon | meyroon | meron | 'there's, has' |
|---------|---------|-------|------|
| /mayroˑoˑn/ | /meyroˑoˑn/ | /meˑron/ | |

| may-ari | may-ari | may-ari | 'owner' |
|---------|---------|---------|------|
| /may'aˑrɪ'/ | /mey'aˑrɪ'/ | /meˑ'aˑrɪ'/ | |

| maybahay | maybahay | maybahay | 'wife' |
|----------|----------|----------|------|
| /maybaˑhay/ | /meybaˑhay/ | /meˑbaˑhay/ | |

| tayka | teyka | teka | 'wait' |
|-------|-------|------|------|
| /taykaˑh/ | /teykaˑh/ | /teˑkah/ | |

Note that in the above examples the variant with /e/ is stressed; that is, the /e/ is long, whether or not the /ay/ and /ey/ were. Sometimes the spelling changes to reflect pronunciation variants; sometimes it doesn't.

/aw/.

In the production of Tagalog /aw/, the lips are considerably more rounded for /w/ than they normally are in English. Guard against the tendency to pronounce /aw/ like the aw sound in law. Mimic the following words after your model:

| angaw | /'aˑŋaw/ | 'million' |
|-------|----------|-----------|
| araw | /'aˑraw/ | 'sun, day' |
| ayaw | /'aˑyaw/ | 'dislike' |
| bugaw | /buˑgaw/ | 'to drive away' |
| dalaw | /daˑlaw/ | 'visitor, to visit' |
| dungaw | /duˑŋaw/ | 'to look out of the window' |
| hikaw | /hiˑkaw/ | 'earrings' |
| uhaw | /'uˑhaw/ | 'thirst' |
| bloaut | /bloˑ'awt/ | 'a treat' |
| anahaw | /'anaˑhaw/ | 'a palm leaf' |
| mababaw | /mabaˑbaw/ | 'shallow' |
| matakaw | /mataˑkaw/ | 'greedy' |
| daw | /daˑw/ | 'it is said' |
| raw | /raˑw/ | (variant of daw) |
| bulyaw | /bʊlyaˑw/ | 'to shout at somebody' |
| kakaw | /kakaˑw/ | 'cacao' |
| hilaw | /hɪlaˑw/ | 'raw, uncooked' |
| ikaw | /'ɪkaˑw/ | 'you (sg.)' |
| gawgaw | /gawgaˑw/ | 'starch' |
| lawlaw | /lawlaˑw/ | 'dangling' |
| nawnaw | /nawnaˑw/ | 'to germinate' |
| kalabaw | /kalabaˑw/ | 'water buffalo, carabao' |
| batingaw | /batɪŋaˑw/ | 'bell' |
| galawgaw | /galawgaˑw/ | 'restless person' |

## DRILLS AND GRAMMAR

### I. BENEFACTIVE COMPLEMENTS AND BENEFACTIVE TOPICS

EXAMPLES

A. 1. Bumibili siya ng mga boto para sa kaniya.
   2. Lumalaban siya ng sanlibo para sa kandidato.
   3. Pumupusta ako ng limanlibo para kay Abogado.
   4. Naglilimbag ako ng sampung libo para sa inyo.
   5. Nanggagapang para kay Ledesma si Kardo.

He buys votes for him.
[He bets ₱1,000 for (on) his candidate.]
I bet ₱5,000 for (on) Attorney.
I'm printing 10,000 (copies) for you.
Kardo campaigns secretly for Ledesma.

B. 1. Ibinibili niya siya ng mga boto.
   2. Inilalaban[1] niya ng sanlibo ang kandidato.
   3. Ipinupusta ko ng limanlibo si Abogado.
   4. Ipinaglilimbag ko kayo ng sampung libo.
   5. Ipinanggagapang ni Kardo si Ledesma.

[He buys votes for him.]
He bets ₱1,000 for (on) his candidate.
[I bet ₱5,000 for (on) Attorney.]
[I'm printing 10,000 (copies) for you.]
[Kardo campaigns secretly for Ledesma.]

Actor Focus

| PREDICATE | | TOPIC |
|-----------|---|-------|
| Verb Affix | Complement (Beneficiary) | (Actor) |
| -um-<br>mag-<br>mang- } | para sa-phrase | ang-phrase |

Benefactive Focus

| PREDICATE | | TOPIC |
|-----------|---|-------|
| Verb Affix | Complement (Actor) | (Beneficiary) |
| i-<br>ipag-<br>ipang- } | ng-phrase | ang-phrase |

a. A benefactive complement consists of para sa (or para kay) plus a noun or pronoun that normally represents the beneficiary of the action of the verb (i.e., the person for whose benefit

---

[1]See examples D.1 and note h.

the action is performed). The actor (in an Actor-focus construction) is given in an ang-phrase, which is always the topic (examples A).

b. With a change in the verbal affix, the beneficiary may also be expressed by an ang-phrase (topic), in which case the performer of the action is expressed by a ng-phrase (complement). This sentence pattern is called a Benefactive-focus construction (examples B).

c. All ng-ang pronoun combinations are possible, except the contextually unnatural sequences ko ako and mo ikaw (cf. I buy me a hat, and you got you a new hat, eh?). The special form for the ko + ikaw combination is introduced in Unit XII, grammar point II.

d. Verbs taking the benefactive topic are formed with one of three prefixes: i-, ipag-, ipang-. The choice of prefix depends upon the affix used in the corresponding Actor-focus construction: i- corresponds to -um-; ipag-, to mag-; ipang-, to mang-.

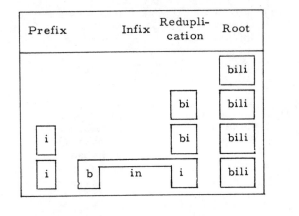

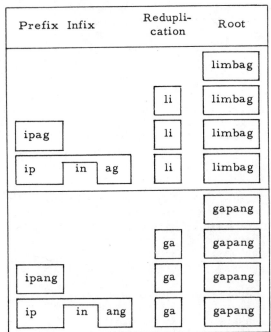

e. The formation of the imperfective aspect of i-, ipag-, and ipang- verbs involves the benefactive prefix and the infix -in- plus reduplication.

f. Note that in these formations the infix -in- always appears in the reduplicated syllable with formations made with prefix i- (examples B.1-3), but in the second syllable of the affix itself with ipag- or ipang- (examples B.4-5).

C. 1. Iniaawit namin sila ng kundiman.          We're singing a kundiman for them.
   2. Iniuupo ko ang sarili ko doon.             I seat myself there.

D. 1. Inilalaban niya ng sanlibo ang kandidato.⎫   He bets ₱1,000 for (on) the candidate.
      Ilinalaban niya ng sanlibo ang kandidato.⎭
   2. Inihihiram ko siya ng pera.⎫                 I borrow money for him.
      Ihinihiram ko siya ng pera.⎭

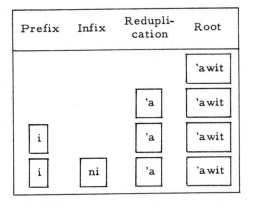

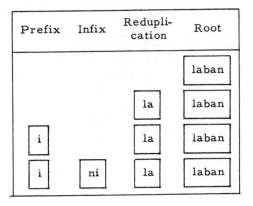

g. Benefactive-focus forms for roots beginning with /'/ have a slightly different formation. An infix /ni/ occurs after the benefactive prefix /i/ and before the reduplication of the root.

h. A similar formation is optional (though preferred) for roots beginning with /l/ and /h/.

## CONVERSION DRILLS

Instructions: The teacher gives a verb in an Actor- or Benefactive-focus form. The student then gives the corresponding Benefactive or Actor focus.

| Teacher | Student | | Teacher | Student |
|---|---|---|---|---|
| A. 1. bumibili | → ibinibili | B. 1. inihihiram | → humihiram |
| 2. bumabayo | → ibinabayo | 2. inihahalik | → humahalik |
| 3. gumagawa | → iginagawa | 3. ipinupusta | → pumupusta |
| 4. tumutugtog | → itinutugtog | 4. ibinibili | → bumibili |
| 5. pumupusta | → ipinupusta | 5. idinadalo | → dumadalo |
| 6. dumadalo | → idinadalo | 6. ibinabayo | → bumabayo |
| 7. humahalik | → inihahalik | 7. iginagawa | → gumagawa |
| 8. humihiram | → inihihiram | 8. itinutugtog | → tumutugtog |

| C. 1. bumabasa | → ibinabasa | D. 1. inginanganga | → ngumanganga |
|---|---|---|---|
| 2. kumakain | → ikinakain | 2. ibinubuhat | → bumubuhat |
| 3. bumubuhat | → ibinubuhat | 3. ikinakain | → kumakain |
| 4. ngumanganga | → inginanganga | 4. ibinabasa | → bumabasa |
| 5. humahanap | → inihahanap | 5. iniaawit | → umaawit |
| 6. umaawit | → iniaawit | 6. inihahanap | → humahanap |

| E. 1. nagdadala | → ipinagdadala | F. 1. ipinagbubuhat | → nagbubuhat |
|---|---|---|---|
| 2. naghihintay | → ipinaghihintay | 2. ipinagdadala | → nagdadala |
| 3. nagbabayo | → ipinagbabayo | 3. ipinagbabasa | → nagbabasa |
| 4. nagbubuhat | → ipinagbubuhat | 4. ipinaghihintay | → naghihintay |
| 5. nagbabasa | → ipinagbabasa | 5. ipinagbabayo | → nagbabayo |
| 6. nagsisimula | → ipinagsisimula | 6. ipinagsisimula | → nagsisimula |
| 7. naggagayak | → ipinaggagayak | 7. ipinagsasayaw | → nagsasayaw |
| 8. nagsasayaw | → ipinagsasayaw | 8. ipinaggagayak | → naggagayak |
| 9. naghahanap | → ipinaghahanap | 9. ipinaglilimbag | → naglilimbag |
| 10. naglilimbag | → ipinaglilimbag | 10. ipinaghahanap | → naghahanap |

| G. 1. nagtuturo | → ipinagtuturo | H. 1. ipinaghaharana | → naghaharana |
|---|---|---|---|
| 2. nag-iipon | → ipinag-iipon | 2. ipinag-aaral | → nag-aaral |
| 3. nag-aaral | → ipinag-aaral | 3. ipinagtuturo | → nagtuturo |
| 4. naghaharana | → ipinaghaharana | 4. ipinagsisigarilyo | → nagsisigarilyo |
| 5. nagtatrabaho | → ipinagtatrabaho | 5. ipinag-iipon | → nag-iipon |
| 6. nagsisigarilyo | → ipinagsisigarilyo | 6. ipinagtatrabaho | → nagtatrabaho |

| I. 1. nanghihiram | → ipinanghihiram | J. 1. ipinanghihingi | → nanghihingi |
|---|---|---|---|
| 2. nanggugulo | → ipinanggugulo | 2. ipinangingisda | → nangingisda |
| 3. nanghihingi | → ipinanghihingi | 3. ipinanghihiram | → nanghihiram |
| 4. nanghahalik | → ipinanghahalik | 4. ipinanggugulo | → nanggugulo |
| 5. nangingisda | → ipinangingisda | 5. ipinanghahalik | → nanghahalik |

| K. 1. nang-aatake | → ipinang-aatake | L. 1. ipinanggagapang | → nanggagapang |
|---|---|---|---|
| 2. nanggagapang | → ipinanggagapang | 2. ipinanghaharana | → nanghaharana |
| 3. nanghaharana | → ipinanghaharana | 3. ipinang-aatake | → nang-aatake |

## EXPANSION DRILL

Instructions: The teacher gives a sentence and a cue. The student repeats the sentence using the cue as part of the para sa-phrase.

| Teacher | Cue | Student |
|---|---|---|
| 1. Bumabasa ako ng libro. | (bata) | Bumabasa ako ng libro para sa bata. |

2. Bumibili ako ng libro.          (babae)      Bumibili ako ng libro para sa babae.
3. Kumukuha siya ng mapa.          (titser)     Kumukuha siya ng mapa para sa titser.
4. Umaawit siya ng kundiman.       (Nene)       Umaawit siya ng kundiman para kay Nene.
5. Naglilimbag sila ng polyeto.    (Atorni)     Naglilimbag sila ng polyeto para kay Atorni.
6. Nagdadala sila ng tsokolate.    (Boy)        Nagdadala sila ng tsokolate para kay Boy.
7. Naghahanap kami ng medyas.      (iyo)        Naghahanap kami ng medyas para sa iyo.
8. Nagbubuhat kami ng kahon.       (kaniya)     Nagbubuhat kami ng kahon para sa kaniya.
9. Nanghihiram tayo ng pera.       (kanila)     Nanghihiram tayo ng pera para sa kanila.
10. Nagbabayo tayo ng pinipig.     (kaniya)     Nagbabayo tayo ng pinipig para sa kaniya.

## SUBSTITUTION-CONVERSION DRILLS (Fixed Slot)

Instructions: The teacher gives a sentence with a benefactive complement which Student 1 repeats. Student 2 converts the sentence to Benefactive focus.

| Teacher | Student 1 | Student 2 |
|---|---|---|
| A. 1. Pumupusta siya para sa akin. | Pumupusta siya para sa akin. | Ipinupusta niya ako. |
| 2. Lumalaban _____ | Lumalaban siya para sa akin. | Inilalaban niya ako. |
| 3. Gumagawa _____ | Gumagawa siya para sa akin. | Iginagawa niya ako. |
| 4. Nagtatrabaho _____ | Nagtatrabaho siya para sa akin. | Ipinagtatrabaho niya ako. |
| 5. Nag-iipon _____ | Nag-iipon siya para sa akin. | Ipinag-iipon niya ako. |
| 6. Naglilimbag _____ | Naglilimbag siya para sa akin. | Ipinaglilimbag niya ako. |
| 7. Nanghaharana _____ | Nanghaharana siya para sa akin. | Ipinanghaharana niya ako. |
| 8. Nangingisda _____ | Nangingisda siya para sa akin. | Ipinangingisda niya ako. |
| 9. Nanggagapang _____ | Nanggagapang siya para sa akin. | Ipinanggagapang niya ako. |
| 10. Nanghihiram _____ | Nanghihiram siya para sa akin. | Ipinanghihiram niya ako. |
| B. 1. Ipinupusta ko si Joe. | Ipinupusta ko si Joe. | Pumupusta ako para kay Joe. |
| 2. Inilalaban _____ | Inilalaban ko si Joe. | Lumalaban ako para kay Joe. |
| 3. Iginagawa _____ | Iginagawa ko si Joe. | Gumagawa ako para kay Joe. |
| 4. Ipinagtatrabaho _____ | Ipinagtatrabaho ko si Joe. | Nagtatrabaho ako para kay Joe. |
| 5. Ipinag-iipon _____ | Ipinag-iipon ko si Joe. | Nag-iipon ako para kay Joe. |
| 6. Ipinaglilimbag _____ | Ipinaglilimbag ko si Joe. | Naglilimbag ako para kay Joe. |
| 7. Ipinanghaharana _____ | Ipinanghaharana ko si Joe. | Nanghaharana ako para kay Joe. |
| 8. Ipinangingisda _____ | Ipinangingisda ko si Joe. | Nangingisda ako para kay Joe. |
| 9. Ipinanggagapang _____ | Ipinanggagapang ko si Joe. | Nanggagapang ako para kay Joe. |
| 10. Ipinanghihiram _____ | Ipinanghihiram ko si Joe. | Nanghihiram ako para kay Joe. |

## EXPANSION-CONVERSION DRILL

Instructions: The teacher gives a short sentence made up of an Actor-focus verb and a pronoun topic, and then gives a sa-pronoun as a cue. Student 1 expands the original sentence by using the cue in a benefactive complement. Student 2 converts this sentence to Benefactive focus. Note the shift forward of enclitic pronouns.

| Teacher | Cue | Student 1 | Student 2 |
|---|---|---|---|
| 1. Bumabayo siya. | (akin) | Bumabayo siya para sa akin. | Ibinabayo niya ako. |
| 2. Gumagawa sila. | (inyo) | Gumagawa sila para sa inyo. | Iginagawa nila kayo. |
| 3. Bumibili kami. | (kanila) | Bumibili kami para sa kanila. | Ibinibili namin sila. |
| 4. Nagbubuhat kayo. | (amin) | Nagbubuhat kayo para sa amin. | Ipinagbubuhat ninyo kami. |
| 5. Nagdadala ako. | (kaniya) | Nagdadala ako para sa kaniya. | Ipinagdadala ko siya. |
| 6. Naglilimbag sila. | (iyo) | Naglilimbag sila para sa iyo. | Ipinaglilimbag ka nila. |
| 7. Bumabasa siya. | (iyo) | Bumabasa siya para sa iyo. | Ibinabasa ka niya. |
| 8. Nangingisda tayo. | (kanila) | Nangingisda tayo para sa kanila. | Ipinangingisda natin sila. |
| 9. Nanghihiram ka. | (amin) | Nanghihiram ka para sa amin. | Ipinanghihiram mo kami. |
| 10. Pumupusta ka. | (kaniya) | Pumupusta ka para sa kaniya. | Ipinupusta mo siya. |

## SUBSTITUTION-CONVERSION DRILLS (Moving Slot)

Instructions: The teacher gives a statement, which Student 1 repeats. Student 2 converts the statement using the Benefactive-focus construction. Note that the position of the topic is shifted forward if it is a pronoun and the complement is a noun. As in similar patterns drilled in earlier units, pronouns precede nouns regardless of function.

|  | Teacher | Student 1 | Student 2 |
|---|---|---|---|

A. 1. Nag-iipon si Nene para sa akin.    Nag-iipon si Nene para sa akin.    Ipinag-iipon ako ni Nene.
2. _____ kaniya          Nag-iipon si Nene para sa kaniya.    Ipinag-iipon siya ni Nene.
3. _____ iyo             Nag-iipon si Nene para sa iyo.       Ipinag-iipon ka ni Nene.
4. _____ inyo            Nag-iipon si Nene para sa inyo.      Ipinag-iipon kayo ni Nene.
5. _____ amin            Nag-iipon si Nene para sa amin.      Ipinag-iipon kami ni Nene.

6. _____ atin            Nag-iipon si Nene para sa atin.      Ipinag-iipon tayo ni Nene.
7. _____ kanila          Nag-iipon si Nene para sa kanila.    Ipinag-iipon sila ni Nene.
8. _____ siya _____            Nag-iipon siya para sa kanila.       Ipinag-iipon niya sila.
9. _____ akin            Nag-iipon siya para sa akin.         Ipinag-iipon niya ako.
10. _____ inyo            Nag-iipon siya para sa inyo.         Ipinag-iipon niya kayo.

11. _____ amin            Nag-iipon siya para sa amin.         Ipinag-iipon niya kami.
12. _____ atin            Nag-iipon siya para sa atin.         Ipinag-iipon niya tayo.
13. _____ kaniya          Nag-iipon siya para sa kaniya.       Ipinag-iipon niya siya.
14. _____ kanila          Nag-iipon siya para sa kanila.       Ipinag-iipon niya sila.
15. _____ iyo             Nag-iipon siya para sa iyo.          Ipinag-iipon ka niya.

|  | Teacher | Student 1 |
|---|---|---|

B. 1. Bumibili si Joe ng libro para sa akin.    Bumibili si Joe ng libro para sa akin.
2. _____ kaniya            Bumibili si Joe ng libro para sa kaniya.
3. _____ kanila            Bumibili si Joe ng libro para sa kanila.
4. _____ amin              Bumibili si Joe ng libro para sa amin.
5. _____ atin              Bumibili si Joe ng libro para sa atin.

**Student 2**

Ibinibili ako ni Joe ng libro.
Ibinibili siya ni Joe ng libro.
Ibinibili sila ni Joe ng libro.
Ibinibili kami ni Joe ng libro.
Ibinibili tayo ni Joe ng libro.

6. _____ iyo            Bumibili si Joe ng libro para sa iyo.
7. _____ inyo           Bumibili si Joe ng libro para sa inyo.
8. _____ ang titser _____               Bumibili ang titser ng libro para sa inyo.
9. _____ amin           Bumibili ang titser ng libro para sa amin.
10. _____ inyo           Bumibili ang titser ng libro para sa inyo.

Ibinibili ka ni Joe ng libro.
Ibinibili kayo ni Joe ng libro.
Ibinibili kayo ng titser ng libro.
Ibinibili kami ng titser ng libro.
Ibinibili kayo ng titser ng libro.

11. _____ atin           Bumibili ang titser ng libro para sa atin.
12. _____ akin           Bumibili ang titser ng libro para sa akin.
13. _____ iyo            Bumibili ang titser ng libro para sa iyo.
14. _____ kaniya         Bumibili ang titser ng libro para sa kaniya.
15. _____ kanila         Bumibili ang titser ng libro para sa kanila.

Ibinibili tayo ng titser ng libro.
Ibinibili ako ng titser ng libro.
Ibinibili ka ng titser ng libro.
Ibinibili siya ng titser ng libro.
Ibinibili sila ng titser ng libro.

|  | Teacher | Student 1 |
|---|---|---|

C. 1. Bumibili ako ng libro para sa kaibigan ko.    Bumibili ako ng libro para sa kaibigan ko.
2. _____ nanay                     Bumibili ako ng libro para sa nanay ko.
3. _____ kaniya                    Bumibili ako ng libro para sa kaniya.
4. _____ kendi                                 Bumibili ako ng kendi para sa kaniya.
5. _____ bahay _____                          Bumibili ako ng bahay para sa kaniya.

Student 2

Ibinibili ko ng libro ang kaibigan ko.
Ibinibili ko ng libro ang nanay ko.
Ibinibili ko siya ng libro.
Ibinibili ko siya ng kendi.
Ibinibili ko siya ng bahay.

6. _____ Rose       Bumibili ako ng bahay para kay Rose.
7. _____ kanila      Bumibili ako ng bahay para sa kanila.
8. _____ damit _____      Bumibili ako ng damit para sa kanila.
9. _____ kotse _____      Bumibili ako ng kotse para sa kanila.
10. Pumupusta _____       Pumupusta ako ng kotse para sa kanila.

Ibinibili ko ng bahay si Rose.
Ibinibili ko sila ng bahay.
Ibinibili ko sila ng damit.
Ibinibili ko sila ng kotse.
Ipinupusta ko sila ng kotse.

11. _____ sanlibo _____    Pumupusta ako ng sanlibo para sa kanila.
12. _____ salapi _____     Pumupusta ako ng salapi para sa kanila.
13. _____ abogado _____     Pumupusta ako ng salapi para sa abogado.
14. _____ Atorni _____      Pumupusta ako ng salapi para kay Atorni.
15. Lumalaban _____        Lumalaban ako ng salapi para kay Atorni.

Ipinupusta ko sila ng sanlibo.
Ipinupusta ko sila ng salapi.
Ipinupusta ko ng salapi ang abogado.
Ipinupusta ko ng salapi si Atorni.
Inilalaban ko ng salapi si Atorni.

16. _____ pera _____       Lumalaban ako ng pera para kay Atorni.
17. _____ sandaan _____    Lumalaban ako ng sandaan para kay Atorni.
18. _____ kaniya _____      Lumalaban ako ng sandaan para sa kaniya.
19. _____ inyo _____        Lumalaban ako ng sandaan para sa inyo.
20. Naglilimbag _____      Naglilimbag ako ng sandaan para sa inyo.

Inilalaban ko ng pera si Atorni.
Inilalaban ko ng sandaan si Atorni.
Inilalaban ko siya ng sandaan.
Inilalaban ko kayo ng sandaan.
Ipinagiilimbag ko kayo ng sandaan.

21. _____ manok ko _____     Naglilimbag ako ng sandaan para sa manok ko.
22. _____ kaibigan _____     Naglilimbag ako ng sandaan para sa kaibigan ko.
23. _____ dalawandaan _____    Naglilimbag ako ng dalawandaan para sa kaibigan ko.
24. _____ libro _____      Naglilimbag ako ng libro para sa kaibigan ko.
25. Bumibili _____         Bumibili ako ng libro para sa kaibigan ko.

Ipinaglilimbag ko ng sandaan ang manok ko.
Ipinaglilimbag ko ng sandaan ang kaibigan ko.
Ipinaglilimbag ko ng dalawandaan ang kaibigan ko.
Ipinaglilimbag ko ng libro ang kaibigan ko.
Ibinibili ko ng libro ang kaibigan ko.

## EXPANSION-CONVERSION DRILL

| Teacher | Cue | Student 1 |
|---|---|---|
| 1. Bumibili si Nene. | (bata) | Bumibili si Nene para sa bata. |
| 2. Bumabasa si Ben. | (Tentay) | Bumabasa si Ben para kay Tentay. |
| 3. Humihiram si Joe. | (dalaga) | Humihiram si Joe para sa dalaga. |
| 4. Humahanap si Cely. | (Nanay) | Humahanap si Cely para sa Nanay. |
| 5. Naghihintay si Rosy. | (Cely) | Naghihintay si Rosy para kay Cely. |

Student 2

Ibinibili ni Nene ang bata.

Ibinabasa ni Ben si Tentay.
Ihinihiram ni Joe ang dalaga.
Inihahanap ni Cely ang Nanay.
Ipinaghihintay ni Rosy si Cely.

| | | | |
|---|---|---|---|
| 6. Nagbubuhat ang lalaki. | (babae) | Nagbubuhat ang lalaki para sa babae. |
| 7. Nag-iipon ang Nanay. | (Boy) | Nag-iipon ang Nanay para kay Boy. |
| 8. Nagbabasa ang titser. | (bata) | Nagbabasa ang titser para sa bata. |
| 9. Nagdadala ang lalaki. | (dalaga) | Nagdadala ang lalaki para sa dalaga. |
| 10. Nangingisda ang Tatay. | (Aling Sela) | Nangingisda ang Tatay para kay Aling Sela. |

Ipinagbubuhat ng lalaki ang babae.
Ipinag-iipon ng Nanay si Boy.
Ipinagbabasa ng titser ang bata.
Ipinagdadala ng lalaki ang dalaga.
Ipinangingisda ng Tatay si Aling Sela.

## TRANSLATION DRILL

Instructions: The underlinings in the English translations are designed to suggest the emphasis given by
forms in focus in Tagalog.

| Teacher | Student |
|---|---|
| 1. I buy a dress for Nene. | Bumibili ako ng damit para kay Nene. |
| I buy a dress for Nene. | Ibinibili ko ng damit si Nene. |
| 2. He buys candy for Linda. | Bumibili siya ng kendi para kay Linda. |
| He buys candy for Linda. | Ibinibili niya ng kendi si Linda. |
| 3. She gets a map for the teacher. | Kumukuha siya ng mapa para sa titser. |
| She gets a map for the teacher. | Ikinukuha niya ng mapa ang titser. |
| 4. They borrow a doll for the baby. | Humihiram sila ng manika para sa bunso. |
| They borrow a doll for the baby. | Inihihiram nila ng manika ang bunso. |
| 5. We print handbills for him. | Naglilimbag kami ng mga polyeto para sa kaniya. |
| We print handbills for him. | Ipinaglilimbag namin siya ng mga polyeto. |
| 6. You bring socks for us (him and me). | Nagdadala ka ng mga medyas para sa amin. |
| You bring socks for us (him and me). | Ipinagdadala mo kami ng mga medyas. |
| 7. Nene is buying candy for Tentay. | Bumibili si Nene ng kendi para kay Tentay. |
| Nene is buying candy for Tentay. | Ibinibili ni Nene ng kendi si Tentay. |
| 8. Ray brings chocolates for Rosy. | Nagdadala si Ray ng tsokolate para kay Rosy. |
| Ray brings chocolates for Rosy. | Ipinagdadala ni Ray ng tsokolate si Rosy. |
| 9. Aling Sela borrows money for the children. | Humihiram si Aling Sela ng pera para sa mga bata. |
| Aling Sela borrows money for the children. | Inihihiram ni Aling Sela ng pera ang mga bata. |
| 10. Mr. Santos prints handbills for the leaders. | Naglilimbag si G. Santos ng mga polyeto para sa mga lider. |
| Mr. Santos prints handbills for the leaders. | Ipinaglilimbag ni G. Santos ng mga polyeto ang mga lider. |
| 11. Rose buys food for you (sg.). | Bumibili si Rose ng pagkain para sa iyo. |
| Rose buys food for you (sg.). | Ibinibili ka ni Rose ng pagkain. |
| 12. Cely is reading a book for me. | Bumabasa si Cely ng libro para sa akin. |
| Cely is reading a book for me. | Ibinabasa ako ni Cely ng libro. |
| 13. The young man brings candy for the young lady. | Nagdadala ang binata ng kendi para sa dalaga. |
| The young man brings candy for the young lady. | Ipinagdadala ng binata ng kendi ang dalaga. |
| 14. The leaders campaign on the sly for Attorney. | Nanggagapang ang mga lider para kay Atorni. |
| The leaders campaign on the sly for Attorney. | Ipinanggagapang ng mga lider si Atorni. |
| 15. The girls dance for the Americans. | Nagsasayaw ang mga babae para sa mga Amerikano. |
| The girls dance for the Americans. | Ipinagsasayaw ng mga babae ang mga Amerikano. |

## DISCUSSION

A transitive verb takes one or more comple-
ments. Bumibili, for instance, can take the follow-
ing complements: (1) ng-object, (2) sa-locative,
(3) para sa-benefactive, e.g.:

Bumibili ng libro sa         'The man is buying the
tindahan para kay Rose       book at the store for
ang lalaki.                  Rose.'

Anything expressed as a complement can be ex-
pressed as the topic of a sentence involving the
same verb root with a different affix, which changes
the focus relationship of the construction. With the
object as topic (in Object-focus constructions), the
most common affix is -in; with the locative as top-
ic (in the Locative-focus constructions), the most

common affix is -an. With the benefactive as topic (in Benefactive-focus constructions), one of three affixes is used, the choice depending upon the affix of the corresponding Actor-focus construction: i- corresponds to -um-; ipag-, to mag-; ipang-, to mang-.

Whenever a verb takes something other than the actor as topic (in any but Actor focus), the actor is expressed by a ng-complement construction. Thus:

| | |
|---|---|
| Binibili ng lalaki ang libro sa tindahan para kay Rose. | 'The book was bought at the store by the man for Rose.' |
| Binibilhan ng lalaki ang tindahan ng libro para kay Rose. | 'The store is where the book was bought by the man for Rose.' |
| Ibinibili ng lalaki si Rose ng libro sa tindahan. | 'Rose was bought the book at the store by the man.' |

When the object of an action is expressed as a ng-complement in an Actor-focus construction, it is indefinite; when it is expressed as the topic in an Object-focus construction, it is of course definite, as all ang-phrases are. The performer of an action (the actor) when expressed as a ng-complement in an Object-focus construction may be definite or indefinite (e.g., ng lalaki in the above sentence may mean either 'the man' or 'a man'), but it is always definite when expressed as the topic of an Actor-focus construction. In the other cases, the shift from complement to topic does not have such indefinite-definite implications, but rather re-flects a shift of emphasis. If the speaker wishes to call particular attention to the locative goal or to the beneficiary, he places this element in topic position; otherwise he uses the sa- and para sa-complements respectively.

The transitive-verb constructions presented thus far are summarized in the chart at the end of this discussion. Notice that any item which appears in the topic is absent from the complement.

We have now introduced the fourth focus relationship of the Tagalog verb system, which allows another expansion of the affix chart:

| Actor Focus | Object Focus | Locative Focus | Benefactive Focus |
|---|---|---|---|
| -um- | -in (etc.) | -an (etc.) | i- |
| mag- | -in (etc.) | -an (etc.) | ipag- |
| mang- | -in (etc.) | -an (etc.) | ipang- |

The Benefactive-focus forms, unlike the Object and Locative, apply to substantially all -um-, mag-, and mang- verbs, so it is not necessary to qualify this column with "etc." to allow for future additions to the affixes listed. There is a separate pattern for maka- verbs in Benefactive focus; these will be presented later.

| FOCUS | PREDICATE | | | | | TOPIC |
|---|---|---|---|---|---|---|
| | Verb Affix | Complements | | | | (Item Focused) |
| | | ng-actor | ng-object | sa-locative | para sa-beneficiary | ang-phrase |
| Actor Focus | { -um- mag- mang- } | | X | X | X | Actor |
| Object Focus | -in | X | | X | X | Object |
| Locative Focus | -an | X | X | | X | Locative |
| Benefactive Focus | { i- ipag- ipang- } | X | X | X | | Beneficiary |

## II. OBJECT COMPLEMENTS WITH ng AND sa; ACTOR COMPLEMENTS WITH ng

EXAMPLES

A. 1. Nanggugulo siya ng miting.      He makes trouble in meetings.
   2. Nanggugulo siya sa miting.      He makes trouble in the meeting.
   3. Siya ang nanggugulo ng miting.   He's the one making trouble in meetings.
   4. Siya ang nanggugulo sa miting.   He's the one making trouble in the meeting.

B. 1. Nanghaharana ng dalaga si Fidel.   Fidel serenades ladies.
   2. Nanghaharana sa dalaga si Fidel.   Fidel serenades the lady.
   3. Si Fidel ang nanghaharana ng dalaga.   The one serenading ladies is Fidel.
   4. Si Fidel ang nanghaharana sa dalaga.   The one serenading the lady is Fidel.

C. 1. Nagtitiis siya ng hirap.                    He suffers hardships.
   2. Nagtitiis siya sa hirap.                    He suffers the hardships.
   3. Siya ang nagtitiis ng hirap.                He's the one suffering hardships.
   4. Siya ang nagtitiis sa hirap.                He's the one suffering the hardship.

D. 1. Bumibili ako ng libro.                      I'm buying a book.
   2. Ako ang bumibili ng libro.                  I'm the one buying a book.
   3. Ako ang bumibili sa libro.                  I'm the one buying the book.

E. 1. Nakakakilala ng mahalaga sa buhay si Lino.  Lino recognizes what's valuable in life.
   2. Si Lino ang nakakakilala ng mahalaga sa     The one who recognizes what's valuable in life is
      buhay.                                       Lino.
   3. Si Lino ang nakakakilala sa mahalaga sa      The one who recognizes the valuable (thing) in life
      buhay.                                        is Lino.

F. 1. Nanghaharana sa kaniya si Fidel.            Fidel serenades her.
   2. Si Fidel ang nanghaharana sa kaniya.        The one serenading her is Fidel.
   3. Si Fidel ang nakakakilala sa kaniya.        The one who knows her is Fidel.
   4. Si Lino ang nakakakilala kay Rose.          The one who knows Rose is Lino.

| PREDICATE | | TOPIC |
|---|---|---|
| Transitive Verb | Complement (Object) | (Actor) |
| -um-<br>mag-<br>mang-  } Verb<br>maka- | ng-phrase (indefinite)<br>sa-phrase (definite) | ang-phrase |

a. Most transitive verbs allow an object complement intro-
   duced by sa as alternative to the object complement intro-
   duced by ng (examples A-F).

b. A ng-phrase as an object complement is non-specific or
   indefinite; a sa-phrase as an object complement is specific
   or definite.

c. The verbs that take a sa-phrase as an alternative to a
   ng-phrase in an object function are of two kinds: (1) those
   which take a sa-phrase in this function only when nomi-
   nalized in the topic position of an equational sentence (ex-
   amples D-E), and (2) those which also take a sa-phrase
   in this function in the predicate of a verbal sentence (ex-
   amples A-C). A ng-phrase may of course appear as object
   complement in either position.

d. When the object complement in either position (predicate
   or topic) is a pronoun or a person name, it is necessarily
   definite and therefore always takes sa or kay (examples F).

G. 1. Dinadaluhan ng lalaki ang miting.          The man attends the meeting.
                                                  A man attends the meeting.
   2. Dinadaluhan ni Kardo ang miting.            Kardo attends the meeting.
   3. Dinadaluhan niya ang miting.                He attends the meeting.

| PREDICATE | | TOPIC |
|---|---|---|
| Transitive Verb | Complement (Actor) | (Non-Actor) |
| -in<br>-an<br>i-  } Verb<br>ipag-<br>ipang-<br>ma-<br>etc. | ng + Noun { (definite)<br>(indefinite) }<br>ng-pronoun<br>ni + Name } (definite) | ang-phrase |

e. A ng-phrase as an actor complement (in any focus except
   Actor focus) is either definite or indefinite (example G.1),
   unless it is a pronoun or a name, in which case it is nec-
   essarily definite (examples G.2-3).

## SUBSTITUTION DRILLS

Instructions: The teacher gives a statement with an indefinite object. The student makes the indefinite
object definite by substituting a sa-phrase for the ng-phrase.

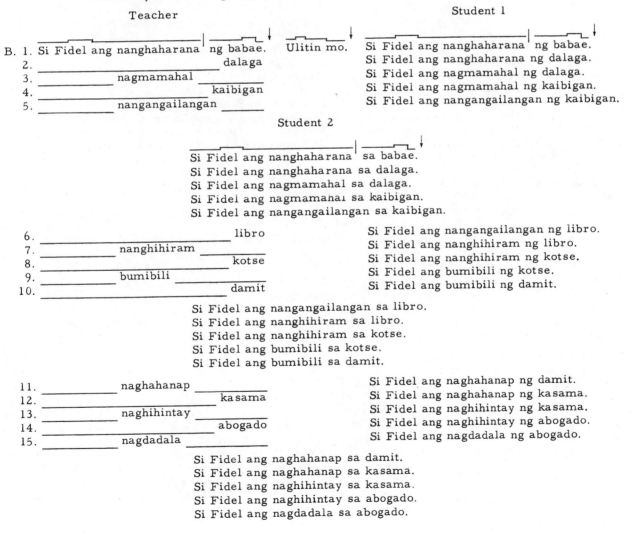

Teacher | Student
--- | ---
A. 1. Dumadalo siya ng miting. | Dumadalo siya sa miting.
2. Nagtitiis siya ng hirap. | Nagtitiis siya sa hirap.
3. Nanggugulo siya ng klase. | Nanggugulo siya sa klase.
4. Nanghaharana siya ng dalaga. | Nanghaharana siya sa dalaga.
5. Nanggagapang siya ng teritoryo. | Nanggagapang siya sa teritoryo.
6. Si Ben ang bumibili ng medyas. | Si Ben ang bumibili sa medyas.
7. Si Rosy ang kumukuha ng pagkain. | Si Rosy ang kumukuha sa pagkain.
8. Si Joe ang nagdadala ng libro. | Si Joe ang nagdadala sa libro.
9. Si Lino ang naghihintay ng dilubyo. | Si Lino ang naghihintay sa dilubyo.
10. Si Nene ang nanghihiram ng pera. | Si Nene ang nanghihiram sa pera.

Instructions: The teacher gives a sentence which Student 1 repeats. Student 2 makes the indefinite object
definite by substituting a sa-phrase for the ng-phrase.

Teacher | Ulitin mo. | Student 1
--- | --- | ---
B. 1. Si Fidel ang nanghaharana ng babae. | | Si Fidel ang nanghaharana ng babae.
2. _____ dalaga | | Si Fidel ang nanghaharana ng dalaga.
3. _____ nagmamahal | | Si Fidel ang nagmamahal ng dalaga.
4. _____ kaibigan | | Si Fidel ang nagmamahal ng kaibigan.
5. _____ nangangailangan _____ | | Si Fidel ang nangangailangan ng kaibigan.

Student 2

Si Fidel ang nanghaharana sa babae.
Si Fidel ang nanghaharana sa dalaga.
Si Fidel ang nagmamahal sa dalaga.
Si Fidel ang nagmamahal sa kaibigan.
Si Fidel ang nangangailangan sa kaibigan.

| | Student 1
--- | ---
6. _____ libro | Si Fidel ang nangangailangan ng libro.
7. _____ nanghihiram _____ | Si Fidel ang nanghihiram ng libro.
8. _____ kotse | Si Fidel ang nanghihiram ng kotse.
9. _____ bumibili _____ | Si Fidel ang bumibili ng kotse.
10. _____ damit | Si Fidel ang bumibili ng damit.

Si Fidel ang nangangailangan sa libro.
Si Fidel ang nanghihiram sa libro.
Si Fidel ang nanghihiram sa kotse.
Si Fidel ang bumibili sa kotse.
Si Fidel ang bumibili sa damit.

| | Student 1
--- | ---
11. _____ naghahanap _____ | Si Fidel ang naghahanap ng damit.
12. _____ kasama | Si Fidel ang naghahanap ng kasama.
13. _____ naghihintay _____ | Si Fidel ang naghihintay ng kasama.
14. _____ abogado | Si Fidel ang naghihintay ng abogado.
15. _____ nagdadala _____ | Si Fidel ang nagdadala ng abogado.

Si Fidel ang naghahanap sa damit.
Si Fidel ang naghahanap sa kasama.
Si Fidel ang naghihintay sa kasama.
Si Fidel ang naghihintay sa abogado.
Si Fidel ang nagdadala sa abogado.

## CONVERSION DRILL

Instructions: The teacher gives a verbal sentence in a non-Actor-focus construction. The student converts the verbal sentence to an equational sentence, changing the verb to Actor focus, converting the topic to a definite object, and changing the ng-pronoun to an ang-pronoun that can function as the predicate of the equational sentence.

| Teacher | Student |
|---|---|
| 1. Tinutugtog nila ang bel. | Sila ang tumutugtog sa bel. |
| 2. Dinadaluhan nila ang miting. | Sila ang dumadalo sa miting. |
| 3. Ipinupusta nila ang kandidato. | Sila ang pumupusta sa kandidato. |
| 4. Iniipon nila ang suweldo. | Sila ang nag-iipon sa suweldo. |
| 5. Inililimbag nila ang mga polyeto. | Sila ang naglilimbag sa mga polyeto. |
| 6. Pinasasalamatan nila ang titser. | Sila ang nagpapasalamat sa titser. |
| 7. Hinihiraman nila ang babae. | Sila ang nanghihiram sa babae. |
| 8. Ginugulo nila ang klase. | Sila ang nanggugulo sa klase. |
| 9. Ginagapang nila ang teritoryo. | Sila ang nanggagapang sa teritoryo. |
| 10. Hinaharana nila ang mga dalaga. | Sila ang nanghaharana sa mga dalaga. |

## TRANSLATION DRILL

| Teacher | Student |
|---|---|
| 1. He's the one who needs a car. | Siya ang nangangailangan ng kotse. |
| He's the one who needs the car. | Siya ang nangangailangan sa kotse. |
| 2. Carlos is the one who knows an Ilocana. | Si Carlos ang nakakakilala ng Ilokana. |
| Carlos is the one who knows the Ilocana. | Si Carlos ang nakakakilala sa Ilokana. |
| 3. The people are the ones lifting a house. | Ang mga tao ang bumubuhat ng bahay. |
| The people are the ones lifting the house. | Ang mga tao ang bumubuhat sa bahay. |
| 4. The teacher is the one looking for a book. | Ang titser ang naghahanap ng libro. |
| The teacher is the one looking for the book. | Ang titser ang naghahanap sa libro. |
| 5. Ben makes trouble in class. | Nanggugulo si Ben ng klase. |
| Ben makes trouble in the class. | Nanggugulo si Ben sa klase. |
| 6. The women bear hardships. | Nagtitiis ang mga babae ng hirap. |
| The women bear the hardship. | Nagtitiis ang mga babae sa hirap. |
| 7. The candidate is the one printing handbills. | Ang kandidato ang naglilimbag ng polyeto. |
| The candidate is the one printing the handbills. | Ang kandidato ang naglilimbag sa mga polyeto. |
| 8. Tentay is the one who can buy delicious turons. | Si Tentay ang nakakabili ng masarap na turon. |
| Tentay is the one who can buy the delicious turons. | Si Tentay ang nakakabili sa masasarap na turon. |
| 9. The children are the ones making trouble in meetings. | Ang mga bata ang nanggugulo ng miting. |
| The children are the ones making trouble in the meetings. | Ang mga bata ang nanggugulo sa mga miting. |
| 10. I attend meetings. | Dumadalo ako ng miting. |
| I attend the meetings. | Dumadalo ako sa mga miting. |
| 11. The young man serenades ladies. | Nanghaharana ang binata ng dalaga. |
| The young man serenades the ladies. | Nanghaharana ang binata sa mga dalaga. |
| 12. They campaign secretly in territories of Ledesma. | Nanggagapang sila ng teritoryo ni Ledesma. |
| They campaign secretly in the territories of Ledesma. | Nanggagapang sila sa mga teritoryo ni Ledesma. |

## DISCUSSION

In Unit X sa-phrases were presented in their primary function as locative complements. In the present section they are presented in a second function, as definite object complements. It is interesting to note that equational sentences are more flexible than verbal sentences in the use of this construction; most nominalized transitive verbs will allow a sa-phrase as a definite object complement, but only some verbs will allow the same construction in a verbal sentence, where the complement is a part of the predicate.

Two generalizations can be made about the constructions under discussion: (1) indefiniteness is expressed by a ng-phrase only when it is functioning as an object; as a subject, a normal ng-phrase functions in any but Actor focus, the ng-phrase may be definite or indefinite; and (2) pronouns and person names are always definite; sa plus a pronoun, a ng-pronoun, kay or ni plus a name have to refer to a specific person. Therefore a ng-pronoun or ni plus a name cannot appear as an object complement.

## CUMULATIVE DRILLS

### CONVERSION DRILL

Instructions: The teacher gives a sentence with three complements. Student 1 shifts the object complement (ng-phrase) to topic position, Student 2 the locative complement (sa-phrase), and Student 3 the benefactive complement (para sa-phrase).

**Teacher**

1. Bumibili ako ng libro sa tindahan para kay Nene.
2. Bumibili ka ng tsokolate sa pabrika para kay Mameng.
3. Bumibili kami ng damit sa tindahan para sa Lola.
4. Bumibili tayo ng pagkain sa kapitbahay para sa bata.

**Student 1**

Binibili ko ang libro sa tindahan para kay Nene.
Binibili mo ang tsokolate sa pabrika para kay Mameng.
Binibili namin ang damit sa tindahan para sa Lola.
Binibili natin ang pagkain sa kapitbahay para sa bata.

**Student 2**

Binibilhan ko ng libro ang tindahan para kay Nene.
Binibilhan mo ng tsokolate ang pabrika para kay Mameng.
Binibilhan namin ng damit ang tindahan para sa Lola.
Binibilhan natin ng pagkain ang kapitbahay para sa bata.

**Student 3**

Ibinibili ko ng libro sa tindahan si Nene.
Ibinibili mo ng tsokolate sa pabrika si Mameng.
Ibinibili namin ng damit sa tindahan ang Lola.
Ibinibili natin ng pagkain sa kapitbahay ang bata.

5. Humihiram si Joe ng pera kay Eddie para sa akin.
6. Humihiram si Cely ng tsokolate kay Rosy para sa atin.
7. Humihiram si Oscar ng medyas sa nanay para sa inyo.
8. Humihiram ang babae ng pera sa lalaki para sa kaniya.

Hinihiram ni Joe ang pera kay Eddie para sa akin.
Hinihiram ni Cely ang tsokolate kay Rosy para sa atin.
Hinihiram ni Oscar ang medyas sa nanay para sa inyo.
Hinihiram ng babae ang pera sa lalaki para sa kaniya.

Hinihiraman ni Joe ng pera si Eddie para sa akin.
Hinihiraman ni Cely ng tsokolate si Rosy para sa atin.
Hinihiraman ni Oscar ng medyas ang nanay para sa inyo.
Hinihiraman ng babae ng pera ang lalaki para sa kaniya.

Inihihiram ako ni Joe ng pera kay Eddie.
Inihihiram tayo ni Cely ng tsokolate kay Rosy.
Inihihiram kayo ni Oscar ng medyas sa nanay.
Inihihiram siya ng babae ng pera sa lalaki.

### RESPONSE DRILL

Instructions: The teacher gives a statement with three complements (object, locative, and benefactive). She then asks three questions which require answers in which the complements become the definite predicate of equational sentences.

**Teacher**

1. Humihiram si Ben ng libro sa titser para kay Nene.

Alin ang hinihiram ni Ben sa titser para kay Nene?

Sino ang hinihiraman ni Ben ng libro para kay Nene?

Sino ang inihihiram ni Ben ng libro sa titser?

2. Umaawit siya ng kundiman sa mga bisita para sa akin.

Alin ang inaawit niya sa mga bisita para sa akin?

Sino ang inaawitan niya para sa akin?
Sino ang iniaawit niya sa mga bisita?

**Student**

Ang libro ang hinihiram ni Ben sa titser para kay Nene.
Ang titser ang hinihiraman ni Ben ng libro para kay Nene.
Si Nene ang inihihiram ni Ben ng libro sa titser.

Ang kundiman ang inaawit niya sa mga bisita para sa akin.
Ang mga bisita ang inaawitan niya para sa akin.
Ako ang iniaawit niya sa mga bisita.

3. Bumibili ka ng damit sa amin para sa kaniya.

Alin ang binibili mo sa amin para sa kaniya?          Ang damit ang binibili ko sa inyo para sa kaniya.
Sino ang binibilhan mo ng damit para sa kaniya?       Kayo ang binibilhan ko ng damit para sa kaniya.
Sino ang ibinibili mo ng damit sa amin?               Siya ang ibinibili ko ng damit sa inyo.

4. Nagdadala tayo ng pagkain kay Rose para kay Ray.

Alin ang dinadala natin kay Rose para kay Ray?        Ang pagkain ang dinadala natin kay Rose para
                                                      kay Ray.
Sino ang dinadalhan natin ng pagkain para kay Ray?    Si Rose ang dinadalhan natin ng pagkain para
                                                      kay Ray.
Sino ang ipinagdadala natin ng pagkain kay Rose?      Si Ray ang ipinagdadala natin ng pagkain kay
                                                      Rose.

5. Humihiram ako ng kotse sa kapitbahay para kina Fidel.

Alin ang hinihiram ko sa kapitbahay para kina Fidel?  Ang kotse ang hinihiram mo sa kapitbahay para
                                                      kina Fidel.
Sino ang hinihiraman ko ng kotse para kina Fidel?     Ang kapitbahay ang hinihiraman mo ng kotse
                                                      para kina Fidel.
Sino ang inihihiram ko ng kotse sa kapitbahay?        Sina Fidel ang inihihiram mo ng kotse sa kapit-
                                                      bahay.

## TRANSLATION DRILL

Instructions: The underlining in the English translations is designed to suggest the emphasis given by
            forms in focus in Tagalog.

|                    Teacher                           |                    Student                          |

A. 1. Ray is borrowing a car from Eddie for us        Humihiram si Ray ng kotse kay Eddie para sa atin.
      (you and me).
   2. Cely is bringing the book to Mameng for her.     Dinadala ni Cely ang libro kay Mameng para sa ka-
                                                       niya.
   3. Arthur is bringing some boxes to the house       Ipinagdadala ako ni Arthur ng mga kahon sa bahay.
      for me.
   4. Luningning is buying the dress from the          Binibilhan ni Luningning ng damit ang tindahan para
      store for you.                                   sa iyo.

B. 1. I am bringing a book to the teacher for Ray.     Nagdadala ako ng libro sa titser para kay Ray.
   2. You (sg.) are borrowing the socks from the       Hinihiram mo ang medyas sa dispatsadora para kay
      salesgirl for Angela.                            Angela.
   3. He is buying some chocolates from the store      Binibilhan niya ng tsokolate ang tindahan para sa da-
      for the maiden.                                  laga.
   4. We (he and I) are bringing some food to the      Ipinagdadala namin ng pagkain sa kusina ang bisita.
      kitchen for the visitor.

C. 1. They are bringing food to the kitchen for the    Nagdadala sila ng pagkain sa kusina para sa mga bi-
      visitors.                                        sita.
   2. You (pl.) are borrowing the car from Oscar       Hinihiram ninyo ang kotse kay Oscar para kina Ben.
      for Ben and the others.
   3. We (you and I) are buying some dresses from      Binibilhan natin ng mga damit ang tindahan para sa
      the store for them.                              kanila.
   4. She is buying some chocolates from the store     Ibinibili niya kami ng tsokolate sa tindahan.
      for us (him and me).

# VISUAL-CUE DRILLS

## PICTURE A

Panuto: Ilarawan ang mga sumusunod. Gamitin ang i-, ipag-, o ipang-

Halimbawa: Iginagawa ni Ate Linda ng manika si Nene.

## PICTURE B

Panuto: Pag-usapan ang mga sumusunod na larawan.

Halimbawa: S₁: Ano ang ginagawa ng Nanay?     S₂: Bumibili ang Nanay ng damit para kay Tentay.

S₁: Alin ang binibili niya?                    S₂: Binibili niya ang damit.
S₁: Sino ang binibilhan niya ng damit?         S₂: Binibilhan niya ng damit si Aling Nena.
S₁: Sino ang ibinibili niya ng damit?          S₂: Ibinibili niya ng damit si Tentay.

## COMPREHENSION-RESPONSE DRILLS

A. 1. Malapit na ba ang eleksiyon?
   2. Ipinanggagapang ba ni Kardo sa teritoryo ni Mang Hulyo si Ledesma?
   3. Ibinibili ba ni Mang Kardo ng mga boto si Ledesma?
   4. Ipinupusta ba ni Mang Hulyo ng sanlibo si Abogado kay Mang Kardo?
   5. Marami ba silang sinasabi sa miting?
   6. Inaatake ba ni Ledesma nang personal si Atorni?
   7. May rekord bang hindi mabuti si Atorni?
   8. May nagawa na ba si Ledesma?

B. 1. Alin ang malapit na, ang eleksiyon o ang pista?
   2. Si Ledesma ba o si Atorni ang kandidato ni Mang Kardo?
   3. May nagawa na ba o wala pa si Ledesma?
   4. Mayaman ba o mahirap si Abogado?
   5. Ipinanggagapang ba ni Mang Kardo si Ledesma sa looban o sa miting?

C. 1. Bakit nanlalalim ang mata ng mga lider?
   2. Bakit sila puyat gabi-gabi?
   3. Sino ang kandidato ni Mang Kardo?
   4. Sino ang kandidato ni Mang Hulyo?
   5. Saan ipinanggagapang ni Kardo ang kaniyang kandidato?
   6. Sino ang iisa ang sinasabi sa miting?
   7. Sino ang umaatake nang personal kay Atorni?
   8. Ano ang bukang-bibig ni Ledesma?
   9. Sino raw ang namimili ng mga boto para kay Ledesma?
  10. Sino ang nangangailangan ng polyeto para sa lakad nila?
  11. Ilang polyeto ang ipinalilimbag ni Mang Hulyo para sa mga lider?

# UNIT XII

### Madaling-Araw

. Natutulog si George, i-
sang Amerikano. Nagising
siyang bigla dahil sa ma-
lakas na tugtog ng musi-
kong bumbong (1) sa kalye.
Gising na si Berta, ang ka-
niyang asawang Pilipina.

### Dawn

George, an American,
suddenly wakes up to the
playing of the band in the
street. His wife Berta, a
Filipina, is already awake.

. George:
Bakit ba nila ginugulo ang
mga tao, ang mga buwisit
(2)!

ba·kɪt ba nɪla gɪnu·gulo·ŋ maŋa ta·'oh
(disgusting)

'aŋ maŋa bwi·sɪt
(pest)

Why do they have to disturb
people, darn it!

Berta:
Ah, hindi ka pala natutu-
log! Naririnig mo ba ang
tugtog?

'a·h hɪndi· ka pala natu·tu·log
(sleeping)

na·rɪrɪnɪg mʊ ba·n tʊgto·g
(hearing)        (music)

Oh, so you're not asleep!
You hear the music?

George:
Naririnig ko ang kalam-
pag! ...Mga buwisit!

na·rɪrɪnɪg ko·ŋ kalampa·g        maŋa bwi·sɪt
(racket)

I hear the racket, darn it!

Berta:
Nasa Pilipinas ka na,
George.

na·sa pɪlɪpi·nas ka na·h dyo·rds
(George)

You're in the Philippines
now, George.

[228]

George:
Ah, nasa Pilipinas! Kaya hindi na ako natutulog!

'a·h   na·sa pɪlɪpi·nas

kaya· hɪndi· na·kʊ natu·tu·log

So I'm in the Philippines! That means I don't sleep anymore!

Berta:
George, naririnig mo ang tugtog, hindi ba? Maganda, ano?

dyo·rds   na·rɪrɪnɪg mo·n tʊgto·g hɪndi· ba·h

maganda·noh

George, you do hear the music, don't you? Isn't it beautiful?

George:
Maganda! Maganda!

maganda·h   maganda·h

Beautiful! Beautiful!

Berta:
Nagpapasko, George. Kostumbre namin iyan.

nagpa·pasko·h dyo·rds   kostu·mbrɪ na·mɪn ya·n
(becoming-Christmas)              (custom)

It's Christmas time, George. That's our custom.

George:
Kostumbre! Ginigising nila tayo, sabihin mo!

kostu·mbre·h   gɪni·gi·sɪŋ nila ta·yo·h
                        (waking-up)

sabi·hɪn mo·h

Custom! Waking us up, you mean!

Berta:
Hu (3), tama na! Nakikita mo ba ang mga tinda sa may (4) simbahan?

hu·h ta·ma· na·h   na·kɪki·ta mʊ ba·ŋ maŋa
                             (seeing)

tɪnda   sa me· sɪmba·ha·n
(goods for   (near) (church)
sale)

Let's change the subject. Do you see the things they're selling by the church?

George:
A, binibili mo ang puto-bumbong (5)?

'a·h   bɪni·bɪlɪ mo·m pu·tʊbʊmbo·ŋ
           (puto-bumbong)

I suppose you're buying the puto-bumbong.

Berta:
Oo, pero mas gusto ko ang bibingka't butse (6).

'o·'o·h   pe·rʊ mas gʊstʊ ko·m bɪbi·ŋkat
                             (rice cake)

bu·tse·h
(butse)

Yes, but I prefer the bibingka and butse.

George:
At iniinom mo iyong salabat habang kinakain mo ang bibingka, ano?

'at ɪni·'inʊm mʊ yʊ·n salaba·t ha·baŋ
(being-drunk)      (ginger tea)(while)

kɪna·ka·'ɪn   mʊ am bɪbi·ŋka·noh
(being-eaten)

And I suppose you drink that salabat while you eat the bibingka?

Berta:
Masasarap, George, e. Masasarap. Halika sa plasa at...

masasarap dyo·rds e·h   masasara·p

hali·ka sa pla·sat
(plaza)

But George, they're delicious. Come to the plaza and...

George:
Hu, wala nang hindi masarap sa iyo, e.

hu·h   wala· naŋ hɪndi· masarap sa yʊ e·h

Ha! There's nothing that isn't delicious to you.

Berta:
George, nagagalit ka ba? Pasko na at masaya ako!

dyo·rds   naga·ga·lɪt ka ba·h   pasku· na·h
              (angry)                (Christmas)

'at masaya· ko·h

George, are you mad? It's Christmas time and I'm happy!

George:
Sige na nga! Hindi pa rin lang ako nakakainom ng salabat.

si·gɪ na ŋa·'   hɪndi· pa rɪn la·ŋ akʊ

naka·ka·'inʊm naŋ salaba·t
(able-to-drink)

All right...anyway I haven't had a chance to try salabat yet.

Berta:
Ayan! Ganyan (7)....Hali-
ka.

'aya·n  ganya·n  hali·ka·h
(there)

There, that's the spirit....
Come on.

George:
Sinasamahan lang kita,
ha?

sina·sama·han la·ŋ kita·h ha·h
(accompanying)      (I-to-
                      you)

Just to keep you company,
huh?

Berta:
Sinasamahan mo ako, ka-
si minamahal mo ako.

sina·sama·han mo·ko·h

kasi·h mina·mahal mo· ko·h

To keep me company, be-
cause you love me.

George:
Oo, minamahal kita...at
ang mga kostumbre nin-
yong buwisit!

'o·'oh  mina·mahal kita·h

'at aŋ maɟa kostu·mbri ninyʊm bwi·si·t

Yes, I love you...and your
darn customs!


## CULTURAL AND STRUCTURAL NOTES

(1) On December 16, or nine days before Christ-
mas, one or two (or even three, depending on the
coffers of the parish) hired musikong bumbong and
brass bands parade around the town at about 3:00-
4:00 a.m. every day till Christmas, playing as loud
as possible to wake up those intending to attend the
4:30 Misa de Gallo or pre-Christmas, early morn-
ing Mass. This is a major annoyance to visitors to
the country, especially those who like to enjoy the
cool December mornings in bed. It is taken as a
matter of course, however, by most Filipinos, many
of whom actually enjoy the music, noise and all, not
so much for what it is but for what it presages—
the Christmas season and its attendant joys.

The musikong bumbong (sometimes simply bum-
bong), organized like a brass band, uses bamboo
instead of brass musical instruments, but is as
loud as a brass band.

(2) Buwisit is a pest, applied in great irritation
to almost anybody or anything that annoys. It is a
combination of two Chinese words, bo and wisit,
meaning 'no' and 'luck', respectively.

(3) Hu? /hu·h/ is an exclamation expressive of
various feelings like annoyance, disbelief, disgust,
sarcasm, etc.

(4) May, as used here after sa, does not mean
'with' but 'by' or 'near'; sa may simbahan means
'by the church'.

(5) Puto-bumbong, a native delicacy, is pre-
pared by steaming rice-meal through a small bam-
boo tube.

(6) Bibingka is a rice cake prepared by baking
batter in a circular clay oven which is covered
with a square piece of tin on which is placed some
flaming coal or coconut husks; butse is another
delicacy which is soft and sticky and stuffed with
sweetened grated coconut or mongo beans.

(7) Ayan! Ganyan!, literally 'there, like that',
is an exclamation expressing approval (comparable
to the English 'That's a good boy!' or 'Attaboy!').
Note especially the intonation pattern of ganyan,
which parallels that of Uy! in Unit III (see note 3
of that unit).


## PRONUNCIATION EXERCISES

Sequences of Unstressed Syllables.

In Tagalog, two or more unstressed syllables in
sequence are very common. Words or groups of
words with a series of such syllables are quite a
problem to English-speaking students who, on the
pattern of their language, tend to add extra stresses
every two syllables or so. Three unstressed sylla-
bles in uninterrupted sequence in a word are very
infrequent in English. Words with three, four, five,
or more unstressed syllables are relatively com-
mon in Tagalog.

The following words are found in one form or
another in the various dialogs in this book. Try to
keep the unstressed syllables on even tone and
more or less equal in length. Avoid inserting
stresses where there are none:

| bukang-bibig | /bʊkambɪbi·g/ | 'favorite topic' |
| Korihidor | /kʊrɪhɪdo·r/ | 'Corregidor' |
| mambabasa | /mambabasa·h/ | 'reader' |
| nagbidahan | /nagbɪdaha·n/ | 'told each other stories' |
| magaganda | /magaganda·h/ | 'beautiful (pl.)' |
| magugulo | /magʊgʊlo·h/ | 'troublesome (pl.)' |
| magpadala | /magpadala·h/ | 'to send' |
| magpahinga | /magpahɪŋa·h/ | 'to rest' |
| masasaktin | /masasakti·n/ | 'sickly' |
| matatanda | /matatanda··/ | 'old (pl.)' |
| dalawandaan | /dalawanda·a·n/ | 'two hundred' |
| makapagtanong | /makapagtano·ŋ/ | 'to be able to ask' |
| makapangisda | /makapaŋɪsda··/ | 'to be able to fish' |

| | | |
|---|---|---|
| magkakaiba | /magkakaɪba·h/ | 'differ from one another' |
| magpakabait | /magpakaba'i·t/ | 'to be good' |
| magpakabanal | /magpakabana·l/ | 'to be holy' |
| magpakaganda | /magpakaganda·h/ | 'to make oneself very pretty' |
| matutulungin | /matʊtʊlʊŋi·n/ | 'helpful (pl.)' |
| pagkakasakit | /pagkakasaki·t/ | 'one's getting sick' |
| ipinaglilimbag | /'ɪpɪnaglɪlɪmba·g/ | 'published because of some strong feeling' |

Avoid stressing any but the last syllable of the following words:

| | |
|---|---|
| pinakamalaki 'biggest' | /pɪnakamalaki·h/ |
| pinakamabait 'kindest' | /pɪnakamaba'i·t/ |
| pinakamaganda 'most beautiful' | /pɪnakamaganda·h/ |
| pinakamalambing 'most caressing' | /pɪnakamalambi·ŋ/ |
| pinakamasarap 'most delicious' | /pɪnakamasara·p/ |
| pinakamatipid 'thriftiest' | /pɪnakamatɪpi·d/ |
| pinakamahalaga 'most valuable' | /pɪnakamahalaga·h/ |
| makapagpagaling 'to be able to cure' | /makapagpagali·ŋ/ |
| makapag-ipun-ipon 'to be able to save' | /makapagɪpʊnɪpo·n/ |

Sequences of unstressed syllables are not limited to single words alone. Earlier, it was stated that in normal rapid speech within a phrase, words that are phrase stressed in citation lose whatever stress they have and behave like other unstressed syllables. It is for this reason that the phrase ma-gandang gabi po 'good evening, sir', for instance, is pronounced /magandaŋ gabɪ po·'·'/ with the phrase stress on maganda /maganda·h / and gabi /gabi·h / reduced to unstressed. In ordinary conversation a series of phrase stressed words within a phrase group tends to behave just like one long word with phrase stress at the end. This rule is especially evident in short phrases. Monosyllabic words behave like any of the other unstressed syllables within the phrase group. The tendency is especially strong where the last word in the phrase is a monosyllable.
Examples:

maginaw  /magɪna·w /  } Maginaw diyan.
diyan  /dya·n /  /magɪnaw dya·n /
'It's cold over there.'

tumakbo  /tʊmakbo·h /  } Tumakbo siya.
siya  /sya·h /  /tʊmakbʊ sya·h /
'He ran.'

Repeat the following groups of words after your model:

Hanggang ngayon.          /haŋgaŋ ŋayo·n/
'Up to the present.'

Si Huwan ito.             /sɪ hwan ɪto·h/
'This is Juan.'

Ang gusto ko.             /'aŋ gʊstʊ ko·h/
'What I want.'

Ang sasakyan mo.          /'aŋ sasakyan mo·h/
'Your means of transportation'

Tigdidiyes ho.            /tɪgdɪdyɪs ho·'/
'Ten each, sir/ma'am.'

Ganyan nga.               /ganyan ŋa·'/
'That's it.'

Ang pagkakasakit niya     /'aŋ pagkakasakɪt nya·h/
'Her getting sick'

Magpahinga ka na.         /magpahɪŋa ka na·h/
'Go rest now.'

Kalabaw iyan.             /kalabaw ya·n/
'That's a carabao.'

Masakit ito.              /masakɪt ɪto·h/
'This is going to be painful.'

The words in each number below all have phrase stress. Pronounce each of them after your model. Then put them together in a phrase following the order given in each number.

1. Ang        /'a·ŋ/        /'aŋ maganda·h/
   maganda    /maganda·h/   'The beautiful.'

2. Kilala     /kɪlala·h/     /kɪlala na sya·h/
   na         /na·h/         'He's famous now.'
   siya       /sya·h/

3. Mahal      /maha·l/       /mahal kɪta·h/
   kita       /kɪta·h/       'I love you.'

4. Dibdibin   /dɪbdɪbi·n/    /dɪbdɪbɪn mo·h/
   mo         /mo·h/         'Be serious.'

5. Matutulungin /matʊtʊlʊŋi·n/ /matʊtʊlʊŋin sɪla·h/
   sila       /sɪla·h/       'They're very helpful.'

6. Alam       /'ala·m/       /'alam ko·h/
   ko         /ko·h/         'I know.'

7. Ngayon     /ŋayo·n/
   na         /na·h/         /ŋayʊn na la·ŋ/
   lang       /la·ŋ/         'This is the last time.'

8. Tiisin     /tɪ'ɪsi·n/
   na         /na·h/         /tɪ'ɪsɪn na nɪnyo·h/
   ninyo      /nɪnyo·h/      'Try to endure it.'

The tendency to misplace stresses is especially

strong where Tagalog words parallel English words in form. This tendency is especially evident in the great mass of loanwords from Spanish and English.

| aksiyon | /ˈaksyo·n/ | 'action' |
| biskwit | /bɪskwi·t/ | 'biscuit' |
| duktor | /dʊkto·r/ | 'doctor' |
| galon | /galo·n/ | 'gallon' |
| limon | /lɪmo·n/ | 'lemon' |
| mama | /mama·h/ | 'mamma' |
| mortal | /mʊrta·l/ | 'mortal' |
| pastor | /pasto·r/ | 'pastor' |
| pidal | /pɪda·l/ | 'pedal' |
| salmon | /salmo·n/ | 'salmon' |
| tumor | /tʊmo·r/ | 'tumor' |

| alkohol | /ˈalkʊho·l/ | 'alcohol' |
| kapital | /kapɪta·l/ | 'capital' |
| natural | /natʊra·l/ | 'natural' |
| regular | /regula·r/ | 'regular' |
| ambisyon | /ˈambɪsyo·n/ | 'ambition' |
| atensyon | /ˈatɪnsyo·n/ | 'attention' |
| bakasyon | /bakasyo·n/ | 'vacation' |
| dinamo | /dɪna·moh/ | 'dynamo' |
| kalibre | /kali·breh/ | 'calibre' |
| restawran | /resta·wran/ | 'restaurant' |
| masinggan | /ma·sɪŋgan/ | 'machine gun' |
| diborsyo | /dɪbo·rsyoh/ | 'divorce' |

| kumbersasyon | /kʊmbersasyo·n/ | 'conversation' |
| kapitirya | /kapɪtɪrya·h/ | 'cafeteria' |
| operasyon | /ˈoperasyo·n/ | 'operation' |
| abilidad | /ˈabɪlɪda·d/ | 'ability' |
| orihinal | /ˈorɪhɪna·l/ | 'original' |
| karburador | /karbʊrado·r/ | 'carburetor' |
| amplipayer | /ˈamplɪpa·yer/ | 'amplifier' |
| aksidente | /ˈaksɪde·nteh/ | 'accident' |
| aspirina | /ˈaspɪri·nah/ | 'aspirin' |
| disiplina | /dɪsɪpli·nah/ | 'discipline' |
| hipokrita | /hɪpo·krɪtah/ | 'hypocrite' |
| ponograpo | /pono·grapoh/ | 'phonograph' |
| telepono | /tele·ponoh/ | 'telephone' |

| interesado | /ˈɪnterɪsa·doh/ | 'interested' |
| imbistigador | /ˈɪmbɪstɪgado·r/ | 'investigator' |
| administrasyon | /ˈadmɪnɪstrasyo·n/ | 'administration' |
| rekomendasyon | /rɪkʊmendasyo·n/ | 'recommendation' |

| elektrisidad | /ˈelektrɪsɪda·d/ | 'electricity' |
| internasyonal | /ˈɪnternasyʊna·l/ | 'international' |
| oportunidad | /ˈopʊrtʊnida·d/ | 'opportunity' |
| unibersidad | /ˈʊnɪbersɪda·d/ | 'university' |
| anibersaryo | /ˈanɪbersa·ryoh/ | 'anniversary' |
| intelihente | /ˈɪntelɪhe·nteh/ | 'intelligent' |
| pilosopiya | /pɪlosopi·yah/ | 'philosophy' |
| kapitalista | /kapɪtali·stah/ | 'capitalist' |
| laboratoryo | /labʊrato·ryoh/ | 'laboratory' |
| disiplinado | /dɪsɪplina·doh/ | 'disciplined' |

### Words with Two Adjacent Strong Stresses.

Unlike in English, a sequence of two strong stresses is quite normal in Tagalog. In general, two strong stresses in English are separated either by a pause or by a weak-stressed syllable or syllables. Students with an English-speaking background tend to reduce to weak stress one or the other of two adjacent strong stresses in a Tagalog word.

Repeat each word after your model. Note, as illustrated on the tapes, that in citation form the first of the two adjacent stresses is said on a lower pitch than the second:

| bumabasa | /bʊma·ba·sah/ | 'reading' |
| kumakain | /kʊma·ka·ɪn/ | 'eating' |
| ngumanganga | /ŋʊma·ŋa·ŋa·/ | 'chewing buyo' |
| naghihirap | /naghi·hi·rap/ | 'suffering' |
| nag-aaral | /naga·'a·ral/ | 'studying' |
| nagbobloawt | /nagbo·blo·'awt/ | 'giving a blow-out' |

| ginugugol | /gɪnu·gu·gol/ | 'spending' |
| sinasabi | /sɪna·sa·bɪh/ | 'saying' |
| nililinis | /nɪli·li·nɪs/ | 'cleaning' |
| nanggigising | /naŋgi·gi·sɪŋ/ | 'waking up' |
| nanggagapang | /naŋga·ga·paŋ/ | 'crawling' |
| nangungutang | /naŋu·ŋu·taŋ/ | 'borrowing money' |
| makababayad | /makaba·ba·yad/ | 'can afford to pay' |
| makauutang | /makau·'u·taŋ/ | 'can borrow money' |
| pinagkakasya | /pɪnagka·ka·syah/ | 'making both ends meet' |
| pinaglalaban | /pɪnagla·la·ban/ | 'fighting' |
| ipinag-aayos | /ˈɪpɪnaga·'a·yos/ | 'fixing' |

## DRILLS AND GRAMMAR

### I. Ma- VERBS

#### EXAMPLES

A. 1. Hindi na ako natutulog.  —  I don't sleep anymore.
2. Nagagalit ka ba?  —  [Are you angry?]
3. Ah, hindi ka pa pala natutulog.  —  [Oh, so you're not asleep yet!]

B. 1. Hindi ko pa rin lang naiinom ang salabat.  —  I haven't drunk the salabat yet anyway.
2. Naririnig mo ba ang tugtog?  —  [Do you hear the music?]
3. Nakikita mo ba ang mga tinda sa may simbahan?  —  [Do you see the things for sale by the church?]

C. 1. Hindi pa rin lang ako nakakainom ng salabat.  —  [I haven't drunk any salabat yet anyway.]

2. Nakakarinig ako ng tugtog.        I can hear some music.
3. Nakakakita ako ng mga tinda.      I can see some things being sold.

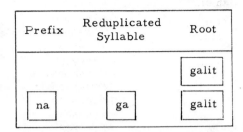

| Prefix | Reduplicated Syllable | Root |
|--------|----------------------|------|
|        |                      | galit |
| na     | ga                   | galit |

a. The formation of the imperfective of ma- verbs is like that of mag- verbs.

b. Some ma- verbs are intransitive (examples A); others are transitive (examples B).

c. The transitive ma- verbs are like the -in verbs in selecting the object of the action as the topic of the sentence, i.e., the Object-focus counterpart of a maka- verb (including makapag- and makapang- forms).

d. As previously described, an object in an Actor-focus construction is indefinite (appearing as a ng-phrase — examples C), but an object in an Object-focus construction is definite (appearing as the topic ang-phrase, which is always definite — examples B). The correlation can be charted as follows:

| | Maka- VERBS | ACTOR | OBJECT |
|--------|-------------|-------|--------|
| Actor Focus | maka-<br>makapag-<br>makapang- | ang-phrase | ng-phrase (indefinite object) |
| Object Focus | ma- | ng-phrase | ang-phrase (definite object) |

CONVERSION DRILLS

Instructions: The teacher gives a maka- or ma- verb. The student then gives the corresponding ma- or maka- verb.

| Teacher | Student | | Teacher | Student |
|---------|---------|---|---------|---------|
| A. 1. nakakabili | → nabibili | B. 1. naaawit | → nakakaawit |
| 2. nakakahiram | → nahihiram | 2. nagagawa | → nakakagawa |
| 3. nakakagawa | → nagagawa | 3. nabibili | → nakakabili |
| 4. nakakadala | → nadadala | 4. natutugtog | → nakakatugtog |
| 5. nakakaawit | → naaawit | 5. nahihiram | → nakakahiram |
| 6. nakakasayaw | → nasasayaw | 6. naririnig | → nakakarinig |
| 7. nakakatugtog | → natutugtog | 7. naiinom | → nakakainom |
| 8. nakakabayo | → nababayo | 8. nadadala | → nakakadala |
| 9. nakakainom | → naiinom | 9. nasasayaw | → nakakasayaw |
| 10. nakakarinig | → naririnig | 10. nababayo | → nakakabayo |
| | | | |
| C. 1. nakakabasa | → nababasa | D. 1. nakikita | → nakakakita |
| 2. nakakautang | → nauutang | 2. nababasa | → nakakabasa |

| 3. nakakabuhat | → nabubuhat | 3. napipipig | → nakakapipig |
|---|---|---|---|
| 4. nakakahanap | → nahahanap | 4. nabubuhat | → nakakabuhat |
| 5. nakakakita | → nakikita | 5. nabibilang | → nakakabilang |
| 6. nakakalakad | → nalalakad | 6. nauutang | → nakakautang |
| 7. nakakakain | → nakakain | 7. nanganganga | → nakakanganga |
| 8. nakakapipig | → napipipig | 8. nakakain | → nakakakain |
| 9. nakakaawit | → naaawit | 9. nagigising | → nakakagising |
| 10. nakakabilang | → nabibilang | 10. nahahanap | → nakakahanap |
| 11. nakakagising | → nagigising | 11. nalalakad | → nakakalakad |
| 12. nakakanganga | → nanganganga | 12. nasasabi | → nakakasabi |
| 13. nakakaipon | → naiipon | 13. naaawit | → nakakaawit |
| 14. nakakagapang | → nagagapang | 14. naiipon | → nakakaipon |
| 15. nakakasabi | → nasasabi | 15. nagagapang | → nakakagapang |

| E. 1. nakakapagdala | → nadadala | F. 1. nahihintay | → nakakapaghintay |
|---|---|---|---|
| 2. nakakapaghintay | → nahihintay | 2. nasasayaw | → nakakapagsayaw |
| 3. nakakapagbayo | → nababayo | 3. nadadala | → nakakapagdala |
| 4. nakakapagsayaw | → nasasayaw | 4. nababayo | → nakakapagbayo |

| G. 1. nakakapagtrabaho | → natatrabaho | H. 1. nahaharana | → nakakapagharana |
|---|---|---|---|
| 2. nakakapagharana | → nahaharana | 2. nasisigarilyo | → nakakapagsigarilyo |
| 3. nakakapagsigarilyo | → nasisigarilyo | 3. natatrabaho | → nakakapagtrabaho |

| I. 1. nakakapanghiram | → nahihiram | J. 1. nauutang | → nakakapangutang |
|---|---|---|---|
| 2. nakakapanggulo | → nagugulo | 2. nahihiram | → nakakapanghiram |
| 3. nakakapangutang | → nauutang | 3. nahaharana | → nakakapangharana |
| 4. nakakapang-atake | → naaatake | 4. nagugulo | → nakakapanggulo |
| 5. nakakapangharana | → nahaharana | 5. naaatake | → nakakapang-atake |

## SUBSTITUTION-RESPONSE DRILLS (Fixed Slot)

Instructions: The teacher asks a question which Student 1 repeats. Student 2 gives an affirmative response.

| Teacher | Student 1 | Student 2 |
|---|---|---|
| A. 1. Nabibili ba niya ang libro? | Nabibili ba niya ang libro? | Oo, nabibili niya. |
| 2. ___(hiram)_____ | Nahihiram ba niya ang libro? | Oo, nahihiram niya. |
| 3. ___(gawa)_____ | Nagagawa ba niya ang libro? | Oo, nagagawa niya. |
| 4. ___(dala)_____ | Nadadala ba niya ang libro? | Oo, nadadala niya. |
| 5. ___(bilang)_____ | Nabibilang ba niya ang libro? | Oo, nabibilang niya. |
| 6. ___(basa)_____ | Nababasa ba niya ang libro? | Oo, nababasa niya. |
| 7. ___(limbag)_____ | Nalilimbag ba niya ang libro? | Oo, nalilimbag niya. |
| 8. ___(buhat)_____ | Nabubuhat ba niya ang libro? | Oo, nabubuhat niya. |
| 9. ___(ipon)_____ | Naiipon ba niya ang libro? | Oo, naiipon niya. |
| 10. ___(kita)_____ | Nakikita ba niya ang libro? | Oo, nakikita niya. |
| B. 1. Nahihiram ba ninyo ito? | Nahihiram ba ninyo ito? | Oo, nahihiram namin. |
| 2. ___(sayaw)_____ | Nasasayaw ba ninyo ito? | Oo, nasasayaw namin. |
| 3. ___(tugtog)_____ | Natutugtog ba ninyo ito? | Oo, natutugtog namin. |
| 4. ___(bayo)_____ | Nababayo ba ninyo ito? | Oo, nababayo namin. |
| 5. ___(inom)_____ | Naiinom ba ninyo ito? | Oo, naiinom namin. |
| 6. ___(dinig)_____ | Naririnig ba ninyo ito? | Oo, naririnig namin. |
| 7. ___(lakad)_____ | Nalalakad ba ninyo ito? | Oo, nalalakad namin. |
| 8. ___(kain)_____ | Nakakain ba ninyo ito? | Oo, nakakain namin. |
| 9. ___(pipig)_____ | Napipipig ba ninyo ito? | Oo, napipipig namin. |
| 10. ___(awit)_____ | Naaawit ba ninyo ito? | Oo, naaawit namin. |
| 11. ___(bilang)_____ | Nabibilang ba ninyo ito? | Oo, nabibilang namin. |
| 12. ___(dating)_____ | Nararating ba ninyo ito? | Oo, nararating namin. |
| 13. ___(nganga)_____ | Nanganganga ba ninyo ito? | Oo, nanganganga namin. |
| 14. ___(ipon)_____ | Naiipon ba ninyo ito? | Oo, naiipon namin. |
| 15. ___(gapang)_____ | Nagagapang ba ninyo ito? | Oo, nagagapang namin. |
| 16. ___(sabi)_____ | Nasasabi ba ninyo ito? | Oo, nasasabi namin. |
| 17. ___(harana)_____ | Nahaharana ba ninyo ito? | Oo, nahaharana namin. |
| 18. ___(atake)_____ | Naaatake ba ninyo ito? | Oo, naaatake namin. |

19. ___(trabaho)_____     Natatrabaho ba ninyo ito?        Oo, natatrabaho namin.
20. ___(sigarilyo)_____      Nasisigarilyo ba ninyo ito?      Oo, nasisigarilyo namin.

Instructions: The teacher gives a question which Student 1 repeats. Student 2 gives the negative response.

| Teacher | Student 1 | Student 2 |
|---|---|---|
| C. 1. Hindi ka na ba natutulog? | Hindi ka na ba natutulog? | Hindi na ako natutulog. |
| 2. _____(galit) | Hindi ka na ba nagagalit? | Hindi na ako nagagalit. |
| 3. _____(suya) | Hindi ka na ba nasusuya? | Hindi na ako nasusuya. |
| 4. _____(gutom) | Hindi ka na ba nagugutom? | Hindi na ako nagugutom. |
| 5. _____(tuwa) | Hindi ka na ba natutuwa? | Hindi na ako natutuwa. |

## SUBSTITUTION-CONVERSION DRILLS (Moving Slot)

Instructions: The teacher gives a sentence which Student 1 repeats. Student 2 changes the verb affix and interchanges the topic and complement to make a definite object indefinite or vice versa.

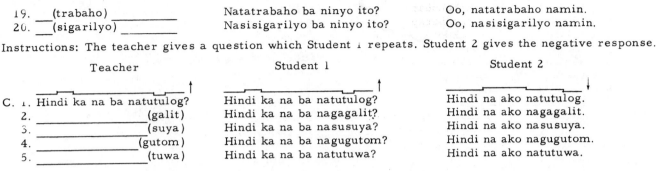

| Teacher | | Student 1 | Student 2 |
|---|---|---|---|
| A. 1. Nahihiram ko ang pera. | Ulitin mo. | Nahihiram ko ang pera. | Nakakahiram ako ng pera. |
| 2. _____libro | | Nahihiram ko ang libro. | Nakakahiram ako ng libro. |
| 3. Nababasa_____ | | Nababasa ko ang libro. | Nakakabasa ako ng libro. |
| 4. _____niya_____ | | Nababasa niya ang libro. | Nakakabasa siya ng libro. |
| 5. Nabibilang_____ | | Nabibilang niya ang libro. | Nakakabilang siya ng libro. |
| 6. Nabibili_____ | | Nabibili niya ang libro. | Nakakabili siya ng libro. |
| 7. _____bibingka | | Nabibili niya ang bibingka. | Nakakabili siya ng bibingka. |
| 8. Nakikita_____ | | Nakikita niya ang bibingka. | Nakakakita siya ng bibingka. |
| 9. _____salabat | | Nakikita niya ang salabat. | Nakakakita siya ng salabat. |
| 10. Naiinom_____ | | Naiinom niya ang salabat. | Nakakainom siya ng salabat. |

| Teacher | Student 1 |
|---|---|
| B. 1. Nabibilang niya ang mga tao. | Nabibilang niya ang mga tao. |
| 2. _____ko_____ | Nabibilang ko ang mga tao. |
| 3. Nakikita_____ | Nakikita ko ang mga tao. |
| 4. _____natin_____ | Nakikita natin ang mga tao. |
| 5. _____libro | Nakikita natin ang mga libro. |

Student 2

Nakakabilang siya ng mga tao.
Nakakabilang ako ng mga tao.
Nakakakita ako ng mga tao.
Nakakakita tayo ng mga tao.
Nakakakita tayo ng mga libro.

| | | |
|---|---|---|
| 6. Nabibili_____ | Nabibili natin ang mga libro. |
| 7. _____nila_____ | Nabibili nila ang mga libro. |
| 8. Nadadala_____ | Nadadala nila ang mga libro. |
| 9. _____namin_____ | Nadadala namin ang mga libro. |
| 10. _____polyeto | Nadadala namin ang mga polyeto. |

Nakakabili tayo ng mga libro.
Nakakabili sila ng mga libro.
Nakakadala sila ng mga libro.
Nakakadala kami ng mga libro.
Nakakadala kami ng mga polyeto.

| | | |
|---|---|---|
| 11. _____ni Kardo_____ | Nadadala ni Kardo ang mga polyeto. |
| 12. Nababasa_____ | Nababasa ni Kardo ang mga polyeto. |
| 13. _____mo_____ | Nababasa mo ang mga polyeto. |
| 14. Nalilimbag_____ | Nalilimbag mo ang mga polyeto. |
| 15. _____niya_____ | Nalilimbag niya ang mga polyeto. |

Nakakadala si Kardo ng mga polyeto.
Nakakabasa si Kardo ng mga polyeto.

Nakakabasa ka ng mga polyeto.
Nakakapaglimbag ka ng mga polyeto.
Nakakapaglimbag siya ng mga polyeto.

| | | |
|---|---|---|
| 16. Naiipon _____ | | Naiipon niya ang mga polyeto. |
| 17. _____ natin _____ | | Naiipon natin ang mga polyeto. |
| 18. _____ ninyo _____ | | Naiipon ninyo ang mga polyeto. |
| 19. Nabibilang _____ | | Nabibilang ninyo ang mga polyeto. |
| 20. _____ niya _____ | | Nabibilang niya ang mga polyeto. |

Nakakaipon siya ng mga polyeto.
Nakakaipon tayo ng mga polyeto.
Nakakaipon kayo ng mga polyeto.
Nakakabilang kayo ng mga polyeto.
Nakakabilang siya ng mga polyeto.

| Teacher | Student 1 | Student 2 |
|---|---|---|
| C. 1. Nakakabili sila ng bahay. | Nakakabili sila ng bahay. | Nabibili nila ang bahay. |
| 2. _____ pagkain | Nakakabili sila ng pagkain. | Nabibili nila ang pagkain. |
| 3. _____ kami _____ | Nakakabili kami ng pagkain. | Nabibili namin ang pagkain. |
| 4. Nakakakita _____ | Nakakakita kami ng pagkain. | Nakikita namin ang pagkain. |
| 5. _____ pera | Nakakakita kami ng pera. | Nakikita namin ang pera. |
| 6. _____ kayo _____ | Nakakakita kayo ng pera. | Nakikita ninyo ang pera. |
| 7. Nakakahiram _____ | Nakakahiram kayo ng pera. | Nahihiram ninyo ang pera. |
| 8. _____ kotse | Nakakahiram kayo ng kotse. | Nahihiram ninyo ang kotse. |
| 9. _____ ako _____ | Nakakahiram ako ng kotse. | Nahihiram ko ang kotse. |
| 10. Nakakagawa _____ | Nakakagawa ako ng kotse. | Nagagawa ko ang kotse. |
| 11. _____ bahay | Nakakagawa ako ng bahay. | Nagagawa ko ang bahay. |
| 12. Nakakabili _____ | Nakakabili ako ng bahay. | Nabibili ko ang bahay. |
| D. 1. Nakakakita ka ng pera. | Nakakakita ka ng pera. | Nakikita mo ang pera. |
| 2. _____ libro | Nakakakita ka ng libro. | Nakikita mo ang libro. |
| 3. Nakakabuhat _____ | Nakakabuhat ka ng libro. | Nabubuhat mo ang libro. |
| 4. _____ siya _____ | Nakakabuhat siya ng libro. | Nabubuhat niya ang libro. |
| 5. Nakakakita _____ | Nakakakita siya ng libro. | Nakikita niya ang libro. |
| 6. _____ pera | Nakakakita siya ng pera. | Nakikita niya ang pera. |
| 7. _____ tayo _____ | Nakakakita tayo ng pera. | Nakikita natin ang pera. |
| 8. Nakakahanap _____ | Nakakahanap tayo ng pera. | Nahahanap natin ang pera. |
| 9. _____ sila _____ | Nakakahanap sila ng pera. | Nahahanap nila ang pera. |
| 10. Nakakaipon _____ | Nakakaipon sila ng pera. | Naiipon nila ang pera. |
| 11. _____ ka _____ | Nakakaipon ka ng pera. | Naiipon mo ang pera. |
| 12. Nakakabilang _____ | Nakakabilang ka ng pera. | Nabibilang mo ang pera. |

## TRANSLATION DRILL (Paired Sentences)

Instructions: The first sentence of each of the following pairs has an indefinite object, expressed as the
<u>ng</u>-phrase of an Actor-focus construction. The second has a definite object, expressed as
<u>ang</u>-phrase of an Object-focus construction. Note that when both are nouns, the <u>ng</u>-phrase
precedes the <u>ang</u>-phrase; otherwise the <u>ng</u>-phrase might be construed as a possessive
modifier of the noun preceding.

| Teacher | Student |
|---|---|
| 1. I haven't drunk <u>salabat</u> yet. | Hindi pa ako nakakainom ng salabat. |
| I haven't drunk the <u>salabat</u> yet. | Hindi ko pa naiinom ang salabat. |
| 2. I haven't eaten a <u>bibingka</u> yet. | Hindi pa ako nakakakain ng bibingka. |
| I haven't eaten the <u>bibingka</u> yet. | Hindi ko pa nakakain ang bibingka. |
| 3. You (sg.) haven't seen a <u>puto-bumbong</u> yet. | Hindi ka pa nakakakita ng puto-bumbong. |
| You (sg.) haven't seen the <u>puto-bumbong</u> yet. | Hindi mo pa nakikita ang puto-bumbong. |
| 4. You (sg.) haven't heard a <u>musikong-bumbong</u> yet. | Hindi ka pa nakakarinig ng musikong-bumbong. |
| You (sg.) haven't heard the <u>musikong-bumbong</u> yet. | Hindi mo pa naririnig ang musikong-bumbong. |

5. She hasn't read a book yet.
   She hasn't read the book yet.

Hindi pa siya nakakabasa ng libro.
Hindi pa niya nababasa ang libro.

6. She hasn't sung a kundiman[1] yet.
   She hasn't sung the kundiman yet.

Hindi pa siya nakakaawit ng kundiman.
Hindi pa niya naaawit ang kundiman.

7. You (pl.) haven't waited for a bus yet.
   You (pl.) haven't waited for the bus yet.

Hindi pa kayo nakakapaghintay ng bus.
Hindi pa ninyo nahihintay ang bus.

8. You (pl.) haven't serenaded young women yet.
   You (pl.) haven't serenaded the young women yet.

Hindi pa kayo nakakapangharana ng mga dalaga.
Hindi pa ninyo nahaharana ang mga dalaga.

9. Rosy hasn't bought a dress yet.
   Rosy hasn't bought the dress yet.

Hindi pa nakakapagdala ng damit si Rosy.
Hindi pa nadadala ni Rosy ang damit.

10. Ben hasn't lifted a box yet.
    Ben hasn't lifted the box yet.

Hindi pa nakakabuhat ng kahon si Ben.
Hindi pa nabubuhat ni Ben ang kahon.

11. The child hasn't bought any candy yet.
    The child hasn't bought the candy yet.

Hindi pa nakakabili ng kendi ang bata.
Hindi pa nabibili ng bata ang kendi.

12. The teacher hasn't counted any books yet.
    The teacher hasn't counted the books yet.

Hindi pa nakakapagbilang ng libro ang titser.
Hindi pa nabibilang ng titser ang libro.

13. Nene and the others haven't borrowed any money yet.
    Nene and the others haven't borrowed the money yet.

Hindi pa nakakapanghiram ng pera sina Nene.

Hindi pa nahihiram nina Nene ang pera.

14. They haven't printed any handbills yet.
    They haven't printed the handbills yet.

Hindi pa sila nakakapaglimbag ng mga polyeto.
Hindi pa nila nalilimbag ang mga polyeto.

15. We (he and I) haven't attacked any candidates yet.
    We (he and I) haven't attacked the candidates yet.

Hindi pa kami nakakapang-atake ng mga kandidato.

Hindi pa namin naaatake ang mga kandidato.

## DISCUSSION

As an intransitive affix, ma- is similar to -um-, in that it usually connotes non-purposive activity. Matulog, for instance, and magalit do not express directed action, but rather action that is more or less involuntary and internal.

As a transitive affix, ma- is used in Object-focus constructions, which means that the object of the action is the topic of the sentence. It is the Object-focus counterpart of the Actor-focus affix maka-. In other words, the indefinite ng-phrase complement of a maka- verb can shift to topic position and become definite by the use of a ma- affix. Like maka-, the transitive ma- connotes some kind of realized potentiality.

With the presentation of these two patterns of ma- verbs we can expand the verb affix chart once again. Ma- verbs fit in two places, depending on whether they are intransitive or transitive. Ma-affixes establish another class of verbs, along with the other Actor-focus affixes. The same affix marks the Object focus of maka- verbs. There will be other cases of overlapping functions as the chart is filled. The blank squares in the chart represent functions which have not yet been introduced.

| Actor Focus | Object Focus | Locative Focus | Benefactive Focus |
|---|---|---|---|
| -um- | -in (etc.) | -an (etc.) | i- |
| mag- | -in (etc.) | -an (etc.) | ipag- |
| mang- | -in (etc.) | -an (etc.) | ipang- |
| maka- | ma- (etc.) | | |
| ma- | | | |

II. Kita

EXAMPLES

1. Sinasamahan lang kita.
2. Minamahal kita.

[I just accompany you.]
[I love you.]

_____
[1] A Filipino love song.

a. When an Object-focus con-
struction calls for two pro-
nouns, a first person singu-
lar _ng_-actor in the comple-
ment and a second person
singular _ang_-object in the
topic, a special form _kita_
is used instead of the ex-
pected sequence _ko ikaw_.

## CONVERSION-RESPONSE DRILL

| Teacher | Student |
|---|---|
| 1. Sinasamahan mo ba ako? | Oo, sinasamahan kita. |
| 2. Minamahal mo ba ako? | Oo, minamahal kita. |
| 3. Nakikita mo ba ako? | Oo, nakikita kita. |
| 4. Naririnig mo ba ako? | Oo, naririnig kita. |
| 5. Hinihintay mo ba ako? | Oo, hinihintay kita. |
| 6. Ginigising mo ba ako? | Hindi, hindi kita ginigising. |
| 7. Hinahanap mo ba ako? | Hindi, hindi kita hinahanap. |
| 8. Ginugulo mo ba ako? | Hindi, hindi kita ginugulo. |
| 9. Hinaharana mo ba ako? | Hindi, hindi kita hinaharana. |
| 10. Ipinupusta mo ba ako? | Hindi, hindi kita ipinupusta. |

## SUBSTITUTION-CONVERSION DRILLS (Moving Slot)

Instructions: The teacher gives a question which Student 1 repeats. Student 2 answers affirmatively, changing the focus of the construction as the answer requires.

| Teacher | | Student 1 |
|---|---|---|
| A. 1. Bumibili ka ba ng bibingka sa akin? | Ulitin mo. | Bumibili ka ba ng bibingka sa akin? |
| 2. _____ butse _____ | | Bumibili ka ba ng butse sa akin? |
| 3. _____ salabat _____ | | Bumibili ka ba ng salabat sa akin? |
| 4. _____ kendi _____ | | Bumibili ka ba ng kendi sa akin? |
| 5. _____ damit _____ | | Bumibili ka ba ng damit sa akin? |

Student 2

Oo, binibilhan kita ng bibingka.
Oo, binibilhan kita ng butse.
Oo, binibilhan kita ng salabat.
Oo, binibilhan kita ng kendi.
Oo, binibilhan kita ng damit.

| | |
|---|---|
| 6. _____ para sa akin | Bumibili ka ba ng damit para sa akin? |
| 7. _____ bahay _____ | Bumibili ka ba ng bahay para sa akin? |
| 8. _____ manika _____ | Bumibili ka ba ng manika para sa akin? |
| 9. _____ puto-bumbong _ | Bumibili ka ba ng puto-bumbong para sa akin? |
| 10. _____ kotse _____ | Bumibili ka ba ng kotse para sa akin? |

Oo, ibinibili kita ng damit.
Oo, ibinibili kita ng bahay.
Oo, ibinibili kita ng manika.
Oo, ibinibili kita ng puto-bumbong.
Oo, ibinibili kita ng kotse.

| | |
|---|---|
| B. 1. Humihiram ka ba ng pera sa akin? | Humihiram ka ba ng pera sa akin? |
| 2. _____ libro _____ | Humihiram ka ba ng libro sa akin? |
| 3. _____ kotse _____ | Humihiram ka ba ng kotse sa akin? |
| 4. _____ para sa akin | Humihiram ka ba ng kotse para sa akin? |
| 5. _____ salapi _____ | Humihiram ka ba ng salapi para sa akin? |

Oo, hinihiraman kita ng pera.
Oo, hinihiraman kita ng libro.
Oo, hinihiraman kita ng kotse.
Oo, ipinanghihiram kita ng kotse.
Oo, ipinanghihiram kita ng salapi.

6. Nagbibilang _____        Nagbibilang ka ba ng salapi para sa akin?
7. _____ bituin _____         Nagbibilang ka ba ng bituin para sa akin?
8. _____ pera _____     Nagbibilang ka ba ng pera para sa akin?
9. Humihiram _____             Humihiram ka ba ng pera para sa akin?
10. _____ sa akin              Humihiram ka ba ng pera sa akin?

Oo, ipinagbibilang kita ng salapi.
Oo, ipinagbibilang kita ng bituin.
Oo, ipinagbibilang kita ng pera.
Oo, ihinihiram kita ng pera.
Oo, hinihiraman kita ng pera.

## DISCUSSION

Kita is at once the complement and topic of the sentence. Study the following examples:

Nagmamahal ako sa iyo.      Minamahal kita.
            'I love you.'

Bumibili ako sa iyo.        Binibilhan kita.
            'I buy from you.'

Bumibili ako para sa iyo.    Ibinibili kita.
            'I buy for you.'

Notice that with the right choice of affixes, the actor and object, actor and locative, or actor and beneficiary coalesce into the one word kita.

Kita, which means roughly 'you... by me', should not be confused with the obsolescent dual ang-pronoun kata, which means 'you and I'.

## III. REVIEW: PRONOUNS

## EXAMPLES

A. 1. Kumakain ako.                          I'm eating.
   2. Umiinom ka.                            You're drinking.
   3. Tumatawa siya.                         He's laughing.
   4. Mahirap kami.                          We're poor.
   5. Tayo ang mga Pilipino.                 We're the Filipinos.
   6. Kayo ang mga Amerikano.                You're the Americans.
   7. Sila ang mga kaibigan ni Berta.        They're the friends of Berta.

B. 1. Si George ang kasama natin.           Our companion is George.
   2. Si Berta ang asawa niya.              His wife is Berta.
   3. Naririnig natin ang tugtog.            We hear the music.
   4. Nakikita namin ang mga tinda.          We see the things for sale.

C. 1. (Sa) kanila ang mga bibingkang iyan.   Those (plates of) bibingka are theirs.
   2. Ito ang (sa) kaniya.                   This is the one that's his.
   3. Ang kaniyang kotse ang maganda.        The beautiful one is his car.
   4. Nagtatrabaho sa inyo si Fidel.         Fidel's working at your place.
   5. Bumibili siya ng butse para sa kaniya. He's buying some butse for her.
   6. Tumutulong sa iyo si George.           George is helping you.

|  | Ang-PRONOUN | Ng-PRONOUN | Sa-PRONOUN |
|---|---|---|---|
| **Singular** | | | |
| 1st person | ako | ko | akin |
| 2nd person | ikaw/ka | mo | iyo |
| 3rd person | siya | niya | kaniya |
| **Plural** | | | |
| 1st person | kami | namin | amin |
| 2nd person | kayo | ninyo | inyo |
| 1st-2nd | tayo | natin | atin |
| 3rd person | sila | nila | kanila |

a. The ang-pronouns are used in topic position in a verbal or equational sentence (examples A.1-4), or in predicate position in an equational sentence (examples A.5-7).

b. The ng-pronouns are used either attributively to express possession (examples B.1-2), or as actor complements (examples B.3-4).

c. The sa-pronouns are used to replace sa-predicates (examples C.1-2), as possessive adjectives (example C.3), or as locative complements (example C.4), as benefactive complements (example C.5), or as definite object complements (example C.6). Sa itself is optional in the non-attributive possessive construction, and is usually dropped in the attributive possessive construction; elsewhere, sa is retained.

## PRONOMINAL DRILLS: COMPLETION TRANSLATION

Instructions: Fill in each blank with as many correct pronouns as possible. Watch out for changes of word order and for kita. Be ready to translate any sentence to English.

| Teacher | Student |
|---|---|
| A. 1. Nanggugulo _____ sa bata. | _____ is pestering the child. |
| 2. Ginigising _____ ng tugtog. | _____ is being awakened by the music. |
| 3. Ginugulo _____ ni Fidel. | _____ is being pestered by Fidel. |
| 4. Nagbibilang _____ ng tao. | _____ is counting people. |
| 5. Kumakain _____ ng butse. | _____ is eating a butse. |
| 6. Hinihiraman _____ ni Ben. | Ben is borrowing from _____. |
| 7. Binibilhan niya _____. | He is buying from _____. |
| 8. Hinahalikan mo _____. | You are kissing _____. |
| 9. Tinuturuan ko _____. | I'm teaching _____. |
| 10. Hinahanap nila _____. | They're looking for _____. |
| B. 1. Minamahal _____ ang Nanay. | _____ love(s) Mother. |
| 2. Naririnig _____ ang tugtog. | _____ hear(s) the music. |
| 3. Sinusungkit _____ ang buwan. | _____ hook(s) down the moon. |
| 4. Hinahalikan _____ si Nene. | _____ kiss(es) Nene. |
| 5. Ginugulo _____ si Rosy. | _____ is pestering Rosy. |
| 6. Ipinagbabasa _____ si Joe. | _____ is reading for Joe. |
| 7. Sinasamahan _____ ako. | _____ is accompanying me. |
| 8. Binibilhan _____ tayo. | _____ is buying from us. |
| 9. Hinaharana _____ siya. | _____ is serenading her. |
| 10. Ipinupusta ka _____. | _____ is making a bet for you. |
| C. 1. Nanggugulo siya _____. | He's pestering _____. |
| 2. Nanghaharana ako _____. | I'm serenading _____. |
| 3. Nanghihiram sila para _____. | They're borrowing for _____. |
| 4. Nagtatrabaho kami para _____. | We're working for _____. |
| 5. Pumupusta ako para _____. | I'm making a bet for _____. |
| 6. Naghihintay ka _____. | You are waiting for _____. |
| 7. Nagtuturo si Eddie _____. | Eddie is teaching _____. |
| 8. Tumutulong ang titser _____. | The teacher is helping _____. |
| 9. Naghahanap ang bata _____. | The children are looking for _____. |
| 10. Lumalaban ang lider _____. | The leader is fighting _____. |

## CUMULATIVE DRILLS

### SUBSTITUTION DRILL

Instructions: Read the following selection, filling the blanks with either a ma- or maka- form of the verb root given in parentheses.

Masayang-masaya ang Pasko sa Pilipinas lalo na sa madaling-araw. (Simba) ang mga tao at (dinig) sila ng tugtog ng musikong-bumbong. Marami ang hindi (tulog) , kasi, (dinig) nila ang kalampag sa kalye. Masayang-masaya ang mga tao lalo na sa may simbahan.

(Kita) nila ang masasarap na bibingka, butse at puto-bumbong. (Bili) nila ito sa may plasa. Masarap ang mga ito at masarap din ang salabat. Marami ang hindi pa (inom) ng salabat.

RESPONSE DRILLS

Instructions: Give the complete answers to the following questions based on the above selection.

A. 1. Bakit masaya ang Pasko sa Pilipinas lalo na sa madaling-araw?
   2. Sino ang mga nakakapagsimba?
   3. Nakakarinig ba sila ng musikong-bumbong?
   4. Bakit hindi nakakatulog ang mga tao?
   5. Saan mas masaya?
   6. Bakit masasaya ang mga tao sa may plasa?
   7. Saan sila nakakabili ng mga butse at bibingka?
   8. Anu-ano ang nabibili sa may simbahan?
   9. Naiinom ba o nakakain ang salabat?
  10. Marami ba ang hindi pa nakakainom ng salabat?

B. 1. Masaya ba ang Pasko sa inyo? Bakit?
   2. Anu-ano ang naririnig ninyo sa araw ng Pasko?
   3. Anu-ano ang mga nabibili?
   4. Nakakapagsimba ba kayo?
   5. Anu-ano ang mga nakakain sa Pasko?

## VISUAL-CUE DRILLS

### PICTURE A

Panuto: Ilarawan ang mga sumusunod. Gamitin ang <u>ma</u>- o <u>maka</u>-.

Halimbawa: Nakakabasa ako ng libro. Nababasa ko ang libro. Nakakabasa ng libro ang mga bata. Nababasa ng mga bata ang libro.

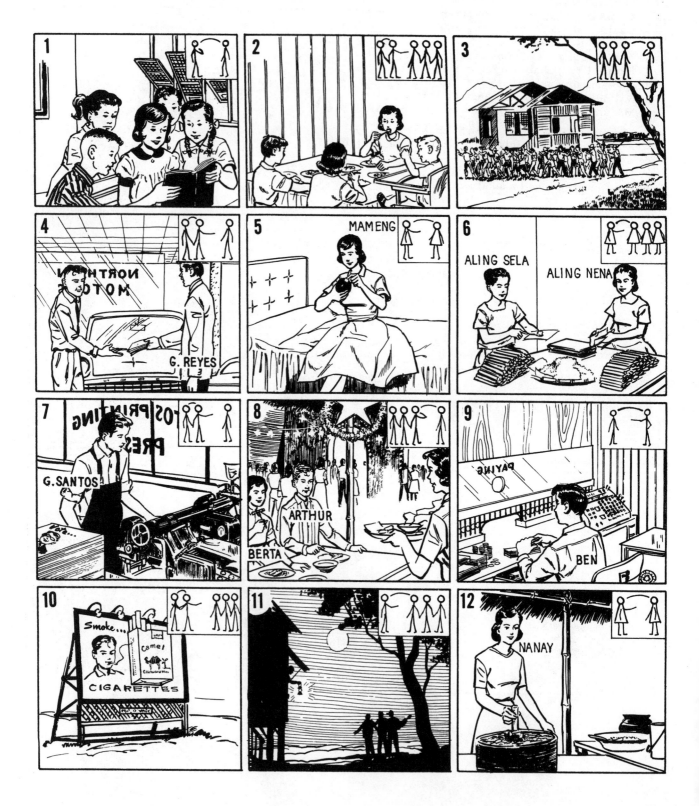

## PICTURE B

Panuto: Pag-usapan ang mga sumusunod.

Halimbawa: S₁: Nakakarinig ba ang Nanay ng kalampag?     S₂: Oo. Nakakarinig siya.
           S₁: Ano ang naririnig ng Nanay?               S₂: Naririnig ng Nanay ang kalampag.

## COMPREHENSION-RESPONSE DRILLS

A. 1. Ginigising ba si George ng musikong-bumbong?
   2. Naririnig ba niya ang tugtog?
   3. Masayang-masaya ba si George?
   4. Pilipina ba ang asawa niya?
   5. Nakakainom ba si George ng salabat?
   6. Gusto ba ni Berta ang bibingka at butse?
   7. Minamahal ba ni George si Berta?

B. 1. Naririnig ba ni George ang kalampag o ang tugtog?
   2. Kastila ba o Amerikano si George?
   3. Mas gusto ba ni Berta ang puto-bumbong o ang butse?
   4. Iniinom ba o kinakain ang salabat?
   5. Galit ba o masaya si Berta?

C. 1. Ano ang naririnig ni George?
   2. Bakit siya galit na galit?
   3. Bakit may musikong-bumbong?
   4. Nasaan ang mga tinda?
   5. Anu-ano ang mga tinda sa may simbahan?
   6. Sino ang asawa ni George?
   7. Ano ang gusto ng asawa ni George?
   8. Bakit sinasamahan ni George si Berta sa plasa?
   9. Sino at ano raw ang minamahal ni George?

# UNIT XIII

Kagandahang-loob

Nag-uusap sina Linda at Arthur habang hinihintay nila ang iba nilang mga kaibigan. May salu-salo sa bahay nina Linda at David.

Linda:
Ano ba ang gusto mong inumin?

'anʊ ba·ŋ gʊstʊ mʊŋ ɪnʊmi·n
(to-be-drunk)

Arthur:
Pagdating na nila. Hindi ba <u>Scotch</u> ang paborito ni David? Saan mo siya ibinibili niyon?

pagdatɪŋ na nɪla·h
(upon arrival)

hɪndi· ba ɪskats am pabʊri·tʊ nɪ davi·d
(Scotch)

san mʊ sya ɪbɪni·bɪlɪ nyo·n

Linda:
Kilala mo ba si Nettie? Binibilhan namin siya niyan sa tindahan niya sa kanto. Pero wala na, e.

kɪla·la mʊ ba sɪ ne·ti·h
(Nettie)

bɪni·bɪlhan na·mɪn sya nya·n sa tɪnda·han
(buying-from)      (that)      (store)

nya·h sa ka·ntoh    pe·rʊ wala· na e·h
(street
corner)

Arthur:
Sayang. <u>Ginger ale</u> na lang.

sa·yaŋ    dyi·ndyer e·yl na la·ŋ
(pity)    (ginger ale)

Hospitality

Linda and Arthur are talking while waiting for some of their friends to arrive. There is a party at Linda and David's place.

What would you like to drink?

When the rest get here. Isn't Scotch David's favorite? Where do you buy it for him?

Do you know Nettie? We buy it from her at her store on the corner. But there isn't any right now.

Too bad. Just ginger ale then.

Linda:
Malas (1) ka naman. Wa-
la rin, e. O, heto ipinag-
pipiga na kita ng kala-
mansi (2).

maˑlas ka namaˑn    walaˑ rın eˑh
(unlucky)

'oˑh heˑtoˑh    ıpınagpiˑpıgaˑ na kıta naŋ
(squeezing for)

kalamansiˑ'
(calamansi)

You're out of luck. There's
none of that either. Here,
let me fix you some cala-
mansi.

Arthur:
Ang gusto ko'y maraming
kalamansi.

'aŋ gʊstʊ koˑy    maraˑmıŋ kalamanseˑ'

I like lots of calamansis.

Linda:
Kulang pa ba ang siyam?

kuˑlam    pa baŋ syaˑm
(not-enough)

Isn't nine enough?

Arthur:
O, may kumakatok yata.

'oˑh    meˑ kʊmaˑkatʊk yaˑta'
(knocking)

Say, sounds like someone's
knocking.

Linda:
Nariyan na siguro sila.
Sandali lang (3).

naˑryan na sıguˑrʊ sılaˑh    sandaliˑ laˑŋ
(there)                      (minute)

That's probably them now.
Excuse me a minute.

Arthur:
O sige, akin na ang kala-
mansi ko.

'oˑ siˑgeh   'aˑkın naˑŋ kalamansiˑ koˑh

How about my calamansi?

Linda:
Heto.

heˑtoh

Here.

(Ibibigay sa kaniya ni
Linda at aalis siya upang
buksan ang pinto.)

(Linda gives it to him
and goes to open the door.)

Tao:
Magandang hapon po.

magandaŋ haˑpʊm poˑ'
(afternoon)

Good afternoon.

Linda:
Magandang hapon po na-
man. Tuloy kayo. Maupo
kayo. Ano po ba ang aming
maipaglilingkod (4)?

magandaŋ haˑpʊm puˑ namaˑn    tʊlʊy kayoˑh
(come in)

maʊpuˑ kayoˑh

'anʊ puˑ baŋ 'aˑmıŋ    maıpagliˑlıŋkod
(to-be-able-to-serve)

Good afternoon. Won't you
come in? Please sit down.
What can I do for you?

Tao:
Makapagtanong nga po
(5). Sina G. Ramos po
ba'y dito nakatira?

makaˑpagtanʊŋ        ŋaˑ poˑ'
(to-be-able-to-question)

sına gıno'oŋ raˑmos puˑ baˑy dıtʊ nakatıraˑh
(Ramos)                    (living)

Can I ask you something?
Do the Ramoses live here?

Linda:
Naku, wala na po sila ri-
to. Sila po ay sa Pako na
naninirahan may tatlong
buwan na.

nakuˑh   walaˑ na puˑ sıla rıˑtoˑh

sıla puˑ   'ay sa paˑkuˑ naˑ nanɪnıraˑhaˑn
(Paco)      (residing)

meˑ tatlʊm bwan naˑh

Oh, they don't live here
anymore. They've been
living in Paco for three
months now.

Tao:
Kung ganoon po'y mara-
ming salamat. Paalam
na po.

kʊŋ ganʊm poˑy maraˑmıŋ salaˑmaˑt
(therefore)

pa'aˑlam na poˑ'

I see. Thank you very
much. Goodbye.

Linda:
(Kukuha ng isang basong katas ng kalamansi.)
Sandali lang po.

sandali· lam po·'

(Gets a glass of calamansi juice.)
Please, just a minute.

Tao:
Huwag na po kayong mag-abala (6).

hwag na pu· kayuŋ mag'abala·h
(bother)

Please don't bother.

Linda:
Pamatid-uhaw (7) lang po ito, e.

pamatɪd 'u·haw lam pu· 'ɪtʊ e·h
(breaker-thirst)

This is just a thirst-quencher.

Tao:
Kahiya-hiya (8) po na-man sa inyo.

kahɪya·hɪya·  pu· naman sa ɪnyo·h
(embarrassing)

Oh, no, really...

Linda:
Para iyon lang po (9). Sige, ubusin na po ninyo iyan.

pa·ra yʊn la·m po·'   si·ge·h   ʊbu·sɪn na pu·
(for-that-only sir)           (finish)

nɪnyʊ ya·n

Please, it's nothing. Come on, drink it down.

(Iinumin ng mama ang katas ng kalamansi.)

(The man drinks the calamansi juice.)

Tao:
Salamat po. E... siya... Tutuloy na po ako.

sala·mat po·'   'e·h sya·h

tu·tʊlʊy na pu· 'ako·h

Thank you. Well, ma'am, I'll be leaving now.

Linda:
Adyos po. (Tigil) Arthur, heto na sila. Kasama si David.

'adyʊs po·'   'a·rtu·r he·tʊ na sɪla·h
(Arthur)

kasa·ma sɪ davi·d
(together)

Goodbye. (Pause) Arthur, here they are now with David.

## CULTURAL AND STRUCTURAL NOTES

(1) <u>Malas</u>, a loanword from Spanish <u>mal</u> 'bad', means 'bad luck'.

(2) The calamansi belongs to the citrus family. It tastes like lemon, but is much smaller. Its juice is drunk mixed with water and sugar. The beverage and the fruit are both referred to as calamansi.

(3) <u>Sandali lang</u>, literally 'minute only', is a set expression meaning 'just a moment, just a second', or 'just a minute'.

(4) Friends who come unexpectedly are always asked to come in and sit down. When they are seated, they are asked the purpose of the visit by saying <u>Ano po ba ang aming maipaglilingkod</u>? (literally, 'What the our able-to-be-caused-to-be-served?'), meaning 'What can I do for you?' In the great majority of cases, however, especially among close friends, this formal question is not asked. Instead, the usual pleasantries are exchanged, after which the visitor states the purpose of his visit.

Strangers are treated with respect but, especially in the cities, are seldom asked to come in, for security reasons. About the only time they are invited in without too much cross-examining is when, as in the dialog, there's a party or some kind of celebration, where the host or hostess is too busy, or when, because of the size of the party, it is hard

to tell who are the guests and who aren't (it being a common practice among Filipinos to take along one, two, or more friends who were not specifically invited by the host, except on formal occasions where the invitations name the persons being invited). In the small towns and barrios of the provinces, where everyone seems to know everyone else, hospitality is more marked because it is less apprehensive. Strangers who ask for some member of the household are readily asked to come in and politely asked to wait for the person they wish to see.

(5) <u>Makapagtanong nga po</u>, a set expression, means 'ask also, sir/ma'am'. It means 'Could you tell me something?' and implies 'I have a problem; could you help me?'

(6) <u>Huwag na po kayong mag-abala</u> is a set expression which literally means 'don't already you bother'. It is equivalent to English 'Please don't bother.'

(7) <u>Pamatid-uhaw</u>, a compound word which literally means 'breaker-thirst', i.e., 'thirst breaker', is any soft drink or juice.

(8) <u>Kahiya-hiya</u> means 'very embarrassing' and implies that something or somebody makes one feel ashamed or embarrassed for one reason

or another, such as having someone go out of his way for him, etc.

(9) <u>Iyon</u> <u>lang</u> <u>paia</u>, literally 'for that only', is a set expression used to depreciate whatever one has given to or done for somebody; it is roughly equivalent to the English 'it's nothing'.

## PRONUNCIATION EXERCISES

Stress Shift and Vowel Change in Suffixed Forms.

With the suffixes /-in/ and /-an/, unstressed /ɪ/, /e/, and /o/ at the ends of words acquire stress. The phrase stress shifts from where it was before suffixation to /ɪ/, /e/, and /o/, which accordingly get lengthened.

There is often a vowel change correlated with this stress shift, unstressed /ɪ/ or /e/ becoming stressed /i/ and unstressed /o/ becoming stressed /u/. The English form <u>ability</u> also illustrates a vowel change, the unstressed /ə/ of <u>able</u> becoming stressed /í/ in <u>ability</u>: /éybəl ~ əbílətiy/. The following examples illustrate the Tagalog pattern:

sabi  /sa·bɪh/ + /-in/  →  sabihin /sabi·hɪn/
'say'                              'to say'

gugol /gu·gol/ + /-in/  →  gugulin /gʊgu·lɪn/
'expense'                        'to spend'

tiket /ti·ket/ + /-an/  →  tikitan /tɪki·tan/
'ticket'                         'to issue a ticket to'

The drill forms below follow the same pattern. Listen to the root and suffix as citation items; then give the correct derived verb form:

turo  /tu·ro'/     + /-an/ → /tʊru·'an/
                                  'to teach'

sabi  /sa·bɪh/    + /-an/ → /sabi·han/
                                  'to advise'

ipon       /'i·pon/     + /-in/ → /'ɪpu·nɪn/
                                        'to save'

pasok      /pa·sok/     + /-an/ → /pasu·kan/
                                        'to enter'

atake      /'ata·keh/   + /-in/ → /'ataki·hɪn/
                                        'to have an attack'

lalim      /la·lɪm/     + /-an/ → /lali·man/
                                        'to make deeper'

ubos       /'u·bos/     + /-in/ → /'ʊbu·sɪn/
                                        'to use up'

iksamen    /'ɪksa·men/  + /-in/ → /'ɪksami·nɪn/
                                        'to test'

retoke     /rɪto·keh/   + /-in/ → /rɪtʊki·hɪn/
                                        'to retouch'

lampaso    /lampa·soh/  + /-in/ → /lampasu·hɪn/
                                        'to mop'

laso       /la·soh/     + /-an/ → /lasu·han/
                                        'to put a ribbon'

dibate     /dɪba·teh/   + /-in/ → /dɪbati·hɪn/
                                        'to debate'

Not all Tagalog word formations follow the pattern above; sometimes /e/ and /o/ do not change when stressed. These retentions occur only in loanwords from Spanish or English. Since some loanwords follow the pattern, those which do not must be learned as separate items.

## DRILLS AND GRAMMAR

### I. <u>Narito</u>, <u>nariyan</u>, <u>naroon</u> AND <u>heto</u>, <u>hayan</u>, <u>hayun</u>

EXAMPLES

    A. 1. Narito na sila.
       2. Nariyan si Rosa.
       3. Naroon sila sa tindahan.

    They're here now.
    Rosa's there.
    They're there at the store.

    B. 1. Si Arthur ang narito.
       2. Si Nettie ang nariyan.
       3. Sino ang naroon sa tindahan?

    The one who's here is Arthur.
    The one who's there is Nettie.
    Who's there at the store?

    C. 1. Heto na sila.
       2. Hayan ang inumin mo.
       3. Hayun sila.

    [Here they are.]
    There's your drink.
    There they are.

    D. 1. Heto, heto ang inumin mo.
       2. Hayan, magaling iyan.
       3. Hayun, umiinom si David.

    Here (take this), here's your drink.
    There (that's right), that's good.
    So (that's it), David drinks.

| narito | - here | | - heto/eto |
|--------|--------|--------|------------|
| nariyan ⎫ | - there ⎧ | by you | - hayan/ayan |
| naroon ⎭ | ⎩ | over there | - hayun/ayun |

a. Narito, nariyan, and naroon are locative adjectives which may occupy either topic or predicate position (cf. examples A and B). The syllable na- is stressed.

b. Heto, hayan, and hayun are attention-directing adjectives which occur only in predicate position (examples C). Sometimes the initial h- is dropped; in this case a glottal is substituted.

c. Narito and heto are used when referring to things near the speaker, nariyan and hayan to things near the listener, and naroon and hayun to things far from both listener and speaker.

d. Heto, hayan, and hayun are sometimes used as interjections whose meanings vary according to the situations in which they are used (examples D).

## SUBSTITUTION-RESPONSE DRILL (Moving Slot)

| Teacher | | Student 1 | Student 2 |
|---------|--|-----------|-----------|
| 1. Nariyan na ba si David? | Ulitin mo. | Nariyan na ba si David? | Oo, narito na si David. |
| 2. _____ Arthur | | Nariyan na ba si Arthur? | Oo, narito na si Arthur. |
| 3. _____ sila | | Nariyan na ba sila? | Oo, narito na sila. |
| 4. Naroon _____ | | Naroon na ba sila? | Oo, naroon na sila. |
| 5. _____ Linda | | Naroon na ba si Linda? | Oo, naroon na si Linda. |
| 6. _____ Fidel | | Naroon na ba si Fidel? | Oo, naroon na si Fidel. |
| 7. Narito _____ | | Narito na ba si Fidel? | Oo, narito na si Fidel. |
| 8. _____ bata | | Narito na ba ang bata? | Oo, narito na ang bata. |
| 9. _____ bisita | | Narito na ba ang bisita? | Oo, narito na ang bisita. |
| 10. Nariyan _____ | | Nariyan na ba ang bisita? | Oo, narito na ang bisita. |
| 11. _____ Eddie | | Nariyan na ba si Eddie? | Oo, narito na si Eddie. |
| 12. _____ siya | | Nariyan na ba siya? | Oo, narito na siya. |
| 13. Narito _____ | | Narito na ba siya? | Oo, narito na siya. |
| 14. _____ Nene | | Narito na ba si Nene? | Oo, narito na si Nene. |

## TRANSLATION DRILL (Patterned Sentences)

| Teacher | Student |
|---------|---------|
| 1. Here, the book is here. | Heto, narito ang libro. |
| 2. Here, the box is here. | Heto, narito ang kahon. |
| 3. Here, your box is here. | Heto, narito ang kahon mo. |
| 4. Here, your drink is here. | Heto, narito ang inumin mo. |
| 5. Here, your dress is here. | Heto, narito ang damit mo. |
| 6. There, he's there. | Hayan, nariyan siya. |
| 7. There, they're there. | Hayan, nariyan sila. |
| 8. There, she's there. | Hayan, nariyan siya. |
| 9. Over there, Fidel is over there. | Hayun, naroon si Fidel. |
| 10. Over there, the book is over there. | Hayun, naroon ang libro. |

## TRANSLATION DRILL (Paired Sentences)

| Teacher | Student |
|---------|---------|
| 1. Here's the teacher now. | Heto na ang titser. |
| The teacher's here now. | Narito na ang titser. |

2. Here's Luningning now.                    Heto na si Luningning.
   Luningning's here now.                     Narito na si Luningning.
3. Here are the children now.                 Heto na ang mga bata.
   The children are here now.                 Narito na ang mga bata.
4. Here are Eddie and the others.             Heto na sina Eddie.
   Eddie and the others are here now.         Narito na sina Eddie.
5. Here are David and the visitors.           Heto na si David at ang mga bisita.
   David and the visitors are here now.       Narito na si David at ang mga bisita.

6. There's the man now.                       Hayan na ang lalaki.
   The man's there now.                       Nariyan na ang lalaki.
7. There's Mr. Magpayo now.                   Hayan na si G. Magpayo.
   Mr. Magpayo is there now.                  Nariyan na si G. Magpayo.
8. There are the girls now.                   Hayan na ang mga babae.
   The girls are there now.                   Nariyan na ang mga babae.
9. There are Aling Nena and the others now.   Hayan na sina Aling Nena.
   Aling Nena and the others are there now.   Nariyan na sina Aling Nena.
10. There are Rosy and her friends now.       Hayan na si Rosy at ang kaniyang mga kaibigan.
    Rosy and her friends are there now.       Nariyan na si Rosy at ang kaniyang mga kaibigan.

11. There (over there) is the candidate now.  Hayun na ang kandidato.
    The candidate is over there now.          Naroon na ang kandidato.
12. There (over there) is Mang Kardo now.     Hayun na si Mang Kardo.
    Mang Kardo is over there now.             Naroon na si Mang Kardo.
13. There (over there) are the boys now.      Hayun na ang mga lalaki.
    The boys are over there now.              Naroon na ang mga lalaki.
14. There (over there) are Abogado and the others   Hayun na sina Abogado.
    now.
    Abogado and the others are over there now.  Naroon na sina Abogado.
15. There (over there) are Ledesma and his    Hayun na si Ledesma at ang mga lider niya.
    leaders now.
    Ledesma and his leaders are over there now.  Naroon na si Ledesma at ang mga lider niya.

## DISCUSSION

Narito, nariyan, and naroon are the nasa-forms of ito, iyan, and iyon (na + sa + ito → na + dito → narito). They may replace nasa-constructions in predicate or topic position, or as attributes. Nandito is a common variant of narito, nandiyan of nariyan, and nandoon of naroon.

Heto (eto), hayan (ayan), and hayun (ayun) are attention-directing words which may occur either as predicates or as interjections. As predicates heto, etc., differ from narito, etc., in much the same way as the here's in the following sentences differ from one another: 'Here's John now', 'John's here now'. The first sentence is translated Heto na si Juan, the second Narito na si Juan. As interjections, heto, etc., have a variety of uses that are roughly equivalent to the interjectional uses of here and there.

## II. INVERTED SENTENCES WITH ay

### EXAMPLES

A. 1. Ang damit ay maganda.                   The dress is beautiful.
   2. Ang titser ay Amerikana.                The teacher is an American.
   3. Ang ninong ay nangangalakal.            The godfather is in business.

B. 1. Sila po ay sa Pako na naninirahan. ⎫
      Sila po'y sa Pako na naninirahan.  ⎭    [They're living in Paco now.]
   2. Ang gusto ko ay maraming kalamansi. ⎫
      Ang gusto ko'y maraming kalamansi.  ⎭   [I like lots of calamansi.]
   3. Ang kalabaw ay masasaktin. ⎫
      Ang kalabaw'y masasaktin.  ⎭            The carabao is sickly.
   4. Ang sumasayaw ay si Pedro. ⎫
      Ang sumasayaw'y si Pedro.  ⎭            The one dancing is Pedro.
   5. Ang aking kaibigan ay Kastila. ⎫
      Ang aking kaibiga'y Kastila.  ⎭         My friend is Spanish.

C. 1. Ikaw ay kandidato. ⎫
      Ikaw'y kandidato.  ⎭                    You're a candidate.

2. Ikaw ay nanghaharana sa dalaga.⎫
   Ikaw'y nanghaharana sa dalaga.⎭     You're serenading the lady.

3. Ang nanghaharana ay ikaw.⎫
   Ang nanghaharana'y ikaw.⎭     The one serenading is you.

D. 1. Maganda raw si Rosa.⎫
    Si Rosa raw'y maganda.⎭     They say Rosa's pretty.

2. Sumasayaw po sila.⎫
   Sila po'y sumasayaw.⎭     They're dancing, sir/ma'am.

3. Narito na si Arthur.⎫
   Si Arthur ay narito na.⎭     Arthur's here already.

4. Naroon pa si Fidel.⎫
   Si Fidel ay naroon pa.⎭     Fidel's still there.

E. 1. Hindi ba matalino si Cynthia?⎫
    Si Cynthia ba'y hindi matalino?⎭     Isn't Cynthia intelligent?

2. Mayroon na rin bang trabaho si Rudy?⎫
   Si Rudy ba'y mayroon na ring trabaho?⎭     Does Rudy already have a job, too?

3. Wala pa bang nobyo si Cynthia?⎫
   Si Cynthia ba'y wala pang nobyo?⎭     Doesn't Cynthia have a steady boyfriend yet?

4. Wala pa ba siyang nobyo?⎫
   Siya ba'y wala pang nobyo?⎭     Doesn't she have a steady boyfriend yet?

   | TOPIC | + | ay | + | PREDICATE |

a. Most Tagalog sentences may have the topic preceding the predicate with the two elements linked by ay.

b. Ay, a particle, links the topic to the predicate and marks the predicate in a topic-predicate sentence.

c. Ay may contract to 'y after words ending in /-'/, /-h/, and sometimes for some words ending in /-w/ or /-n/ (examples B); it's generally not contracted after words ending in other consonants (examples A).

d. The second person pronoun topic in the Tagalog inverted sentence isn't ka but ikaw (examples C).

e. In inverting predicate-topic order, enclitics usually occupy their normal position, that is, they occur after the first full word in the sentence (examples D.1, 2). Exceptions to this generalization are na and pa which remain tied to the predicate (examples D.3, 4).

f. Ba behaves like the other enclitics (examples E).

g. In interrogative mayroon and wala constructions where the linker -ng is used, the topic is placed in first position (and it loses the -ng if it is a pronoun) and the linker is transferred to the word immediately preceding the noun (examples E.2-4).

CONVERSION DRILLS

Instructions: Change the following sentences from earlier dialogs to the inverted order using ay.

        Teacher                          Student

I. 1. Nasa hilagang Luson ang Bagyo.     Ang Bagyo'y nasa hilagang Luson.
    Marami ang nagbabakasyon.        Ang nagbabakasyon ay marami.

II. 1. Maganda ang damit.             Ang damit ay maganda.

2. Mayaman siya.                        Siya'y mayaman.
3. Malaki ang alawans.                  Ang alawans ay malaki.
4. Modelo ang kotse.                    Ang kotse'y modelo.
5. Matalino ka.                         Ikaw'y matalino.
6. Mabait siya.                         Siya'y mabait.
7. Dumarating ang bagong titser.        Ang bagong titser ay dumarating.
8. Tumutugtog ang bel.                  Ang bel ay tumutugtog.

III. 1. Para sa bunso raw iyan.         Iyan daw'y para sa bunso.
2. Gumagayak rin siya.                  Siya rin ay gumagayak.
3. Kay Mrs. Villamor ho ako.            Ako ho'y kay Mrs. Villamor.
4. Ngumanganga ho ang Lola.             Ang Lola ho'y ngumanganga.
5. Bumabasa ho ang Lolo.                Ang Lolo ho'y bumabasa.

IV. 1. Dumarating na ang inyong mga bisita.    Ang inyong mga bisita'y dumarating na.
2. Nauuna pa ang Tiya Linda.            Ang Tiya Linda'y nauuna pa.
3. Kumakain na ang iba.                 Ang iba'y kumakain na.
4. Tama na ang dalawa.                  Ang dalawa'y tama na.
5. Abalang-abala pa ang iyong nanay.    Ang iyong nanay ay abalang-abala pa.
6. Sa akin na ang buntot.               Ang buntot ay sa akin na.

V. 1. Talagang masaya ang anihan ng mga    Ang anihan ng mga Pilipino'y talagang masaya.
Pilipino.
2. Bumabayo at pumipipig sila.          Sila'y bumabayo at pumipipig.
3. Sama-samang gumagawa ang matatanda't    Ang matatanda't kabataa'y sama-samang gumagawa.
kabataan.

VI. 1. Magkaibang-magkaiba tayo.         Tayo'y magkaibang-magkaiba.
2. Nag-iiba na nga ang aming mga ugali.    Ang aming mga ugali nga'y nag-iiba na.
3. Nagpapasyal kami saanman.            Kami'y nagpapasyal saanman.
4. Nagloloko ang karamihan.             Ang karamiha'y nagloloko.
5. Nagtitiis sila.                      Sila'y nagtitiis.

VII. 1. Nangangalakal si Kuya Ernesto.   Si Kuya Ernesto'y nangangalakal.
2. Kilala ko si Rudy.                   Si Rudy ay kilala ko.
3. Nanghihiram ka.                      Ikaw'y nanghihiram.
4. Masarap ang buhay ko.                Ang buhay ko'y masarap.
5. Si Cynthia ang magulo.               Ang magulo'y si Cynthia.

VIII. 1. Suyang-suya na ako.             Ako'y suyang-suya na.
2. Importante ang diploma.              Ang diploma'y importante.
3. Ganyan ang socio-economic system dito.    Ang socio-economic system dito'y ganyan.

IX. 1. May edad ka na.                   Ikaw'y may edad na.
2. Hinahanap natin ang masarap na luto.    Ang masarap na luto'y hinahanap natin.
3. Masipag at matipid ang mga Ilokana.    Ang mga Ilokana'y masipag at matipid.
4. Nasa libro lang ang pagkakaiba-iba nila.    Ang pagkakaiba-iba nila'y nasa libro lang.

X. 1. Pumapasok po ako sa Namarco.       Ako po'y pumapasok sa Namarco.
2. Ang buhay ninyo ang alalahanin mo.    Ang alalahanin mo'y ang buhay ninyo.
3. Makakaganti rin kami sa inyo.        Kami rin ay makakaganti sa inyo.

XI. 1. Nanlalalim ang mga mata mo.       Ang mga mata mo'y nanlalalim.
2. Ipinagmamalaki nila si Ledesma.      Si Ledesma'y ipinagmamalaki nila.
3. Iisa ang sinasabi sa miting.         Ang sinasabi sa miting ay iisa.

XII. 1. Naririnig ko ang kalampag.       Ang kalampag ay naririnig ko.
2. Nasa Pilipinas ka na.                Ikaw'y nasa Pilipinas na.
3. Kostumbre namin iyan.                Iya'y kostumbre namin.
4. Mas gusto ko ang bibingka at butse.    Ang bibingka at butse'y mas gusto ko.

XIII. 1. Maraming kalamansi ang gusto ko.    Ang gusto ko'y maraming kalamansi.
2. Pamatid-uhaw lang ito.               Ito'y pamatid-uhaw lang.
3. Naninirahan na po sila sa Pako.      Sila po'y sa Pako na naninirahan.

Instructions: Change the following sentences to the inverted order using ay. Be sure you know what each
           sentence means. Watch out for changes in position among the enclitics.

          Teacher                                Student

A. 1. Narito na si Luningning.           Si Luningning ay narito na.

2. Narito na sina Ben at David.                    Sina Ben at David ay narito na.
3. Nariyan pa sina Rosy at Angela.                 Sina Rosy at Angela'y nariyan pa.
4. Naroon pa sina Cely at Mario.                   Sina Cely at Mario'y naroon pa.

B. 1. Narito na ang titser.                        Ang titser ay narito na.
   2. Nariyan na ang mga kabataan.                 Ang mga kabataa'y nariyan na.
   3. Nariyan pa ang lalaki.                       Ang lalaki'y nariyan pa.
   4. Naroon pa ang mga tao.                       Ang mga tao'y naroon pa.

C. 1. Narito na tayo sa klase.                     Tayo'y narito na sa klase.
   2. Nariyan na sila sa pabrika.                  Sila'y nariyan na sa pabrika.
   3. Naroon pa siya sa tindahan.                  Siya'y naroon pa sa tindahan.
   4. Naroon pa kami sa bahay.                     Kami'y naroon pa sa bahay.

D. 1. Gumagawa sila nito sa pabrika.               Sila'y gumagawa nito sa pabrika.
   2. Nagbabasa siya niyan sa bahay.               Siya'y nagbabasa niyan sa bahay.
   3. Nanghihiram ng rekord kay Rose si Mameng.    Si Mameng ay nanghihiram ng rekord kay Rose.
   4. Nakakabili ng libro kay Tony si Ray.         Si Ray ay nakakabili ng libro kay Tony.

E. 1. Libre sila sa tindahan.                      Sila'y libre sa tindahan.
   2. Masasaya kami sa pabayani.                   Kami'y masasaya sa pabayani.
   3. Marunong sa klase si Ben.                    Si Ben ay marunong sa klase.
   4. Magugulo sa pipigan ang kabataan.            Ang kabataa'y magugulo sa pipigan.

F. 1. Narito na ba sa klase si Rosy?               Si Rosy ba'y narito na sa klase?
   2. Nariyan na ba sa bahay ang bata?             Ang bata ba'y nariyan na sa bahay?
   3. Naroon pa ba sila sa miting?                 Sila ba'y naroon pa sa miting?
   4. Naroon pa ba siya sa manukan?                Siya ba'y naroon pa sa manukan?

G. 1. Gumagawa ba siya nito?                       Siya ba'y gumagawa nito?
   2. Bumibili ba niyan doon ang babae?            Ang babae ba'y bumibili niyan doon?
   3. Nagbibili ba noon kay Cely si Mameng?        Si Mameng ba'y nagbibili noon kay Cely?
   4. Nanghihiram ba ng libro rito ang mga         Ang mga kabataan ba'y nanghihiram ng libro rito?
      kabataan?

H. 1. Hinahanap ba niya sa atin ito?              Ito ba'y hinahanap niya sa atin?
   2. Dinadala ba ninyo rito iyan?                 Iyan ba'y dinadala ninyo rito?
   3. Hinahanap ba riyan ng bata iyan?             Iyan ba'y hinahanap diyan ng bata?
   4. Sinusungkit ba doon ni Mario iyan?           Iyan ba'y sinusungkit doon ni Mario?

I. 1. Masarap ba ang pagkain doon?[1]             Ang pagkain ba roo'y masarap?
   2. Malalaki ba ang bahay roon?                  Ang bahay ba roo'y malalaki?
   3. Masaya ba ang pista riyan?                   Ang pista ba riya'y masaya?
   4. Mahusay ba ang titser diyan?                 Ang titser ba riya'y mahusay?

J. 1. Umiinom ka rin ng salabat.                   Ikaw'y umiinom din ng salabat.
   2. Nakakarinig ka ba ng musikong bumbong?       Ikaw ba'y nakakarinig ng musikong bumbong?
   3. Ibinibili kita ng damit.                     Ikaw'y ibinibili ko ng damit.
   4. Binibilhan ka ba niya ng Scotch?             Ikaw ba'y binibilhan niya ng Scotch?

## TRANSLATION DRILLS (Patterned Sentences)

Instructions: In the following translations, use the inverted order in Tagalog.

|               Teacher                             |               Student              |

A. 1. Mr. Magpayo is already here.                  Si G. Magpayo'y narito na.
   2. The car is already here.                       Ang kotse'y narito na.
   3. They are still over there.                      Sila'y naroon pa.
   4. You (pl.) are still there.                      Kayo'y nariyan pa.

B. 1. Is Linda still here?                           Si Linda ba'y narito pa?
   2. Are the children still here?                    Ang mga bata ba'y narito pa?
   3. Is she already over there?                      Siya ba'y naroon na?
   4. Are you (pl.) already there?                    Kayo ba'y nariyan na?

C. 1. The candidate buys a car.                       Ang kandidato'y bumibili ng kotse.

---
[1]Note that in this pattern the sa-demonstrative is part of the topic, and that consequently ba and ay are separated in the ay inversion.

2. The candidate waits for <u>Mang</u> Kardo.    Ang kandidato'y naghihintay kay Mang Kardo.
3. Jose and Ben are looking for a car.    Sina Jose at Ben ay naghahanap ng kotse.
4. They are borrowing a car from <u>Mang</u> Kardo.    Sila'y humihiram ng kotse kay Mang Kardo.

D. 1. Does David drink calamansi juice?    Si David ba'y umiinom ng kalamansi?
   2. Is the bachelor pounding <u>pinipig</u>?    Ang binata ba'y bumabayo ng pinipig?
   3. Do they need an allowance?    Sila ba'y nangangailangan ng alawans?
   4. Do I earn money?    Ako ba'y kumikita ng salapi?

E. 1. Your customs are very different.    Ang inyong ugali'y ibang-iba.
   2. Our youth are praiseworthy.    Ang ating kabataa'y kapuri-puri.
   3. <u>Aling</u> Osang and the others are nice.    Sina Aling Osang ay mababait.
   4. We (you and I) are very busy.    Tayo'y abalang-abala.

F. 1. Is the moon bright?    Ang buwan ba'y maliwanag?
   2. Are the youth happy?    Ang mga kabataan ba'y masasaya?
   3. Is Eddie good-looking?    Si Eddie ba'y guwapo?
   4. Are we (she and I) troublesome?    Kami ba'y magugulo?

G. 1. You (sg.) are happy.    Ikaw'y masaya.
   2. Are you (sg.) sure?    Ikaw ba'y sigurado?
   3. You (sg.) drink <u>salabat</u>.    Ikaw'y umiinom ng salabat.
   4. Do you (sg.) need money?    Ikaw ba'y nangangailangan ng pera?

## DISCUSSION

The normal order of sentence elements in Tagalog is predicate before topic, or at least some of the predicate before the topic. There is also an inverted order in which the topic precedes the predicate. As a mark of this inversion, the particle <u>ay</u> appears between topic and predicate.[1] The <u>ay</u> serves as a linker and at the same time as a marker for the predicate. This modification is shown by the following charts:

Normal Order        <u>Ay</u>-Inversion

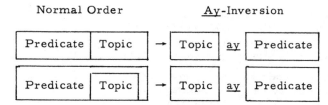

The sequence <u>Topic</u> + <u>ay</u> + <u>Predicate</u> closely resembles the normal order for Spanish and English sentences. It was probably for this reason that those who first described Tagalog grammar considered <u>ay</u>-sentences as basic and the more normal predicate-topic sentences as some type of aberrant construction. Note the close correspondence in the case of equational sentences:

Spanish    La muchacha es bonita.
English    The girl    is pretty.
Tagalog    Ang babae    ay maganda.

Because of this comparison, <u>ay</u> was long considered a linking verb in Tagalog. <u>Ay</u> had no inflectional forms, but this was assumed to be an idiosyncrasy of Tagalog; verbs in other languages are similarly strange, as is <u>ought</u> in English (no 'oughts', 'oughting', 'oughted', etc.). There was the problem of the disappearance of <u>ay</u> when the order was changed, but this was also considered a vagary of the language:

The man <u>is</u> there.    Ang lalaki ay hayun.
There <u>is</u> the man.    Hayun ang lalaki.

The conclusive evidence that <u>ay</u> is a relation marker and not a linking verb is its use in verbal sentences, where no linking verb is called for in the pattern. Note the following examples:

Normal Order        Inverted Order

1. Maganda ang damit.   Ang damit ay maganda.
        'The dress is beautiful.'

2. Nagsisimba ang    Ang mga babae'y nagsi-
   mga babae.     simba.
        'The women go to church.'

3. May tindahan si Ben.   Si Ben ay may tindahan.
        'Ben has a store.'

4. Binayo nila ang    Ang pinipig ay binayo
   pinipig.     nila.
        'They pounded the <u>pinipig</u>.'

5. Tutulungan ko sila.   Sila'y tutulungan ko.
        'I'll help them.'

Only sentence 1 is naturally translatable with a linking verb, though number 2 could be 'are going to church'. Sentences 3 to 5 very clearly show the inversion pattern in examples where <u>ay</u> cannot be translated.

A single translation is listed above for sentences given in both normal and inverted order. No clear-cut meaning distinction is signalled by word order in these patterns, though there may be a difference in emphasis, as suggested by English 'Down fell the guava' and 'The guava fell down'; in Tagalog the contrast is not as definite and precise. More often the inverted order is used for stylistic variety. Though sometimes used in speech, it is much more frequent in the written language as a literary form.

---

[1]See also the inversion of pronoun topic in negative sentences, discussed in Unit II, grammar point IV.

The second person <u>ang</u>-pronoun forms have been described as <u>ikaw</u> for predicate and <u>ka</u> for topic. It is more accurate to say <u>ikaw</u> appears initially (or before <u>ay</u>) and after <u>ay</u>, and <u>ka</u> appears after a predicate noun or verb. A similar pattern can be seen in English 'It's me', where the historical predicate nominative 'I' has been changed to 'me' by the habit of using objective forms after the verb.

As mentioned in the presentation, <u>ay</u> may contract to -'<u>y</u>. The pattern of contraction is quite simple phonologically, but more complex orthographically. In pronunciation the contracted form -<u>y</u> replaces the final consonant of the last word of the topic, if that word ends in /-'/, /-h/, and in some cases /-w/ or /-n/. The following examples illustrate this pattern:

| /po·'/ | + | /ay/ | → | /po·y/ |
|--------|---|------|---|--------|
| /'ako·h/ | + | /ay/ | → | /'ako·y/ |
| /'ɪka·w/ | + | /ay/ | → | /'ɪka·y/ |
| /tʊron/ | + | /ay/ | → | /tʊroy/ |

In the orthography of Tagalog -'<u>y</u> is added to the written form of the preceding word except that a final -<u>n</u> is usually dropped. The final -<u>w</u> is retained in spelling but is usually not pronounced. The examples above are repeated in normal spelling as follows:

| <u>po</u> | + | <u>ay</u> | → | <u>po'y</u> |
|-----------|---|-----------|---|-------------|
| <u>ako</u> | + | <u>ay</u> | → | <u>ako'y</u> |
| <u>ikaw</u> | + | <u>ay</u> | → | <u>ikaw'y</u> |
| <u>turon</u> | + | <u>ay</u> | → | <u>turo'y</u> |

## CUMULATIVE DRILLS

### SUBSTITUTION-CONVERSION DRILL

| | Teacher[1] | Student 1 |
|--|-----------|-----------|
| 1. | Bumibili ako ng kalamansi para sa kaniya. | Bumibili ako ng kalamansi para sa kaniya. |
| 2. | _____ iyo | Bumibili ako ng kalamansi para sa iyo. |
| 3. | ____ nito _____ | Bumibili ako nito para sa iyo. |
| 4. | _____ kanila | Bumibili ako nito para sa kanila. |
| 5. | ____ si Linda _____ | Bumibili si Linda nito para sa kanila. |

Student 2

Ibinibili ko siya ng kalamansi.
Ibinibili kita ng kalamansi.
Ibinibili kita nito.
Ibinibili ko sila nito.
Ibinibili sila ni Linda nito.

| 6. | _____ kaniya | Bumibili si Linda nito para sa kaniya. |
| 7. | Nagpipiga _____ | Nagpipiga si Linda nito para sa kaniya. |
| 8. | ____ kami _____ | Nagpipiga kami nito para sa kaniya. |
| 9. | ____ niyan _____ | Nagpipiga kami niyan para sa kaniya. |
| 10. | _____ inyo | Nagpipiga kami niyan para sa inyo. |

Ibinibili siya ni Linda nito.
Ipinagpipiga siya ni Linda nito.
Ipinagpipiga namin siya nito.
Ipinagpipiga namin siya niyan.
Ipinagpipiga namin kayo niyan.

| 11. | ____ sila _____ | Nagpipiga sila niyan para sa inyo. |
| 12. | _____ amin | Nagpipiga sila niyan para sa amin. |
| 13. | ____ siya _____ | Nagpipiga siya niyan para sa amin. |
| 14. | ____ niyon _____ | Nagpipiga siya niyon para sa amin. |
| 15. | ____ ka _____ | Nagpipiga ka niyon para sa amin. |

Ipinagpipiga nila kayo niyan.
Ipinagpipiga nila kami niyan.
Ipinagpipiga niya kami niyan.
Ipinagpipiga niya kami niyon.
Ipinagpipiga mo kami niyon.

---

[1]Following the first example, the teacher may use the customary cue for repetition of what has been said: Ulitin mo.

16. _____ kanila     Nagpipiga ka niyon para sa kanila.
17. _____ akin     Nagpipiga ka niyon para sa akin.
18. _____ kalamansi _____     Nagpipiga ka ng kalamansi para sa akin.
19. _____ kaniya     Nagpipiga ka ng kalamansi para sa kaniya.
20. _____ ako _____     Nagpipiga ako ng kalamansi para sa kaniya.

Ipinagpipiga mo sila niyon.
Ipinagpipiga mo ako niyon.
Ipinagpipiga mo ako ng kalamansi.
Ipinagpipiga mo siya ng kalamansi.
Ipinagpipiga ko siya ng kalamansi.

21. Bumibili _____     Bumibili ako ng kalamansi para sa kaniya.
22. _____ ka _____     Bumibili ka ng kalamansi para sa kaniya.
23. _____ inyo     Bumibili ka ng kalamansi para sa inyo.
24. _____ kaniya     Bumibili ka ng kalamansi para sa kaniya.
25. _____ ako _____     Bumibili ako ng kalamansi para sa kaniya.

Ibinibili ko siya ng kalamansi.
Ibinibili mo siya ng kalamansi.
Ibinibili mo kayo ng kalamansi.
Ibinibili mo siya ng kalamansi.
Ibinibili ko siya ng kalamansi.

## TRANSLATION DRILLS

A. Garden Party

| | |
|---|---|
| David: | Oh, you're here already!<br>Who's with you? |
| Arthur: | Fidel is there (points at the gate)—with some friends. |
| David: | Come on in. Has Frank come too? |
| Arthur: | There he is. |
| Linda: | (Comes out from the house) David, where's Ray? Hasn't he come yet? |
| Arthur: | There, he's coming. |
| David: | There he is now! (Sees Ray by the house) Hey, Ray, we're here. Come here. |
| Ray: | Hi! Rose, this is Linda... David, Arthur. You know Frank... This is Miss Reyes, Rose Reyes. |
| Everybody: | Hello! Hi, Rose! |
| Linda: | Is everybody here now? Here, here's the drink. Rose, there are the calamansi. Fix yourself some. |
| Rose: | Thanks. |

B.

Luningning works in a factory in Quezon City. She goes to work at 7:30 in the morning. She works there for eight hours a day and receives ₱120 a month. Her husband is a lawyer and earns ₱350. They have four children, two boys and two girls. She always buys them beautiful clothes and delicious food.

## VISUAL-CUE DRILLS

### PICTURE A

Panuto: Ilarawan ang mga sumusunod. Ano ang sinasabi nila?

Halimbawa: Nasa bahay si Nene. Dumarating si Rosy. Nakikita ni Nene si Rosy. Nagtatanong
si Rosy kay Nene.
Rosy: Nariyan ba si Eddie?
Nene: Oo. Narito siya.
Rosy: Nasaan siya?
Nene: Nandito sa bahay. Halika.

PICTURE B

Panuto: Ilarawan ang sumusunod. Ano ang sinasabi nila?

    Halimbawa: Nagbabasa sina Nene at Joe ng libro.
               Nene at Joe: Nagbabasa kami nitong libro.
                       Binabasa namin itong libro.

PICTURE C

Panuto: Ilarawan ang sumusunod. Gamitin ang ay.

    Halimbawa: Si Ray ay bumibili ng damit sa tindahan para kay Mameng.
               Ang damit ay binibili ni Ray sa tindahan para kay Mameng.
               Ang tindahan ay binibilhan ni Ray ng damit para kay Mameng.
               Si Mameng ay ibinibili ni Ray ng damit sa tindahan.

## COMPREHENSION-RESPONSE DRILLS

A. 1. <u>Scotch</u> ba ang paborito ni David?
   2. Si Nettie ba ang may tindahan sa kanto?
   3. Gusto ba ni Arthur ang maraming kalamansi?
   4. Hinihintay ba nina Arthur at Linda sina Joe?
   5. Sina G. Ramos ba'y doon pa nakatira?
   6. Sa Quiapo na ba naninirahan sina G. Ramos?

B. 1. Ang paborito ba ni David ay <u>Scotch</u> o kalamansi?
   2. Ang may tindahan ba sa kanto'y si Nettie o si Linda?
   3. Ang hinihintay ba nina Linda'y sina Joe o sina David?
   4. Ang gusto ba ni Arthur ay kaunti o maraming kalamansi?
   5. Ang hinahanap ba ng tao'y si G. Ramos o si David?
   6. Sina G. Ramos ba'y sa Pako o sa Quiapo na naninirahan?

C. 1. Ano ang paborito ni David?
   2. Sino ang binibilhan nina Linda ng <u>Scotch</u> sa may kanto?
   3. Ano ang gusto ni Arthur?
   4. Sino ang hinihintay nila?
   5. Sino ang hinahanap ng tao?
   6. Saan na naninirahan sina G. Ramos?

## READING

### ANG MGA BISITA

(See Part I, <u>Intermediate</u> <u>Readings</u> <u>in</u> <u>Tagalog</u>)

# UNIT XIV

### Si Tagpe

Nag-aaral sina Rosa at Lita sa U. P. Nagkita sila pagkatapos ng bakasyon ni Rosa sa probinsya. Puno ng tawanan ang pagbibidahan nila.

### Spot

Rosa and Lita are classmates at the University of the Philippines. They meet after Rosa comes back from her vacation in the province. Their conversation is filled with laughter.

**Lita:**
Hoy, kailan ka pa dumating? Hindi ka pa nagpapasyal sa bahay.

ho·y ke·yłaη ka pa dumati·η
(when)

hındi· ka pa nagpa·pasyal sa ba·ha·y

Hi, when did you get back? You haven't dropped in at the house yet.

**Rosa:**
Noong Miyerkoles pa, pero hindi pa nga ako nakakapagpasyal.

no·oη mye·rkʊlɪs pa·h peru hındi· pa ηa·kʊ
(last)(Wednesday)

naka·kapagpasya·l·
(is-able-to-go-places)

I came last Wednesday, but I haven't had a chance to go visiting yet.

**Lita:**
Nagpasyal kami kahapon. Nagdaan pa kami sa inyong bahay, a.

nagpa·syal kamı kaha·pon
(went-for-  (yesterday)
a-walk)

nagda·an pa kamı sa ınyʊm ba·hay a·h
(passed by)

We took a walk yesterday. In fact we passed by your house.

[260]

Rosa:
Tumawag ba kayo (1)?

təma·wag ba kayo·h
(called)

Did you stop?

Lita:
Oo, pero nagsimba ka
raw.

'o·'oh    pe·rʊ nagsɪmba ka ra·w
(went-to-
church)

Yes, but they said you were
in church.

Rosa:
Oo nga e... Alam mo,
bumili ako ng aso sa
probinsya noong Ling-
go. Matabang-mataba
at kyut (2) na kyut.

'o·'o ŋa·'e·h    'alam mo·h    bʊmɪle· kʊ naŋ a·sʊ
                                (bought)    (dog)
sa prʊbi·nsya nʊn lɪŋgo·h    mataban mataba·'
                              (very fat)
'at kyu·t na kyu·t
(cute)

O yes... You know, I bought
a dog in the province last
Sunday. It's very fat and
very cute.

Lita:
Talaga? Tuwang-tuwa
siguro si Bernie, ano?

talaga·h    tʊwantʊwa· sɪgu·rʊ sɪ be·rni·h 'ano·h
                                (Bernie)

Really? Bernie must be
very happy!

Rosa:
Oo, pero galit na galit
ang Tatay.

'o·'oh peru galɪt na gali·t  'an ta·tay

Yes, but Dad was real mad.

Lita:
Bakit? (Ngingiti)

ba·ki·t

Why? (Smiles)

Rosa:
Kasi kagabi, hindi kami
nakatulog.

kasɪ kagabi·h  hɪndi· kamɪ   nakatu·lo·g
(last night)        (was-able-to-sleep)

Because we couldn't sleep
last night.

Lita:
Nagbidahan (3) ba kayo
o ano?

nagbɪdahan  ba kayʊ 'o ano·h
(told stories)

Telling stories or some-
thing?

Rosa:
Ay, hindi po (4). Nanggi-
sing si Tagpe (5). Ngu-
makngak nang ngumak-
ngak.

'a·y  hɪndi· po·'  naŋgi·sɪŋ sɪ tagpe·'
                   (woke up)
ŋʊmakŋa·k naŋ ŋʊmakŋa·k
(yelped)

No siree! Spot woke us up.
He yelped and yelped.

Lita:
Kawawa ka naman.

ka·wa·wa· ka nama·n

You poor kid.

Rosa:
Nagngitngit (6) ang Ta-
tay! Pero wala siyang
nagawa.

nagŋɪtŋɪt an ta·ta·y    pe·roh  wala· syaŋ
(got mad)
nagawa·'
(was-able-to-do)

Dad was fuming. But you
know, he couldn't do a
thing.

Lita:
Nagngitngit ba siyang ta-
laga?

nagŋɪtŋɪt ba syan talaga·h

Was he really mad?

Rosa:
Ay oo, nagngitngit din
ako, bakit (7)?

'a·y  'o·'oh   nagŋɪtŋɪt dɪn ako·h  ba·kɪt

Oh yes. And I was mad at
him, too, by golly!

Lita:
Loko mo (8), tatay mo
iyon (9)!

lo·kʊ mo·h  ta·tay mʊ yo·n
(fool)

You nut, he's your father!

Rosa:
Ba (10), aso ko rin si
Tagpe! (Tatawa)

ba·h    'asʊ kʊ rɪn sɪ tagpe·'

Well, Spot's my dog, too!
(Laughs)

## CULTURAL AND STRUCTURAL NOTES

(1) Tumawag ba kayo, literally 'Did you call', refers to the practice of calling out the name of a friend who lives in the house in front of which one is passing at the moment, the idea being to engage the friend in a brief chat, or merely for the friend to come out and acknowledge the call. This practice is very common in the provinces.

(2) Kyut 'cute' is as over-used by some speakers as its English source.

(3) Nagbidahan means 'told each other stories'. The word bida 'hero, heroine' is a loan from Spanish vida 'life'. The Tagalog word, however, has extended meaning to include the telling of stories. The mag-an affix denotes reciprocity.

(4) Ay here is not the predicate marker. Po here is used not to show respect but to emphasize the given statement. It may be a negative or an affirmative sentence. If affirmative, one would add the po to the statement or else simply say Ay, opo. (Cf. English 'No sir!' and 'No siree!', 'Yes sir!' and 'Yes siree!')

(5) Tagpe, meaning 'patch', is a very common name for dogs of one color, with a small patch or blot of another color; it is equivalent to 'Spot'.

(6) Notice that the Tagalog verb form nagngitngit (from magngitngit 'to be very angry, fuming mad') is perfective, but is translated by the English past progressive 'was fuming'. Tagalog perfective is normally expressed by the simple past, with English progressive forms of any tense translated by the imperfective, since they report an action in progress, the primary meaning of Tagalog imperfective. Where English reports a state or condition, the progressive is often used; the simple forms refer to the ending of the condition.

(7) Bakit here does not mean 'why' but 'Why shouldn't I be?' It's said in a seriously or jokingly rebellious way.

(8) Loko mo, said in a reproving way, literally means 'your foolishness' (loko from Spanish loco 'crazy').

(9) Tatay mo iyon is a reproof which very clearly shows the respect and honor children should show their parents. The rejoinder of Rosa does not in any way affect that because what she says, she says laughingly, even fondly.

(10) Ba here is not the question marker. This ba closely parallels the English bah, and signifies a brushing aside of a fact or comment (as the preceding sentence). Bah seems too strong in the present context, however, because Rosa is not really serious. In stronger instances it may signify a defensive attitude or even defiance.

## DRILLS AND GRAMMAR

### I. PERFECTIVE FORMS OF VERBS

EXAMPLES

A. 1. Kailan ka ba dumating?                [When did you come?]
   2. Tumawag ba kayo?                       [Did you call?]
   3. Bumili ako ng aso sa probinsya.        [I bought a dog in the province.]
   4. Ngumakngak nang ngumakngak si Tagpe.   [Spot yelped and yelped.]

B. 1. Nagpasyal kami kahapon.                [We took a walk yesterday.]
   2. Nagdaan pa kami sa inyong bahay.       [We even passed by your house.]
   3. Nagsimba ka raw.                        [They said you went to church.]
   4. Nagngitngit ang Tatay.                 [Father got mad.]

C. 1. Nanggising si Tagpe.                    [Spot woke us up.]

D. 1. Hindi kami nakatulog.                   [We weren't able to sleep.]

E. 1. Nagalit ba siyang talaga?              Did he really get angry?
   2. Pero wala siyang nagawa.               [But he couldn't do anything.]

| VERB CLASS | AFFIX | ROOT |
|---|---|---|
| -um- | d um | ating |
| mag- | nag | pasyal |
| mang- | nang | gising |
| maka- | naka | tulog |
| ma- | na | galit |

a. The perfective form denotes an action that has been completed, usually referring, therefore, to past time.

b. The perfective of -um- verbs is formed by infixing /-um-/ between the first consonant and vowel of the root.

c. The perfective of other verbs so far taken up is formed by prefixing nag-, nang-, naka- (nakapag-, nakapang-), or na- to the root.

d. The accent pattern of the root is preserved in the perfective forms; the affix is not normally stressed.

## SUBSTITUTION DRILLS (Moving Slots)

| Teacher | Student 1 | Student 2 |
|---|---|---|
| A. 1. Kumakain ng turon si Rosa. | Kumakain ng turon si Rosa. | Kumain ng turon si Rosa. |
| 2. Bumibili _____ | Bumibili ng turon si Rosa. | Bumili ng turon si Rosa. |
| 3. _____ libro _____ | Bumibili ng libro si Rosa. | Bumili ng libro si Rosa. |
| 4. Bumabasa _____ | Bumabasa ng libro si Rosa. | Bumasa ng libro si Rosa. |
| 5. _____ Lita | Bumabasa ng libro si Lita. | Bumasa ng libro si Lita. |
| 6. Bumibilang _____ | Bumibilang ng libro si Lita. | Bumilang ng libro si Lita. |
| 7. _____ kotse _____ | Bumibilang ng kotse si Lita. | Bumilang ng kotse si Lita. |
| 8. Humihiram _____ | Humihiram ng kotse si Lita. | Humiram ng kotse si Lita. |
| 9. _____ Ray | Humihiram ng kotse si Ray. | Humiram ng kotse si Ray. |
| 10. Humahanap _____ | Humahanap ng kotse si Ray. | Humanap ng kotse si Ray. |
| 11. _____ kahon _____ | Humahanap ng kahon si Ray. | Humanap ng kahon si Ray. |
| 12. Bumubuhat _____ | Bumubuhat ng kahon si Ray. | Bumuhat ng kahon si Ray. |
| 13. _____ babae | Bumubuhat ng kahon ang babae. | Bumuhat ng kahon ang babae. |
| 14. Gumagawa _____ | Gumagawa ng kahon ang babae. | Gumawa ng kahon ang babae. |
| 15. _____ damit _____ | Gumagawa ng damit ang babae. | Gumawa ng damit ang babae. |
| 16. _____ Rosa | Gumagawa ng damit si Rosa. | Gumawa ng damit si Rosa. |
| 17. Nagdadala _____ | Nagdadala ng damit si Rosa. | Nagdala ng damit si Rosa. |
| 18. _____ manika _____ | Nagdadala ng manika si Rosa. | Nagdala ng manika si Rosa. |
| 19. _____ turon _____ | Nagdadala ng turon si Rosa. | Nagdala ng turon si Rosa. |
| 20. Kumakain _____ | Kumakain ng turon si Rosa. | Kumain ng turon si Rosa. |
| B. 1. Nag-aaral si Rosa sa U. P. | Nag-aaral si Rosa sa U. P. | Nag-aral si Rosa sa U. P. |
| 2. _____ Lita _____ | Nag-aaral si Lita sa U. P. | Nag-aral si Lita sa U. P. |
| 3. Nagtatrabaho _____ | Nagtatrabaho si Lita sa U. P. | Nagtrabaho si Lita sa U. P. |
| 4. _____ probinsya | Nagtatrabaho si Lita sa probinsya. | Nagtrabaho si Lita sa probinsya. |
| 5. Nagtitiis _____ | Nagtitiis si Lita sa probinsya. | Nagtiis si Lita sa probinsya. |
| 6. _____ Lino _____ | Nagtitiis si Lino sa probinsya. | Nagtiis si Lino sa probinsya. |
| 7. Nag-iiba _____ | Nag-iiba si Lino sa probinsya. | Nag-iba si Lino sa probinsya. |
| 8. _____ Maynila | Nag-iiba si Lino sa Maynila. | Nag-iba si Lino sa Maynila. |
| 9. Naghihintay _____ | Naghihintay si Lino sa Maynila. | Naghintay si Lino sa Maynila. |
| 10. _____ Rosa _____ | Naghihintay si Rosa sa Maynila. | Naghintay si Rosa sa Maynila. |
| 11. _____ U. P. | Naghihintay si Rosa sa U. P. | Naghintay si Rosa sa U. P. |
| 12. Nag-aaral _____ | Nag-aaral si Rosa sa U. P. | Nag-aral si Rosa sa U. P. |

## SUBSTITUTION-RESPONSE DRILLS (Moving Slot)

Instructions: The teacher asks a question in the imperfective form which Student 1 repeats. Student 2 gives the negative response in the perfective form.

| Teacher | Student 1 | Student 2 |
|---|---|---|
| A. 1. Kumakain pa ba si Boy? | Kumakain pa ba si Boy? | Hindi. Kumain na siya, a. |
| 2. _____ (awit) _____ | Umaawit pa ba si Boy? | Hindi. Umawit na siya, a. |
| 3. _____ (nganga) _____ | Ngumanganga pa ba si Boy? | Hindi. Ngumanga na siya, a. |
| 4. _____ (basa) _____ | Bumabasa pa ba si Boy? | Hindi. Bumasa na siya, a. |
| 5. _____ (pusta) _____ | Pumupusta pa ba si Boy? | Hindi. Pumusta na siya, a. |

|     |          |                                      |                                         |
|-----|----------|--------------------------------------|-----------------------------------------|
| 6.  | (sayaw)  | Sumasayaw pa ba si Boy?              | Hindi. Sumayaw na siya, a.              |
| 7.  | (tugtog) | Tumutugtog pa ba si Boy?             | Hindi. Tumugtog na siya, a.            |
| 8.  | (hiram)  | Humihiram pa ba si Boy?              | Hindi. Humiram na siya, a.             |
| 9.  | (bayo)   | Bumabayo pa ba si Boy?               | Hindi. Bumayo na siya, a.              |
| 10. | (daan)   | Nagdadaan pa ba si Boy?              | Hindi. Nagdaan na siya, a.             |
| 11. | sina Nene | Nagdadaan pa ba sina Nene?          | Hindi. Nagdaan na sila, a.             |
| 12. | (hintay) | Naghihintay pa ba sina Nene?         | Hindi. Naghintay na sila, a.           |
| 13. | (simula) | Nagsisimula pa ba sina Nene?         | Hindi. Nagsimula na sila, a.           |
| 14. | (ipon)   | Nag-iipon pa ba sina Nene?           | Hindi. Nag-ipon na sila, a.            |
| 15. | (aral)   | Nag-aaral pa ba sina Nene?           | Hindi. Nag-aral na sila, a.            |
| 16. | (trabaho) | Nagtatrabaho pa ba sina Nene?       | Hindi. Nagtrabaho na sila, a.          |
| 17. | (simba)  | Nagsisimba pa ba sina Nene?          | Hindi. Nagsimba na sila, a.            |
| 18. | (pasyal) | Nagpapasyal pa ba sina Nene?         | Hindi. Nagpasyal na sila, a.           |
| 19. | (loko)   | Nagloloko pa ba sina Nene?           | Hindi. Nagloko na sila, a.             |
| 20. | (limbag) | Naglilimbag pa ba sina Nene?         | Hindi. Naglimbag na sila, a.           |
| 21. | kayo     | Naglilimbag pa ba kayo?              | Hindi. Naglimbag na kami, a.           |
| 22. | (atake)  | Nang-aatake pa ba kayo?              | Hindi. Nang-atake na kami, a.          |
| 23. | (gulo)   | Nanggugulo pa ba kayo?               | Hindi. Nanggulo na kami, a.            |
| 24. | (isda)   | Nangingisda pa ba kayo?              | Hindi. Nangisda na kami, a.            |
| 25. | (gapang) | Nanggagapang pa ba kayo?             | Hindi. Nanggapang na kami, a.          |

Instructions: The teacher asks if an activity has been completed, and Student 1 repeats the question. Student 2 answers by pointing out that the activity queried is still going on.

| Teacher | Student 1 | Student 2 |
|---------|-----------|-----------|
| B. 1. Pumusta ka na ba? | Pumusta ka na ba? | Heto, pumupusta pa. |
| 2. (kain) | Kumain ka na ba? | Heto, kumakain pa. |
| 3. (bayo) | Bumayo ka na ba? | Heto, bumabayo pa. |
| 4. (simula) | Nagsimula ka na ba? | Heto, nagsisimula pa. |
| 5. (aral) | Nag-aral ka na ba? | Heto, nag-aaral pa. |
| 6. Nag-ipon na ba siya? | Nag-ipon na ba siya? | Hayan, nag-iipon pa. |
| 7. (trabaho) | Nagtrabaho na ba siya? | Hayan, nagtatrabaho pa. |
| 8. (buhat) | Nagbuhat na ba siya? | Hayan, nagbubuhat pa. |
| 9. (bilang) | Nagbilang na ba siya? | Hayan, nagbibilang pa. |
| 10. (limbag) | Naglimbag na ba siya? | Hayan, naglilimbag pa. |
| 11. Nangharana na ba sila? | Nangharana na ba sila? | Hayun, nanghaharana pa. |
| 12. (atake) | Nang-atake na ba sila? | Hayun, nang-aatake pa. |
| 13. (gulo) | Nanggulo na ba sila? | Hayun, nanggugulo pa. |
| 14. (isda) | Nangisda na ba sila? | Hayun, nangingisda pa. |
| 15. (gapang) | Nanggapang na ba sila? | Hayun, nanggagapang pa. |

## SUBSTITUTION-TRANSLATION DRILLS (Patterned Sentences)

| Teacher | Student |
|---------|---------|
| A. 1. I bought a book yesterday. | Bumili ako ng libro kahapon. |
| 2. borrowed | Humiram ako ng libro kahapon. |
| 3. read | Bumasa ako ng libro kahapon. |
| 4. got | Kumuha ako ng libro kahapon. |
| 5. brought | Nagdala ako ng libro kahapon. |
| 6. looked for | Naghanap ako ng libro kahapon. |
| 7. lifted | Nagbuhat ako ng libro kahapon. |
| 8. printed | Naglimbag ako ng libro kahapon. |
| 9. wrote | Nagsulat ako ng libro kahapon. |
| 10. bought | Bumili ako ng libro kahapon. |
| B. 1. Nene went to church last Sunday. | Nagsimba si Nene noong Linggo. |
| 2. went visiting | Nagpasyal si Nene noong Linggo. |
| 3. walked | Naglakad si Nene noong Linggo. |
| 4. studied | Nag-aral si Nene noong Linggo. |
| 5. danced | Nagsayaw si Nene noong Linggo. |

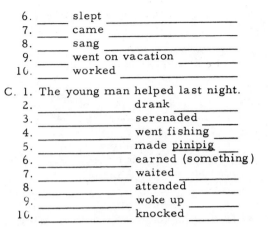

6. _____ slept _____     Natulog si Nene noong Linggo.
7. _____ came _____      Dumating si Nene noong Linggo.
8. _____ sang _____      Umawit si Nene noong Linggo.
9. _____ went on vacation _____  Nagbakasyon si Nene noong Linggo.
10. _____ worked _____   Nagtrabaho si Nene noong Linggo.

C. 1. The young man helped last night.   Tumulong ang binata kagabi.
2. _____ drank _____           Uminom ang binata kagabi.
3. _____ serenaded _____       Nangharana ang binata kagabi.
4. _____ went fishing _____    Nangisda ang binata kagabi.
5. _____ made pinipig _____    Pumipig ang binata kagabi.
6. _____ earned (something)      Kumita ang binata kagabi.
7. _____ waited _____          Naghintay ang binata kagabi.
8. _____ attended _____        Dumalo ang binata kagabi.
9. _____ woke up _____         Gumising ang binata kagabi.
10. _____ knocked _____        Kumatok ang binata kagabi.

TRANSLATION DRILLS (Paired Sentences)

Teacher                                   Student

A. 1. Joe left.                           Umalis si Joe.
   Joe has already left.                  Umalis na si Joe.
2. Luningning studied.                    Nag-aral si Luningning.
   Luningning has already studied.        Nag-aral na si Luningning.
3. The baby slept.                        Natulog ang bunso.
   The baby has already slept.            Natulog na ang bunso.
4. The teacher arrived.                   Dumating ang titser.
   The teacher has already arrived.       Dumating na ang titser.
5. We (you and I) worked.                 Nagtrabaho tayo.
   We (you and I) have already worked.    Nagtrabaho na tayo.
6. They went fishing.                     Nangisda sila.
   They have already gone fishing.        Nangisda na sila.
7. I read a book.                         Nagbasa ako ng libro.
   I have already read a book.            Nagbasa na ako ng libro.
8. She went to church.                    Nagsimba siya.
   She has already gone to church.        Nagsimba na siya.

B. 1. He came already.                    Dumating na siya.
   He hasn't come yet.                    Hindi pa siya dumating.
2. She left already.                      Umalis na siya.
   She hasn't left yet.                   Hindi pa siya umalis.
3. We (he and I) studied already.         Nag-aral na kami.
   We (he and I) haven't studied yet.     Hindi pa kami nag-aral.
4. We (you and I) slept already.          Natulog na tayo.
   We (you and I) haven't slept yet.      Hindi pa tayo natulog.
5. You (sg.) went to church already.      Nagsimba ka na.
   You (sg.) haven't gone to church yet.  Hindi ka pa nagsimba.
6. You (pl.) sang already.                Umawit na kayo.
   You (pl.) haven't sung yet.            Hindi pa kayo umawit.
7. They drank already.                    Uminom na sila.
   They haven't drunk yet.                Hindi pa sila uminom.
8. They worked already.                   Nagtrabaho na sila.
   They haven't worked yet.               Hindi pa sila nagtrabaho.

C. 1. He eats candy every day.            Kumakain siya ng kendi araw-araw.[1]
   But he didn't eat (any) last Sunday.   Pero hindi siya kumain noong Linggo.
2. I borrow a book every day.             Humihiram ako ng libro araw-araw.
   But I didn't borrow (one) last Sunday. Pero hindi ako humiram noong Linggo.
3. Nene goes to church every day.         Nagsisimba si Nene araw-araw.
   But she didn't go to church last Sunday. Pero hindi siya nagsimba noong Linggo.
4. The woman buys food every day.         Bumibili ang babae ng pagkain araw-araw.
   But she didn't buy any last Sunday.    Pero hindi siya bumili noong Linggo.

_____
[1]Araw-araw, the complete reduplication of araw 'day', means 'every day'. By the same process, 'every night', 'every month', or 'every year' may be expressed by reduplicating gabi, buwan, or taon, respectively.

5. Mother brings chocolate every day.        Nagdadala ang Nanay ng tsokolate araw-araw.
   But she didn't bring any last Sunday.      Pero hindi siya nagdala noong Linggo.

6. I study every night.                       Nag-aaral ako gabi-gabi.
   But I didn't study last night.             Pero hindi ako nag-aral kagabi.
7. She reads every night.                     Nagbabasa siya gabi-gabi.
   But she didn't read last night.            Pero hindi siya nagbasa kagabi.
8. They go serenading every night.            Nanghaharana sila gabi-gabi.
   But they didn't go serenading last night.  Pero hindi sila nangharana kagabi.
9. Father comes every night.                  Dumarating ang Tatay gabi-gabi.
   But he didn't come last night.             Pero hindi siya dumating kagabi.
10. The children go to sleep every night.     Natutulog ang mga bata gabi-gabi.
    But they didn't go to sleep last night.   Pero hindi sila natulog kagabi.

## SUBSTITUTION DRILL

Instructions: Change all the verbs in the following sentences from imperfective to perfective. Be prepared to translate any part of the selection.

Malapit na ang pista. Naggagayak ng kanilang mga bahay ang mga dalaga. Tumutulong naman ang mga binata. Gumagawa na ng mga suman ang mga nanay.

Araw na ng pista! Masasaya ang mga bata. Sumasayaw at umaawit sila. Nagsisimba na ang karamihan.

Hayun, tumutugtog na ang kampana.[1] Dumarating na ang mga bisita. Naghihintay ang iba sa may simbahan. Ayun, pumapasok na sila sa simbahan.

## RESPONSE DRILLS

Answer the following questions about the paragraph:

A. 1. Malapit na ba ang pista?
   2. Sino ang naggagayak ng kanilang mga bahay?
   3. Sino ang mga tumutulong?
   4. Sino ang mga gumagawa ng mga suman?
   5. Sino ang masasaya?
   6. Sino ang sumasayaw at umaawit?
   7. Sino ang nagsisimba?
   8. Tumutugtog na ba ang kampana?
   9. Sino ang mga dumarating?
  10. Saan naghihintay ang iba?

B. 1. Ano ang ginawa ng mga dalaga?
   2. Ano ang ginawa ng mga binata?
   3. Ano ang ginawa ng mga nanay?
   4. Ano ang ginawa ng mga bata?
   5. Ano ang ginawa ng karamihan?
   6. Ano ang tumugtog?
   7. Sino ang dumating?
   8. Sumayaw din ba sila?
   9. Sino ang naghintay sa may simbahan?
  10. Sino ang pumasok sa simbahan?

## DISCUSSION

It will be recalled from the discussion of the imperfective formation in Unit VI, grammar point I, that Tagalog has what can best be described as an aspect system, in which the status rather than the time of an action is signalled by the verb (though these may and often do overlap). Up to the present unit only imperfective verb forms have been introduced; now perfective forms are added. Both of these forms refer to an action that has begun; imperfective forms indicate that the action is not completed, perfective forms indicate that it is completed.

Since the perfective expresses a completed action, it often corresponds to English past tense. Thus 'He left' is Umalis siya. With the addition of the enclitic na 'already', the Tagalog perfective may also correspond to the English present perfect or past perfect. Thus, both 'He has (already) left' and 'He had (already) left' are Umalis na siya.

In English, the present perfect and past perfect are normally used with not yet, e.g., 'He hasn't left yet, He hadn't left yet.' With Tagalog hindi pa, the perfective, but more often the imperfective, is

_____
[1] Church bell.

used; thus, <u>Hindi pa siya umaalis</u>, literally 'He is not leaving yet.' (Cf. the first sentence of the dialog, <u>Hindi ka pa nagpapasyal sa bahay</u> 'You haven't dropped in at the house yet.')

The formation of the perfective of Tagalog verbs differs from that of the imperfective in that the perfective does not involve reduplication of the first consonant and vowel of the root. The initial /m/ in the identifying prefix of <u>mag-</u>, <u>mang-</u>, <u>maka-</u>, and <u>ma-</u> verbs is changed to /n/ for both imperfective and perfective forms. The two formations are compared in the following charts:

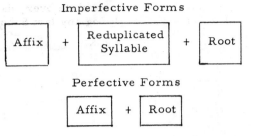

Imperfective Forms

Affix + Reduplicated Syllable + Root

Perfective Forms

Affix + Root

The forms described in this section are inflections of Actor-focus verbs; comparable forms for the other focuses will be presented in a later unit.

## II. ADVERBS OF TIME (PAST)

EXAMPLES

1. Kailan ka dumating?                    When did you get here?
   a. Kahapon.                            [Yesterday.]
   b. Kamakalawa.                         Day before yesterday.
   c. Kagabi.                             [Last night.]
   d. Kanina.                             A while ago.
   e. Kaninang alas kuwatro.             Sometime ago, at 4:00.
   f. Kaninang ikaapat ng umaga.         This morning, at 4:00.
   g. Kaninang alas singko'y beynte.     Sometime ago, at 5:20.
   h. Noong Linggo.                      [Last Sunday.]
2. Nagpasyal kami kahapon.               [We took a walk yesterday.]
3. Ngumakngak si Tagpe kagabi.           Spot yelped last night.
4. Nagngitngit ako kaninang umaga.       I was mad this morning.
5. Bumili ako ng aso noong Linggo.       [I bought a dog last Sunday.]

| QUESTION | | RESPONSE |
|---|---|---|
| Kailan 'when' | kahapon | 'yesterday' |
| | kamakalawa | 'day before yesterday' |
| | kagabi | 'last night' |
| | kanina | 'a while ago' |
| | noon | 'sometime ago' |
| | noong Linggo | 'last Sunday' |

a. <u>Kanina</u> is more recent than <u>noon</u>, but neither is specific.

b. <u>Kanina</u> refers to a past time not more than a day ago; <u>noon</u> refers to any unspecified past time not covered by <u>kanina</u>.

c. <u>Noon</u> often precedes a word or expression that represents a specific time or event in the past. <u>Noon</u> is linked to the time-word or expression by -<u>ng</u>: e.g., <u>noong Linggo</u> 'last Sunday', <u>noong bumili ako ng damit</u> 'when I bought a dress'.

d. <u>Kanina</u> may be followed by a specific period of the day (<u>kaninang umaga</u>) or by an hour indicator. When the hour is expressed, Spanish numerals are used as often as Tagalog to give the exact hour (examples 1.e and 1.f); when hour and minute are expressed, only Spanish is used (example 1.g).

SUBSTITUTION DRILL

Instructions: Read the following selection, filling in the blanks with the right form of the verb root given in parenthesis.

<u>(Dating)</u> ang mga Hapon noong Disyembre, 1941, sa Pilipinas. <u>(Hirap)</u> ang buhay noon.

(Kain) ng suso[1] at kangkong[2] ang marami. Wala nang (hanap) pa ng litson o lumpia o pag-kaing masarap. (Tiis) ng gutom ang karamihan. (Lipat) sila sa mga ibang probinsya. La-long (hirap) ang lahat noong mga taong 1943-45.

(Dating) ang mga Amerikano noong Oktubre, 1944. (Alis) ang mga Hapon noong Agosto, 1945.

(Tuwa) na naman ang mga tao. (Sayaw) at (awit) pa sa tuwa ang iba noong (dating) si MacArthur.

(Hintay) sila nang matagal sa kanilang mga kaibigan. Pagkatapos nilang (tiis) , (hirap) at (hintay) , (dating) din ang mga Amerikano. Mayroon kayang hindi (tuwa) noong (dating) ang mga Amerikano?

## RESPONSE DRILL

Instructions: Answer the following questions based on the above selection.

1. Kailan dumating ang mga Hapon sa Pilipinas?
2. Kailan sila umalis?
3. Kailan dumating ang mga Amerikano?
4. Ilang taon ang mga Hapon sa Pilipinas?
5. Naghirap ba ang mga tao noon?

## SUBSTITUTION TRANSLATION DRILL (Moving Slot)

Instructions: The teacher gives a statement which Student 1 repeats. Student 2 gives the English trans-lation.

| | Teacher | Student 1 | Student 2 |
|---|---|---|---|
| 1. | Nagpasyal kami kagabi. | Nagpasyal kami kagabi. | We went visiting last night. |
| 2. | _____ kahapon | Nagpasyal kami kahapon. | We went visiting yesterday. |
| 3. | Nagsimba _____ | Nagsimba kami kahapon. | We went to church yesterday. |
| 4. | _____ sila _____ | Nagsimba sila kahapon. | They went to church yesterday. |
| 5. | _____ noong Linggo | Nagsimba sila noong Linggo. | They went to church last Sunday. |
| 6. | Nakapag-aral _____ | Nakapag-aral sila noong Linggo. | They were able to study last Sunday. |
| 7. | _____ ako _____ | Nakapag-aral ako noong Linggo. | I was able to study last Sunday. |
| 8. | _____ kanina | Nakapag-aral ako kanina. | I was able to study a while ago. |
| 9. | Nagising _____ | Nagising ako kanina. | I was awakened a while ago. |
| 10. | _____ ang lalaki _____ | Nagising ang lalaki kanina. | The man was awakened a while ago. |
| 11. | Nagngitngit _____ | Nagngitngit ang lalaki kanina. | The man was mad a while ago. |
| 12. | _____ kamakalawa | Nagngitngit ang lalaki kamakalawa. | The man was mad the day before yesterday. |
| 13. | Nanggulo _____ | Nanggulo ang lalaki kamakalawa. | The man made trouble the day be-fore yesterday. |
| 14. | _____ noon | Nanggulo ang lalaki noon. | The man made trouble sometime ago. |
| 15. | Nagtiis _____ | Nagtiis ang lalaki noon. | The man suffered sometime ago. |

## TRANSLATION DRILLS

Instructions: Translate the following:

| A. 1. 1:00 | 2. 7:00 | 3. 3:15 | 4. 11:30 | 5. 12:30 | 6. 6:30 |
|---|---|---|---|---|---|
| 2:00 | 8:00 | 4:15 | 12:25 | 8:30 | 5:30 |
| 3:00 | 9:00 | 6:15 | 1:45 | 1:30 | 11:30 |
| 4:00 | 10:00 | 7:15 | 2:10 | 4:30 | 3:30 |
| 5:00 | 11:00 | 9:15 | 8:40 | 7:30 | 2:30 |
| 6:00 | 12:00 | 10:15 | 9:50 | 10:30 | 9:30 |

| B. 1. 10:00 A.M. | 2. 12:00 (noon[3]) | 3. 2:30 P.M. | 4. 3:30 P.M. |
|---|---|---|---|
| 3:00 A.M. | 11:00 (noon) | 1:50 P.M. | 12:15 (noon) |
| 2:00 A.M. | 11:25 (noon) | 5:30 P.M. | 1:20 A.M. |
| 7:00 A.M. | 12:30 (noon) | 6:20 P.M. | 9:15 P.M. |
| 8:00 A.M. | 11:30 (noon) | 8:30 P.M. | 10:20 A.M. |

---

[1] Snail.
[2] A vine that grows abundantly in mud or stagnant pools.
[3] /taŋha·lɪ'/

C. 1. Sometime ago, at 7:00          6. This morning, at 5:20
   2. Sometime ago, at 12:00         7. Last night, at 8:30
   3. Sometime ago, at 3:10          8. Last night, at 11:00
   4. This morning, at 4:00          9. Yesterday, at 6:00
   5. This morning, at 6:15         10. Yesterday, at 1:00

## SUBSTITUTION-RESPONSE DRILL

Instructions: The teacher gives a question which Student 1 repeats. Student 2 gives a short response
          using the cue given by the teacher.

| Teacher | Student 1 |
|---|---|
| 1. Anong oras[1] ka pumapasok sa klase? | Anong oras ka pumapasok sa klase? |
| 2. _____ umaalis _____ | Anong oras ka umaalis sa klase? |
| 3. _____ dumarating _____ | Anong oras ka dumarating sa klase? |
| 4. _____ bahay | Anong oras ka dumarating sa bahay? |
| 5. _____ umaalis _____ | Anong oras ka umaalis sa bahay? |

Cue

       (7:30)
       (8:30)
       (7:00)
       (6:00)
       (6:45)

Student 2

Alas siyete'y medya.
Alas otso'y medya.
Alas siyete.
Alas sais.
Alas sais kuwarenta'y singko.

| | |
|---|---|
| 6. _____ dumating _____ | Anong oras ka dumating sa bahay? |
| 7. _____ Carriedo | Anong oras ka dumating sa Carriedo? |
| 8. _____ nagtrabaho _____ | Anong oras ka nagtrabaho sa Carriedo? |
| 9. _____ pabrika | Anong oras ka nagtrabaho sa pabrika? |
| 10. _____ umalis _____ | Anong oras ka umalis sa pabrika? |

       (9:00)
       (1:00)
       (2:00)
       (4:20)
       (6:15)

Alas nuwebe.
Ala una.
Alas dos.
Alas kuwatro beynte.
Alas sais kinse.

## DISCUSSION

Note that 'last' in English is used in time expressions with words that name recurring units of time measurement. Thus we say 'last Sunday', 'last week', 'last month', last January', or 'last March 15', identifying the most recent as compared to previous units of time with the same name. We do not say 'last December, 1941', a time designation that cannot recur.

Tagalog noon can be used in the equivalent to all expressions where English uses 'last', but can also be used to refer to unique, non-recurring units, as in noong Disyembre, 1941.

English does not have a one-word equivalent of kanina except 'this' in time expressions like 'this morning', meaning 'sometime ago, this morning', not to be confused with 'this morning, this lesson'. When a specific hour is given following kanina, it is usually in Spanish except when it is the exact hour, in which case it may be expressed in Tagalog, introduced by ika + the number, e.g., Kaninang ikalima ng umaga 'This morning, at 5:00'. Notice the use of -ng to link the hour and the period of the day.

## III. INTENSIFICATION OF VERBS

### EXAMPLES

A. 1. Ngumakngak nang ngumakngak si Tagpe.          [Spot yelped and yelped.]
   2. Nagbidahan ba nang nagbidahan sina Rosa? }      Did Rosa and her companions talk and talk?
   3. Nagbidahan nang nagbidahan ba sina Rosa? }

B. 1. Ngumakngak siya nang ngumakngak.               He yelped and yelped.
   2. Nagbidahan ba kayo nang nagbidahan? }           Did you talk and talk?
   3. Nagbidahan nang nagbidahan ba kayo? }

_____
[1] What time?

C. 1. Si Tagpe ang ngumakngak nang ngumakngak.    The one who yelped and yelped was Spot.

| PREDICATE | | TOPIC | |
|---|---|---|---|
| Verb $\begin{cases} \text{(+ Enclitic)} + \underline{nang} + \text{Verb} \\ \qquad\qquad + \underline{nang} + \text{Verb (+ Enclitic)} \end{cases}$ | | $\underline{ang/si}$ + Noun | $\begin{cases} \underline{nang} + \text{Verb} \end{cases}$ |
| Verb $\begin{cases} \text{(+ Enclitic)} \\ \qquad\qquad + \underline{nang} + \text{Verb} + \text{Enclitics} \end{cases}$ | | $\underline{ang}$-pronoun | |

a. To express itensified or repeated action, the verb is repeated, its two occurrences being linked by nang. (Note that nang in this usage is not abbreviated in spelling.)

b. An intensive verb phrase may occur in either predicate (examples A and B) or topic position (example C.1).

c. When the topic of the sentence is a noun, the topic comes immediately after the verb phrase (example A.1); if there are enclitics, they may occur either immediately after the first verb (example A.2) or after the complete phrase (example A.3).

d. When the topic is an ang-pronoun, it occurs immediately after the first verb (example B.1) unless there is also an enclitic in the sentence, in which case the ang-pronoun follows the enclitic (examples B.2-3).

## CONVERSION DRILLS

Instructions: The teacher gives a sentence with an enclitic (in some sentences accompanied by an ang-pronoun) occurring in one of the two permitted places in an intensified verb phrase (after first verb or after complete phrase). The student repeats the sentence, moving the enclitic to the other possible spot.

| Teacher | Student |
|---|---|
| A. 1. Ngumakngak daw nang ngumakngak si Tagpe. | Ngumakngak nang ngumakngak daw si Tagpe. |
| 2. Nagngitngit daw nang nagngitngit ang Tatay. | Nagngitngit nang nagngitngit daw ang Tatay. |
| 3. Ngumanga raw nang ngumanga ang Lola. | Ngumanga nang ngumanga raw ang Lola. |
| 4. Nagbidahan daw nang nagbidahan sina Rosy. | Nagbidahan nang nagbidahan daw sina Rosy. |
| 5. Nag-ipon daw nang nag-ipon ang mga bagong kasal. | Nag-ipon nang nag-ipon daw ang mga bagong kasal. |
| 6. Naghintay daw nang naghintay ang mga bisita. | Naghintay nang naghintay daw ang mga bisita. |
| 7. Nang-atake raw nang nang-atake ang mga lider. | Nang-atake nang nang-atake raw ang mga lider. |
| 8. Nangisda raw nang nangisda ang mga tao. | Nangisda nang nangisda raw ang mga tao. |
| 9. Nanggulo raw nang nanggulo ang kabataan. | Nanggulo nang nanggulo raw ang mga kabataan. |
| 10. Natulog daw nang natulog ang matatanda. | Natulog nang natulog daw ang matatanda. |
| B. 1. Uminom nang uminom din si Mang Kardo. | Uminom din nang uminom si Mang Kardo. |
| 2. Sumayaw nang sumayaw din sina Luningning. | Sumayaw din nang sumayaw sina Luningning. |
| 3. Nagloko nang nagloko rin ang mga lalaki. | Nagloko rin nang nagloko ang mga lalaki. |
| 4. Nagpasyal nang nagpasyal din ang mga binata. | Nagpasyal din nang nagpasyal ang mga binata. |
| 5. Naghirap nang naghirap din ang mga babae. | Naghirap din nang naghirap ang mga babae. |
| 6. Nanghiram nang nanghiram din ang mga bata. | Nanghiram din nang nanghiram ang mga bata. |
| 7. Nagsimba nang nagsimba rin ang karamihan. | Nagsimba rin nang nagsimba ang karamihan. |
| 8. Nag-alaala nang nag-alaala rin ang Ninong. | Nag-alaala rin nang nag-alaala ang Ninong. |
| 9. Nanggapang nang nanggapang din ang mga lider. | Nanggapang din nang nanggapang ang mga lider. |
| 10. Nang-atake nang nang-atake rin ang mga kandidato. | Nang-atake rin nang nang-atake ang mga kandidato. |
| C. 1. Nagbidahan pa sila nang nagbidahan. | Nagbidahan nang nagbidahan pa sila. |
| 2. Lumakad pa siya nang lumakad. | Lumakad nang lumakad pa siya. |

3. Pumasok pa siya nang pumasok.                    Pumasok nang pumasok pa siya.
4. Nagtrabaho pa kami nang nagtrabaho.              Nagtrabaho nang nagtrabaho pa kami.
5. Natulog pa ako nang natulog.                     Natulog nang natulog pa ako.

6. Nagtanong pa sila nang nagtanong.               Nagtanong nang nagtanong pa sila.
7. Nagbilang pa tayo nang nagbilang.               Nagbilang nang nagbilang pa tayo.
8. Nangharana pa kayo ng nangharana.               Nangharana nang nangharana pa kayo.
9. Nagalit ka pa nang nagalit.                      Nagalit nang nagalit ka pa.
10. Nagngitngit ka pa nang nagngitngit.             Nagngitngit nang nagngitngit ka pa.

D. 1. Ngumakngak nang ngumakngak ba siya?          Ngumakngak ba siya nang ngumakngak?
2. Ngumanga nang ngumanga ba kayo?              Ngumanga ba kayo nang ngumanga?
3. Nanggulo nang nanggulo ba sila?              Nanggulo ba sila nang nanggulo?
4. Nagngitngit nang nagngitngit ba siya?        Nagngitngit ba siya nang nagngitngit?
5. Nangisda nang nangisda ba sila?              Nangisda ba sila nang nangisda?

6. Naghintay nang naghintay ba sila?            Naghintay ba sila nang naghintay?
7. Nagbidahan nang nagbidahan ba kayo?          Nagbidahan ba kayo nang nagbidahan?
8. Nang-atake nang nang-atake ba siya?          Nang-atake ba siya nang nang-atake?
9. Kumain nang kumain ka ba?                    Kumain ka ba nang kumain?
10. Nagtanong nang nagtanong ka ba?             Nagtanong ka ba nang nagtanong?

## TRANSLATION DRILLS (Paired Sentences)

Instructions: The first sentence of each pair has only one translation. The second (containing an enclitic
with or without an accompanying ang-pronoun) can be translated two ways where the inten-
sified verb phrase occurs in the predicate.

| Teacher | Student |
|---|---|

A. 1. Spot yelped and yelped.

Bruno yelped and yelped, too.

    Ngumakngak nang ngumakngak si Tagpe.
    { Ngumakngak nang ngumakngak din si Bruno.
    { Ngumakngak din nang ngumakngak si Bruno.

2. The teacher read and read.

The child read and read, too.

    Bumasa nang bumasa ang titser.
    { Bumasa nang bumasa rin ang bata.
    { Bumasa rin nang bumasa ang bata.

3. Nene and the others talked and talked.

They said that Nene and the others talked
and talked.

    Nagbidahan nang nagbidahan sina Nene.
    { Nagbidahan nang nagbidahan daw sina Nene.
    { Nagbidahan daw nang nagbidahan sina Nene.

4. The children studied and studied.

They said that the children studied and
studied.

    Nag-aral nang nag-aral ang mga bata.
    { Nag-aral nang nag-aral daw ang mga bata.
    { Nag-aral daw nang nag-aral ang mga bata.

5. The old people saved and saved.

The young people saved and saved, too.

    Nag-ipon nang nag-ipon ang matatanda.
    { Nag-ipon nang nag-ipon din ang kabataan.
    { Nag-ipon din nang nag-ipon ang kabataan.

6. We danced and danced.

They danced and danced, too.

    Sumayaw kami nang sumayaw.
    { Sumayaw nang sumayaw din sila.
    { Sumayaw din sila nang sumayaw.

7. He worked and worked.

I worked and worked, too.

    Nagtrabaho siya nang nagtrabaho.
    { Nagtrabaho nang nagtrabaho rin ako.
    { Nagtrabaho rin ako nang nagtrabaho.

8. She ate and ate.

You (sg.) ate and ate, too.

    Kumain siya nang kumain.
    { Kumain nang kumain ka rin.
    { Kumain ka rin nang kumain.

9. They counted and counted.

You (pl.) counted and counted, too.

    Bumilang sila nang bumilang.
    { Bumilang nang bumilang din kayo.
    { Bumilang din kayo nang bumilang.

10. I serenaded and serenaded.

We (he and I) serenaded and serenaded, too.

    Nangharana ako nang nangharana.
    { Nangharana nang nangharana rin kami.
    { Nangharana rin kami nang nangharana.

B. 1. The one who waited and waited was my teacher.    Ang titser ko ang naghintay nang naghintay.
   They said that the one who waited and waited    Ang titser ko raw ang naghintay nang naghintay.
   was my teacher.

2. The one who sang and sang was Angela.    Si Angela ang umawit nang umawit.
   They said that the one who sang and sang was    Si Angela raw ang umawit nang umawit.
   Angela.

3. The ones who talked and talked were Nene and    Sina Nene at Rosy ang nagbidahan nang nagbida-
   Rosy.    han.
   They said that the ones who talked and talked    Sina Nene at Rosy raw ang nagbidahan nang nag-
   were Nene and Rosy.    bidahan.

4. The ones who read and read (something) were    Ang mga babae ang bumasa nang bumasa.
   the girls.
   They said that the ones who read and read    Ang mga babae raw ang bumasa nang bumasa.
   (something) were the girls.

5. The ones who laughed and laughed were the    Ang mga bisita ang tumawa nang tumawa.
   visitors.
   They said that the ones who laughed and laughed    Ang mga bisita raw ang tumawa nang tumawa.
   were the visitors.

6. <u>He</u>'s the one who yelped and yelped.    Siya ang ngumakngak nang ngumakngak.
   <u>He</u>'s the one who yelped and yelped, too.    Siya rin ang ngumakngak nang ngumakngak.

7. <u>I</u>'m the one who waited and waited.    Ako ang naghintay nang naghintay.
   <u>I</u>'m the one who waited and waited, too.    Ako rin ang naghintay nang naghintay.

8. <u>You</u> (sg.) are the one who borrowed and bor-    Ikaw ang nanghiram nang nanghiram.
   rowed (the money).
   <u>You</u> are the one who borrowed and borrowed    Ikaw rin ang nanghiram nang nanghiram.
   (the money), too.

9. <u>We</u> are the ones who worked and worked.    Tayo ang nagtrabaho nang nagtrabaho.
   <u>We</u> are the ones who worked and worked, too.    Tayo rin ang nagtrabaho nang nagtrabaho.

10. <u>They</u> are the ones who printed and printed.    Sila ang naglimbag nang naglimbag.
    <u>They</u> are the ones who printed and printed, too.    Sila rin ang naglimbag nang naglimbag.

## CUMULATIVE DRILLS

A. Answer the following questions in complete sentences:

1. Nag-aral ka ba kagabi?
2. Nag-aral daw ba si Gg. _____?
3. Nagsayaw ba kayo kagabi?
4. Hindi ka ba nagpasyal kahapon?
5. Natulog ka ba kagabi?

6. Nasaan ka kagabi?
7. Saan ka nagpunta kahapon?
8. Ano ang ginawa mo kagabi?
9. Ano ang ginawa mo noong Linggo?
10. Ano ang ginawa mo kamakalawa?

B. Develop each of the following situations in five or more sentences using the past tense:

1. Mother entered a store in Carriedo to buy things for her children.

   Use the following verbs:

   pumasok
   humanap
   bumili
   nagbayad
   nagpasalamat

2. Boy went to bed early last night and left his dog in the chicken yard.

   natulog
   nagising
   nagngitngit
   ngumakngak
   nagalit

C. Answer the following questions in complete sentences:

    1. Anong oras ka dumating?
    2. Anong oras ka nag-aral kagabi?
    3. Anong oras ka kumain kaninang umaga?
    4. Anong oras ka natulog kagabi?
    5. Anong oras ka pumasok sa pabrika kahapon?

    6. Anong oras ka nagising?
    7. Anong oras ka nagbasa kagabi?
    8. Anong oras ka nag-aral kaninang umaga?
    9. Anong oras ka nagtrabaho noong Lunes?
  10. Anong oras ka nagsimba noong Linggo?

# BEGINNING TAGALOG

## VISUAL-CUE DRILLS

### PICTURE A

Panuto: Pag-usapan ang mga sumusunod na larawan.

Halimbawa: S₁: Ano ang ginawa nina Ben at Joe?  S₂: Nagtrabaho sila.
S₁: Sino ang nagtrabaho sa pabrika?  S₂: Sina Ben at Joe.
S₁: Kailan sila nagtrabaho?  S₂: Nagtrabaho sila sa pabrika noong atres ng Enero.

PICTURE B

Panuto: Gumawa ng isang kuwento tungkol sa mga sumusunod na larawan.

Halimbawa: Humingi si Lito ng pera sa Nanay. Binigyan siya ng Nanay. Atbp.

## PICTURE C

Panuto: Gumawa ng isang kuwento tungkol sa mga sumusunod na larawan.

Halimbawa: Natulog sina Ray at Minda. Ngumakngak nang ngumakngak si Tagpe. Atbp.

## COMPREHENSION-RESPONSE DRILLS

A. 1. Dumating ba si Rosa noong Miyerkoles?
   2. Nagdaan ba si Lita sa bahay ni Rosa kahapon?
   3. Nagsimba raw ba si Rosa?
   4. Bumili ba si Rosa ng aso sa lunsod noong Linggo?
   5. Matabang-mataba ba si Tagpe?
   6. Masaya ba ang Tatay nang dumating si Tagpe?
   7. Nakatulog ba siya kagabi?

B. 1. Dumating ba si Rosa noong Miyerkoles o noong Lunes?
   2. Natulog ba o nagdaan si Lita sa bahay ni Rosa kahapon?
   3. Nagsimba ba o nagpasyal si Rosa kahapon?
   4. Bumili ba si Rosa ng manika o ng aso?
   5. Masasaktin ba o mataba si Tagpe?
   6. Natuwa ba o nagngitngit ang Tatay?
   7. Natulog ba o ngumakngak si Tagpe?

C. 1. Kailan dumating si Rosa?
   2. Sino ang nagdaan sa bahay ni Rosa kahapon?
   3. Saan bumili ng aso si Rosa?
   4. Kailan siya bumili ng aso?
   5. Ano ang ngalan[1] ng aso ni Rosa?
   6. Sino ang tuwang-tuwa kay Tagpe?
   7. Bakit tuwang-tuwa si Bernie?
   8. Bakit galit na galit ang Tatay?

## READING

### KAILANGAN: ISANG TSAPERON

(See Part I, Intermediate Readings in Tagalog)

---
[1] Name.

# UNIT XV

Uuwi sa Nanay

Nag-uusap sina Aling
Nena at Mang Pepe, ang
mga magulang ni Ray. Ka-
sal na sila ni Rose.

Aling Nena:
Hoy, naparito ang anak
mo (1) kahapon.

ho·y ˈnapari·to· ˈanak mʊ kaha·pon
(came)

Mang Pepe:
May kailangan na naman
siguro (2).

mey keyla·ŋan na naman sɪgu·roh
(need)

Aling Nena:
Hindi naman. Pero ma-
nganganak na raw si
Rose sa Nobyembre.

hɪndi· nama·n    pe·rʊ maŋa·ŋanak na raw
(will-give-
birth)

sɪ rows sa nʊbye·mbre·h
(November)

Mang Pepe:
At manghihingi na naman
sa iyo.

ˈat maŋhi·hɪŋi· na naman sa ɪyo·h
(will ask)

Aling Nena:
Pepe, walang trabaho ang
anak mo. Mangangaila-
ngan iyon ng tulong pag-
dating ng araw (3).

pe·peh    walan traba·hʊ aŋ anak mo·h
(Pepe)

maŋa·ŋaɪla·ŋan yʊn nan tu·lo·ŋ
(will need)          (help)

Running Home to Mother

Aling Nena and Mang
Pepe, Ray's parents, are
talking. Ray is now mar-
ried to Rose.

You know, your son was
here yesterday.

He needs something again,
I suppose.

No, but he said Rose is
having her baby in Novem-
ber.

And he'll come to you
again.

Pepe, your son has no job;
he'll need help when the
time comes.

[278]

pagdatıŋ naŋ aˑraˑw
(day)

**Mang Pepe:**
At tatakbo ka naman sa kaniya. Hindi ba tutulong ang mga magulang ni Rose?

'at taˑtakbʊ ka naman sa kanyaˑh
(will run)

hındiˑ ba tuˑtuˑlʊŋ aŋ maŋa maguˑlaŋ nı roˑws
(will help)           (parent)

You'll run to his rescue, of course. Won't Rose's parents help any?

**Aling Nena:**
Magbibigay din 'yon siyempre. Tumutulong naman sila, a.

magbiˑbıgay dın yʊn syeˑmpreˑh
(will give)

tʊmuˑtuˑlʊŋ naman sıla 'aˑh
(is-helping)

Of course they will. They always help out, too.

**Mang Pepe:**
Aba, mahiya naman sila (4). Alam naman nilang pinapag-aaral na natin si Ray, hindi ba?

'abaˑh   mahıyaˑ naman sılaˑh   'alam naman

nılam pınapagaˑ'aˑral na naˑtın sı reˑy
(being-sent to-
school)

hındiˑ baˑh

They ought to... They know we're even sending Ray through school, don't they?

**Aling Nena:**
(Galit) Matatapos na siya sa Marso (5). Makakakuha na siya ng trabaho at makakabayad na sa iyo.

mataˑtaˑpʊs na sya sa maˑrsoˑh
(will finish)           (March)

makaˑkakuˑha na sya nan trabaˑhoˑh
(will-be-able-
to-get)

'at makaˑkabaˑyad na sa yoˑh
(will-be-able-
to-pay)

(Angrily) He's finishing in March. He can get a job by then, and he'll be able to pay you back.

**Mang Pepe:**
Bakit siya magbabayad? Hindi ko hinihintay iyon.

baˑkıt sya magbaˑbaˑyaˑd
(will pay)

hındiˑ kʊ hıniˑhıntay yoˑn

Why should he? I don't expect that.

**Aling Nena:**
Sa pagsasalita mo, e...

sa pagsasalıtaˑ mʊ eˑh
(manner of
speaking)

Your manner of talking implies...

**Mang Pepe:**
O, magsisimula ka na naman... Ginagawa natin ang lahat para sa kanila, hindi ba?

'oˑh  magsiˑsımulaˑ ka na namaˑn
(will begin)

gınaˑgawaˑ naˑtın aŋ lahat paˑra sa kanılaˑh

hındiˑ baˑh

Oh, don't start that again... We do everything we can for them, don't we?

**Aling Nena:**
(Masaya na) Di magpapadala ako ng pera sa kanila bukas, ha? Kawawa ang anak mo, e.

diˑh  magpaˑpadalaˑ kʊ nam peˑra sa kanıla
(then) (will-ask-some-
one-to-bring)

buˑkaˑs haˑh   kaˑwaˑwaˑŋ anak mʊ eˑh

(Happier now) Then I can send them some money tomorrow? ...Your poor child...

**Mang Pepe:**
Ikaw ang bahala.

'ıkaw am  bahaˑlaˑ'
(responsible)

Anything you want.

## CULTURAL AND STRUCTURAL NOTES

(1) One parent talking to the other usually says 'your child' (ang anak mo), never 'our child'. He/she would say 'my child' on occasion: when a child is the cause of pride or commendation.

(2) It will become apparent in the course of the dialog that parents look after their children even after they are married. Mothers especially are as concerned about the married ones as the unmarried. When children in college get married, parents often go on supporting them until they finish their schooling. See note 4.

(3) Pagdating ng araw, literally 'upon arrival of day', is a fixed expression meaning 'when the time comes'.

(4) A strong governing behavioral force among most Filipinos is the conscious or unconscious awareness of what is expected of them by others and the desire to meet this expectation. Thus, when parents fail to help a child who's having difficulty with his family, they are "shamed" or "embarrassed" because they feel it is expected of them by society that they should. Any suggestion of leaving children completely on their own, for instance, is resented by most parents, who would see it as a failure to live up to what is expected of them.

(5) In the Philippines the school year begins in June and ends either late in March or early in April.

## DRILLS AND GRAMMAR

### I. FUTURE FORMS OF VERBS

EXAMPLES

A. 1. At tatakbo ka naman sa kaniya.                [And you'll run to his rescue, of course.]
   2. Hindi ba tutulong ang mga magulang ni Rose?   [Won't Rose's parents help any?]

B. 1. Magsisimula ka na naman.                      [You'll start (that) again.]
   2. Magpapadala ako ng pera sa kanila bukas, ha?  [I'll send money to them tomorrow, ha?]

C. 1. At manghihingi na naman siya sa iyo.          [And he'll ask you (for money) again.]
   2. Mangangailangan iyon ng tulong pagdating ng   [He'll need help when the time comes.]
      araw.
   3. Manganganak na raw si Rose sa Nobyembre.      [He said Rose is having her baby in November.]

D. 1. Makakakuha na siya ng trabaho.                [He can get a job by then.]
   2. Makakabayad na siya sa iyo.                   [He'll be able to pay you back.]

E. 1. Matatapos na siya sa Marso.                   [He's finishing in March.]

| | Affix | Reduplication | Root |
|---|---|---|---|
| -um- | | ta | takbo |
| mag- | mag | si | simula |
| mang- | mang | hi | hingi |
| maka- | maka | ka | kuha |
| ma- | ma | ta | tapos |

a. The future denotes action that is not yet begun.

b. The formation of the future of -um- verbs involves reduplication only; no affix is used.

c. The formation of the future of verbs taking the other affixes involves the affix plus reduplication.

d. Note the /m/ in all the affixes; there is no change from /m-/ to /n-/ as in the perfective and imperfective formations.

SUBSTITUTION DRILLS (Fixed Slot)

| Teacher | Student |
|---|---|

A. 1. Pupunta ako sa pabrika bukas.
   2. ___(hintay) _____
   3. ___(simula) _____
   4. ___(pahinga) _____
   5. ___(gulo) _____

   6. Tutulong tayo sa pabayani sa Lunes.
   7. ___(kain) _____
   8. ___(awit) _____
   9. ___(lipat) _____
 10. ___(gapang) _____

B. 1. Bibili kayo nito bukas.
   2. ___(hiram) _____
   3. ___(bayo) _____
   4. ___(dala) _____
   5. ___(hingi) _____

   6. Babasa kami niyan sa Biyernes.
   7. ___(kuha) _____
   8. ___(buhat) _____
   9. ___(ipon) _____
 10. ___(kailangan) _____

C. 1. Hihiram ka nito sa Linggo.
   2. ___(dala) _____
   3. ___(gayak) _____
   4. ___(hingi) _____
   5. ___(ipon) _____

   6. Magbabayad ako sa iyo bukas.
   7. ____(utang) _____
   8. ____(awit) _____
   9. ____(kuha) _____
 10. ____(basa) _____

D. 1. Gagawa kami ng kotse.
   2. ___(hiram) _____
   3. ___(pusta) _____
   4. ___(hingi) _____
   5. ___(bili) _____

   6. Hahanap ako.
   7. ___(trabaho) _
   8. ___(ipon) ___
   9. ___(gapang) _
 10. ___(harana) _

Student (column):

Pupunta ako sa pabrika bukas.
Maghihintay ako sa pabrika bukas.
Magsisimula ako sa pabrika bukas.
Magpapahinga ako sa pabrika bukas.
Manggugulo ako sa pabrika bukas.

Tutulong tayo sa pabayani sa Lunes.
Kakain tayo sa pabayani sa Lunes.
Aawit tayo sa pabayani sa Lunes.
Lilipat tayo sa pabayani sa Lunes.
Manggagapang tayo sa pabayani sa Lunes.

Bibili kayo nito bukas.
Hihiram kayo nito bukas.
Babayo kayo nito bukas.
Magdadala kayo nito bukas.
Manghihingi kayo nito bukas.

Babasa kami niyan sa Biyernes.
Kukuha kami niyan sa Biyernes.
Bubuhat kami niyan sa Biyernes.
Mag-iipon kami niyan sa Biyernes.
Mangangailangan kami niyan sa Biyernes.

Hihiram ka nito sa Linggo.
Magdadala ka nito sa Linggo.
Maggagayak ka nito sa Linggo.
Manghihingi ka nito sa Linggo.
Mag-iipon ka nito sa Linggo.

Magbabayad ako sa iyo bukas.
Uutang ako sa iyo bukas.
Aawit ako sa iyo bukas.
Kukuha ako sa iyo bukas.
Babasa ako sa iyo bukas.

Gagawa kami ng kotse.
Hihiram kami ng kotse.
Pupusta kami ng kotse.
Hihingi kami ng kotse.
Bibili kami ng kotse.

Hahanap ako.
Magtatrabaho ako.
Mag-iipon ako.
Manggagapang ako.
Manghaharana ako.

SUBSTITUTION-RESPONSE DRILLS (Moving Slot)

| Teacher | Student 1 |
|---|---|

A. 1. Uuwi ka ba sa Nanay bukas?
   2. ___(punta) _____
   3. ___(hintay) _____
   4. _____ tindahan ____
   5. ___(bili) _____

Student 1 (column):

Uuwi ka ba sa Nanay bukas?
Pupunta ka ba sa Nanay bukas?
Maghihintay ka ba sa Nanay bukas?
Maghihintay ka ba sa tindahan bukas?
Bibili ka ba sa tindahan bukas?

Student 2

Hindi. Umuwi na ako kahapon.
Hindi. Pumunta na ako kahapon.
Hindi. Naghintay na ako kahapon.

Hindi. Naghintay na ako kahapon.
Hindi. Bumili na ako kahapon.

6. ____ siya _____          Bibili ba siya sa tindahan bukas?
7. __(tulong)_____          Tutulong ba siya sa tindahan bukas?
8. _____ palusong ___          Tutulong ba siya sa palusong bukas?
9. __(bayo)_____          Babayo ba siya sa palusong bukas?
10. __(pipig)_____          Pipipig ba siya sa palusong bukas?

Hindi. Bumili na siya sa tindahan kahapon.
Hindi. Tumulong na siya sa tindahan kahapon.
Hindi. Tumulong na siya sa palusong kahapon.
Hindi. Bumayo na siya sa palusong kahapon.
Hindi. Pumipig na siya sa palusong kahapon.

Instructions: The teacher asks a question referring to an event which is to take place "tomorrow", which Student 1 repeats. Student 2, instead of answering directly, offers the information that the event took place "yesterday".

Teacher                                    Student 1

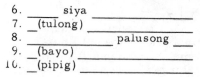

B. 1. Gagawa ba siya ng manika bukas?          Gagawa ba siya ng manika bukas?
2. __(hiram)_____          Hihiram ba siya ng manika bukas?
3. __(bili)_____          Bibili ba siya ng manika bukas?
4. __(kuha)_____          Kukuha ba siya ng manika bukas?
5. __(dala)_____          Magdadala ba siya ng manika bukas?

Student 2

Hindi mo ba alam? Gumawa siya kahapon.
Hindi mo ba alam? Humiram siya kahapon.
Hindi mo ba alam? Bumili siya kahapon.
Hindi mo ba alam? Kumuha siya kahapon.
Hindi mo ba alam? Nagdala siya kahapon.

6. Magbabayad ka ba nito bukas?          Magbabayad ka ba nito bukas?
7. ____(hingi)_____          Manghihingi ka ba nito bukas?
8. ____(basa)_____          Magbabasa ka ba nito bukas?
9. ____(awit)_____          Aawit ka ba nito bukas?
10. ____(tugtog)_____          Tutugtog ka ba nito bukas?

Hindi mo ba alam? Nagbayad ako kahapon.
Hindi mo ba alam? Nanghingi ako kahapon.
Hindi mo ba alam? Nagbasa ako kahapon.
Hindi mo ba alam? Umawit ako kahapon.
Hindi mo ba alam? Tumugtog ako kahapon.

11. Gagawa ba kayo bukas?          Gagawa ba kayo bukas?
12. __(pusta)_____          Pupusta ba kayo bukas?
13. __(dala)_____          Magdadala ba kayo bukas?
14. __(bayad)_____          Magbabayad ba kayo bukas?
15. __(isda)_____          Mangingisda ba kayo bukas?

Hindi mo ba alam? Gumawa kami kahapon.
Hindi mo ba alam? Pumusta kami kahapon.
Hindi mo ba alam? Nagdala kami kahapon.
Hindi mo ba alam? Nagbayad kami kahapon.
Hindi mo ba alam? Nangisda kami kahapon.

SUBSTITUTION-EXPANSION DRILLS

Teacher                                    Student

1. Tumatakbo si Ray.

a. kahapon                          Tumakbo si Ray kahapon.

b. sa Sabado                          Tatakbo si Ray sa Sabado.

c. noong Martes                    Tumakbo si Ray noong Martes.

d. bukas                           Tatakbo si Ray bukas.

e. sa Lunes                        Tatakbo si Ray sa Lunes.

2. Tumutulong ang mga magulang ni Rose.
   a. bukas                        Tutulong ang mga magulang ni Rose bukas.
   b. sa Nobyembre                 Tutulong ang mga magulang ni Rose sa Nobyembre.
   c. kanina                       Tumulong ang mga magulang ni Rose kanina.
   d. noong manganak siya          Tumulong ang mga magulang ni Rose noong manganak siya.
   e. sa buwang darating           Tutulong ang mga magulang ni Rose sa buwang darating.

3. Nagtatapos na si Ray.
   a. sa Marso                     Magtatapos na si Ray sa Marso.
   b. noong Marso                  Nagtapos na si Ray noong Marso.
   c. noong mag-asawa siya         Nagtapos na si Ray noong mag-asawa siya.
   d. bukas                        Magtatapos na si Ray bukas.
   e. sa Oktubre                   Magtatapos na si Ray sa Oktubre.

4. Nangangailangan ng pera si Ray.
   a. kanina                       Nangailangan ng pera si Ray kanina.
   b. kahapon                      Nangailangan ng pera si Ray kahapon.
   c. sa Nobyembre                 Mangangailangan ng pera si Ray sa Nobyembre.
   d. bukas                        Mangangailangan ng pera si Ray bukas.
   e. noon                         Nangailangan ng pera si Ray noon.

5. Nagbibigay ng tulong ang Nanay.
   a. bukas                        Magbibigay ng tulong ang Nanay bukas.
   b. sa Linggo                    Magbibigay ng tulong ang Nanay sa Linggo.
   c. noong Linggo                 Nagbigay ng tulong ang Nanay noong Linggo.
   d. sa isang taon                Magbibigay ng tulong ang Nanay sa isang taon.
   e. kanina                       Nagbigay ng tulong ang Nanay kanina.

6. Nakakakuha si Ray ng tulong.
   a. bukas                        Makakakuha si Ray ng tulong bukas.
   b. sa Biyernes                  Makakakuha si Ray ng tulong sa Biyernes.
   c. sa makalawa[1]               Makakakuha si Ray ng tulong sa makalawa.
   d. kahapon                      Nakakuha si Ray ng tulong kahapon.
   e. sa isang buwan               Makakakuha si Ray ng tulong sa isang buwan.

7. Nagbabayad si Ray ng utang.
   a. kahapon                      Nagbayad si Ray ng utang kahapon.
   b. sa Abril                     Magbabayad si Ray ng utang sa Abril.
   c. bukas                        Magbabayad si Ray ng utang bukas.
   d. kamakalawa[2]                Nagbayad si Ray ng utang kamakalawa.
   e. sa isang buwan               Magbabayad si Ray ng utang sa isang buwan.

TRANSLATION DRILLS (Paired and Triplet Sentences)

Teacher                                    Student

A. 1. The teacher is attending a meeting.   Dumadalo ang titser ng miting.
      The teacher is going to attend a meeting.   Dadalo ang titser ng miting.
   2. Linda is waiting for a bus.            Naghihintay si Linda ng bus.
      Linda is going to wait for a bus.      Maghihintay si Linda ng bus.
   3. Eddie is buying some new socks.        Bumibili si Eddie ng mga bagong medyas.
      Eddie is going to buy some new socks.  Bibili si Eddie ng mga bagong medyas.
   4. The leaders are bringing some handbills.   Nagdadala ng mga polyeto ang mga lider.
      The leaders are going to bring some handbills.   Magdadala ng mga polyeto ang mga lider.
   5. The men are in business.               Nangangalakal ang mga lalaki.
      The men are going to be in business.   Mangangalakal ang mga lalaki.
   6. The young men are serenading her.      Nanghaharana ang mga binata sa kaniya.
      The young men are going to serenade her.   Manghaharana ang mga binata sa kaniya.

[1] Day after tomorrow.
[2] Day before yesterday.

7. The child is reading a book.      Bumabasa ng libro ang bata.
    The child is going to read a book.      Babasa ng libro ang bata.
8. Fidel is looking for a young lady.      Humahanap ng dalaga si Fidel.
    Fidel is going to look for a young lady.      Hahanap ng dalaga si Fidel.
9. The newlyweds are saving some money.      Nag-iipon ng pera ang mga bagong-kasal.
    The newlyweds are going to save some money.      Mag-iipon ng pera ang mga bagong-kasal.
10. Rosy and the others are singing a <u>kundiman</u>.      Umaawit ng kundiman sina Rosy.
    Rosy and the others are going to sing a <u>kundiman</u>.      Aawit ng kundiman sina Rosy.

11. Joe's borrowing money from his friend.      Humihiram si Joe ng pera sa kaibigan niya.
    Joe's going to borrow money from his friend.      Hihiram si Joe ng pera sa kaibigan niya.
12. The woman is asking for money for us.      Nanghihingi ng pera ang babae para sa atin.
    The woman is going to ask for money for us.      Manghihingi ng pera ang babae para sa atin.
13. Nene is getting some food for me.      Kumukuha ng pagkain si Nene para sa akin.
    Nene is going to get some food for me.      Kukuha ng pagkain si Nene para sa akin.
14. My friend is paying for me.      Nagbabayad ang kaibigan ko para sa akin.
    My friend is going to pay for me.      Magbabayad ang kaibigan ko para sa akin.
15. <u>Mang</u> Sebyo is campaigning secretly for his candidate.      Nanggagapang si Mang Sebyo para sa kaniyang kandidato.
    <u>Mang</u> Sebyo is going to campaign secretly for his candidate.      Manggagapang si Mang Sebyo para sa kaniyang kandidato.

B. 1. He attends the meeting every day.      Dumadalo siya sa miting araw-araw.
    He attended the meeting yesterday.      Dumalo siya sa miting kahapon.
    And he's going to attend the meeting tomorrow.      At dadalo siya sa miting bukas.
2. I work at the factory every day.      Nagtatrabaho ako sa pabrika araw-araw.
    I worked at the factory yesterday.      Nagtrabaho ako sa pabrika kahapon.
    And I'm going to work at the factory tomorrow.      At magtatrabaho ako sa pabrika bukas.
3. Mother goes to church every Sunday.      Nagsisimba ang Nanay Linggu-linggo.[1]
    Mother went to church last Sunday.      Nagsimba ang Nanay noong Linggo.
    And Mother's going to church on Sunday.      At magsisimba ang Nanay sa Linggo.
4. Kardo goes fishing every night.      Nangingisda si Kardo gabi-gabi.[1]
    Kardo went fishing last night.      Nangisda si Kardo kagabi.
    And Kardo's going to fish tomorrow.      At mangingisda si Kardo bukas.
5. Nettie is able to help Mother every Saturday.      Nakakatulong si Nettie sa Nanay tuwing Sabado.
    Nettie was able to help Mother last Saturday.      Nakatulong si Nettie sa Nanay noong Sabado.
    And Nettie will be able to help Mother on Saturday.      At makakatulong si Nettie sa Nanay sa Sabado.
6. The teacher borrows a book every week.      Humihiram ng libro ang titser linggu-linggo.[1]
    The teacher borrowed a book last Monday.      Humiram ng libro ang titser noong Lunes.
    The teacher is going to borrow a book on Monday.      Hihiram ng libro ang titser sa Lunes.
7. Ben waits for Nene every afternoon.      Naghihintay si Ben kay Nene tuwing hapon.
    Ben waited for Nene yesterday.      Naghintay si Ben kay Nene kahapon.
    And Ben's going to wait for Nene tomorrow.      At maghihintay si Ben kay Nene bukas.
8. Mother is able to get the money every day.      Nakakakuha ng pera ang Nanay araw-araw.[1]
    Mother was able to get the money last Friday.      Nakakuha ng pera ang Nanay noong Biyernes.
    And Mother will be able to get the money on Tuesday.      At makakakuha ng pera ang Nanay sa Martes.
9. Ray and Rose ask Mother for money every month.      Nanghihingi sina Ray at Rose sa Nanay ng pera buwan-buwan.[1]
    Ray and Rose asked Mother for money last June.      Nanghingi sina Ray at Rose sa Nanay ng pera noong Hunyo.
    And Ray and Rose will ask Mother for money in November.      At manghihingi sina Ray at Rose sa Nanay ng pera sa Nobyembre.
10. Godfather pays for (on behalf of) the newlyweds every month.      Nagbabayad ang Ninong para sa bagong-kasal buwan-buwan.
    Godfather paid for (on behalf of) the newlyweds last October.      Nagbayad ang Ninong para sa bagong-kasal noong Oktubre.

---

[1]<u>Linggu-linggo</u> is another way of saying <u>tuwing Linggo</u> 'every Sunday'. 'Every week' is <u>linggu-linggo</u> (not capitalized) by the same reduplication process operating in <u>araw-araw</u>, <u>gabi-gabi</u>, etc.

    The days of the week and months of the year are not reduplicated to express recurrence; only <u>tuwing Lunes</u>, <u>tuwing Enero</u>, etc., occur.

And Godfather will pay for (on behalf of) the newlyweds in September.

At magbabayad ang Ninong para sa mga bagong-kasal sa Setyembre.

## DISCUSSION

The introduction of future aspect forms of verbs in Tagalog completes the system first described in Unit VI. The first contrast in the verb system is between actions begun and not begun. The future represents the latter, while the former is further divided into completed (perfective) and not completed (imperfective). This pattern is charted at the end of this discussion.

The verb formations shown in the chart involve affixation and reduplication, the two important inflectional resources of Tagalog. The perfective involves affixation only, the future of -um- verbs involves reduplication only, and the other forms

shown have both. Note that the verbs taking affixes other than -um- have imperfective and future forms that are identical except for the first sound of the affix: /m/ in the future and /n/ in the imperfective.

It should be noted that the forms described in this section are inflections of Actor-focus verbs; comparable forms for the other focuses will be presented in a later unit.

While English uses at least three constructions to express futurity ('I'm going to buy a book tomorrow, I'll buy a book tomorrow, I'm buying a book tomorrow'), Tagalog uses only one: Bibili ako ng libro bukas.

| | Begun | | | | | | Not Begun | |
|---|---|---|---|---|---|---|---|---|
| | Imperfective | | | Perfective | | | Future | |
| -um- | t | um | a | takbo | t | um | akbo | ta | takbo |
| mag- | | nag | ba | bayad | | nag | bayad | mag | ba | bayad |
| mang- | | nang | hi | hingi | | nang | hingi | mang | hi | hingi |
| maka- | | naka | ka | bayad | | naka | bayad | maka | ka | bayad |
| ma- | | na | hi | hiya | | na | hiya | ma | hi | hiya |

## II. USES OF sa

### EXAMPLES

A. 1. Sa Pako na sila naninirahan.
   2. Dispatsadora po si Mameng sa Carriedo.
   3. Hindi ka pa nagpapasyal sa bahay.
   4. Manganganak na raw si Rose sa Nobyembre.
   5. Sa mabuting kandidato tayo.
   6. Iba pa ba iyon sa palusong?
   7. Nagdaan pa kami sa inyong bahay, a.
   8. Pagkatapos, tumakbo sila sa daan.
   9. Sasama ka ba sa Nanay?
   10. Wala nang hindi masarap sa iyo, e.

[They're now living in Paco.]
[Mameng is a saleslady on Carriedo.]
[You haven't dropped in at the house yet.]
[He said Rose is having her baby in November.]
We're for the good candidate.
[Is that different from palusong?]
[In fact, we passed by your house.]
Afterwards, they ran into the street.
Are you going with Mother?
[There's nothing that isn't delicious to you.]

| Tagalog | English |
|---|---|
| sa | in<br>on<br>at<br>to<br>for<br>from<br>by<br>into<br>with<br>(etc.) |

B. 1. Hindi ba alam ang tungkol sa miting?                [Doesn't (she) know about the meeting?]
   2. Dumating na ba si Nita buhat sa probinsya?           [Has Nita come from the province yet?]
   3. Tumakbo ka hanggang sa kanto.                        You run up to the corner.
   4. Para sa bunso iyan.                                  [That's for the baby.]
   5. Umuutang siya ng higit sa kaniyang sahod.            He borrows (money) more than his salary.
   6. Siya'y pumupusta laban sa ating kandidato.           He's betting against our candidate.
   7. Bukod sa maganda, mabait pa siya.                    Besides being pretty, she's nice, too.
   8. Ayon sa balita, si Abogado ay siguradong             According to the news, the Attorney is sure to win.
      panalo.
   9. Nagising siyang bigla dahil sa tugtog ng mu-         He suddenly woke up because of the playing of the
      sikong-bumbong.                                      musikong-bumbong.

| Tagalog | English |
|---------|---------|
| tungkol sa | about |
| buhat sa | from |
| hanggang sa | up to, as far as |
| para sa | for |
| higit sa | more than |
| laban sa | against |
| bukod sa | besides |
| ayon sa | according to |
| dahil sa | because of, due to |

C. 1. Nakikita mo ba ang mga tinda sa may sim-            [Do you see the things for sale by the church?]
      bahan?
   2. Makakukuha ako ng pagkain sa ibabaw ng du-           I'll be able to get some food on top of the low dining-
      lang.                                                table.
   3. Nagtatrabaho siya sa loob ng pabrika.                He's working inside the factory.
   4. Sumasayaw ang mga binata sa tabi ng mga              The young men are dancing beside the young women.
      dalaga.
   5. Umupo ako sa pagitan nila.                           I sat between them.
   6. Maghahanap ako ng pera sa likod ng kahon.            I'll look for some money behind the box.
   7. Ngumakngak ang aso sa ilalim ng mesa.                The dog yelped under the table.
   8. Maghihintay sila sa tapat ng plasa.                  They'll wait across the plaza.
   9. Ang musikong-bumbong ay tumutugtog sa                The musikong-bumbong is playing in front of our
      harapan ng bahay namin.                              house.

| Tagalog | English |
|---------|---------|
| sa may | by |
| sa ibabaw | on top of |
| sa loob | inside |
| sa tabi | beside |
| sa pagitan | between |
| sa likod | behind |
| sa ilalim | under |
| sa tapat | across |
| sa harapan | in front of |

a. Sa is translated into English
   by any one of several prepo-
   sitions, depending on the con-
   text (examples A).

b. For more specific positional
   references, sa is accompanied
   by a preceding or a following
   particle (cf. examples B and
   C).

c. Sa with a time expression al-
   ways denotes futurity, unlike
   its English equivalent 'on/in'

which goes with verbs both
in past and future (example
A.4).

TRANSLATION DRILLS (Patterned Sentences)

| Teacher | Student |
|---|---|
| A. 1. Ray's graduating in March. | Magtatapos si Ray sa Marso. |
| 2. Ray's coming on Monday. | Darating si Ray sa Lunes. |
| 3. Ray came on the sixth. | Dumating si Ray noong asais. |
| 4. He left in October. | Umalis siya noong Oktubre. |
| 5. He's leaving on Wednesday. | Aalis siya sa Miyerkoles. |
| 6. He's graduating on the fourth. | Magtatapos siya sa akuwatro. |
| B. 1. The money's the couple's. | Sa mag-asawa ang pera. |
| 2. The house is theirs. | Sa kanila ang bahay. |
| 3. The money's for Ray and Rose. | Kina Ray at Rose ang pera. |
| 4. <u>Aling</u> Nena's in the kitchen. | Nasa kusina si Aling Nena. |
| 5. <u>Aling</u> Nena's going to the kitchen. | Pupunta si Aling Nena sa kusina. |
| 6. <u>Aling</u> Nena will come from the kitchen. | Manggagaling si Aling Nena sa kusina. |

RESPONSE DRILL

Instructions: The teacher asks Student 1 a question referring to future time, then asks Student 2 the
same question, but referring to past time. The student responses should be in accord-
ance with the facts of the students' lives. The answers included here can serve as models.

| Teacher | Student 1 | Student 2 |
|---|---|---|
| 1. Kailan ka aalis sa Amerika? | Sa Marso. | |
| Kailan ka umalis sa Amerika? | | Noong Enero. |
| 2. Kailan ka pupunta sa Pilipinas? | Sa isang taon. | |
| Kailan ka pumunta sa Pilipinas? | | Noong 1945. |
| 3. Kailan ka matatapos sa pag-aaral? | Sa Hunyo. | |
| Kailan ka natapos sa pag-aaral? | | Noong 1962. |
| 4. Kailan ka magsisimula ng trabaho? | Sa aprimero. | |
| Kailan ka nagsimula ng trabaho? | | Noong Martes. |
| 5. Kailan ka magpapasyal sa Pampanga? | Sa isang linggo. | |
| Kailan ka nagpasyal sa Pampanga? | | Noong isang buwan. |

TRANSLATION DRILLS (Patterned Sentences)

| Teacher | Student |
|---|---|
| A. 1. He bought at the store. | Bumili siya sa tindahan. |
| 2. ___ lived in Paco. | Tumira siya sa Pako. |
| 3. ___ walked to Carriedo. | Lumakad siya sa Carriedo. |
| 4. ___ waited on the corner. | Naghintay siya sa kanto. |
| 5. ___ borrowed from the man. | Nanghiram siya sa lalaki. |
| 6. ___ passed by the church. | Nagdaan siya sa simbahan. |
| 7. ___ ate on the low dining-table. | Kumain siya sa dulang. |
| 8. ___ went with the teacher. | Sumama siya sa titser. |
| 9. ___ helped at the <u>palusong</u>. | Tumulong siya sa palusong. |
| 10. ___ ran to Mother. | Tumakbo siya sa Nanay. |
| B. 1. I'm earning for my family. | Kumikita ako para sa aking pamilya. |
| 2. I'm counting from one hundred. | Bumibilang ako buhat sa sandaan. |
| 3. I'm eating because I'm hungry. | Kumakain ako dahil sa gutom ako. |
| 4. They walked up to the plaza. | Lumakad sila hanggang sa plasa. |
| 5. We ran from the church to the corner. | Tumakbo kami buhat sa simbahan hanggang sa kanto. |
| 6. He's going to bet against your candidate. | Pupusta siya laban sa iyong kandidato. |
| 7. Rose is intelligent besides being pretty. | Matalino si Rose bukod sa maganda. |
| 8. Ledesma is rich according to his leaders. | Ayon sa kaniyang mga lider, mayaman si Ledesma. |
| 9. My friend's debt is more than his salary. | Higit sa kaniyang suweldo ang utang ng kaibigan ko. |
| 10. Kardo's favorite topic is about the Attorney's poverty. | Tungkol sa kahirapan ni Atorni ang bukang-bibig ni Kardo. |

SUBSTITUTION-TRANSLATION DRILL (Fixed Slot)

| Teacher | Student |
|---------|---------|
| 1. Spot yelped and yelped in front of our house. | Ngumakngak nang ngumakngak si Tagpe sa harapan ng bahay namin. |
| 2. _____ outside _____ | Ngumakngak nang ngumakngak si Tagpe sa labas ng bahay namin. |
| 3. _____ inside _____ | Ngumakngak nang ngumakngak si Tagpe sa loob ng bahay namin. |
| 4. _____ across _____ | Ngumakngak nang ngumakngak si Tagpe sa tapat ng bahay namin. |
| 5. _____ behind _____ | Ngumakngak nang ngumakngak si Tagpe sa likod ng bahay namin. |
| 6. _____ low dining-table | Ngumakngak nang ngumakngak si Tagpe sa likod ng dulang. |
| 7. _____ beside _____ | Ngumakngak nang ngumakngak si Tagpe sa tabi ng dulang. |
| 8. _____ under _____ | Ngumakngak nang ngumakngak si Tagpe sa ilalim ng dulang. |
| 9. _____ on top _____ | Ngumakngak nang ngumakngak si Tagpe sa ibabaw ng dulang. |
| 10. _____ beside _____ | Ngumakngak nang ngumakngak si Tagpe sa tabi ng dulang. |

## DISCUSSION

The charts at the end of this discussion summarize most of the uses of sa, in sentences and in phrasal modifiers. It is used as part of the possessive, preferential, reservational, and locative phrases (see Unit III, grammar point I), all of which may be definitized and occur in either predicate or topic position. It is also used to introduce locative complements, e.g., Humahalik sa kamay ng Ninong ang bagong-kasal (Unit X, grammar point I); to introduce definite object complements, e.g., Siya ang nangharana sa babae (Unit XI, grammar point II); to introduce adverbs of place (Unit VI,

grammar point II) and time (this lesson). As part of time expressions, it occurs only with verbs in the future. In a way, it contrasts with noon, which occurs only with verbs in the perfective (or with the hindi-pa plus imperfective construction to express past action).

Adverbs of place and time may occur either as predicate or nominalized topics or as modifiers of verbs and nouns. Compare: Sa Lunes ang parti 'The party is on Monday' and Aalis siya sa Lunes 'He's leaving on Monday'.

Sa-phrases as used in:

| Equational Sentence | Verbal Sentence |
|---------------------|-----------------|
| Predicate | Locative Complement Object Complement (definite) |
| Nominalized Predicate Nominalized Topic | Nominalized Topic |

Sa as used in:

| Modifying Phrase |
|------------------|
| Verb Modifier |
| Noun Modifier |
| Compound Relators |

## CUMULATIVE DRILLS

SUBSTITUTION-CONVERSION-RESPONSE DRILL

Instructions: The teacher gives a sentence in the future tense which Student 1 repeats. Student 2 gives either an affirmative or negative response as cued by the teacher.

| Teacher | Student 1 |
|---------|-----------|
| 1. Manganganak ba si Rose sa Nobyembre? | Manganganak ba si Rose sa Nobyembre? |

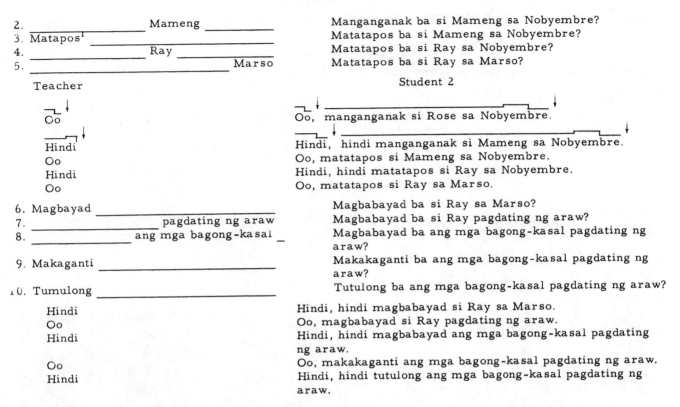

2. _____ Mameng _____   Manganganak ba si Mameng sa Nobyembre?
3. Matapos[1] _____   Matatapos ba si Mameng sa Nobyembre?
4. _____ Ray _____   Matatapos ba si Ray sa Nobyembre?
5. _____ Marso   Matatapos ba si Ray sa Marso?

    Teacher                                           Student 2

Oo                                          Oo, manganganak si Rose sa Nobyembre.

Hindi                                       Hindi, hindi manganganak si Mameng sa Nobyembre.
Oo                                          Oo, matatapos si Mameng sa Nobyembre.
Hindi                                       Hindi, hindi matatapos si Ray sa Nobyembre.
Oo                                          Oo, matatapos si Ray sa Marso.

6. Magbayad _____   Magbabayad ba si Ray sa Marso?
7. _____ pagdating ng araw   Magbabayad ba si Ray pagdating ng araw?
8. _____ ang mga bagong-kasal   Magbabayad ba ang mga bagong-kasal pagdating ng araw?
9. Makaganti _____   Makakaganti ba ang mga bagong-kasal pagdating ng araw?
10. Tumulong _____   Tutulong ba ang mga bagong-kasal pagdating ng araw?

Hindi                                       Hindi, hindi magbabayad si Ray sa Marso.
Oo                                          Oo, magbabayad si Ray pagdating ng araw.
Hindi                                       Hindi, hindi magbabayad ang mga bagong-kasal pagdating ng araw.
Oo                                          Oo, makakaganti ang mga bagong-kasal pagdating ng araw.
Hindi                                       Hindi, hindi tutulong ang mga bagong-kasal pagdating ng araw.

## ORAL COMPOSITION

Instructions: Develop each of the following situations in not less than five sentences using the verbs following each. In a small class, students may take turns framing appropriate sentences.

    a. Rose is expecting her baby in November.

        manganganak        hihingi
        mangangailangan  matatapos
        tatakbo           magbabayad

    b. Christmas is approaching.

        magpapasko      sisimba
        manggigising    bibili
        naririnig        iinom

    c. Nettie is going to Aurora's house to pay her a visit.

        pupunta        bibigyan
        magdadala     tutulungan
        kakain         magbibidahan

[1]Matapos and the other verbs cued by the teacher are in their basic forms; Student 1 uses them in their future forms.

## VISUAL-CUE DRILLS

### PICTURE A

Panuto: Ilarawan at pag-usapan ang mga sumusunod.

Halimbawa: S₁: Nasaan si Mang Pepe?
           S₁: Kailan siya aalis sa Bagyo?
           S₁: Anong oras siya aalis?
           S₁: Saan siya pupunta?
           S₁: Kailan siya darating sa Maynila?
           S₁: Anong oras siya darating?

S₂: Nasa Bagyo siya.
S₂: Sa Sabado. Sa ikaanim ng Enero.
S₂: Sa alas tres ng Hapon.
S₂: Pupunta siya sa Maynila.
S₂: Darating siya sa Maynila sa Sabado.
S₂: Darating siya sa Maynila sa alas otso ng gabi.

PICTURE A (continued)

Panuto: Gumawa ng maikling salaysay tungkol sa mga nangyari sa bawat larawan sa itaas.

Directions: Make a short narrative about each of the above pictures.

Halimbawa: Nagbakasyon si Mang Pepe sa Bagyo at pumunta na siya sa Maynila. Umalis siya sa Bagyo ng alas tres ng hapon noong ikaanim ng Enero. Dumating siya sa Maynila ng alas otso ng gabi noong araw ding iyon.

PICTURE B

Panuto: Ilarawan ang mga sumusunod.

Halimbawa: May pagkain sa ibabaw ng dulang.

## COMPREHENSION-RESPONSE DRILLS

A. 1. Manganganak ba si Rose sa Oktubre?
   2. Tutulong ba ang mga magulang ni Rose pagdating ng araw?
   3. Matatapos ba si Ray sa Hunyo?
   4. Manghihingi ba sina Ray ng pera sa mga magulang nila?
   5. Mangangailangan ba ng tulong ang mag-asawa pagdating ng araw?
   6. Magpapadala ba ng pera si Aling Nena bukas?

B. 1. Manganganak ba si Rose sa Nobyembre o sa Marso?
   2. Tutulong ba ang mga magulang ni Rose bukas o pagdating ng araw?
   3. Matatapos ba si Ray sa Marso o sa Oktubre?
   4. Manghihingi ba o magbibigay ng pera sina Ray sa mga magulang nila?
   5. Magbibigay ba o mangangailangan ng tulong ang mag-asawa pagdating ng araw?
   6. Magpapadala ba o manghihingi ng pera si Aling Nena bukas?

C. 1. Kailan manganganak si Rose?
   2. Kailan tutulong ang mga magulang ni Rose?
   3. Kailan matatapos si Ray?
   4. Ano ang gagawin nina Ray sa mga magulang nila?
   5. Ano ang gagawin ng mag-asawa pagdating ng araw?
   6. Ano ang gagawin ni Aling Nena bukas?


## READING

### AKO ANG MAGBABAYAD

(See Part I, Intermediate Readings in Tagalog)

# UNIT XVI

## Balot (1)

Araw ng pista. Nag-uu-
sap sina Aling Tinang at
Aling Sela sa kusina. Nag-
siuwi na ang mga bisita
nila. Mga matalik na kai-
bigan na lamang ang nati-
ra, gaya nina Pelang at
Charing at ang kanilang
mga kaibigan.

Aling Sela:
Marami pa ang tira, Ti-
nang.

Aling Tinang:
Oo nga. Hindi namin
mauubos iyan. Babalutin
ko ang iba para sa mga
bata mo. Ipagbabalot ko
rin sina Osang.

Aling Sela:
Binigyan mo ba ng litson

## Balot

It is the day of the fiesta.
Aling Tinang and Aling Sela
are talking in the kitchen.
Their visitors, except for
close friends like Pelang
and Charing and their
friends, have all gone.

There's a lot left, Tinang.

maraˑmɪ pan tɪraˑh ˈtiˑnaˑŋ↓
(left- (Tinang)
over)

Oh, yes. We won't be able
to finish all that. I'll wrap
some up for your kids. And
for Osang's family, too.

ˈoˑˈoŋaˑˑ↓  hɪndiˑ naˑmɪn mauˈuˑbʊs yaˑn↓
(will-consume)

baˑbaluˑtɪn koˑŋ ˈɪbaˑh  paˑra sa maŋa baˑtaˑ moˑh
(will-wrap)

ˈɪpagbaˑbaˑlʊt kʊ rɪn sɪna ˈoˑsaˑŋ
(will-wrap-for)

bɪnɪgyan  mʊ ba nan lɪtson sɪ peˑlaˑŋ↑
(was given)

Did you give Pelang some

[294]

si Pelang? Gusto raw niya ang sarsa (2).

guˑstʊ raw nyaˑŋ saˑrsah
(sauce)

lechon? She said she likes the sauce.

Aling Tinang:
Hindi niya sinabi kanina. Mayroon pa ba?

hɪndiˑ nya sɪnabɪ kaniˑnah

meˑrʊm pa baˑh

Why didn't she say so earlier? Is there any more?

Aling Sela:
Mayroon pa. Pero wala nang matamis (3) para kay Charing.

meˑrʊm paˑh    peˑrʊ walaˑ naŋ matamɪs
(sweets)

paˑra keˑ tsariˑŋ

There is. But there are no more sweets for Charing.

Aling Tinang:
Oo nga pala. Ano ang babalutin natin para sa kaniya ngayon?

'oˑ'o ŋaˑ palaˑh    'anʊŋ baˑbaluˑtɪn naˑtɪn
(will-be-wrapped)

paˑra sa kanya ŋayoˑn

Oh, yes, we should have saved her some. What should we wrap up for her instead?

Aling Sela:
Gusto rin naman niya siguro ng relyeno (4). May binalot na ako.

gʊstʊ rɪn naman nya sɪguˑrʊ naŋ relyeˑnoˑh
(relyeno)

mey bɪnaˑlʊt naˑkoˑh
(was-wrapped)

Maybe she'd like the relyeno just as well. I've already wrapped some.

Aling Tinang:
Mabuti naman. Maghihinanakit siya kung hindi siya dadalhan ng anuman.

mabuˑtɪ namaˑn    maghiˑhɪnanakɪt sya kʊŋ
(will-bear-a-grudge)

hɪndiˑ sya daˑdalhan naŋ anʊmaˑn
(will-be-sent)    (anything)

Good. She'll be slighted if she doesn't get anything.

Aling Sela:
Sinu-sino pa ba ang may binati kanina (5)?

siˑnʊ siˑnʊ pa baˑŋ meˑ bɪnaˑtiˑ kaniˑnah
(complimented)

Well, who else mentioned something during the party?

Aling Tinang:
Wala na.

walaˑ naˑh

No one else.

Aling Sela:
Mabuti naman.

mabuˑtɪ namaˑn

That's good.

(Magbubuntung-hininga si Aling Tinang.)

Malaki rin ang ginugol mo rito, ano, Tinang (6)?

malakɪ rɪn aŋ gɪnuˑgʊl mʊ riˑtoˑh 'anʊ tiˑnaŋ
(was-spent)

(Tinang sighs.)

You spent quite a lot for all of this, didn't you, Tinang?

Aling Tinang:
Ewan ko ba! (7) Gugugulin na sana namin sa anim na buwan 'yan e.

'eˑwaŋ kʊ baˑh    guˑguguˑlɪn na saˑna naˑmɪn
(will-spend)

sa 'aˑnɪm na bwan yan eˑh

I'm not sure. Maybe what we normally spend in six months or so.

Aling Sela:
Kasing-engrande ng kasal mo, e. At halos magkasindami ang mga bisita.

kasɪŋ ɪŋgraˑnde naŋ kasal mʊ eˑh
(as..as) (grand)

'at haˑlʊs magkasɪndaˑmɪ 'aŋ maŋa bɪsiˑtaˑh
(almost) (as..as) (many)

Why, it was as grand as your wedding. And there were almost as many guests.

Aling Tinang:
Paminsan-minsan lang naman (8).

pamiˑnsan miˑnsan laˑŋ namaˑn
(once in a while)

We just do it once in a while.

Aling Sela:
Mabuti ka at may pera. Hindi gaya ng ibang umu-

mabuˑtɪ kat meˑ peˑraˑh    hɪndiˑ gaˑya naŋ
(like)

It's a good thing you have the money — not like people

utang lang ng ginugugol. ıbaŋ ʊmu·ˈu·taŋ laŋ naŋ gınu·gu·goˈl   who just borrow what they
     (borrowing)  (is-spending)   spend.

Aling Tinang:
Hindi ko gagawin ang ga- hındi· kʊ ga·gawi·n   'aŋ gano'o·n   That's something I won't
noon. Hindi ako susubo  (will-be-       do—I won't get into some-
kung hindi ko kaya.    done)        thing I can't afford.

         hındi· akʊ su·su·bo·' kʊŋ hındi· kʊ ka·yah
         (will-act-        (can afford)
         rashly)

Aling Sela:
E, s'ya, kailan natin lili- 'e· sya·h ke·lan na·tın li·lıni·sın  Well, when do we clean the
nisin ang bahay?         (will-be-cleaned)   house?

         am ba·hay

Aling Tinang:
At saka na (9)—magpa- 'at saka· na·h   magpahıŋa ka mu·nah  Later; you've got to rest
hinga ka muna.    (afterwards) (rest)  (for-the-  first.
               time-being)

## CULTURAL AND STRUCTURAL NOTES

(1) Balot /ba·lot/ refers to the wrapped-up parcels of food left over from a party which close friends of the host or hostess take home for the children or other members of the family. Outside this special context, balot means any covering or wrapper.

(2) Sarsa, the sour-sweet sauce for lechon, is made of ground liver, ground bread crusts, garlic, pepper, sugar, vinegar, and other spices.

(3) Matamis, literally 'sweet', is a collective term for the many Philippine confections.

(4) Relyeno is a native dish: stuffed fish or fowl.

(5) When one admires something (e.g., fruits, objets d'art, and the like) in his host's home, he is often given the object. At a fiesta, if one expresses a strong liking for a certain dish, some is usually wrapped up for him to take home when there is more than enough.

(6) Fiestas are usually lavish and people sometimes spend beyond their means. In the barrios especially, the next year's harvest is sometimes 'sold' just to have a lavish feast this year.

(7) Ba is not a signal for the interrogative here. The utterance is an indirect expression of affirmation, or slight evasion like English 'Don't I know it!'

(8) The most common excuse for all the lavish spending is that the fiesta comes only once a year.

(9) At saka na, literally 'and also already', is a fixed expression meaning 'later' or 'some other time'.

## DRILLS AND GRAMMAR

### I. PERFECTIVE AND FUTURE OF -in, -an, i-, ipag-, AND ipang- VERBS

EXAMPLES

A. 1. Hindi niya sinabi kanina.     [She didn't say so earlier.]
 2. Sinu-sino pa ba ang may binati kanina? [Who else noticed something or other earlier?]
 3. Malaki rin ang ginugol mo rito, ano, Tinang? [You spent quite a lot for all of this, didn't you, Tinang?]

 4. Hindi ko ginawa iyon.      I didn't do that.

B. 1. Hiniraman ni Fidel si Arthur.   Fidel borrowed (something) from Arthur.
 2. Binigyan mo ba ng litson si Pelang? [Did you give Pelang some lechon?]
 3. Hindi siya dinalhan ng anuman ni Osang. She was not given anything by Osang.
 4. Binilhan ko ng kendi ang tindahan.  I bought some candy from the store.

C. 1. Sino ang ibinalot mo ng litson?   Who did you wrap up some lechon for?
 2. Ibinili natin siya ng kendi.    We bought her some candy.
 3. Ipinagbalot ko rin sina Osang.   I wrapped some up for Osang's family, too.
 4. Ipinanggapang ni Kardo si Ledesma.  Kardo campaigned secretly for Ledesma.

Perfective Forms

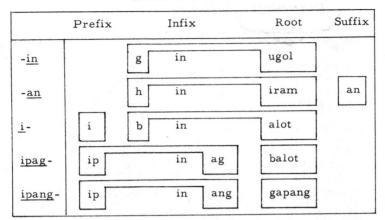

| Prefix | Infix | | Root | Suffix |
|---|---|---|---|---|
| -in | g | in | ugol | |
| -an | h | in | iram | an |
| i- | i | b in | alot | |
| ipag- | ip | in ag | balot | |
| ipang- | ip | in ang | gapang | |

a. The perfective forms of -in, -an, i-, ipag-, and ipang- verbs all include the infix -in-. The infix appears after the first consonant of the root in the perfective of -in, -an, and i-verbs, and after the p of the prefix in ipag- and ipang- verbs.

b. The formation of the perfective of -in verbs does not involve any affixes other than the infix -in-. The formation of the perfective of -an, i-, ipag-, and ipang- verbs involves, in addition to the infix, the suffix -an and the prefixes i-, ipag-, and ipang- respectively.

D. 1. Hindi niya sasabihin iyon.  
   2. Babatiin ko siya bukas.  
   3. Malaki rin ang gugugulin mo rito, ano, Tinang?  
   4. Hindi ko gagawin iyon.

She won't say that.  
I'll greet her tomorrow.  
You'll spend quite a lot on this, won't you, Tinang?

[I won't do that.]

E. 1. Hihiraman ni Fidel si Arthur.  
   2. Bibigyan mo ba ng litson si Pelang?  
   3. Hindi siya dadalhan ng anuman ni Osang.  
   4. Bibilhan ko ng kendi ang tindahan.

Fidel will borrow (something) from Arthur.  
Will you give Pelang some lechon?  
She won't be given anything by Osang.  
I'll buy some candy from the store.

F. 1. Sino ang ibabalot mo ng litson?  
   2. Ibibili natin siya ng kendi.  
   3. Ipagbabalot ko rin sina Osang.  
   4. Ipanggagapang ni Fidel si Ledesma.

Who will you wrap up some lechon for?  
We'll buy her some candy.  
[I'll wrap some up for Osang's family, too.]  
Fidel will campaign secretly for Ledesma.

Future Forms

| Prefix | Reduplicated Syllable | Root | Suffix |
|---|---|---|---|
| | gu | gugol | in |
| | hi | hiram | an |
| i | ba | balot | |
| ipag | ba | balot | |
| ipang | ga | gapang | |

a. The future forms of -in and -an verbs involve reduplication plus suffix.

b. The future of i-, ipag-, and ipang- verbs involves the prefix plus reduplication.

CONVERSION DRILLS

| Teacher | Student | Teacher | Student |
|---|---|---|---|
| A. 1. bumibili | → bumili | B. 1. bumibili | → bibili |
| 2. humihiram | → humiram | 2. humihiram | → hihiram |
| 3. nagsusuot | → nagsuot | 3. nagsusuot | → magsusuot |
| 4. nagdadala | → nagdala | 4. nagdadala | → magdadala |
| 5. nanggugulo | → nanggulo | 5. nanggugulo | → manggugulo |
| 6. bumabasa | → bumasa | 6. bumabasa | → babasa |
| 7. kumakain | → kumain | 7. kumakain | → kakain |
| 8. nag-aaral | → nag-aral | 8. nag-aaral | → mag-aaral |
| 9. nagbabayad | → nagbayad | 9. nagbabayad | → magbabayad |
| 10. nanggagapang | → nanggapang | 10. nanggagapang | → manggagapang |
| C. 1. bumili | → bumibili | D. 1. bumili | → bibili |
| 2. humiram | → humihiram | 2. humiram | → hihiram |
| 3. nagsuot | → nagsusuot | 3. nagsuot | → magsusuot |
| 4. nagdala | → nagdadala | 4. nagdala | → magdadala |
| 5. nanggulo | → nanggugulo | 5. nanggulo | → manggugulo |
| 6. bumasa | → bumabasa | 6. bumasa | → babasa |
| 7. kumain | → kumakain | 7. kumain | → kakain |
| 8. nag-aral | → nag-aaral | 8. nag-aral | → mag-aaral |
| 9. nagbayad | → nagbabayad | 9. nagbayad | → magbabayad |
| 10. nanggapang | → nanggagapang | 10. nanggapang | → manggagapang |
| E. 1. hinihiram | → hiniram | F. 1. hinihiram | → hihiramin |
| 2. tinutugtog | → tinugtog | 2. tinutugtog | → tutugtugin |
| 3. dinadala | → dinala | 3. dinadala | → dadalhin |
| 4. hinihintay | → hinintay | 4. hinihintay | → hihintayin |
| 5. hinihingi | → hiningi | 5. hinihingi | → hihingin |
| 6. hinahanap | → hinanap | 6. hinahanap | → hahanapin |
| 7. kinukuha | → kinuha | 7. kinukuha | → kukunin |
| 8. iniipon | → inipon | 8. iniipon | → iipunin |
| 9. nginanganga | → nginanga | 9. nginanganga | → ngangangain |
| 10. ginigising | → ginising | 10. ginigising | → gigisingin |
| G. 1. hiniram | → hinihiram | H. 1. hiniram | → hihiramin |
| 2. tinugtog | → tinutugtog | 2. tinugtog | → tutugtugin |
| 3. dinala | → dinadala | 3. dinala | → dadalhin |
| 4. hinintay | → hinihintay | 4. hinintay | → hihintayin |
| 5. hiningi | → hinihingi | 5. hiningi | → hihingin |
| 6. hinanap | → hinahanap | 6. hinanap | → hahanapin |
| 7. kinuha | → kinukuha | 7. kinuha | → kukunin |
| 8. linipatan | → linilipatan | 8. linipatan | → lilipatan |
| 9. nginanga | → nginanganga | 9. nginanga | → ngangangain |
| 10. ginising | → ginigising | 10. ginising | → gigisingin |
| I. 1. binibilhan | → binilhan | J. 1. binibilhan | → bibilhan |
| 2. hinihiraman | → hiniraman | 2. hinihiraman | → hihiraman |
| 3. hinihingan | → hiningan | 3. hinihingan | → hihingan |
| 4. dinadalhan | → dinalhan | 4. dinadalhan | → dadalhan |
| 5. kinukunan | → kinunan | 5. kinukunan | → kukunan |
| 6. kinakainan | → kinainan | 6. kinakainan | → kakainan |
| 7. binabayaran | → binayaran | 7. binabayaran | → babayaran |
| 8. linilipatan | → linipatan | 8. linilipatan | → lilipatan |
| 9. pinapasukan | → pinasukan | 9. pinapasukan | → papasukan |
| 10. inuutangan | → inutangan | 10. inuutangan | → uutangan |
| K. 1. binilhan | → binibilhan | L. 1. binilhan | → bibilhan |
| 2. hiniraman | → hinihiraman | 2. hiniraman | → hihiraman |
| 3. hiningan | → hinihingan | 3. hiningan | → hihingan |
| 4. dinalhan | → dinadalhan | 4. dinalhan | → dadalhan |
| 5. kinunan | → kinukunan | 5. kinunan | → kukunan |

| | | | | |
|---|---|---|---|---|
| 6. kinainan | → kinakainan | 6. kinainan | → kakainan |
| 7. binayaran | → binabayaran | 7. binayaran | → babayaran |
| 8. linipatan | → linilipatan | 8. linilipatan | → lilipatan |
| 9. pinasukan | → pinapasukan | 9. pinasukan | → papasukan |
| 10. inutangan | → inuutangan | 10. inutangan | → uutangan |

M. 1. ibinibili    → ibinili         N. 1. ibinibili    → ibibili
    2. iginagawa    → iginawa              2. iginagawa    → igagawa
    3. ipinagbabayo    → ipinagbayo         3. ipinagbabayo    → ipagbabayo
    4. ipinagpipipig    → ipinagpipig        4. ipinagpipipig    → ipagpipipig
    5. ipinupusta    → ipinusta             5. ipinupusta    → ipupusta

    6. ipinagbubuhat    → ipinagbuhat      6. ipinagbubuhat    → ipagbubuhat
    7. ikinukuha    → ikukuha            7. ikinukuha    → ikukuha
    8. ipinag-iipon    → ipinag-ipon        8. ipinag-iipon    → ipag-iipon
    9. ipinagbabayad    → ipinagbayad      9. ipinagbabayad    → ipagbabayad
   10. ipinanghaharana    → ipinangharana    10. ipinanghaharana    → ipanghaharana

O. 1. ibinili    → ibinibili          P. 1. ibinili    → ibibili
    2. iginawa    → iginagawa           2. iginawa    → igagawa
    3. ibinayo    → ibinabayo            3. ibinayo    → ibabayo
    4. ipinusta    → ipinupusta          4. ipinusta    → ipupusta
    5. idinalo    → idinadalo            5. idinalo    → idadalo

    6. ikinuha    → ikinukuha           6. ikinuha    → ikukuha
    7. ibinuhat    → ibinubuhat          7. ibinuhat    → ibubuhat
    8. ipinag-ipon    → ipinag-iipon        8. ipinag-ipon    → ipag-iipon
    9. ipinagbayad    → ipinagbabayad     9. ipinagbayad    → ipagbabayad
   10. ipinangharana    → ipinanghaharana    10. ipinangharana    → ipanghaharana

## CONVERSION DRILLS

Instructions: The teacher gives a sentence in the imperfective. Student 1 changes the sentence to perfective and Student 2 changes the same sentence to future.

Teacher                           Student 1

A. 1. Binabati ni Ben si Ray.        Binati ni Ben si Ray.
    2. Ibinibili ko siya ng pagkain.     Ibinili ko siya ng pagkain.
    3. Binibigyan namin ng pera ang mga bata.     Binigyan namin ng pera ang mga bata.
    4. Ipinagbabalot ko sila ng litson.     Ipinagbalot ko sila ng litson.
    5. Binibilhan niya ng matamis ang tindahan.     Binilhan niya ng matamis ang tindahan.

                   Student 2

Babatiin ni Ben si Ray.
Ibibili ko siya ng pagkain.
Bibigyan namin ng pera ang mga bata.
Ipagbabalot ko sila ng litson.
Bibilhan niya ng matamis ang tindahan.

    6. Hinihiraman ko ng libro si Tinang.     Hiniraman ko ng libro si Tinang.
    7. Inihahanap ko ng bahay ang mga Tiyang.     Inihanap ko ng bahay ang mga Tiyang.
    8. Hinaharana nina Ben at Eddie si Lucing.     Hinarana nina Ben at Eddie si Lucing.
    9. Inihihingi kita ng pagkain.     Inihingi kita ng pagkain.
   10. Dinadaluhan nila ang lahat ng pista.     Dinaluhan nila ang lahat ng pista.

Hihiraman ko ng libro si Tinang.
Ihahanap ko ng bahay ang mga Tiyang.
Haharanahin nina Ben at Eddie si Lucing.
Ihihingi kita ng pagkain.
Dadaluhan nila ang lahat ng pista.

Instructions: The teacher gives a sentence in the imperfective and then gives an adverb of time as a cue. The student adds this adverb of time to the sentence and makes the necessary aspect change in the verb.

| Teacher | Cue | Student |
|---|---|---|
| B. 1. Iginagawa ko ng damit ang manika. | paminsan-minsan | Iginagawa ko ng damit ang manika paminsan-minsan. |
| | kanina | Iginawa ko ng damit ang manika kanina. |
| | bukas | Igagawa ko ng damit ang manika bukas. |
| 2. Hinaharana ni Ambo si Tonyang. | gabi-gabi | Hinaharana ni Ambo si Tonyang gabi-gabi. |
| | sa Sabado | Haharanahin ni Ambo si Tonyang sa Sabado. |
| | kagabi | Hinarana ni Ambo si Tonyang kagabi. |
| 3. Linilinis namin ang bahay. | noong Linggo | Lininis namin ang bahay noong Linggo. |
| | araw-araw | Linilinis namin ang bahay araw-araw. |
| | bukas | Lilinisin namin ang bahay bukas. |
| 4. Dadaluhan ko ang pamiting ng kandidato. | kahapon | Dinaluhan ko ang pamiting ng kandidato kahapon. |
| | gabi-gabi | Dinadaluhan ko ang pamiting ng kandidato gabi-gabi. |
| | sa Lunes | Dadaluhan ko ang pamiting ng kandidato sa Lunes. |
| 5. Hinihiraman namin ang mga bisita. | paminsan-minsan | Hinihiraman namin ang mga bisita paminsan-minsan. |
| | sa Biyernes | Hihiraman namin ang mga bisita sa Biyernes. |
| | kanina | Hiniraman namin ang mga bisita kanina. |

## RESPONSE DRILLS (Patterned Response)

Instructions: The teacher asks a question inquiring if an activity is going on at the present time, then adds two cues in a stage whisper. Student 1 answers in the negative, stating that the activity was done at the time referred to by the first cue. Student 2 contradicts, stating that the activity will be done at the time referred to by the second cue.

| Teacher | Cue | Student 1 |
|---|---|---|
| A. 1. Pumupusta ba siya ngayon? | kahapon - bukas | Hindi. Pumusta na siya kahapon. |
| 2. Lumilipat ba siya ngayon? | kahapon - bukas | Hindi. Lumipat na siya kahapon. |
| 3. Tumutugtog ba siya ngayon? | kahapon - bukas | Hindi. Tumugtog na siya kahapon. |
| 4. Umuutang ba siya ngayon? | kahapon - bukas | Hindi. Umutang na siya kahapon. |
| 5. Pumapasok ba siya ngayon? | kahapon - bukas | Hindi. Pumasok na siya kahapon. |

Student 2

Hindi. Pupusta pa siya bukas.
Hindi. Lilipat pa siya bukas.
Hindi. Tutugtog pa siya bukas.
Hindi. Uutang pa siya bukas.
Hindi. Papasok ba siya bukas.

| | | |
|---|---|---|
| 6. Nagtatrabaho ba siya ngayon? | kahapon - sa Biyernes | Hindi. Nagtrabaho na siya kahapon. |
| 7. Nag-aaral ba siya ngayon? | kahapon - sa Biyernes | Hindi. Nag-aral na siya kahapon. |
| 8. Nagbabayad ba siya ngayon? | kahapon - sa Biyernes | Hindi. Nagbayad na siya kahapon. |
| 9. Nagsisimba ba siya ngayon? | kahapon - sa Biyernes | Hindi. Nagsimba na siya kahapon. |
| 10. Nagbabasa ba siya ngayon? | kahapon - sa Biyernes | Hindi. Nagbasa na siya kahapon. |

Hindi. Magtatrabaho pa siya sa Biyernes.
Hindi. Mag-aaral pa siya sa Biyernes.
Hindi. Magbabayad pa siya sa Biyernes.
Hindi. Magsisimba pa siya sa Biyernes.
Hindi. Magbabasa pa siya sa Biyernes.

| | | |
|---|---|---|
| 11. Nangingisda ba siya ngayon? | noong Linggo - sa Biyernes | Hindi. Nangisda na siya noong Linggo. |

12. Nanghaharana ba siya ngayon?    noong Linggo - sa Biyernes    Hindi. Nangharana na siya noong
                                                                 Linggo.

13. Nanghihiram ba siya ngayon?     noong Linggo - sa Biyernes    Hindi. Nanghiram na siya noong
                                                                 Linggo.

14. Nanggagapang ba siya ngayon?    noong Linggo - sa Biyernes    Hindi. Nanggapang na siya noong
                                                                 Linggo.

15. Nanghihingi ba siya ngayon?     noong Linggo - sa Biyernes    Hindi. Nanghingi na siya noong
                                                                 Linggo.

Hindi. Mangingisda pa siya sa 'Biyernes.
Hindi. Manghaharana pa siya sa Biyernes.
Hindi. Manghihiram pa siya sa Biyernes.
Hindi. Manggagapang pa siya sa Biyernes.
Hindi. Manghihingi pa siya sa Biyernes.

B. 1. Binibili ba niya ito?         noong Lunes - sa Biyernes     Hindi. Binili na niya ito noong
                                                                 Lunes.

2. Kinukuha ba niya ito?            noong Lunes - sa Biyernes     Hindi. Kinuha na niya ito noong
                                                                 Lunes.

3. Binabayo ba niya ito?            noong Lunes - sa Biyernes     Hindi. Binayo na niya ito noong
                                                                 Lunes.

4. Ginagawa ba niya ito?            noong Lunes - sa Biyernes     Hindi. Ginawa na niya ito noong
                                                                 Lunes.

5. Hinihingi ba niya ito?           noong Lunes - sa Biyernes     Hindi. Hiningi na niya ito noong
                                                                 Lunes.

Hindi. Bibilhin pa niya ito sa Biyernes.
Hindi. Kukunin pa niya ito sa Biyernes.
Hindi. Babayuhin na niya ito sa Biyernes.
Hindi. Gagawin pa niya ito sa Biyernes.
Hindi. Hihingin pa niya ito sa Biyernes.

6. Kinakailangan ba niya ito?       noong Lunes - sa Sabado       Hindi. Kinailangan na niya ito
                                                                 noong Lunes.

7. Hinahanap ba niya ito?           noong Lunes - sa Sabado       Hindi. Hinanap na niya ito noong
                                                                 Lunes.

8. Binubuhat ba niya ito?           noong Lunes - sa Sabado       Hindi. Binuhat na niya ito noong
                                                                 Lunes.

9. Sinasayaw ba niya ito?           noong Lunes - sa Sabado       Hindi. Sinayaw na niya ito noong
                                                                 Lunes.

10. Tinatrabaho ba niya ito?        noong Lunes - sa Sabado       Hindi. Tinrabaho[1] na niya ito
                                                                 noong Lunes.

Hindi. Kakailanganin pa niya ito sa Sabado.
Hindi. Hahanapin pa niya ito sa Sabado.
Hindi. Bubuhatin pa niya ito sa Sabado.
Hindi. Sasayawin pa niya ito sa Sabado.
Hindi. Tatrabahuhin pa niya ito sa Sabado.

11. Ihinihiram ba niya tayo?        noong Martes - sa Sabado      Hindi. Inihiram na niya tayo
                                                                 noong Martes.

12. Ibinibili ba niya tayo?         noong Martes - sa Sabado      Hindi. Ibinili na niya tayo noong
                                                                 Martes.

13. Ipinupusta ba niya tayo?        noong Martes - sa Sabado      Hindi. Ipinusta na niya tayo noong
                                                                 Martes.

14. Ipinagdadala ba niya tayo?      noong Martes - sa Sabado      Hindi. Ipinagdala na niya tayo
                                                                 noong Martes.

15. Ipinaglilimbag ba niya tayo?    noong Martes - sa Sabado      Hindi. Ipinaglimbag na niya tayo
                                                                 noong Martes.

Hindi. Ihihiram pa niya tayo sa Sabado.
Hindi. Ibibili pa niya tayo sa Sabado.
Hindi. Ipupusta pa niya tayo sa Sabado.
Hindi. Ipagdadala pa niya tayo sa Sabado.
Hindi. Ipaglilimbag pa niya tayo sa Sabado.

16. Hinihiraman ba niya tayo?       noong Huwebes - sa Miyerkoles   Hindi. Hiniraman na niya tayo
                                                                 noong Huwebes.

---

[1]Irregularly formed; see discussion, p. 304.

| | | |
|---|---|---|
| 17. Tinatawagan ba niya tayo? | noong Huwebes - sa Miyerkoles | Hindi. Tinawagan na niya tayo noong Huwebes. |
| 18. Hinihingan ba niya tayo? | noong Huwebes - sa Miyerkoles | Hindi. Hiningan na niya tayo noong Huwebes. |
| 19. Binabayaran ba niya tayo? | noong Huwebes - sa Miyerkoles | Hindi. Binayaran na niya tayo noong Huwebes. |
| 20. Dinadalhan ba niya tayo? | noong Huwebes - sa Miyerkoles | Hindi. Dinalhan na niya tayo noong Huwebes. |

Hindi. Hihiraman pa niya tayo sa Miyerkoles.
Hindi. Tatawagan pa niya tayo sa Miyerkoles.
Hindi. Hihingan pa niya tayo sa Miyerkoles.
Hindi. Babayaran pa niya tayo sa Miyerkoles.
Hindi. Dadalhan pa niya tayo sa Miyerkoles.

TRANSLATION DRILLS (Patterned Sentences)

| Teacher | Student |
|---|---|
| A. 1. <u>Tentay</u> is buying a book at the store for the teacher. | Bumibili si Tentay ng libro sa tindahan para sa titser. |
| 2. Tentay is buying <u>the book</u> at the store for the teacher. | Binibili ni Tentay ang libro sa tindahan para sa titser. |
| 3. Tentay is buying a book <u>at the store</u> for the teacher. | Binibilhan ni Tentay ng libro ang tindahan para sa titser. |
| 4. Tentay is buying a book at the store <u>for the teacher</u>. | Ibinibili ni Tentay ng libro sa tindahan ang titser. |
| B. 1. <u>Nene</u> bought a dress from Angela for the baby. | Bumili si Nene ng damit kay Angela para sa bunso. |
| 2. Nene bought <u>the dress</u> from Angela for the baby. | Binili ni Nene ang damit kay Angela para sa bunso. |
| 3. Nene bought the dress <u>from Angela</u> for the baby. | Binibilhan ni Nene ng damit si Angela para sa bunso. |
| 4. Nene bought a dress from Angela <u>for the baby</u>. | Ibinili ni Nene ng damit kay Angela ang bunso. |
| C. 1. <u>Ben</u> is going to buy candy from us for Linda. | Bibili si Ben ng kendi sa amin para kay Linda. |
| 2. Ben is going to buy <u>the candy</u> from us for Linda. | Bibilhin ni Ben ang kendi sa amin para kay Linda. |
| 3. Ben is going to buy candy <u>from us</u> for Linda. | Bibilhan kami ni Ben ng kendi para kay Linda. |
| 4. Ben is going to buy candy from us <u>for Linda</u>. | Ibibili ni Ben ng kendi sa amin si Linda. |
| D. 1. <u>I'm</u> borrowing a book from her for you (sg.). | Humihiram ako ng libro sa kaniya para sa iyo. |
| 2. I'm borrowing <u>the book</u> from her for you (sg.). | Hinihiram ko ang libro sa kaniya para sa iyo. |
| 3. I'm borrowing a book <u>from her</u> for you (sg.). | Hinihiraman ko siya ng libro para sa iyo. |
| 4. I'm borrowing a book from her <u>for you</u> (sg.). | Inihihiram kita sa kaniya ng libro. |
| E. 1. <u>She</u> borrowed money from me for them. | Humiram siya ng pera sa akin para sa kanila. |
| 2. She borrowed <u>the money</u> from me for them. | Hiniram niya ang pera sa akin para sa kanila. |
| 3. She borrowed money <u>from me</u> for them. | Hiniraman niya ako ng pera para sa kanila. |
| 4. She borrowed money from me <u>for them</u>. | Inihiram niya sila ng pera sa akin. |
| F. 1. <u>They</u> are going to borrow money from them for me. | Hihiram sila ng pera sa kanila para sa akin. |
| 2. They are going to borrow <u>the money</u> from them for me. | Hihiramin nila ang pera sa kanila para sa akin. |
| 3. They are going to borrow money <u>from them</u> for me. | Hihiraman nila sila ng pera para sa akin. |
| 4. They are going to borrow money from them <u>for me</u>. | Ihihiram nila ako ng pera sa kanila. |

DISCUSSION

Study the chart of object-, locative-, and benefactive-focus verb formations on p. 303.

Notice the infix -<u>in</u>- in the imperfective and perfective forms. -<u>In</u>- plus reduplication marks the imperfective; -<u>in</u>- without reduplication marks the perfective. The future is characterized by reduplication, with no infixes, but with suffix -<u>in</u> or -<u>an</u> for -<u>in</u> and -<u>an</u> verbs. Note that all -<u>an</u> forms

Object-, Locative-, and Benefactive-Focus Verb Formations

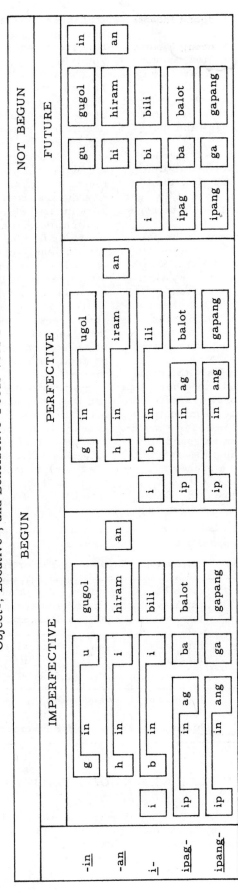

have suffix -an and all i-, ipag-, and ipang- forms have these prefixes.

When it appears, the infix -in- normally comes after the first consonant of the formation, except after an initial /'/. If the initial /'/ is part of a prefix (i-, ipag-, ipang-), the infix comes after the second consonant (the consonant other than /'/ from the root reduplication in the case of i- verbs and the p- of the prefix in the case of ipag- and ipang- verbs.

If the initial /'/ comes from the root, there is an inversion of -in- to -ni-, as described in Unit XI, grammar point I. The -ni- comes after the first vowel of the formation. Thus, from /'i'abot/ we get /'ini'abot/ rather than the form that would be regular: */'i'inabot/.

A similar inversion may also occur in the perfective of -in or -an verbs whose roots begin with /w/ or /l/, in which case ni becomes a prefix rather than an infix. Compare: (a) /walisan/ → /winalisan/; /limbag/ → /linimbag/ to (b) /walisan/ → /niwalisan/; /limbag/ → /nilimbag/. Both these forms are used, the second more often than the first. For bases beginning with /y/, the normal formation of the perfective is like (b); thus /yari'/ 'finish' → /niyari'/ 'finished', never */yinari'/.

Certain loanwords in Tagalog begin with consonant clusters (that is, two consonants together, such as tr, pr, etc.). When these loanwords are used in inflected forms with an infix, the usual formation involves the infix coming after the first (or second) consonant and the insertion of an extra sound, a repetition of the vowel following the cluster: e.g., /preno/ → /ipinipreno/ 'applying the brakes', /trabaho/ → /tinarabaho/ 'worked', /prito/ → /pinirito/ 'fried', /plantsa/ → /pinalantsa/ 'pressed'. Some speakers, however, often make the formation regu-

lar, inserting the infix -in- only in the perfective; thus, with these speakers /tinarabaho/ would alternate freely with /tinrabaho/, /prito/ 'to fry' → /pinirito/ or /pinrito/ 'fried'.

The aspect forms (perfective and future, in addition to the imperfective form previously shown) add a new dimension to the verb chart. The chart at the end of this discussion shows the three aspect forms listed in the same slot as the identifying affixes.

It will perhaps help the student to remember the patterns of these 36 forms if some of the symmetries are pointed out. In each case the perfective differs from the imperfective by not having a reduplicated syllable. The future always has reduplication, but has a changed affix pattern: in Actor focus the /n/ of the affix changes to /m/, except for -um- verbs, where the affix drops entirely; in Locative and in Benefactive focus the infix -in-, present in imperfective and perfective forms, drops out of the future.

The focus relationships, of course, remain the same, regardless of the aspect of the verb. Only the status of the action changes, from not completed to completed (moving from imperfective to perfective) or from begun to not begun (moving to future).

As previously stated, all Tagalog verb roots end in a consonant. Word-final /h/, however, is not written in ordinary spelling, and, in fact, disappears from speech unless it is phrase-final as well as word-final. When, however, the suffix -in or -an is added to a root with final /h/, the /h/ is always represented in the spelling, and is pronounced; thus, sabi /sa·bɪh/ → sabihin /sabi·hɪn/ (see Unit X, grammar point I, discussion).

| Actor Focus | | Object Focus | | Locative Focus | | Benefactive Focus | |
|---|---|---|---|---|---|---|---|
| Affixes | Formations | Affixes | Formations | Affixes | Formations | Affixes | Formations |
| -um- | tumatakbo tumakbo tatakbo | -in | tinatakbo tinakbo tatakbuhin | -an | tinatakbuhan tinakbuhan tatakbuhan | i- | itinatakbo itinakbo itatakbo |
| mag- | nagbabalot nagbalot magbabalot | -in | binabalot binalot babalutin | -an | binabalutan binalutan babalutan | ipag- | ipinagbabalot ipinagbalot ipagbabalot |
| mang- | nanghihiram nanghiram manghihiram | -in | hinihiram hiniram hihiramin | -an | hinihiraman hiniraman hihiraman | ipang- | ipinanghihiram ipinanghiram ipanghihiram |

## II. COMPARISONS OF EQUALITY

EXAMPLES

A. 1. Kasing-engrande ng kasal mo ang handa mo.   [Your party is as grand as your wedding.]
2. Kasingyaman ni Sepa si Tinang.   Tinang is as rich as Sepa.
3. Kasingyaman mo siya.   She is as rich as you are.

B. 1. Magkasimbuti ang dalawang binata.   The two young men are equally good.

2. Magkasingyaman si Sela at ang babae.    Sela and the woman are equally rich.
3. Magkasingyaman sila.                      They're equally rich.

C. 1. Magkakasingganda sina Tentay, Linda, at    Tentay, Linda, and Nene are equally pretty.
      Nene.
   2. Magkakasingganda sila.                  They're equally pretty.

| PREDICATE | | TOPIC |
|---|---|---|
| Kasing + adjective root $\begin{cases} + \underline{ng} + noun \\ + \underline{ni} + person\ name \\ + \underline{ng}\text{-}pronoun \end{cases}$ | | $\underline{ang}$-phrase |
| $\left.\begin{array}{l} \underline{Magkasing} \\ \underline{Magkakasing} \end{array}\right\}$ + Adjective Root | | $\underline{ang}$-phrase plural |

a. Comparison of equality is expressed by using either kasing- (some-
   times sing-) or magkasing (sometimes magsing-) plus an adjective
   root.

b. In the case of adjectives formed with the prefix ma-, only the adjec-
   tive root is used in comparison-of-equality constructions; the ma-
   itself does not appear.

c. The kasing- + adjective root phrase is always followed by a ng-phrase
   which represents the thing or person to which comparison is being
   made; the topic represents the thing or person being compared (ex-
   amples A.1-3).

d. The magkasing- + adjective root phrase always requires a plural
   topic. When more than two persons or objects are being compared,
   ka of magkasing is reduplicated (cf. examples B and C).

SUBSTITUTION DRILLS (Fixed Slot)

Teacher

A. 1. Magkasingyaman sila.
   2. _____ galing ____
   3. _____ husay ____
   4. _____ gulo ____
   5. _____ kyut ____

B. 1. Magkasimbuti kayo.
   2. _____ bait
   3. _____ ganda
   4. _____ guwapo
   5. _____ malas

C. 1. Magkasinlaki kami.
   2. _____ tanda ____
   3. _____ talino ____
   4. _____ libre ____
   5. _____ taba ____

D. 1. Magkasinghirap tayo.
   2. _____ kulay ____
   3. _____ dunong ___
   4. _____ tipid ____
   5. _____ tanda ____

E. 1. Magkasimbuti sina Nene at Cely.
   2. _____ gara _____
   3. _____ ganda _____
   4. _____ sipag _____
   5. _____ suwerte _____

Student

Magkasingyaman sila.
Magkasinggaling sila.
Magkasinghusay sila.
Magkasinggulo sila.
Magkasingkyut sila.

Magkasimbuti kayo.
Magkasimbait kayo.
Magkasingganda kayo.
Magkasingguwapo kayo.
Magkasingmalas kayo.

Magkasinlaki kami.
Magkasintanda kami.
Magkasintalino kami.
Magkasinlibre kami.
Magkasintaba kami.

Magkasinghirap tayo.
Magkasingkulay tayo.
Magkasindunong tayo.
Magkasintipid tayo.
Magkasintanda tayo.

Magkasimbuti sina Nene at Cely.
Magkasinggara sina Nene at Cely.
Magkasingganda sina Nene at Cely.
Magkasinsipag sina Nene at Cely.
Magkasinsuwerte sina Nene at Cely.

F. 1. Magkakasindunong sina Rose, Tentay, at          Magkakasindunong sina Rose, Tentay, at Linda.
   Linda.

   2. _____ bait _____                       Magkakasimbait sina Rose, Tentay, at Linda.
   3. _____ taba _____                       Magkakasintaba sina Rose, Tentay, at Linda.
   4. _____ talino _____                     Magkakasintalino sina Rose, Tentay, at Linda.
   5. _____ husay _____                      Magkakasinghusay sina Rose, Tentay, at Linda.

   6. _____ gulo _____                       Magkakasinggulo sina Rose, Tentay, at Linda.
   7. _____ laki _____                       Magkakasinlaki sina Rose, Tentay, at Linda.
   8. _____ tanda _____                      Magkakasintanda sina Rose, Tentay, at Linda.
   9. _____ yaman _____                      Magkakasingyaman sina Rose, Tentay, at Linda.
  10. _____ ganda _____                      Magkakasingganda sina Rose, Tentay, at Linda.

## CONVERSION DRILLS

Instructions: The teacher gives a sentence with a <u>kasing</u>- construction and has the students give the
            equivalent <u>magkasing</u>- construction.

| Teacher | Student |
|---|---|

A. 1. Kasinsarap ng kaldereta ang litson.            Magkasinsarap ang kaldereta at ang litson.
   2. Kasingmodelo ng kotse mo ang kotse ko.         Magkasingmodelo ang kotse natin.
   3. Kasinghalaga ng kotse ang bahay.               Magkasinghalaga ang kotse at ang bahay.
   4. Kasinsipag ng mga Pilipino ang mga Ameri-      Magkasinsipag ang mga Pilipino at ang mga Ameri-
      kano.                                             kano.

   5. Kasinlaki ni Eddie si Joe.                     Magkasinlaki si Eddie at si Joe.
   6. Kasingkyut ni Tagpe si Bruno.                  Magkasingkyut si Tagpe at si Bruno.
   7. Kasintalino ni Luzviminda si Luningning.       Magkasintalino si Luzviminda at si Luningning.
   8. Kasingguwapo ni Joe si Ben.                    Magkasingguwapo si Joe at si Ben.

   9. Kasinggulo ninyo kami.                         Magkasinggulo tayo.
  10. Kasintanda ko siya.                            Magkasintanda kami.
  11. Kasingganda mo si Rose.                        Magkasingganda kayo.
  12. Kasinglaki natin sila.                         Magkasinlaki tayo.

Instructions: The teacher gives a sentence with a <u>magkasing</u>- construction and has the students give the
            <u>kasing</u>- construction.

| Teacher | Student |
|---|---|

B. 1. Magkasintipid ang Ilokano at ang Kapampangan.     Kasintipid ng Ilokano ang Kapampangan.
   2. Magkasinsaya ang pista natin.                     Kasinsaya ng pista ninyo ang pista namin.
   3. Magkasintaba si Ben at si Rody.                   Kasintaba ni Ben si Rody.
   4. Magkasing-engrande ang ating kasal.              Kasing-engrande ng kasal mo ang kasal ko.
   5. Magkasindami ang pera namin.                      Kasindami ng pera niya ang pera ko.
   6. Magkasingyaman si Ben at si Eddie.                Kasingyaman ni Ben si Eddie.
   7. Magkasinggara ang bisita natin.                   Kasinggara ng bisita mo ang bisita ko.
   8. Magkasingganda ang bahay namin.                   Kasingganda ng bahay niya ang bahay ko.
   9. Magkasimbuti ang kandidato natin.                 Kasimbuti ng kandidato mo ang kandidato ko.
  10. Magkasimbait sina Tentay at Luningning.           Kasimbait ni Tentay si Luningning.

## INTEGRATION DRILL

Instructions: The teacher gives a pair of sentences. Student 1 incorporates them into a single complex
            sentence using <u>kasing</u>- and Student 2 does the same thing using <u>magkasing</u>-.

| Teacher | Student 1 | Student 2 |
|---|---|---|

1. Mayaman si Nene.}        Kasingyaman ni Nene si Linda.      Magkasingyaman si Nene at si Linda.
   Mayaman si Linda.}

2. Mabait si Tentay.}       Kasimbait ni Tentay si Rosy.       Magkasimbait sina Tentay at Rosy.
   Mabait si Rosy.}

3. Matalino si Eddie.}      Kasintalino ni Eddie si Ray.       Magkasintalino si Eddie at si Ray.
   Matalino si Ray.}

4. Kyut si Tagpe.}          Kasingkyut ni Tagpe si Bruno.      Magkasingkyut si Tagpe at si Bruno.
   Kyut si Bruno.}

5.  Mataba si Aling Osang. ⎫   Kasintaba ni Aling Osang si Aling    Magkasintaba sina Aling Osang at Aling
    Mataba si Aling Pelang. ⎬   Pelang.                             Pelang.

6.  Mahusay ang lalaki. ⎫       Kasinghusay ng lalaki ang Tatay.    Magkasinghusay ang lalaki at ang Tatay.
    Mahusay ang Tatay. ⎬

7.  Malapit ang simbahan. ⎫     Kasinlapit ng simbahan ang pa-      Magkasinlapit ang simbahan at ang pa-
    Malapit ang pabrika. ⎬      brika.                              brika.

8.  Matipid ang mga Ilokana. ⎫  Kasintipid ng mga Ilokana ang       Magkasintipid ang mga Ilokana at mga
    Matipid ang mga Batang- ⎬   mga Batanggenya.                    Batanggenya.
    genya.

9.  Mahirap ang Tagalog. ⎫      Kasinghirap ng Tagalog ang Kas-     Magkasinghirap ang Tagalog at ang
    Mahirap ang Kastila. ⎬      tila.                               Kastila.

10. Maginaw ang Bagyo. ⎫        Kasingginaw ng Bagyo ang Tagay-     Magkasingginaw ang Bagyo at ang Ta-
    Maginaw ang Tagaytay. ⎬     tay.                                gaytay.

11. Malaki ako. ⎫               Kasinlaki ko siya.                  Magkasinlaki kami.
    Malaki siya. ⎬

12. Matalino ka. ⎫              Kasintalino mo siya.                Magkasintalino kayo.
    Matalino siya. ⎬

13. Matanda ka. ⎫               Kasintanda mo ako.                  Magkasintanda tayo.
    Matanda ako. ⎬

14. Malas ako. ⎫                Kasingmalas ko sila.                Magkasingmalas kami.
    Malas sila. ⎬

15. Mataba ako. ⎫               Kasintaba kita.                     Magkasintaba tayo.
    Mataba ka. ⎬

16. Magulo siya. ⎫              Kasinggulo niya sila.               Magkasinggulo sila.
    Magulo sila. ⎬

17. Mabuti sila. ⎫              Kasimbuti nila siya.                Magkasimbuti sila.
    Mabuti siya. ⎬

18. Magara ka. ⎫                Kasinggara mo sila.                 Magkakasinggara kayo.
    Magara sila. ⎬

19. Marunong kayo. ⎫            Kasindunong ninyo sila.             Magkakasindunong kayo.
    Marunong sila. ⎬

20. Mayaman kami. ⎫             Kasingyaman namin kayo.             Magkakasingyaman tayo.
    Mayaman kayo. ⎬

## DISCUSSION

To express comparison of equality, either ka-sing- or magkasing- may be used. The kasing- construction is equivalent to the English 'Lino is as tall as Carlos.' The magkasing- construction is equivalent to the English 'The two are equally tall.' By using the plural form magkakasing-, a distributive construction can be framed that includes more than two persons or things in the comparison. Note the following examples:

Magkasingganda ang mga dalaga.
'The (two) young ladies are equally attractive.'

Magkakasingganda ang mga dalaga.
'The young ladies (more than two of them) are equally attractive.'

Kasing- and magkasing- have variant forms (sing- and magsing- respectively) that lack the ka-. These variant forms are somewhat literary, and do not often occur in conversation.

Note that the -ng of the prefixes assimilates the following consonant in pronunciation, and that this assimilation is reflected in the spelling: magkasimbait, magkasintalino, etc.

## III. Gaya, ganito, ganyan, ganoon

## EXAMPLES

A. 1. Gaya ni Sela si Tinang.               Tinang is like Sela.
   2. Gaya ng iba si Tinang.                Tinang is like the others.
   3. Gaya mo si Tinang.                    Tinang is like you.
   4. Gaya nito si Tinang.                  Tinang is like this.

B. 1. Hindi gaya ni Sela si Tinang.        Tinang isn't like Sela.
   2. Hindi gaya ng iba si Tinang.         Tinang isn't like the others.
   3. Hindi gaya mo si Tinang.             Tinang isn't like you.
   4. Hindi gaya nito si Tinang.           Tinang isn't like this.
   5. Hindi gaya niyan ang kasal niya.     Her wedding wasn't like that.
   6. Hindi gaya noon ang kasal mo.        Your wedding wasn't like that.

Tagalog                                                    English

| PREDICATE | | TOPIC | English |
|---|---|---|---|
| (Hindi) Gaya | ni + person name<br>ng + non-person name<br>ng-pronoun<br>nito/niyan/noon | ang-phrase | (not) like { person name<br>article + non-person name<br>pronoun |

C. 1. Hindi siya ganito.                    She isn't like this.
  2. Ganyan ang kasal niya.            Her wedding was like that.
  3. Ganoon ang kasal mo.              Your wedding was like that.

| gaya nito | → | ganito | like this |
|---|---|---|---|
| gaya niyan | → | ganyan | like that |
| gaya noon/niyon | → | ganoon | like that |

a. Gaya followed by a ng-phrase is used to express similarity.

b. Ganito, ganyan, and ganoon are optional constructions for gaya nito, gaya niyan, and gaya noon respectively (cf. examples B and C).
(Nito, niyan, and noon are the ng-forms of the demonstratives: see Unit VIII, grammar point III.)

TRANSLATION DRILLS (Patterned Sentences)

Teacher                                        Student

A. 1. Rosa is like Ben.                     Gaya ni Ben si Rosa.
  2. Eddie is like Father.             Gaya ng Tatay si Eddie.
  3. Angela is like Tentay.            Gaya ni Tentay si Angela.
  4. Andoy is like the boy.            Gaya ng bata si Andoy.
  5. Sela is like Osang.               Gaya ni Osang si Sela.

B. 1. Rosa's like me.                       Gaya ko si Rosa.
  2. Ben's like you (sg.).              Gaya mo si Ben.
  3. Joe's like us (you and me).        Gaya natin si Joe.
  4. Eddie's like them.                Gaya nila si Eddie.
  5. Cely's like you (pl.).             Gaya ninyo si Cely.

C. 1. He is like me.                        Gaya ko siya.
  2. They are like us (all).            Gaya natin sila.
  3. We (you and I) are like them.      Gaya nila tayo.
  4. I am like you (sg.).               Gaya mo ako.
  5. We (he and I) are like him.        Gaya niya kami.

D. 1. Your doll is like this.               Ganito ang manika mo.
  2. My wedding is like that.           Ganoon ang kasal ko.
  3. My mother was like that.           Ganoon ang Nanay ko.
  4. Aling Sela is like this.           Ganito si Aling Sela.
  5. Mang Ambo was like that.           Ganyan si Mang Ambo.

E. 1. The kaldereta isn't like lechon.      Hindi gaya ng litson ang kaldereta.
  2. The men aren't like the women.     Hindi gaya ng mga babae ang mga lalaki.
  3. The elders aren't like the youth.  Hindi gaya ng kabataan ang mga matatanda.
  4. Luningning isn't like Rosa.        Hindi gaya ni Rosa si Luningning.
  5. Pedrito and Ben aren't like Joe.   Hindi gaya ni Joe sina Pedrito at Ben.

F. 1. They aren't like us.                  Hindi sila gaya natin.
  2. I'm not like them.                 Hindi ako gaya nila.
  3. You aren't like him.               Hindi ka gaya niya.
  4. We aren't like you.                Hindi kami gaya mo.
  5. She isn't like me.                 Hindi siya gaya ko.

## DISCUSSION

The gaya-construction is used to express simi-larity between objects, people, etc. The specific point of similarity is usually not expressed; thus, Gaya ni Sepa si Tinang 'Tinang is like Sepa.' If the point of similarity is expressed, it is tacked on more or less parenthetically at the end of the gaya-sentence: Gaya ni Sepa si Tinang—maganda 'Tinang is like Sepa—beautiful.'

Gaya is roughly equivalent to the English prepo-sition like. It is followed by a ng-phrase equivalent to the object of like: gaya ng babae 'like the woman', gaya ni Pedro 'like Pedro', gaya mo 'like you'.

When gaya is followed by the ng-form of ito, iyan, iyon (i.e., nito, niyan, niyon/noon), the /-ya/ of /gaya/ is often deleted. The resulting contraction is written as a single word: ganito, ganyan, ganoon. Note that in the contracted form, it is always the

noon variant of ng + iyon that is used, never the ni-yon variant.

While in most contexts either the contracted or the uncontracted form may be used (Gaya niyan si-ya or Ganyan siya), in the fixed expression kung ganoon, meaning 'in that case, if it's like that' (cf. Unit XIII, dialog), only the contracted form appears.

Like the demonstratives themselves (cf. Unit III, grammar point IV), the three gaya + ng-demon-strative phrases (or their contractions) may differ in meaning from one another in either of two ways. If they refer to concrete objects, the difference is a matter of physical distance from the speaker. If they do not refer to concrete objects, the differ-ence is a matter of distance in time from the mo-ment of speaking.

## CUMULATIVE DRILLS

### CONVERSION-SUBSTITUTION DRILL

Instructions: The teacher gives a sentence in the perfective, imperfective, or future, then gives a time expression as a cue. The student repeats the sentence using the appropriate verb form, and adds the time expression.

Teacher

Cue

1. Ibinibili ko siya ng pagkain.
2. Ipinagbabalot niya kami ng suman.
3. Ipinansimba ko ang aking bagong damit.
4. Inihanap namin ng bagong bahay ang bisita.
5. Igagawa natin ng magandang damit ang manika.

bukas
kahapon
araw-araw
sa Linggo
noong Biyernes

Student

Ibibili ko siya ng pagkain bukas.
Ipinagbalot niya kami ng suman kahapon.
Ipinansisimba ko ang aking bagong damit araw-araw.
Ihahanap namin ng bagong bahay ang bisita sa Linggo.
Iginawa natin ng magandang damit ang manika noong Biyernes.

6. Binilhan ni Ben ng kendi si Aling Sela.
7. Dadaluhan nila ang pamiting.
8. Hinarana ni Ambo si Toyang.
9. Dinadala namin ang mga bata sa Luneta.
10. Dadalhan ng kandidato ng mga polyeto ang mga lider.

paminsan-minsan
gabi-gabi
araw-araw
kanina
noong Sabado

Binibilhan ni Ben ng kendi si Aling Sela paminsan-minsan.
Dinadaluhan nila ang pamiting gabi-gabi.
Hinaharana ni Ambo si Toyang araw-araw.
Dinala namin ang mga bata sa Luneta kanina.
Dinalhan ng kandidato ng mga polyeto ang mga lider noong Sabado.

11. Hiniram ng mga tao ang limandaang piso para kay Ledesma.
12. Inaatake ng mga kalaban ang aming kandidato.
13. Gagapangin ng mga lider ang mga tao sa looban.
14. Ipinagbabayad niya si Rose.
15. Ipinanghihiram mo ng sandaan ang lalaki.

ngayon
ngayong gabi
gabi-gabi
sa Marso
noon

Hinihiram ng mga tao ang limandaang piso para kay Ledesma ngayon.
Aatakihin ng mga kalaban ang aming kandidato ngayong gabi.
Ginagapang ng mga lider ang mga tao sa looban gabi-gabi.

Ipagbabayad niya si Rose sa Marso.
Ipinanghiram mo ng sandaan ang lalaki noon.

## TRANSFORMATION-RESPONSE DRILL

Instructions: The teacher asks a question using <u>kasing-</u>. Student 1 gives the affirmative response using
<u>magkasing-</u>. Student 2 contradicts Student 1, using a <u>kaysa sa/kay</u> comparison of inequality.

Teacher                                                          Student 1

1. Kasintalino ba ni Ben si Eddie?                  Oo, magkasintalino si Ben at si Eddie.
2. Kasinsarap ba ng litson ang kaldereta?           Oo, magkasinsarap ang litson at ang kaldereta.
3. Kasingkyut ba ni Tagpe si Bruno?                 Oo, magkasingkyut si Tagpe at si Bruno.
4. Kasinghalaga ba ng kotse mo ang kotse ko?        Oo, magkasinghalaga ang kotse natin.
5. Kasindami ba ng libro nila ang libro ninyo?      Oo, magkasindami ang libro namin.

Student 2

Hindi. Mas matalino si Ben kaysa kay Eddie.
Hindi. Mas masarap ang litson kaysa sa kaldereta.
Hindi. Mas kyut si Tagpe kaysa kay Bruno.
Hindi. Mas mahalaga ang kotse mo kaysa sa kotse ko.
Hindi. Mas marami ang libro nila kaysa sa libro ninyo.

6. Kasinsaya ba ng pista ang anihan?                Oo, magkasinsaya ang pista at ang anihan.
7. Kasinliwanag ba ng araw ang buwan?               Oo, magkasinliwanag ang araw at ang buwan.
8. Kasinlibre ba ng lalaki ang mga babae?           Oo, magkasinlibre ang mga lalaki at ang mga babae.
9. Kasinlambing ba ng mga Ilongga ang mga          Oo, magkasinlambing ang mga Ilongga at ang mga
   Batanggenya?                                        Batanggenya.
10. Kasinsipag ba ng mga Ilokano ang mga Bisaya?    Oo, magkasinsipag ang mga Ilokano at ang mga Bi-
                                                        saya.

Hindi. Mas masaya ang pista kaysa sa anihan.
Hindi. Mas maliwanag ang araw kaysa sa buwan.
Hindi. Mas libre ang mga lalaki kaysa sa mga babae.
Hindi. Mas malambing ang mga Ilongga kaysa sa mga Batanggenya.
Hindi. Mas masipag ang mga Ilokano kaysa sa mga Bisaya.

11. Kasinghusay ba ni Angela si Luningning?         Oo, magkasinghusay si Angela at si Luningning.
12. Kasingyaman ba ni Arthur si Fidel?              Oo, magkasingyaman si Arthur at si Fidel.
13. Kasintanda ba ni Tentay si Nene?                Oo, magkasintanda si Tentay at si Nene.
14. Kasintamis ba ng suman ang turon?              Oo, magkasintamis ang suman at ang turon.
15. Kasintaba ba ni Osang si Pelang?                Oo, magkasintaba si Osang at si Pelang.

Hindi. Mas mahusay si Angela kaysa kay Luningning.
Hindi. Mas mayaman si Arthur kaysa kay Fidel.
Hindi. Mas matanda si Tentay kaysa kay Nene.
Hindi. Mas matamis ang suman kaysa sa turon.
Hindi. Mas mataba si Osang kaysa kay Pelang.

## SUBSTITUTION-RESPONSE DRILLS

Instructions: The teacher asks a question and gives a response cue. The student answers in the negative
using the cue.

Teacher                                                          Cue

A. 1. Magkasintamis ba ang turon at ang suman?                   sarap
   2. Magkasimbago ba ang bahay at ang kotse?                    halaga
   3. Magkasingkulay ba ang Pilipino at Amerikano?              sipag
   4. Magkasingmahal ba ang libro at ang manika?                ganda
   5. Magkasintanda ba ang titser at ang Nanay?                 bait

Student

Hindi, pero kasinsarap ng turon ang suman.
Hindi, pero kasinghalaga ng bahay ang kotse.

Hindi, pero kasinsipag ng Pilipino ang Amerikano.
Hindi, pero kasingganda ng libro ang manika.
Hindi, pero kasimbait ng titser ang nanay.

| | |
|---|---|
| 6. Magkasinggara ba si Luningning at ang Ate? | husay |
| 7. Magkasing-engrande ba ang kasal mo at ang kasal ko? | ganda |
| 8. Magkasinggulo ba si Ben at si Pedrito? | talino |
| 9. Magkasintaba ba si Mang Ambo at si Mang Selo? | tanda |
| 10. Magkasinlaki ba ang Luson at ang Mindanaw? | yaman |

Hindi, pero kasinghusay ni Luningning ang Ate.
Hindi, pero kasingganda ng kasal mo ang kasal ko.
Hindi, pero kasintalino ni Ben si Pedrito.
Hindi, pero kasintanda ni Mang Ambo si Mang Selo.
Hindi, pero kasingyaman ng Luson ang Mindanaw.

| | |
|---|---|
| 11. Magkasinsaya ba si Nene at si Angela? | galing |
| 12. Magkasinromantiko ba ang mga Ilongga at ang mga Batanggenya? | buti |
| 13. Magkasindami ba ang mga anak natin? | gulo |
| 14. Magkasintipid ba ang mga Amerikano at ang mga Kastila? | kulay |
| 15. Magkasinsipag ba ang mga lalaki at ang mga babae? | saya |

Hindi, pero kasinggaling ni Nene si Angela.
Hindi, pero kasimbuti ng mga Ilongga ang mga Batanggenya.
Hindi, pero kasinggulo ng mga anak mo ang mga anak ko.
Hindi, pero kasingkulay ng mga Amerikano ang mga Kastila.
Hindi, pero kasinsaya ng mga lalaki ang mga babae.

Instructions: The teacher asks a question with a tag. Student 1 repeats the question, and Student 2 gives an affirmative answer.

| Teacher | Student 1 | Student 2 |
|---|---|---|
| B. 1. Ganito ang damit mo, hindi ba? | Ganito ang damit mo, hindi ba? | Oo, ganyan ang damit ko. |
| 2. _____ aso _____ | Ganito ang aso mo, hindi ba? | Oo, ganyan ang aso ko. |
| 3. Ganyan _____ | Ganyan ang aso mo, hindi ba? | Oo, ganito ang aso ko. |
| 4. _____ ko _____ | Ganyan ang aso ko, hindi ba? | Oo, ganito ang aso mo. |
| 5. _____ manok _____ | Ganyan ang manok ko, hindi ba? | Oo, ganito ang manok mo. |
| 6. _____ natin _____ | Ganyan ang manok natin, hindi ba? | Oo, ganito ang manok natin. |
| 7. Ganoon _____ | Ganoon ang manok natin, hindi ba? | Oo, ganoon ang manok natin. |
| 8. _____ kasintahan _____ | Ganoon ang kasintahan natin, hindi ba? | Oo, ganoon ang kasintahan natin. |
| 9. Ganito _____ | Ganito ang kasintahan natin, hindi ba? | Oo, ganyan ang kasintahan natin. |
| 10. _____ kaibigan _____ | Ganito ang kaibigan natin, hindi ba? | Oo, ganyan ang kaibigan natin. |
| 11. _____ ninyo _____ | Ganito ang kaibigan ninyo, hindi ba? | Oo, ganyan ang kaibigan namin. |
| 12. _____ kaugalian _____ | Ganito ang kaugalian ninyo, hindi ba? | Oo, ganyan ang kaugalian namin. |
| 13. Ganyan _____ | Ganyan ang kaugalian ninyo, hindi ba? | Oo, ganito ang kaugalian namin. |
| 14. _____ namin _____ | Ganyan ang kaugalian namin, hindi ba? | Oo, ganito ang kaugalian ninyo. |
| 15. Ganoon _____ | Ganoon ang kaugalian namin, hindi ba? | Oo, ganoon ang kaugalian ninyo. |

## CONVERSION-SUBSTITUTION DRILL

Instructions: The teacher asks a question, which Student 1 answers in the negative. The teacher gives a response cue to Student 2, who gives another, more specific, negative, using a construction with kasing-.

| Teacher | Student 1 |
|---|---|
| 1. Gaya ba ng litson ang kaldereta? | Hindi gaya ng litson ang kaldereta. |
| 2. Gaya ba ng mga Ilongga ang mga Batanggenya? | Hindi gaya ng mga Ilongga ang mga Batanggenya. |

3. Gaya ba ng kabataan ang matatanda?          Hindi gaya ng kabataan ang matatanda.
4. Gaya ba ng pista ang anihan?                Hindi gaya ng pista ang anihan.
5. Gaya ba ng trabaho mo ang trabaho ko?       Hindi gaya ng trabaho mo ang trabaho ko.

            Teacher                                        Student 2

    masarap                    Hindi kasinsarap ng litson ang kaldereta.
    malambing                  Hindi kasinlambing ng mga Ilongga ang mga Batanggenya.
    magulo                     Hindi kasinggulo ng kabataan ang matatanda.
    masaya                     Hindi kasinsaya ng pista ang anihan.
    madali                     Hindi kasindali ng trabaho mo ang trabaho ko.

6. Gaya ba ng kaibigan namin ang kasama ninyo?   Hindi gaya ng kaibigan ninyo ang kasama namin.
7. Gaya ba ng pamilya nila ang pamilya mo?       Hindi gaya ng pamilya nila ang pamilya ko.
8. Gaya ba ng kasintahan ni Ben ang kasintahan   Hindi gaya ng kasintahan ni Ben ang kasintahan mo.
   ko?
9. Gaya ba ng kandidato ni Atorni ang kandidato  Hindi gaya ng kandidato ni Atorni ang kandidato nin-
   namin?                                        yo.
10. Gaya ba ng pamumuhay nila ang pamumuhay      Hindi gaya ng pamumuhay nila ang pamumuhay mo.
    ko?

    mabait                     Hindi kasimbait ng kaibigan ninyo ang kasama namin.
    marami                     Hindi kasindami ng pamilya nila ang pamilya ko.
    makarinyo                  Hindi kasingkarinyo ng kasintahan ni Ben ang kasintahan mo.
    matalino                   Hindi kasintalino ng kandidato ni Atorni ang kandidato ninyo.
    mahirap                    Hindi kasinghirap ng pamumuhay nila ang pamumuhay mo.

11. Gaya ba ng aking asawa ang asawa ni Rosy?    Hindi gaya ng iyong asawa ang asawa ni Rosy.
12. Gaya ba ng kotse ni Eddie ang kotse ni Arthur?   Hindi gaya ng kotse ni Eddie ang kotse ni Arthur.
13. Gaya ba ng suweldo ni Rosy ang suweldo ni    Hindi gaya ng suweldo ni Rosy ang suweldo ni Ten-
    Tentay?                                      tay.
14. Gaya ba ni Abogado ang kandidato ko?         Hindi gaya ni Abogado ang kandidato mo.
15. Gaya ba ng Ninong ang tatay ni Eddie?        Hindi gaya ng Ninong ang tatay ni Eddie.

    masipag                    Hindi kasinsipag ng iyong asawa ang asawa ni Rosy.
    modelo                     Hindi kasingmodelo ng kotse ni Eddie ang kotse ni Arthur.
    malaki                     Hindi kasinlaki ng suweldo ni Rosy ang suweldo ni Tentay.
    mahusay                    Hindi kasinghusay ni Abogado ang kandidato mo.
    mayaman                    Hindi kasingyaman ng Ninong ang tatay ni Eddie.

# VISUAL-CUE DRILLS

## PICTURE A

Panuto: Gumawa ng kuwento tungkol sa mga sumusunod na larawan.

Halimbawa: Humingi ng pera si Rosy kay Aling Nena. Atbp.

## PICTURE B

Panuto: Pag-usapan at paghambingin ang mga tao o bagay sa bawat larawang sumusunod.

Halimbawa: $S_1$: Magkasingyaman ba sina Ben at Oscar?  $S_2$: Hindi. Mas mayaman si Ben kaysa kay Oscar.

$S_1$: Kasinlaki ba ni Ben si Oscar?  $S_2$: Oo. Magkasinlaki sila.

$S_1$: Gaya ba ni Oscar si Ben?  $S_2$: Hindi gaya ni Oscar si Ben. Mas mayaman si Ben kaysa kay Oscar. Oo. Kasinlaki ni Oscar si Ben.

PICTURE B (Continued)

## COMPREHENSION-RESPONSE DRILLS

A. 1. Marami ba ang tira ng pista?
   2. Ipinagbalot ba ni Aling Tinang ng pagkain ang kaniyang mga kaibigan?
   3. Mayroon pa bang litson at sarsa para kay Pelang?
   4. Mayroon pa bang matamis para kay Charing?
   5. Gumugol ba nang malaki si Aling Tinang?
   6. Mas engrande ba ang kasal ni Aling Tinang kaysa sa handa niya?
   7. Inutang ba ni Aling Tinang ang perang ginugol niya sa pista?

B. 1. Naubos na ba o marami pa ang pagkain?
   2. Si Charing ba o si Tentay ang may gusto ng matamis?
   3. Matamis ba o relyeno ang ibinalot nila para kay Charing?
   4. Malaki ba o kakaunti ang ginugol ni Aling Tinang noong pista?
   5. Engrande ba o hindi ang kasal ni Aling Tinang?
   6. Inutang ba o inipon ni Aling Tinang ang perang ginugol niya?

C. 1. Sinu-sino ang mga ipinagbalot ni Aling Tinang ng pagkain?
   2. Ano ang ibinalot para kay Charing?
   3. Sino ang ipinagbalot ng relyeno?
   4. Sino ang gumugol para sa handa nina Tinang?
   5. Alin ang kasing-engrande ng pista?
   6. Bakit hindi gaya ng iba si Aling Tinang?


## READING

### BAKASYON SA PROBINSYA

(See Part I, Intermediate Readings in Tagalog)

# UNIT XVII

Babasahing Pambayan

Tahimik na nagbabasa si Nanding sa kaniyang kama nang dumating si Bert.

Popular Literature

Nanding is reading quietly in bed when Bert comes in.

Bert:
Bakit ba gustung-gusto mong magbasa niyang mga magasing Tagalog?

baˑkɪt ba gʊstʊŋ gʊstʊ mʊŋ magbasa nyaŋ maŋa
(to read)

maˑgasɪn   tagaˑlog
(magazine)(Tagalog)

Why are you so crazy about those Tagalog magazines?

Nanding:
Bakit hindi? Gusto ko ang mga kuwento't larawan. Mahuhusay, a.

baˑkɪt hɪndiˑˑ   gʊstʊ kʊ aŋ maŋa kweˑntʊt
(story)

laraˑwan   mahʊhuˑsay aˑh
(picture)

Why not? I like the stories and the pictures. They're very good.

Bert:
Mahuhusay raw (1)! Para sa mga bata, sabihin mo!

mahʊhuˑsay raˑw   paˑra sa maŋa baˑtaˑˑ

sabiˑhɪn moˑh

Good! For children, you mean.

Nanding:
Hindi naman! Magaling nang gumuhit ang mga artista natin. Gayon din naman ang ating mga manunulat—mahusay nang umakda (2).

hɪndiˑ namaˑn   magalɪŋ naŋ gʊmuˑhɪt aŋ maŋa
(to draw)

ˈartiˑsta naˑtiˑn   gayʊn dɪn naman aŋ aˑtɪŋ
(artist)   (likewise)

maŋa maˑnʊnʊlaˑt   mahuˑsay naŋ ʊmakdaˑˑ
(writer)   (to write)

Not at all. Our artists draw very well nowadays. And our writers have improved, too.

Bert:
Sa Ingles, oo. Pero hindi
sa sariling wika (3).

sa 'ɪŋgleˑs 'oˑ'oˑh       peˑrʊ hɪndiˑ sa sariˑlɪŋ
(English)                              (own)

wiˑkaˑ'
(language)

Yes, in English. But not in
their own language.

Nanding:
Dapat mo munang basa-
hin bago mo pintasan.

daˑpat mʊ muˑnam basaˑhiˑn baˑgʊ mʊ
(to-be-read)

pɪntasaˑn
(to-be-criticized)

You ought to read them
first, before you criticize.

Bert:
Bakit pa? Iyo't iyon (4)
din naman ang paksa.

baˑkɪt paˑh       'ɪyʊt ɪyʊn dɪn naman am paksaˑ'
(same)                            (topic)

What for? You read one and
you've read them all.

Nanding:
Masyado kang madaling
humatol. Malaki na rin
ang iniunlad ngayon.

masyaˑdʊ kaŋ madalɪŋ hʊmaˑtol     malakɪ na
(excessive)                (to judge)

rɪn aŋ ɪnɪʊnlad ŋayoˑn
(progressed)

You judge too quickly.
There's been quite a lot of
improvement lately.

Bert:
Pero halos namumulubi
(5) pa rin ang magagaling
na manunulat.

peˑrʊ haˑlʊs namuˑmʊluˑbɪ pa rɪn aŋ maŋa
(becoming-a-
beggar)

magagalɪŋ na maˑnʊnʊlaˑt

But good writers are still
almost starving.

Nanding:
Hindi, hindi na ngayon.
Nagkakagusto na ang mga
mambabasa sa mga ma-
gagaling na kuwento.

hɪndeˑ'   hɪndiˑ na ŋayoˑn     nagkaˑkagʊstʊ naˑŋ
(has-a-liking)

maŋa mambabaˑsa sa maŋa magagalɪŋ na
(reader)

kweˑntoˑh

No, not any more. Readers
are beginning to like good
stories.

Bert:
Pero ang mga manlilim-
bag ang nagwawalang-ba-
hala (6). Ang gusto ng
karamihan ang kanilang
sinusunod.

peˑrʊ aŋ maŋa manlɪlɪmbaˑg   'aŋ
(publisher)

nagwaˑwalam bahaˑlaˑ'     'aŋ gʊstʊ naŋ
(don't care)

karamiˑhan   'aŋ kanɪlaŋ   sɪnuˑsʊnoˑd
(being-followed)

But the publishers couldn't
care less. They cater to
the taste of the masses.

Nanding:
Tama, ang gusto ng ka-
ramihan—mahuhusay na
paksa (7)!

taˑmaˑ'   'aŋ gʊstʊ naŋ karamiˑhaˑn
mahʊhuˑsay na paksaˑ'

Exactly. The taste of the
masses—good subject mat-
ter.

Bert:
Oo—iyong komiks (8).

'oˑoh   yʊŋ koˑmɪks
(comics)

Uh-huh—the comics.

Nanding:
Hoy, mahusay ang ibang
komiks.

huˑy   mahuˑsay aŋ ɪbaŋ koˑmiˑks

Well, some comics are
good.

Bert:
Tama na!

taˑmaˑ naˑh

Cut it out!

Nanding:
Ewan ko kung bakit ayaw
na ayaw mong tangkilikin

'eˑwaŋ koˑh   kʊm baˑkɪt   'aˑyaw na 'aˑyaw mʊn
(dislike-very-much)

I don't know why you refuse
to back our local efforts.

ang sariling atin (9).

taŋkɪli·kɪn    aŋ sari·lɪŋ 'a·tɪn
(to patronize)

Bert:

Sana, nakakasiguro ako
na dapat silang tangkili-
kin.

sa·nah  naka·kasɪgu·rʋ akʋ na da·pat sɪlan
(being sure)

taŋkɪli·ki·n

If only I were sure they're
worth backing.

Nanding:

O, heto itong mga maga-
sin at komiks na nabasa
ko na...at nang (10) mag-
bago ang isip mo.

'o·h  he·tʋ ɪtʋŋ maŋa ma·gasɪn at ko·mɪks na

na·ba·sa kʋ na·h   'at naŋ magba·go·ŋ 'i·sɪp mo·h
(so that)(to change)

Here, take some of these
magazines and comics I've
finished reading...and you'll
change your mind.

## CULTURAL AND STRUCTURAL NOTES

(1) As mentioned in Unit I, the initial /d/ of cer-
tain words is changed to /r/ when the preceding
word ends in a vowel. The same phenomenon may
or may not occur when the preceding word ends in
a semivowel (/y/ or /w/). Thus, one says either
mahusay daw or mahusay raw (but almost always
maganda raw).

(2) The use of nang (na + linker -ng) here con-
cedes the fact that artists and writers in the ver-
nacular did not use to draw and write so well.

(3) The Philippines has an extensive literature
both in the vernaculars and in English. There is
much fiction being written, especially in Tagalog,
but the writers whose works have seen print in
foreign lands and who have become known are
those who write in English.

(4) Iyo't iyon is iyon at iyon, an emphatic identi-
fication of a single object or idea; it means 'that
and only that' or 'one thing only'.

(5) Namumulubi is the imperfective form of a
mang- verb, the root of which is pulubi 'beggar',
meaning 'to be/become as poor as a beggar'.

(6) Walang-bahala is a compound word composed

of wala plus the linker -ng plus bahala 'care'. It
means 'indifferent'. The compound is used as the
root of a mag- verb, which means 'to act in an in-
different manner, not to care'.

(7) While Nanding sounds very positive in his
arguments, many students of Philippine literature
are less optimistic. Although there are more
readers of Tagalog and other vernaculars than
there are of English, they seem, on the whole, to
be less discriminating than the small circle of
readers of English. There is, however, a group of
vernacular writers very much concerned about
this state of affairs, who are trying hard to raise
literary standards.

(8) Comic books contain serialized stories of
lore and adventure, which are often made into
movies. The comics are very popular with both
adults and children.

(9) Sarili 'self' is often used as an intensifier,
e.g., ang sarili ko 'myself', ang iyong sarili 'your-
self', etc. Thus, ang sariling atin means 'what is
our very own'.

(10) Nang as used in this sentence means 'so
that, in order to'.

## DRILLS AND GRAMMAR

### I. THE PREFIX mang-

EXAMPLES

A. 1. Manggagawa si Ernesto.
   2. Mang-aatake ang kandidatong iyan.
   3. Ang mga manlilimbag ang nagwawalang-ba-
      hala.
   4. Nagkakagusto na ang mga mambabasa sa mga
      magagaling na kuwento.

Ernesto is a laborer.
That candidate is an attacker (a fault-finder).
[The ones who don't care the least are the pub-
lishers.]
[Readers are beginning to like good stories.]

B. 1. At nangangalakal si Kuya Ernesto.
   2. Pero halos namumulubi pa rin ang mga ma-
      gagaling na manunulat.

[And Kuya Ernesto's in business.]
[But good writers are still almost starving.]

C. 1. Nangingisda si Fidel.
   2. Mamimili siya ng kalabaw.
   3. Namumuhay siyang mag-isa.

Fidel is fishing.
He's a buyer of carabaos.
She's living alone.

Basic Form of <u>Mang</u>- Verbs

|  | Affix | Root | Modified Constituents |  | Orthography |
|---|---|---|---|---|---|
| Retaining Initial Consonant of Root | maŋ | gulo·h<br>hara·nah<br>'a·wɪt<br>ya·kap<br>wi·lɪh | maŋ | gulo·h<br>hara·nah<br>'a·wɪt<br>ya·kap<br>wi·lɪh | manggulo<br>mangharana<br>mang-awit<br>mangyakap<br>mangwili |
|  |  | dambo·ŋ<br>lɪmba·g<br>rɪma·rɪm | man | dambo·ŋ<br>lɪmba·g<br>rɪma·rɪm | mandambong<br>manlimbag<br>manrimarim |
|  |  | basa·' | mam | basa·' | mambasa |
| Dropping Initial Consonant of Root | maŋ | kala·kal<br>'ɪsda·' | maŋ | ala·kal<br>ɪsda·' | mangalakal<br>mangisda |
|  |  | tʊkso·h<br>su·lat | man | ʊkso·h<br>u·lat | manukso<br>manulat |
|  |  | pulu·bɪh<br>bi·lɪh | mam | ʊlu·bɪh<br>i·lɪh | mamulubi<br>mamili |

a. The final nasal of the prefix <u>mang</u>- varies according to the initial consonant of the word root, as follows: it remains <u>mang</u>- /maŋ/ before roots beginning with /k, g, h, ', y, w/ (examples A.1-2 and B.1; review Unit VII, grammar point I); it becomes <u>man</u>- before roots beginning with /t, d, s, l, r/ (example A.3), <u>mam</u>- before roots beginning with /p, b/ (examples A.4 and B.2).

b. <u>Mang</u>- verbs formed with roots that begin with /p, t, k, s/ exhibit a further change: namely, the loss of the original initial consonant of the root (examples B).

c. Some verbs with roots that begin with /'/ or /b/ also exhibit this loss of the original initial consonant of the roots (examples C).

d. When the initial consonant of a root is lost, the final nasal of the prefix serves as a root initial consonant for purposes of reduplication in the formation of the imperfective and future (examples B and C).

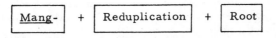

$$\boxed{\text{Mang-}} \ + \ \boxed{\text{Reduplication}} \ + \ \boxed{\text{Root}}$$

e. <u>Mang</u>- combines with certain roots to form agentive nouns, i.e., nouns that represent the performer of the action of the root. The formation of these nouns involves all the features of sound-changes exhibited by the <u>mang</u>- verbs, as well as reduplication (examples A). There are several stress patterns in this formation, but the reduplication syllable (unlike verb formations) is never lengthened, e.g., <u>manggagawa</u> /maŋgaga·wa·'/ 'a laborer' (example A.1), but <u>manggugulo</u> /maŋgu·guloh/ 'will make trouble'.

## SUBSTITUTION DRILLS (Moving Slot)

Teacher

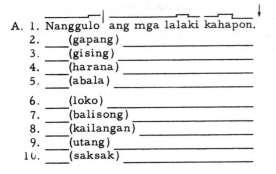

A. 1. Nanggulo ang mga lalaki kahapon.
   2. ____(gapang)_____
   3. ____(gising)_____
   4. ____(harana)_____
   5. ____(abala)_____

   6. ____(loko)_____
   7. ____(balisong)_____
   8. ____(kailangan)_____
   9. ____(utang)_____
   10. ____(saksak)_____

Student

Nanggulo ang mga lalaki kahapon.
Nanggapang ang mga lalaki kahapon.
Nanggising ang mga lalaki kahapon.
Nangharana ang mga lalaki kahapon.
Nang-abala ang mga lalaki kahapon.

Nanloko ang mga lalaki kahapon.
Nambalisong ang mga lalaki kahapon.
Nangailangan ang mga lalaki kahapon.
Nangutang ang mga lalaki kahapon.
Nanaksak ang mga lalaki kahapon.

| | |
|---|---|
| 11. ____(pasyal) _____ | Namasyal ang mga lalaki kahapon. |
| 12. ____(bili) _____ | Namili ang mga lalaki kahapon. |
| 13. Nakapangharana _____ | Nakapangharana ang mga lalaki kahapon. |
| 14. ____(sungkit) _____ | Nakapanungkit ang mga lalaki kahapon. |
| 15. ____(loko) _____ | Nakapanloko ang mga lalaki kahapon. |
| | |
| 16. ____(bigay) _____ | Nakapamigay ang mga lalaki kahapon. |
| 17. _____ ngayon | Nakakapamigay ang mga lalaki ngayon. |
| 18. ____(saksak) _____ | Nakakapanaksak ang mga lalaki ngayon. |
| 19. ____(kalakal) _____ | Nakakapangalakal ang mga lalaki ngayon. |
| 20. ____(hiram) _____ | Nakakapanghiram ang mga lalaki ngayon. |
| | |
| 21. ____(atake) _____ | Nakakapang-atake ang mga lalaki ngayon. |
| 22. ____(abala) _____ | Nakakapang-abala ang mga lalaki ngayon. |
| 23. Nanggagapang _____ | Nanggagapang ang mga lalaki ngayon. |
| 24. ____(balisong) _____ | Nambabalisong ang mga lalaki ngayon. |
| 25. ____(kailangan) _____ | Nangangailangan ang mga lalaki ngayon. |
| | |
| 26. ____(pulubi) _____ | Namumulubi ang mga lalaki ngayon. |
| 27. _____ pagdating ng araw | Mamumulubi ang mga lalaki pagdating ng araw. |
| 28. ____(utang) _____ | Mangungutang ang mga lalaki pagdating ng araw. |
| 29. ____(bili) _____ | Mamimili ang mga lalaki pagdating ng araw. |
| 30. ____(gulo) _____ | Manggugulo ang mga lalaki pagdating ng araw. |
| | |
| 31. ____(pasyal) _____ | Mamamasyal ang mga lalaki pagdating ng araw. |
| 32. ____(hiram) _____ | Manghihiram ang mga lalaki pagdating ng araw. |
| 33. ____(kailangan) _____ | Mangangailangan ang mga lalaki pagdating ng araw. |
| 34. ____(hingi) _____ | Manghihingi ang mga lalaki pagdating ng araw. |
| 35. ____(loko) _____ | Manloloko ang mga lalaki pagdating ng araw. |

| | |
|---|---|
| B. 1. Ipinanggapang namin sila kagabi. | Ipinanggapang namin sila kagabi. |
| 2. ____(harana) _____ | Ipinangharana namin sila kagabi. |
| 3. ____(hingi) _____ | Ipinanghingi namin sila kagabi. |
| 4. ____(atake) _____ | Ipinang-atake namin sila kagabi. |
| 5. ____(loko) _____ | Ipinanloko namin sila kagabi. |
| | |
| 6. ____(bili) _____ | Ipinamili namin sila kagabi. |
| 7. ____(kuha) _____ | Ipinanguha namin sila kagabi. |
| 8. ____(isda) _____ | Ipinangisda namin sila kagabi. |
| 9. ____(sungkit) _____ | Ipinanungkit namin sila kagabi. |
| 10. _____ ngayon | Ipinanunungkit namin sila ngayon. |
| | |
| 11. ____(gapang) _____ | Ipinanggagapang namin sila ngayon. |
| 12. ____(hiram) _____ | Ipinanghihiram namin sila ngayon. |
| 13. ____(atake) _____ | Ipinang-aatake namin sila ngayon. |
| 14. ____(sungkit) _____ | Ipinanunungkit namin sila ngayon. |
| 15. ____(utang) _____ | Ipinangungutang namin sila ngayon. |
| | |
| 16. _____ bukas | Ipangungutang namin sila bukas. |
| 17. ____(bili) _____ | Ipamimili namin sila bukas. |
| 18. ____(hingi) _____ | Ipanghihingi namin sila bukas. |
| 19. ____(kuha) _____ | Ipangunguha namin sila bukas. |
| 20. ____(atake) _____ | Ipang-aatake namin sila bukas. |
| | |
| 21. ____(harana) _____ | Ipanghaharana namin sila bukas. |
| 22. ____(sungkit) _____ | Ipanunungkit namin sila bukas. |
| 23. ____(isda) _____ | Ipangingisda namin sila bukas. |
| 24. ____(hingi) _____ | Ipanghihingi namin sila bukas. |
| 25. ____(kuha) _____ | Ipangunguha namin sila bukas. |

## SUBSTITUTION-RESPONSE DRILL (Fixed Slots)

Instructions: The teacher gives a question with an agentive noun in predicate position which Student 1 repeats. Student 2 gives an affirmative response.

| Teacher | Student 1 | Student 2 |
|---|---|---|
| 1. Manggagawa ba si Pedro? | Manggagawa ba si Pedro? | Oo, manggagawa siya. |

|   |   |   |
|---|---|---|
| 2. Manlilimbag _____ | Manlilimbag ba si Pedro? | Oo, manlilimbag siya. |
| 3. Mangingisda _____ | Mangingisda ba si Pedro? | Oo, mangingisda siya. |
| 4. Manloloko _____ | Manloloko ba si Pedro? | Oo, manloloko siya. |
| 5. Mambabasa _____ | Mambabasa ba si Pedro? | Oo, mambabasa siya. |
| 6. Mambabayo _____ | Mambabayo ba si Pedro? | Oo, mambabayo siya. |
| 7. Mamimili _____ | Mamimili ba si Pedro? | Oo, mamimili siya. |
| 8. Mangangalakal _____ | Mangangalakal ba si Pedro? | Oo, mangangalakal siya. |
| 9. Manunulsi _____ | Manunulsi ba si Pedro? | Oo, manunulsi siya. |
| 10. Manghihiram _____ | Manghihiram ba si Pedro? | Oo, manghihiram siya. |
| 11. Manunugtog _____ | Manunugtog ba si Pedro? | Oo, manunugtog siya. |
| 12. Manggugulo _____ | Manggugulo ba si Pedro? | Oo, manggugulo siya. |

## CONVERSION DRILL

Instructions: The teacher makes a statement using a verb with an -um- or a mag- affix. The student repeats the statement, converting the -um- or mag- verb to a mang- verb.

| Teacher | Student |
|---|---|
| 1. Masaya ang mga nagpapasyal sa Luneta. | Masaya ang mga namamasyal sa Luneta. |
| 2. Si Ben ang naghaharana kay Rosy. | Si Ben ang nanghaharana kay Rosy. |
| 3. Nagsisigarilyo si Eddie ng Camel. | Naninigarilyo si Eddie ng Camel. |
| 4. Bumubuhat ang mga binata ng bahay. | Nambubuhat ang mga binata ng bahay. |
| 5. Humihiram ako ng maraming libro. | Nanghihiram ako ng maraming libro. |
| 6. Lumalalim ang kaniyang mata. | Nanlalalim ang kaniyang mata. |
| 7. Kumukuha ang aking anak ng mga polyeto. | Nangunguha ang aking anak ng mga polyeto. |
| 8. Bumibili ang Nanay ng magagandang damit. | Namimili ang Nanay ng magagandang damit. |
| 9. Humihingi sila ng tulong sa akin. | Nanghihingi sila ng tulong sa akin. |
| 10. Umuutang kami ng pera sa Nanay. | Nangungutang kami ng pera sa Nanay. |

## TRANSLATION DRILLS (Paired Sentences)

Instructions: Translate the following sentences using the affix mang-. The second sentence in every pair in A has a nominalized verb; the second sentence in every pair in B is an agentive noun. Watch out for the difference.

| Teacher | Student |
|---|---|
| A. 1. Lito is making trouble. | Nanggugulo si Lito. |
| The one making trouble is Lito. | Si Lito ang nanggugulo. |
| 2. The candidate is campaigning secretly. | Nanggagapang ang kandidato. |
| The one campaigning secretly is the candidate. | Ang kandidato ang nanggagapang. |
| 3. Tentay is borrowing some money. | Nanghihiram ng pera si Tentay. |
| The one borrowing money is Tentay. | Si Tentay ang nanghihiram ng pera. |
| 4. The women are mending socks. | Nanunulsi ng mga medyas ang mga babae. |
| The ones mending socks are the women. | Ang mga babae ang nanunulsi ng mga medyas. |
| 5. The Batangueña doesn't stab her sweetheart with a balisong. | Hindi nambabalisong ng kaniyang kasintahan ang Batanggenya. |
| The one who doesn't stab her sweetheart with a balisong is the Batangueña. | Ang Batanggenya ang hindi nambabalisong ng kaniyang kasintahan. |
| 6. Ben needs money. | Nangangailangan ng pera si Ben. |
| The one who needs money is Ben. | Si Ben ang nangangailangan ng pera. |
| 7. The man is fishing. | Nangingisda ang lalaki. |
| The one fishing is the man. | Ang lalaki ang nangingisda. |
| 8. Oscar goes visiting. | Namamasyal si Oscar. |
| The one who goes visiting is Oscar. | Si Oscar ang namamasyal. |
| 9. My father is in business. | Nangangalakal ang tatay ko. |
| The one who is in business is my father. | Ang tatay ko ang nangangalakal. |
| 10. Mother is buying our dresses. | Namimili ng mga damit namin ang Nanay. |
| The one buying our dresses is Mother. | Ang Nanay ang namimili ng mga damit namin. |
| B. 1. My father buys carabaos. | Namimili ng mga kalabaw ang tatay ko. |
| My father is a buyer of carabaos. | Mamimili ng mga kalabaw ang tatay ko. |
| 2. Ernesto's brother is fishing. | Nangingisda ang kuya ni Ernesto. |
| Ernesto's brother is a fisherman. | Mangingisda ang kuya ni Ernesto. |

3. My grandfather is in business.    Nangangalakal ang lolo ko.
  My grandfather is a businessman.  Mangangalakal ang lolo ko.
4. <u>Aling</u> Rosa mends socks.    Nanunulsi ng medyas si Aling Rosa.
  <u>Aling</u> Rosa is a mender of socks.  Manunulsi ng medyas si Aling Rosa.
5. His friend is kidding.     Nanloloko ang kaibigan niya.
  His friend is a kidder (a cheat).  Manloloko ang kaibigan niya.

6. The one borrowing (money) is Nene.  Si Nene ang nangungutang.
  The borrower (of money) is Nene.  Si Nene ang mangungutang.
7. The one playing the piano is Lino.  Si Lino ang tumutugtog ng piyano.
  The pianist is Lino.     Si Lino ang manunugtog ng piyano.
8. The one mending is <u>Ate</u> Linda.   Si Ate Linda ang nanunulsi.
  The mender is <u>Ate</u> Linda.   Si Ate Linda ang manunulsi.
9. The one giving food is <u>Aling</u> Sela.  Si Aling Sela ang namimigay ng pagkain.
  The giver of food is <u>Aling</u> Sela.  Si Aling Sela ang mamimigay ng pagkain.
10. The ones making trouble are the children. Ang mga bata ang nanggugulo.
  The troublemakers are the children.  Ang mga bata ang manggugulo.

## DISCUSSION

The process by means of which a sound is modified to make it more like a neighboring sound is called "partial assimilation". The process by means of which a sound is absorbed by a neighboring sound is called "total assimilation". Both partial and total assimilations are to be found in formations involving the prefix <u>mang-</u>.

Partial assimilation accounts for the variation in the final nasal of the prefix. The basic form of the prefix ends in /-ŋ/, which is preserved before roots that begin with /k, g, h, ', y, w/. The velar nasal of the prefix is modified to /-n/ before roots that begin with a dental or alveolar consonant, including /t, d, s, l, r/, and to /-m/ before roots that begin with a bilabial consonant, including /p, b/.

Total assimilation is found in the case of formations built from <u>mang-</u> and roots beginning with the voiceless stops /p, t, k/ or with voiceless /s/. The final nasal of <u>mang-</u> assimilates as described above, after which the /p, t, k/ or /s/ disappears, being totally assimilated by the nasal. The same pattern of total assimilation can be seen with some roots beginning with /b/ or /'/. Thus <u>mamili</u> (<u>mang</u> + <u>bili</u>) 'to buy' shows total assimilation, but <u>mambasag</u> (<u>mang</u> + <u>basag</u>) 'to break' shows only partial assimilation. Similarly <u>nangingisda</u> 'is fishing' shows total assimilation, but <u>nang-aatake</u> 'is attacking' does not.

<u>Mangangagaw</u> is an example of a Tagalog agentive noun. Most agentive nouns formed with <u>mang-</u> denote the professional performer of an action (e.g., <u>manunulat</u> 'writer', <u>manlilimbag</u> 'publisher'); some denote the customary performer of an action (e.g., <u>mambabasa</u> 'reader'). The Tagalog agentive construction, <u>mang-</u> plus reduplication plus root, roughly corresponds to the English agentive construction, verb plus <u>-er</u>. The English construction, however, is less limited than its Tagalog counterpart to denoting the performer of professional or habitual actions.

The agentive prefix <u>mang-</u> and the verbal prefix <u>mang-</u> do not necessarily occur with the same roots. Thus the verb that corresponds to <u>manlilimbag</u> is a <u>mag-</u> verb, <u>maglilimbag</u>, and there is no corresponding <u>mang-</u> verb. On the other hand, there is no <u>mang-</u> agentive that corresponds to such a <u>mang-</u> verb as <u>mangailangan</u>.

The various types of assimilation that occur with the prefix <u>mang-</u> also occur with other prefixes that end in <u>-ng</u>; <u>ipang-</u> and <u>makapang-</u> are examples of such prefixes.

## II. BASIC FORMS OF VERBS; ADJECTIVE-PLUS-BASIC-FORM CONSTRUCTIONS
## (SUMMARY OF VERB FORMATIONS)

### EXAMPLES

A. 1. Madaling humatol si Bert.   Bert judges quickly.
 2. Magaling magbasa si Nanding.  Nanding reads well.
 3. Madaling mang-atake ang kandidato. The candidate fights easily.
 4. Madaling makabasa ang bata.  The child can easily read.
 5. Madaling basahin ang komiks.  Comics are very easy to read.
 6. Mahusay bilhan ang tindahan.  The store is a good place to buy from.
 7. Magaling ibili ng manika ang bata. It's good to buy a doll for the child.

## Basic Forms of Verbs

| FOCUS | AFFIX | ROOT | BASIC FORM |
|---|---|---|---|
| Actor Focus | -um- | basa | bumasa |
|  | mag- | basa | magbasa |
|  | mang- | atake | mang-atake |
|  | maka- | basa | makabasa |
| Object Focus | -in | basa(h) | basahin |
|  |  | bili(h) | bilhin |
| Locative Focus | -an | basa(h) | basahan |
|  |  | dala(h) | dalhan |
| Benefactive Focus | i- | bili | ibili |
|  | ipag- | basa | ipagbasa |
|  | ipang- | hiram | ipanghiram |

B. 1. Madali ka bang humatol?      Do you judge quickly?
2. Madali raw humatol si Bert.      They say Bert judges quickly.
3. Maganda bang umawit si Nene?      Does Nene sing well?
4. Magaling nang gumuhit ang mga artista natin.      [Our artists draw very well now.]
5. Mahusay ding mang-atake ang kandidato natin.      Our candidate fights well, too.

## Adjective-plus-Basic-Form Construction

| PREDICATE | | | | TOPIC |
|---|---|---|---|---|
| Adjective | (Enclitic) | Linker | Basic Form | (ang-Phrase) |
| Maganda |  | -ng | mag_____ | si Bert |
| Mahusay |  |  | mag_____ | si Bert |
| Magaling | ba | -ng | mag_____ | si Bert |
| Madali | raw |  | mag_____ | si Bert |

a. The basic form of a verb consists of the affix plus root; the form is used in a number of different constructions.

b. One such construction is a predicate which consists of an adjective (plus the linker /-ŋ/) plus the basic form of the verb.

c. In this construction, any enclitics and/or enclitic pronouns appear immediately after the adjective (examples B).

d. The linker /-ŋ/ appears only after words ending in /'/ or /h/ or /n/, replacing the final consonant (examples A.1-5, B.1, 3-5). If the word immediately before the verb ends in any other consonant, the linker does not appear (examples A.6-7 and B.2).

e. The adjective-plus-basic-form construction is used to express certain types of generalizations. In Actor focus the English translation is normally a verb modified by an adverb (examples A.1-4 and B). In other focuses the translation is more often an adjective followed by to and an infinitive (examples A.5-7).

## SUBSTITUTION DRILLS (Fixed Slot)

Teacher            Student

A. 1. Malakas kumain ang lalaki.      Malakas kumain ang lalaki.
2. Madali _____      Madaling kumain ang lalaki.
3. Mabuti _____      Mabuting kumain ang lalaki.
4. Masyado _____      Masyadong kumain ang lalaki.

    5. Kakaunti _____     Kakaunting kumain ang lalaki.
    6. Masarap _____     Masarap kumain ang lalaki.
    7. Magaling _____     Magaling kumain ang lalaki.
    8. Regular _____     Regular kumain ang lalaki.
    9. Matipid _____     Matipid kumain ang lalaki.
  10. Mahusay _____     Mahusay kumain ang lalaki.

B. 1. Madaling tumugtog si Fidel.     Madaling tumugtog si Fidel.
    2. _____ (pipig) _____     Madaling pumipig si Fidel.
    3. _____ (tulong) _____     Madaling tumulong si Fidel.
    4. _____ (pasyal) _____     Madaling magpasyal si Fidel.
    5. _____ (simba) _____     Madaling magsimba si Fidel.
    6. _____ (gulo) _____     Madaling manggulo si Fidel.
    7. _____ (harana) _____     Madaling mangharana si Fidel.
    8. _____ (tulog) _____     Madaling matulog si Fidel.
    9. _____ (gising) _____     Madaling magising si Fidel.
  10. _____ (trabaho) _____     Madaling magtrabaho si Fidel.

C. 1. Mahusay basahin ang mga libro.     Mahusay basahin ang mga libro.
    2. _____ (buhat) _____     Mahusay buhatin ang mga libro.
    3. _____ (hiram) _____     Mahusay hiramin ang mga libro.
    4. _____ (hanap) _____     Mahusay hanapin ang mga libro.
    5. _____ (bilang) _____     Mahusay bilangin ang mga libro.
    6. _____ (bili) _____     Mahusay bilhin ang mga libro.
    7. _____ (dala) _____     Mahusay dalhin ang mga libro.
    8. _____ (kuha) _____     Mahusay kunin ang mga libro.
    9. _____ (hingi) _____     Mahusay hingin ang mga libro.
  10. _____ (gawa) _____     Mahusay gawin ang mga libro.

D. 1. Mabuting pasukan ang tindahan.     Mabuting pasukan ang tindahan.
    2. _____ (katok) _____     Mabuting katukan ang tindahan.
    3. _____ (takbo) _____     Mabuting takbuhan ang tindahan.
    4. _____ (utang) _____     Mabuting utangan ang tindahan.
    5. _____ (daan) _____     Mabuting daanan ang tindahan.
    6. _____ (kain) _____     Mabuting kainan ang tindahan.
    7. _____ (dala) _____     Mabuting dalhan ang tindahan.
    8. _____ (tira) _____     Mabuting tirhan ang tindahan.
    9. _____ (bili) _____     Mabuting bilhan ang tindahan.
  10. _____ (kuha) _____     Mabuting kunan ang tindahan.

E. 1. Magaling ibili ang kandidato.     Magaling ibili ang kandidato.
    2. _____ (hiram) _____     Magaling ihiram ang kandidato.
    3. _____ (laban) _____     Magaling ilaban ang kandidato.
    4. _____ (ibasa) _____     Magaling ibasa ang kandidato.
    5. _____ (dala) _____     Magaling ipagdala ang kandidato.
    6. _____ (ipon) _____     Magaling ipag-ipon ang kandidato.
    7. _____ (bilang) _____     Magaling ipagbilang ang kandidato.
    8. _____ (gapang) _____     Magaling ipanggapang ang kandidato.
    9. _____ (atake) _____     Magaling ipang-atake ang kandidato.
  10. _____ (hingi) _____     Magaling ipanghingi ang kandidato.

## SUBSTITUTION-RESPONSE DRILL (Moving Slot)

Instructions: The teacher gives a sentence, which Student 1 repeats. Student 2 expresses disbelief and
        converts this sentence to a question, adding the enclitic <u>ba</u>. Student 3 answers by convert-
        ing the sentence to a report attributed to others, using the enclitic <u>daw/raw</u> and substituting
        a pronoun referent for the topic.

       Teacher                         Student 1

1. Magandang umawit si Nene.        Magandang umawit si Nene.

2. Mahusay _____          Mahusay umawit si Nene.
3. _____ (basa) _____          Mahusay bumasa si Nene.
4. _____ sina Joe          Mahusay bumasa sina Joe.
5. Magaling _____          Magaling bumasa sina Joe.

### Student 2

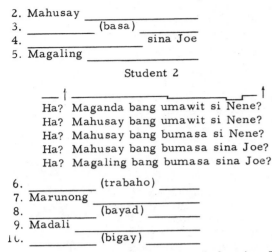

Ha? Maganda bang umawit si Nene?
Ha? Mahusay bang umawit si Nene?
Ha? Mahusay bang bumasa si Nene?
Ha? Mahusay bang bumasa sina Joe?
Ha? Magaling bang bumasa sina Joe?

6. _____ (trabaho) _____
7. Marunong _____
8. _____ (bayad) _____
9. Madali _____
10. _____ (bigay) _____

Ha? Magaling bang magtrabaho sina Joe?
Ha? Marunong bang magtrabaho sina Joe?
Ha? Marunong bang magbayad sina Joe?
Ha? Madali bang magbayad sina Joe?
Ha? Madali bang magbigay sina Joe?

11. Marami _____
12. _____ Mang Kardo
13. Kakaunti _____
14. _____ (isda) _____
15. _____ (kain) _____

Ha? Marami bang magbigay sina Joe?
Ha? Marami bang magbigay si Mang Kardo?
Ha? Kakaunti bang magbigay si Mang Kardo?
Ha? Kakaunti bang mangisda si Mang Kardo?
Ha? Kakaunti bang kumain si Mang Kardo?

### Student 3

Aywan ko.   Maganda raw siyang umawit.
Aywan ko.   Mahusay raw siyang umawit.
Aywan ko.   Mahusay raw siyang bumasa.
Aywan ko.   Mahusay raw silang bumasa.
Aywan ko.   Magaling daw silang bumasa.

Magaling magtrabaho sina Joe.
Marunong magtrabaho sina Joe.
Marunong magbayad sina Joe.
Madaling magbayad sina Joe.
Madaling magbigay sina Joe.

Aywan ko. Magaling daw silang magtrabaho.
Aywan ko. Marunong daw silang magtrabaho.
Aywan ko. Marunong daw silang magbayad.
Aywan ko. Madali raw silang magbayad.
Aywan ko. Madali raw silang magbigay.

Maraming magbigay sina Joe.
Maraming magbigay si Mang Kardo.
Kakaunting magbigay si Mang Kardo.
Kakaunting mangisda si Mang Kardo.
Kakaunting kumain si Mang Kardo.

Aywan ko. Marami raw silang magbigay.
Aywan ko. Marami raw siyang magbigay.
Aywan ko. Kakaunti raw siyang magbigay.
Aywan ko. Kakaunti raw siyang mangisda.
Aywan ko. Kakaunti raw siyang kumain.

## TRANSLATION DRILLS (Patterned Sentences)

### Teacher

A. 1. Mameng sings beautifully.
   2. Mother cooks well.
   3. Ben and his companions work happily.
   4. My mother goes to church regularly.
   5. The maiden smiles sweetly.

   6. Cely and Eddie dance well.
   7. Bert reads with difficulty.
   8. She studies conscientiously.
   9. They drink a lot (much).
   10. We go to class regularly.

   11. The women change easily.
   12. The lechon is delicious to eat.
   13. The boys play around too much.
   14. The teachers teach well.
   15. The children eat a lot.

B. 1. You dance beautifully.
   2. The low dining table is a good place to eat.
   3. It's easy to make turon.
   4. It's difficult to read for the child.

   5. Does she sing sweetly, ma'am?
   6. Is it nice to eat the lechon, sir?
   7. Is the store a nice place to buy from, ma'am?
   8. Is it good to count for her, sir?

### Student

Magandang umawit si Mameng.
Mahusay magluto ang Nanay.
Masayang magtrabaho sina Ben.
Regular magsimba ang nanay ko.
Matamis ngumiti ang dalaga.

Magaling sumayaw sina Cely at Eddie.
Mahirap bumasa si Bert.
Masipag siyang mag-aral.
Malakas silang uminom.
Regular kaming pumasok sa klase.

Madaling magbago ang mga babae.
Masarap kainin ang litson.
Masyadong magloko ang mga lalaki.
Mahusay magturo ang mga titser.
Maraming kumain ang mga bata.

Maganda kang sumayaw.
Mahusay kainan ang dulang.
Madaling gumawa ng turon.
Mahirap ipagbasa ang bata.

Matamis po ba siyang umawit?
Masarap po bang kainin ang litson?
Mahusay po bang bilhan ang tindahan?
Magaling po ba siyang ipagbilang?

9.  It's true he also reads well, sir.                    Mahusay nga rin po siyang bumasa.
10. It's true it's good to buy the dress also.            Mabuti nga ring bilhin ang damit.
11. They say this is a good place to sit.                 Magaling daw itong upuan.
12. They say it's true it's easy to buy for her, ma'am.   Madali nga raw po siyang ibili.

13. They say Filipinos love truly.                        Tunay raw magmahal ang mga Pilipino.
14. They say it's difficult to buy this.                  Mahirap daw bilhin ito.
15. They say it's important to borrow for her.            Importante raw siyang ipanghiram.
16. They say it's necessary to do this.                   Kailangan daw gawin ito.

TRANSLATION DRILL (Triplet Sentences)

Teacher                                                   Student

1.  You (sg.) sing beautifully.                           Maganda kang umawit.
    Do you sing beautifully?                              Maganda ka bang umawit?
    They say you sing beautifully.                        Maganda ka raw umawit.
2.  She eats quickly.                                     Madali siyang kumain.
    Does she eat quickly?                                 Madali ba siyang kumain?
    They say she eats quickly.                            Madali raw siyang kumain.
3.  They study conscientiously.                           Masipag silang mag-aral.
    Do they study conscientiously?                        Masipag ba silang mag-aral?
    They say they study conscientiously.                  Masipag daw silang mag-aral.
4.  Linda cooks well.                                     Mahusay magluto si Linda.
    Does Linda cook well?                                 Mahusay bang magluto si Linda?
    They say Linda cooks well.                            Mahusay raw magluto si Linda.
5.  Oscar drinks very little.                             Kakaunting uminom si Oscar.
    Does Oscar drink very little?                         Kakaunti bang uminom si Oscar?
    They say Oscar drinks very little.                    Kakaunti raw uminom si Oscar.

6.  It's easy to read the book.                           Madaling basahin ang libro.
    Is the book easy to read?                             Madali bang basahin ang libro?
    They say the book is easy to read.                    Madali raw basahin ang libro.
7.  It's important to get the diploma.                    Importanteng kunin ang diploma.
    Is it important to get the diploma?                   Importante bang kunin ang diploma?
    They say it's important to get the diploma.           Importante raw kunin ang diploma.
8.  It's difficult to serenade the lady.                  Mahirap haranahin ang dalaga.
    Is it difficult to serenade the lady?                 Mahirap bang haranahin ang dalaga?
    They say it's difficult to serenade the lady.         Mahirap daw haranahin ang dalaga.
9.  The girl is free to bring the money.                  Libreng dalhin ng babae ang pera.
    Is the girl free to bring the money?                  Libre bang dalhin ng babae ang pera?
    They say the girl is free to bring the money.         Libre raw dalhin ng babae ang pera.
10. It's good to buy for the child.                       Mabuting ibili ang bata.
    Is it good to buy for the child?                      Mabuti bang ibili ang bata?
    They say it's good to buy for the child.              Mabuti raw ibili ang bata.

11. It's necessary to save for the baby.                  Kailangang ipag-ipon ang bunso.
    Is it necessary to save for the baby?                 Kailangan bang ipag-ipon ang bunso?
    They say it's necessary to save for the baby.         Kailangan daw ipag-ipon ang bunso.
12. It's difficult to campaign secretly for the candidate. Mahirap ipanggapang ang kandidato.
    Is it difficult to campaign secretly for the candidate? Mahirap bang ipanggapang ang kandidato?
    They say it's difficult to campaign secretly for the   Mahirap daw ipanggapang ang kandidato.
    candidate.
13. The plaza is a nearby place to go to.                 Malapit puntahan ang plasa.
    Is the plaza a nearby place to go to?                 Malapit bang puntahan ang plasa?
    They say the plaza is a nearby place to go to.        Malapit daw puntahan ang plasa.
14. Baguio is a beautiful place to live in.               Magandang tirhan ang Bagyo.
    Is Baguio a beautiful place to live in?              Maganda bang tirhan ang Bagyo?
    They say Baguio is a beautiful place to live in.      Maganda raw tirhan ang Bagyo.
15. The factory is a nice place to work in.               Mabuting pasukan ang pabrika.
    Is the factory a nice place to work in?              Mabuti bang pasukan ang pabrika?
    They say the factory is a nice place to work in.      Mabuti raw pasukan ang pabrika.

DISCUSSION

Basic Forms

|  | AFFIX | ROOT | BASIC FORM |
|---|---|---|---|
| Actor Focus | -um-<br>mag-<br>mang-<br>maka-<br>makapag-<br>makapang-<br>ma- | dating<br>lakad<br>hiram<br>kilala<br>basa<br>isda<br>galit | dumating<br>maglakad<br>manghiram<br>makakilala<br>makapagbasa<br>makapangisda<br>magalit |
| Object Focus | -in | hanap | hanapin |
| Locative Focus | -an | ganti(h) | gantihan |
| Benefactive Focus | i-<br>ipag-<br>ipang- | lathala<br>limbag<br>gapang | ilathala<br>ipaglimbag<br>ipanggapang |

Every verb has a basic form, which consists of an affix and a root. The basic form differs from the other three forms of the verb (imperfective, perfective, and future) not only in its structure but also in the ways in which it is used. Each of the other forms of the verb most characteristically occurs as the predicate of a sentence; the basic form is used as predicate only in a few special constructions such as the adjective-plus-basic-form construction presented above, or the imperative construction to be presented in a subsequent unit.

The basic form also contrasts with the other forms of the verb in that it has no specific implications of time reference or aspect, no implications of whether or not the action of the verb has been begun and/or completed. In this respect, it is similar to the English infinitive (the form which follows to: e.g., to go) as contrasted with the English finite verb forms (goes, went, etc.). It should be noted that, like the English infinitive, the Tagalog basic form is the one that normally appears as the dictionary entry for the entire verb pattern.

From the point of view of structure, the basic form of the verb underlies the other three forms. Thus, the future (except in the case of -um- verbs) always consists of the basic form plus reduplication, and the other two tenses consist of certain regular additions to the basic form and/or modifications of it. All the verbs of Tagalog may be grouped into four classes, according to the ways in which the aspect-marked forms of the verb differ from the basic form. These four classes are:

1. Verbs formed with the infix -um- (Actor focus)
2. Verbs formed with prefixes beginning with /m/ (Actor focus and Object focus)
3. Verbs formed with the suffix -in (Object focus)
4. Verbs formed with all other affixes (all other focuses)

The four classes are summarized in the chart at the end of this discussion. In each class, the way(s) in which an aspect-marked form differ(s) from the basic form is noted in parenthesis.

Note that there is one overlap: the basic and perfective forms of -um- verbs are identical. In the other three classes, the pattern of complexity increases from left to right. One modification of the basic form (reduplication) gives all the future forms; another (different for each class) gives the perfective; a combination of these two gives the imperfective. This pattern is unfortunate pedagogically, since it is logical to begin learning the imperfective forms; they are more common and less restricted (therefore more useful to the student) than any of the others. But they are more complex. This accounts for the fact that what we called mag- verbs were first presented with the prefix nag-, etc.

With some exceptions, the accent pattern can be derived from the root. Word stress is retained and is normally accompanied by pitch rise in citation forms. Phrase stress is dropped if another stress is introduced in the formation, which regularly occurs in the case of reduplicated syllables. If the stress introduced by reduplication is the only stress in the formation, pitch rise accompanies it. If the stress introduced by reduplication is followed by a word stress, both are heard, but pitch rise accompanies the second (the original word stress of the root). The following charts illustrate the pattern just described (the accent marks denote position of stress):

Word-stress Pattern

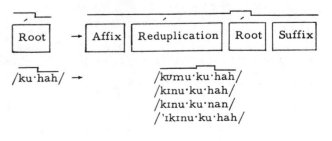

Phrase-stress Pattern

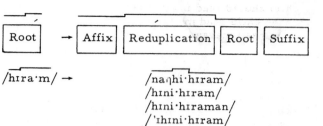

A frequent variation of this pattern can be seen in the Locative-focus form of roots with word stress, where the word stress shifts to the second syllable of the root before the suffix -an. The following example illustrates this variation:

/ha·nap/ → /huma·ha·nap/
/hina·ha·nap/
/hina·hana·pan/
/'ɪnɪha·ha·nap/

| CLASS | BASIC FORM | FUTURE | PERFECTIVE | IMPERFECTIVE |
|-------|-----------|--------|------------|--------------|
| 1. -um- verbs | | (Reduplication) (Loss of Affix) | | (Reduplication) |
| -um- | tumangkilik | tatangkilik | tumangkilik | tumatangkilik |
| 2. m- verbs | | (Reduplication) | (m → n) | (m → n) (Reduplication) |
| mag- mang- maka- makapag- makapang- ma- | maglakad manghiram makakilala makapagbasa makapangisda magalit | maglalakad manghihiram makakakilala makakapagbasa makakapangisda magagalit | naglakad nanghiram nakakilala nakapagbasa nakapangisda nagalit | naglalakad nanghihiram nakakakilala nakakapagbasa nakakapangisda nagagalit |
| 3. -in verbs | | (Reduplication) | (Suffix → Infix) | (Reduplication) (Suffix → Infix) |
| -in | hanapin | hahanapin | hinanap | hinahanap |
| 4. Other verbs | | (Reduplication) | (Infix -in) | (Reduplication) (Infix -in) |
| -an i- ipag- ipang- etc.[1] | gantihan ilathala ipaglimbag ipanggapang | gagantihan ilalathala ipaglilimbag ipanggagapang | ginantihan inilathala ipinaglimbag ipinanggapang | ginagantihan inilalathala ipinaglilimbag ipinanggagapang |

## III. PSEUDO-VERBS

### 1. PSEUDO-VERBS + BASIC FORM

EXAMPLES

A. 1. Kailangang magbasa ng magasin si Bert.          Bert should read magazines.
   2. Kailangan niyang magbasa ng magasin.            He should read magazines.

Actor-Focus Pattern

| Pseudo-Verb | TOPIC (Ang-pronoun) | PREDICATE Linker | Basic Form | Complement | TOPIC (Ang-phrase) |
|-------------|---------------------|------------------|------------|------------|--------------------|
| Kailangan | { ___ siya } | -ng -ng -ng | magbasa magbasa magbasa | ng magasin ng magasin ng magasin | si Bert ang bata ___ |
| Dapat | { ___ siya } | ___ ___ -ng | magbasa magbasa magbasa | ng magasin ng magasin ng magasin | si Bert ang bata ___ |

---

[1]The focus patterns not yet presented fit into class 4.

B. 1. Dapat magbasa ng magasin si Bert.          Bert should read magazines.
   2. Dapat magbasa ng magasin ang bata.         The child should read magazines.
   3. Dapat bang magbasa ng magasin ang bata?    Should the child read magazines?
   4. Dapat ba siyang magbasa ng magasin?        Should he read magazines?

C. 1. Kailangan niyang magbasa ng magasin.       He should read magazines.
   2. Gusto niyang magbasa ng magasin.           He wants to read magazines.
   3. Gustong magbasa ni Nanding ng magasin.     Nanding wants to read magazines.
   4. Ibig ba niyang magbasa ng magasin?         Does he want to read magazines?
   5. Ayaw magbasa ng bata ng magasin.           The child doesn't want to read magazines.

Topicless Pattern

| PSEUDO-VERB | Ng-ACTOR | LINKER | BASIC FORM | Ng-ACTOR | COMPLEMENT |
|---|---|---|---|---|---|
| Kailangan | niya | -ng | magbasa | _____ | ng magasin |
| Gusto | _____ | -ng | magbasa | ng bata | ng magasin |
| Ibig | _____ | ____ | magbasa | ni Nanding | ng magasin |
| Ayaw | _____ | ____ | magbasa | ni Linda | ng magasin |

D. 1. Kailangang basahin ni Bert ang magasin.    Bert should read the magazine.
   2. Gusto niyang basahin ang magasin.          He wants to read the magazine.
   3. Dapat basahin ng bata ang magasin.         The child should read the magazine.
   4. Ibig basahin ni Bert ang magasin.          Bert wants to read the magazine.
   5. Ayaw basahin ni Bert ang magasin.          Bert doesn't want to read the magazine.

Object-Focus Pattern

| PREDICATE | | | | | TOPIC |
|---|---|---|---|---|---|
| Pseudo-Verb | Ng-Actor | Linker | Basic Form | Ng-Actor | (Ang-phrase) |
| Kailangan | niya | -ng | basahin | _____ | ang magasin |
| Gusto | _____ | -ng | basahin | ng bata | ang magasin |
| Dapat | _____ | ____ | basahin | ni Nanding | ang magasin |
| Ibig | niya | -ng | basahin | _____ | ang magasin |
| Ayaw | _____ | ____ | basahin | ni Bert | ang magasin |

a. Tagalog has a class of words that are used together with the basic forms of
   verbs to express the equivalent of such English constructions as need to + verb,
   like to + verb, etc. The words of this class are called 'Pseudo-verbs' because,
   unlike genuine verbs, they are not capable of variation to show difference of as-
   pect.

b. The pseudo-verb + basic-form construction involves the presence of the linker
   /ŋ/, which replaces the final /-'/ or /-h/ or /-n/ of the word preceding the
   basic form. This may be the pseudo-verb itself, an enclitic, or an enclitic pro-
   noun. If the word preceding the basic form ends in any other consonant, no
   linker appears. (Compare examples A and B.3-4 to B.1-2, C.1-4 to C.5, D.1-2
   to D.3-5.)

c. As used with Actor-focus basic forms, the pseudo-verbs fall into three patterns:
   (1) those that express the actor only by an ang-phrase (dapat, examples B), (2)
   those that express the actor only by a ng-phrase (gusto, ibig, ayaw, examples
   C.2-5), and (3) those that express the actor either by an ang-phrase or by a
   ng-phrase (kailangan, examples A, C.1).

d. With basic forms from other focus patterns (Object focus is illustrated), all
   five of the pseudo-verbs can appear. In this construction, the actor is always
   expressed by a ng-phrase (examples D).

SUBSTITUTION DRILLS (Moving Slot)

Teacher                                          Student

A. 1. Kailangang kumain ng kanin ang tao.        Kailangang kumain ng kanin ang tao.
   2.  magluto _____     Kailangang magluto ng kanin ang tao.

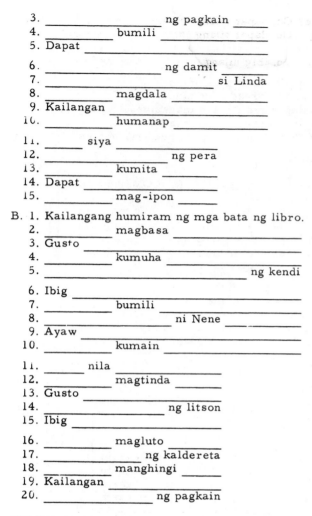

| 3. | _____ ng pagkain _____ | Kailangang magluto ng pagkain ang tao. |
| 4. | _____ bumili _____ | Kailangang bumili ng pagkain ang tao. |
| 5. | Dapat _____ | Dapat bumili ng pagkain ang tao. |
| 6. | _____ ng damit _____ | Dapat bumili ng damit ang tao. |
| 7. | _____ si Linda | Dapat bumili ng damit si Linda. |
| 8. | _____ magdala _____ | Dapat magdala ng damit si Linda. |
| 9. | Kailangan _____ | Kailangang magdala ng damit si Linda. |
| 10. | _____ humanap _____ | Kailangang humanap ng damit si Linda. |
| 11. | _____ siya _____ | Kailangan siyang humanap ng damit. |
| 12. | _____ ng pera | Kailangan siyang humanap ng pera. |
| 13. | _____ kumita _____ | Kailangan siyang kumita ng pera. |
| 14. | Dapat _____ | Dapat siyang kumita ng pera. |
| 15. | _____ mag-ipon _____ | Dapat siyang mag-ipon ng pera. |

| B. 1. | Kailangang humiram ng mga bata ng libro. | Kailangang humiram ng mga bata ng libro. |
| 2. | _____ magbasa _____ | Kailangang magbasa ng mga bata ng libro. |
| 3. | Gusto _____ | Gustong magbasa ng mga bata ng libro. |
| 4. | _____ kumuha _____ | Gustong kumuha ng mga bata ng libro. |
| 5. | _____ ng kendi | Gustong kumuha ng mga bata ng kendi. |
| 6. | Ibig _____ | Ibig kumuha ng mga bata ng kendi. |
| 7. | _____ bumili _____ | Ibig bumili ng mga bata ng kendi. |
| 8. | _____ ni Nene _____ | Ibig bumili ni Nene ng kendi. |
| 9. | Ayaw _____ | Ayaw bumili ni Nene ng kendi. |
| 10. | _____ kumain _____ | Ayaw kumain ni Nene ng kendi. |
| 11. | _____ nila _____ | Ayaw nilang kumain ng kendi. |
| 12. | _____ magtinda _____ | Ayaw nilang magtinda ng kendi. |
| 13. | Gusto _____ | Gusto nilang magtinda ng kendi. |
| 14. | _____ ng litson | Gusto nilang magtinda ng litson. |
| 15. | Ibig _____ | Ibig nilang magtinda ng litson. |
| 16. | _____ magluto _____ | Ibig nilang magluto ng litson. |
| 17. | _____ ng kaldereta | Ibig nilang magluto ng kaldereta. |
| 18. | _____ manghingi _____ | Ibig nilang manghingi ng kaldereta. |
| 19. | Kailangan _____ | Kailangan nilang manghingi ng kaldereta. |
| 20. | _____ ng pagkain | Kailangan nilang manghingi ng pagkain. |

## SUBSTITUTION-RESPONSE DRILLS (Moving Slot)

Instructions: The teacher asks a question, which Student 1 repeats. Student 2 repeats the question, asking if it is common knowledge (by adding daw/raw). Student 3 answers in the affirmative, substituting an appropriate pronoun referent for the actor.

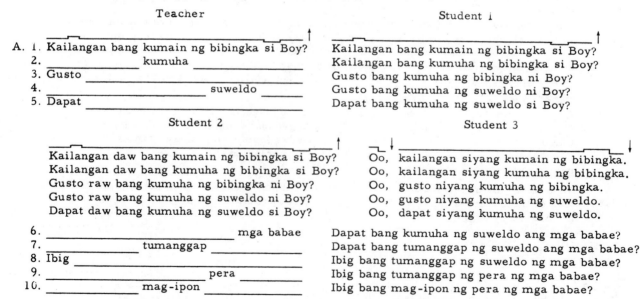

|  | Teacher | Student 1 |
| A. 1. | Kailangan bang kumain ng bibingka si Boy? | Kailangan bang kumain ng bibingka si Boy? |
| 2. | _____ kumuha _____ | Kailangan bang kumuha ng bibingka si Boy? |
| 3. | Gusto _____ | Gusto bang kumuha ng bibingka ni Boy? |
| 4. | _____ suweldo _____ | Gusto bang kumuha ng suweldo ni Boy? |
| 5. | Dapat _____ | Dapat bang kumuha ng suweldo si Boy? |

|  | Student 2 | Student 3 |
|  | Kailangan daw bang kumain ng bibingka si Boy? | Oo, kailangan siyang kumain ng bibingka. |
|  | Kailangan daw bang kumuha ng bibingka si Boy? | Oo, kailangan siyang kumuha ng bibingka. |
|  | Gusto raw bang kumuha ng bibingka ni Boy? | Oo, gusto niyang kumuha ng bibingka. |
|  | Gusto raw bang kumuha ng suweldo ni Boy? | Oo, gusto niyang kumuha ng suweldo. |
|  | Dapat daw bang kumuha ng suweldo si Boy? | Oo, dapat siyang kumuha ng suweldo. |

| 6. | _____ mga babae | Dapat bang kumuha ng suweldo ang mga babae? |
| 7. | _____ tumanggap _____ | Dapat bang tumanggap ng suweldo ang mga babae? |
| 8. | Ibig _____ | Ibig bang tumanggap ng suweldo ng mga babae? |
| 9. | _____ pera _____ | Ibig bang tumanggap ng pera ng mga babae? |
| 10. | _____ mag-ipon _____ | Ibig bang mag-ipon ng pera ng mga babae? |

Dapat daw bang kumuha ng suweldo ang mga babae?      Oo, dapat silang kumuha ng suweldo.
Dapat daw bang tumanggap ng suweldo ang mga          Oo, dapat silang tumanggap ng suweldo.
babae?
Ibig daw bang tumanggap ng suweldo ng mga babae?     Oo, ibig nilang tumanggap ng suweldo.
Ibig daw bang tumanggap ng pera ng mga babae?        Oo, ibig nilang tumanggap ng pera.
Ibig daw bang mag-ipon ng pera ng mga babae?         Oo, ibig nilang mag-ipon ng pera.

11. Kailangan _____          Kailangan bang mag-ipon ng pera ang mga babae?
12. _____ Linda              Kailangan bang mag-ipon ng pera si Linda?
13. Ayaw _____                Ayaw bang mag-ipon ng pera si Linda?
14. _____ manghingi _____          Ayaw bang manghingi ng pera si Linda?
15. _____ tulong _____             Ayaw bang manghingi ng tulong si Linda?

Kailangan daw bang mag-ipon ng pera ang mga          Oo, kailangan silang mag-ipon ng pera.
babae?
Kailangan daw bang mag-ipon ng pera si Linda?        Oo, kailangan siyang mag-ipon ng pera.
Ayaw daw bang mag-ipon ng pera ni Linda?             Oo, ayaw niyang mag-ipon ng pera.
Ayaw daw bang manghingi ng pera ni Linda?            Oo, ayaw niyang manghingi ng pera.
Ayaw daw bang manghingi ng tulong ni Linda?          Oo, ayaw niyang manghingi ng tulong.

Instructions: The teacher asks a question which Student 1 repeats. Student 2 answers in the affirmative
and Student 3 agrees with him strongly.

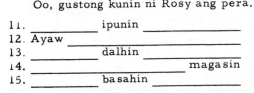

|     Teacher | Student 1 |
|---|---|
| B. 1. Dapat bang bilhin ni Joe ang kotse? | Dapat bang bilhin ni Joe ang kotse? |
| 2. _____ hiramin _____ | Dapat bang hiramin ni Joe ang kotse? |
| 3. Kailangan _____ | Kailangan bang hiramin ni Joe ang kotse? |
| 4. _____ ng mga lalaki _____ | Kailangan bang hiramin ng mga lalaki ang kotse? |
| 5. _____ libro | Kailangan bang hiramin ng mga lalaki ang libro? |

|     Student 2 | Student 3 |
|---|---|
| Oo, dapat bilhin ni Joe ang kotse. | Oo nga, dapat niyang bilhin ang kotse. |
| Oo, dapat hiramin ni Joe ang kotse. | Oo nga, dapat niyang hiramin ang kotse. |
| Oo, kailangang hiramin ni Joe ang kotse. | Oo nga, kailangan niyang hiramin ang kotse. |
| Oo, kailangang hiramin ng mga lalaki ang kotse. | Oo nga, kailangan nilang hiramin ang kotse. |
| Oo, kailangang hiramin ng mga lalaki ang libro. | Oo nga, kailangan nilang hiramin ang libro. |

| 6. Ibig _____ | Ibig bang hiramin ng mga lalaki ang libro? |
| 7. _____ kunin _____ | Ibig bang kunin ng mga lalaki ang libro? |
| 8. _____ pera | Ibig bang kunin ng mga lalaki ang pera? |
| 9. Gusto _____ | Gusto bang kunin ng mga lalaki ang pera? |
| 10. _____ Rosy _____ | Gusto bang kunin ni Rosy ang pera? |

| Oo, ibig hiramin ng mga lalaki ang libro. | Oo nga, ibig nilang hiramin ang libro. |
| Oo, ibig kunin ng mga lalaki ang libro. | Oo nga, ibig nilang kunin ang libro. |
| Oo, ibig kunin ng mga lalaki ang pera. | Oo nga, ibig nilang kunin ang pera. |
| Oo, gustong kunin ng mga lalaki ang pera. | Oo nga, gusto nilang kunin ang pera. |
| Oo, gustong kunin ni Rosy ang pera. | Oo nga, gusto niyang kunin ang pera. |

| 11. _____ ipunin _____ | Gusto bang ipunin ni Rosy ang pera? |
| 12. Ayaw _____ | Ayaw bang ipunin ni Rosy ang pera? |
| 13. _____ dalhin _____ | Ayaw bang dalhin ni Rosy ang pera? |
| 14. _____ magasin | Ayaw bang dalhin ni Rosy ang magasin? |
| 15. _____ basahin _____ | Ayaw bang basahin ni Rosy ang magasin? |

| Oo, gustong ipunin ni Rosy ang pera. | Oo nga, gusto niyang ipunin ang pera. |
| Oo, ayaw ipunin ni Rosy ang pera. | Oo nga, ayaw niyang ipunin ang pera. |
| Oo, ayaw dalhin ni Rosy ang pera. | Oo nga, ayaw niyang dalhin ang pera. |
| Oo, ayaw dalhin ni Rosy ang magasin. | Oo nga, ayaw niyang dalhin ang magasin. |
| Oo, ayaw basahin ni Rosy ang magasin. | Oo nga, ayaw niyang basahin ang magasin. |

## CONVERSION DRILLS

Instructions: The teacher gives a sentence with an Object-focus basic form. The student converts it to a
sentence with an Actor-focus basic form.

| Teacher | Student |
|---|---|
| A. 1. Kailangang basahin ni Bert ang magasin. | Kailangang magbasa si Bert ng magasin. |
| 2. Dapat bayaran[1] ni Cely ang libro. | Dapat magbayad si Cely ng libro. |
| 3. Kailangang pag-aralan[1] nila ang trabaho. | Kailangan silang mag-aral ng trabaho. |
| 4. Dapat nating gamitin ang ating utak. | Dapat tayong gumamit ng ating utak. |
| 5. Kailangan nilang gugulin ang salapi. | Kailangan silang gumugol ng salapi. |

Instructions: The teacher gives a sentence with an Actor-focus basic form. The student converts it to a sentence with an Object-focus basic form.

| Teacher | Student |
|---|---|
| B. 1. Kailangang maglinis ang mga bata ng tindahan. | Kailangang linisin ng mga bata ang tindahan. |
| 2. Dapat magbuhat ang mga tao ng bahay. | Dapat buhatin ng mga tao ang bahay. |
| 3. Kailangan akong maghanap ng pera. | Kailangan kong hanapin ang pera. |
| 4. Dapat magsuot ng magandang damit si Nene. | Dapat suotin ni Nene ang magandang damit. |
| 5. Kailangang magbasa ni Nene ng mga libro. | Kailangang basahin ni Nene ang mga libro. |

TRANSLATION DRILL

| Teacher | Student |
|---|---|
| 1. I like to read books. | Gusto kong bumasa ng libro. |
| I like to read the book. | Gusto kong basahin ang libro. |
| 2. She needs to save money. | Kailangan niyang mag-ipon ng pera. |
| She needs to save the money. | Kailangan niyang ipunin ang pera. |
| 3. You (sg.) want to borrow a car. | Ibig mong humiram ng kotse. |
| You (sg.) want to borrow the car. | Ibig mong hiramin ang kotse. |
| 4. They ought to attend a meeting. | Dapat silang dumalo ng miting. |
| They ought to attend the meeting. | Dapat nilang daluhan ang miting. |
| 5. We (he and I) don't want to ask for a dog. | Ayaw naming humingi ng aso. |
| We (he and I) don't want to ask for the dog. | Ayaw naming hingin ang aso. |
| 6. Ben likes to eat lechon. | Gustong kumain ni Ben ng litson. |
| Ben wants to eat the lechon. | Gustong kanin ni Ben ang litson. |
| 7. The young man needs to serenade a young woman. | Kailangang mangharana ng dalaga ang binata. |
| The young man needs to serenade the young woman. | Kailangang haranahin ng binata ang dalaga. |
| 8. Tentay and her friends ought to bring a box. | Dapat magdala ng kahon sina Tentay. |
| Tentay and her friends ought to bring the box. | Dapat dalhin nina Tentay ang kahon. |
| 9. The children want to buy delicious food. | Ibig bumili ng mga bata ng masarap na pagkain. |
| The children want to buy the delicious food. | Ibig bilhin ng mga bata ang masarap na pagkain. |
| 10. The girls don't like to wait for fat young men. | Ayaw maghintay ng mga babae ng matatabang binata. |
| The girls don't want to wait for the fat young men. | Ayaw hintayin ng mga babae ang matatabang binata. |

EXPANSION-TRANSLATION DRILL

Instructions: The teacher gives a sentence and then gives an enclitic as a cue. Student 1 repeats the sentence, inserting the enclitic. Student 2 translates the resulting sentence.

| Teacher | | Student 1 |
|---|---|---|
| 1. Ibig basahin ni Ben ang komiks. | (daw) | Ibig daw basahin ni Ben ang komiks. |
| 2. | (din) | Ibig ding basahin ni Ben ang komiks. |
| 3. | (nga) | Ibig ngang basahin ni Ben ang komiks. |
| 4. | (ba) | Ibig bang basahin ni Ben ang komiks? |
| 5. | (ho) | Ibig hong basahin ni Ben ang komiks. |

Student 2

They say Ben wants to read the comics.
Ben also wants to read the comics.

---

[1]Bayaran ~ magbayad and pag-aralan ~ mag-aral are some of the irregular Object-focus basic verb forms that take the -an suffix.

It's true Ben wants to read the comics.
Does Ben want to read the comics?
Ben wants to read the comics, sir/ma'am.

| | | |
|---|---|---|
| 6. | (ko) | Ibig kong basahin ang komiks. |
| 7. | (niya) | Ibig niyang basahin ang komiks. |
| 8. | (namin) | Ibig naming basahin ang komiks. |
| 9. | (mo) | Ibig mong basahin ang komiks. |
| 10. | (nila) | Ibig nilang basahin ang komiks. |

I want to read the comics.
He wants to read the comics.
We want to read the comics.
You want to read the comics.
They want to read the comics.

### 2. PSEUDO-VERBS + ACTOR + OBJECT

EXAMPLES

A. 1. Kailangan niya ang magasin.          He needs the magazine.
   2. Gusto niya ang magasin.              He likes the magazine.
   3. Ibig niya ang magasin.               He likes the magazine.
   4. Kailangan niya ng magasin.           He needs a magazine.
   5. Ibig niya ng magasin.                He wants a magazine.
   6. Gusto niya ng magasin.               He wants a magazine.
   7. Kailangan niya si Bert.              He needs Bert.
   8. Gusto niya siya.                     He likes him.
   9. Ibig niya si Bert.                    He likes Bert.

B. 1. Ayaw niya ng magasin.                He doesn't like the magazine.

   2. Ayaw niya kay Bert.                  He doesn't like magazines.
   3. Ayaw niya sa kaniya.                 He doesn't like Bert.
                                           He doesn't like her.

| PREDICATE | | TOPIC | | |
|---|---|---|---|---|
| Pseudo-verb | <u>Ng</u>-actor | <u>Ang</u>-object (Definite) | <u>Ng</u>-object (Indefinite) | <u>Sa</u>-object |
| Kailangan Gusto Ibig | niya | ang magasin _____ siya | ng magasin _____ | _____ _____ |
| Ayaw | niya | _____ _____ | (Inanimate) ng magasin | (Animate) _____ kay Bert sa kaniya |

a. The pseudo-verbs <u>kailangan</u>, <u>gusto</u>, and <u>ibig</u> (but not <u>dapat</u>) also oc-
cur in a construction that does not involve the basic form of the
verb. In this construction, the pseudo-verbs are roughly equivalent
to the English verbs <u>need</u>, <u>like</u>, etc., except that the Tagalog forms
have no specific reference to present or past.

b. In this construction, the actor is always expressed by a <u>ng</u>-phrase
implying a non-Actor focus for the missing verb.

c. With <u>kailangan</u>, <u>gusto</u>, and <u>ibig</u> the object may be expressed by an
<u>ang</u>-phrase in all cases, and by a <u>ng</u>-phrase as well in the case of
common nouns. The <u>ang</u>-object is definite, the <u>ng</u>-object indefinite.
(Compare examples A.1-3 to A.4-5.)

d. <u>Gusto</u> and <u>ibig</u> usually mean <u>want</u> when followed by a <u>ng</u>-object, and
<u>like</u> when followed by an <u>ang</u>-object. (Compare examples A.5, 6 to
A.2, 3.)

e. <u>Ayaw</u> usually takes a <u>ng</u>-phrase for an inanimate object (definite and indefinite), but a <u>sa</u>-phrase to express a definite object (examples B).

    f. Thus, with <u>kailangan</u>, <u>gusto</u>, and <u>ibig</u>, the construction may be a topic (if an <u>ang</u>-phrase is present). In the case of <u>ayaw</u>, the construction is always topicless; <u>ayaw</u> + <u>ko</u> usually becomes <u>ayoko</u>.

## SUBSTITUTION-RESPONSE DRILL (Moving Slot)

Instructions: The teacher gives a question which Student 1 repeats. Student 2 answers in the affirmative, and Student 3 disagrees, excluding himself from the affirmative answer of Student 2.

| Teacher | Student 1 |
|---|---|
| 1. Gusto ba ninyo ng turon? | Gusto ba ninyo ng turon? |
| 2. _____ kotse | Gusto ba ninyo ng kotse? |
| 3. _____ ang kotse | Gusto ba ninyo ang kotse? |
| 4. _____ damit | Gusto ba ninyo ang damit? |
| 5. Ibig _____ | Ibig ba ninyo ang damit? |

| Student 2 | Student 3 |
|---|---|
| Oo, gusto namin ng turon. | Ayoko. Ayoko ng turon. |
| Oo, gusto namin ng kotse. | Ayoko. Ayoko ng kotse. |
| Oo, gusto namin ang kotse. | Ayoko. Ayoko sa kotse. |
| Oo, gusto namin ang damit. | Ayoko. Ayoko sa damit. |
| Oo, ibig namin ang damit. | Ayoko. Ayoko ng damit. |

| | |
|---|---|
| 6. _____ si Angela | Ibig ba ninyo si Angela? |
| 7. _____ ng trabaho | Ibig ba ninyo ng trabaho? |
| 8. Gusto _____ | Gusto ba ninyo ng trabaho? |
| 9. _____ Luningning | Gusto ba ninyo si Luningning? |
| 10. _____ Fidel | Gusto ba ninyo si Fidel? |

| | |
|---|---|
| Oo, ibig namin si Angela. | Ayoko. Ayoko kay Angela. |
| Oo, ibig namin ng trabaho. | Ayoko. Ayoko ng trabaho. |
| Oo, gusto namin ng trabaho. | Ayoko. Ayoko ng trabaho. |
| Oo, gusto namin si Luningning. | Ayoko. Ayoko kay Luningning. |
| Oo, gusto namin si Fidel. | Ayoko. Ayoko kay Fidel. |

| | |
|---|---|
| 11. _____ siya | Gusto ba ninyo siya? |
| 12. _____ sila | Gusto ba ninyo sila? |
| 13. _____ Rosy | Gusto ba ninyo si Rosy? |
| 14. _____ ang titser | Gusto ba ninyo ang titser? |
| 15. _____ babae | Gusto ba ninyo ang babae? |

| | |
|---|---|
| Oo, gusto namin siya. | Ayoko. Ayoko sa kaniya. |
| Oo, gusto namin sila. | Ayoko. Ayoko sa kanila. |
| Oo, gusto namin si Rosy. | Ayoko. Ayoko kay Rosy. |
| Oo, gusto namin ang titser. | Ayoko. Ayoko sa titser. |
| Oo, gusto namin ang babae. | Ayoko. Ayoko sa babae. |

## COMPLETION-TRANSLATION DRILL

Instructions: The teacher gives a sentence, but leaves out the marker. Student 1 repeats the sentence, inserting an appropriate <u>ang</u>, <u>ng</u>, or <u>sa</u> marker. Student 2 translates the resulting sentence.

| Teacher | Student 1 | Student 2 |
|---|---|---|
| 1. Gusto ko _____ pagkain. | Gusto ko ng pagkain. | I want some food. |
| 2. Ibig niya _____ kendi. | Ibig niya ang kendi. | He likes the candy. |
| 3. Kailangan nila _____ titser. | Kailangan nila ang titser. | They need the teacher. |
| 4. Kailangan namin _____ bel. | Kailangan namin ng bel. | We need a bell. |
| 5. Kailangan ni Joe _____ kotse. | Kailangan ni Joe ang kotse. | Joe needs the car. |
| 6. Ibig natin _____ kaldereta. | Ibig natin ang kaldereta. | We like the <u>kaldereta</u>. |
| 7. Ibig niya _____ litson. | Ibig niya ang litson. | He likes the lechon. |
| 8. Gusto nila _____ awit. | Gusto nila ng awit. | They want a song. |
| 9. Gusto ng titser _____ Eddie. | Gusto ng titser si Eddie. | The teacher likes Eddie. |
| 10. Gusto ng Nanay _____ Tentay. | Gusto ng Nanay si Tentay. | Mother likes Tentay. |

TRANSLATION DRILLS (Patterned Sentences)

| Teacher | Student |
|---|---|

A. 1. I need a new dress.
   2. He likes an intelligent teacher.
   3. He wants a hardworking woman.
   4. Do you like good-looking men?
   5. She does not want a rich bachelor.

   6. Mother likes the big house.
   7. The teacher needs them.
   8. Miss Santos likes nice girls.
   9. Do they want the new teacher?
  10. Father needs some socks.

B. 1. I don't like him.
   2. She doesn't want me.
   3. Miss Reyes doesn't like them.
   4. Father doesn't want you (sg.).
   5. Ben's group doesn't want us (you and me).

   6. She doesn't like Eddie.
   7. We don't want Mr. Santos.
   8. The leaders don't want Ledesma.
   9. Angela doesn't like Tentay's group.
  10. Luningning doesn't want Fidel and his companions.

  11. Mother doesn't want a car.
  12. Linda doesn't want candy.
  13. Nettie doesn't want Scotch.
  14. The children don't want kaldereta.
  15. The girls don't like comics.

Student column:

A. Kailangan ko ng bagong baro.[1]
   Gusto niya ng matalinong titser.
   Ibig niya ng masipag na babae.
   Gusto mo ba ang mga guwapong lalaki?
   Ayaw niya ng mayamang binata.

   Gusto ng Nanay ang malaking bahay.
   Kailangan sila ng titser.
   Gusto ni Bb. Santos ng mababait na babae.
   Gusto ba nila ang bagong titser?
   Kailangan ng Tatay ng mga medyas.

B. Ayoko sa kaniya.
   Ayaw niya sa akin.
   Ayaw ni Bb. Reyes sa kanila.
   Ayaw ng Tatay sa iyo.
   Ayaw nina Ben sa atin.

   Ayaw niya kay Eddie.
   Ayaw namin kay G. Santos.
   Ayaw ng mga lider kay Ledesma.
   Ayaw ni Angela kina Tentay.
   Ayaw ni Luningning kina Fidel.

   Ayaw ng Nanay ng kotse.
   Ayaw ni Linda ng kendi.
   Ayaw ni Nettie ng Scotch.
   Ayaw ng mga bata ng kaldereta.
   Ayaw ng mga babae ng komiks.

TRANSLATION DRILL (Paired Sentences)

| Teacher | Student |
|---|---|

1. I want a new dress.
   I like the new dress.
2. I need a book now.
   I need the book now.
3. She wants a rich man.
   She likes the rich man.
4. They want an old teacher.
   They like the old teacher.
5. Linda wants a handsome young man.
   Linda likes the handsome young man.

6. The boys need some new socks.
   The boys need the new socks.
7. Nene's group wants a modern car.
   Nene's group likes the modern car.
8. The leaders need some handbills.
   The leaders need the handbills.
9. The newlyweds don't want a big house.
   The newlyweds don't want the big house.
10. The visitors don't want any(thing to) drink.
    The visitors don't want the drink.

Student column:

Gusto ko ng bagong damit.
Gusto ko ang bagong damit.
Kailangan ko ng libro ngayon.
Kailangan ko ang libro ngayon.
Ibig niya ng mayamang lalaki.
Ibig niya ang mayamang lalaki.
Gusto nila ng matandang titser.
Gusto nila ang matandang titser.
Gusto ni Linda ng guwapong binata.
Gusto ni Linda ang guwapong binata.

Kailangan ng mga lalaki ng mga bagong medyas.
Kailangan ng mga lalaki ang mga bagong medyas.
Ibig nina Nene ng modelong kotse.
Ibig nina Nene ang modelong kotse.
Kailangan ng mga lider ng mga polyeto.
Kailangan ng mga lider ang mga polyeto.
Ayaw ng mga bagong-kasal ng malaking bahay.
Ayaw ng mga bagong-kasal sa malaking bahay.
Ayaw ng mga bisita ng inumin.
Ayaw ng mga bisita sa inumin.

DISCUSSION

Kailangan and dapat are both used in a construction involving the basic form of a verb. In this construction, both of these pseudo-verbs denote that the action of the verb is necessary, but the two have slightly different connotations: kailangan connotes internal necessity, or need, while dapat connotes external necessity, or compulsion. Kailangan a-kong maglakad thus means literally 'I need to walk (I think it would be good for me)', Dapat akong maglakad 'I should walk (My doctor thinks it would be good for me).' English has a number of other ways of expressing the necessity of an action (e.g.,

---

[1] Baro /ba·ro'/ is another word for dress.

ought to, must, or have to plus verb), which may, according to the context, correspond to either kailangan or dapat or to both at the same time.

Kailangan also occurs in a construction that does not involve the basic form of a verb. In this construction, kailangan corresponds to the English verb need (be in need of): Kailangan ko ng pera 'I need money.'

Gusto and ibig both occur in constructions with and without the basic form of a verb, and are similar in meaning. With the basic form of a verb, gusto means 'want to' or 'would like to'; ibig means 'want to', and expresses a slightly stronger desire than gusto, e.g., Gusto kong umalis 'I would like to leave'; Ibig kong umalis 'I want to leave.'

In constructions without the basic form of a verb, gusto and ibig mean 'like' with the ang-object (Gusto ko ang kendi or Ibig ko ang kendi 'I like the candy'), and 'want' or 'would like' with a ng-object (Gusto ko ng kendi or Ibig ko ng kendi 'I want some candy' or 'I would like some candy').

Ayaw is the opposite of both gusto and ibig, and means 'would not like to, not want to' in a construction with a basic form and 'dislike, not like' in a construction that does not involve a basic form.

Gusto, ibig, and ayaw with an Actor-focus basic verb form generally express the actor in a ng-complement, but there are a few speakers who use ang when there is, in addition, an object complement in the sentence. Thus, the small group of speakers would say Gustong kumain ang babae ng litson instead of Gustong kumain ng babae ng litson to avoid the two ng-complements. But they would use the ng-pronouns and the ni + name all the time, with or without an object complement.

The pseudo-verb-plus-basic-form construction requires the linker /-ŋ/ before the basic form if the preceding word ends in /-'/ or /-h/ or /-n/. The linker therefore appears if the word preceding the basic form is kailangan, gusto, a pronoun, or an enclitic other than daw. Otherwise, the linker does not appear.

It should be noted that, while the linker used in the attributive construction has a form, na, which occurs after a consonant other than /', h, n/ (e.g., mahusay na kandidato), the linker used in the pseudo-verb construction does not have such a form. Similarly, in the adjective-plus-basic-form construction and the mayroon/wala-plus-noun construction (cf. Unit VII, grammar point III), there is no linker after consonants other than /', h, n/ (e.g., Magaling gumuhit ang artista, Mayroon daw pera si Pedro, Wala raw pera si Pedro).

It should also be noted that the relative order of the constituents of the constructions drilled in this section is not quite as fixed as the presentation might lead one to expect. With ang-actor constructions, the topic normally comes after the predicate (except when it is a pronoun). With a ng-actor, however, the order of elements is more flexible. Note the following possibilities:

Kailangang magbasa ni Pedro ng magasin.
Kailangang magbasa ng magasin ni Pedro.
Kailangan ni Pedrong magbasa ng magasin.

In the presentation and drills, only the first of the three sequences was used, for the sake of simplicity, but the other two sequences are also normal and frequent.

## CUMULATIVE DRILLS

### SUBSTITUTION DRILL

Instructions: The teacher gives a statement with a nominalized verb. The student repeats the sentence, changing the verb to an agentive noun.

| Teacher | Student |
|---|---|
| 1. Sila ang bumabasa ng mga libro. | Sila ang mambabasa ng mga libro. |
| 2. Sila ang sumusulat ng mga kuwento. | Sila ang manunulat ng mga kuwento. |
| 3. Sila ang naglilimbag ng mga polyeto. | Sila ang manlilimbag ng mga polyeto. |
| 4. Siya ang nagsisigarilyo ng Camel. | Siya ang maninigarilyo ng Camel. |
| 5. Siya ang namimili ng mga kotse. | Siya ang mamimili ng mga kotse. |
| 6. Ako ang nagbubuhat ng bahay. | Ako ang mambubuhat ng bahay. |
| 7. Ako ang gumagawa ng mga kahon. | Ako ang manggagawa ng mga kahon. |
| 8. Ako ang umiinom ng ginger ale. | Ako ang manginginom ng ginger ale. |
| 9. Ako ang humihiram ng magasin. | Ako ang manghihiram ng magasin. |
| 10. Ako ang nangungutang ng pera. | Ako ang mangungutang ng pera. |

### TRANSLATION DRILLS (Patterned Sentences)

| Teacher | Student |
|---|---|
| A. 1. He is the famous[1] writer. | Siya ang tanyag na manunulat. |
| 2. I'm the poor fisherman. | Ako ang mahirap na mangingisda. |
| 3. You're the worker and I'm the fisherman. | Ikaw ang manggagawa at ako ang mangingisda. |

---
[1]Famous = tanyag.

4. <u>He</u>'s the borrower and <u>we</u>'re the givers.    Siya ang manghihiram at kami ang mamimigay.
5. <u>We</u> (he and I) are the writers and you (pl.)    Kami ang manunulat at kayo ang mambabasa.
   are the readers.

B. 1. Mr. Reyes is a well-known printer.    Kilalang manlilimbag si G. Reyes.
   2. The good prayers are the women.    Ang mga babae ang mahusay na mandarasal.
   3. The real workers are the men.    Ang mga lalaki ang tunay na manggagawa.
   4. Rosy is the singer and Nettie is the dancer.    Ang mang-aawit si Rosy at ang mananayaw si Nettie.
   5. Ben is the publisher and Joe is the writer.    Ang manlilimbag si Ben at ang manunulat si Joe.

## CONVERSION DRILLS

Instructions: The teacher gives a situation in a short sentence, then gives a pseudo-verb and a verb root. Student 1 constructs a sentence with these cues, using the topic of the original sentence. Student 2 repeats the statement, using a pronoun.

| Teacher | Student 1 | Student 2 |
|---|---|---|

A. 1. Hindi marunong si Ben.

| a. aral | - kailangan | Kailangang mag-aral si Ben. | Kailangan siyang mag-aral. |
| b. basa | - dapat | Dapat magbasa si Ben. | Dapat siyang magbasa. |
| c. loko | - gusto | Gustong magloko ni Ben. | Gusto niyang magloko. |
| d. asawa | - ibig | Ibig mag-asawa ni Ben. | Ibig niyang mag-asawa. |

2. Masasaktin ang mga bata.

| a. kain | - kailangan | Kailangang kumain ang mga bata. | Kailangan silang kumain. |
| b. tulog | - dapat | Dapat matulog ang mga bata. | Dapat silang matulog. |
| c. taba | - gusto | Gustong tumaba ng mga bata. | Gusto nilang tumaba. |
| d. pasyal | - ibig | Ibig mamasyal ng mga bata. | Ibig nilang mamasyal. |

3. Mahirap ang lalaki.

| a. trabaho | - kailangan | Kailangang magtrabaho ang lalaki. | Kailangan siyang magtrabaho. |
| b. tiis | - dapat | Dapat magtiis ang lalaki. | Dapat siyang magtiis. |
| c. isda | - gusto | Gustong mangisda ng lalaki. | Gusto niyang mangisda. |
| d. kalakal | - ibig | Ibig mangalakal ng lalaki. | Ibig niyang mangalakal. |

Instructions: Read the following paragraph. The teacher will cue a pseudo-verb and an actor, then a basic form and a direct object. Construct a sentence using these cues.

Araw ng Pasko. Maraming handa sina Rosy para sa atin. May litson, kaldereta, suman, puto-bumbong, bibingka, butse, turon at kanin. Mayroon ding <u>ginger ale</u>, <u>Scotch</u>, salabat at kalamansi.

| Teacher | Student |
|---|---|

B. 1. Kailangan - tayo

| a. kain | - bibingka | Kailangan tayong kumain ng bibingka. |
| b. inom | - salabat | Kailangan tayong uminon ng salabat. |

2. Dapat - tayo

| a. pasalamat | - Rosy | Dapat tayong magpasalamat kay Rosy. |
| b. paalam | - kanila | Dapat tayong magpaalam sa kanila. |

3. Gusto - natin

| a. balot | - suman | Gusto nating magbalot ng suman. |
| b. baon | - puto-bumbong | Gusto nating magbaon ng puto-bumbong. |

4. Ibig - natin

| a. hingi | - <u>Scotch</u> | Ibig nating humingi ng <u>Scotch</u>. |
| b. dala | - litson | Ibig nating magdala ng litson. |

## SUBSTITUTION-CONVERSION DRILL

Instructions: The teacher gives a sentence in the imperfective, which Student 1 repeats. Student 2 changes the sentence by substituting the perfective. Student 3 changes it again, substituting the future.

### Teacher

1. Bumibili sila sa tindahan. Ulitin mo.
2. (usap)
3. (utang)
4. (inom)
5. (kain)

### Student 1

Bumibili sila sa tindahan.
Nag-uusap sila sa tindahan.
Nangungutang sila sa tindahan.
Umiinom sila sa tindahan.
Kumakain sila sa tindahan.

### Student 2

Bumili sila sa tindahan.
Nag-usap sila sa tindahan.
Nangutang sila sa tindahan.
Uminom sila sa tindahan.
Kumain sila sa tindahan.

6. (trabaho)
7. (tulong)
8. (gulo)
9. (hiram)
10. (hintay)

Nagtrabaho sila sa tindahan.
Tumulong sila sa tindahan.
Nanggulo sila sa tindahan.
Nanghiram sila sa tindahan.
Naghintay sila sa tindahan.

11. (hanap)
12. (ipun-ipon)
13. (kuha)
14. (bayad)
15. (pasok)

Naghanap sila sa tindahan.
Nag-ipun-ipon sila sa tindahan.
Kumuha sila sa tindahan.
Nagbayad sila sa tindahan.
Pumasok sila sa tindahan.

### Student 3

Bibili sila sa tindahan.
Mag-uusap sila sa tindahan.
Mangungutang sila sa tindahan.
Iinom sila sa tindahan.
Kakain sila sa tindahan.

Nagtatrabaho sila sa tindahan.
Tumutulong sila sa tindahan.
Nanggugulo sila sa tindahan.
Nanghihiram sila sa tindahan.
Naghihintay sila sa tindahan.

Magtatrabaho sila sa tindahan.
Tutulong sila sa tindahan.
Manggugulo sila sa tindahan.
Manghihiram sila sa tindahan.
Maghihintay sila sa tindahan.

Naghahanap sila sa tindahan.
Nag-iipun-ipon sila sa tindahan.
Kumukuha sila sa tindahan.
Nagbabayad sila sa tindahan.
Pumapasok sila sa tindahan.

Maghahanap sila sa tindahan.
Mag-iipun-ipon sila sa tindahan.
Kukuha sila sa tindahan.
Magbabayad sila sa tindahan.
Papasok sila sa tindahan.

VISUAL-CUE DRILLS

PICTURE A

Panuto: Sabihin kung ano ang trabaho ng bawat isa sa sumusunod na mga larawan.

Halimbawa: Namimili ng kalabaw si Mang Ambo.
Mamimili ng kalabaw si Mang Ambo.

PICTURE B

Panuto: Ilarawan ang mga sumusunod.

Halimbawa: Masipag mag-aral si Luningning.
Masipag magbasa si Luningning.

## PICTURE C

Panuto: Ano ang kailangan, dapat, gusto, ibig, o ayaw gawin ng mga tao sa sumusunod.

Halimbawa: Kailangang kumain ng bata.     Ayaw kumain ng bata.
Gustong tumaba ng bata.     Dapat kumain ang bata.
Ibig tumaba ang bata.     Ayaw niyang kumain.

## COMPREHENSION-RESPONSE DRILLS

A. 1. Gustung-gusto bang magbasa ni Bert ng magasing Tagalog?
   2. Hindi ba mahuhusay ang mga kuwento at mga larawan dito?
   3. Magaling na bang gumuhit ang mga artista natin?
   4. Hindi pa ba mahusay umakda ang ating mga manunulat?
   5. Mahusay bang umakda ang ating manunulat sa Ingles?
   6. Malaki na raw ba ang iniunlad ng mga manunulat natin?
   7. Mayayaman na ba sila?
   8. Ayaw pa rin ba ng mga mambabasa ang kanilang inakda?
   9. Ang gusto ba ng karamihan ang sinusunod ng mga manlilimbag?
  10. Tinatangkilik ba ng karamihan ang mga komiks?

B. 1. Gusto bang magbasa ni Bert ng magasing Tagalog o ng magasing Ingles?
   2. Mahuhusay ba o hindi ang mga larawan at kuwento?
   3. Magagaling na bang gumuhit o hindi ang ating mga manunulat?
   4. Malaki na ba o kakaunti pa ang iniunlad ng ating mga manunulat?
   5. Namumulubi pa ba o yumayaman na ang ating magagaling na manunulat?
   6. Pare-pareho ba o iba't iba ang paksa ng ating mga babasahing Tagalog?
   7. Ang mga manunulat ba o ang mga manlilimbag ang sumusunod sa gusto ng karamihan?
   8. Si Bert ba o si Nanding ang tumatangkilik sa babasahing Ingles?

C. 1. Ano ang gustung-gustong gawin ni Nanding?
   2. Alin-alin daw ang mahuhusay?
   3. Sinu-sino ang magagaling nang gumuhit at umakda?
   4. Alin ang malaki na ang iniunlad?
   5. Sino ang mga halos namumulubi pa?
   6. Sino ang mga nagkakagusto sa mga magagaling na kuwento?
   7. Sino ang mga nagwawalang-bahala?
   8. Bakit pinipintasan ni Bert ang ating mga babasahing Tagalog?
   9. Ano ang sinusunod ng mga manlilimbag?
  10. Alin ang tinatangkilik ng karamihan?


# READING

## ANG HARANA

(See Part I, Intermediate Readings in Tagalog)

# UNIT XVIII

Sa Central Market

Namimili sina Aling Se-
la at Tentay sa Central
Market.

Tentay:
'Nay, ang gaganda ho ng
atis (1)! Bumili tayo.

na·y 'aŋ gaganda hu·naŋ 'a·ti·s | bumɪlɪ ta·yo·h
(how beautiful)    (sugar
                   apple)

Aling Sela:
A, ang mahal niyan. Sini-
guwelas (2) na lang.

'a·h | 'aŋ mahal nya·n   sɪnɪgwe·las na la·ŋ
(siniguwelas)

Tentay:
Hindi ho. Mura na nga-
yon. Panahon na e.

hɪndi· ho·' | mu·ra na ŋayo·n   panahʊn na e·h
(cheap)          (season)

Aling Sela:
Sige, tingnan natin.

si·ge·h   tɪŋnan na·tin

(Lalapit sa isang tinda-
han)

Mama, magkakano ho ba
ang atis?

ma·ma·'   magkaka·nʊ hu· baŋ 'a·tɪs
(mister)   (how much,
            pl.)

Tindero:
Apat singkuwenta ho.

'a·pat sɪŋkwe·nta ho·'
(four)   (fifty)

At the Central Market

Aling Sela and Tentay
are shopping at the Central
Market.

What beautiful atis, Mom.
Let's buy some.

Oh, they're too expensive.
Let's just get siniguwelas.

No, they're very cheap.
They're in season now.

C'mon, let's go see.

(Goes to a store)

Mister, how much are these
atis?

Four for fifty centavos,
ma'am.

Aling Sela:
Napakamahal naman.
Wala na bang tawad?

na·pakamahal nama·n
(very dear)

wala· na ban ta·wa·d
(bargain)

That's too much. Can't you come down a little?

Tindero:
Ilan ho ang gusto n'yo?

'ɪlan hu·ŋ gʊstʊ nyo·h

How many do you want (for fifty centavos)?

Aling Sela:
Walo na ho.

walʊ na ho·'
(eight)

How about eight?

Tindero:
Wala pa ho sa puhunan
(3) e. Tigdidyes kung gus-
to ninyo.

wala· pa hu· sa puhu·nan e·h
(investment)

tɪgdɪdyi·s
(ten each)

kʊ ŋ gʊstʊ nyo·h

That's less than I paid for them, ma'am. Ten each, if you like.

Aling Sela:
Walo na ho singkuwenta.

walʊ na hu· sɪŋkwe·nta·h

Come on, make it eight for fifty.

Tindero:
Talagang tigdidyes ho
kahit saan.

talagan tɪgdɪdyɪs ho·'
ka·hɪt sa'a·n
(even though)

They're really ten centavos each anywhere.

Aling Sela:
Labing-isa na ang piso
(4), ayaw n'yo?

labɪŋ'ɪsa na·m pi·soh
(eleven)

'a·yaw nyo·h

Eleven for a peso, all right?

Tentay:
Dalian n'yo, Inay; umu-
ulan.

dalɪ'an nyo· 'ɪna·y
'ʊmu·'ʊla·n
(raining)

Hurry, Mom; it's raining.

Aling Sela:
Ha, umuulan ba?... (sa
tindero) O, labing-isa
na ang piso?

ha·h 'ʊmu·'ʊlam ba·h
'o·h labɪŋɪsa na·m pi·so·h

What? It's raining?... (to storekeeper) Eleven for a peso, okay?

Tindero:
Ilan ho ang kukunin n'yo?

'ɪlan hu·ŋ ku·ku·nɪn nyo·h
(will get)

How many do you want?

Aling Sela:
Piso lang.

pi·sʊ la·ŋ

Just a peso's worth.

Tindero:
S'ya, sige na nga...

sya·h si·gɪ na ŋa·'

Oh, all right.

(Bibilang na ng atis)

(Starts counting the atis)

Aling Sela:
Umulan din kahapon ng
hapon, ano?

'ʊmʊlan dɪŋ kaha·pʊn naŋ ha·po·n 'ano·h

It rained yesterday after-noon too, didn't it?

Tentay:
Mas malakas ho ngayon.

ma·s malakas hu· ŋayo·n
(strong)

It's heavier today.

Aling Sela:
Malapit nang talaga ang
tag-ulan!

mala·pɪt nan talaga·n tagʊla·n
(rainy season)

The rainy season is really almost here!

Tentay:
Ayun ang bus (5)—tu-
makbo na tayo, Inay!...
(sa tindero) Mama, da-
lian ho n'yo.

'ayʊn am bu·s tʊmakbʊ na ta·yo·h 'ɪna·y
(bus)
ma·ma·' dalɪ'an hu· nyo·h

O, there's a bus—let's run, Mom!... (to storekeep-er) Mister, please hurry.

Aling Sela:
Kay lalaki ng patak ng
ulan e—mababasa tayo.

ka·y lalakɪ nam patak naŋ ʊlan e·h
(how big) (drop) (rain)

The rain's sure heavy— we'll get soaked.

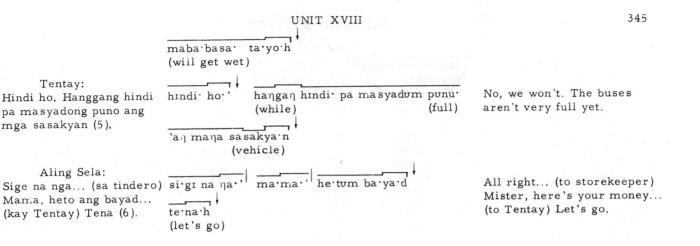

maba·basa·  ta·yo·h
(will get wet)

Tentay:
Hindi ho. Hanggang hindi    hɪndi· ho·'      haŋgaŋ hɪndi· pa ma·syadʋm pʋnu·       No, we won't. The buses
pa masyadong puno ang                    (while)                      (full)        aren't very full yet.
mga sasakyan (5).
                            'aŋ maŋa sasakya·n
                            (vehicle)

Aling Sela:
Sige na nga... (sa tindero)  si·gɪ na ŋa·'  ma·ma·'  he·tʋm ba·ya·d        All right... (to storekeeper)
Mama, heto ang bayad...                                                    Mister, here's your money...
(kay Tentay) Tena (6).        te·na·h                                      (to Tentay) Let's go.
                            (let's go)

## CULTURAL AND STRUCTURAL NOTES

(1) <u>Atis</u> is a sweet, many-seeded native fruit more or less the size of a closed fist. It appears a short time before the rainy season, that is, about May or June, and is most abundant in August and September.

(2) The <u>siniguwelas</u> is a small, one-seeded fruit that is greenish-brownish and sour-sweet. It appears around April and is abundant in May.

(3) <u>Puhunan</u> is 'investment'. <u>Wala sa puhunan</u> is the negative of <u>nasa puhunan</u>, which means literally 'It's up to the investment' or 'It's as much as the investment.' Thus <u>wala sa puhunan</u> means 'It's not

as much as the investment' or 'It's less than I paid.'

(4) In most markets and even in many downtown stores, a lot of haggling between the seller and the customer takes place before any purchase is made. Sometimes storekeepers put twice the actual price on their goods to allow for the haggling of customers. To discourage haggling, many downtown stores put up 'Fixed Price' signs on their merchandise.

(5) <u>Sasakyan</u> is used to refer to any vehicle. <u>Bus</u> corresponds to the English 'bus'.

(6) <u>Tena</u> is a contraction of <u>tayo na</u> 'Let's go.'

## DRILLS AND GRAMMAR

### I. EXCLAMATORY SENTENCES

EXAMPLES

A. 1. Maganda ang atis.     The <u>atis</u> are nice   - Ang ganda ng atis!     How nice looking the <u>atis</u>
                            looking.                                          are!
   2. Maganda si Rosa.       Rosa's pretty.          - Ang ganda ni Rosa!     How pretty Rosa is!
   3. Mahal iyan.            That's expensive.       - Ang mahal niyan!       [How expensive that is!]
   4. Maganda siya.          She's pretty.           - Ang ganda niya!        How pretty she is!
   5. Mahal naman.           It's expensive.         - Ang mahal naman!       [How expensive it is!]

B. 1. Magaganda ang          The <u>atis</u> are nice   - Ang gaganda ng mga     [How nice looking the <u>atis</u>
      mga atis.              looking.                   atis!                   are!]
   2. Magagara sina          Linda and the others    - Ang gagara nina        How elegant Linda and
      Linda.                 are elegant.               Linda!                  the others are!
   3. Kyut ang mga babae.    The women are cute.     - Ang kukyut ng mga      How cute the women are!
                                                        babae!

| Nominalized Adjective Root | Subordinated <u>ng</u>-phrase |
|---|---|
| ang ganda | ng damit |
| ang bait | ni Tentay |
| ang kyut | niya |
| ang mahal | niyan |

a. The exclamatory sentence does not have the normal sentence pattern of Predicate-Topic.

b. The new information (expressed by the predicate in the normal sentence pattern) is an _ang_-phrase composed of _ang_ + adjective root.

c. The old information (expressed by the topic in the normal sentence pattern) is a _ng_-phrase composed of _ng_ + noun. As usual, _ni_ + person name, a _ng_-demonstrative, or a _ng_-pronoun may occur in place of the _ng_-phrase (examples A.2-4). If clear from context, the _ng_-phrase may be omitted (example A.5).

d. The optional reduplication of the first syllable of _ma_-adjective roots to express plurality (cf. Unit IV, grammar point I) may be retained in the exclamatory sentence (examples B). Adjectives other than _ma_- also follow this pattern of first syllable reduplication in exclamations.

C. 1. Kay buti ni Sela.                      How good Sela is!
   2. Kay bubuti ng mga bata.             How good the children are!
   3. Kay lalaki ng patak ng ulan.        [How big the raindrops are!]

D. 1. Napakamahal naman.                   [How expensive it is!]
   2. Napakarami ng kotse.                How numerous the cars are!

E. 1. Nakakita ako ng napakagandang dalaga.   I saw a very beautiful maiden.
   2. Bumili ako ng napakalalaking atis.      I bought some very large _atis_.

| Kay<br>Napaka- } + Adj. Root | | Subordinated<br>_ng_-phrase |
|---|---|---|
| kay | buti | ni Sela |
| napaka | mahal | ng atis |

e. The formation of exclamatory sentences with _kay_ or _napaka_- is the same as the formation with _ang_ (examples C and D).

f. _Napaka_- also occurs as an intensifier (similar to English _very_) with adjective roots that are used attributively (examples E).

CONVERSION DRILL

Instructions: The teacher gives a statement. Student 1 converts the statement to an exclamation using _ang_ and Student 2 by using _kay_.

| Teacher | Student 1 | Student 2 |
|---|---|---|
| A. 1. Maganda ang dalaga. | Ang ganda ng dalaga! | Kay ganda ng dalaga! |
| 2. Magaling ang bata. | Ang galing ng bata! | Kay galing ng bata! |
| 3. Malaki ang Bagyo. | Ang laki ng Bagyo! | Kay laki ng Bagyo! |
| 4. Malapit ang tindahan. | Ang lapit ng tindahan! | Kay lapit ng tindahan! |
| 5. Marami ang tao. | Ang dami ng tao! | Kay dami ng tao! |
| 6. Malaki si Ben. | Ang laki ni Ben! | Kay laki ni Ben! |
| 7. Mabait si Nene. | Ang bait ni Nene! | Kay bait ni Nene! |
| 8. Matalino si Oscar. | Ang talino ni Oscar! | Kay talino ni Oscar! |
| 9. Mayaman si Joe. | Ang yaman ni Joe! | Kay yaman ni Joe! |
| 10. Magulo si Ray. | Ang gulo ni Ray! | Kay gulo ni Ray! |

11. Masarap ito.                Ang sarap nito!              Kay sarap nito!
12. Matamis ito.                Ang tamis nito!              Kay tamis nito!
13. Maliwanag ito.              Ang liwanag nito!            Kay liwanag nito!
14. Mabuti ito.                 Ang buti nito!               Kay buti nito!
15. Madali ito.                 Ang dali nito!               Kay dali nito!

16. Marunong iyan.              Ang dunong niyan!            Kay dunong niyan!
17. Malambing iyan.             Ang lambing niyan!           Kay lambing niyan!
18. Masipag iyan.               Ang sipag niyan!             Kay sipag niyan!
19. Mahirap iyan.               Ang hirap niyan!             Kay hirap niyan!
20. Magara iyan.                Ang gara niyan!              Kay gara niyan!

21. Mataba siya.                Ang taba niya!               Kay taba niya!
22. Malakas ako.                Ang lakas ko!                Kay lakas ko!
23. Matipid ka.                 Ang tipid mo!                Kay tipid mo!
24. Makarinyo siya.             Ang karinyo niya!            Kay karinyo niya!
25. Masaya ako.                 Ang saya ko!                 Kay saya ko!

B. 1. Bago ang kotse.          Ang bago ng kotse!           Kay bago ng kotse!
   2. Kyut ang aso.             Ang kyut ng aso!             Kay kyut ng aso!
   3. Mura ang pagkain.         Ang mura ng pagkain!         Kay mura ng pagkain!
   4. Engrande ang kasal.       Ang engrande ng kasal!       Kay engrande ng kasal!
   5. Mahal ang atis.           Ang mahal ng atis!           Kay mahal ng atis!

   6. Guwapo si Ray.            Ang guwapo ni Ray!           Kay guwapo ni Ray!
   7. Romantiko si Ben.         Ang romantiko ni Ben!        Kay romantiko ni Ben!
   8. Simple si Rosy.           Ang simple ni Rosy!          Kay simple ni Rosy!
   9. Malas si Cely.            Ang malas ni Cely!           Kay malas ni Cely!
  10. Iba si Linda.             Ang iba ni Linda!            Kay iba ni Linda!

C. 1. Mababait sina Aling Sela.     Ang babait nina Aling Sela!      Kay babait nina Aling Sela!
   2. Marurunong sina Oscar.        Ang dudunong nina Oscar!         Kay dudunong nina Oscar!
   3. Mahuhusay ang mga babae.      Ang huhusay ng mga babae!        Kay huhusay ng mga babae!
   4. Magagara ang mga bisita.      Ang gagara ng mga bisita!        Kay gagara ng mga bisita!
   5. Masasarap ang mga pagkain.    Ang sasarap ng mga pagkain!      Kay sasarap ng mga pagkain!

   6. Bago ang mga kotse.           Ang babago ng mga kotse!         Kay babago ng mga kotse!
   7. Malas ang mga tao.            Ang mamalas ng mga tao!          Kay mamalas ng mga tao!
   8. Mura ang mga siniguwelas.     Ang mumura ng mga siniguwelas!   Kay mumura ng mga siniguwelas!
   9. Kyut ang mga bata.            Ang kukyut ng mga bata!          Kay kukyut ng mga bata!
  10. Guwapo ang mga binata.        Ang guguwapo ng mga binata!      Kay guguwapo ng mga binata!

## CONVERSION DRILL

Instructions: The teacher gives a statement. Student 1 converts it to an exclamatory sentence, intensifying the adjective with the prefix napaka-. Student 2 makes the exclamation stronger, using the ang or kay pattern and reduplicating the first two syllables of the adjective root.

| Teacher | Student 1 | Student 2 |
|---|---|---|
| 1. Masipag si Ray. | Napakasipag ni Ray! | Ang sipag-sipag ni Ray! |
| 2. Madali ang luto niya. | Napakadali ng luto niya! | Ang dali-dali ng luto niya! |
| 3. Magulo sila. | Napakagulo nila! | Ang gulo-gulo nila! |
| 4. Mahusay ito. | Napakahusay nito! | Ang husay-husay nito! |
| 5. Malapit doon. | Napakalapit doon! | Ang lapit-lapit doon! |
| 6. Magagara sina Oscar. | Napakagagara nina Oscar! | Kaygara-gara nina Oscar! |
| 7. Maliwanag ang buwan. | Napakaliwanag ng buwan! | Kayliwa-liwanag ng buwan! |
| 8. Maginaw sa Bagyo. | Napakaginaw sa Bagyo! | Kayginaw-ginaw sa Bagyo! |
| 9. Mura ang atis. | Napakamura ng atis! | Kaymura-mura ng atis! |
| 10. Malas ka. | Napakamalas mo! | Kaymalas-malas mo! |

## TRANSLATION DRILL (Paired Sentences)

Instructions: The teacher gives an exclamation, which Students 1 and 2 translate with the ang and the kay patterns. Then the teacher gives the same exclamation in a stronger form. Student 1 translates this with the napaka- prefix and pattern, and Student 2 translates with an ang or kay pattern and reduplication of two syllables of the adjective root.

| Teacher | Student 1 | Student 2 |
|---------|-----------|-----------|
| 1. What a pretty dress!<br>That sure is a very pretty dress! | Ang ganda ng damit!<br>Napakaganda ng damit na iyan! | Kay ganda ng damit!<br>Kay/Ang ganda-ganda ng damit na iyan! |
| 2. What a big house!<br>That sure is a very big house! | Ang laki ng bahay!<br>Napakalaki ng bahay na iyan! | Kay laki ng bahay!<br>Kay/Ang laki-laki ng bahay na iyan! |
| 3. What a fat dog!<br>That sure is a very fat dog! | Ang taba ng aso!<br>Napakataba ng asong iyan! | Kay taba ng aso!<br>Kay/Ang taba-taba ng asong iyan! |
| 4. What an intelligent child!<br>That sure is a very intelligent child! | Ang talino ng bata!<br>Napakatalino ng batang iyan! | Kay talino ng bata!<br>Kay/Ang tali-talino ng batang iyan! |
| 5. What a hard-working woman!<br>That sure is a very hard-working woman! | Ang sipag ng babae!<br>Napakasipag ng babaing iyan! | Kay sipag ng babae!<br>Kay/Ang sipag-sipag ng babaing iyan! |
| 6. What a good-looking teacher!<br>That sure is a very good-looking teacher! | Ang guwapo ng titser!<br>Napakaguwapo ng titser na iyan! | Kay guwapo ng titser!<br>Kay/Ang guwapo-guwapo ng titser na iyan! |
| 7. What an expensive car!<br>That sure is a very expensive car! | Ang mahal ng kotse!<br>Napakamahal ng kotseng iyan! | Kay mahal ng kotse!<br>Kay/Ang mahal-mahal ng kotseng iyan! |
| 8. What a grand wedding!<br>That sure is a very grand wedding! | Ang engrande ng kasal!<br>Napaka-engrande ng kasal na iyan! | Kay engrande ng kasal!<br>Kay/Ang enga-engrande ng kasal na iyan! |
| 9. What an unlucky young man!<br>That sure is a very unlucky young man! | Ang malas ng binata!<br>Napakamalas ng binatang iyan! | Kay malas ng binata!<br>Kay/Ang malas-malas ng binatang iyan! |
| 10. What a cute doll!<br>That sure is a very cute doll! | Ang kyut ng manika!<br>Napakakyut ng manikang iyan! | Kay kyut ng manika!<br>Kay/Ang kyut-kyut ng manikang iyan! |

## DISCUSSION

The Tagalog exclamatory sentence does not follow the normal sentence pattern. The ang-phrase (which contains the new information) is made up of ang plus most non-ma-adjectives, roots of most ma-adjectives, or roots of some verbs like takbo, tawa, kain, sigaw, etc. In cases where the ang is followed by these verb roots, there is presumably a deletion of an adjective, just as in English: Ang takbo niya! = Ang bilis ng takbo niya!, 'How he ran!' = 'How fast he ran!'

After ang, the adjective root expresses a quality in noun form. Thus, if we consider the ng-phrase as related to the possessive function described in Unit V, grammar point I, we can translate Ang ganda ng damit literally as 'The beauty of the dress!' which, although not an especially common English construction, is quite normal in expressions like 'The pity of it all!'

Most ma-adjectives can be marked for plural by reduplicating the first syllable of the root. In an ang-exclamation, any adjective can be marked for plural by the same method of reduplication of the first syllable. This process of pluralizing should be distinguished from the construction in which the first two syllables of the adjective root (often this means the entire root) are reduplicated for a more intense expression of the meaning.

Kay and napaka- are followed only by adjective roots, never by verb roots.

Napaka- may occur in non-exclamatory sentences, as an intensifier preceding an adjective root. It occurs in such sentences, however, only if the root it precedes is used attributively, i.e., if it modifies a noun or noun replacement. Thus, one may say Napakalaking atis nito or Napakalaki nito.

## II. ACTS OF NATURE

### EXAMPLES

1. Umuulan.
2. Umaaraw.
3. Bumabagyo.
4. Kumikidlat.
5. Lumilindol.

[It's raining.]
The sun's shining.
There's a typhoon raging.
There's a lightning flash (or strike).
There's an earthquake.

| Basic Form ~ Perfective | Future | Imperfective |
|---|---|---|
| umulan | uulan | umuulan |

a. Verbs expressing acts of nature are all -um- verbs.

b. These verbs occur without a topic.

## SUBSTITUTION-RESPONSE DRILL (Moving Slot)

Instructions: The teacher gives a statement, which Student 1 converts to a question. Student 2 gives an affirmative response.

| Teacher | Student 1 | Student 2 |
|---|---|---|
| 1. Umulan kahapon sa Bagyo. | Umulan ba kahapon sa Bagyo? | Oo, umulan kahapon sa Bagyo. |
| 2. _____ ngayon _____ | Umuulan ba ngayon sa Bagyo? | Oo, umuulan ngayon sa Bagyo. |
| 3. Lumilindol _____ | Lumilindol ba ngayon sa Bagyo? | Oo, lumilindol ngayon sa Bagyo. |
| 4. _____ noong Biyernes ___ | Lumindol ba noong Biyernes sa Bagyo? | Oo, lumindol noong Biyernes sa Bagyo. |
| 5. _____ dito | Lumindol ba noong Biyernes dito? | Oo, lumindol noong Biyernes dito. |
| 6. Bumagyo _____ | Bumagyo ba noong Biyernes dito? | Oo, bumagyo noong Biyernes dito. |
| 7. _____ doon | Bumagyo ba noong Biyernes doon? | Oo, bumagyo noong Biyernes doon. |
| 8. _____ ngayong gabi _____ | Bumabagyo ba ngayong gabi roon? | Oo, bumabagyo ngayong gabi roon. |
| 9. Kumikidlat _____ | Kumikidlat ba ngayong gabi roon? | Oo, kumikidlat ngayong gabi roon. |
| 10. _____ kagabi _____ | Kumidlat ba kagabi roon? | Oo, kumidlat kagabi roon. |
| 11. _____ Tagaytay | Kumidlat ba kagabi sa Tagaytay? | Oo, kumidlat kagabi sa Tagaytay. |
| 12. _____ kahapon _____ | Kumidlat ba kahapon sa Tagaytay? | Oo, kumidlat kahapon sa Tagaytay. |
| 13. Umaraw _____ | Umaraw ba kahapon sa Tagaytay? | Oo, umaraw kahapon sa Tagaytay. |
| 14. _____ ngayong umaga ___ | Umaaraw ba ngayong umaga sa Tagaytay? | Oo, umaaraw ngayong umaga sa Tagaytay. |
| 15. Umuulan _____ | Umuulan ba ngayong umaga sa Tagaytay? | Oo, umuulan ngayong umaga sa Tagaytay. |

## DISCUSSION

Certain English nouns that represent natural phenomena also occur as verbs representing the occurrence of the phenomena: thus, rain → to rain. In Tagalog, there is a similar but much more general relationship between such nouns and verbs. Any Tagalog noun that represents a natural phenomenon may be used as the root of an -um- verb representing the occurrence of the phenomenon: ulan 'rain' → umulan, kidlat 'lightning' → kumidlat, bagyo 'typhoon' → bumagyo, etc. Many of the verbs so formed have no one-word translation in English:

e.g., Kumikidlat 'Lightning is striking', Bumabagyo 'A typhoon is raging.'

The Tagalog verbs that express acts of nature occur in a construction without a topic. This topicless construction may be compared with the English construction with an impersonal it as subject. Just as Tagalog lacks an equivalent for the inanimate it of 'It's delicious' (cf. masarap), so it lacks an equivalent for the impersonal it of 'It's raining' (cf. umuulan).

## III. ASKING AND GIVING PRICES

### EXAMPLES

A. 1. Magkano ang atis?                       How much is the atis?
   2. Magkakano ho ba ang atis?               [How much each are the atis, sir?]

B. 1. Diyes.                                    Ten centavos.
   2. Diyes ang isa.                          Ten centavos each.
   3. Tigdidyis.                               Ten centavos each.
   4. Mamiso.                                  A peso each.
   5. Apat singkuwenta.                        [Four for fifty centavos.]
   6. Labing-isa piso.                         [Eleven for a peso.]

| magkano | how much |
|---|---|
| magkakano | how much each |

a. Magkano means 'how much', mag-kakano 'how much each' or 'how much apiece'.

b. Prices are most often given in Spanish numbers (see Unit V, grammar point III).

c. Tig- plus reduplication of the first consonant and vowel of the numeral means 'each'.

d. A Tagalog number followed by a Spanish number means number of items offered followed by a total price for that number.

COMPREHENSION-RESPONSE DRILL

Instructions: Listen to the following situations and then answer the question asked about each.

1. Bumili ako ng sampung atis. Binigyan ko ang tindero ng singkuwenta sentimos. Magkakano ang atis?

2. Tiglilimang piso ang manika. Bumili ako ng apat. Magkanong lahat ang mga manika ko?

3. May anim na piso ako. Gusto kong bumili ng siniguwelas. Mamiso ang sandaan. Ilan daang siniguwelas ang mabibili ko?

4. Bumili ako ng bahay at kotse kay G. Santos. Walong libong piso ang kotse. Binayaran ko siya ng tatlumpung libong piso. Magkano ang bahay?

5. Tatlong piso't singkuwenta sentimos ang puhunan ni Aling Sela sa limang bibingka. Ipinagbili[1] niya ng limang piso ang lahat. a) Magkano ang tubo[2] niya? b) Magkakano ang bawa't bibingka?

Mga Sagot:

1. Tigsisingko ang atis.
2. Beynte pesos.
3. Anim na raang siniguwelas.
4. Dalawampu't dalawang libong piso.
5. a) Uno singkuwenta.
   b) Mamiso.

TRANSLATION-RESPONSE DRILL

Instructions: The teacher asks a question which Student 1 translates to Tagalog. The teacher prompts the answer to Student 2 who repeats the response using Spanish numbers.

| Teacher | Student 1 |
|---|---|
| 1. How much is the book? | Magkano ang libro? |
| 2. How much is the magazine? | Magkano ang magasin? |
| 3. How much is the dress? | Magkano ang damit? |
| 4. How much is the doll? | Magkano ang manika? |
| 5. How much is the car? | Magkano ang kotse? |
| 6. How much is the house? | Magkano ang bahay? |

[1] Sold.
[2] Profit.

| Teacher | Student 2 |
|---|---|
| Ten pesos and fifty centavos | Diyes singkuwenta. |
| One peso and twenty centavos | Uno beynte. |
| Twelve pesos and ninety-five centavos | Dose nobentay-singko. |
| Thirty-two pesos | Trentay-dos pesos. |
| Fifteen thousand pesos | Kinse mil (pesos). |
| Fifty-five thousand pesos | Singkuwentay-singko mil (pesos). |

| | |
|---|---|
| 7. How much are the atis? | Magkakano ang atis? |
| 8. How much are the butses? | Magkakano ang butse? |
| 9. How much are the siniguwelas? | Magkakano ang siniguwelas? |
| 10. How much are the turons? | Magkakano ang turon? |
| 11. How much are the sumans? | Magkakano ang suman? |
| 12. How much are the bibingkas? | Magkakano ang bibingka? |

| | |
|---|---|
| Ten pesos and twenty centavos a hundred | Diyes beynte ang sandaan. |
| Twelve for one peso and fifty centavos | Uno singkuwenta ang labindalawa. |
| Fourteen for one peso and ten centavos | Uno diyes ang labing-apat. |
| Three-seventy a hundred | Tres setenta ang sandaan. |
| One peso each | Mamiso. |
| Two-eighty a hundred | Dos otsenta ang sandaan. |

## DISCUSSION

The monetary units of the Philippines are the pesos and the centavos. One peso is always expressed by piso. For prices between one peso and one centavo and one peso and ninety-nine centavos, only Spanish numbers are used; thus, uno diyes or uno nobentay nuwebe, etc. Prices between two and ten pesos (not involving centavos) may be expressed either by a Spanish number plus pesos or a Tagalog number plus the linker -ng/na plus piso: thus, either dos pesos or dalawang piso, kuwatro pesos or apat na piso. For prices over ten pesos, Spanish numbers plus pesos are generally used. Notice that the Spanish plural is preserved in borrowing: e.g., dos pesos, kuwatro pesos, etc.

One centavo is isang pera, rarely isang sentimo. For prices between two and nine centavos, either a Spanish number plus sentimos or a Tagalog number plus linker plus either pera or sentimos may be used: thus, dos sentimos, dalawang pera, or dalawang sentimos. From ten centavos up, only Spanish

numbers plus sentimos are used, as is also the case for all combinations of pesos and centavos. (See Appendix IV for Spanish numbers.)

In most cases, the monetary unit need not be expressed if it is clear from context what it is.

To say a peso each, mamiso is used. Tig- 'each' is used for prices more or less than a peso. It is always followed by the number representing the price. The first consonant and vowel of the number after tig- are reduplicated in most cases. Exceptions are one each, two each, and three each when Tagalog numbers are used. These forms are tig-isa /tɪgiˑsah/, tigalawa /tɪgalaˑwah/, and tigatlo /tɪgatloˑh/, respectively. Note the stress shift in the forms for one each and two each.

Tig- is used not only to express prices, but also to express the quantity of items in two or more persons' possession: thus, May tig-isang atis sina Tentay at Linda 'Tentay and Linda have an atis each.'

## CUMULATIVE DRILLS

### TRANSLATION DRILL

| Teacher | Student |
|---|---|
| 1. How bright the moon is! | Kay liwanag ng buwan! |
| 2. How heavy the rain is! | Kay lakas ng ulan! |
| 3. How beautiful the girls are! | Kay gaganda ng mga babae! |
| 4. How colorful the dresses are! | Kay kukulay ng mga damit! |
| 5. How good-looking Ben is! | Ang guwapo ni Ben! |
| 6. How poor Aling Sela is! | Ang hirap ni Aling Sela! |
| 7. How intelligent he is! | Ang talino niya! |
| 8. How troublesome they are! | Kay gugulo nila! |
| 9. How unlucky we are! | Ang malas natin! |
| 10. How romantic Nene and Ben are! | Ang romantiko nina Nene at Ben! |

### SUBSTITUTION DRILL

Instructions: Read the following paragraphs, filling in the blanks with the right form of the verb root given between parentheses.

Titser si Gng. Gonzales. Siya'y (pasok) sa klase tuwing umaga. Siya'y (lakad) hanggang sa kanto at (basa) ng magasin habang (hintay) ng bus. (Sakay) siya hanggang sa plasa at (simba) bago (tuloy) sa klase.

(Tanggap) ng suweldo si Gng. Gonzales kahapon. Siya'y (bili) sa Central Market. (Bili) siya ng damit para kay Tentay, medyas para sa Tatay, at matabang aso para kay Boy. (Bili) rin niya ng magasin si Tiya Mameng. (Dala) rin siya ng atis at siniguwelas sa bahay. Ang lalaki't ang tatamis ng atis! Iyon ay (kain) nilang lahat kaya (sakit) ang kanilang tiyan.

## RESPONSE DRILL

Instructions: Answer the following questions based on the preceding paragraphs.

1. a. Dispatsadora ba si Gng. Gonzales?
   b. Naglalakad ba siya hanggang sa plasa?
   c. Nagsisimba ba siya bago tumuloy sa klase?
   d. Tumanggap ba siya ng suweldo kahapon?
   e. Namili ba siya sa Central Market?

2. a. Si Gng. Gonzales ba'y titser o dispatsadora?
   b. Siya ba'y sumasakay o naglalakad hanggang sa plasa?
   c. Siya ba'y pumapasok sa umaga o sa gabi?
   d. Bumili ba siya ng medyas o ng damit para sa Tatay?
   e. Nagbabasa ba siya ng magasin o ng komiks?

3. a. Ano si Gng. Gonzales?
   b. Saan siya naglalakad?
   c. Ano ang binili niya para kay Boy?
   d. Sino ang ibinili niya ng magasin?
   e. Ano ang dinala niya sa bahay?

# VISUAL-CUE DRILLS

## PICTURE A

Panuto: Ilarawan ang mga sumusunod.

Halimbawa: Umuulan. Malakas ang patak ng ulan.

## PICTURE B

Panuto: Ituloy ang kuwento sa tulong ng mga sumusunod na larawan.

　　Halimbawa:　　"Uuwi si Luningning sa probinsya. Magbabakasyon siya. Gusto niyang magbigay
　　　　　　　　　ng pasalubong (present) sa bawat isa sa kaniyang pamilya. Namimili siya sa isang
　　　　　　　　　tindahan sa Carriedo...."

## PICTURE C

Panuto: Ilarawan at pag-usapan ang sumusunod.

　　Halimbawa: Marami ba ang tinda ni Aling Epang?
　　　　　　　　Oo. Marami. Anu-ano ang mga tinda niya?
　　　　　　　　atbp.

## COMPREHENSION-RESPONSE DRILLS

A. 1. Magaganda ba ang mga atis?
   2. Bumili ba sina Aling Sela at Tentay ng siniguwelas?
   3. Binili ba nila ng labing-isa piso ang atis?
   4. Malakas ba ang ulan?
   5. Umulan din daw ba kahapon?
   6. Malayo pa ba ang tag-ulan?
   7. Sumakay ba sila sa kotse?

B. 1. Mas mahal ba ang atis o ang siniguwelas?
   2. Siniguwelas ba o atis ang binili nina Aling Sela?
   3. Tigdidiyes ba o labing-isa piso ang atis?
   4. Panahon na ba ang atis o hindi pa?
   5. Mas malakas ba ang ulan kahapon o ang ulan ngayon?
   6. Malayo pa ba o malapit na ang tag-ulan?
   7. Sumakay ba sina Aling Sela sa kotse o sa bus?

C. 1. Alin ang magaganda?
   2. Ano ang binili nina Aling Sela?
   3. Magkano ang binili nilang atis?
   4. Magkakano ang binili nilang atis?
   5. Alin ang panahon na?
   6. Kailan mas malakas ang ulan?
   7. Ano ang malapit na?
   8. Saan sumakay sina Aling Sela at Tentay?


## READING

### MAGTANIM HINDI BIRO

(See Part I, Intermediate Readings in Tagalog)

# UNIT XIX

## Ang Sabungero

Nag-uusap ulit sina Fidel at Arthur tungkol sa pag-iiba ng mga ugaling Pilipino. Biglang darating si Tony, kapatid ni Fidel, at ang kaniyang kaibigang si Ibarra.

Tony:
Alin? Alin ang nag-iiba?

'ali·n    'alın aŋ nagi·'ıbah

Arthur:
Ang ugali ninyo.

'aŋ ʊga·li· nınyo·h

Ibarra:
A oo, ang ilan. Pero hindi ang sabong (↓), Pare, hindi nag-iiba ang sabong.

'a·h  'o·'o·h   'aŋ ıla·n   pe·rʊ hındi·

'aŋ sa·bo·ŋ  pa·re·h  hındi· nagi·'ıba·ŋ sa·bo·ŋ
(cockfighting)

Fidel:
Ano, kararating lang ba n'yo galing sa sabong? Sino ang nanalo?

'ano·h   kara·ratıŋ  laŋ ba nyʊ ga·lıŋ
(just arrived)              (from)

sa sa·bo·ŋ   si·no· nana·loh
(won)

## The Cockfighter

Fidel and Arthur have once more been discussing the changing Filipino customs. Tony, Fidel's brother, and Ibarra, his friend, suddenly come in on them.

What? What is changing?

Your customs.

Oh yes, a few of them. But not cockfighting, chum; cockfighting's not going to change.

Hi there, you just come from the fight? Who won?

Tony:
Sino? Ang Bulik (2) po nila!

si·no·h    'am bu·lɪk pu·nɪla·h
           (kind of rooster)

Who? His <u>Bulik</u>!

(Itinuturo si Ibarra.)

(Pointing to Ibarra.)

Ibarra:
(Nagmamalaking sasalu-do) Ang inyong lingkod (3), ang balitang sabu-ngero...

'aŋ 'ɪnyʊŋ lɪŋko·d    'am bali·taŋ sabʊŋe·roh
(servant)            (well-      (cock-
                     known)     fighter)

(Bows proudly) At your ser-vice, the well-known cock-fighter...

Arthur:
Kayo po ba ang tanyag na Don (4) Ibarra?

kayʊ pu· ba·ŋ    tanyag na don ɪba·ra·h
                 (famous)  (Don)

Are you the famous Don Ibarra?

Ibarra:
Ako nga po. Marami ang manok ko, mahuhusay...

'akʊ ŋa· po·'    mara·mɪ aŋ manʊk ko·h
                               (rooster)

mahʊhu·sa·y

Yes, I am. I have lots of cocks; they're good...

Fidel:
Tama na ang kalokohan ninyo. Nagbibidahan ka-mi...

ta·ma· na·ŋ kalʊko·han nyo·h

nagbi·bɪdahan kami·h

Enough of your clowning. We're talking seriously...

Tony:
Nagbibidahan rin kami, a... "Sa pula, sa puti" (5).

nagbi·bɪdahan rɪn kamɪ a·h

sa pʊla·h    sa pʊti·'
(red)        (white)

We're talking seriously, too! "On the red, on the white!"

Ibarra:
Sa puti siyempre! Maga-ling si Bulik, e.

sa pʊti· sye·mpre·h    magalɪŋ sɪ bu·lɪk e·h

On the white, of course! <u>Bulik</u> is terrific!

Tony:
Isang lipad, isang saksak (6) tumatakbo na ang ka-laban!

'ɪsaŋ lɪpa·d    'ɪsaŋ saksa·k
(fly)           (stab)

tʊma·takbʊ na·ŋ kala·ba·n
(running)       (opponent)

One swoop, one thrust, and the enemy runs!

Ibarra:
Mabuhay si Bulik (7)!

mabu·hay    sɪ bu·lɪk
(long-live)

Hurray for <u>Bulik</u>!

Tony:
Mabuhay! ...Magbobloaut (8) ka ba?

mabu·hay    magbo·blo·'awt ka ba·h
            (will-give-a-
             treat)

Hurray! ...Are you going to treat us?

Ibarra:
Oo. Kakukuha ko lang ng pera, e.

'o·'o·h    kaku·ku·ha kʊ la·ŋ nam pe·ra e·h
           (just taken)

Why, of course; I just got some money.

(Haharap kay Arthur at sasaludo)

(Faces Arthur and bows)

...Sila po ang bisita ko... (kay Fidel) at sila po... sasama po ba sila?

sɪla po· 'am bɪsi·ta ko·h    'at sɪla po·'

sa·sa·ma pu· ba sɪla·h

...You, sir, are my guest... (to Fidel) and you, sir. Are you coming?

Arthur at Fidel:
Siyempre, pare, siyem-pre.

sye·mpre· pa·re·h    sye·mpre·h

Of course, chum, of course.

## CULTURAL AND STRUCTURAL NOTES

(1) <u>Sabong</u> is cockfighting. It is a very popular sport in the Philippines, usually held on Sundays in almost every municipality. It is a form of gambling, the bets ranging from a peso (or even less, in small games) to thousands (in the real big ones).

(2) There are many kinds of fighting cocks and the <u>Bulik</u>, which is vari-colored (with white and black predominating), is one of them.

(3) <u>Ang inyong lingkod</u> is a fixed expression meaning 'Your humble servant' or 'At your service.'

(4) <u>Don</u> is a Spanish title of respect used with the given name of a man, usually one who is older or distinguished; it is used here to achieve a pompous effect.

(5) The din before the cockfight actually begins is made up mostly of these words <u>sa pula</u>, <u>sa puti</u>, a call to bet on either the white or the red cock.

(6) The value of a cock rests on his ability to swoop cleverly on his opponent and pierce him accurately with the blade tied to his left leg.

(7) <u>Mabuhay</u> is a fixed expression meaning 'Long live' or 'Hurray.'

(8) <u>Magbobloaut</u> is from the English slang expression 'blow-out' ('a big party'), here made into a verb.

## DRILLS AND GRAMMAR

### I. RECENT PERFECTIVE FORMS OF VERBS

EXAMPLES

A. 1. Kumuha ako ng pera.     I got some money.
  2. Nagtrabaho si Antonio.     Antonio worked.
  3. Nangisda ba siya?     Did he go fishing?
  4. Nagalit si George.     George got mad.

B. 1. Kakukuha ko lang ng pera.     [I just got some money.]
  2. Katatrabaho lang ni Antonio.
     Kapagtatrabaho lang ni Antonio.     Antonio just finished working.
  3. Kapangingisda lang ba niya?     Did he just go fishing?
  4. Kagagalit lang ni George.     George just got mad.

C. 1. Kadadalo ko lang ng miting.     I just attended a meeting.
  2. Kadadalo ko lang sa miting.     I just attended the meeting.

| ACTOR-FOCUS AFFIX | RECENT-PERFECTIVE AFFIX |
|---|---|
| -um- | ka- |
| mag- | { ka- / kapag- |
| mang- | kapang- |
| ma- | { ka- / kapa- |

a. The recent perfective denotes action just completed. It is almost always accompanied by the enclitic <u>lang</u>, meaning 'only' or 'just'.

b. The formation of the recent perfective involves a special affix plus reduplication plus the verb root. The affix for <u>-um-</u> verbs is <u>ka-</u>, for <u>mag-</u> verbs, either <u>ka-</u> or <u>kapag-</u> (choice left to speaker); for <u>mang-</u> verbs, <u>kapang-</u>; and for <u>ma-</u> verbs, a choice of <u>ka-</u> or <u>kapa-</u> (again choice left to speaker).

c. A sentence in the recent perfective is topicless. The verb is always followed by a <u>ng</u>-complement which represents the actor (cf. A.1-4 and B.1-4 respectively).

d. As in the case of other constructions, an indefinite object is expressed by a <u>ng</u>-phrase, a definite object by a <u>sa</u>-phrase (examples C).

| PREDICATE (Topicless) | | | |
|---|---|---|---|
| Ka- Verb | Actor | Complement Indefinite | Definite |
| | (ng-phrase) | (ng-phrase) | (sa-phrase) |
| Kagagalit lang | ni George | | |
| Kakukuha | ko lang | ng pera | |
| Kadadalo | ko lang | | sa miting |

SUBSTITUTION DRILL (Fixed Slot)

Teacher | Student

1. Kararating lang niya rito.
2. ___(alis)___
3. ___(bili)___
4. ___(hiram)___
5. ___(upo)___

6. ___(basa)___
7. ___(kain)___
8. ___(lipat)___
9. ___(kuha)___
10. ___(pasok)___

11. Kapaghihintay lang ni Oscar.
12. ___(hanap)___
13. ___(pahinga)___
14. ___(isda)___
15. ___(gulo)___

16. Kapag-iipon lang namin.
17. ___(bayad)___
18. ___(aral)___
19. ___(gapang)___
20. ___(harana)___

Kararating lang niya rito.
Kaaalis lang niya rito.
Kabibili lang niya rito.
Kahihiram lang niya rito.
Kauupo lang niya rito.

Kababasa lang niya rito.
Kakakain lang niya rito.
Kalilipat lang niya rito.
Kakukuha lang niya rito.
Kapapasok lang niya rito.

Kapaghihintay lang ni Oscar.
Kapaghahanap lang ni Oscar.
Kapagpapahinga lang ni Oscar.
Kapangingisda lang ni Oscar.
Kapanggugulo lang ni Oscar.

Kapag-iipon lang namin.
Kapagbabayad lang namin.
Kapag-aaral lang namin.
Kapanggagapang lang namin.
Kapanghaharana lang namin.

CONVERSION DRILLS

Instructions: The teacher gives a sentence in the perfective, which the student converts to the recent perfective. The student should be sure he knows what each sentence means.

Teacher | Student

A. 1. Nagising si George.
2. Dumating ang titser.
3. Nangisda kami.
4. Nagtrabaho tayo.
5. Nangharana sina Oscar.

6. Nanggulo ang mga bata.
7. Pumusta ako.
8. Nagsimba ka.
9. Kumuha siya.
10. Nagpahinga sila.

Kagigising lang ni George.
Kararating lang ng titser.
Kapangingisda lang namin.
Kapagtatrabaho lang natin.
Kapanghaharana lang nina Oscar.

Kapanggugulo lang ng mga bata.
Kapupusta ko lang.
Kasisimba mo lang.
Kakukuha lang niya.
Kapapahinga lang nila.

B. 1. Umulan.
2. Bumagyo.
3. Kumidlat.
4. Lumindol.
5. Kumulog.

Kauulan lang.
Kababagyo lang.
Kakikidlat lang.
Kalilindol lang.
Kakukulog lang.

CONVERSION RESPONSE DRILLS

Instructions: The teacher gives a question using a perfective form. The student answers in the affirmative using the recent perfective.

| Teacher | Student |
|---|---|
| A. 1. Lumaban ba si Bulik? | Oo, kalalaban lang niya, e. |
| 2. Nakainom ba ang bisita? | Oo, kaiinom lang niya, e. |
| 3. Nagbasa ka ba? | Oo, kapagbabasa ko lang, e. |
| 4. Humiram ba sila? | Oo, kahihiram lang nila, e. |
| 5. Pumusta ba sina Atorni? | Oo, kapupusta lang nila, e. |
| 6. Nag-usap ba kayo? | Oo, kapag-uusap lang namin, e. |
| 7. Nagbayad ba kami? | Oo, kababayad lang ninyo, e. |
| 8. Lumipat ba ang tao? | Oo, kalilipat lang niya, e. |
| 9. Nagbloaut ba ang mga sabungero? | Oo, kapagbobloaut lang nila, e. |
| 10. Nanganak ba siya? | Oo, kapanganganak lang niya, e. |

Instructions: The teacher gives a question using the future form. The student answers in the negative using the recent perfective.

| Teacher | Student |
|---|---|
| B. 1. Magbobloaut ba ang sabungero bukas? | Hindi. Kapagbobloaut lang niya, e. |
| 2. Sisimba ba si Luningning sa Biyernes? | Hindi. Kasisimba lang niya, e. |
| 3. Paparoon ka ba sa Nobyembre? | Hindi. Kapaparoon ko lang, e. |
| 4. Magbabayad ba ako sa buwang darating? | Hindi. Kapagbabayad mo lang, e. |
| 5. Matatapos ba siya sa Marso? | Hindi. Katatapos lang niya, e. |
| 6. Kukuha ba ng polyeto ang mga lider bukas? | Hindi. Kakukuha lang nila, e. |
| 7. Manghihiram ba ng pera sina Tony sa Sabado? | Hindi. Kapanghihiram lang nila, e. |
| 8. Magdadala ba kami ng sanlibo sa Oktubre? | Hindi. Kapagdadala lang ninyo, e. |
| 9. Hihingi ba tayo ng tulong sa buwang darating? | Hindi. Kahihingi lang natin, e. |
| 10. Mangangalakal ba sila sa taong darating? | Hindi. Kapangangalakal lang nila, e. |

TRANSLATION DRILLS (Paired Sentences)

| Teacher | Student |
|---|---|
| A. 1. He arrived yesterday. | Dumating siya kahapon. |
| He just arrived. | Kararating lang niya. |
| 2. We (you and I) bet last Sunday. | Pumusta tayo noong Linggo. |
| We just bet. | Kapupusta lang natin. |
| 3. We (she and I) ate a while ago. | Kumain kami kanina. |
| We just ate. | Kakakain lang namin. |
| 4. They transferred the day before yesterday. | Lumipat sila kamakalawa. |
| They just transferred. | Kalilipat lang nila. |
| 5. Ben and Joe sat down here a while ago. | Umupo rito sina Ben at Joe kanina. |
| Ben and Joe just sat down here. | Kauupo lang nina Ben at Joe. |
| 6. The newlyweds got some money. | Kumuha ng pera ang mga bagong-kasal. |
| The newlyweds just got some money. | Kakukuha lang ng mga bagong-kasal ng pera. |
| 7. The man worked last night. | Nagtrabaho ang lalaki kagabi. |
| The man just worked. | Kapagtatrabaho lang ng lalaki. |
| 8. The women paid last Monday. | Nagbayad ang mga babae noong Lunes. |
| The women just paid. | Kapagbabayad lang ng mga babae. |
| 9. The children brought some books yesterday. | Nagdala ng mga libro ang mga bata kahapon. |
| The children just brought some books. | Kapagdadala lang ng mga bata ng mga libro. |
| 10. Rosy and her companions gave a treat last night. | Nagbloaut sina Rosy kagabi. |
| Rosy and her companions just gave a treat. | Kapagbobloaut lang nina Rosy. |
| 11. The young lady cleaned the house last Monday. | Naglinis ng bahay ang dalaga noong Lunes. |
| The young lady just cleaned the house. | Kapaglilinis lang ng dalaga ng bahay. |
| 12. Nene had a baby last February. | Nanganak si Nene noong Pebrero. |
| Nene just had a baby. | Kapanganganak lang ni Nene. |

13. The leaders campaigned secretly last night.      Nanggapang ang mga lider kagabi.
    The leaders just campaigned secretly.             Kapanggagapang lang ng mga lider.
14. The young man went serenading last night.         Nangharana ang binata kagabi.
    The young man just went serenading.               Kapanghaharana lang ng binata.
15. Cely and Tentay borrowed money from me            Nanghiram ng pera sa akin sina Cely at Tentay noong
    last Wednesday.                                   Miyerkoles.
    Cely and Tentay just borrowed money from          Kapanghihiram lang nina Cely at Tentay ng pera sa
    me.                                               akin.

B. 1. I just bought a dress.                          Kabibili ko lang ng damit.
      I just bought the dress.                        Kabibili ko lang sa damit.
   2. She just got a dog.                             Kakukuha lang niya ng aso.
      She just got the dog.                           Kakukuha lang niya sa aso.
   3. Nene just asked for money.                      Kahihingi lang ni Nene ng pera.
      Nene just asked for the money.                  Kahihingi lang ni Nene sa pera.
   4. The teacher just attended a meeting.            Kadadalo lang ng titser ng miting.
      The teacher just attended the meeting.          Kadadalo lang ng titser sa miting.
   5. Rosy just borrowed some books.                  Kahihiram lang ni Rosy ng mga libro.
      Rosy just borrowed the books.                   Kahihiram lang ni Rosy sa mga libro.

   6. The woman just cooked some _turons_.            Kapagluluto lang ng babae ng turon.
      The woman just cooked the _turons_.             Kapagluluto lang ng babae sa turon.
   7. The people just raised a house.                 Kabubuhat lang ng mga tao ng bahay.
      The people just raised the house.               Kabubuhat lang ng mga tao sa bahay.
   8. The young man just serenaded a young lady.      Kapanghaharana lang ng binata ng dalaga.
      The young man just serenaded the young lady.    Kapanghaharana lang ng binata sa dalaga.
   9. The woman just counted some handbills.          Kapagbibilang lang ng babae ng mga polyeto.
      The woman just counted the handbills.           Kapagbibilang lang ng babae sa mga polyeto.
  10. Mother just gave away some food.                Kapagbibigay lang ng Nanay ng pagkain.
      Mother just gave away the food.                 Kapagbibigay lang ng Nanay sa pagkain.

## DISCUSSION

A verb in the recent perfective is often accompanied by the enclitic _lang_ (or the less commonly used _lamang_). Like the perfective, the recent perfective may correspond to the English past, present perfect, or past perfect: 'He just left', 'He has just left', and 'He had just left' are all _Kaaalis lang niya_.

The actor is expressed by a _ng_-phrase. In addition to the actor, the usual complements (object, locative, benefactive) may occur.

The definite-indefinite object distinction may be made with recent-perfective verbs in the same way

as with Actor-focus verbs: that is, by the choice of _ng_ or _sa_ before the noun representing the object; thus, _Kabibili ko lang ng damit_ (indefinite object) vs. _Kabibili ko lang sa damit_ (definite object —see Unit XI, grammar point II). Some speakers, however, use only the _ng_-object complement, with definiteness inferred from the context, or indicated by an attributive construction: e.g., _Kabibili ko lang ng damit na ito_.

The recent perfective cannot be inverted into topic-predicate order since it has no _ang_-phrase.

## II. POLITE USE OF _kayo_ AND _sila_

### EXAMPLES

A. 1. Kayo po ba ang tanyag na Don Ibarra?       [Are you the famous Don Ibarra, sir?]
   2. Kayo po ba si G. Magpayo?                   Are you Mr. Magpayo, sir?

B. 1. Sila po ba ang tanyag na Don Ibarra?        Are you the famous Don Ibarra, sir?
   2. Sino po ang hinahanap nila?                 Who're you looking for, sir?

C. 1. Sila po ang aking nanay.                    She's my mother, sir.
   2. Sila po ang ninong namin.                   He's our godfather, sir.

| kayo | → | you (singular) |
|------|---|----------------|
| sila | → | you (singular) / he/she |

a. In formal or respectful address,
   _kayo/ninyo/inyo_ or _sila/nila/_

kanila is used instead of ikaw
(ka)/mo/iyo.

b. Sila/nila/kanila is also used in
place of siya/niya/kaniya in re-
spectful reference to a third per-
son.

SUBSTITUTION DRILLS

Instructions: The teacher gives a sentence with a second person familiar referent. Student 1 substitutes
the polite kayo and Student 2 the more formal sila. The student should watch out for the
proper placing of the enclitic po that goes with the polite forms.

Teacher                                                    Student 1

A. 1. Ikaw ang tanyag na sabungero.                        Kayo po ang tanyag na sabungero.
   2. Ikaw ang balitang Don Ibarra.                        Kayo po ang balitang Don Ibarra.
   3. Ikaw ba ang mahusay na manunulat?                    Kayo po ba ang mahusay na manunulat?
   4. Ikaw ba ang matalinong Don Juan?                     Kayo po ba ang matalinong Don Juan?
   5. Aalis ka na.                                         Aalis na po kayo.
   6. Sasama ka na ba?                                     Sasama na po ba kayo?

                          Student 2

            Sila po ang tanyag na sabungero.
            Sila po ang balitang Don Ibarra.
            Sila po ba ang mahusay na manunulat?
            Sila po ba ang matalinong Don Juan?
            Aalis na po sila.
            Sasama na po ba sila?

B. 1. Heto ang hinahanap mo.                               Heto po ang hinahanap ninyo.
   2. Heto ang kunin mo.                                   Heto po ang kunin ninyo.
   3. Ako ba ang babayaran mo?                             Ako po ba ang babayaran ninyo?
   4. Ako ba ang tinatanong mo?                            Ako po ba ang tinatanong ninyo?
   5. Hayan ba ang gusto mo?                               Hayan po ba ang gusto ninyo?
   6. Hayun ba ang kailangan mo?                           Hayun po ba ang kailangan ninyo?

            Heto po ang hinahanap nila.
            Heto po ang kunin nila.
            Ako po ba ang babayaran nila?
            Ako po ba ang tinatanong nila?
            Hayan po ba ang gusto nila?
            Hayun po ba ang kailangan nila?

C. 1. Iyo ang manok na ito.                                Inyo po ang manok na ito.
   2. Iyo ba ang bulik na iyon?                            Inyo po ba ang bulik na iyon?
   3. Babayaran ko ba iyon sa iyo?                         Babayaran ko po ba iyon sa inyo?
   4. Hinihiram mo ang libro sa titser.                    Hinihiram po ninyo ang libro sa titser.
   5. Ibinibigay ko ito sa iyo.                            Ibinibigay ko po ito sa inyo.
   6. Ipinupusta mo ang sanlibo kay Kardo.                 Ipinupusta po ninyo ang sanlibo kay Kardo.

            Kanila po ang manok na ito.
            Kanila po ba ang bulik na iyon?
            Babayaran ko po ba iyon sa kanila?
            Hinihiram po nila ang libro sa titser.
            Ibinibigay ko po ito sa kanila.
            Ipinupusta po nila ang sanlibo kay Kardo.

Instructions: The teacher gives a sentence with a third person singular referent. The student substitutes
the more respectful third person plural.

|           Teacher            |           Student            |

D. 1. Siya ang mayamang kandidato.     Sila ang mayamang kandidato.
  2. Siya ang mabait na ginang.     Sila ang mabait na ginang.
  3. Siya ba ang balitang mambabasa?     Sila ba ang balitang mambabasa?
  4. Siya ba ang tanyag na ginoo?     Sila ba ang tanyag na ginoo?

  5. Si Don Ibarra ang hinahanap niya.     Si Don Ibarra po ang hinahanap nila.
  6. Si Don Ibarra ang ibobloaut niya.     Si Don Ibarra po ang ibobloaut nila.
  7. Ang sabungero ba ang tinatawag niya?     Ang sabungero po ba ang tinatawag nila?
  8. Ang titser ba ang sasamahan niya?     Ang titser po ba ang sasamahan nila?

  9. Humihingi ka ba ng tulong sa kaniya?     Humihingi ba kayo ng tulong sa kanila?
  10. Nagdadaia ka ba ng tsokolate sa kaniya?     Nagdadaia ba kayo ng tsokolate sa kanila?

## TRANSLATION DRILLS (Triplet and Paired Sentences)

|           Teacher            |           Student            |

A. 1. Can I help you?     Matutulungan ba kita?
    May I help you?     Matutulungan ko po ba kayo?
    May I be of service to you, ma'am?     Matutulungan ko po ba sila?

  2. Would you care for some calamansi?     Gusto mo ba ng kalamansi?
    Would you care for some calamansi, ma'am?     Gusto po ba ninyo ng kalamansi?
    Would you care for some calamansi, madam?     Gusto po ba nila ng kalamansi?

  3. Is this yours (sg.)?     Iyo ba ito?
    Is this yours, ma'am?     Inyo po ba ito?
    Is this yours, madam?     Kaniia po ba ito?

  4. Is there anything I can do for you (sg.)?     May maipaglilingkod ba ako sa iyo?
    Is there anything I can do for you, ma'am?     May maipaglilingkod po ba ako sa inyo?
    Is there anything I can do for you, madam?     May maipaglilingkod po ba ako sa kanila?

  5. Are you the famous Don Ibarra?     Ikaw ba ang tanyag na Don Ibarra?
    Are you the famous Don Ibarra, sir?     Kayo po ba ang tanyag na Don Ibarra?
    Are you the famous Don Ibarra, sir?     Sila po ba ang tanyag na Don Ibarra?

  6. Do you need Miss Santos?     Kailangan mo ba si Bb. Santos?
    Do you need Miss Santos, ma'am?     Kailangan po ba ninyo si Bb. Santos?
    Do you need Miss Santos, madam?     Kailangan po ba nila si Bb. Santos?

  7. Please get the book from her.     Pakikuha mo nga ang libro sa kaniya.
    Please get the book from her, ma'am.     Pakikuha nga po ninyo ang libro sa kaniya.
    Please get the book from her, madam.     Pakikuha nga po nila ang libro sa kaniya.

  8. Is this your friend?     Ito ba ang iyong kaibigan?
    Is this your friend, ma'am?     Ito po ba ang inyong kaibigan?
    Is this your friend, madam?     Ito po ba ang kanilang kaibigan?

  9. Are you leaving now?     Aalis ka na ba?
    Are you leaving now, Father?     Aalis na po ba kayo, Itay?
    Are you leaving now, sir?     Aalis na po ba sila?

  10. Do you know him?     Kilala mo ba siya?
    Do you know him, Mother?     Kilala po ba ninyo siya, Inay?
    Do you know him, ma'am?     Kilala po ba nila siya?

B. 1. He's my teacher.     Siya ang aking titser.
    He's my teacher, sir.     Sila po ang aking titser.
  2. She's our godmother.     Siya ang aming ninang.
    She's our godmother, ma'am.     Siya po ang aming ninang.
  3. Is she the owner of the house?     Siya ba ang may-ari ng bahay?
    Is she the owner of the house, sir?     Sila po ba ang may-ari ng bahay?
  4. This is her car.     Ito ang kaniyang kotse.
    This is her car, ma'am.     Ito po ang kanilang kotse.
  5. That is for him.     Para sa kaniya iyan.
    That is for him, sir.     Para sa kanila po iyan.

6. Was this borrowed from her?                Hiniram ba ito sa kaniya?
   Was this borrowed from her, ma'am?        Hiniram po ba ito sa kanila?
7. The dress was bought by her.                Binili niya ang damit.
   The dress was bought by her, ma'am.        Binili po nila ang damit.
8. What did he do?                             Ano ang ginawa niya?
   What did he do, sir?                       Ano po ang ginawa nila?
9. Is that the dress she wants?                Iyan ba ang damit na gusto niya?
   Is that the dress she wants, ma'am?        Iyan po ba ang damit na gusto nila?
10. She got the book from him.                 Kinuha niya ang libro sa kaniya.
   She got the book from him, sir.            Kinuha po nila ang libro sa kanila.

## DISCUSSION

Kayo and sila are the polite, formal, or respectful substitutes for ikaw 'you' (cf. Spanish usted, French vous, German Sie). Kayo is used by a child when talking to his parents, to adult strangers, etc. It is also used between strangers whether or not they are approximately the same age (except teenagers, who don't use it among themselves), between two speakers of different social status (with the one in the lower social status tending to use it more often), etc.

Sila is used in the same circumstances as kayo, but it is more formal and polite than the latter. It is also used to refer to another (to whom kayo would be applied if addressed) who is either absent or not directly addressed to show the same respect.

Po, the most formal of the "respect" particles, is a very natural analogue of kayo and sila in polite reference.

## CUMULATIVE DRILLS

SUBSTITUTION-RESPONSE DRILL (Moving Slot)

Instructions: The teacher gives a question and then cues additional questions with a verb in the basic form which Student 1 changes to recent perfective. Student 2 gives an affirmative response, substituting a pronoun for the noun actor.

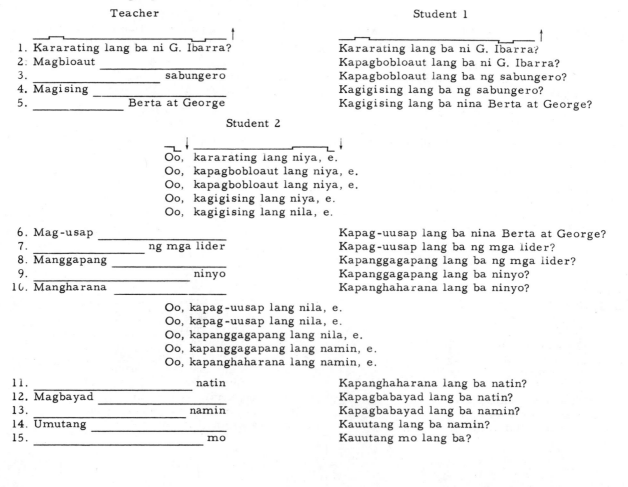

|  | Teacher | Student 1 |
|---|---|---|
| 1. | Kararating lang ba ni G. Ibarra? | Kararating lang ba ni G. Ibarra? |
| 2. | Magbloaut _____ | Kapagbobloaut lang ba ni G. Ibarra? |
| 3. | _____ sabungero | Kapagbobloaut lang ba ng sabungero? |
| 4. | Magising _____ | Kagigising lang ba ng sabungero? |
| 5. | _____ Berta at George | Kagigising lang ba nina Berta at George? |

Student 2

Oo, kararating lang niya, e.
Oo, kapagbobloaut lang niya, e.
Oo, kapagbobloaut lang niya, e.
Oo, kagigising lang niya, e.
Oo, kagigising lang nila, e.

| 6. | Mag-usap _____ | Kapag-uusap lang ba nina Berta at George? |
| 7. | _____ ng mga lider | Kapag-uusap lang ba ng mga lider? |
| 8. | Manggapang _____ | Kapanggagapang lang ba ng mga lider? |
| 9. | _____ ninyo | Kapanggagapang lang ba ninyo? |
| 10. | Mangharana _____ | Kapanghaharana lang ba ninyo? |

Oo, kapag-uusap lang nila, e.
Oo, kapag-uusap lang nila, e.
Oo, kapanggagapang lang nila, e.
Oo, kapanggagapang lang namin, e.
Oo, kapanghaharana lang namin, e.

| 11. | _____ natin | Kapanghaharana lang ba natin? |
| 12. | Magbayad _____ | Kapagbabayad lang ba natin? |
| 13. | _____ namin | Kapagbabayad lang ba namin? |
| 14. | Umutang _____ | Kauutang lang ba namin? |
| 15. | _____ mo | Kauutang mo lang ba? |

Oo, kapanghaharana lang natin, e.
Oo, kapagbabayad lang natin, e.
Oo, kapagbabayad lang ninyo, e.
Oo, kauutang lang ninyo, e.
Oo, kauutang ko lang, e.

## TRANSLATION DRILL (Patterned Sentences)

| Teacher | Student |
|---------|---------|
| 1. <u>Bulik</u> just ran. | Katatakbo lang ni Bulik. |
| 2. The cockfighter just finished eating. | Kakakain lang ng sabungero. |
| 3. They just finished talking. | Kapag-uusap lang nila. |
| 4. I just gave a treat. | Kapagbobloaut ko lang. |
| 5. Did the candidate just win? | Kapapanalo lang ba ng kandidato? |
| 6. Did Ledesma just leave? | Kaaalis lang ba ni Ledesma? |
| 7. Did you just finish betting? | Kapupusta mo lang ba? |
| 8. Did he just pay? | Kababayad lang ba niya? |
| 9. Ray just got some money. | Kakukuha lang ni Ray ng pera. |
| 10. The children just asked for money. | Kahihingi lang ng mga bata ng pera. |
| 11. They have just given help. | Kapagbibigay lang nila ng tulong. |
| 12. I just bought a dress. | Kabibili ko lang ng damit. |
| 13. Did Berta just drink <u>salabat</u>? | Kaiinom lang ba ni Berta ng salabat? |
| 14. Did the people just eat <u>bibingka</u>? | Kakakain lang ba ng mga tao ng bibingka? |
| 15. Did he just hear the music? | Karirinig lang ba niya sa tugtog? |
| 16. Did you just see the <u>butse</u>? | Kakikita mo lang ba sa butse? |

## CONVERSION-RESPONSE DRILL

Instructions: The teacher whispers a cue to Student 1, who then asks a question to verify what he thinks he heard, using <u>kayo</u> to address the teacher. Student 2 repeats the same question using <u>sila</u>, and Student 3 gives the affirmative response, also addressed to the teacher. The teacher prompts the first two or three trials, if necessary.

| Teacher | Student 1 (to Teacher) |
|---------|------------------------|
| 1. Ako ang titser. | Kayo po ba ang titser? |
| 2. Ako ang Batanggenya. | Kayo po ba ang Batanggenya? |
| 3. Ako si Don Ibarra. | Kayo po ba si Don Ibarra? |
| 4. Ako ang matanda. | Kayo po ba ang matanda? |
| 5. Ako ang magbobloaut. | Kayo po ba ang magbobloaut? |

| Student 2 (to Teacher) | Student 3 (to Teacher) |
|------------------------|------------------------|
| Sila po ba ang titser? | Kayo nga po ang titser. |
| Sila po ba ang Batanggenya? | Kayo nga po ang Batanggenya. |
| Sila po ba si Don Ibarra? | Kayo nga po si Don Ibarra. |
| Sila po ba ang matanda? | Kayo nga po ang matanda. |
| Sila po ba ang magbobloaut? | Kayo nga po ang magbobloaut. |

| 6. Pupusta ako kay Bulik. | Pupusta po ba kayo kay Bulik? |
| 7. Nagtatanong ako kay David. | Nagtatanong po ba kayo kay David? |
| 8. Humiram ako sa kaniya. | Humiram po ba kayo sa kaniya? |
| 9. Manghihingi ako ng tulong. | Manghihingi po ba kayo ng tulong? |
| 10. Nakakita ako ng libro. | Nakakita po ba kayo ng libro? |

| Pupusta po ba sila kay Bulik? | Pupusta nga po kayo kay Bulik. |
| Nagtatanong po ba sila kay David? | Nagtatanong nga po kayo kay David. |
| Humiram po ba sila sa kaniya? | Humiram nga po kayo sa kaniya. |
| Manghihingi po ba sila ng tulong? | Manghihingi nga po kayo ng tulong. |
| Nakakita po ba sila ng libro? | Nakakita nga po kayo ng libro. |

| 11. Hinahanap ko si Ben. | Hinahanap po ba ninyo si Ben? |
| 12. Tinutulungan ko ang bata. | Tinutulungan po ba ninyo ang bata? |
| 13. Binabayaran ko ang babae. | Binabayaran po ba ninyo ang babae? |

14. Ibinibili ko siya.                              Ibinibili po ba ninyo siya?
15. Inihihingi nila sila.                           Inihihingi po ba ninyo sila?

    Hinahanap po ba nila si Ben?            Hinahanap nga po ninyo si Ben.
    Tinutulungan po ba nila ang bata?       Tinutulungan nga po ninyo ang bata.
    Binabayaran po ba nila ang babae?       Binabayaran nga po ninyo ang babae.
    Ibinibili po ba nila siya?              Ibinibili nga po ninyo siya.
    Inihihingi po ba nila sila?             Inihihingi nga po ninyo sila.

TRANSLATION DRILLS (Patterned Sentences)

        Teacher                                 Student

A. 1. Are you the well-known writer?          Sila/Kayo ba ang balitang manunulat?
   2. Are you the famous cockfight specialist?  Sila/Kayo ba ang tanyag na sabungero?
   3. Are you the best candidate, sir?          Sila/Kayo po ba ang pinakamagaling na kandidato?
   4. Are you the most intelligent teacher, ma'am? Sila/Kayo po ba ang pinakamatalinong titser?
   5. Are you the one looking for me?           Sila/Kayo po ba ang naghahanap sa akin?
   6. Are you the one betting on <u>Bulik</u>?  Sila/Kayo po ba ang pumupusta kay Bulik?

B. 1. Did you (sg.) just finish working?       {Katatrabaho lang po ba nila?
                                {Katatrabaho lang po ba ninyo?
   2. Did you (sg.) just go fishing?          {Kapangingisda lang po ba nila?
                                {Kapangingisda lang po ba ninyo?
   3. Did you (sg.) just get some money?       {Kakukuha lang po ba nila ng pera?
                                {Kakukuha lang po ba ninyo ng pera?
   4. Did you (sg.) just bet one thousand pesos? {Kapupusta lang po ba nila ng sanlibong piso?
                                {Kapupusta lang po ba ninyo ng sanlibong piso?

VISUAL-CUE DRILLS

PICTURE A

Panuto: Ilarawan ang sumusunod. Gamitin ang <u>perfective</u>, <u>recent</u> <u>perfective</u>, at <u>future</u>.

Halimbawa: Pumusta ng sampung piso si Tony kay Arthur.
Kapapanalo lang ni Tony ng sampung piso.
Ibinobloaut ni Tony sina Arthur at Mang Kardo.

PICTURE B

Panuto: 1. Ilarawan ang mga sumusunod. Gamitin ang <u>recent</u> <u>perfective</u>.

Halimbawa: Kapanghaharana lang nina Joe, Rudy, at Ben.

Panuto: 2. Gumawa ng isang kuwento tungkol sa mga larawan sa ibaba.

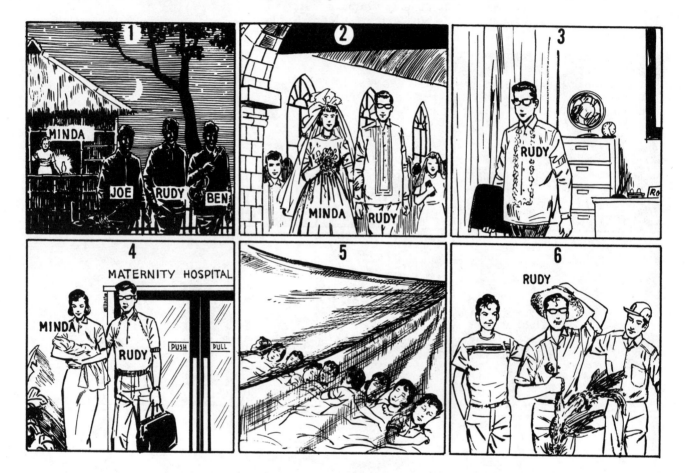

PICTURE C

Panuto: Ilarawan ang sumusunod.

## COMPREHENSION-RESPONSE DRILLS

A. 1. Nag-iiba na ba ang sabong?
   2. Si Bulik ba ang nanalo?
   3. Si Fidel ba ang balitang sabungero?
   4. Manok ba ni Don Ibarra si Bulik?
   5. Kakaunti ba ang manok ni Don Ibarra?
   6. Sinaksak ba ni Bulik ang kalaban?
   7. Si Bulik ba ang tumakbo?
   8. Si Tony ba ang nagbloaut?

B. 1. Nag-iiba na ba ang sabong o hindi pa?
   2. Si Bulik ba o si Pula ang nanalo?
   3. Si Fidel ba o si Don Ibarra ang balitang sabungero?
   4. Marami ba o kakaunti ang manok ni Don Ibarra?
   5. Manok ba ni Don Ibarra o ni Fidel si Bulik?
   6. Si Bulik ba o si Pula ang tumakbo?
   7. Si Tony ba o si Don Ibarra ang nagbloaut?

C. 1. Sino ang manok na mahusay?
   2. Sino ang balitang sabungero?
   3. Sino ang kalaban ni Bulik?
   4. Sino ang tumakbo?
   5. Sino ang nagbloaut?
   6. Bakit siya nagbloaut?
   7. Sinu-sino ang ibinobloaut niya?

# READING

## ARAW NG KALAYAAN

(See Part I, Intermediate Readings in Tagalog)

# UNIT XX

### Luksang Lamayan (1)

Namatay si Mang Sebyo
at nakaburol ang bangkay
niya sa kanilang bahay. Na-
kikipaglamay ang mga ka-
mag-anak at kaibigan. Isa
na rito si Arthur.

Arthur:
Nakikiramay ako sa in-
yong pagdadalamhati (2),
Linda.

naki·kɪra·may akʊ sa ɪnyʊm
   (sharing)

pagdadalamha·ti· li·nda·h|
(extreme sorrow)

Linda:
(Hihikbi) Maraming sala-
mat, Arthur.

mara·mɪŋ sala·ma·t ʹa·rtu·r|

Arthur:
Dumating na ba si Nita
buhat sa probinsya?

dʊmatɪŋ na ba sɪ ni·ta bu·hat sa prʊbi·nsya·h
                    (from)

Linda:
Oo, kararating lang. Ka-
wawa naman—hinimatay
pagdating na pagdating.

ʹo·ʹoh  kara·ratɪŋ la·ŋ  ka·wa·wa· nama·n
hɪnɪmatay pagdatɪŋ na pagdati·ŋ
 (fainted)      (upon arrival)

Arthur:
Talagang hindi natin mai-

talagaŋ hɪndi· na·tɪn mai·ʹɪwa·san aŋ ganyam
                    (avoid)

### Death in the Family

Mang Sebyo has died
and his body lies in state
in his house. Friends and
relatives are keeping vigil.
One of these is Arthur.

Linda, please accept my
heartfelt sympathy.

(Sobbing) Thank you, Ar-
thur.

Has Nita come from the
province?

Yes. Just came. Poor girl,
she fainted the minute she
got here.

We can't escape these
things, Linda.

iwasan ang ganyang pang-
yayari, Linda.

paŋyaya·ri·h ˈliˑndah
(event)

Linda:
Pero masyadong bigla
ito.

peˑrʊ masyaˑdʊm bɪglaˑ ˈɪtoˑh
(sudden)

But this was so sudden.

Arthur:
Kung sa bagay. Pero ma-
pagtitiisan din iyan. Di-
yan lahat ang tungo natin.
Una-una nga lang.

kʊŋ sa baˑgay    peˑrʊ mapagtiˑtɪ·ɪsan dɪn yaˑn
(can-be-endured)

dyan lahat an   tuˑŋʊ   naˑtiˑn
(destination)

ˈʊna ʊna    ŋaˑ laˑŋ
(one-ahead-
of-the-other)

I understand. But we have
to bear these things. We're
all going to the same place.
Just a little earlier for
some than for others.

Linda:
Kawawa naman ang Na-
nay at ang aking mga ka-
patid.

kaˑwaˑwaˑ naman aŋ naˑnaˑy  ˈat aŋ ˈaˑkɪŋ maŋa
kapatiˑd
(sibling)

My poor mother and my
brothers and sisters.

Arthur:
Nasaan ba ang Nanay?

naˑsam baŋ naˑnay

Where is your mother?

Linda:
Nandoon. Hindi umaalis
sa tabi ng bangkay (3).

naˑndʊn   hɪndiˑ ˈʊmaˑˈalɪs sa tabɪ nam baŋkaˑy
(going away)         (corpse)

Over there. She won't leave
the coffin.

Arthur:
Halika. Puntahan natin
siya.

haliˑkaˑh   pʊntahan naˑtɪn syaˑh
(to-go-to)

Come on. Let's go to her.

Linda:
Nanay, si Arthur.

naˑnaˑy   sɪ ˈaˑrtuˑr

Mother, Arthur's here.

Arthur:
Nakikiramay po ako sa
inyo.

nakiˑkɪraˑmay puˑ akʊ sa ɪnyoˑh

Ma'am, please accept my
deepest sympathy.

Aling Sela:
Ay naku, anak. (Hahagul-
gol) Inulila na kami ng
Mang Sebyo mo.

ˈay nakʊ ˈanaˑk   ˈɪnuliˑla na kamiˑh naŋ
(was
orphaned)

maŋ seˑbyʊ moˑh

My child, (wails) your
Mang Sebyo has left us.

Arthur:
Kalamayin po ninyo ang
inyong loob (4). Huwag
ninyong masyadong dib-
dibin (5) ang inyong pa-
ngungulila (6).

kalamaˑyin  puˑ nɪnyoˑŋ ɪnyʊŋ loˑoˑb
(to-pull-one-
self together)

hwag nɪnyʊŋ masyaˑdʊn dɪbdɪbiˑn
(to-take-too-hard)

ˈaŋ ɪnyʊm paŋʊŋuliˑlah
(feeling-of-being-alone)

Please try to pull yourself
together. Don't take it too
hard, Ma'am.

Linda:
Nanay, narito na po ang
mandarasal (7).

naˑnaˑy  naˑrɪtʊ na poˑ·  ˈaŋ mandarasaˑl
(one-who-prays)

Mom, the women are here.

Aling Sela:
Sige na, anak. Kausapin
mo na sila tungkol sa pa-
siyam (8). (Hahagulgol)

siˑgɪ na ˈanaˑk   kaʊsaˑpɪn mʊ na sɪlaˑh
(to-talk-to)

tʊŋkʊl sa pasyaˑm
(novena for the dead)

Go ahead, dear. Talk to
them about the novena.
(Wails)

Arthur:
Kailan ba ang libing?

ke·lam ba·ŋ lɪbi·ŋ
          (interment)

When is the funeral?

Linda:
Bukas ng hapon. Ta-
mang-tama sa Linggo
ang patapos (9).

bu·kas naŋ ha·pon    ta·man ta·ma· sa lɪŋgo·h
'am patapo·s
          (the last day of the novena for the dead)

Tomorrow afternoon. The
end of the novena falls on
Sunday.

Aling Sela:
E, sino ang namahala ng
pagkontrato ng mga sa-
sakyan para sa libing?

'e·h  si·no·ŋ namaha·la· nam pagkʊntra·tʊ naŋ
          (took charge)        (contracting)
maŋa sasakya·n  pa·ra sa lɪbi·ŋ

Who arranged the transpor-
tation for the funeral?

Arthur:
Huwag na po kayong
mag-alala (10). Kami na
po ni David ang mamama-
hala.

hwag na pu· kayʊŋ mag'alala·h
kamɪ na pu· nɪ davi·d  'aŋ mama·maha·la·'
                          (will-take-charge)

Don't worry about that. Da-
vid and I will take care of
it.

Linda:
Siyanga pala, nag-abuloy
(11) ho si Aling Lucing
ng tela para pamindong
(12) natin.

sya·ŋa· pala·h   nagabu·lʊy hu· sɪ 'a·lɪŋ lʊsɪŋ
          (contributed)            (Lucing)
nan te·la·h  pa·ra· pamɪndʊŋ na·ti·n
   (cloth)         (veil)

Oh, by the way, Aling Lu-
cing sent some cloth for
our veils.

Aling Sela:
Ang magkakandila't mag-
bubulaklak?... Hindi na
ako makapag-isip. Kayo
na ang bahala riyan (13).

'aŋ magkakandɪlat magbʊbʊlakla·k
   (candle vendor)(flower vendor)
hɪndi· na· kʊ  makapagɪsi·p
          (be-able-to-think)
kayʊ na·m baha·la· rya·n

The candle vendor and
flower vendor?... I can't
think anymore. Please take
care of everything.

CULTURAL AND STRUCTURAL NOTES

(1) Luksang lamayan comes from two words, luk-
sa 'black, mourning' and lamay 'vigil, night watch'.
When a person dies, his remains usually lie in state
in his house for two or three days or even a week.
Friends and relatives keep vigil until the funeral.
This practice is but one of many funerary customs
shared by most Filipinos with other Roman Catho-
lics throughout the world.

(2) Nakikiramay ako sa inyong pagdadalamhati is
a set expression equivalent to English 'Please ac-
cept my heartfelt sympathy.'

(3) Bangkay refers to the corpse alone or to the
corpse and coffin.

(4) Kalamayin po ninyo ang inyong loob is a set
expression equivalent to English 'Pull yourself to-
gether; don't go to pieces.'

(5) Huwag ninyong masyadong dibdibin is a Taga-
log way of saying 'Don't take things too hard.'

(6) Pangungulila is 'loss' or 'loneliness' (from
ulila 'orphan') caused by the separation from, or
death of, a beloved (like one's parents, one's child,
one's wife or husband or sweetheart, one's close
friend, etc.).

(7) The mandarasal are of two kinds: those who
make praying for the dead a profession and those

who don't. The former usually consist of two peo-
ple, one who leads the prayers and one who leads
the responses. These two lead the prayers every
day for nine days. The remuneration for their ser-
vices is generally very small, almost like a token
payment. The non-professional prayers are gen-
erally made up of the neighbors, friends, and rel-
atives of the dead person, who take it upon them-
selves to help out in the funeral.

(8) Pasiyam means 'novena for the dead'. After
the burial, the family starts a novena (or nine-day
period of prayer) for the eternal repose of the
soul of the dead person.

(9) Patapos is literally 'the end, finish'. A be-
reaved family most often prepares a big feast on
the last day of the novena for the dead. Friends
and relatives come and pray for the dead.

(10) Huwag kayong mag-alala is a set expres-
sion meaning 'Don't worry.'

(11) Abuloy means 'contribution' and is used
here as a verb. Friends and relatives usually help
out the bereaved family with the expenses by con-
tributing money or other items like cloth for
dresses or veils.

(12) Pamindong refers to the long black veil

worn by the womenfolk in the immediate family of the deceased, or even by close relatives. This head covering is worn during the nine-day prayer for the dead and on the day of the funeral. After this, custom varies. Some keep on wearing the pamindong draped over the head or around the neck for a few more days or weeks after the funeral; others for a month or so; still others for as long as a year. The veil is worn with the conventional black dress for mourning.

(13) Kayo na ang bahala, literally 'you already the responsible', is equivalent to English 'All right, take care of everything' or 'I leave things in your hands.'

DRILLS AND GRAMMAR

I. NOUNS DERIVED FROM VERB ROOTS: pag-, pang-

EXAMPLES

A. 1. Madali ang pagdating niya.                His arrival was unexpectedly early.
   2. Kusang-loob ang pagdamay ng mga kaibigan  Helping was voluntary on the part of Aling Sela's
      ni Aling Sela.                            friends.

B. 1. Hindi mabuti ang paghiya niya kay Pedro.  Her embarrassing Pedro isn't good.
   2. Nagalit siya dahil sa paggising sa kaniya ng   He got angry because of the band's waking him up.
      musikong bumbong.

C. 1. Nakikiramay ako sa inyong pagdadalamhati. [Please accept my heartfelt sympathy.]
   2. Masaya ang aming pagbabakasyon sa Bagyo.  Our vacation in Baguio was fun.

D. 1. Huwag po ninyong masyadong dibdibin ang   [Don't take your loss too hard.]
      inyong pangungulila.
   2. Mahirap sa kanila ang panghaharana.       Serenading is difficult for them.

| Actor-Focus Prefix | Nominalization Prefix | Reduplication | Root |
|---|---|---|---|
| -um- | pag | | damay |
| ma- | pag | | hiya |
| mag- | pag | da | dalamhati |
| mang- | pang | hi | hiram |

a. All Actor-focus verbs can be nominalized (i.e., made into nouns) by derivational formations that involve affixation and sometimes reduplication. Other focus patterns are not nominalized by affix formations.

b. The formation of the nominalization is determined by the class to which the verb belongs:

   1. -Um- verbs are nominalized by prefixing pag- to the root (examples A). Ma- transitives behave the same (examples B).

   2. Mag- verbs are nominalized by prefixing pag- plus a reduplicating syllable to the root (examples C).

   3. Mang- verbs are nominalized by prefixing pang- plus a reduplicating syllable to the root (examples D). The nominalizations show all the assimilations the verbs do (see Unit XVI, grammar point I).

c. The stress pattern of the root is preserved in this formation; the first syllable of the affix may or may not be stressed, depending on individual combinations.

## CONVERSION DRILLS

Instructions: The teacher gives a statement which the student repeats, nominalizing the verb and using an equational sentence pattern.

|            Teacher             |            Student             |

A.
1. Magandang umawit si Aling Pelang. — Maganda ang pag-awit ni Aling Pelang.
2. Matamis ngumiti si Mameng. — Matamis ang pagngiti ni Mameng.
3. Mahusay magbayad sina Ray. — Mahusay ang pagbabayad nina Ray.
4. Kusang-loob dumamay ang kabataan. — Kusang-loob ang pagdamay ng kabataan.
5. Iba-ibang umakda ang manunulat. — Iba-iba ang pag-akda ng manunulat.
6. Masyadong magtiis ang mga babae. — Masyado ang pagtitiis ng mga babae.

7. Madali siyang humatol. — Madali ang paghatol niya.
8. Matipid akong gumastos. — Matipid ang paggastos ko.
9. Magaling silang magtrabaho. — Magaling ang pagtatrabaho nila.
10. Mahusay kang manggamot. — Mahusay ang panggagamot mo.
11. Masaya kayong magbida. — Masaya ang pagbibida ninyo.
12. Mabuti kaming manghingi. — Mabuti ang panghihingi namin.

B.
1. Kusang-loob siyang tumutulong. — Kusang-loob ang pagtulong niya.
2. Masarap tayong magluto. — Masarap ang pagluluto natin.
3. Tunay akong nangungulila. — Tunay ang pangungulila ko.

4. Ngayon nagtitinda ang Nanay. — Ngayon ang pagtitinda ng Nanay.
5. Paminsan-minsan naghihirap ang babae. — Paminsan-minsan ang paghihirap ng babae.
6. Hatinggabi nanggagapang ang lider. — Hatinggabi ang panggagapang ng lider.

7. Maagang nagtatrabaho si Linda. — Maaga ang pagtatrabaho ni Linda.
8. Mabuting nagmamahal si Arthur. — Mabuti ang pagmamahal ni Arthur.
9. Masyadong nagdadalamhati si Nita. — Masyado ang pagdadalamhati ni Nita.

## CONVERSION-RESPONSE DRILL

Instructions: The teacher gives a statement. Student 1 asks a specific question based on the teacher's statement. Student 2 gives the brief response by nominalizing the verb.

| Teacher | Student 1 | Student 2 |
|---|---|---|
| 1. Nag-aaral ang babae. | Ano ang inaasikaso ng babae? | Pag-aaral. |
| 2. Nagluluto ang Nanay. | Ano ang inaasikaso ng Nanay? | Pagluluto. |
| 3. Nanghaharana si Arthur. | Ano ang inaasikaso ni Arthur? | Panghaharana. |
| 4. Nanghihingi si Rose. | Ano ang inaasikaso ni Rose? | Panghihingi. |
| 5. Ngumanganga ang mga Lola. | Ano ang inaasikaso ng mga Lola? | Pagnganga. |
| 6. Nangingisda sina George. | Ano ang inaasikaso nina George? | Pangingisda. |
| 7. Nangangalakal sila. | Ano ang inaasikaso nila? | Pangangalakal. |
| 8. Nag-aabuloy kami. | Ano ang inaasikaso namin? | Pag-aabuloy. |
| 9. Nagtatrabaho tayo. | Ano ang inaasikaso natin? | Pagtatrabaho. |
| 10. Tumatawa ka. | Ano ang inaasikaso mo? | Pagtawa. |

## DISCUSSION

The nominalized verb roughly corresponds to the English gerund: the nominalized -ing form of the verb.

A verb root that occurs with more than one verbal affix also occurs with more than one nominalizing affix, the choice depending on the particular verb that underlies the nominalizations. For example, the nominalized form of magbasa is pagbabasa, that of bumasa is pagbasa. Notice that the nominalization of roots that go with maka-, makapag-, and makapang- follow the ma- or -um-, mag-, or mang- nominalizations respectively (review Unit VIII, grammar point II, and Unit XII, grammar point I).

## II. NOUNS DERIVED FROM NOUN ROOTS: mag- FORMS

### EXAMPLES

1. May abuloy ang magkakandila.     The candle vendor has a contribution.
2. Magkakandila at magbubulaklak si Aling Lucing.     Aling Lucing is a candle and flower vendor.
3. Iniluto ito ng magbibibingka para sa patapos.     The bibingka vendor cooked this for the end of the novena.
4. Galing sa mag-aatis ang dalawang piso.     The two pesos is from the atis vendor.
5. Para sa magmamanok ang salabat.     The salabat is for the chicken vendor.

| PREFIX | REDUPLICATION | ROOT |
|--------|---------------|------|
| mag | ka | kandila |
| mag | bu | bulaklak |

    a. The derived nouns in the examples are formed by prefixing mag- plus a reduplicating syllable to the noun root.

    b. The stress pattern of this formation usually involves a shift of the stress on the root to the final syllable. The prefix mag- is optionally stressed.

### SUBSTITUTION DRILL (Fixed Slot)

| Teacher | Student |
|---------|---------|
| 1. Ang kaibigan ko'y mag-aatis. | Ang kaibigan ko'y mag-aatis. |
| 2. _____ (turon) | Ang kaibigan ko'y magtuturon. |
| 3. _____ (litson) | Ang kaibigan ko'y maglilitson. |
| 4. _____ (kahon) | Ang kaibigan ko'y magkakahon. |
| 5. _____ (isda) | Ang kaibigan ko'y mag-iisda. |
| 6. Ang kaibigan ko'y magsusuman. | Ang kaibigan ko'y magsusuman. |
| 7. _____ (butse) | Ang kaibigan ko'y magbubutse. |
| 8. _____ (komiks) | Ang kaibigan ko'y magkokomiks. |
| 9. _____ (damit) | Ang kaibigan ko'y magdadamit. |
| 10. _____ (manok) | Ang kaibigan ko'y magmamanok. |
| 11. _____ (pinipig) | Ang kaibigan ko'y magpipinipig. |
| 12. _____ (bibingka) | Ang kaibigan ko'y magbibingka. |
| 13. _____ (kandila) | Ang kaibigan ko'y magkakandila. |
| 14. _____ (balisong) | Ang kaibigan ko'y magbabalisong. |
| 15. _____ (bulaklak) | Ang kaibigan ko'y magbubulaklak. |
| 16. _____ (puto-bumbong) | Ang kaibigan ko'y magpuputo-bumbong. |
| 17. _____ (siniguwelas) | Ang kaibigan ko'y magsisiniguwelas. |
| 18. _____ (salabat) | Ang kaibigan ko'y magsasalabat. |
| 19. _____ (magasin) | Ang kaibigan ko'y magmamagasin. |
| 20. _____ (kalamansi) | Ang kaibigan ko'y magkakalamansi. |

### CONVERSION-RESPONSE DRILL

Instructions: The teacher gives a statement, which Student 1 converts to a question with a derived mag- noun. Student 2 gives an affirmative response.

| Teacher | Student 1 | Student 2 |
|---------|-----------|-----------|
| 1. Nagbibili siya ng isda. | Siya ba'y mag-iisda? | Oo, mag-iisda siya. |
| 2. Nagtitinda ako ng kandila. | Ako ba'y magkakandila? | Oo, magkakandila ka. |
| 3. Nagtitinda ka ng bulaklak. | Ikaw ba'y magbubulaklak? | Oo, magbubulaklak ako. |
| 4. Nagbibili kayo ng suman. | Kayo ba'y magsusuman? | Oo, magsusuman kami. |
| 5. Nagtitinda kami ng butse. | Kami ba'y magbubutse? | Oo, magbubutse kayo. |

6. Nagbibili tayo ng litson.            Tayo ba'y maglilitson?            Oo, maglilitson tayo.
7. Nagtitinda si Aling Sela ng atis.    Si Aling Sela ba'y mag-aatis?     Oo, mag-aatis siya.
8. Nagbibili si Boy ng bibingka.        Si Boy ba'y magbibibingka?        Oo, magbibibingka siya.
9. Nagtitinda sina Mameng ng sini-      Sina Mameng ba'y magsisiniguwe-   Oo, magsisiniguwelas sila.
   guwelas.                                las?
10. Nagbibili sina Kardo ng isda.       Si Kardo ba'y mag-iisda?          Oo, mag-iisda siya.
11. Nagtitinda ang Ate ng puto-bum-     Ang Ate ba'y magpuputo-bumbong?   Oo, magpuputo-bumbong siya.
    bong.
12. Nagbibili ang Lola ng pinipig.      Ang Lola ba'y magpipinipig?       Oo, magpipinipig siya.
13. Nagtitinda ang Tiyang ng komiks.    Ang Tiyang ba'y magkokomiks?      Oo, magkokomiks siya.
14. Nagtitinda ang Lolo ng manok.       Ang Lolo ba'y magmamanok?         Oo, magmamanok siya.
15. Nagtitinda ang Kuya ng magasin.     Ang Kuya ba'y magmamagasin?       Oo, magmamagasin siya.

RESPONSE DRILL (Directed Questions)

Instructions: The teacher tells Student 1 to ask Student 2 a particular question. Student 2 gives an affirm-
           ative response, using a derived mag- noun.

Teacher

1. Itanong mo sa kaniya kung siya'y nagtitinda ng damit.
2. Itanong mo sa kanila kung sila'y nagtitinda ng komiks.
3. Itanong mo sa kanila kung sila'y nagtitinda ng manok.
4. Itanong mo sa kanila kung si Nene'y nagtitinda ng bulaklak.
5. Itanong mo sa kanila kung sina Rosy ay nagtitinda ng kandila.

           Student 1                                        Student 2

Ikaw ba'y nagtitinda ng damit?                    Oo, magdadamit ako.
Kayo ba'y nagtitinda ng komiks?                   Oo, magkokomiks kami.
Kayo ba'y nagtitinda ng manok?                    Oo, magmamanok kami.
Si Nene ba'y nagtitinda ng bulaklak?             Oo, magbubulaklak siya.
Sina Rosy ba'y nagtitinda ng kandila?            Oo, magkakandila sila.

6. Itanong mo sa kaniya kung ang babae ay nagtitinda ng suman.
7. Itanong mo sa kaniya kung ang mga lalaki ay nagtitinda ng isda.
8. Itanong mo sa kaniya kung si Tentay ay nagtitinda ng atis.
9. Itanong mo sa kaniya kung sina Aling Tinang ay nagtitinda ng puto-bumbong.
10. Itanong mo sa kaniya kung sina Mang Ambo'y nagtitinda ng turon.

Ang babae ba'y nagtitinda ng suman?               Oo, magsusuman siya.
Ang mga lalaki ba'y nagtitinda ng isda?           Oo, mag-iisda sila.
Si Tentay ba'y nagtitinda ng atis?                Oo, mag-aatis siya.
Sina Aling Tinang ba'y nagtitinda ng puto-bumbong?  Oo, magpuputo-bumbong sila.
Sina Mang Ambo ba'y nagtitinda ng turon?          Oo, magtuturon sila.

SUBSTITUTION-RESPONSE DRILL (Moving Slot)

Instructions: The teacher gives a question, which Student 1 repeats. Student 2 answers in the affirmative.
           Then the teacher gives a single word cue, which Student 3 uses to contradict Student 2.

           Teacher                                          Student 1

1. Nagtitinda ba si Tentay ng kandila?         Nagtitinda ba si Tentay ng kandila?
2. _____ bulaklak          Nagtitinda ba si Tentay ng bulaklak?
3. _____ sina Cely _____             Nagtitinda ba sina Cely ng bulaklak?
4. _____ turon             Nagtitinda ba sina Cely ng turon?
5. _____ bibingka          Nagtitinda ba sina Cely ng bibingka?

       Student 2               Cue              Student 3

Oo, magkakandila siya.      bibingka      Hindi. Magbibibingka siya.
Oo, magbubulaklak siya.     turon         Hindi. Magtuturon siya.
Oo, magbubulaklak sila.     damit         Hindi. Magdadamit sila.
Oo, magtuturon sila.        kandila       Hindi. Magkakandila sila.
Oo, magbibibingka sila.     bulaklak      Hindi. Magbubulaklak sila.

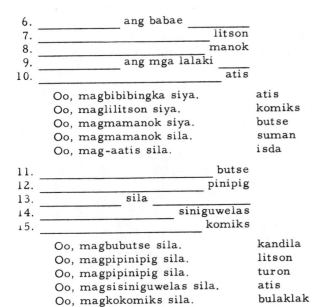

6. _____ ang babae _____    Nagtitinda ba ang babae ng bibingka?
7. _____ litson    Nagtitinda ba ang babae ng litson?
8. _____ manok    Nagtitinda ba ang babae ng manok?
9. _____ ang mga lalaki _____    Nagtitinda ba ang mga lalaki ng manok?
10. _____ atis    Nagtitinda ba ang mga lalaki ng atis?

    Oo, magbibibingka siya.    atis        Hindi. Mag-aatis siya.
    Oo, maglilitson siya.      komiks   Hindi. Magkokomiks siya.
    Oo, magmamanok siya.    butse    Hindi. Magbubutse siya.
    Oo, magmamanok sila.    suman   Hindi. Magsusuman sila.
    Oo, mag-aatis sila.       isda     Hindi. Mag-iisda sila.

11. _____ butse    Nagtitinda ba ang mga lalaki ng butse?
12. _____ pinipig    Nagtitinda ba ang mga lalaki ng pinipig?
13. _____ sila _____    Nagtitinda ba sila ng pinipig?
14. _____ siniguwelas    Nagtitinda ba sila ng siniguwelas?
15. _____ komiks    Nagtitinda ba sila ng komiks?

    Oo, magbubutse sila.    kandila   Hindi. Magkakandila sila.
    Oo, magpipinipig sila.   litson    Hindi. Maglilitson sila.
    Oo, magpipinipig sila.   turon   Hindi. Magtuturon sila.
    Oo, magsisiniguwelas sila.  atis     Hindi. Mag-aatis sila.
    Oo, magkokomiks sila.   bulaklak  Hindi. Magbubulaklak sila.

## DISCUSSION

Prefixing <u>mag-</u> + reduplication to the root of a noun turns a noun that represents a product into a noun that generally represents a 'dealer in' or 'vendor of' the product. Thus, the noun <u>kandila</u> 'candle' becomes the derived noun <u>magkakandila</u> 'candle vendor'.

Nouns with word stress on the next-to-last sylla-ble usually lose the stress in the derived forms: thus <u>kandila</u> /kandi·la'/ → <u>magkakandila</u> /magkakandıla·'/. In a few cases, the reverse process is observable with certain speakers, who add word stress to an originally unstressed penultimate syllable in the derived form: e.g., <u>manok</u> /mano·k/ → <u>magmamanok</u> /magmama·nok/.

## CUMULATIVE DRILLS

### CONVERSION-RESPONSE DRILL

Instructions: The teacher gives a statement. Student 1 asks a specific question based on the teacher's statement. Student 2 gives a brief response, nominalizing the verb.

| Teacher | Student 1 | Student 2 |
|---|---|---|
| 1. Kumakain kami ng puto sa bahay. | Ano ang inaasikaso namin sa bahay? | Pagkain ng puto. |
| 2. Nagbabasa ako ng libro sa klase. | Ano ang inaasikaso ko sa klase? | Pagbabasa ng libro. |
| 3. Nanghihiram si Ben ng pera sa tindahan. | Ano ang inaasikaso ni Ben sa tindahan? | Panghihiram ng pera. |
| 4. Umaakda si Fidel ng kuwento sa probinsya. | Ano ang inaasikaso ni Fidel sa probinsya? | Pag-akda ng kuwento. |
| 5. Nanghihingi ang mga lider ng boto sa looban. | Ano ang inaasikaso ng mga lider sa looban? | Panghihingi ng boto. |
| 6. Nagluluto sina Aling Sela ng suman sa kusina. | Ano ang inaasikaso ni Aling Sela sa kusina? | Pagluluto ng suman. |
| 7. Bumibili sila ng kandila sa may simbahan. | Ano ang inaasikaso nila sa may simbahan? | Pagbili ng kandila. |
| 8. Nangunguha ka ng bulaklak sa kapitbahay. | Ano ang inaasikaso mo sa kapitbahay? | Pangunguha ng bulaklak. |
| 9. Nagtitinda kayo ng bibingka sa plasa. | Ano ang inaasikaso ninyo sa plasa? | Pagtitinda ng bibingka. |
| 10. Nagbibigay siya ng polyeto sa miting. | Ano ang inaasikaso niya sa miting? | Pagbibigay ng polyeto. |

## TRANSLATION DRILLS

| Teacher | Student |
|---|---|
| A. 1. Her singing is beautiful. | Maganda ang pag-awit niya. |

  2. Her cooking is delicious.                  Masarap ang pagluluto niya.
  3. Her suffering is excessive.                Masyado ang paghihirap niya.
  4. Her sleep is sound.                        Masarap ang pagtulog niya.
  5. Her help is voluntary.                     Kusang-loob ang pagtulong niya.

  6. Fidel's love is true.                      Tunay ang pagmamahal ni Fidel.
  7. Arthur's reading is good.                  Magaling ang pagbasa ni Arthur.
  8. Mario's serenading is early.              Maaga ang panghaharana ni Mario.
  9. Mameng's contribution is praiseworthy.     Kapuri-puri ang pag-aabuloy ni Mameng.
 10. Rosy's going to church is regular.         Regular ang pagsisimba ni Rosy.

 11. Their treatment is different.             Iba-iba ang paggagamot nila.
 12. Their workmanship is the same.            Pare-pareho ang paggawa nila.
 13. Their studies are important.              Importante ang pag-aaral nila.
 14. Their reading is continuous.              Tuluy-tuloy ang pagbabasa nila.
 15. Their progress is surprising.             Nakapagtatataka ang pag-unlad nila.

B. 1. She is a fish vendor.                     Mag-iisda siya.
   2. I'm a flower vendor.                       Magbubulaklak ako.
   3. You (sg.) are a lechon vendor.             Maglilitson ka.
   4. You (pl.) are chicken vendors.             Magmamanok kayo.
   5. We (you and I) are atis vendors.           Mag-aatis tayo.
   6. We (she and I) are candle vendors.         Magkakakandila kami.

   7. The woman is a suman vendor.               Magsusuman ang babae.
   8. The man is a siniguwelas vendor.           Magsisiniguwelas ang lalaki.
   9. The children are calamansi vendors.        Magkakalamansi ang mga bata.
  10. Angela is a butse vendor.                  Magbubutse si Angela.
  11. Aling Sela is a bibingka vendor.           Magbibibingka si Aling Sela.
  12. Kardo and the others are turon vendors.    Magtuturon si Kardo.

# VISUAL-CUE DRILLS

## PICTURE A

Panuto: Ilarawan ang mga sumusunod.

Halimbawa: Minamahal ni Ray si Rose.
Tunay ang pagmamahal ni Ray kay Rose.
Matamis ang pagmamahal ni Ray kay Rose.

## PICTURE B

Panuto: Ilarawan ang mga sumusunod.

Halimbawa: Araw ng pista. Marami ang tao at mga tinda sa may simbahan. Atbp.

## PICTURE C

Panuto: Sabihin kung ano ang ginagawa ng mga tao sa mga sumusunod na larawan at turan ang kanilang trabaho.

    Halimbawa: Nagtitinda ng bulaklak si Nene.
                  Magbubulaklak si Nene.

## COMPREHENSION-RESPONSE DRILLS

A. 1. Si Mang Sebyo ba ang namatay?
   2. Si Linda ba ang dumating buhat sa probinsya?
   3. Si Nita ba ang hinimatay pagdating na pagdating niya?
   4. Bigla ba ang pagkamatay ni Mang Sebyo?
   5. Si Fidel ba ang nakikiramay kina Linda?
   6. Nasa probinsya ba si Aling Sela?
   7. Kinausap ba ni Linda ang mandarasal tungkol sa pasiyam?
   8. Sa Sabado ba ang patapos ng nobena?
   9. Sina David at Arthur ba ang namahala sa pagkontrato ng mga sasakyan para sa libing?
  10. Si Aling Sela ba ang nag-abuloy ng telang pamindong?

B. 1. Si Mang Sebyo ba o si Mang Kardo ang namatay?
   2. Si Linda ba o si Nita ang dumating buhat sa probinsya?
   3. Si Nita ba o si Linda ang hinimatay?
   4. Si Fidel ba o si Arthur ang nakikiramay kina Linda?
   5. Si Aling Sela ba'y nasa probinsya o nasa tabi ng bangkay?
   6. Sa Sabado ba o sa Linggo ang patapos?
   7. Si Aling Lucing ba o si Aling Pelang ang nag-abuloy ng telang pamindong?

C. 1. Sino ang namatay?
   2. Sino ang dumating buhat sa probinsya?
   3. Bakit hinimatay si Nita?
   4. Sino ang nakikiramay kina Linda?
   5. Nasaan si Aling Sela?
   6. Sino ang kinausap ni Linda tungkol sa pasiyam?
   7. Anong araw ang patapos?
   8. Sinu-sino ang namahala sa pagkontrato ng mga sasakyan?
   9. Sino ang nag-abuloy ng telang pamindong?
  10. Kailan ang libing ni Mang Sebyo?

## READING

## MAG-ARAL TAYO

(See Part I, Intermediate Readings in Tagalog)

# UNIT XXI

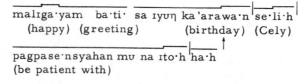

Kaarawan ni Cely

Kaarawan ni Cely at
may munting salu-salo sa
kanilang bahay. Kabilang
sa mga bisita sina George
at Berta.

Berta:
(Hahalik, sabay abot ng
regalo.) Maligayang bati
sa iyong kaarawan (1),
Cely. Pagpasensiyahan
mo na ito, ha (2)?

maliga·yam ba·ti· sa ɪyʊŋ ka·'arawa·n se·li·h
(happy) (greeting) (birthday) (Cely)

pagpase·nsyahan mʊ na ɪto·h ha·h
(be patient with)

Cely:
Maraming salamat. Na-
ku, bakit pa kayo nag-a-
bala (3)?

(Tatanggapin ang rega-
lo at ilalagay sa mesa)

mara·mɪŋ sala·ma·t

naku·h ba·kɪt pa kayʊ nagabala·h

George:
Maligayang bati rin sa
iyo, Cely.

maliga·yam ba·ti· rɪn sa ɪyo·h se·lɪh

Cely:
Maraming salamat na-
man. Maupo kayo. Kumu-
ha na kayo ng gusto nin-
yong inumin, ha?

mara·mɪŋ sala·mat nama·n maʊpu· kayo·h

kʊmu·ha na kayʊ naŋ gʊstʊ nɪnyʊŋ ɪnʊmi·n ha·h
(get)

## Cely's Birthday

It's Cely's birthday, and
there's a little get-together
at her house. George and
Berta are among her guests.

(Kisses Cely, giving her a
present at the same time.)
Happy birthday, Cely. I
brought you a little pres-
ent.

Thank you very much. But
you really shouldn't have.

(Accepts present and
lays it on the table)

Happy birthday, Cely.

Thanks. Sit down. Help
yourselves to whatever
you'd like to drink, won't
you?

[382]

Berta:
Huwag mo kaming alala-
hanin. Asikasuhin mo na
ang iba mong mga bisita.

hwag mʊ kamɪŋ alalahaˑnɪ·n

'asɪkasuˑhɪn mʊ naˑ 'ɪba mʊŋ maŋa bɪsɪˑta·h
(attend to)

Don't worry about us. Go
attend to your other guests.

George:
Berta, makiabot nga ng
isang serbesa.

beˑrtaˑh makɪabʊt ŋaˑ naŋ ɪsaŋ serbeˑsaˑh
(please-get)              (beer)

Berta, will you please get
me a beer?

Berta:
O, heto. Orange juice na
lang ang akin.

'oˑh heˑto·h    'oˑreyns dyuˑs na laŋ aŋ aˑkiˑn
(orange juice)

Here. I'll just have some
orange juice.

Cely:
O, nakahain na (4). Halina
kayo. Bahala na kayong
magpasensiya sa handa
ko, ha?

'oˑh nakahaˑ'ɪn na·h    haliˑna kayoˑh
(set)              (come)

bahaˑlaˑ na kayʊŋ magpaseˑnsya sa
(to-be-patient)

handaˑ  koˑh 'ha·h
(food-for-
the feast)

The food's ready. Come on.
But you have to put up with
what I have.

George:
Naku, pagpapasensiyahan
pa ba ito? May litson, en-
salada, pritong manok,
lumpia (5), pansit (6), at
matamis. Ano pa ang ha-
hanapin namin?

nakuˑh pagpaˑpaseˑnsyahan pa ba ɪto·h
(be-patient-with)

mey lɪtso·n    'ensalaˑdah    prɪtʊm manoˑk
(salad)        (fried chicken)

lʊmpyaˑ'   pansiˑt   'at matamiˑs
(spring    (noodle)
roll)

'anʊ paŋ haˑhanaˑpɪn naˑmiˑn
(will-look-for)

Put up with this? There's
lechon, salad, fried chick-
en, lumpia, pansit, and des-
sert. What more could we
ask for?

Cely:
Sige. Basta kain nang
kain, ha? O, Berta, tik-
man mo naman ang lum-
pia ko.

siˑgeˑh   baˑsta kaˑ'ɪn naŋ kaˑ'ɪn 'ha·h
(just)     (eat and eat)

'oˑh beˑrtaˑh tɪkman mʊ naman an lʊmpyaˑ koˑh
(to-be-
tasted)

That's the way. Take plen-
ty. Berta, how about trying
my lumpia?

Berta:
Oo, huwag kang mag-a-
lala. Heto nga at kain na
nang kain, e.

'oˑ'oˑh hwag kaŋ magalalaˑh   heˑtʊ ŋaˑt
(worry)

kaˑ'ɪn na naŋ kaˑ'ɪn eˑh

Don't worry. We are eating.

George:
Pakipasa mo nga, Berta,
ang litson. At pakilagay
mo sa tabi ang sarsa.

pakɪpaˑsa   mʊ ŋaˑ beˑrta 'aŋ lɪtso·n
(please pass)

'at pakɪlagay mʊ sa tabɪ aŋ saˑrsa·h
(please put)

Will you please pass the
lechon, Berta? And please
put some sauce by it.

Cely:
O, sige. Ubusin ninyo ang
handa ko, ha? Huwag na
kayong mahiya (7).

'oˑh siˑgeˑh 'ʊbuˑsɪn nyoˑ handa koˑh 'ha·h

hwag na kayʊŋ mahɪyaˑ'

Go ahead. Finish up every-
thing, won't you? Don't hold
back.

George:
Cely, ang sarap ng mata-
mis na ginawa mo. Ano
ba ito?

seˑliˑh 'aŋ sarap naŋ matamɪs na gɪnawaˑ moˑh

'anʊ ba ɪto·h

Cely, the dessert you made
is delicious. What is it?

Cely:
A...makapuno (8) iyan. O,
hayaan mo, ipagbubukod
kita ng maiuuwi.

(will-put-aside-for)     (can-be-taken-home)

Oh, that's <u>macapuno</u>. Let
me set some aside for you
to take home.

Berta:
Naku, huwag na. Binabati
lang naman niya, e.

(complimenting)

Oh no, don't bother. He
was just paying a compli-
ment.

Cely:
Aba, talagang ganoon. Su-
masama kapag binabati
(9).

(going)

(when)

But that's the way we do
things. When you praise
something, it goes with
you.

George:
A...siyanga ba?

Really?

Cely:
Oo, magtatampo ako kung
hindi mo tatanggapin.

(will sulk)

(will-be-received)

Yes, I'll feel bad if you
don't take it.

George:
Talaga? Maraming sala-
mat, ha?

You will? Well, thanks a
lot.

## CULTURAL AND STRUCTURAL NOTES

(1) <u>Maligayang bati sa iyong kaarawan</u> literally means 'Happy greeting on your birthday.'

(2) A present is always accompanied by apologies for its being unworthy of the receiver and by requests to excuse it and its giver. A party-giver apologizes for his/her party and the things prepared for the guests. (Cf. Unit XVI, Note 5.)

(3) <u>Bakit pa kayo nag-abala</u> ('Why did you have to bother?') is a set expression which a receiver asks the giver before taking the present. The receiver does not accept it too eagerly or open it in the presence of the giver, who would feel embarrassed if he did (because of its inadequacy).

(4) <u>Nakahain na</u> is an expression which means the 'table is set, dinner is served'.

(5) <u>Lumpia</u> is made of chopped sautéed vegetables, pork, and shrimp, wrapped in thin, tasteless dough and eaten with sauce.

(6) <u>Pansit</u> is a popular party dish made of noodles sautéed in various ingredients such as chopped shrimp, pork, vegetables, etc. Filipinos share in the Chinese belief that noodles signify long life; hence, <u>pansit</u> is always served during birthdays.

(7) At a party, guests are offered food again and again, are repeatedly asked to eat some more and told to feel at home. Set expressions for this are numerous, the most common being <u>Kumain kayong mabuti, huwag na kayong mahiya</u> 'Eat well; don't be shy.'

(8) <u>Makapuno</u> is a confection made from premium coconuts (coconuts which are all meat and no juice).

(9) The practice of wrapping up some things for visitors, already seen during fiestas, is true of any type of party. Here, since the object was praised, the hostess is insistent that it be taken.

## DRILLS AND GRAMMAR

### I. COMMANDS

EXAMPLES

A. 1. Matulog ka.          Go to sleep.

2. Maupo kayo.                                                    [Sit down.]
3. Mag-abot ka ng serbesa.                                       Get (reach for) a beer over.
4. Tumingin kayo rito.                                           [Look here.]
5. Lumakad na kayo hangga't maliwanag pa.                        [You'd better go now while it's still daylight.]
6. Kumuha na kayo ng gusto ninyong inumin, ha?                   [Help yourselves to whatever you'd like to drink, won't you?]

B. 1. Ulitin mo.                                                 [Repeat.]
   2. Ubusin ninyo ang handa ko, ha?                             [Finish up everything, won't you?]
   3. Tikman mo naman ang lumpia ko.                             [Try my lumpia, too.]
   4. Ipag-abot mo ako ng serbesa.                               Get (reach for) a beer for me.
   5. Ituro mo ang Sebu.                                         [Point to Cebu.]
   6. Sige. Ubusin na po ninyo iyan.                             [Come on. Drink it down.]
   7. Mama, dalian ho ninyo.                                     [Mister, please hurry.]

C. 1. Huwag kang sumayaw.                                        Don't dance.
   2. Huwag kang maupo.                                          Don't sit down.
   3. Huwag kang mag-alala.                                      [Don't worry.]
   4. Huwag kang matulog.                                        Don't go to sleep.
   5. Huwag na kayong mahiya.                                    [Don't hold back.]
   6. Huwag na po kayong mag-abala.                              [Please don't bother.]

D. 1. Huwag mong abutin ang serbesa.                            Don't get (reach for) the beer.
   2. Huwag mo kaming alalahanin.                               [Don't worry about us.]
   3. Huwag mo akong ipag-abot ng serbesa.                      Don't get (reach for) a beer for me.
   4. Huwag ninyong abutan ng serbesa si George.               Don't give a beer to George.

| Basic Form of Verb | Second Person Pronoun |
|---|---|
| Actor Focus | ka/kayo |
| Other Focus | mo/ninyo |

| Negative Particle | Second Person Pronoun | Linker | Basic Form of Verb |
|---|---|---|---|
| Huwag | ka/kayo<br>mo/ninyo | -ŋ | Actor Focus<br>Other Focus |

a. Affirmative commands are expressed by the basic form of a verb plus a second-person pronoun: ka or kayo in Actor-focus constructions (examples A), mo or ninyo in other focus constructions (examples B).

b. Negative commands are expressed by huwag plus a second-person pronoun plus the linker /-ŋ/ plus the basic form of a verb (examples C and D).

c. The typical intonation pattern for commands is /‾‾‾‾↓/, with the level 3 tending to occur early in longer sentences.

## SUBSTITUTION TRANSLATION DRILLS (Fixed Slot)

Instructions: The teacher cues a command form, which Student 1 gives. Student 2 translates the command.

| Teacher | Student 1 | Teacher | Student 1 |
|---|---|---|---|
| A. 1. Pumasok ka. | Pumasok ka. | B. 1. Mag-ipon kayo. | Mag-ipon kayo. |
| 2. (kain) | Kumain ka. | 2. (dala) | Magdala kayo. |
| 3. (lakad) | Lumakad ka. | 3. (hintay) | Maghintay kayo. |
| 4. (lipat) | Lumipat ka. | 4. (limbag) | Maglimbag kayo. |
| 5. (bilang) | Bumilang ka. | 5. (pasyal) | Magpasyal kayo. |

Student 2

Come in.
Eat.
Walk.
Transfer.
Count.

Student 2

Save.
Bring (something).
Wait.
Print.
Go places.

| 6. (tulong) | Tumulong ka. | 6. (bayad) | Magbayad kayo. |
| 7. (hanap) | Humanap ka. | 7. (aral) | Mag-aral kayo. |
| 8. (basa) | Bumasa ka. | 8. (asawa) | Mag-asawa kayo. |

9. (kuha) _____     Kumuha ka.
10. (nganga) __     Ngumanga ka.

     Help.
     Look (for it).
     Read.
     Take (some).
     Chew <u>buyo</u>.

11. (balik) _____     Bumalik ka.
12. (alis) _____     Umalis ka.
13. (gayak) _____     Gumayak ka.
14. (hiram) ___     Humiram ka.
15. (inom) ___     Uminom ka.

     Come back.
     Go away.
     Dress up.
     Borrow.
     Drink.

16. (dalo) _____     Dumalo ka.
17. (gawa) ____     Gumawa ka.
18. (bili) ____     Bumili ka.
19. (takbo) ___     Tumakbo ka.
20. (ganti) ____     Gumanti ka.

     Attend.
     Work.
     Buy.
     Run.
     Repay.

C. 1. Bilangin mo.     Bilangin mo.
   2. (hanap) ____     Hanapin mo.
   3. (kain) _____     Kanin mo.
   4. (kuha) _____     Kunin mo.
   5. (basa) _____     Basahin mo.

     Count it.
     Look for it.
     Eat it.
     Take it.
     Read it.

   6. (tawag) ____     Tawagin mo.
   7. (alis) _____     Alisin mo.
   8. (hiram) ____     Hiramin mo.
   9. (inom) ____     Inumin mo.
10. (tanggap) __     Tanggapin mo.

     Call (him).
     Remove it.
     Borrow it.
     Drink it.
     Accept it.

11. (hingi) _____     Hingin mo.
12. (abot) _____     Abutin mo.
13. (dibdib) _____     Dibdibin mo.
14. (gugol) ____     Gugulin mo.
15. (awit) _____     Awitin mo.

     Ask for it.
     Reach for it.
     Take it to heart.
     Spend it.
     Sing it.

9. (bigay) _____     Magbigay kayo.
10. (bayo) _____     Magbayo kayo.

     Pay.
     Study.
     Marry.
     Give.
     Pound.

11. (kalakal) ____     Mangalakal kayo.
12. (atake) ____     Mang-atake kayo.
13. (gulo) _____     Manggulo kayo.
14. (gapang) _____     Manggapang kayo.
15. (utang) _____     Mangutang kayo.

     Go into business.
     Attack.
     Make trouble.
     Campaign secretly.
     Borrow (money).

16. (isda) _____     Mangisda kayo.
17. (harana) _____     Mangharana kayo.
18. (hingi) _____     Manghingi kayo.
19. (hiram) _____     Manghiram kayo.
20. (tulog) _____     Matulog kayo.

     Go fishing.
     Go serenading.
     Ask for (something).
     Borrow.
     Go to sleep.

D. 1. Tugtugin ninyo.     Tugtugin ninyo.
   2. (gawa) _____     Gawin ninyo.
   3. (bili) _____     Bilhin ninyo.
   4. (sayaw) _____     Sayawin ninyo.
   5. (ipon) _____     Ipunin ninyo.

     Play it.
     Make it.
     Buy it.
     Dance it.
     Save it.

   6. (dala) _____     Dalhin ninyo.
   7. (hintay) _____     Hintayin ninyo.
   8. (harana) _____     Haranahin ninyo.
   9. (bayo) _____     Bayuhin ninyo.
10. (tapos) _____     Tapusin ninyo.

     Bring it.
     Wait for it.
     Serenade (her).
     Pound it.
     Finish it.

11. (bati) _____     Batiin ninyo.
12. (balot) _____     Balutin ninyo.
13. (ubos) _____     Ubusin ninyo.
14. (utang) _____     Utangin ninyo.
15. (tangkilik) __     Tangkilikin ninyo.

     Greet (them).
     Wrap it.
     Eat it all up.
     Borrow it.
     Patronize it.

E. 1. Pasukan mo.          Pasukan mo.
   2. (kain) _____      Kanan mo.
   3. (kuha) _____     Kunan mo.
   4. (bayad) _____    Bayaran mo.
   5. (basa) _____     Basahan mo.

        Enter (through it).
        Eat (from it).
        Get (from him).
        Pay (to him).
        Read (to him).

   6. (inom) _____     Inuman mo.
   7. (balik) _____    Balikan mo.
   8. (bili) _____      Bilhan mo.
   9. (hiram) _____   Hiraman mo.
 10. (bigay) _____   Bigyan mo.

        Drink (from it).
        Go back (for it).
        Buy (from him).
        Borrow (from him).
        Give (him).

G. 1. Ibasa mo ako.      Ibasa mo ako.
   2. (kain) _____      Ikain mo ako.
   3. (hanap) _____    Ihanap mo ako.
   4. (kuha) _____     Ikuha mo ako.
   5. (bilang) _____   Ibilang mo ako.

        Read for me.
        Eat for me.
        Look for one for me.
        Take one for me.
        Count for me.

   6. (hiram) _____   Ihiram mo ako.
   7. (dalo) _____    Idalo mo ako.
   8. (gawa) _____   Igawa mo ako.
   9. (bili) _____     Ibili mo ako.
 10. (ganti) _____   Iganti mo ako.

        Borrow for me.
        Attend for me.
        Make for me.
        Buy for me.
        Repay for me.

F. 1. Lipatan ninyo.      Lipatan ninyo.
   2. (dala) _____      Dalhan ninyo.
   3. (hingi) _____    Hingan ninyo.
   4. (utang) _____   Utangan ninyo.
   5. (simba) _____   Simbahan ninyo.

        Transfer to it.
        Bring to (him).
        Ask from (him).
        Borrow from (him).
        Go to church there.

   6. (abot) _____    Abutan ninyo.
   7. (upo) _____     Upuan ninyo.
   8. (takbo) _____   Takbuhan ninyo.
   9. (uwi) _____     Uwian ninyo.
 10. (awit) _____    Awitan ninyo.

        Hand over (to her).
        Sit (on it).
        Run (to him).
        Run home (to her).
        Sing (to him).

H. 1. Ipag-ipon mo ako.   Ipag-ipon mo ako.
   2. (dala) _____     Ipagdala mo ako.
   3. (limbag) _____   Ipaglimbag mo ako.
   4. (piga) _____    Ipagpiga mo ako.
   5. (buhat) _____   Ipagbuhat mo ako.

        Save for me.
        Bring for me.
        Print for me.
        Squeeze for me.
        Carry for me.

   6. (hiram) _____   Ipanghiram mo ako.
   7. (harana) _____  Ipangharana mo ako.
   8. (utang) _____   Ipangutang mo ako.
   9. (isda) _____    Ipangisda mo ako.
 10. (gulo) _____    Ipanggulo mo ako.

        Borrow for me.
        Serenade for me.
        Borrow (money) for me.
        Go fishing for me.
        Make trouble for me.

## CONVERSION DRILLS

Instructions: Change the following imperative sentences to negative.

| Teacher | Student |
|---|---|
| A. 1. Umalis ka. | Huwag kang umalis. |
|    2. Tumulong ka. | Huwag kang tumulong. |
|    3. Uminom ka. | Huwag kang uminom. |
|    4. Magloko ka. | Huwag kang magloko. |
|    5. Magsigarilyo kayo. | Huwag kayong magsigarilyo. |
|    6. Magpiga kayo ng kalamansi. | Huwag kayong magpiga ng kalamansi. |
|    7. Magtanong kayo. | Huwag kayong magtanong. |
|    8. Manghiram ka ng pera. | Huwag kang manghiram ng pera. |
|    9. Manggising ka. | Huwag kang manggising. |
|  10. Mangharana ka. | Huwag kang mangharana. |
| B. 1. Tawagin mo. | Huwag mong tawagin. |

|   |   |
|---|---|
| 2. Basahin mo iyan. | Huwag mong basahin iyan. |
| 3. Gawin mo iyon. | Huwag mong gawin iyon. |
| 4. Kanin mo ito. | Huwag mong kanin ito. |
| 5. Kunin ninyo iyan. | Huwag ninyong kunin iyan. |
| 6. Linisin ninyo ang bahay. | Huwag ninyong linisin ang bahay. |
| 7. Hanapin ninyo ang bata. | Huwag ninyong hanapin ang bata. |
| 8. Hintayin natin ang Ate. | Huwag nating hintayin ang Ate. |
| 9. Mahalin natin ang pera. | Huwag nating mahalin ang pera. |
| 10. Bilangin natin ang mga babasahin. | Huwag nating bilangin ang mga babasahin. |

Instructions: Change the following negative commands to affirmative.

|  Teacher | Student |
|---|---|
| C. 1. Huwag mong tawanan ang ugali niya. | Tawanan mo ang ugali niya. |
| 2. Huwag mong tulungan si Ray. | Tulungan mo si Ray. |
| 3. Huwag mong tingnan si Bert. | Tingnan mo si Bert. |
| 4. Huwag ninyo siyang dalhan ng tsokolate. | Dalhan ninyo siya ng tsokolate. |
| 5. Huwag ninyong samahan ang bagong-kasal. | Samahan ninyo ang bagong-kasal. |
| 6. Huwag ninyong upuan iyan. | Upuan ninyo iyan. |
| 7. Huwag nating pasalamatan si Nettie. | Pasalamatan natin si Nettie. |
| 8. Huwag nating gugulin ang sanlibo. | Gugulin natin ang sanlibo. |
| 9. Huwag nating utangan ang Nanay. | Utangan natin ang Nanay. |
| 10. Huwag nating pagpasensyahan ang bisita. | Pagpasensyahan natin ang bisita. |
| D. 1. Huwag mo akong igawa ng damit. | Igawa mo ako ng damit. |
| 2. Huwag mong ikuha ng damit ang Kuya. | Ikuha mo ng damit ang Kuya. |
| 3. Huwag mong ibili ng boto ang kandidato. | Ibili mo ng boto ang kandidato. |
| 4. Huwag mong ipagbayad ang mama. | Ipagbayad mo ang mama. |
| 5. Huwag ninyong ihiram ng libro si David. | Ihiram ninyo ng libro si David. |
| 6. Huwag ninyong ipanghiram ng puhuhan ang sabungero. | Ipanghiram ninyo ng puhunan ang sabungero. |
| 7. Huwag ninyong ihingi ng litson ang bata. | Ihingi ninyo ng litson ang bata. |
| 8. Huwag nating ihanap ng trabaho si Fidel. | Ihanap natin ng trabaho si Fidel. |
| 9. Huwag nating ipanghingi ng komiks si Bert. | Ipanghingi natin ng komiks si Bert. |
| 10. Huwag nating ipagbalot ng relyeno ang dis-patsadora. | Ipagbalot natin ng relyeno ang dispatsadora. |

## SUBSTITUTION-CONVERSION DRILLS (Fixed Slot—Directed Commands)

Instructions: The teacher gives an instruction to give a command which Student 1 repeats. Student 2 gives the command as directed.

| Teacher | Student 1 | Student 2 |
|---|---|---|
| A. 1. Sabihin mo na pumasok siya. | Sabihin mo na pumasok siya. | Pumasok ka. |
| 2. _____ (kain) _____ | Sabihin mo na kumain siya. | Kumain ka. |
| 3. _____ (lipat) _____ | Sabihin mo na lumipat siya. | Lumipat ka. |
| 4. _____ (tulong) _____ | Sabihin mo na tumulong siya. | Tumulong ka. |
| 5. _____ (hanap) _____ | Sabihin mo na humanap siya. | Humanap ka. |
| 6. _____ (buhat) _____ | Sabihin mo na bumuhat siya. | Bumuhat ka. |
| 7. _____ (sama) _____ | Sabihin mo na sumama siya. | Sumama ka. |
| 8. _____ (lakad) _____ | Sabihin mo na lumakad siya. | Lumakad ka. |
| 9. _____ (bilang) _____ | Sabihin mo na bumilang siya. | Bumilang ka. |
| 10. _____ (kuha) _____ | Sabihin mo na kumuha siya. | Kumuha ka. |
| B. 1. Sabihin mo na magbasa sila. | Sabihin mo na magbasa sila. | Magbasa kayo. |
| 2. _____ (bili) _____ | Sabihin mo na magbili sila. | Magbili kayo. |
| 3. _____ (baon) _____ | Sabihin mo na magbaon sila. | Magbaon kayo. |
| 4. _____ (balot) _____ | Sabihin mo na magbalot sila. | Magbalot kayo. |
| 5. _____ (bakasyon) _____ | Sabihin mo na magbakasyon sila. | Magbakasyon kayo. |
| 6. _____ (aral) _____ | Sabihin mo na mag-aral sila. | Mag-aral kayo. |
| 7. _____ (usap) _____ | Sabihin mo na mag-usap sila. | Mag-usap kayo. |

| | | | |
|---|---|---|---|
| 8. | _____ (trabaho) ___ | Sabihin mo na magtrabaho sila. | Magtrabaho kayo. |
| 9. | _____ (gulo) | Sabihin mo na manggulo sila. | Manggulo kayo. |
| 10. | _____ (hingi) | Sabihin mo na manghingi sila. | Manghingi kayo. |

| | | | |
|---|---|---|---|
| C. 1. Sabihin mo na mangalakal si Ben. | Sabihin mo na mangalakal si Ben. | Mangalakal ka, Ben. |
| 2. _____ (isda) _____ | Sabihin mo na mangisda si Ben. | Mangisda ka, Ben. |
| 3. _____ (hiram) _____ | Sabihin mo na manghiram si Ben. | Manghiram ka, Ben. |
| 4. _____ (utang) _____ | Sabihin mo na mangutang si Ben. | Mangutang ka, Ben. |
| 5. _____ (harana) _____ | Sabihin mo na mangharana si Ben. | Mangharana ka, Ben. |
| 6. _____ (gising) _____ | Sabihin mo na manggising si Ben. | Manggising ka, Ben. |
| 7. _____ (gapang) _____ | Sabihin mo na manggapang si Ben. | Manggapang ka, Ben. |
| 8. _____ (atake) _____ | Sabihin mo na mang-atake si Ben. | Mang-atake ka, Ben. |
| 9. _____ (gulo) _____ | Sabihin mo na manggulo si Ben. | Manggulo ka, Ben. |
| 10. _____ (hingi) _____ | Sabihin mo na manghingi si Ben. | Manghingi ka, Ben. |

## RESPONSE DRILL (Choice Questions)

Instructions: The teacher asks a first-person choice question, seeking advice on a decision for a future event. With a command pattern, Student 1 suggests one alternative. Student 2 disagrees and suggests the other. Note that the respectful pronoun kayo is used in answering the teacher.

| Teacher | Student 1 |
|---|---|
| 1. Babalik ba ako sa Lunes o sa Martes? | Bumalik po kayo sa Martes. |
| 2. Pupunta ba ako sa Sabado o sa Linggo? | Pumunta po kayo sa Linggo. |
| 3. Tutuloy ba ako sa Miyerkoles o sa Huwebes? | Tumuloy po kayo sa Huwebes. |
| 4. Aalis ba ako sa Biyernes o sa Sabado? | Umalis po kayo sa Sabado. |
| 5. Susunod ba ako bukas o sa Linggo? | Sumunod po kayo sa Linggo. |

Student 2

Huwag. Bumalik po kayo sa Lunes.
Huwag. Pumunta po kayo sa Sabado.
Huwag. Tumuloy po kayo sa Miyerkoles.
Huwag. Umalis po kayo sa Biyernes.
Huwag. Sumunod po kayo bukas.

| | |
|---|---|
| 6. Bibili ba ako sa tindahan o sa kanto? | Bumili po kayo sa kanto. |
| 7. Tatakbo ba ako sa Nanay o sa Tatay? | Tumakbo po kayo sa Tatay. |
| 8. Hihingi na ba ako kay Linda o kay Nene? | Humingi na po kayo kay Nene. |
| 9. Dadalo na ba ako sa miting o sa salu-salo? | Dumalo na po kayo sa salu-salo. |
| 10. Magsisimba na ba ako sa Quiapo o sa Baclaran? | Magsimba na po kayo sa Baclaran. |

Huwag. Bumili na po kayo sa tindahan.
Huwag. Tumakbo na po kayo sa Nanay.
Huwag. Humingi na po kayo kay Linda.
Huwag. Dumalo na po kayo sa miting.
Huwag. Magsimba na po kayo sa Quiapo.

| | |
|---|---|
| 11. Lalakad na ba ako ngayon o bukas? | Lumakad na po kayo bukas. |
| 12. Lilipat na ba ako bukas o sa makalawa? | Lumipat na po kayo sa makalawa. |
| 13. Tutulong na ba ako sa makalawa o bukas? | Tumulong na po kayo bukas. |
| 14. Papasok na ba ako sa Lunes o sa Biyernes? | Pumasok na po kayo sa Biyernes. |
| 15. Uutang na ba ako mamaya o ngayon? | Umutang na po kayo ngayon. |

Huwag. Lumakad na po kayo ngayon.
Huwag. Lumipat na po kayo bukas.
Huwag. Tumulong na po kayo sa makalawa.
Huwag. Pumasok na po kayo sa Lunes.
Huwag. Umutang na po kayo mamaya.

## SUBSTITUTION RESPONSE DRILLS (Fixed Slot)

Instructions: The teacher gives a first-person question about a future decision which Student 1 repeats. With a command pattern, Student 2 gives a negative response. Student 3 disagrees and urges an affirmative decision.

Teacher

A. 1. Kakanin ko ba ito?
   2. ___(ipon)_____
   3. ___(hanap)_____
   4. ___(bilang)_____
   5. ___(hingi)_____

Student 1

Kakanin ko ba ito?
Iipunin ko ba ito?
Hahanapin ko ba ito?
Bibilangin ko ba ito?
Hihingin ko ba ito?

Student 2

Huwag. Huwag mong kanin iyan.
Huwag. Huwag mong ipunin iyan.
Huwag. Huwag mong hanapin iyan.
Huwag. Huwag mong bilangin iyan.
Huwag. Huwag mong hingin iyan.

   6. ___(basa)_____
   7. ___(inom)_____
   8. ___(alis)_____
   9. ___(bili)_____
  10. ___(gawa)_____

Huwag. Huwag mong basahin iyan.
Huwag. Huwag mong inumin iyan.
Huwag. Huwag mong alisin iyan.
Huwag. Huwag mong bilhin iyan.
Huwag. Huwag mong gawin iyan.

Student 3

Sige. Kanin mo.
Sige. Ipunin mo.
Sige. Hanapin mo.
Sige. Bilangin mo.
Sige. Hingin mo.

Babasahin ko ba ito?
Iinumin ko ba ito?
Aalisin ko ba ito?
Bibilhin ko ba ito?
Gagawin ko ba ito?

Sige. Basahin mo.
Sige. Inumin mo.
Sige. Alisin mo.
Sige. Bilhin mo.
Sige. Gawin mo.

B. 1. Hihiraman ko ba siya?
   2. ___(bili)_____
   3. ___(kuha)_____
   4. ___(hingi)_____
   5. ___(bayad)_____

Hihiraman ko ba siya?
Bibilhan ko ba siya?
Kukunan ko ba siya?
Hihingan ko ba siya?
Babayaran ko ba siya?

Huwag. Huwag mo siyang hiraman.
Huwag. Huwag mo siyang bilhan.
Huwag. Huwag mo siyang kunan.
Huwag. Huwag mo siyang hingan.
Huwag. Huwag mo siyang bayaran.

Sige. Hiraman mo.
Sige. Bilhan mo.
Sige. Kunan mo.
Sige. Hingan mo.
Sige. Bayaran mo.

   6. ___(ganti)_____
   7. ___(takbo)_____
   8. ___(utang)_____
   9. ___(pasyal)_____
  10. ___(balik)_____

Gagantihan ko ba siya?
Tatakbuhan ko ba siya?
Uutangan ko ba siya?
Papasyalan ko ba siya?
Babalikan ko ba siya?

Huwag. Huwag mo siyang gantihan.
Huwag. Huwag mo siyang takbuhan.
Huwag. Huwag mo siyang utangan.
Huwag. Huwag mo siyang pasyalan.
Huwag. Huwag mo siyang balikan.

Sige. Gantihan mo.
Sige. Takbuhan mo.
Sige. Utangan mo.
Sige. Pasyalan mo.
Sige. Balikan mo.

C. 1. Ibibili ko ba sila?
   2. ___(hiram)_____
   3. ___(gawa)_____
   4. ___(hanap)_____
   5. ___(ipon)_____

Ibibili ko ba sila?
Ihihiram ko ba sila?
Igagawa ko ba sila?
Ihahanap ko ba sila?
Ipag-iipon ko ba sila?

Huwag. Huwag mo silang ibili.
Huwag. Huwag mo silang ihiram.
Huwag. Huwag mo silang igawa.
Huwag. Huwag mo silang ihanap.
Huwag. Huwag mo silang ipag-ipon.

Sige. Ibili mo.
Sige. Ihiram mo.
Sige. Igawa mo.
Sige. Ihanap mo.
Sige. Ipag-ipon mo.

   6. ___(luto)_____
   7. ___(dala)_____
   8. ___(harana)_____
   9. ___(isda)_____
  10. ___(hingi)_____

Ipagluluto ko ba sila?
Ipagdadala ko ba sila?
Ipanghaharana ko ba sila?
Ipangingisda ko ba sila?
Ipanghihingi ko ba sila?

Huwag. Huwag mo silang ipagluto.                    Sige. Ipagluto mo.
Huwag. Huwag mo silang ipagdala.                    Sige. Ipagdala mo.
Huwag. Huwag mo silang ipangharana.                 Sige. Ipangharana mo.
Huwag. Huwag mo silang ipangisda.                   Sige. Ipangisda mo.
Huwag. Huwag mo silang ipanghingi.                  Sige. Ipanghingi mo.

## SUBSTITUTION-RESPONSE DRILL (Moving Slot)

Teacher                                             Student 1

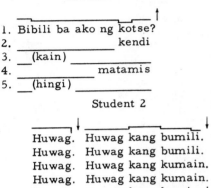

1. Bibili ba ako ng kotse?                          Bibili ba ako ng kotse?
2. _____ kendi                            Bibili ba ako ng kendi?
3. __(kain)_____                               Kakain ba ako ng kendi?
4. _____ matamis                            Kakain ba ako ng matamis?
5. __(hingi)_____                              Hihingi ba ako ng matamis?

Student 2                                           Student 3

Huwag. Huwag kang bumili.                           Sige. Bumili ka.
Huwag. Huwag kang bumili.                           Sige. Bumili ka.
Huwag. Huwag kang kumain.                           Sige. Kumain ka.
Huwag. Huwag kang kumain.                           Sige. Kumain ka.
Huwag. Huwag kang humingi.                          Sige. Humingi ka.

6. _____ pera                             Hihingi ba ako ng pera?
7. __(kuha)_____                               Kukuha ba ako ng pera?
8. __(ipon)_____                               Mag-iipon ba ako ng pera?
9. __(bigay)_____                               Magbibigay ba ako ng pera?
10. _____ pagkain                           Magbibigay ba ako ng pagkain?

Huwag. Huwag kang humingi.                          Sige. Humingi ka.
Huwag. Huwag kang kumuha.                           Sige. Kumuha ka.
Huwag. Huwag kang mag-ipon.                         Sige. Mag-ipon ka.
Huwag. Huwag kang magbigay.                         Sige. Magbigay ka.
Huwag. Huwag kang magbigay.                         Sige. Magbigay ka.

## TRANSLATION DRILLS (Patterned Sentences)

Teacher                                             Student

A. 1. Ben, repeat.                                  Ben, ulitin mo.
   2. Angela, come closer.                          Angela, lumapit ka.
   3. Oscar, go back to your seat.                  Oscar, bumalik ka sa upuan mo.
   4. David, come here.                             David, halika.
   5. Carlos, come to the front.                    Carlos, halika sa harapan.
   6. Come on, you guys.                            Halikayo.

B. 1. Tentay, point to Cebu.                        Tentay, ituro mo ang Sebu.
   2. Eddie, look here.                             Eddie, tumingin ka rito.
   3. Nita, do this.                                Nita, gawin mo ito.
   4. Cely, say it.                                 Cely, sabihin mo.
   5. Ben, look for it.                             Ben, hanapin mo.
   6. Rosy, get it.                                 Rosy, kunin mo.

C. 1. Ask for some orange juice.                    Humingi ka ng orange juice.
   2. Eat some salad.                               Kumain ka ng ensalada.
   3. Drink some beer.                              Uminom ka ng serbesa.
   4. Wrap up some food.                            Magbalot ka ng pagkain.
   5. Put aside some pansit.                        Magbukod ka ng pansit.
   6. Bring home some dessert.                      Mag-uwi ka ng matamis.

D. 1. Get the lumpia.                               Kunin mo ang lumpia.
   2. Finish the relyeno.                           Ubusin mo ang relyeno.
   3. Taste the lechon.                             Tikman mo ang litson.
   4. Eat the rice.                                 Kanin mo ang kanin.
   5. Buy the flowers.                              Bilhin mo ang bulaklak.
   6. Reach for the sauce.                          Abutin mo ang sarsa.

E. 1. You (pl.) buy from her.                       Bilhan ninyo siya.

2. You (pl.) go to the teacher.                    Puntahan ninyo ang titser.
3. You (pl.) look at Grandmother.                  Tingnan ninyo ang Lola.
4. You (pl.) ask Rose for some money.              Hingan ninyo ng pera si Rose.
5. You (pl.) give some food to them.               Bigyan ninyo sila ng pagkain.
6. You (pl.) bring Mameng some food.               Dalhan ninyo ng pagkain si Mameng.

F. 1. Read for me.                                 Ipagbasa mo ako.
   2. Count for us (him and me).                   Ipagbilang mo kami.
   3. Write for the teacher.                       Ipagsulat mo ang titser.
   4. Campaign on the sly for the lawyer.          Ipanggapang mo ang abogado.
   5. Bring some <u>turon</u> for Mameng.          Ipagdala mo ng turon si Mameng.
   6. Put aside some <u>puto-bumbong</u> for Angela. Ipagbukod mo ng puto-bumbong si Angela.

G. 1. Don't run.                                   Huwag kang tumakbo.
   2. Don't (pl.) make trouble.                    Huwag kayong manggulo.
   3. Don't (pl.) stab him.                        Huwag ninyo siyang saksakin.
   4. Don't drink the beer.                        Huwag mong inumin ang serbesa.
   5. Don't buy from the store.                    Huwag mong bilhan ang tindahan.
   6. Don't pay for Ben.                           Huwag mong ipagbayad si Ben.

H. 1. Don't get angry.                             Huwag kang magalit.
   2. Don't trouble her.                           Huwag mo siyang guluhin.
   3. Don't (pl.) borrow from Rose.                Huwag ninyong hiraman si Rose.
   4. Don't avoid the teacher.                     Huwag mong iwasan ang titser.
   5. Don't (pl.) wrap sweets for them.            Huwag ninyo silang ipagbalot ng matamis.
   6. Don't borrow a car for the boys.             Huwag mong ipanghiram ng kotse ang mga lalaki.

## DISCUSSION

English, like Tagalog, uses the basic verb form in commands: <u>Dance</u>, <u>go</u>, etc. In English commands, however, the second-person actor is usually not expressed, while in Tagalog commands a second-person pronoun always accompanies the basic form.

Tagalog negative commands are always formed with <u>huwag</u>, never with <u>hindi</u>. The enclitic pronouns (and any other enclitics that may be present) immediately follow <u>huwag</u>, and the linker /-ŋ/ is added to the enclitic that immediately precedes the verb: thus, <u>Huwag kang sumayaw</u>, <u>Huwag ka nang sumayaw</u>, <u>Huwag ka na ring sumayaw</u>.

## II. REQUESTS

### EXAMPLES

A. 1. Sumayaw ka nga.                              Please dance.
   2. Maupo nga kayo.                              Please sit down.
   3. Magtrabaho ka nga.                           Please work.
   4. Matulog nga kayo.                            Please go to sleep.

   5. Huwag ka ngang sumayaw.                      Please don't dance.
   6. Huwag nga kayong matulog.                    Please don't sleep.

B. 1. Mag-abot ka nga ng serbesa.                  Please (<u>you</u>) get a beer.
   2. Abutin mo nga ang serbesa.                   Please get <u>the beer</u>.
   3. Abutan nga ninyo ng serbesa si George.       Please give a beer <u>to George</u>.
   4. Ipag-abot mo nga ako ng serbesa.             Please get a beer <u>for me</u>.

   5. Huwag ka ngang mag-abot ng serbesa.          Please don't hand a beer.
   6. Huwag mo ngang bilhin iyan.                  Please don't buy that.

C. 1. Makiabot ka (nga) ng serbesa para sa akin.   Please (<u>you</u>) get a beer for me.
   2. Pakiabot mo (nga) ang serbesa para sa akin.  Please get <u>the beer</u> for me.
   3. Pakiabutan (nga) ninyo ng serbesa si George. Please get a beer <u>for George</u>.
   4. Ipakiabot mo (nga) ako ng serbesa.           Please give <u>me</u> a beer.
   5. Ipakipagdala mo ng serbesa si George.        Please bring a beer <u>for George</u>.
   6. Ipakipangutang mo ng sandaan si Tentay.      Please borrow 100 (pesos) <u>for Tentay</u>.

Transitive and Intransitive                        Transitive Only

| Command pattern + <u>nga</u> |
|---|

| Verb | Second Person Pronoun | Polite Enclitic | Second Person Pronoun |
|---|---|---|---|
| Request Form | <u>ka/mo</u> | (nga) <br> (nga) | <u>kayo/ninyo</u> |

| FOCUS | REQUEST FORM | | |
|---|---|---|---|
| | Prefix | Root | Suffix |
| Actor | maki- | abot | |
| Object | paki- | abot | |
| Locative | paki- | abut | -an |
| Benefactive | ipaki- | abot | |
| | ipakipag- | dala | |
| | ipakipang- | utang | |

a. The addition of the enclitic nga converts any command into a polite request, intransitive (examples A) or transitive (examples B).

b. Certain transitive verbs also have special request forms, which may be used in place of the command-plus-nga (compare examples B and C).

c. The request form for Actor-focus verbs consists of maki- plus root; that for Object-focus, of paki- plus root; that for Locative-focus verbs, of paki- plus root plus -an; and that for Benefactive-focus verbs, of ipaki- or ipakipag- or ipakipang- (with -um-, mag-, and mang-roots respectively) plus root.

d. When the request form is used, nga is optional in affirmative requests (examples C). Sentences with request forms are not normally made negative.

e. The typical intonation pattern for requests is /  /, the pattern for yes-no questions.

D. 1. Makikiabot ako ng serbesa. — I'll get a beer (having been requested to do so). / I'll ask someone to get himself a beer.

2. Pakikiabot mo ang serbesa. — You'll get the beer (upon being requested to do so). / You'll ask someone to get the beer.

3. Pakikiabutan ni Berta ng serbesa si George. — Berta will give a beer to George (having been requested to do so). / Berta will ask someone to give a beer to George.

4. Ipakikiabot mo ako ng serbesa. — You'll get a beer for me.

5. Ipakikipagdala mo ng serbesa si George. — You'll bring a beer for George.

6. Ipakikipangutang mo ng sandaan si Tentay. — You'll borrow 100 (pesos) for Tentay.

E. 1. Nakiabot ako ng serbesa. — I got a beer (having been requested to do so). / I asked someone to get himself a beer.

2. Pinakiabot mo ang serbesa. — You got the beer (having been requested to do so). / You asked someone to get the beer.

3. Pinakiabutan ni Berta ng serbesa si George. — Berta gave a beer to George (having been requested to do so). / Berta asked someone to give a beer to George.

4. Ipinakiabot mo ako ng serbesa. — You got a beer for me.

5. Ipinakipagdala mo ng serbesa si George. — You brought a beer for George.

6. Ipinakipangutang mo ng sandaan si Tentay. — You borrowed 100 (pesos) for Tentay.

F. 1. Nakikiabot ako ng serbesa. — I'm getting a beer (having been requested to do so). / I'm asking someone to get a beer.

2. Pinakikiabot mo ang serbesa. — You're getting the beer (having been requested to do so). / You're asking someone to get the beer.

3. Pinakikiabutan ni Berta ng serbesa si George. — Berta's giving a beer to George (having been requested to do so). / Berta's asking someone to give a beer to George.

4. Ipinakikiabot mo ako ng serbesa. — You're getting a beer for me.

5. Ipinakikipagdala mo ng serbesa si George. — You're bringing a beer for George.

6. Ipinakikipangutang mo ng sandaan si Tentay. — You're borrowing 100 (pesos) for Tentay.

|  | AFFIX | REDUPLICATION | ROOT | SUFFIX |
|---|---|---|---|---|
| Basic Forms | maki<br>paki<br>paki<br>ipaki<br>ipakipag<br>ipakipang | | abot<br>abot<br>abut<br>abot<br>dala<br>utang | an |
| Future Forms | maki<br>paki<br>paki<br>ipaki<br>ipaki<br>ipaki | ki<br>ki<br>ki<br>ki<br>kipag<br>kipang | abot<br>abot<br>abut<br>abot<br>dala<br>utang | an |
| Perfective Forms | naki<br>pinaki<br>pinaki<br>ipinaki<br>ipinakipag<br>ipinakipang | | abot<br>abot<br>abut<br>abot<br>dala<br>utang | an |
| Imperfective Forms | naki<br>pinaki<br>pinaki<br>ipinaki<br>ipinaki<br>ipinaki | ki<br>ki<br>ki<br>ki<br>kipag<br>kipang | abot<br>abot<br>abut<br>abot<br>dala<br>utang | an |

f. The request forms are inflectable for all four aspect forms, following the normal pattern of Tagalog verbs (e.g., affixation for the basic form, affixation plus reduplication of the last affix syllable for the future, change of prefix m- to n- or infix -in- for the perfective, change of prefix m- to n- or infix -in- plus reduplication of the last affix syllable for the imperfective).

g. When inflected, these forms may mean either of two things: (1) simple statement of the actor having done something at the request of someone else, or (2) a report of the speaker regarding the actor's having done something at the request of someone else (compare the two translations of examples D, E, F).

CONVERSION DRILL

Instructions: The teacher gives a command. Student 1 changes the command to a request using nga; Student 2 repeats the same request using maki-, paki-, paki-...-an, or ipaki-, depending on the focus pattern; and Student 3 repeats the same request using the request form plus nga.

Teacher

1. Umabot ka ng serbesa.
2. Magtanong ka ng inumin.
3. Manghiram kayo ng libro.
4. Mag-abot kayo ng lumpia.
5. Magdala tayo ng matamis.

Student 1

Umabot ka nga ng serbesa.
Magtanong ka nga ng inumin.
Manghiram nga kayo ng libro.
Mag-abot nga kayo ng lumpia.
Magdala nga tayo ng matamis.

Student 2

Makiabot ka ng serbesa.
Makitanong ka ng inumin.
Makihiram kayo ng libro.
Makiabot kayo ng lumpia.
Makidala tayo ng matamis.

Student 3

Makiabot ka nga ng serbesa.
Makitanong ka nga ng inumin.
Makihiram nga kayo ng libro.
Makiabot nga kayo ng lumpia.
Makidala nga kayo ng matamis.

6. Kumuha tayo ng makapuno.
7. Kanin mo ang kaldereta.

Kumuha nga tayo ng makapuno.
Kanin mo nga ang kaldereta.

8. Tawagin mo si Luningning.           Tawagin mo nga si Luningning.
9. Bilangin ninyo ang mga tao.       Bilangin nga ninyo ang mga tao.
10. Hanapin ninyo sina Rosy.         Hanapin nga ninyo sina Rosy.

    Makikuha tayo ng makapuno.      Makikuha nga tayo ng makapuno.
    Pakikain mo ang kaldereta.        Pakikain mo nga ang kaldereta.
    Pakitawag mo si Luningning.       Pakitawag mo nga si Luningning.
    Pakibilang ninyo ang mga tao.     Pakibilang nga ninyo ang mga tao.
    Pakihanap ninyo sina Rosy.        Pakihanap nga ninyo sina Rosy.

11. Ipunin natin ang pansit.            Ipunin nga natin ang pansit.
12. Hintayin natin sina Joe.           Hintayin nga natin sina Joe.
13. Tulungan mo ang bata.             Tulungan mo nga ang bata.
14. Bayaran mo si Mario.              Bayaran mo nga si Mario.
15. Samahan ninyo sina Cely.         Samahan nga ninyo sina Cely.

    Pakiipon natin ang pansit.        Pakiipon nga natin ang pansit.
    Pakihintay natin sina Joe.       Pakihintay nga natin sina Joe.
    Pakitulungan mo ang bata.      Pakitulungan mo nga ang bata.
    Pakibayaran mo si Mario.       Pakibayaran mo nga si Mario.
    Pakisamahan ninyo sina Cely.    Pakisamahan nga ninyo sina Cely.

16. Tawagan mo ang Lolo.            Tawagan mo nga ang Lolo.
17. Ikuha mo ako ng inumin.        Ikuha mo nga ako ng inumin.
18. Ibili mo ng relyeno si Ben.      Ibili mo nga ng relyeno si Ben.
19. Ipaglagay ninyo sila ng matamis.  Ipaglagay nga ninyo sila ng matamis.
20. Igawa ninyo ang bata ng manika.  Igawa nga ninyo ang bata ng manika.

    Pakitawagan mo ang Lolo.       Pakitawagan mo nga ang Lolo.
    Ipakikuha mo ako ng inumin.     Ipakikuha mo nga ako ng inumin.
    Ipakibili mo ng relyeno si Ben.   Ipakibili mo nga ng relyeno si Ben.
    Ipakipaglagay ninyo sila ng matamis.  Ipakipaglagay nga ninyo sila ng matamis.
    Ipakigawa ninyo ng manika ang bata.  Ipakigawa nga ninyo ng manika ang bata.

## SUBSTITUTION-CONVERSION DRILL (Moving Slot)

Instructions: The teacher gives a command with a <u>maki-</u> form, which Student 1 repeats. Student 2 re-
casts the sentence with a <u>paki-</u> form, substituting a definite object (as topic) for the previ-
ous indefinite object.

| Teacher | Student 1 | Student 2 |
|---|---|---|
| 1. Makiabot ka ng sarsa. | Makiabot ka ng sarsa. | Pakiabot mo nga ang sarsa. |
| 2. ___ (kuha) ___ | Makikuha ka ng sarsa. | Pakikuha mo nga ang sarsa. |
| 3. ___ (tikim) ___ | Makitikim ka ng sarsa. | Pakitikman mo nga ang sarsa. |
| 4. ___ matamis | Makitikim ka ng matamis. | Pakitikman mo nga ang matamis. |
| 5. ___ (lagay) ___ | Makilagay ka ng matamis. | Pakilagay mo nga ang matamis. |
| 6. ___ (bili) ___ | Makibili ka ng matamis. | Pakibili mo nga ang matamis. |
| 7. ___ libro | Makibili ka ng libro. | Pakibili mo nga ang libro. |
| 8. ___ (basa) ___ | Makibasa ka ng libro. | Pakibasa mo nga ang libro. |
| 9. ___ (hiram) ___ | Makihiram ka ng libro. | Pakihiram mo nga ang libro. |
| 10. ___ (dala) ___ | Makidala ka ng libro. | Pakidala mo nga ang libro. |

## CONVERSION DRILLS (Directed Commands)

Instructions: The teacher gives an instruction to make a request. The student makes the request as di-
rected.

| Teacher | Student |
|---|---|
| A. 1. Sabihin mo kay Tentay na bumalik siya sa akin. | Tentay, pakibalikan mo nga siya. |
| 2. Sabihin mo kay Rosy na bumili siya sa akin. | Rosy, pakibilhan mo nga siya. |
| 3. Sabihin mo kay Cely na humiram siya sa akin. | Cely, pakihiraman mo nga siya. |
| 4. Sabihin mo kay Nene na tumawag siya sa akin. | Nene, pakitawagan mo nga siya. |
| 5. Sabihin mo kay Joe na pumunta siya sa akin. | Joe, pakipuntahan mo nga siya. |
| 6. Sabihin mo kay Eddie na tumulong siya sa amin. | Eddie, pakitulungan mo nga sila. |
| 7. Sabihin mo kay Oscar na tumakbo siya sa amin. | Oscar, pakitakbuhan mo nga sila. |

8. Sabihin mo kay Ben na gumanti siya sa amin.      Ben, pakigantihan mo nga sila.
9. Sabihin mo kina Ray na magbayad sila sa amin.    Ray, pakibayaran nga ninyo sila.
10. Sabihin mo kina Linda na magdala sila sa amin.   Linda, pakidalhan nga ninyo sila.

B. 1. Sabihin mo kay Nene na ikuha niya ako ng pera.     Nene, ipakikuha mo nga siya ng pera.
2. Sabihin mo kay Cely na ihiram niya ako ng libro.    Cely, ipakihiram mo nga siya ng libro.
3. Sabihin mo kay Minda na ihingi niya ako ng turon.   Minda, ipakihingi mo nga siya ng turon.
4. Sabihin mo kay Tentay na ibili niya ako ng damit.   Tentay, ipakibili mo nga siya ng damit.
5. Sabihin mo kay Angela na ihanap niya ako ng         Angela, ipakihanap mo nga siya ng medyas.
   medyas.

6. Sabihin mo kina Tony na ipagpiga nila kami ng       Tony, ipakipagpiga nga ninyo sila ng kalamansi.
   kalamansi.
7. Sabihin mo kina Oscar na ipagdala nila kami ng      Oscar, ipakipagdala nga ninyo sila ng matamis.
   matamis.
8. Sabihin mo kina Fidel na ipaglimbag nila kami ng    Fidel, ipakipaglimbag nga ninyo sila ng mga
   mga polyeto.                                        polyeto.
9. Sabihin mo kina Joe na ipanghiram nila kami ng      Joe, ipakipanghiram nga ninyo sila ng pera.
   pera.
10. Sabihin mo kina Rose na ipanghingi nila kami ng    Rose, ipakipanghingi nga ninyo sila ng boto.
    boto.

RESPONSE DRILL (Choice Questions)

Instructions: The teacher asks a question seeking advice on a decision, using an Actor-focus verb form
             followed by either an object or locative or benefactive complement. With a request pattern
             (either object or locative or benefactive, depending on the complement used by the teacher),
             Student 1 suggests one alternative. Student 2 disagrees and suggests the other.

| Teacher | Student 1 |
|---|---|
| 1. Aabot ba ako ng serbesa o Scotch? | Makiabot ka ng serbesa. |
| 2. Kukuha ba ako ng turon o kendi? | Makikuha ka ng turon. |
| 3. Bibili ba ako ng damit o medyas? | Makibili ka ng damit. |
| 4. Babasa ba ako ng magasin o libro? | Makibasa ka ng magasin. |
| 5. Titikim ba ako ng butse o bibingka? | Makitikim ka ng butse. |

Student 2

Hindi. Makiabot ka ng Scotch.
Hindi. Makikuha ka ng kendi.
Hindi. Makibili ka ng medyas.
Hindi. Makibasa ka ng libro.
Hindi. Makitikim ka ng bibingka.

6. Tatawag ba ako kay Nene o kay Eddie?      Pakitawag mo si Nene.
7. Hihiram ba ako ng mapa o ng rekord?       Pakihiram mo ang mapa.
8. Magbabalot ba ako ng relyeno o ng lumpia?  Pakibalot mo ang relyeno.
9. Hahanapin ko ba si Ben o si Linda?        Pakihanap mo si Ben.
10. Aalisin ko ba ang ginger ale o ang kalamansi?   Pakialis mo ang ginger ale.

Hindi. Pakitawag mo si Eddie.
Hindi. Pakihiram mo ang rekord.
Hindi. Pakibalot mo ang lumpia.
Hindi. Pakihanap mo si Linda.
Hindi. Pakialis mo ang kalamansi.

11. Magbabayad ba ako kay Tentay o kay Cely?    Pakibayaran mo si Tentay.
12. Magdadala ba ako sa Nanay o sa Tatay?       Pakidalhan mo ang Nanay.
13. Mangungutang ba ako sa Ninong o sa Ninang?  Pakiutangan mo ang Ninong.
14. Magbibigay ba ako sa dalaga o sa binata?    Pakibigyan mo ang dalaga.
15. Bibili ba ako sa tindahan o sa kanto?       Pakibilhan mo ang tindahan.

Hindi. Pakibayaran mo si Cely.
Hindi. Pakidalhan mo ang Tatay.
Hindi. Pakiutangan mo ang Ninang.
Hindi. Pakibigyan mo ang binata.
Hindi. Pakibilhan mo ang kanto.

16. Magbibilang ba ako ng libro para sa mga lalaki o      Ipakipagbilang mo ng libro ang mga lalaki.
    para sa mga babae?
17. Magbubuhat ba ako ng kahon para sa dalaga o para      Ipakipagbuhat mo ng kahon ang dalaga.
    sa matanda?
18. Magpipiga ba ako ng kalamansi para kay Fidel o        Ipakipagpiga mo ng kalamansi si Fidel.
    para kay Arthur?
19. Mag-iipon ba ako ng kalamansi para sa Lola o para     Ipakipag-ipon mo ng kalamansi ang Lola.
    sa Lolo?
20. Magdadala ba ako ng mga larawan para sa iyo o         Ipakipagdala mo ako ng mga larawan.
    para sa kaniya?

             Hindi. Ipakipagbilang mo ng libro ang mga babae.
             Hindi. Ipakipagbuhat mo ng kahon ang matanda.
             Hindi. Ipakipagpiga mo ng kalamansi si Arthur.
             Hindi. Ipakipag-ipon mo ng kalamansi ang Lolo.
             Hindi. Ipakipagdala mo siya ng mga larawan.

21. Bibili ba ako ng damit para sa Kuya o para sa Ate?    Ipakibili mo ng damit ang Kuya.
22. Gagawa ba ako ng turon para sa Nanay o para sa        Ipakigawa mo ng turon ang Nanay.
    Tiya?
23. Manghihiram ba ako para kay Ray o para kay Rose?      Ipakipanghiram mo si Ray.
24. Manghihingi ba ako ng serbesa para sa atin o para     Ipakipanghingi mo tayo ng serbesa.
    sa kanila?
25. Mangunguha ba ako ng siniguwelas para sa amin o       Ipakipanguha mo kami ng siniguwelas.
    para sa iyo?

             Hindi. Ipakibili mo ng damit ang Ate.
             Hindi. Ipakigawa mo ng turon ang Tiya.
             Hindi. Ipakipanghiram mo si Rose.
             Hindi. Ipakipanghingi mo sila ng serbesa.
             Hindi. Ipakipanguha mo ako ng siniguwelas.

TRANSLATION DRILLS (Paired and Triplet Sentences)

Instructions: An indefinite object appears as a ng-phrase in a construction having an Actor-focus verb
             form. A definite object appears as the topic in an Object-focus construction. Note that the
             softening effect of the question pattern in English is translated by request form verbs in
             Tagalog.

                    Teacher                                          Student

A. 1. Will you please hand a beer over?              Makiabot ka nga ng serbesa.
      Will you please hand the beer over?            Pakiabot mo nga ang serbesa.
   2. Will you please bring some lumpia?             Makidala ka nga ng lumpia.
      Will you please bring the lumpia?              Pakidala mo nga ang lumpia.
   3. Will you please get a record?                  Makikuha ka nga ng rekord.
      Will you please get the record?                Pakikuha mo nga ang rekord.
   4. Will you (pl.) please call a veterinarian?     Makitawag nga kayo ng betmed.
      Will you (pl.) please call the veterinarian?   Pakitawag nga ninyo ang betmed.
   5. Will you (pl.) please put some sauce?          Makilagay nga kayo ng sarsa.
      Will you (pl.) please put the sauce?           Pakilagay nga ninyo ang sarsa.

Instructions: The underlinings in the following English sentences are designed to suggest the contrast be-
             tween Actor focus and Locative focus in Tagalog.

                    Teacher                                          Student

B. 1. Angela, will you please borrow from her?      Angela, makihiram ka nga sa kaniya.
      Angela, will you please borrow from her?       Angela, pakihiraman mo nga siya.
   2. Ben, will you please pay to them?              Ben, makibayad ka nga sa kanila.
      Ben, will you please pay to them?               Ben, pakibayaran mo nga sila.
   3. Boy, will you please bring Nene a book?        Boy, makidala ka nga ng libro kay Nene.
      Boy, will you please bring Nene a book?         Boy, pakidalhan mo nga ng libro si Nene.
   4. Cely, will you please return to him?           Cely, makibalik ka nga sa kaniya.
      Cely, will you please return to him?            Cely, pakibalikan mo nga siya.
   5. Ray, will you please ask Cely for some pansit? Ray, makihingi ka nga ng pansit kay Cely.
      Ray, will you please ask Cely for some pansit?  Ray, pakihingan mo nga ng pansit si Cely.

Instructions: The underlinings in the following English sentences are designed to suggest the contrast be-
             tween Actor focus and Benefactive focus in Tagalog.

| Teacher | Student |
|---|---|
| C. 1. Nene, will <u>you</u> please buy a dress for her? | Nene, makibili ka nga ng damit para sa kaniya. |
| Nene, will you please buy a dress <u>for her</u>? | Nene, ipakibili mo nga siya ng damit. |
| 2. Fidel, will <u>you</u> please borrow a book for me? | Fidel, makihiram ka nga ng libro para sa akin. |
| Fidel, will you please borrow a book <u>for me</u>? | Fidel, ipakihiram mo nga ako ng libro. |
| 3. Eddie, will <u>you</u> please squeeze some calamansi for them? | Eddie, makipiga ka nga ng kalamansi para sa kanila. |
| Eddie, will you please squeeze some calamansi <u>for them</u>? | Eddie, ipakipagpiga mo nga sila ng kalamansi. |
| 4. Tentay, will <u>you</u> please ask some money for us (him and me)? | Tentay, makihingi ka nga ng pera para sa amin. |
| Tentay, will you please ask some money <u>for us</u> (<u>him</u> and <u>me</u>)? | Tentay, ipakipanghingi mo nga kami ng pera. |
| 5. Rose, will <u>you</u> please look for a house for Nene? | Rose, makihanap ka nga ng bahay para kay Nene. |
| Rose, will you please look for a house <u>for Nene</u>? | Rose, ipakihanap mo nga ng bahay si Nene. |

Instructions: The underlinings in the following English sentences are designed to suggest the different focuses in Tagalog, expressing not requests but reports of someone having done another a favor.

| Teacher | Student |
|---|---|
| D. 1. <u>Nene</u> bought a dress for you. | Nakibili ng damit si Nene para sa iyo. |
| Nene bought <u>the dress</u> for you. | Pinakibili ni Nene ang damit para sa iyo. |
| Nene bought the dress <u>for you</u>. | Ipinakibili ka ni Nene ng damit. |
| 2. <u>You</u>'ll squeeze some calamansis for Eddie. | Makikipiga ka ng kalamansi para kay Eddie. |
| You'll squeeze <u>the calamansis</u> for Eddie. | Pakikipiga mo ang kalamansi para kay Eddie. |
| You'll squeeze some calamansis <u>for Eddie</u>. | Ipakikipagpiga mo ng kalamansi si Eddie. |
| 3. <u>Rose</u> looked for a house for Nene. | Nakihanap ng bahay si Rose para kay Nene. |
| Rose looked for <u>the house</u> for Nene. | Pinakihanap ni Rose ang bahay para kay Nene. |
| Rose looked for the house <u>for Nene</u>. | Ipinakihanap ni Rose ng bahay si Nene. |
| 4. <u>Fidel</u>'s borrowing a book for me at the store. | Nakikihiram ng libro si Fidel para sa akin sa tindahan. |
| Fidel's borrowing <u>the book</u> for me at the store. | Pinakikihiram ni Fidel ang libro para sa akin sa tindahan. |
| Fidel's borrowing the book <u>for me</u> at the store. | Ipinakikihiram ako ng libro ni Fidel sa tindahan. |
| 5. <u>We</u> (he and I) will ask you for money for Tentay. | Makikihingi kami ng pera sa iyo para kay Tentay. |
| We (he and I) will ask you <u>for the money</u> for Tentay. | Pakikihingi namin ang pera sa iyo para kay Tentay. |
| We (he and I) will ask <u>you</u> for some money for Tentay. | Pakikihingan ka namin ng pera para kay Tentay. |

## DISCUSSION

Not all Actor-focus transitive verbs have special request forms. Actor-focus verbs like <u>pumunta</u>, that take a Locative-object complement but not an object complement, do not have special request forms: thus, there is no <u>Makipunta ka sa palengke</u> with a request meaning, but only <u>Pumunta ka nga sa palengke</u> 'Please go to the market.' Intransitive verbs in focus constructions other than Actor focus, on the other hand, generally do have special request forms: e.g., <u>Pakipuntahan mo ang Tatay</u> 'Please go to Father.'

In addition to special request forms and the insertion of the enclitic <u>nga</u> into commands, Tagalog may express the equivalent of English 'please' with the fixed expression <u>utang na loob</u>. This fixed expression, however, connotes more than politeness; it also means indebtedness for some favor received (see Unit X, Note 11). It is not often used except for the most urgent requests (<u>pleas</u>, for example) or in extremely formal speech or writing.

Requests need not always be expressed by the special request forms or the command-plus-<u>nga</u>.

The addition of words like <u>naman</u> or <u>ha</u> or intonation alone is often enough to turn a command into a request. Thus, <u>Tikman mo naman ang lumpia ko</u> is as much a request as <u>Pakitikman mo nga ang lumpia ko</u>. Tagalog requests are not normally made negative. The special request forms never occur with <u>huwag</u> or any other negative particle, and when the construction with <u>nga</u> is made negative, it is felt to be a command, not a request.

Requests in Tagalog can be compared to "polite questions" in English, where one often suggests rather than commands when the situation calls for deference, respect, or special politeness. Where English uses 'Would you shut the door, please?', 'Will you hand me the salad?', etc., Tagalog will probably use a request construction: <u>Pakisara nga ang pinto</u>, <u>Makiabot nga ng ensalada</u>.

As was said in the presentation, all the request verbs are inflectable for all three aspects and the aspect formation is regular. When they are so inflected, they do not express a request but rather a report of a past or present or prospective request, like 'I'll ask him to do something for me.' Inflected forms do not in any way express what difference there is between 'Will you please close the door' and 'Would you please close the door.'

## III. ATTRIBUTION: VERBS AND ADJECTIVE PHRASES

### EXAMPLES

A. 1. Si George ang mamang tumatawa.  
   The man laughing is George.
   2. Ang titser ang taong dumarating.  
   The person coming is the teacher.

B. 1. Ang sarap ng matamis na ginawa mo.  
   [How delicious the dessert you made is.]
   2. Masasaktin ang kalabaw na binili niya sa probinsya.  
   The carabao that he bought in the province is sickly.
   3. Masasaktin ang kalabaw na binili ni Ernesto.  
   The carabao Ernesto bought is sickly.

C. 1. Ang manikang para kay Nene ang pinakamaganda.  
   The most beautiful one is the doll for Nene.
   2. Masaya ang balitang tungkol sa kaniya.  
   The news about him is good.
   3. Ang serbesang nasa mesa ang gusto ni George.  
   The thing that George likes is the beer on the table.

D. 1. Si George ang tumatawang mama.  
   The man laughing is George.
   2. Ang titser ang dumarating na tao.  
   The person coming is the teacher.

E. 1. Ang sarap ng ginawa niong matamis.  
   How delicious the dessert you made is.
   2. Masasaktin ang binili niyang kalabaw sa probinsya.  
   The carabao that he bought in the province is sickly.
   3. Masasaktin ang biniling kalabaw ni Ernesto.  
   The carabao Ernesto bought is sickly.
   4. Masasaktin ang biniling kalabaw ng betmed.  
   The carabao the veterinarian bought is sickly.

F. 1. Ang para kay Neneng manika ang pinakamaganda.  
   The most beautiful one is the doll for Nene.
   2. Masaya ang tungkol sa kaniyang balita.  
   The news about him is good.
   3. Ang nasa mesang serbesa ang gusto ni George.  
   The thing that George likes is the beer on the table.

| ATTRIBUTIVE | LINKER | NOUN | LINKER | ATTRIBUTIVE |
|---|---|---|---|---|
|  |  | mama | -ng | tumatawa |
|  |  | matamis | na | ginawa mo |
|  |  | manika | -ng | para kay Tentay |
| tumatawa | -ng | mama |  |  |
| ginawa mo | -ng | matamis |  |  |
| para kay Tentay | na | manika |  |  |

a. Verbs (with or without accompanying actor-complements) (examples A, B, D, E) and adjective phrases (examples C, F) may be used attributively: that is, as modifiers of nouns.

b. Like simple attributive adjectives, attributive verbs and phrases may either follow or precede the noun they modify (compare examples A, B, C to D, E, F).

c. The linker /-ŋ/ or /na/ is placed between the noun and the attributive or the attributive and the noun. As in other cases, /-ŋ/ replaces a final /-h/, /-'/, or /-n/, while /na/ follows any other consonant.

d. When a non-Actor focus verb occurs with its actor-complements before the noun it modifies, two things happen. When the actor complement is a <u>ng</u>-pronoun, the verb + complement construction is linked to the noun it modifies by /-ŋ/ appended to the pronoun (examples E.1-2); when it is a <u>ng</u>-phrase (either a <u>ni</u> + person name or <u>ng</u> + any other noun), the noun is placed between the verb and the complement, again with the linker /-ŋ/ (examples E.3-4).

### CONVERSION RESPONSE DRILL

Instructions: The teacher makes a statement. Student 1 converts this to a question, which he asks of Student 2. The latter gives an affirmative response and changes the order of the noun and modifier.

| Teacher | Student 1 |
|---|---|

1. Gusto ko ang matamis na masarap.
2. Gusto ko ang serbesang malamig.
3. Kailangan niya ang binatang mayaman.
4. Kailangan niya ang lugar na maginaw.
5. Ayaw niya ng atis na napakamahal.

Gusto ba niya ang matamis na masarap?
Gusto ba niya ang serbesang malamig?
Kailangan ba niya ang binatang mayaman?
Kailangan ba niya ang lugar na maginaw?
Ayaw ba niya ng atis na napakamahal?

Student 2

Oo. Gusto niya ang masarap na matamis.
Oo. Gusto niya ang malamig na serbesa.
Oo. Kailangan niya ang mayamang binata.
Oo. Kailangan niya ang maginaw na lugar.
Oo. Ayaw niya ng napakamahal na atis.

6. Pumupusta siya sa kandidatong dumarating.
7. Tumutulong siya sa dalagang bumabayo.
8. Nakikiramay siya sa babaing nagdadalamhati.
9. Nagagalit siya sa asong ngumangakngak.
10. Nagbibigay siya sa mga taong naghihirap.

Pumupusta ba siya sa kandidatong dumarating?
Tumutulong ba siya sa dalagang bumabayo?
Nakikiramay ba siya sa babaing nagdadalamhati?
Nagagalit ba siya sa asong ngumangakngak?
Nagbibigay ba siya sa mga taong naghihirap?

Oo. Pumupusta siya sa dumarating na kandidato.
Oo. Tumutulong siya sa bumabayong dalaga.
Oo. Nakikiramay siya sa nagdadalamhating babae.
Oo. Nagagalit siya sa ngumangakngak na aso.
Oo. Nagbibigay siya sa mga naghihirap na tao.

11. Hinanap nila ang titser na umalis.
12. Hinintay nila ang kanilang kaibigang nagtrabaho.
13. Tinawag nila ang lider na tumulong.
14. Tinangkilik nila ang manunulat na umakda.
15. Tinanggap nila ang kaniyang perang kinuha.

Hinanap ba nila ang titser na umalis?
Hinintay ba nila ang kanilang kaibigang nagtrabaho?
Tinawag ba nila ang lider na tumulong?
Tinangkilik ba nila ang manunulat na umakda?
Tinanggap ba nila ang kaniyang perang kinuha?

Oo. Hinanap nila ang umalis na titser.
Oo. Hinintay nila ang kanilang nagtrabahong kaibigan.
Oo. Tinawag nila ang tumulong na lider.
Oo. Tinangkilik nila ang umakdang manunulat.
Oo. Tinanggap nila ang kaniyang kinuhang pera.

16. Mangangailangan ng pera ang babaing manganganak.
17. Ipagbabalot ng pagkain ang bisitang darating.
18. Bibigyan ng relyeno ang matatandang tutulong.
19. Magpapadala ng turon ang kaniyang kapatid na uuwi.
20. Mangungutang ng pera ang taong magtatrabaho.

Mangangailangan ba ng pera ang babaing manganganak?
Ipagbabalot ba ng pagkain ang bisitang darating?
Bibigyan ba ng relyeno ang matatandang tutulong?
Magpapadala ba ng turon ang kaniyang kapatid na uuwi?
Mangungutang ba ng pera ang taong magtatrabaho?

Oo. Mangangailangan ng pera ang manganganak na babae.
Oo. Ipagbabalot ng pagkain ang darating na bisita.
Oo. Bibigyan ng relyeno ang tutulong na matatanda.
Oo. Magpapadala ng turon ang kaniyang uuwing kapatid.
Oo. Mangungutang ng pera ang magtatrabahong tao.

TRANSLATION DRILL (Patterned Sentences)

Instructions: The teacher gives a sentence in English, which Student 1 translates with the attributive following the noun and Student 2 translates with the attributive preceding the noun.

| Teacher | Student 1 |
|---|---|

1. The teacher coming is nice.
2. The man fishing is hardworking.
3. The Scotch being bought at the store is good.

Mabait ang titser na dumarating.
Masipag ang lalaking nangingisda.
Mahusay ang Scotch na binibili sa tindahan.

4. The young lady who left was Luningning.    Si Luningning ang dalagang umalis.
5. The man who helped was Ernesto.    Si Ernesto ang lalaking tumulong.

### Student 2

Mabait ang dumarating na titser.
Masipag ang nangingisdang lalaki.
Mahusay ang binibiling <u>Scotch</u> sa tindahan.
Si Luningning ang umalis na dalaga.
Si Ernesto ang tumulong na lalaki.

6. The woman arriving tomorrow is a teacher.    Titser ang babaing darating bukas.
7. The young man finishing in March is a veterinarian.    Betmed ang binatang matatapos sa Marso.
8. The child eating is leaving tomorrow.    Aalis bukas ang batang kumakain.
9. The person who entered arrived last night.    Dumating kagabi ang taong pumasok.
10. The teacher attending tomorrow is studying now.    Nag-aaral ngayon ang titser na dadalo bukas.

Titser ang darating na babae bukas.
Betmed ang matatapos na binata sa Marso.
Aalis bukas ang kumakaing bata.
Dumating kagabi ang pumasok na tao.
Nag-aaral ngayon ang dadalong titser bukas.

## TRANSLATION DRILL (Triplet Sentences)

Instructions: The three sentences in each group are given in imperfective, perfective, and future aspect.

### Teacher

### Student 1

1. The man reading is Mr. Reyes.    Si G. Reyes ang lalaking bumabasa.
   The man who read is Mr. Reyes.    Si G. Reyes ang lalaking bumasa.
   The man who's going to read is Mr. Reyes.    Si G. Reyes ang lalaking babasa.

2. The woman squeezing (the calamansi) is Tentay.    Si Tentay ang babaing nagpipiga.
   The woman who squeezed (the calamansi) is Tentay.    Si Tentay ang babaing nagpiga.
   The woman who's going to squeeze (the calamansi) is Tentay.    Si Tentay ang babaing magpipiga.

### Student 2

Si G. Reyes ang bumabasang lalaki.
Si G. Reyes ang bumasang lalaki.
Si G. Reyes ang babasang lalaki.

Si Tentay ang nagpipigang babae.
Si Tentay ang nagpigang babae.
Si Tentay ang magpipigang babae.

3. The young man serenading is my friend.    Kaibigan ko ang binatang nanghaharana.
   The young man who serenaded is my friend.    Kaibigan ko ang binatang nangharana.
   The young man who's going to serenade is my friend.    Kaibigan ko ang binatang manghaharana.

4. The dress being bought by Nene is pretty.    Maganda ang damit na binibili ni Nene.
   The dress bought by Nene is pretty.    Maganda ang damit na binili ni Nene.
   The dress to be bought by Nene is pretty.    Maganda ang damit na bibilhin ni Nene.

Kaibigan ko ang nanghaharanang binata.
Kaibigan ko ang nangharanang binata.
Kaibigan ko ang manghaharanang binata.

Maganda ang binibiling damit ni Nene.
Maganda ang biniling damit ni Nene.
Maganda ang bibilhing damit ni Nene.

5. The money being borrowed by Ben is mine.    Akin ang hinihiram na pera ni Ben.
   The money borrowed by Ben is mine.    Akin ang hiniram na pera ni Ben.
   The money to be borrowed by Ben is mine.    Akin ang hihiraming pera ni Ben.

6. The woman I'm buying from is <u>Aling</u> Nena.      Si Aling Nena ang babaing binibilhan ko.
   The woman I bought from is <u>Aling</u> Nena.       Si Aling Nena ang babaing binilhan ko.
   The woman I'm going to buy from is <u>Aling</u>     Si Aling Nena ang babaing bibilhan ko.
   Nena.

                   Akin ang perang hinihiram ni Ben.
                   Akin ang perang hiniram ni Ben.
                   Akin ang perang hihiramin ni Ben.

                   Si Aling Nena ang binibilhan kong babae.
                   Si Aling Nena ang binilhan kong babae.
                   Si Aling Nena ang bibilhan kong babae.

7. The city Father goes to every day is near.        Malapit ang lunsod na pinupuntahan ng Tatay araw-
                                                     araw.
   The city Father went to yesterday is near.        Malapit ang lunsod na pinuntahan ng Tatay kahapon.
   The city Father's going to tomorrow is near.      Malapit ang lunsod na pupuntahan ng Tatay bukas.

8. The candidate Mr. Santos is printing for is       Nananalo ngayon ang kandidatong ipinaglilimbag ni
   winning now.                                       G. Santos.
   The candidate Mr. Santos printed for won last     Nanalo noong Nobyembre ang kandidatong ipinaglim-
   November.                                          bag ni G. Santos.
   The candidate Mr. Santos is going to print for    Mananalo sa Nobyembre ang kandidatong ipaglilim-
   will win in November.                              bag ni G. Santos.

                   Malapit ang pinupuntahang lunsod ng Tatay araw-araw.
                   Malapit ang pinuntahang lunsod ng Tatay kahapon.
                   Malapit ang pupuntahang lunsod ng Tatay bukas.

                   Nananalo ngayon ang ipinaglilimbag na kandidato ni G. Santos.
                   Nanalo noong Nobyembre ang ipinaglimbag na kandidato ni G. Santos.
                   Mananalo sa Nobyembre ang ipaglilimbag na kandidato ni G. Santos.

9. The child Rosy's paying for is an orphan.          Ulila ang batang ipinagbabayad ni Rosy.
   The child Rosy's paid for is an orphan.            Ulila ang batang ipinagbayad ni Rosy.
   The child Rosy's going to pay for is an orphan.    Ulila ang batang ipagbabayad ni Rosy.

10. The person the leader is campaigning (secret-     Si Ledesma ang taong ipinanggagapang ng lider.
    ly) for is Mr. Ledesma.
    The person the leader campaigned (secretly)       Si Ledesma ang taong ipinanggapang ng lider.
    for is Mr. Ledesma.
    The person the leader will campaign (secretly)    Si Ledesma ang taong ipanggagapang ng lider.
    for is Mr. Ledesma.

                   Ulila ang ipinagbabayad na bata ni Rosy.
                   Ulila ang ipinagbayad na bata ni Rosy.
                   Ulila ang ipagbabayad na bata ni Rosy.

                   Si Ledesma ang ipinanggagapang na tao ng lider.
                   Si Ledesma ang ipinanggapang na tao ng lider.
                   Si Ledesma ang ipanggagapang na tao ng lider.

## CUMULATIVE DRILLS

### CONVERSION DRILL

Instructions: The teacher gives a command using an Actor-focus basic form. Student 1 repeats the same
            sentence using the corresponding Object-focus basic form; Student 2 uses the Locative-fo-
            cus basic form; and Student 3 uses the Benefactive-focus basic form.

               Teacher                                      Student 1

1. Bumili ka ng pagkain sa tindahan para sa akin.    Bilhin mo ang pagkain sa tindahan para sa akin.
2. Kumuha ka ng bayad sa Nanay para sa kanila.       Kunin mo ang bayad sa Nanay para sa kanila.
3. Magdala ka ng pera kay Nene para sa mga bata.     Dalhin mo ang pera kay Nene para sa mga bata.
4. Manghiram kayo ng libro kay Cely para sa mga      Hiramin ninyo ang libro kay Cely para sa mga ba-
   babae.                                             bae.

Student 2

<pre>
┌─┐ ┌┐|__┌─┐|__┌─┐|__┌─┐↓
</pre>
Bilhan mo ng pagkain ang tindahan para sa akin.
Kunan mo ang Nanay ng bayad para sa kanila.
Dalhan mo si Nene ng pera para sa mga bata.
Hiraman ninyo si Cely ng libro para sa mga babae.

5. Manghingi kayo ng tulong sa titser para sa kaniya.
6. Umutang kayo ng mga kandila sa magkakandila
   para sa mga tao.
7. Magbasa ka ng kuwento sa bata para sa akin.
8. Tumanggap kayo ng abuloy sa magbubulaklak
   para sa amin.

Hingan ninyo ang titser ng tulong para sa kaniya.
Utangan ninyo ang magkakandila ng mga kandila
para sa mga tao.
Basahan mo ang bata ng kuwento para sa akin.
Tanggapan ninyo ang magbubulaklak ng abuloy para
sa amin.

Student 3

<pre>
┌───┐|__┌──┐|__┌──┐↓
</pre>
Ibili mo ako ng pagkain sa tindahan.
Ikuha mo sila ng bayad sa Nanay.
Ipagdala mo ang mga bata ng pera kay Nene.
Ipanghiram ninyo ang mga babae ng libro
kay Cely.

Hingin ninyo ang tulong sa titser para sa kaniya.
Utangin ninyo ang mga kandila sa magkakandila
para sa mga tao.
Basahin mo ang kuwento sa bata para sa akin.
Tanggapin ninyo ang abuloy sa magbubulaklak para
sa amin.

Ipanghingi ninyo siya ng tulong sa titser.
Ipangutang ninyo ang mga tao ng mga kandila
sa magkakandila.
Ipagbasa mo ako ng kuwento sa bata.
Itanggap ninyo kami ng abuloy sa magbubu-
laklak.

## TRANSLATION DRILL (Triplet Sentences)

Teacher

1. Get a book.
   Please get a book. }
   Will you please get a book? }
   Would you please get a book?

2. Get a beer.
   Please get a beer. }
   Will you please get a beer? }
   Would you please get a beer?

3. You (pl.) look for a new car.
   You (pl.) please look for a new car. }
   Will you (pl.) please look for a new car? }
   Would you (pl.) please look for a new car?

4. You (pl.) read some stories.
   You (pl.) please read some stories. }
   Will you (pl.) please read some stories? }
   Would you please read some stories?

5. Do this.
   Please do this. }
   Will you please do this? }
   Would you please do this?

6. Call him.
   Please call him. }
   Will you please call him? }
   Would you please call him?

7. You (pl.) drink the calamansi.
   You (pl.) please drink the calamansi. }
   Will you (pl.) please drink the calamansi? }
   Would you (pl.) please drink the calamansi?

8. You (pl.) count the children.
   You (pl.) please count the children. }
   Will you (pl.) please count the children? }
   Would you (pl.) please count the children?

9. Buy from the store.
   Please buy from the store. }
   Will you please buy from the store? }
   Would you please buy from the store?

Student

Kumuha ka ng libro.

Kumuha ka nga ng libro.

Makikuha ka nga ng libro.

Umabot ka ng serbesa.

Umabot ka nga ng serbesa.

Makiabot ka nga ng serbesa.

Humanap kayo ng bagong kotse.

Humanap nga kayo ng bagong kotse.

Makihanap nga kayo ng bagong kotse.

Bumasa kayo ng mga kuwento.

Bumasa nga kayo ng mga kuwento.

Makibasa nga kayo ng mga kuwento.

Gawin mo ito.

Gawin mo nga ito.

Pakigawa mo nga ito.

Tawagin mo siya.

Tawagin mo nga siya.

Pakitawag mo nga siya.

Inumin ninyo ang kalamansi.

Inumin nga ninyo ang kalamansi.

Pakiinom nga ninyo ang kalamansi.

Bilangin ninyo ang mga bata.

Bilangin nga ninyo ang mga bata.

Pakibilang nga ninyo ang mga bata.

Bilhan mo ang tindahan.

Bilhan mo nga ang tindahan.

Pakibilhan mo nga ang tindahan.

10. You (pl.) ask for contributions <u>from</u> <u>them</u>.                Hingan ninyo sila ng abuloy.
    You (pl.) please ask for contributions <u>from</u>
    <u>them</u>.
    Will you (pl.) please ask for contributions                Hingan nga ninyo sila ng abuloy.
    <u>from</u> <u>them</u>?
    Would you (pl.) please ask for contributions               Pakihingan nga ninyo sila ng abuloy.
    <u>from</u> <u>them</u>?

11. You (pl.) give <u>him</u> a beer.                                Abutan ninyo siya ng serbesa.
    You (pl.) please give <u>him</u> a beer.                        Abutan nga ninyo siya ng serbesa.
    Will you (pl.) please give <u>him</u> a beer?
    Would you (pl.) please give <u>him</u> a beer?                   Pakiabutan nga ninyo siya ng serbesa.

12. Get some relyeno <u>for</u> <u>me</u>.                                Ikuha mo ako ng relyeno.
    Please get some relyeno <u>for</u> <u>me</u>.
    Will you please get some relyeno <u>for</u> <u>me</u>?             Ikuha mo nga ako ng relyeno.
    Would you please get some relyeno <u>for</u> <u>me</u>?           Ipakikuha mo nga ako ng relyeno.

13. Buy some candy <u>for</u> <u>the</u> <u>children</u>.                        Ibili mo ng kendi ang mga bata.
    Please buy some candy <u>for</u> <u>the</u> <u>children</u>.
    Will you please buy some candy <u>for</u> <u>the</u>              Ibili mo nga ng kendi ang mga bata.
    <u>children</u>?
    Would you please buy some candy <u>for</u> <u>the</u>            Ipakibili mo nga ng kendi ang mga bata.
    <u>children</u>?

14. You (pl.) bring some food <u>for</u> <u>us</u> (<u>him</u> <u>and</u> <u>me</u>).    Ipagdala ninyo kami ng pagkain.
    You (pl.) please bring some food <u>for</u> <u>us</u> (<u>him</u>
    <u>and</u> <u>me</u>).
    Will you (pl.) please bring some food <u>for</u> <u>us</u>        Ipagdala nga ninyo kami ng pagkain.
    (<u>him</u> <u>and</u> <u>me</u>)?
    Would you (pl.) please bring some food <u>for</u> <u>us</u>       Ipakipagdala nga ninyo kami ng pagkain.
    (<u>him</u> <u>and</u> <u>me</u>)?

15. You (pl.) ask money <u>for</u> <u>them</u>.                            Ipanghingi ninyo sila ng pera.
    You (pl.) please ask money <u>for</u> <u>them</u>.
    Will you (pl.) please ask money <u>for</u> <u>them</u>?           Ipanghingi nga ninyo sila ng pera.
    Would you (pl.) please ask money <u>for</u> <u>them</u>?          Ipakipanghingi nga ninyo sila ng pera.

SITUATION DRILLS

Instructions: Do what you are asked to do in each of the following situations.

1. You are in class. You see the teacher coming. You tell your classmate to greet the teacher, to smile at her, to give her a present, to do what she says, and to bid her goodbye.

2. Your boy is making a lot of noise outside the house. It's getting late so you call him. You tell him to come to the house, to help his big sister, to drink his calamansi juice, and to go to bed.

3. You are eating at a party and seated at the end of the table. You ask your friend to pass the lechon, to put some sauce on it, and to reach for the beer. You invite your friend to taste the dessert.

4. You are giving last-minute instructions to your maids and children. You tell the children to eat, to be happy, and to sleep. You tell them not to make trouble, not to smoke, and not to drink ginger ale. You also tell the maids to work, to cook, and not to leave the house.

INTEGRATION DRILL

Instructions: The teacher gives two statements. Student 1 combines the two sentences by using part of the second sentence as an attributive to the noun in the first sentence. Student 2 repeats the sentence, changing the order of the noun and the modifier.

Teacher                                              Student 1

1. Gusto ko ang matamis.
                                                     Gusto ko ang matamis na masarap.
    Masarap ang matamis.
2. Gusto niya ang serbesa.
    Malamig ang serbesa.                             Gusto niya ang serbesang malamig.

3. Ayaw namin ng mga bata.  ⎫
   Magugulo ang mga bata.  ⎬     Ayaw namin ng mga batang magugulo.
4. Ayaw nila kay Ben.  ⎫
   Mayaman si Ben.  ⎬     Ayaw nila kay Beng mayaman.
5. Kailangan natin si Joe.  ⎫
   Matalino si Joe.  ⎬     Kailangan natin si Joeng matalino.

Student 2

Gusto ko ang masarap na matamis.
Gusto niya ang malamig na serbesa.
Ayaw namin ng mga magugulong bata.
Ayaw nila kay mayamang Ben.
Kailangan natin si matalinong Joe.

6. Kailangan ninyo ang mga kabataan.
   Kapuri-puri ang mga kabataan.     Kailangan ninyo ang mga kabataang kapuri-puri.
7. Hinahanap ko ang babae.
   Kaibigan namin ang babae.     Hinahanap ko ang babaing kaibigan namin.
8. Pinipiga ko ang kalamansi.
   Iinumin nila ang kalamansi.     Pinipiga ko ang kalamansing iinumin nila.
9. Hinihiraman niya si Mameng.
   Asawa ni Mario si Mameng.     Hinihiraman niya si Mameng na asawa ni Mario.
10. Minamahal nila si Ledesma.
   Kandidato namin si Ledesma.     Minamahal nila si Ledesmang kandidato namin.

Kailangan ninyo ang mga kapuri-puring kabataan.
Hinahanap ko ang kaibigan naming babae.
Pinipiga ko ang iinumin nilang kalamansi.
Hinihiraman niya ang asawa ni Mariong si Mameng.
Minamahal nila ang kandidato naming si Ledesma.

11. Ipinanggagapang ni Ben ang abogado.
   Lider ng mga tao ang abogado.     Ipinanggagapang ni Ben ang abogadong lider ng mga tao.
12. Ipinagmamalaki ng bata si Cely.
   Titser niya si Cely.     Ipinagmamalaki ng bata si Celing titser niya.
13. Magbabalot tayo ng makapuno.
   Niluto natin ang makapuno.     Magbabalot tayo ng makapunong niluto natin.
14. Hihiram sila ng mga libro.
   Kailangan nila ang mga libro.     Hihiram sila ng mga librong kailangan nila.
15. Manghaharana kami sa dalaga.
   Nakilala namin ang dalaga.     Manghaharana kami sa dalagang nakilala namin.

Ipinanggagapang ni Ben ang lider ng mga taong abogado.
Ipinagmamalaki ng bata ang titser niyang si Cely.
Magbabalot tayo ng niluto nating makapuno.
Hihiram sila ng mga kailangan nilang libro.
Manghaharana kami sa nakilala naming dalaga.

16. Babasahin ninyo ang kuwento.
   Kinuha ninyo sa akin ang kuwento.     Babasahin ninyo ang kuwentong kinuha ninyo sa akin.
17. Bibilhan ni Rose si Tentay.
   Pumarito kahapon si Tentay.     Bibilhan ni Rose si Tentay na pumarito kahapon.
18. Tutulungan ng mga tao ang mangingisda.
   Minalas kagabi ang mangingisda.     Tutulungan ng mga tao ang mangingisdang minalas kagabi.
19. Tatawagan ko si G. Ramos.
   Darating bukas si G. Ramos.     Tatawagan ko si G. Ramos na darating bukas.
20. Babayaran namin ang dalaga.
   Gumawa ng manika ang dalaga.     Babayaran namin ang dalagang gumawa ng manika.

Babasahin ninyo ang kinuha ninyo sa aking kuwento.
Bibilhan ni Rose ang pumarito kahapong si Tentay.
Tutulungan ng mga tao ang minalas kagabing mangingisda.
Tatawagan ko ang darating bukas na si G. Ramos.
Babayaran namin ang gumawa ng manikang dalaga.

CONVERSION-TRANSLATION DRILL

Instructions: The teacher gives two simple sentences. Student 1 combines them by using the predicate of
the second sentence as an attributive of the topic in the first sentence. Student 2 translates
the resulting sentence.

Teacher                                                         Student 1

1. Titser ang Amerikana.
   Kilala ko ang Amerikana.                     Titser ang Amerikanang kilala ko.

2. Dispatsadora si Mameng.
   Kaibigan niya si Mameng.                     Dispatsadora si Mameng na kaibigan niya.

3. Kandidato si G. Sotto.
   Tatay ni Ray si G. Sotto.                    Kandidato si G. Sottong tatay ni Ray.

4. Abogado ang lider.
   Kasama ng kandidato ang lider.               Abogado ang lider na kasama ng kandidato.

Student 2

The American I know is a teacher.
Mameng, who is her friend, is a saleslady.
Mr. Sotto, who is Ray's father, is a candidate.
The leader who is with the candidate is a lawyer.

5. Magkakandila si Aling Nena.
   Nagdala ng abuloy si Aling Nena.             Magkakandila si Aling Nenang nagdala ng abuloy.

6. Mag-aatis ang babae.
   Kumuntrato ng sasakyan ang babae.            Mag-aatis ang babaing kumuntrato ng sasakyan.

7. Mang-aawit si Rosy.
   Binigyan ko ng regalo si Rosy.               Mang-aawit si Rosing binigyan ko ng regalo.

8. Mananayaw sina Rose at Ray.
   Iginawa nila ng bahay sina Rose at Ray.      Mananayaw sina Rose at Ray na iginawa nila ng ba-
                                                hay.

Aling Nena, who brought the contribution, is a candle vendor.
The woman who contracted the transportation is an atis vendor.
Rosy, to whom I gave a present, is a singer.
Ray and Rose, for whom they made a house, are dancers.

9. Maganda ang damit.
   Binibili ni Nene ang damit.                  Maganda ang damit na binibili ni Nene.

10. Modelo ang kotse.
    Binibili ng abogado ang kotse.              Modelo ang kotseng binibili ng abogado.

11. Kapuri-puri si Luningning.
    Tumutulong si Luningning sa amin.           Kapuri-puri si Luningning na tumutulong sa amin.

12. Mga guwapo sina Mario at Ben.
    Nanghaharana sina Mario at Ben kay Cely.    Mga guwapo sina Mario at Ben na nanghaharana kay
                                                Cely.

The dress (that) Nene's buying is pretty.
The car (that) the lawyer's buying is modern.
Luningning, who's helping us, is praiseworthy.
Mario and Ben, who serenade Cely, are handsome.

13. Talagang nakakasuya ang lalaki.
    Magloloko sa mga babae ang lalaki.          Talagang nakakasuya ang lalaking magloloko sa mga
                                                babae.

14. Napakasaya ng pamiting.
    Dadaluhan ko ang pamiting bukas.            Napakasaya ng pamiting na dadaluhan ko bukas.

15. Mas matalino si Linda.
    Mamahalin ni Mario nang tunay si Linda.     Mas matalino si Lindang mamahalin ni Mario nang
                                                tunay.

16. Pinakamasaya ang anihan.
    Pinuntahan ng mga dalaga noong Linggo       Pinakamasaya ang anihang pinuntahan ng mga dalaga
    ang anihan.                                 noong Linggo.

The man who will play around with women is really disgusting.
The meeting (that) I'll attend tomorrow will be fun.
Linda, who Mario will love dearly, is more intelligent.
The harvest (that) the young women went to last Sunday is the happiest.

VISUAL-CUE DRILLS

PICTURE A

Panuto: Sabihin kung ano ang sinasabi ng mga tao sa mga sumusunod na larawan.

Halimbawa: Halika. Lumapit ka.

PICTURE B

Panuto: Sabihin kung ano ang sinasabi ng mga tao sa sumusunod na mga larawan. Gamitin ang <u>maki</u>- o
<u>paki</u>-.

Halimbawa: Makiabot nga ng libro.
Pakiabot nga ang libro.

PICTURE C

Panuto: Ilarawan ang mga sumusunod na larawan.

Halimbawa: Bumili ang Nanay ng atis sa tindahan para kina Nene, Boy, Eddie, at Rosy.
Ibinigay ng Nanay kina Nene, Boy, Eddie, at Rosy ang atis na binili niya sa tindahan.

## COMPREHENSION-RESPONSE DRILLS

A. 1. May salu-salo ba ang kaarawan ni Cely?
   2. Marami ba siyang mga bisita?
   3. Iisa ba ang pagkaing handa ni Cely?
   4. Masarap ba ang matamis na ginawa ni Cely?
   5. Si Berta ba ang bumati sa matamis?
   6. Binigyan ba ni Cely ng matamis si Berta?
   7. Nilalagyan ba ng sarsa ang matamis?
   8. Kakaunti ba ang kinain ng mga bisita?

B. 1. Kaarawan ba ni Cely o araw ng pista?
   2. Maraming-marami ba ang mga bisita o kakaunti?
   3. May handa ba si Cely o wala?
   4. Masarap ba ang matamis na ginawa ni Cely o hindi?
   5. Si George ba o si Berta ang bumati sa matamis?
   6. Ang matamis ba o ang litson ang nilalagyan ng sarsa?

C. 1. Bakit may salu-salo kina Cely?
   2. Sinu-sino ang kaniyang mga bisita?
   3. Anu-ano ang mga handa niyang pagkain?
   4. Alin ang binati ni George?
   5. Alin ang nilalagyan ng sarsa?
   6. Ano ang hiningi ni George kay Berta?
   7. Ano ang matamis na ibinalot ni Cely para kay George?
   8. Sino raw ang magtatampo kung hindi tatanggapin ni George ang matamis?

## READING

### NAGKASAKIT SI LITO

### MALIGAYANG PASKO

(See Part I, Intermediate Readings in Tagalog)

# UNIT XXII

Mahal na Araw

Nagmiminindal sina Arthur at David sa kantina. Niyayaya ni Arthur ang mag-asawang David upang magparaan ng Mahal na Araw sa Bagyo.

Holy Week

Arthur and David are having a snack in the canteen. Arthur is inviting David and his wife to spend Holy Week in Baguio.

Arthur:
Sige na David, umakyat na tayo sa Bagyo sa Mahal na Araw. Mainit dito sa Maynila, e.

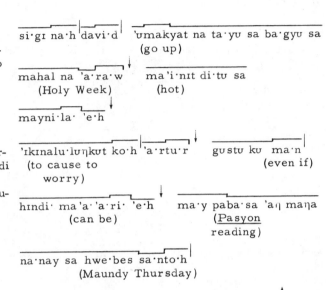

si·gɪ na·h davi·d | ʊmakyat na ta·yʊ sa ba·gyʊ sa
(go up)

mahal na ʾa·ra·w | ma·ʾɪnɪt di·tʊ sa
(Holy Week) (hot)

mayni·la· ʾe·h

Come on, David. Let's go up to Baguio for Holy Week. It's hot here in Manila.

David:
Ikinalulungkot ko (1), Arthur. Gusto ko man, hindi maaari, e. May pabasa (2) ang mga Nanay sa Huwebes Santo.

ʾɪkɪnalu·lʊŋkʊt ko·h | ʾa·rtu·r | gʊstʊ kʊ ma·n
(to cause to worry) (even if)

hɪndi· ma·ʾa·ʾa·ri· ʾe·h | ma·y paba·sa ʾaŋ maŋa
(can be) (Pasyon reading)

na·nay sa hwe·bes sa·nto·h
(Maundy Thursday)

I'm sorry, Arthur. Even though I'd like to, I can't. Mother and the rest of the family are having a Pabasa on Maundy Thursday.

Arthur:
May mga kumbidado bang mambabasa (3)?

mey maŋa kʊmbɪda·dʊ baŋ mambaba·sa·h
(invited)

Have the singers been invited?

[411]

David:
Oo, nangumbida ang Nanay ng mga tagaprubinsya, kaya malaki-laki rin ang handa.

'o·'o·h    naŋumbida·ŋ na·nay naŋ maŋa
(invited)

tagaprubi·nsya·h    kaya· malakɪ lakɪ rɪn
(people from the       (somewhat
province)           big)

aŋ handa·'

Yes. Mother invited some from the province, so she's planning something pretty big.

Arthur:
Magdamag ba iyon?

magdamag ba yo·n
(whole night)

Will it last all night?

David:
Sisimulan (4) ng hatinggabi at tatapusin sa loob ng dalawampu't apat na oras.

si·sɪmʊlan naŋ ha·tɪŋgabi·h    'at ta·tapu·sɪn sa
(will-be-       (midnight)        (will-be-
begun)                   finished)

lo·ob naŋ dalawampʊt 'a·pat na 'o·ra·s
(hour)

It will start at midnight and end within twenty-four hours.

Arthur:
Ano pa ang ibang ginagawa rito sa inyo pag ganitong panahon.

'anʊ pa·ŋ ɪbaŋ gɪna·gawa· ri·tʊ sa ɪnyʊ pag
(when)

ganɪtʊm panaho·n

What else do you do at this time of year?

David:
Kung Biyernes Santo nakakasaksi ng penitensya ang mga taga-Balut at taga-Nabotas (5).

kʊm bye·rnes sa·ntoh   naka·kasaksi· nam
(Good Friday)      (witnessing)

penɪte·nsyah   'aŋ maŋa tagabalu·t' 'at
               (people from
                 Balut)

taganabo·ta·s
(people from Navotas)

On Good Friday, people from Balut and Navotas see flagellants.

Arthur:
Anong penitensya?

'anʊm penɪte·nsyah

What are flagellants?

David:
May mga lalaking nagpapahampas sa kanilang hubad na likod. May pasan pang krus ang iba (6).

ma·y maŋa lala·kɪŋ nagpa·pahampa·s   sa kanɪlaŋ
                 (allowing them-
                 selves to be flogged)

hʊbad na lɪko·d   me· pasam paŋ krus
(bare) (back)     (carried on    (cross)
              shoulder)

aŋ ɪba·h

There're men who whip their backs. Others carry crosses on their shoulders.

Arthur:
Masakit at mahapdi ang ganoon.

ma·sakɪt 'at mahapdi·' 'aŋ gano·n
(painful)    (stinging)

That must be terribly painful!

David:
Hindi raw. Pagkatapos pa nga niyon, tumatalon sila sa dagat.

hɪndi· ra·w   pagkata·pʊs pa ŋa· nyu·n

tʊma·talʊn sɪla sa da·ga·t
(jumping)       (sea)

They say it isn't... Afterwards, they jump into the sea!

Arthur:
Ano naman ang senakulo?

'anʊ naman aŋ sena·kʊloh
(Passion Play)

And what's a senakulo?

David:
Katulad iyon ng "Passion

katu·lad yʊn nam pa·syon ple·ys sa yʊro·pa·h
(similar)     (Passion Plays)    (Europe)

It's like the Passion Plays

Plays" sa Europa. Iyon ang Pasyon na isinasadula (4).

'yo·n 'am pasyo·n na ɪsɪna·sadʊla·· (dramatizing)

in Europe. It's a dramatization of the Passion.

Arthur:
Talagang maka-Diyos kayo.

talaga·ŋ | makadyʊs kayo·h (for God)

You all are really pious.

David:
Oo, pag ganitong Mahal na Araw natututong magpakabanal pati mga hindi palasimba.

'o··oh   pag ganɪtʊŋ mahal na 'a·ra·w

na·tʊtu·tʊŋ magpakabana·l patɪ    maŋa
(is learning) (to be holy)   (including)

hɪndi·   palasɪmba·h
(regular churchgoer)

Yes, even non-churchgoers learn to be religious during Holy Week.

Arthur:
E, di nasa simbahan ang lahat ng tao tuwing Huwebes at Biyernes Santo?

'e· di·h |  na·sa sɪmba·han an lahat nan ta··u
(church)

twɪŋ hwe·bes at bye·rnes sa·ntoh

So, everyone is in church every Maundy Thursday and Good Friday.

David:
Oo, pag Huwebes Santo, may bisita iglesya (7). Binibisita ng mga tao ang mga simbahan at hinihintay nila ang Tinyeblas (8).

'o··oh   pag hwe·bes sa·ntoh | mey

bɪsi·ta ɪgle·sya·h     bɪni·bɪsɪta naŋ maŋa
(church visiting)      (being visited)

ta··oh | 'aŋ maŋa sɪmba·han | 'at hɪni·hɪntay nɪla·h

'an tɪnye·bla·s
(Tenebrae)

Yes. On Maundy Thursday, there's church visitation. People visit the churches and wait for the Tenebrae.

Arthur:
E, ang Siyete Palabras (9)?

'e·h |  'aŋ sye·te pala·bras
(Seven Last Words)

And the Seven Last Words?

David:
Tuwing Biyernes Santo iyon. Alas onse pa lamang ng tanghali, puno na ang mga simbahan.

twɪm bye·rnes sa·ntʊ yo·n     'alas o·nse   pa
(eleven o'clock)

la·maŋ nan taŋha·li·· | pʊnu· na·m maŋa
(noon)

sɪmba·ha·n

That's on Good Friday. Churches are filled as early as eleven o'clock in the morning.

Arthur:
Pagkatapos, ano ang ginagawa nila?

pagkata·pos    'anʊ aŋ gɪna·gawa· nɪla·h

What do they do after that?

David:
Hinihintay na ang mahabang prusisyon sa hapon.

hɪni·hɪntay na·h | 'aŋ maha·bam prʊsɪsyʊn
(long)   (procession)

sa ha·po·n

They wait for the long afternoon procession.

Arthur:
Hindi ba sila nagugutom?

hɪndi· ba sɪla nagu·gu·to·m
(feeling hungry)

Don't they get hungry?

David:
Nagbabaon ang iba (10). At may pakaridad (11) naman sa daan. Nagbibigay ng pagkain kahit kanino ang may panata.

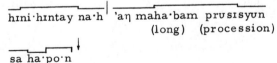

nagba·ba·'on aŋ ɪba·h    'at ma·y pakarɪdad
(bringing       (charity)
provisions)

naman sa da·'a·n    nagbi·bɪgay nam pagka·'ɪn
(street)    (giving)

ka·hɪt kani·noh | 'aŋ may   pana·tah
(religious vow)

Some bring food. Besides, there's the <u>pakaridad</u> in the streets. People who've taken vows hand out food to anyone (that comes around).

Arthur:
Aba, nawili tayo. Umak-
yat na tayo. (At sabay si-
lang babalik sa opisina)

┌───────┐ ┌────────────┐ ┌─────────────────┐
'aba·h  na·wi·lɪ ta·yo·h    'umakyat na ta·yo·h
(absorbed               (go up)
in doing
something)

Say, we're forgetting. It's
time we went back. (Both
leave for the office)

## CULTURAL AND STRUCTURAL NOTES

(1) <u>Ikinalulungkot ko</u> is a set expression which literally means 'sorrowing I'. It equates with English 'I'm sorry' in the sense of regretting one's inability to do something. To apologize for an omission or mistake, one says <u>Ipagpaumanhin mo/ninyo</u> 'Excuse me.'

(2) <u>Pabasa</u> is an age-old practice of singing verses from the <u>Pasyon</u>, an abridgment of the Biblical account of the history of man, prepared early in the Spanish regime by priests as a means of teaching new converts and propagating the Christian faith.

(3) <u>Mambabasa</u> is literally 'reader', but the readers of the <u>Pabasa</u> sing the verses; hence the English translation.

(4) <u>Sinisimulan</u> and <u>isinasadula</u> are examples of two irregular object-focus verb forms. <u>Sinisimulan</u> is <u>mag-/-in-an</u> and <u>simula</u>; <u>isinasadula</u> is <u>i-</u> + <u>dula</u>, without a corresponding actor-focus form. Their aspect forms are regular (insofar as there is reduplication for future, affixation and reduplication for imperfective, and affixation only for perfective): <u>si-simulan</u>, <u>sinisimulan</u>, <u>sinimulan</u> and <u>isasadula</u>, <u>isinasadula</u>, and <u>isinadula</u>.

(5) <u>Balut</u>, in the district of Tondo, and <u>Navotas</u>, in the province of Rizal, are the scenes of <u>penitensyas</u> (see next two lines of dialog), enacted every year on Good Friday. Actually, the <u>penitensya</u>, or flagellation, is practiced in many places throughout the country.

(6) Flagellation, as practiced in the Philippines, is usually undertaken in fulfillment of a religious vow. The punishment involved is generally self-inflicted, that is, the men or women beat themselves with some flogging instrument. Very often, too, they allow themselves to be beaten by others.

(7) <u>Bisita Iglesya</u> refers to the common practice of visiting as many churches as one can on Holy Thursday (the Thursday before Easter) and reciting

in each church a few set prayers which are believed to earn the person praying, provided he is in the state of grace, a plenary indulgence, or a total remission of the punishment due his sins. Some churchgoers do not go from church to church to say these prayers but go in and out of the same church, reciting the prayers every time they enter. Many do not say these prayers at all but recite prayers of their own choosing.

(8) <u>Tinyeblas</u> is 'Tenebrae', the commemoration of the betrayal of Christ by Judas on the evening of Maundy Thursday.

(9) <u>Siyete Palabra(s)</u> refers to the Seven Last Words of Christ on the Cross. On Good Fridays, there are sermons revolving around these words in almost every church throughout the country. The sermons start at twelve, the hour of Christ's Crucifixion, and end at three, the hour of his death. The more popular preachers have their sermons broadcast for the benefit of those who cannot be accommodated in the churches, which are filled to overflowing long before the sermons start.

(10) <u>Baon</u> refers to the provisions and necessities brought along by a person when he goes away for a time. It may take the form of food, clothing, money, or the like. Thus, if one eats lunch at the office, he may eat at the office canteen or bring his <u>baon</u>, i.e., his lunch; if it is raining heavily, one may bring as <u>baon</u> an extra change of clothes; if one is going on a week-end trip, he may bring as <u>baon</u> a few extra pesos, etc.

(11) <u>Karidad</u> is a loanword from Spanish which means 'charity'. It is a practice of some devotees during Maundy Thursday and Good Friday to give away food (in the form of cookies, biscuits, and sweets) to people passing by, especially those joining the procession. In some provinces, <u>pakaridad</u> is also called <u>painom</u>. Fruit preserves and cold carbonated drinks are usually served.

## DRILLS AND GRAMMAR

### I. <u>Taga-</u>, <u>pala-</u>, <u>maka-</u>

EXAMPLES

A. 1. Tagasaan ka?                          Where are you from?
   2. Tagaprobinsya ang mambabasa ng Pasyon.   The readers of the <u>Pasyon</u> are from the province.
   3. Taga-California si Arthur.             Arthur's from California.
   4. Tagaroon din siya.                     He's from there, too.

B. 1. Siya ang aming tagaluto ng lumpia.    She's our <u>lumpia</u> cook.
   2. Siya ang tagaayos ng kotse.           He's the car mechanic.

3. Si Mang Teban ang tagahatid ng mga sulat.    <u>Mang</u> Teban is the mailman.
4. Ang Nanay ang tagaganyan sa bahay.    The one who always does that sort of thing at home is Mother.

C. 1. Palasimba ang nanay ni David.    David's mother goes to church often.
2. Palangiti si Cynthia.    Cynthia smiles easily.
3. Si Antonio ang palasabong.    The cockfight habitué is Antonio.
4. Palaganyan din si Ibarra.    Ibarra often does that kind of thing, too.

D. 1. Talagang maka-Diyos kayo.    [You're really pious.]
2. Maka-Pilipino siya.    He's pro-Filipino.
3. Si David ang maka-Reyes.    The one who's pro-Reyes is David.

| Prefix | Noun Root | Verb Root | Meaning |
|--------|-----------|-----------|---------|
| taga- | Maynila | | native of Manila |
| taga- | | luto | regular cook |
| pala- | | simba | inclined to church-going |
| maka- | Pilipino | | pro-Filipino |

a. <u>Taga</u>-, followed by a noun designating a place, means 'native of' or 'coming from' that place. <u>Taga</u>- followed by the interrogative <u>saan</u> means 'Where is/are _____ from?' (examples A).

b. Followed by a verb root, <u>taga</u>- describes a regular, perhaps professional, performer of the action of the root (examples B).

c. <u>Pala</u>-, generally followed by a verb root, means 'in the habit of performing', or 'inclined to perform', the action expressed by the root (examples C).

d. <u>Taga</u>- and <u>pala</u>- may be followed by <u>ganito/ganyan/ganoon</u> to describe the regular or habitual performer of an action like one referred to earlier (examples B.4, C.4).

e. <u>Maka</u>- is the equivalent of English 'pro-, in favor of, for'. It is always followed by a noun (examples D).

## SUBSTITUTION DRILLS

Instructions: The teacher gives a sentence stating where the person or persons referred to were born. The student repeats the sentence substituting a derived noun with the prefix <u>taga</u>-.

Teacher                     Student

A. 1. Ako'y ipinanganak sa Batangas.    Ako'y taga-Batangas.
2. Kayo'y ipinanganak sa Estados-Unidos.    Kayo'y taga-Estados Unidos.
3. Kami'y ipinanganak sa Bagyo.    Kami'y taga-Bagyo.
4. Tayong lahat ay ipinanganak dito.    Tayong lahat ay tagarito.
5. Silang lahat ay ipinanganak doon.    Silang lahat ay tagaroon.

6. Si Ben ay ipinanganak sa lunsod ng Quezon.    Si Ben ay taga-lunsod ng Quezon.
7. Si G. Smith ay ipinanganak sa California.    Si G. Smith ay taga-California.
8. Si G. Ramos ay ipinanganak sa Iloilo.    Si G. Ramos ay taga-Iloilo.
9. Ang titser ay ipinanganak sa probinsya.    Ang titser ay tagaprobinsya.
10. Ang abogado'y ipinanganak dito.    Ang abogado'y tagarito.

Instructions: The teacher gives an equational sentence with a nominalized verb. The student repeats the sentence substituting a derived noun with the prefix <u>taga</u>-.

Teacher                     Student

B. 1. Ako ang bumabasa ng kuwento.    Ako ang tagabasa ng kuwento.
2. Siya ang tumatanggap ng bisita.    Siya ang tagatanggap ng bisita.
3. Kami ang tumitikim ng luto.    Kami ang tagatikim ng luto.
4. Sila ang tumatangkilik sa babasahin.    Sila ang tagatangkilik sa babasahin.
5. Tayo ang nagbabalot ng mga kahon.    Tayo ang tagabalot ng kahon.

6. Si Fidel ang nanghihiram ng pera.          Si Fidel ang tagahiram ng pera.
7. Si Ate Cely ang kumukuha ng damit.         Si Ate Cely ang tagakuha ng damit.
8. Si Tentay ang nagsusulsi ng mga medyas.    Si Tentay ang tagasulsi ng mga medyas.
9. Sina Mang Hulyo ang nagluluto ng litson.   Sina Mang Hulyo ang tagaluto ng litson.
10. Ang mga lider ang pumupusta sa kandidato. Ang mga lider ang tagapusta sa kandidato.

Instructions: The teacher gives a statement with a repetitive action predicate. The student repeats the
same statement by changing the predicate to a derived noun form with pala-.

| Teacher | Student |
|---|---|
| C. 1. Simba nang simba si Aling Sela. | Palasimba si Aling Sela. |
| 2. Tawa nang tawa si Nene. | Palatawa si Nene. |
| 3. Kain nang kain si Ate Linda. | Palakain si Ate Linda. |
| 4. Hingi nang hingi si Ben. | Palahingi si Ben. |
| 5. Inom nang inom si Mang Kardo. | Palainom si Mang Kardo. |
| 6. Nganga nang nganga ang Lola. | Palanganga ang Lola. |
| 7. Ngiti nang ngiti ang dalaga. | Palangiti ang dalaga. |
| 8. Dasal nang dasal ang mga matatanda. | Paladasal ang mga matatanda. |
| 9. Pintas nang pintas ang mga lalaki. | Palapintas ang mga lalaki. |
| 10. Basa nang basa ang mga kabataan. | Palabasa ang mga kabataan. |

Instructions: The teacher gives a statement with a preferential phrase. The student repeats the sentence,
substituting a derived noun with the prefix maka-.

| Teacher | Student |
|---|---|
| D. 1. Para kay Rizal tayo. | Maka-Rizal tayo. |
| 2. Para kay Ledesma kami. | Maka-Ledesma kami. |
| 3. Para sa mga Pilipino sila. | Maka-Pilipino sila. |
| 4. Para kay Gonzales sina G. Santos. | Maka-Gonzales sina G. Santos. |
| 5. Para sa Diyos ang mga tao. | Maka-Diyos ang mga tao. |
| 6. Para kay Arroyo si Gng. Magpayo. | Maka-Arroyo si Gng. Magpayo. |
| 7. Para sa kanilang titser ang mga bata. | Makatitser ang mga bata. |
| 8. Hindi sila para sa Kastila. | Hindi sila maka-Kastila. |
| 9. Hindi kayo para sa mga Komunista. | Hindi kayo maka-Komunista. |
| 10. Hindi para sa mga Hapon si Mang Kardo. | Hindi maka-Hapon si Mang Kardo. |

## READING-RESPONSE DRILL

Ang Pilipinas ay marami na ring maipagmamalaking mga magigiting na mamamayang[1] nag-
lingkod sa kaniya. Ilan dito ang mga naunang pangulo ng bansa gaya nina Aguinaldo, Quezon,
Laurel, Osmeña, Roxas, Quirino, Magsaysay, Garcia, Macapagal, at ilang matatapang[2] na ba-
yani tulad nina Rizal, Mabini, Jacinto, Bonifacio, Arellano, at Baltazar.

Si Emilio Aguinaldo, ang Pangulo ng Unang Republika ng Pilipinas, ay buhat sa Kawit, Ka-
bite; si Manuel L. Quezon ay buhat sa Baler, Tayabas; si Jose P. Laurel ay buhat sa Tanauan,
Batangas; si Sergio Osmeña ay buhat sa lunsod ng Sebu; si Manuel Roxas naman ay buhat sa
Capiz (na ngayon ay lunsod ng Roxas);[3] si Elpidio Quirino ay buhat sa Vigan, Ilokos Sur; si
Ramon Magsaysay ay buhat sa Castellejos, Sambales; si Carlos P. Garcia ay buhat sa Tali-
bon, Bohol, at buhat naman sa Lubao, Pampanga, si Diosdado Macapagal.

Ang mga sumusunod namang mga bayani ay buhat lahat sa katagalugan.[4] Si Jose Rizal ay
buhat sa Kalamba, Laguna; si Apolinario Mabini ay buhat sa Tanauan, Batangas; si Emilio
Jacinto at Andres Bonifacio ay parehong buhat sa Maynila; si Francisco (Balagtas) Baltazar
ay buhat sa Bigaa, Bulacan, at si Cayetano Arellano naman ay buhat sa Orani, Bataan.

| Teacher | Student 1 | Student 2 |
|---|---|---|
| 1. Tagasaan si Emilio Aguinaldo? | Tagasaan si Emilio Aguinaldo? | Taga-Kawit, Kabite. |
| 2. _____ Sergio Osmeña | Tagasaan si Sergio Osmeña? | Tagalunsod ng Sebu. |
| 3. _____ Jose P. Laurel | Tagasaan si Jose P. Laurel? | Taga-Tanauan, Batangas. |

---

[1] magigiting na mamamayan /magɪgi·tɪŋ na ma·mamayan/ = 'patriotic citizens'.
[2] matatapang /matata·paŋ/ = 'brave ones'.
[3] Capiz town has been renamed Roxas City in honor of Roxas; it is now independent of Capiz province.
[4] katagalugan /katagalu·gan/ = 'Tagalog region'.

| 4. | _____ | Manuel Roxas | Tagasaan si Manuel Roxas? | Tagalunsod ng Roxas. |
| 5. | _____ | Manuel L. Quezon | Tagasaan si Manuel L. Quezon? | Taga-Baler, Tayabas. |
| 6. | _____ | Andres Bonifacio | Tagasaan si Andres Bonifacio? | Taga-Maynila. |
| 7. | _____ | Ramon Magsaysay | Tagasaan si Ramon Magsaysay? | Taga-Castellejos, Sambales. |
| 8. | _____ | Diosdado Macapagal | Tagasaan si Diosdado Macapagal? | Taga-Lubao, Pampanga. |
| 9. | _____ | Carlos P. Garcia | Tagasaan si Carlos P. Garcia? | Taga-Talibon, Bohol. |
| 10. | _____ | Elpidio Quirino | Tagasaan si Elpidio Quirino? | Taga-Vigan, Ilokos Sur. |
| 11. | _____ | Apolinario Mabini | Tagasaan si Apolinario Mabini? | Taga-Tanauan, Batangas. |
| 12. | _____ | Jose Rizal | Tagasaan si Jose Rizal? | Taga-Kalamba, Laguna. |
| 13. | _____ | Emilio Jacinto | Tagasaan si Emilio Jacinto? | Taga-Maynila. |
| 14. | _____ | Cayetano Arellano | Tagasaan si Cayetano Arellano? | Taga-Orani, Bataan. |
| 15. | _____ | Francisco Baltazar | Tagasaan si Francisco Baltazar? | Taga-Bigaa, Bulakan. |

## RESPONSE DRILLS (Patterned Sentences)

Teacher                                                                 Student

A. 1. Si Tentay ba ang nagluluto ng inyong pagkain?        Oo, siya ang aming tagaluto.
   2. Si Linda ba ang namimili ng inyong damit?            Oo, siya ang aming tagabili.
   3. Si Rosy ba ang nagsusulsi ng inyong medyas?          Oo, siya ang aming tagasulsi.
   4. Ang Nanay ba ang tumatanggap ng pera?                Oo, siya ang aming tagatanggap.
   5. Ang Tiyang ba ang nagbabalot ng inyong baon?         Oo, siya ang aming tagabalot.

   6. Ang lalaki ba ang nagbubuhat ng inyong mga kahon?    Oo, siya ang aming tagabuhat.
   7. Ikaw ba ang nag-iipon ng kanilang pera?              Oo, ako ang kanilang taga-ipon.
   8. Ikaw ba ang nangigising sa kanila?                   Oo, ako ang kanilang tagagising.
   9. Kayo ba ang nanghihiram ng libro para sa kanila?     Oo, kami ang kanilang tagahiram.
   10. Kayo ba ang tumatangkilik ng aming mga babasahin?   Oo, kami ang inyong tagatangkilik.

B. 1. Nagsisimba ba si Aling Nene araw-araw?               Oo, palasimba siya.
   2. Bumabati ba si Linda sa lahat?                       Oo, palabati siya.
   3. Tumatawa bang lagi si Luningning?                    Oo, palatawa siya.
   4. Ngumingiti ba ang dalaga sa lahat?                   Oo, palangiti siya.
   5. Pinupuri ba niya ang lahat?                          Oo, palapuri siya.

   6. Nagdarasal ba sila araw-araw?                        Oo, paladasal sila.
   7. Kumakain ba sila bawa't oras?                        Oo, palakain sila.
   8. Umiinom ba silang lagi ng ginger ale?               Oo, palainom sila.
   9. Nag-iisip ba siya tuwina?[1]                         Oo, palaisip siya.
   10. Nanghihingi ba siya tuwina?                         Oo, palahingi siya.

## DISCUSSION

Taga-, pala-, and maka- are adjective-forming affixes. The meaning of taga- varies according to what follows it: if it is followed by a noun, taga- means 'native of'; if it is followed by a verb root, it describes a regular performer of an action.

Pala- is generally followed by a verb root, but certain nouns like sine 'movies' may also follow it. In such cases, a deletion of a verb is implied: palasine is from palapunta sa sine 'in the habit of going to the movies', and has the same meaning.

Unlike taga- and pala-, maka- is followed only by nouns, never by verb roots.

## II. Pag, kung, tuwing IN TIME PHRASES

### EXAMPLES

A. 1. May bisita iglesya pag Huwebes Santo.          [There's church visitation on Maundy Thursday.]
   2. Mainit sa Maynila pag Mahal na Araw.            It's warm in Manila during Holy Week.

B. 1. May nagpepenitensya kung Biyernes Santo.       [There are flagellants on Good Friday.]

C. 1. May bisita sila tuwing Mahal na Araw.          They have visitors every Holy Week.

_____
[1] tuwina = 'always, all the time'.

| Tagalog | English |
|---------|---------|
| pag ⎫<br>kung ⎬ | on, during, etc. |
| tuwing | every |

a. Pag, kung, and tuwing all form
   time phrases when followed by
   a noun (or noun phrase) that
   represents a specific, recur-
   ring time or period of time.

b. In such time-phrases, pag and
   kung both mean 'on, during',
   etc.; while tuwing means 'every'.

## SUBSTITUTION DRILL

Instructions: The teacher gives a sentence in the perfective using noon. Student 1 substitutes the relater
pag, thus changing the verb to imperfective. Student 2 substitutes the relater sa, thus
changing the verb to future.

| Teacher | Student 1 |
|---------|-----------|
| 1. Nagbasa ng magasin si Ben noong Linggo. | Nagbabasa ng magasin si Ben pag Linggo. |
| 2. Nagpakabanal sila noong Biyernes Santo. | Nagpapakabanal sila pag Biyernes Santo. |
| 3. Nakasaksi ako ng penitensiya noong Mahal na Araw. | Nakakasaksi ako ng penitensiya pag Mahal na Araw. |
| 4. Binisita ng mga tao ang mga simbahan noong Huwebes Santo. | Binibisita ng mga tao ang mga simbahan pag Huwebes Santo. |

Student 2

Magbabasa ng magasin si Ben sa Linggo.
Magpapakabanal sila sa Biyernes Santo.
Makakasaksi ako ng penitensiya sa Mahal na Araw.
Bibisitahin ng mga tao ang simbahan sa Huwebes Santo.

| | |
|---|---|
| 5. Nagbaon sila ng pagkain sa simbahan noong araw ng bisita iglesya. | Nagbabaon sila ng pagkain sa simbahan pag araw ng bisita iglesia. |
| 6. Tinapos nila ang Siyete Palabra noong tanghali. | Tinatapos nila ang Siyete Palabra pag tanghali. |
| 7. Nangumbida kami sa pakaridad noong prusisyon. | Nangungumbida kami sa pakaridad pag prusisyon. |
| 8. Tumalon sa dagat ang mga nagpepenitensiya noong tanghali. | Tumatalon sa dagat ang mga nagpepenitensiya pag tanghali. |

Magbabaon sila ng pagkain sa simbahan sa araw ng bisita iglesya.
Tatapusin nila ang Siyete Palabra sa tanghali.
Mangungumbida kami sa pakaridad sa prusisyon.
Tatalon sa dagat ang mga nagpepenitensiya sa tanghali.

## SUBSTITUTION-RESPONSE DRILLS (Moving Slot)

Instructions: The teacher asks a question which Student 1 repeats. Student 2 answers in the affirmative
using tuwing. Then the teacher gives a cue which Student 3 uses, along with kung, to con-
tradict Student 2's answer.

| Teacher | Student 1 |
|---------|-----------|
| A. 1. Dumating ba si Ben noong Linggo? | Dumating ba si Ben noong Linggo? |
| 2. __(alis)_____ | Umalis ba si Ben noong Linggo? |
| 3. _____ Martes | Umalis ba si Ben noong Martes? |
| 4. __(baon)_____ | Nagbaon ba si Ben noong Martes? |
| 5. _____ Huwebes | Nagbaon ba si Ben noong Huwebes? |

|          Student 2 | Cue | Student 3 |
|---|---|---|

| Student 2 | Cue | Student 3 |
|---|---|---|
| Oo, dumarating siya tuwing Linggo. | Sabado | Hindi. Dumarating siya kung Sabado. |
| Oo, umaalis siya tuwing Linggo. | Biyernes | Hindi. Umaalis siya kung Biyernes. |
| Oo, umaalis siya tuwing Martes. | Lunes | Hindi. Umaalis siya kung Lunes. |
| Oo, nagbabaon siya tuwing Martes. | Linggo | Hindi. Nagbabaon siya kung Linggo. |
| Oo, nagbabaon siya tuwing Huwebes. | Miyerkoles | Hindi. Nagbabaon siya kung Miyerkoles. |

| | | |
|---|---|---|
| 6. ___ (trabaho) ___ | | Nagtrabaho ba si Ben noong Huwebes? |
| 7. ___ Miyerkoles | | Nagtrabaho ba si Ben noong Miyerkoles? |
| 8. ___ (harana) ___ | | Nangharana ba si Ben noong Miyerkoles? |
| 9. ___ Sabado | | Nangharana ba si Ben noong Sabado? |
| 10. ___ (bakasyon) ___ | | Nagbakasyon ba si Ben noong Sabado? |

| Oo, nagtatrabaho siya tuwing Huwebes. | Martes | Hindi. Nagtatrabaho siya kung Martes. |
|---|---|---|
| Oo, nagtatrabaho siya tuwing Miyerkoles. | Lunes | Hindi. Nagtatrabaho siya kung Lunes. |
| Oo, nanghaharana siya tuwing Miyerkoles. | Sabado | Hindi. Nanghaharana siya kung Sabado. |
| Oo, nanghaharana siya tuwing Sabado. | Linggo | Hindi. Nanghaharana siya kung Linggo. |
| Oo, nagbabakasyon siya tuwing Sabado. | Marso | Hindi. Nagbabakasyon siya kung Marso. |

| | | |
|---|---|---|
| 11. ___ Hunyo | | Nagbakasyon ba si Ben noong Hunyo? |
| 12. ___ (pasok) ___ | | Pumasok ba si Ben noong Hunyo? |
| 13. ___ Abril | | Pumasok ba si Ben noong Abril? |
| 14. ___ (uwi) ___ | | Umuwi ba si Ben noong Abril? |
| 15. ___ Mayo | | Umuwi ba si Ben noong Mayo? |

| Oo, nagbabakasyon siya tuwing Hunyo. | Mayo | Hindi. Nagbabakasyon siya kung Mayo. |
|---|---|---|
| Oo, pumapasok siya tuwing Hunyo. | Abril | Hindi. Pumapasok siya kung Abril. |
| Oo, pumapasok siya tuwing Abril. | Agosto | Hindi. Pumapasok siya kung Agosto. |
| Oo, umuuwi siya tuwing Abril. | Hulyo | Hindi. Umuuwi siya kung Hulyo. |
| Oo, umuuwi siya tuwing Mayo. | Enero | Hindi. Umuuwi siya kung Enero. |

Instructions: The teacher asks a question which Student 1 repeats. Student 2 answers in the affirmative using <u>tuwing</u>. Then the teacher gives a cue which Student 3 uses, along with <u>pag</u>, to contradict Student 2's answer.

| Teacher | Student 1 |
|---|---|
| B. 1. Sasama ba ang titser sa Lunes? | Sasama ba ang titser sa Lunes? |
| 2. ___ (balik) ___ | Babalik ba ang titser sa Lunes? |
| 3. ___ Martes | Babalik ba ang titser sa Martes? |
| 4. ___ (turo) ___ | Magtuturo ba ang titser sa Martes? |
| 5. ___ Miyerkoles | Magtuturo ba ang titser sa Miyerkoles? |

| Student 2 | Cue | Student 3 |
|---|---|---|

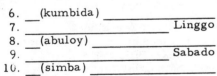

| Student 2 | Cue | Student 3 |
|---|---|---|
| Oo, sumasama siya tuwing Lunes. | Martes | Hindi. Sumasama siya pag Martes. |
| Oo, bumabalik siya tuwing Lunes. | Miyerkoles | Hindi. Bumabalik siya pag Miyerkoles. |
| Oo, bumabalik siya tuwing Martes. | Linggo | Hindi. Bumabalik siya pag Linggo. |
| Oo, nagtuturo siya tuwing Martes. | Lunes | Hindi. Nagtuturo siya pag Lunes. |
| Oo, nagtuturo siya tuwing Miyerkoles. | Sabado | Hindi. Nagtuturo siya pag Sabado. |

| | | |
|---|---|---|
| 6. ___ (kumbida) ___ | | Mangungumbida ba ang titser sa Miyerkoles? |
| 7. ___ Linggo | | Mangungumbida ba ang titser sa Linggo? |
| 8. ___ (abuloy) ___ | | Mag-aabuloy ba ang titser sa Linggo? |
| 9. ___ Sabado | | Mag-aabuloy ba ang titser sa Sabado? |
| 10. ___ (simba) ___ | | Magsisimba ba ang titser sa Sabado? |

| Oo, nangungumbida siya tuwing Miyerkoles. | Linggo | Hindi. Nangungumbida siya pag Linggo. |
|---|---|---|
| Oo, nangungumbida siya tuwing Linggo. | Huwebes | Hindi. Nangungumbida siya pag Huwebes. |
| Oo, nag-aabuloy siya tuwing Linggo. | Biyernes | Hindi. Nag-aabuloy siya pag Biyernes. |
| Oo, nag-aabuloy siya tuwing Sabado. | Miyerkoles | Hindi. Nag-aabuloy siya pag Miyerkoles. |
| Oo, nagsisimba siya tuwing Sabado. | Linggo | Hindi. Nagsisimba siya pag Linggo. |

## DISCUSSION

Like <u>noon</u> and <u>sa</u>, the relaters <u>pag</u>, <u>kung</u>, and <u>tuwing</u> are used to form time phrases. <u>Noon</u> and <u>sa</u>, however, form phrases that refer to non-recurring events (in the past and the future respectively), while pag, kung, and tuwing form phrases that refer to recurring events. They are followed by a noun or noun phrase that represents a specific, recurring time or period of time (e.g., specific times of day, the names of days, months, seasons, holidays, etc.).

Pag is an abbreviation of kapag; the abbreviation occurs more often than the full form in ordinary conversation.

In time phrases, pag and kung, which are inter-changeable, both signify recurrence of the time represented by the expression that follows them, and have various translations in English: e.g., pag Biyernes 'on Fridays', pag Mahal na Araw 'during Holy Week', pag Pasko 'at Christmas'. Tuwing phrases, which are similar in meaning to pag and kung phrases, but emphasize that the recurrence of the time or period is without exception, correspond to English time phrases with every.

## CUMULATIVE DRILLS

TRANSLATION DRILLS (Patterned Sentences)

| Teacher | Student |
|---|---|
| A. 1. I'm from Quezon City. | Tagalunsod ng Quezon ako. |
| 2. Mr. Santos is from Zambales. | Taga-Sambales si G. Santos. |
| 3. The teacher is from the province. | Tagaprobinsya ang titser. |
| 4. They are from there. | Tagaroon sila. |
| 5. We (you and I) are from there, too. | Tagaroon din tayo. |
| 6. You (sg.) are our lumpia cook. | Ikaw ang aming tagaluto ng lumpia. |
| 7. We (she and I) are their thinkers. | Kami ang kanilang taga-isip. |
| 8. The one who darns their socks at home is Tiya Nena. | Si Tiya Nena ang tagasulsi ng kanilang mga medyas sa bahay. |
| 9. The ones who always finish the work for them are the youths. | Ang kabataan ang tagatapos ng trabaho para sa kanila. |
| 10. The ones who give the drinks to them are the women. | Ang mga babae ang tagabigay na inumin sa kanila. |

| | |
|---|---|
| B. 1. My mother goes to church often. | Palasimba ang aking Nanay. |
| 2. Your father is a cockfight habitué. | Palasabong ang iyong Tatay. |
| 3. Luningning laughs very easily. | Palatawa si Luningning. |
| 4. I'm fond of reading beautiful stories. | Palabasa ako ng magagandang kuwento. |
| 5. Lola often chews buyo. | Palanganga ang Lola. |
| 6. We (she and I) are not fond of reading comics. | Hindi kami palabasa ng komiks. |
| 7. They do not drink Scotch very often. | Hindi sila palainom ng Scotch. |
| 8. My companions do not eat kaldereta very much. | Hindi palakain ng kaldereta ang aking mga kasama. |
| 9. Men nowadays don't pray very often. | Hindi paladasal ang mga lalaki ngayon. |
| 10. The old folks do not dance very often. | Hindi palasayaw ang mga matatanda. |

| | |
|---|---|
| C. 1. The candidate is pro-Rizal. | Maka-Rizal ang kandidato. |
| 2. The leader is pro-Macapagal. | Maka-Macapagal ang lider. |
| 3. The people are very religious (pious). | Maka-Diyos ang mga tao. |
| 4. They are pro-Filipino. | Maka-Pilipino sila. |
| 5. I'm pro-American. | Maka-Amerikano ako. |
| 6. Are you pro-Ledesma? | Maka-Ledesma ka ba? |
| 7. Is Ate Linda pro-Gonzales? | Maka-Gonzales ba si Ate Linda? |
| 8. Isn't the American pro-Kennedy? | Hindi ba maka-Kennedy ang Amerikano? |
| 9. Aren't they pro-Filipino? | Hindi ba sila maka-Pilipino? |
| 10. Is the man pro-Spanish? | Maka-Kastila ba ang lalaki? |

| | |
|---|---|
| D. 1. It's hot here in Manila during Holy Week. | Mainit dito sa Maynila pag Mahal na Araw. |
| 2. People have a pabasa on Maundy Thursday. | May pabasa ang mga tao kung Huwebes Santo. |
| 3. People from Balut and Navotas engage in flogging on Good Friday. | Nagpepenitensiya ang mga taga-Balut at mga taga-Navotas kung Biyernes Santo. |
| 4. Everybody goes to church every Maundy Thursday and Good Friday. | Pumupunta sa simbahan ang lahat tuwing Huwebes Santo at Biyernes Santo. |
| 5. There's church visitation on Maundy Thursday. | May bisita iglesya pag Huwebes Santo. |

6. Even non-churchgoers learn to be religious during Holy Week.

Pati ang mga hindi palasimba ay natututong magpakabanal kung Mahal na Araw.

7. People wait for the Seven Last Words every Good Friday.

Naghihintay ang mga tao ng Siyete Palabras kung Biyernes Santo.

8. Mother invites some people from the province when there's a <u>pabasa</u>.

Nangungumbida ang Nanay ng mga tagaprobinsya pag may pabasa.

9. People start the Passion Plays every Maundy Thursday.

Nagsisimula ang mga tao ng senakulo tuwing Huwebes Santo.

10. People who've taken vows hand out food during the procession.

Nagbibigay ng pagkain ang mga may panata pag may prusisyon.

TRANSLATION DRILL (Contextual Sentences)

### In Baguio

Nene: Cely, this is Rosy, my friend from Manila.

Rosy: How are you? Are you from here, too?

Cely: No, I'm from Quezon City. We came up here for Holy Week.

Nene: Everybody comes up here this time of year.

Rosy: Oh yes. It's too warm in Manila and all the churches are crowded on Maundy Thursday and Good Friday.

Cely: Mother is a churchgoer. The weather here is much better for her. That's why I brought her here.

Rosy: And the churches are less crowded.

Nene: Cely is getting to be more religious now. She always accompanies her mother to church, especially during Holy Week.

Cely: If we are really religious, we should learn to be holy during Holy Week.

Rosy: That's right. But isn't that the reason we're here?

Cely: Yes, I suppose it is. Well, we'll see you in church tomorrow.

Rosy: All right. Goodbye.

VISUAL-CUE DRILLS

PICTURE A

Panuto: Ito ang pamilya ng mga Reyes. Ilarawan ang bawat isa at gamitin ang <u>taga-</u>, <u>pala-</u>, at <u>maka-</u>.

Halimbawa: Taga-Navotas ang pamilya Reyes.    Tagabili ng pagkain ang Nanay.
            Palatrabaho sila.                    Palainom si Oca.
            Maka-Pilipino sila.                Maka-Ledesma si Nardo.

PICTURE A (Continued)

## COMPREHENSION-RESPONSE DRILLS

A. 1. Sa Bagyo ba magpaparaan ng Mahal na Araw si Arthur?
   2. Maginaw ba rito sa Maynila pag Mahal na Araw?
   3. Sasama ba ang mag-asawang David kay Arthur sa Bagyo?
   4. May pabasa ba sina David sa Huwebes Santo?
   5. Sina David ba ang babasa ng Pasyon?
   6. May handa ba sina David sa araw na iyon?
   7. May mga nagpepenitensiya ba kung Biyernes Santo?
   8. Tuwing Biyernes Santo ba ang bisita iglesia?
   9. Sa Huwebes Santo ba ang Siyete Palabra?
  10. Nagbibigay ba ng pagkain kahit kanino ang mga may pakaridad?

B. 1. Sa Maynila ba o sa Bagyo magpaparaan ng Mahal na Araw si Arthur?
   2. Maginaw ba o mainit sa Maynila kung Mahal na Araw?
   3. Sasama ba ang mag-asawa ni David kay Arthur sa Bagyo o hindi?
   4. Sina Arthur ba o sina David ang may pabasa?
   5. Sina David ba o ang mambabasang tagaprobinsya ang babasa ng Pasyon?
   6. Nagpepenitensiya ba ang mga tao kung Miyerkoles Santo o Biyernes Santo?
   7. Sa Huwebes Santo ba o sa Biyernes Santo ang bisita iglesia?
   8. Ang Siyete Palabra ba'y sa Huwebes Santo o sa Biyernes Santo?

C. 1. Saan magpaparaan ng Mahal na Araw si Arthur?
   2. Bakit ayaw mag-Mahal na Araw ni Arthur sa Maynila?
   3. Bakit hindi sasama sina David kay Arthur sa Bagyo?
   4. Kailan maghahanda sina David?
   5. Kailan nagpepenitensiya ang mga tao?
   6. Ano ang ginagawa ng mga nagpepenitensiya?
   7. Ano ang senakulo?
   8. Kailan ang bisita iglesia?
   9. Kailan ginagawa ang Siyete Palabra?
  10. Ano ang pakaridad? Sino ang mga may pakaridad?
  11. Kailan ang prusisyon?
  12. Kailan natututong magpakabanal ang mga tao?


READING

MASAGANANG BAGONG TAON

ISANG SULAT SA AMERIKA

(See Part I, Intermediate Readings in Tagalog)

# UNIT XXIII

Ang Santa Krus de Mayo (1)

(Ikapito ng umaga. Nag-didilig ng halaman si Aling Tonang samantalang nag-wawalis naman ng looban si Trining. Bakod na ka-wayan lamang ang nakapa-gitan sa dalawang looban.)

Aling Tonang:
Hoy, Trining, engrande raw ang katapusan ng "Krus" sa Malabon. Ma-nonood ba kayo?

Trining:
Aba, mangyari pa (2), Aling Tonang. Handa na kami ni Lita. Hindi na-min mapapalampas iyon.

Aling Tonang:
Siyanga! Alam mo ba kung sino ang primera Elena (3)?

ho·y tri·ni·ŋ | 'eŋgra·nde raw aŋ katapusan naŋ
(end)

krʊs sa malabo·n | mano·no·od ba kayo·h
(Malabon)  (will see)

'aba·h  maŋya·rɪ pa·h 'a·lɪn to·naŋ  handa· na
(indeed)  (Tonang)  (ready)

kamɪ nɪ li·ta·h  hɪndi· na·mɪn
(Lita)

mapa·palampas yo·n
(will let pass)

syaŋa·'  'alam mʊ ba kʊŋ si·no am prɪme·ra

'ele·na·h
(Queen Helen)

Santa Cruz de Mayo

(7:00 A.M. <u>Aling</u> Tonang is watering some plants while Trining is sweeping her yard. Only a bamboo fence separates the two yards.)

Say, Trining, I hear that the final celebration of the "Cruz" in Malabon is going to be a grand affair. Are you going to see it?

But, of course, <u>Aling</u> To-nang. Lita and I are all ready. We wouldn't miss that.

You're right! Do you know who the first <u>Elena</u> is?

[425]

Trining:
Artista raw. At anak ni
Kapitan Ramos ang se-
gunda Elena (3).

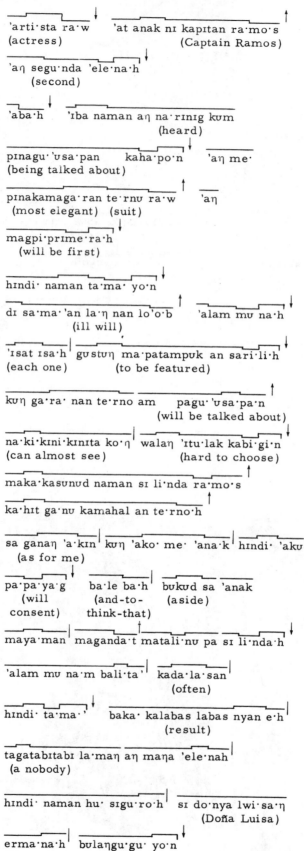

'arti·sta ra·w      'at anak nɪ kapɪtan ra·mo·s
(actress)                    (Captain Ramos)

'aŋ segu·nda 'ele·na·h
(second)

They say it's an actress.
And the second <u>Elena</u> is
Captain Ramos' daughter.

Aling Tonang:
Aba, iba naman ang nari-
nig kong pinag-uusapan
kahapon. Ang may pina-
kamagarang terno (4)
raw ang magpiprimera.

'aba·h      'ɪba naman aŋ na·rɪnɪg kʊm
(heard)

pɪnagu·'ʊsa·pan      kaha·po·n      'aŋ me·
(being talked about)

pɪnakamaga·ran te·rnʊ ra·w      'aŋ
(most elegant)      (suit)

magpi·'prɪme·ra·h
(will be first)

Oh? I heard something dif-
ferent yesterday: that the
one with the most beautiful
<u>terno</u> would be the first.

Trining:
Hindi naman tama iyon.
Di samaan lang nang loob
(5). Alam mo na, isa't
isa (6) gustong mapatam-
pok ang sarili.

hɪndi· naman ta·ma· 'yo·n

dɪ sa·ma·'an la·ŋ nan lo·'o·b      'alam mʊ na·h
(ill will)

'ɪsat ɪsa·h  gʊstʊŋ ma·patampʊk an sari·li·h
(each one)      (to be featured)

That's not a good idea. It
just means hard feelings.
You know that each one
would like to be the star
herself.

Aling Tonang:
Kung gara ng terno ang
pag-uusapan, nakikini-ki-
nita kong walang itulak-
kabigin (7). Makakasunod
naman si Linda Ramos
kahit gaano kamahal ang
terno.

kʊŋ ga·ra· nan te·rno am      pagu·'ʊsa·pa·n
(will be talked about)

na·ki·kɪni·kɪnɪta ko·ŋ  walaŋ 'ɪtu·lak kabi·gi·n
(can almost see)            (hard to choose)

maka·kasʊnʊd naman sɪ li·nda ra·mo·s

ka·hɪt ga·nʊ kamahal an te·rno·h

If we're talking about the
elegance of the <u>terno</u>, I
imagine that neither will
have the edge. Linda Ra-
mos will be able to keep
up, no matter how expen-
sive the <u>terno.</u>

Trining:
Sa ganang akin (8), kung
ako ang may anak, hindi
ako papayag. Bale ba (9),
bukod sa anak-mayaman,
maganda at matalino pa
si Linda.

sa ganaŋ 'a·kɪn  kʊŋ 'ako· me· 'ana·k  hɪndi· 'akʊ
(as for me)

pa·pa·ya·g  ba·le ba·h  bukʊd sa 'anak
(will        (and-to-     (aside)
consent)    think-that)

maya·man  maganda·t matali·nʊ pa sɪ li·nda·h

As for me, if I were her
parents, I wouldn't allow
her (to play second fiddle).
And to think that Linda, be-
sides being a rich man's
child, is beautiful and intel-
ligent.

Aling Tonang:
Alam mo na ang balita.
Kadalasan hindi tama.
Baka kalabas-labas ni-
yan, e, tagatabi-tabi la-
mang ang mga Elena (10).

'alam mʊ na·m bali·ta'  kada·la·san
(often)

hɪndi· ta·ma·'  baka· kalabas labas nyan e·h
(result)

tagatabɪtabɪ la·maŋ aŋ maŋa 'ele·nah
(a nobody)

Well, you know how news
is—often wrong. It just
might turn out that the <u>Ele-
nas</u> are...nobodies.

Trining:
Hindi naman ho siguro.
Si Donya Luisa ang her-
mana (11). Bulanggugo
iyon (12).

hɪndi· naman hu· sɪgu·ro·h  sɪ do·nya lwi·sa·ŋ
(Doña Luisa)

erma·na·h  bʊlaŋu·gu· yo·n
(financier)  (lavish
spender)

I don't think so. The <u>her-
mana</u> is Doña Luisa. She's
a show-off.

(Matatanaw ng dalawa si Angel, ang punong-abala sa pagdiriwang.)

(The two catch sight of Angel, the chairman of the celebration.)

Aling Tonang:
O, ayun si Angel. Angel, ano ba ang napagkayarian ninyo ni Donya Luisa tungkol sa mga mag-eelena mamayang gabi?

'o·h  'ayʊn sɪ aŋhe·l    'aŋhe·l
(Angel)

'anʊ ba·ŋ na·pagka·ya·rɪan nɪnyʊ nɪ do·nya lwi·sa
(agreed upon)

tʊŋkʊl sa maŋa magi·'ɪle·na ma·mayaŋ gabi·h
(later on)

Oh, there's Angel. Angel, what have you and Doña Luisa decided about the Elenas tonight?

Angel:
Ano ho iyon, Aling Tonang?

'anʊ hu· yo·n 'a·lɪn to·na·ŋ

What's that, Aling Tonang?

Trining:
Itinatanong ni Aling Tonang kung ano raw ang napagkayarian ninyo tungkol sa mga mag-eelena.

'ɪtɪna·tanʊŋ    nɪ 'a·lɪn to·na·ŋ   kʊŋ anʊ raw aŋ
(is being asked)

napagka·ya·rɪan nɪnyo·h  tʊŋkʊl sa maŋa

magi·'ɪle·na·h

Aling Tonang is asking what you've decided about the Elenas.

Angel:
Dalawa ang primera Elena: si Linda ni Kapitan Ramos (13) at si Gloria Romerong artista.

dalawa·m prɪme·ra ele·na·h    sɪ li·nda nɪ

kapɪtan ra·mo·s  'at sɪ glo·rya rome·roŋ
(Gloria Romero)

arti·sta·h

There are two first Elenas: Captain Ramos' daughter Linda and Gloria Romero, the actress.

Aling Tonang:
Naiibang talaga ang katapusan ng "Krus" ngayon.

na·'ɪba·n   talaga·ŋ katapʊsan naŋ krʊs ŋayo·n
(is different)

The final celebration of the "Cruz" will really be something different this time.

Angel:
Hindi lang sa Elena, sa mga pabitin (14) man.

hɪndi· laŋ sa ele·na·h    sa maŋa pabi·tɪn ma·n
(pabitin)

Not just with regard to the Elenas, but the pabitins, too.

Trining:
Ang ibig mo bang sabihin, bukod sa hermana, may iba pang may pabitin?

'aŋ 'i·bɪg mʊ baŋ sabi·hi·n  bʊkʊd sa erma·na·h

me· 'ɪba paŋ me· pabi·ti·n

Do you mean to say there'll be other pabitins besides the hermana's?

Angel:
Aba, oo. May kani-kaniyang (15) pabitin ang bawa't bahay sa Malabon.

'aba 'o·'o·h   me·y kani·kanyam pabi·tɪn am

ba·wat ba·hay sa malabo·n

Yes, indeed. Every house in Malabon has its own pabitin.

Aling Tonang:
Siyanga ba? Huwag sanang ulanin. Masasayang ang kuwarta't pagod ng lahat kung uulan.

syaŋa· ba·h    hwag sa·naŋ   ʊlani·n
(to be rained)

masa·sa·yaŋ   aŋ kwa·rtat pa·gʊd naŋ laha·t
(will be wasted)  (money) (fatigue)

kʊŋ u·'ʊla·n
(will rain)

Really? Let's hope it doesn't rain. Everybody's money and effort will be wasted if it rains.

Trining:
Hindi namin palalampasin ni Lita iyon, kahit na bumagyo pa!

hɪndi· namɪn   pala·lampasɪn  nɪ li·ta yo·n
(will allow to pass)

ka·hɪt na bʊmagyʊ pa·h
(stormed)

Lita and I won't miss it even if there's a typhoon!

## CULTURAL AND STRUCTURAL NOTES

(1) Santa Krus de Mayo is a Catholic commemoration of the search for Christ's cross by St. Helena and her son, Constantine the Great. There is a procession in which beautiful girls called sagalas play the parts of various women who joined in the search, the most important part, of course, being that of the "Elena". A little boy wearing the costume of a prince and carrying a small sword, the Constantino, is made to march beside the Elena. When the celebration is a big one and there are more sagalas than the parts in the procession, there may be two primera Elenas (or first Elenas) and lesser Elenas called segunda and tercera Elena. The celebration is held nine consecutive nights in May and is climaxed by the katapusan (literally 'the ending', i.e., the final celebration).

Families take turns in sponsoring the nightly processions. In the course of time, the religious significance of the celebration has been lost sight of, and the "Cruz" has become an occasion for competition among the sponsoring families in the display of beautiful gowns and in the preparation of food served to guests and participants. Because of this secularization, circulars have been passed around by some parishes discouraging the celebration of the Santa Krus de Mayo. Many barrios, however, continue to celebrate the occasion.

(2) Mangyari pa is an expression equivalent to English 'but of course!', French 'mais oui!', or Spanish 'de seguro!' Another expression that is similar in meaning is di kasi, or di kasi naman.

(3) Notice the use of the Spanish ordinal numbers. Sometimes pangalawang Elena is used instead of segunda Elena.

(4) Terno is a Spanish word meaning 'gown'. It has become a cover term for various kinds of women's gowns, but typically designates a native gown with butterfly sleeves.

(5) Samaan ng loob is 'mutual antipathy or ill feeling'. Loob 'inside' is often used with some other word when referring to feelings: cf. utang na loob (Unit X, Note 12).

(6) From isa at isa, this means 'each one, everyone, or everything', in contrast to isa 'one'.

(7) Itulak-kabigin is an expression literally meaning 'push' tulak and 'pull' kabigin. It is equivalent to such English expressions as 'six of one and half a dozen of the other', 'a toss-up', etc.

(8) Sa ganang akin is a fixed expression meaning 'to my mind, in my opinion, as for me'.

(9) Bale ba is a fixed expression of mild surprise, equivalent to English 'and to think that'.

(10) Kalabas-labas is 'unexpected result', tabitabi 'somewhere around'; thus, tagatabi-tabi is 'somebody from around, a nobody'.

(11) Hermana (or hermana mayor) is the one in charge of all the preparations and activities.

(12) Bulang-gugo carries an image that is very appropriate for show-offs: colorful but empty and short-lived bubbles (bula) are produced when gugo, the bark of a certain tree, is placed in water. (This gugo solution, incidentally, is used by women as a shampoo.) Bulang-gugo is used especially to designate those who show off through extravagant expenditure.

(13) Notice the ni to express 'daughter of', something like English 'John's Linda' (although this expression may mean 'John's daughter' to one generation, but 'John's girlfriend' to another).

(14) Pabitin is a special feature of every Santa Krus de Mayo. Various attractive items, especially sweets, are suspended from a square wooden frame attached to the end of a pole. The frame is moved up and down while children try to grab the goodies. In some cases, only the hermana has a pabitin; in others, all the houses do.

(15) The sa-pronoun kaniya has a distributive form: kani-kaniya. It is distributive in that it denotes possession of something by each of the persons or objects referred to. Kani-kanila, which would normally be expected to be its plural form, is not its plural form but its variant. Thus, a speaker may interchangeably say May kani-kaniya silang laruan and May kani-kanila silang laruan to mean 'Each of them has toys.'

## DRILLS AND GRAMMAR

### I. PLURAL PRONOUNS MODIFIED BY A ng-PHRASE

EXAMPLES

A. 1. Handa na kami ni Lita.
   2. Aalis tayo ng Nanay mamaya.
   3. Kayo nina Linda ang mga mayaman.
   4. Nakita ko sila ng mga bata.

[Lita and I are all ready.]
You and I and Mother will leave later.
The rich ones are you and Linda and her friend(s).
I saw him/her and the children.

B. 1. Binili namin nina Trining ang mga pabitin.
   2. Iba ang narinig natin ng mga kapitbahay.

   3. Ano ba ang napagkayarian ninyo ni Donya Luisa?
   4. Makikita ba nila ng Lolo ang Santa Krus?

Trining and her friend(s) and I bought the pabitin.
What you and I and the neighbors heard was different.

[What have you and Doña Luisa decided?]

Will he/she and Grandfather see the Santa Cruz?

C. 1. Sabihin mo sa amin ng Lola kung sino ang Elena. — Tell Grandmother and me who the <u>Elena</u> is.

2. Para sa atin nina Rose ang mga libro. — The books are for you and me and Rose and her friend(s).

3. Sa inyo ng mga titser ito. — This belongs to you and the teachers.

4. Bukod sa kanila ni Nene, sino pa ang may pabitin? — Aside from him/her and Nene, who else has a <u>pabitin</u>?

| Tagalog | English |
|---|---|
| Plural pronoun + <u>ng</u> + Noun | Singular pronoun + <u>and</u> + Noun |

a. The plural pronouns followed by a <u>ng</u>-phrase express a grouping that includes the person referred to by the singular equivalent of the plural pronoun, plus the person or persons referred to in the <u>ng</u>-phrase. The pronouns may be <u>ang</u>, <u>ng</u>, or <u>sa</u> forms (examples A, B, and C respectively).

b. <u>Kami/namin/amin</u> plus <u>ng</u>-phrase means '____ and I' (examples 1); <u>tayo/natin/atin</u> plus <u>ng</u>-phrase means 'you and I and ____' (examples 2); <u>kayo/ninyo/inyo</u> plus <u>ng</u>-phrase means 'you (sg.) and ____' (examples 3); and <u>sila/nila/kanila</u> plus <u>ng</u>-phrase means 'he/she and ____' (examples 4).

c. The <u>ng</u>-phrase in this construction may be singular or plural, according to whether there is one person or more than one person in addition to the person referred to by the singular equivalent of the pronoun (examples A.3, B.1, C.2).

## CONVERSION DRILL

Instructions: Convert the compound topic in each of the following sentences to a plural <u>ang</u>-pronoun plus <u>ng</u>-noun construction.

| Teacher | Student |
|---|---|
| 1. Manonood ako at si Trining ng Santa Krus de Mayo. | Manonood kami ni Trining ng Santa Krus de Mayo. |
| 2. Sasama siya at si Aling Tonang sa prusisyon. | Sasama sila ni Aling Tonang sa prusisyon. |
| 3. May magagarang terno kami at sina Linda. | May magagarang terno kami nina Linda. |
| 4. Maghahanda kayo at ang Lola ng pabitin. | Maghahanda kayo ng mga Lola ng pabitin. |
| 5. Matatampok sila at ang mga mag-Eelena sa prusisyon. | Matatampok sila ng mga mag-Eelena sa prusisyon. |
| 6. Pinag-uusapan niya at ng mga tagatabi-tabi ang Santa Krus. | Pinag-uusapan nila ng mga tagatabi-tabi ang Santa Krus. |
| 7. Kilala mo at ni Kapitan Ramon ang segunda Elena. | Kilala ninyo ni Kapitan Ramon ang segunda Elena. |
| 8. Kilala ko at ng hermana kung sino ang anak-mayaman. | Kilala namin ng hermana kung sino ang anak-mayaman. |
| 9. Nakikini-kinita ko na at ni Donya Luisa na masaya ang prusisyon. | Nakikini-kinita na namin ni Donya Luisa na masaya ang prusisyon. |
| 10. Pag-uusapan mo at ng mga hermana ang mga pabitin. | Pag-uusapan ninyo ng mga hermana ang mga pabitin. |
| 11. Itanong mo sa akin at kay Trining kung sino kami. | Itanong mo sa amin ni Trining kung sino kami. |
| 12. Sabihin natin sa kaniya at kay Donya Tonang ang tungkol sa kuwarta. | Sabihin natin sa kanila ni Donya Tonang ang tungkol sa kuwarta. |
| 13. Natampok ang artista bukod sa kaniya at sa Elena. | Natampok ang artista bukod sa kanila ng Elena. |
| 14. Para sa atin at sa mga taga-Malabon ang gabi. | Para sa atin ng mga taga-Malabon ang gabi. |
| 15. Para sa inyo at sa mga tagatabi-tabi ang pabitin. | Para sa inyo ng mga tagatabi-tabi ang pabitin. |

COMPREHENSION-RESPONSE DRILL

Instructions: Read the following paragraph and answer the questions after it. Student 1 answers with a
compound noun phrase; Student 2, agreeing with Student 1, answers with a plural pronoun
followed by a ng-phrase.

Sina Lita't Aling Tonang ay manonood ng katapusan ng Krus mamayang gabi. Magagara raw
ang mga terno ng artista at ng mga mag-Eelena. May pagkain pa raw ang hermana. May pabi-
tin siya at ang lahat ng mga taga-Malabon. Gagastos daw nang tunay si Donya Luisa at si Kapi-
tan Ramos para sa kanilang anak na si Linda. Nakikini-kinita na nina Lita't Aling Tonang na
masaya ang katapusan ng Santa Krus.

| Teacher | Student 1 |
|---|---|
| 1. Sinu-sino ang manonood ng katapusan ng Santa Krus, sina Rosy at Lita ba? | Hindi. Si Lita't Aling Tonang ang manonood ng katapusan ng Santa Krus. |
| 2. Sinu-sino ang mga may pabitin, ang hermana ba at ang mga taga-Balut? | Hindi. Ang hermana at ang mga taga-Malabon ang mga may pabitin. |
| 3. Sinu-sino ang gagastos ng malaki para sa kanilang anak, si Donya Luisa ba at si Don Ibarra? | Hindi. Si Donya Luisa at si Don Ramos ang gagastos ng malaki para sa kanilang anak. |
| 4. Alin-alin ang mga magagara, ang terno ba ng artista at ng hermana? | Hindi. Ang terno ng artista at ng mga mag-e-Elena ang magagara. |
| 5. Para kanino ang terno, sa anak ba nina Donya Luisa at Mang Ambo? | Hindi. Ang terno ay para sa anak ni Donya Lu-isa at ni Kapitan Ramos. |

Student 2

Oo nga. Sila ni Aling Tonang ang manonood ng katapusan ng Santa Krus.
Oo nga. Sila ng mga taga-Malabon ang mga may pabitin.
Oo nga. Sila ni Kapitan Ramos ang gagastos ng malaki para sa kanilang anak.
Oo nga. Ang terno nila ng mga mag-eElena ang magagara.
Oo nga. Ang terno ay para sa anak nila ni Kapitan Ramos.

DISCUSSION

Like English, Tagalog generally expresses a pro-
nominalized group by a plural pronoun (kami 'we').
For special emphasis on the individual members of
a pronominalized group, both languages allow a
compound construction involving singular pronouns
(siya at ako 'he/she and I'). When the grouping to be
expressed includes both a person to be referred to
by a singular pronoun and a person or persons to be
referred to by a noun, however, the two languages
use dissimilar constructions. While English again
uses a compound expression (he and Eddie), Tagalog
often uses a plural pronoun followed by a ng-phrase,
the plural pronoun referring to the whole grouping
and the ng-phrase specifying a particular part of it:
the part in addition to the person referred to by the
singular equivalent of the pronoun. Thus, kami ni
Lita might be translated literally as 'we, including
Lita' or, more idiomatically, as 'Lita and I'—ako

'I' being the singular equivalent of kami 'we'. (Note
that the "singular" equivalent of tayo 'you (singular
or plural) and I' is kata 'you (singular) and I', and
that tayo ni Lita therefore means 'you and I and
Lita'.) To express the equivalent of the English
compound construction that includes a plural pro-
noun and a noun, e.g., 'We (he/she and I) and Li-
ta', Tagalog also uses a compound construction:
Kami at si Lita (although in certain cases, some
speakers extend the meaning of the plural pronoun-
plus-ng-phrase construction to cover this sort of
grouping; for such speakers, Kayo ni Lita can
mean either 'you (pl.) and Lita' or 'you (sg.) and
Lita').

The part of the grouping that is specified by the
ng-phrase may itself be pluralized: by the addition
of mga before a non-name, or by the use of nina
(instead of ni) before a name.

## II. Kung AND (ka)pag CLAUSES

EXAMPLES

A. 1. Kung/(ka)pag maganda ang panahon, masaya ang   When the weather is good, the fishermen are
        mga mangingisda.                                                    happy.
   2. Kung/(ka)pag maganda ang panahon, nangingisda     When the weather is good, Eddie goes fishing.
        si Eddie.
   3. Kung/(ka)pag bumabagyo, hindi ako umaalis ng        Whenever there's a typhoon, I stay home.
        bahay.

4. Kung/(ka)pag bumabagyo, nalulungkot ang mga mangingisda.

Whenever there's a typhoon, the fishermen feel bad.

B. 1. Walang itulak-kabigin sa kanila kung/(ka)pag gara ng terno ang pag-uusapan.

{ Neither will have the edge if it's a matter of the lavishness of the <u>terno</u>.
Neither would have the edge if it were a matter of the lavishness of the <u>terno</u>.

2. Walang mananalo kung/(ka)pag pipiliin ang pinakamagarang terno.

{ Neither will win if the choice is based on the most beautiful <u>terno</u>.
Neither would win if the choice were based on the most beautiful <u>terno</u>.

3. Gagawin kang reyna kung/(ka)pag maganda ang terno mo.

{ They'll make you queen if your <u>terno</u> is pretty.
They'd make you queen if your <u>terno</u> were pretty.

4. Gagawin kang reyna kung/(ka)pag dadalo ka.

{ They'll make you queen if you attend.
They'd make you queen if you attended.

5. Bibili ako ng libro kung/(ka)pag dumating siya.

{ I'll buy a book if he comes.
I'd buy a book if he came.

C. 1. Ginawa ka sana nilang Elena kung maganda ka.

They'd have made you queen if you were beautiful.

2. Ginawa ka sana nilang Elena kung dumalo ka sa sayawan.

They'd have made you queen if you had attended the dance.

| Clause Type | ENGLISH | | TAGALOG | | |
|---|---|---|---|---|---|
| | | | Subordinate Clause | | Main Clause |
| | Relater | Remainder | Relater | Sentence Type or Verb Form | Sentence Type or Verb Form |
| Time | When<br>Whenever } he comes, I go. | | kung/(ka)pag | Equational Imperfective | Equational Imperfective |
| Conditional<br>Neutral<br>Unlikely | If<br>If | he comes, I'll go. }<br>he came, I'd go. } | kung/(ka)pag | Equational Future Perfective | Equational Future |
| Untrue | If | he had come, I'd have gone. | kung | Equational Perfective | Perfective (+ <u>sana</u>) |

a. <u>Kung</u> and <u>kapag</u> (more often <u>pag</u> in informal speech) are used to introduce time clauses (examples A) and conditional clauses that refer to future time. <u>Kung</u> alone is used to introduce conditional clauses which refer to past and are contrary to fact.

b. <u>Kung</u> and <u>kapag</u> clauses may be of the equational sentence type (examples A.1, B.1 and 4, C.1); the accompanying main clause may also be of the equational sentence type, except for untrue past time clauses (examples A.1 and B.1-3).

c. If the verb of the main clause is future, <u>kung</u> or <u>(ka)pag</u> clauses may be future or perfective with no change of meaning, both referring to non-past time.

d. If the verb of the main clause is perfective, it will be accompanied by the form <u>sana</u>, which means 'would have' and helps to mark the statement as untrue.

e. Note that the equivalent Tagalog pattern does not express the distinction between statements that are neutral predictions and those which are considered unlikely of fulfillment; hence the double translations of examples B.

INTEGRATION DRILL

Instructions: The teacher gives two short sentences. The student integrates these two sentences into a complex sentence, subordinating the second sentence in a clause introduced by <u>kung</u>, <u>kapag</u>, or <u>pag</u>. Use <u>kung</u> in the first five sentences, <u>kapag</u> in the second five, and <u>pag</u> in the third five.

| Teacher | Student |
|---|---|

1. Masaya' ang anihan.
   Maliwanag' ang buwan.

   Masaya ang anihan kung maliwanag ang buwan.

2. Marami ang pagkain.
   Kaarawan ni Cely.

   Marami ang pagkain kung kaarawan ni Cely.

3. Nagpepenitensya ang mga tao.
   Dumarating ang Mahal na Araw.

   Nagpepenitensya ang mga tao kung dumarating ang Mahal na Araw.

4. Nagkakasya ang kanilang sahod.
   Pinag-aayaw-ayaw nila ang gastos.

   Nagkakasya ang kanilang sahod kung pinag-aayaw-ayaw nila ang gastos.

5. Magbobloaut ang kandidato.
   Siya ang mananalo.

   Magbobloaut ang kandidato kung siya ang mananalo.

6. Kumikita ng malaki ang magkakandila.
   Malapit na ang Mahal na Araw.

   Kumikita ng malaki ang magkakandila kapag malapit na ang Mahal na Araw.

7. Ngumangakngak si Tagpe.
   Gutom siya.

   Ngumangakngak si Tagpe kapag gutom siya.

8. Mangangailangan ng tulong si Ray.
   Manganganak na si Rose.

   Mangangailangan ng tulong si Ray kapag manganganak na si Rose.

9. Maghihinanakit ako.
   Hindi mo tatanggapin ito.

   Maghihinanakit ako kapag hindi mo tatanggapin ito.

10. Wala siyang itulak-kabigin.
    Ang pinakamagarang terno ang pag-uusapan.

    Wala siyang itulak-kabigin kapag ang pinakamagarang terno ang pag-uusapan.

11. Masaya ang Santa Krus.
    Maganda ang Elena.

    Masaya ang Santa Krus pag maganda ang Elena.

12. Engrande ang Santa Krus.
    Hermana si Aling Tonang.

    Engrande ang Santa Krus pag hermana si Aling Tonang.

13. May pabitin kami.
    May Santa Krus sa amin.

    May pabitin kami pag may Santa Krus sa amin.

14. Mag-eelena ka.
    Ako ang hermana ng Santa Krus.

    Mag-eelena ka pag ako ang hermana ng Santa Krus.

15. Aalis ako.
    Darating siya.

    Aalis ako pag darating siya.

TRANSLATION DRILLS (Patterned and Quadruplet Sentences)

| Teacher | Student |
|---|---|

A. 1. There are flagellants when the Holy Week comes.

   May mga nagpepenitensiya kung dumarating ang Mahal na Araw.

2. During the rainy season food is very expensive.

   Napakamahal ng pagkain kung tag-ulan.

3. People cook puto-bumbong, bibingka, and salabat at Christmas time.

   Nagluluto ang mga tao ng puto-bumbong, bibingka, at salabat pag Pasko.

4. Women are always very busy in the kitchen whenever there's a fiesta.

   Laging abalang-abala ang mga babae sa kusina kapag may pista.

5. Young men and women have fun at the pipigan when the moon is bright.

   Masasaya sa pipigan ang mga binata't dalaga kung maliwanag ang buwan.

6. Leaders get circles around their eyes when election is near.

   Nanlalalim ang mata ng mga lider kung malapit na ang eleksyon.

7. The women suffer and put up with it when men play around.

   Naghihirap at nagtitiis ang mga babae kapag nagloloko ang mga lalaki.

8. The money and effort of everybody will be wasted if it rains.

   Masasayang ang kuwarta't pagod ng lahat kung uulan.

9. If I were her parent, I wouldn't consent.

   Hindi ako papayag kung ako ang may anak.

10. Linda Ramos can afford even the most expensive terno if she would like to be the star herself.

    Makakasunod si Linda Ramos kahit gaanong kamahal ang terno kung gusto niyang mapatampok.

Instructions: The emphasis implied by the underlinings in the following English sentences are designed to suggest the equivalent focus constructions in Tagalog.

B. 1. <u>Nene</u> always buys some candy from the store
    for Rosy whenever she goes there.
    Nene always buys <u>some candy</u> from the store
    for Rosy whenever she goes there.
    Nene always buys some candy <u>from the store</u>
    for Rosy whenever she goes there.
    Nene always buys some candy from the store
    <u>for Rosy</u> whenever she goes there.

Laging bumibili si Nene ng kendi sa tindahan para
kay Rosy kung/(ka)pag pumupunta siya roon.
Laging binibili ni Nene ang kendi sa tindahan para
kay Rosy kung/(ka)pag pumupunta siya roon.
Laging binibilhan ni Nene ng kendi ang tindahan para
kay Rosy kung/(ka)pag pumupunta siya roon.
Laging ibinibili ni Nene si Rosy ng kendi kung/(ka)-
pag pumupunta siya roon.

  2. <u>Joe</u> doesn't ask for any food from Ben for
    Cely whenever he eats.
    Joe doesn't ask for <u>the food</u> from Ben for
    Cely whenever he eats.
    Joe doesn't ask for any food <u>from Ben</u> for
    Cely whenever he eats.
    Joe doesn't ask for any food from Ben <u>for</u>
    <u>Cely</u> whenever he eats.

Hindi humihingi si Joe ng pagkain kay Ben para kay
Cely kung/(ka)pag kumakain siya.
Hindi hinihingi ni Joe ang pagkain kay Ben para kay
Cely kung/(ka)pag kumakain siya.
Hindi hinihingan ni Joe ng pagkain si Ben para kay
Cely kung/(ka)pag kumakain siya.
Hindi inihihingi ni Joe ng pagkain kay Ben si Cely
kung/(ka)pag kumakain siya.

  3. <u>Ray</u> borrows some money from Mother for
    his wife whenever he needs it.
    Ray borrows <u>some money</u> from Mother for
    his wife whenever he needs it.
    Ray borrows some money <u>from Mother</u> for
    his wife whenever he needs it.
    Ray borrows some money from Mother <u>for</u>
    <u>his wife</u> whenever he needs it.

Nanghihiram si Ray ng pera sa Nanay para sa asawa
niya kung/(ka)pag kailangan niya.
Hinihiram ni Ray ang pera sa Nanay para sa asawa
niya kung/(ka)pag kailangan niya.
Hinihiraman ni Ray ng pera ang Nanay para sa asa-
wa niya kung/(ka)pag kailangan niya.
Ipinanghihiram ni Ray ng pera sa Nanay ang asawa
niya kung/(ka)pag kailangan niya.

C. 1. <u>Lino</u> would have gotten some atis from
    Mother for the children if he had left earlier.
    Lino would have gotten <u>the atis</u> from Mother
    for the children if he had left earlier.
    Lino would have gotten some atis <u>from</u>
    <u>Mother</u> for the children if he had left earlier.
    Lino would have gotten some atis from
    Mother <u>for the children</u> if he had left earlier.

Kumuha na sana si Lino ng atis sa Nanay para sa
mga bata kung umalis siya nang mas maaga.
Kinuha na sana ni Lino ang atis sa Nanay para sa
mga bata kung umalis siya nang mas maaga.
Kinunan na sana ni Lino ng atis ang Nanay para sa
mga bata kung umalis siya nang mas maaga.
Ikinuha na sana ni Lino ng atis sa Nanay ang mga
bata kung umalis siya nang mas maaga.

  2. <u>The teacher</u> would have brought a book to
    him for us (you and me) if she had bought
    them yesterday.
    The teacher would have brought <u>the book</u> to
    him for us (you and me) if she had bought
    them yesterday.
    The teacher would have brought a book <u>to</u>
    <u>him</u> for us (you and me) if she had bought
    them yesterday.
    The teacher would have brought a book to
    him <u>for us</u> (<u>you and me</u>) if she had bought
    them yesterday.

Nagdala na sana ang titser ng libro sa kaniya para
sa atin kung bumili siya kahapon.

Dinala na sana ng titser ang libro sa kaniya para sa
atin kung bumili siya kahapon.

Dinalhan na sana siya ng titser ng libro para sa atin
kung bumili siya kahapon.

Ipinagdala na sana tayo ng titser ng libro sa kaniya
kung bumili siya kahapon.

  3. <u>Linda</u> would have asked Father for money
    for the child if she had arrived earlier.
    Linda would have asked Father <u>for the money</u>
    for the child if she had arrived earlier.
    Linda would have asked <u>Father</u> for money
    for the child if she had arrived earlier.
    Linda would have asked Father for money
    <u>for the child</u> if she had arrived earlier.

Nanghingi na sana si Linda ng pera sa Tatay para sa
bata kung dumating siya agad.
Hiningi na sana ni Linda ang pera sa Tatay para sa
bata kung dumating siya agad.
Hiningan na sana ni Linda ng pera ang Tatay para sa
bata kung dumating siya agad.
Ipinanghingi na sana ni Linda ng pera sa Tatay ang
bata kung dumating siya agad.

D. 1. <u>They'll</u> bring some candles to the family for
    Mang Sebyo if the prayers (those who pray)
    arrive.
    They'll bring <u>the candles</u> to the family for
    Mang Sebyo if the prayers arrive.
    They'll bring some candles <u>to the family</u> for
    Mang Sebyo if the prayers arrive.
    They'll bring some candles to the family <u>for</u>
    <u>Mang Sebyo</u> if the prayers arrive.

Magdadala sila ng mga kandila sa pamilya para kay
Mang Sebyo kung darating ang mga mandarasal.

Dadalhin nila ang mga kandila sa pamilya para kay
Mang Sebyo kung darating ang mga mandarasal.
Dadalhan nila ng mga kandila ang pamilya para kay
Mang Sebyo kung darating ang mga mandarasal.
Ipagdadala nila ng mga kandila sa pamilya si Mang
Sebyo kung darating ang mga mandarasal.

2. <u>Tentay</u> will borrow some money from Ben for them if they'll pay him.
   Tentay will borrow <u>the</u> money from Ben for them if they'll pay him.
   Tentay will borrow some money <u>from Ben</u> for them if they'll pay him.
   Tentay will borrow some money from Ben <u>for them</u> if they'll pay him.

Manghihiram si Tentay ng pera kay Ben para sa kanila kung babayaran nila siya.
Hihiramin ni Tentay ang pera kay Ben para sa kanila kung babayaran nila siya.
Hihiraman ni Tentay ng pera si Ben para sa kanila kung babayaran nila siya.
Ipanghihiram sila ni Tentay ng pera kay Ben kung babayaran nila siya.

3. <u>She</u>'ll buy some dresses from me for the woman if you'll get the money from Rose.
   She'll buy <u>the dresses</u> from me for the woman if you'll get the money from Rose.
   She'll buy the dresses <u>from me</u> for the woman if you'll get the money from Rose.
   She'll buy the dresses from me <u>for the woman</u> if you'll get the money from Rose.

Bibili siya ng mga damit sa akin para sa babae kung kukunin mo ang pera kay Rose.
Bibilhin niya ang mga damit sa akin para sa babae kung kukunin mo ang pera kay Rose.
Bibilhan niya ako ng mga damit para sa babae kung kukunin mo ang pera kay Rose.
Ibibili niya ng mga damit sa akin ang babae kung kukunin mo ang pera kay Rose.

## DISCUSSION

Kung and (ka)pag have previously been introduced in simple time phrases (Unit XXII, grammar point II). They are also used to introduce time clauses that express recurring events, e.g., kung/(ka)pag umuulan. In such clauses, the meaning of kung or (ka)pag is similar to that in time phrases like kung/(ka)pag Lunes; compare 'when(ever) it rains' and 'on Mondays', i.e., 'when(ever) it's Monday'. Used to introduce time clauses, kung and (ka)pag are interchangeable. They occur with either an imperfective verb or an equational construction in the main clause, and also with either an imperfective verb or an equational construction in the time clause itself.

English distinguishes simple conditional statements (those which express no estimation about the likelihood of fulfillment; if one condition obtains, so will another) from hypothetical conditional statements (those considered unlikely of fulfillment; if one condition were to obtain, then another would also, but probably neither will). Tagalog does not express this distinction with comparable patterns, but translates both the same way. Thus, 'I'll buy a book from him if he comes' and 'I'd buy a book from him if he came (were coming, were to come)' are both translated Bibili ako ng libro sa kaniya kung darating siya.

Both English and Tagalog distinguish another kind of hypothetical condition, one in the past which can therefore be verified as contrary to fact. English uses the pluperfect in the main clause, Tagalog uses the perfective plus the word sana, which together mean 'would have, but didn't'. Thus, English 'I'd have bought a book from him if he had come' translates Bumili sana ako ng libro sa kaniya kung dumating siya. With the verb be, English can express a comparable situation in present time; Tagalog uses an equational sentence type to translate this. Thus, 'If I were king, I'd make you queen' is Kung hari ako, gagawin kitang reyna.

## III. INCLUDED QUESTIONS

### EXAMPLES

A. 1. Sino (ba) ang primera Elena?
      Alam mo ba kung sino ang primera Elena?
   2. Saan (ba) siya pupunta?
      Sinabi niya sa akin kung saan siya pupunta.
   3. Kailan siya babalik?
      Pero hindi niya sinabi kung kailan siya babalik.
   4. Bakit ayaw mong tangkilikin ang sariling atin?
      Ewan ko kung bakit ayaw mong tangkilikin ang sariling atin.
   5. Kanino ito?
      Alam ko kung kanino ito.

Who's the first Elena?
[Do you know who the first Elena is?]
Where will he go?
He told me where he'd go.
When will he be back?
But he didn't say when he'd be back.
Why do you refuse to back our local efforts?
[I don't know why you refuse to back our local efforts.]
Whose is this?
I know whose this is.

B. 1. Si Linda ba ang Elena?
      Alam mo ba kung si Linda ang Elena?
   2. Piso ba ito?
      Hindi ko alam kung piso ito.
   3. Kay Linda ba ito?
      Hindi niya itinatanong kung kay Linda ito.
   4. Babalik ba siya bukas?
      Hindi namin alam kung babalik siya bukas.

Is Linda the Elena?
Do you know if Linda is the Elena?
Does this cost a peso?
I don't know if this costs a peso.
Does this belong to Linda?
He didn't ask whether this belongs to Linda.
Is he coming back tomorrow?
We don't know whether or not he's coming back tomorrow.

| Direct Question | Included Question | English Included Question |
|---|---|---|
| Interrogative Word (+ <u>ba</u>)...? <br><br> Statement + <u>ba</u>? | ... <u>kung</u> + Direct Question (minus <u>ba</u>) | ... Interrogative Word ... <br><br> ... $\left\{\begin{array}{l}\underline{if} \\ \underline{whether} \text{ (or } \underline{not})\end{array}\right\}$ + Statement |

a. All included questions in Tagalog are introduced by <u>kung</u>, whether the underlying direct question includes an interrogative word (examples A) or merely the interrogative enclitic <u>ba</u> (examples B).

b. Regardless of whether <u>ba</u> appears in the underlying direct question, it is never used in the included question.

CONVERSION-RESPONSE DRILL (Patterned Responses)

Instructions: The teacher asks a direct question which Student 1 converts to an included question with the expression <u>Alam mo ba kung</u> ... Student 2 answers in the negative.

Teacher | Student 1
---|---
1. Sino ang primera Elena? | Alam mo ba kung sino ang primera Elena?
2. Ano ang pinag-uusapan nila kahapon? | Alam mo ba kung ano ang pinag-uusapan nila kahapon?
3. Saan manonood sina Lita ng Santa Krus de Mayo? | Alam mo ba kung saan manonood sina Lita ng Santa Krus de Mayo?
4. Nasaan ang magandang anak ni Kapitan Ramos? | Alam mo ba kung nasaan ang magandang anak ni Kapitan Ramos?
5. Alin ang pinakamagandang terno? | Alam mo ba kung alin ang pinakamagandang terno?

Student 2

Hindi, hindi ko alam kung sino siya.
Hindi, hindi ko alam kung ano ang pinag-uusapan nila kahapon.
Hindi, hindi ko alam kung saan sila manonood ng Santa Krus de Mayo.
Hindi, hindi ko alam kung nasaan ang magandang anak ni Kapitan Ramos.
Hindi, hindi ko alam kung alin ang pinakamagandang terno.

6. Paano[1] naiiba ang katapusan ng Santa Krus? | Alam mo ba kung paano naiiba ang katapusan ng Santa Krus?
7. Bakit daw masasayang ang kuwarta't pagod nila? | Alam mo ba kung bakit daw masasayang ang kuwarta't pagod nila?
8. Kaninong anak si Linda Reyes? | Alam mo ba kung kaninong anak si Linda Reyes?
9. Para kanino ba ang mga pabitin? | Alam mo ba kung para kanino ang mga pabitin?
10. Kailan daw ang katapusan ng Santa Krus sa Malabon? | Alam mo ba kung kailan ang katapusan ng Santa Krus sa Malabon?

Hindi, hindi ko alam kung paano naiiba ang katapusan ng Santa Krus.
Hindi, hindi ko alam kung bakit daw masasayang ang kuwarta't pagod nila.
Hindi, hindi ko alam kung kanino siyang anak.
Hindi, hindi ko alam kung para kanino ang mga pabitin.
Hindi, hindi ko alam kung kailan daw ang katapusan ng Santa Krus sa Malabon.

RESPONSE DRILL (Patterned Responses)

Instructions: The teacher asks a direct question. The student pleads ignorance, answering with <u>Ewan ko</u> ...

Teacher | Student
---|---
1. Matalino ba si Joe? | Ewan ko kung matalino si Joe.
2. Tama ba ang mga balita? | Ewan ko kung tama ang mga balita.
3. Talaga bang ganyan ang bayanihan? | Ewan ko kung talagang ganyan ang bayanihan.

---
[1]<u>Paano</u> /pa'a·noh/ or /pa·noh/ is the interrogative word 'how'.

4. Uulan kaya bukas?                          Ewan ko kung uulan bukas.
5. Dadalo ba siya sa miting?                  Ewan ko kung dadalo siya sa miting.
6. Nagtitiis ba ang mga babae?                Ewan ko kung nagtitiis ang mga babae.
7. Nagkakasya ba ang kaniyang sahod?          Ewan ko kung nagkakasya ang kaniyang sahod.
8. Manonood ba sila ng prusisyon?             Ewan ko kung manonood sila ng prusisyon.
9. Pinakamagara ba ang terno ng primera Elena?  Ewan ko kung pinakamagara ang terno ng primera
                                              Elena?
10. May kani-kaniyang pabitin ba ang bawa't bahay  Ewan ko kung may kani-kaniyang pabitin ang bawa't
    sa Malabon?                               bahay sa Malabon.

RESPONSE DRILLS (Directed Questions)

Instructions: The teacher tells Student 1 to ask Student 2 a question. Student 2 answers negatively, using
    Hindi ko alam ...

                        Teacher                                    Student 1

A. 1. Tanungin mo siya kung siya'y papasok bukas.        Papasok ka ba bukas?
   2. Tanungin mo siya kung siya'y mag-aaral ngayong gabi.  Mag-aaral ka ba ngayong gabi?
   3. Tanungin mo siya kung manghaharana sila sa Linggo.  Manghaharana ba kayo sa Linggo?
   4. Tanungin mo siya kung gagawin niya ang sanwits sa   Gagawin mo ba ang sanwits sa umaga?
      umaga.
   5. Tanungin mo siya kung babayaran ka niya sa Lunes.   Babayaran mo ba ako sa Lunes?

                        Student 2

            Hindi ko alam kung papasok ako bukas.
            Hindi ko alam kung mag-aaral ako ngayong gabi.
            Hindi ko alam kung manghaharana kami sa Linggo.
            Hindi ko alam kung gagawin ko ang sanwits sa umaga.
            Hindi ko alam kung babayaran kita sa Lunes.

   6. Tanungin mo siya kung ipagbabayo ka nila bukas.     Ipagbabayo ba ninyo ako bukas?
   7. Tanungin mo siya kung sasama sila sa atin bukas.     Sasama ba kayo sa amin bukas?
   8. Tanungin mo sila kung pupuntahan nila ang bahay ng   Pupuntahan ba ninyo ang bahay ng titser
      titser sa Sabado.                                   sa Sabado?
   9. Tanungin mo siya kung tatanggapin nila ang pera sa   Tatanggapin ba ninyo ang pera sa Mar-
      Martes.                                             tes?
  10. Tanungin mo sila kung dadaan ang bus sa kanila bukas  Dadaan ba ang bus sa inyo bukas ng uma-
      ng umaga.                                           ga?

            Hindi ko alam kung ipagbabayo ka namin bukas.
            Hindi ko alam kung sasama kami sa inyo bukas.
            Hindi ko alam kung pupuntahan namin ang bahay ng titser sa Sabado.
            Hindi ko alam kung tatanggapin namin ang pera sa Martes.
            Hindi ko alam kung dadaan ang bus sa amin bukas ng umaga.

B. 1. Itanong mo kay Joe kung ano ang trabaho ng binatang  Joe, ano ang trabaho ng binatang iyon?
      iyon.
   2. Itanong mo kay Cely kung sino ang nag-abuloy ng mga   Cely, sino ang nag-abuloy ng mga bulak-
      bulaklak.                                            lak?
   3. Itanong mo kay Linda kung kaninong anak ang Reyna     Linda, kaninong anak ang Reyna Elena?
      Elena.
   4. Itanong mo kay Osang kung sino ang kandidatong iboboto  Osang, sino ang kandidatong iboboto na-
      natin.                                               tin?
   5. Itanong mo kay Mameng kung kailan ang kaarawan ni     Mameng, kailan ang kaarawan ni Luzvi-
      Luzviminda.                                          minda?

            Hindi ko alam kung ano ang kaniyang trabaho.
            Hindi ko alam kung sino ang nag-abuloy ng mga bulaklak.
            Hindi ko alam kung kanino siyang anak.
            Hindi ko alam kung sino ang kandidatong iboboto natin.
            Hindi ko alam kung kailan ang kaniyang kaarawan.

   6. Itanong mo kay Ben kung paano ang pagpunta sa pabrika.  Ben, paano ang pagpunta sa pabrika?
   7. Itanong mo kay Ray kung bakit marami ang tao roon.     Ray, bakit marami ang tao roon?
   8. Itanong mo kay Luningning kung bakit hindi pa nag-aasa-  Luningning, bakit hindi pa nag-aasawa
      wa si Nene.                                           si Nene?

9. Itanong mo kay Tinang kung sinu-sino ang mga darating    Tinang, sinu-sino ang darating bukas?
   bukas.
10. Itanong mo kay Fidel kung sinu-sino ang mga taga-May-    Fidel, sinu-sino ang mga taga-Maynila?
    nila.

Hindi ko alam kung paano ang pagpunta sa pabrika.
Hindi ko alam kung bakit marami ang tao roon.
Hindi ko alam kung bakit hindi pa nag-aasawa si Nene.
Hindi ko alam kung sinu-sino ang mga darating bukas.
Hindi ko alam kung sinu-sino ang mga taga-Maynila.

Instructions: The teacher tells Student 1 to ask Student 2 a question. Student 2 answers affirmatively.

### Teacher

C. 1. Itanong mo sa kanila kung sinabi nilang babalik sila.
   2. Itanong mo sa kanila kung sinabi nilang haharanahin
      nila si Cely.
   3. Itanong mo sa kanila kung sinabi nilang hihiraman nila
      si Tentay.
   4. Itanong mo sa kanila kung sinabi nilang ipinagbalot nila
      si Charing.
   5. Itanong mo sa kaniya kung sinabi niyang magbabayad
      siya bukas.

### Student 1

Sinabi ba ninyong babalik kayo?
Sinabi ba ninyong haharanahin ninyo si
Cely?
Sinabi ba ninyong hihiraman ninyo si
Tentay?
Sinabi ba ninyong ipinagbalot ninyo si
Charing?
Sinabi mo bang magbabayad ka bukas?

### Student 2

Oo, sinabi naming babalik kami.
Oo, sinabi naming haharanahin namin siya.
Oo, sinabi naming hihiraman namin siya.
Oo, sinabi naming ipinagbalot namin siya.
Oo, sinabi kong magbabayad ako bukas.

6. Itanong mo sa kaniya kung nalaman[1] na niya kung ano ang    Nalaman mo na ba kung ano ang mga
   mga pangyayari.                                              pangyayari?
7. Itanong mo sa kaniya kung nalaman na niya kung sino ang    Nalaman mo na ba kung sino ang nagblo-
   nagbloaut.                                                  aut?
8. Itanong mo sa kanila kung nalalaman na nila kung paano    Nalalaman na ba ninyo kung paano ang
   ang paggawa ng pinipig.                                    paggawa ng pinipig?
9. Itanong mo sa kanila kung nalalaman na nila kung saan    Nalalaman na ba ninyo kung saan ang
   ang pamiting ng mga kalaban.                               pamiting ng mga kalaban?
10. Itanong mo sa kanila kung nalalaman nila kung kailan    Nalalaman ba ninyo kung kailan ang sa-
    ang salu-salo.                                            lu-salo?

Oo, nalaman ko na kung ano ang mga pangyayari.
Oo, nalaman ko na kung sino ang nagbloaut.
Oo, nalalaman na namin kung paano ang paggawa ng pinipig.
Oo, nalalaman na namin kung saan ang pamiting ng mga kalaban.
Oo, nalalaman namin kung kailan ang salu-salo.

## TRANSLATION DRILL (Patterned Sentences)

### Teacher

1. I don't know who the first Elena is.
2. She doesn't know who is coming.
3. They don't know what day the fiesta is.
4. We (she and I) don't know where he is from.
5. We (you and I) don't know what her work is.

6. You don't know how you can repay your god-
   father.
7. Nene doesn't know which one is her godfather.
8. Ben doesn't know whose house this is.

### Student

Hindi ko alam kung sino ang primera Elena.
Hindi niya alam kung sino ang dumarating.
Hindi nila alam kung ano ang araw ng pista.
Hindi namin alam kung tagasaan siya.
Hindi natin alam kung ano ang kaniyang trabaho.

Hindi mo alam kung paano ka makakaganti sa iyong
ninong.
Hindi alam ni Nene kung sino ang kaniyang ninong.
Hindi alam ni Ben kung kaninong bahay ito.

---

[1]Object focus malaman /ma·la·man/ = 'to know, to find out'; it is inflected thus: malalaman, nalala-
man, nalaman. The imperfective form is interchangeable with alam, e.g., alam ko, nalalaman ko, both
'I know'.

|  |  |
|---|---|
| 9. The visitors don't know whose house this is. | Hindi alam ng mga bisita kung kaninong bahay ito. |
| 10. The children don't know where the food is. | Hindi alam ng mga bata kung nasaan ang pagkain. |
| 11. I don't know if he's leaving tomorrow. | Hindi ko alam kung aalis siya bukas. |
| 12. She's not sure whether she'll buy this or not. | Hindi siya sigurado kung bibilhin niya ito o hindi. |
| 13. We (you and I) were not sure if Mr. Reyes is going to spend a lot. | Hindi tayo sigurado kung gugugol ng malaki si G. Reyes. |
| 14. Nene is not sure whether Ben is going to accompany her. | Hindi sigurado si Nene kung sasamahan siya ni Ben. |
| 15. They did not say whether they're going to work or not. | Hindi nila sinabi kung sila'y magtatrabaho o hindi. |

DISCUSSION

In English, if or whether (or not) is used in certain types of included questions—those based on direct yes-no questions: 'Is he going?', 'Do you know if he's going?' But in information questions, no relater is added: 'Who's going?', 'Do you know who's going?' In Tagalog, kung is used in all included questions, whether or not the underlying direct question is a yes-no or an information question.

The Tagalog pattern is simpler than the English pattern in another way. In many English sentences, there is an inversion of the auxiliary verb and the subject in direct questions (Is he going?, What has she done?) which is restored to normal statement order in an included question (Do you know if he is going?, I don't know what she has done.). There are no comparable inversions in Tagalog, just the omission of ba if it is present.

The intonation pattern of indirect questions is the same as the simple yes-no question patterns, whether the included question is a yes-no or an information question.

CUMULATIVE DRILLS

CONVERSION-RESPONSE DRILL

Instructions: The teacher gives a statement which Student 1 converts to a question, changing the compound topic to a pronoun-noun grouping. Student 2 answers affirmatively by making an appropriate change in the pronoun-noun grouping where necessary.

| Teacher | Student 1 |
|---|---|
| 1. Manonood ako at si Nene ng Santa Krus de Mayo. | Manonood ba kami ni Nene ng Santa Krus de Mayo? |
| 2. May magagarang terno siya at sina Linda. | May magagarang terno ba sila nina Linda? |
| 3. Maghahanda ka at ang mga tagatabi-tabi ng mga pabitin. | Maghahanda ba kayo ng mga tagatabi-tabi ng mga pabitin? |
| 4. Magbabaon ka at sina Trining ng pagkain. | Magbabaon ba kayo nina Trining ng pagkain? |
| 5. Tagaprobinsya sila at ang mga nagpepenitensiya. | Tagaprobinsya ba sila ng mga nagpepenitensiya? |

Student 2

Oo, manonood kayo ni Nene ng Santa Krus de Mayo.
Oo, may magagarang terno sila nina Linda.
Oo, maghahanda kami ng mga tagatabi-tabi ng mga pabitin.
Oo, magbabaon kami nina Trining ng pagkain.
Oo, tagaprobinsya sila ng mga nagpepenitensiya.

| 6. Makakasaksi kayo at si Kapitan ng senakulo. | Makakasaksi ba kayo ni Kapitan ng senakulo? |
| 7. Pag-uusapan ko at ni Donya Luisa ang tungkol sa pabasa. | Pag-uusapan ba namin ni Donya Luisa ang tungkol sa pabasa? |
| 8. Hindi siya at si Aling Tonang ang manonood ng prusisyon. | Hindi ba sila ni Aling Tonang ang manonood ng prusisyon? |
| 9. Itinatanong mo at ng mga hermana kung sino ang mag-Eelena. | Itinatanong ba ninyo ng mga hermana kung sino ang mag-Eelena? |
| 10. Gusto ko at ng mga bisita na mapatampok ngayong gabi. | Gusto ba namin ng mga bisita na mapatampok ngayong gabi? |

Oo, makakasaksi kami ni Kapitan ng senakulo.

Oo, pag-uusapan ninyo ni Donya Luisa ang tungkol sa pabasa.

Oo, sila ni Aling Tonang ang manonood ng prusisyon.

Oo, itinatanong namin ng mga hermana kung sino ang mag-Eelena.

Oo, gusto ninyo ng mga bisita na mapatampok ngayong gabi.

## VISUAL-CUE DRILLS

### PICTURE A

Panuto: Sabihin kung ano ang sinasabi ni Luningning sa mga sumusunod na larawan.

Halimbawa: Nanonood kami ni Ate Linda ng prusisyon.

## PICTURE A (Continued)

## PICTURE B

Panuto: Sabihin kung ano ang sasabihin ni Luningning sa kaniyang mga kasama sa mga sumusunod na la-
rawan.

Halimbawa: Lumapit tayo nina Eddie, David, at Linda sa prusisyon.
Lapitan natin nina Eddie, David, at Linda ang prusisyon.

PICTURE C

Panuto: Ilarawan ang mga sumusunod. Gamitin ang <u>kung</u>, <u>kapag</u>, o <u>pag</u>.

Halimbawa: Masarap ang pagkain kung pista.
Masaya ang mga tao kapag pista.
May musikong bumbong pag pista.

## COMPREHENSION-RESPONSE DRILLS

A. 1. Engrande ba ang katapusan ng Santa Krus sa Malabon?
   2. Ang anak ba ni Kapitan Ramos ang primera Elena?
   3. Si Gloria Romero ba ang anak ni Kapitan Ramos?
   4. Iisa lang ba ang primera Elena?
   5. Si Aling Tonang ba ang hermana?
   6. May kani-kanilang pabitin ba ang mga bahay sa Malabon?
   7. Mas masaya ba ang simula ng Santa Krus kaysa sa katapusan?

B. 1. Alin ang mas engrande, ang simula ng Santa Krus o ang katapusan?
   2. Iisa ba o dalawa ang primera Elena?
   3. Si Aling Tonang ba o si Donya Luisa ang hermana?
   4. Si Linda ba o si Gloria ang anak ni Kapitan Ramos?
   5. Si Angel ba o si Kardo ang punong-abala sa pagdiriwang?

C. 1. Saan engrande ang katapusan ng Santa Krus?
   2. Sino ang anak ni Kapitan Ramos?
   3. Sino ang hermana?
   4. Sino ang punong-abala ng pagdiriwang?
   5. Sinu-sino ang mga primera Elena?
   6. Ilan ang primera Elena?
   7. Saan-saan may pabitin?
   8. Sinu-sino ang mga manonood sa katapusan ng Santa Krus?


## READING

### TINDAHANG SARISARI

### ANG LUNSOD NG MAYNILA

(See Part I, <u>Intermediate</u> <u>Readings</u> <u>in</u> <u>Tagalog</u>)

# UNIT XXIV

Mga Kaugaliang Pilipino
at Amerikano

Mga baguhan sa Ameri-
ka sina Alma at Bella, da-
lawang estudyanteng Pilipi-
nong nag-aaral sa isang
unibersidad sa Estados
Unidos.

Alma:
Naku, wala tayong ipamu-
mutat (1).

nakuˑh | walaˑ taˑyuŋ ɪpamuˑmuˑtaˑt |
(will-serve-as dessert)

Bella:
Bakit?

baˑkiˑt

Alma:
Nabugbog ang mga man-
sanas. Ihahalo na lang
natin sa ensalada.

nabʊgbʊg aŋ maŋa mansaˑnaˑs
(bruised)          (apples)

'ihaˑhaˑluˑ na laŋ naˑtɪn sa ensalaˑdaˑh
(will mix)

Bella:
Ano ba ang nangyari?

'anʊ baˑ nanyaˑriˑh
(happened)

Alma:
Nakakatuwa! Akalain
mong nasira ang supot ng

nakaˑkatʊwaˑˑ   'akalaˑˑɪn mʊŋ nasiˑraˑ
(amusing)      (to think)      (destroyed)

Manners: Filipino and
American

Alma and Bella are in
their first term of studies
at a university in the United
States.

Darn it, I'm afraid we won't
have anything for dessert.

Why?

The apples got bruised.
We'll just use them for the
salad.

What happened?

Something very funny! Im-
agine, the bag the apples

mga mansanas nang papauwi akong galing sa pamimili.

'aŋ suʹpʊt naŋ maŋa mansaʹnaʹs nam
(paper bag)

papauwiʹ        'akʊŋ gaʹlɪŋ sa pamɪmɪliʹh
(on the way home)        (buying)

were in gave way as I was on my way home from buying (groceries).

**Bella:**
Ngayon...(2)

ŋayoʹn

And then?

**Alma:**
E ano pa, di nahulog ang mga mansanas at gumulung-gulong kung saan-saan.

'e anʊ paʹh        dɪ nahuʹlʊg aŋ maŋa mansaʹnaʹs
(fell)

'at gʊmuʹlʊŋ guʹlʊŋ kʊn saʹan saʹan
(rolled)

Well, the apples fell out and rolled in all directions.

**Bella:**
Anong ginawa mo?

'anʊŋ gɪnawaʹ moʹh

What did you do?

**Alma:**
Ibababa ko sana ang iba kong dala-dalahan para pulutin pero hindi na nangyari. Nag-uunahang pinulot ang mga mansanas ng mga Amerikanong nakakita.

'ɪbaʹbabaʹ kʊ saʹnah        'aŋ ɪba kʊn daladalaʹhan
(will-put-down)        (carried things)

paʹra pʊluʹtiʹn        peʹrʊ hɪndiʹ na naŋyaʹriʹh
(to pick up)

naguʹʹʊnaham pɪnuʹlʊt        'aŋ maŋa mansaʹnas
(racing)        (picked up)

naŋ maŋa 'amɪrɪkaʹnʊŋ nakaʹkiʹtaʹh
(saw)

I was going to put down my things to pick them up, but I didn't have a chance. Some Americans who saw what happened ran to pick up the apples.

**Bella:**
Talagang mababait at matulungin sila.

talagaŋ mababaʹiʹt        'at matʊlʊŋɪn sɪlaʹh
(helpful)

They're really kind and helpful.

**Alma:**
Bukod sa matulungin, palapuri at palabati pa.

bʊkʊd sa matʊlʊŋiʹn        palapʊriʹt palabatiʹ paʹh
(fond of        (fond of
praising)        greeting)

Besides being helpful, they're friendly and complimentary.

**Bella:**
Aba, oo. Natatandaan mo ba 'yong pamparti kong blouse na ipinanood ko ng sine noong Sabado? Puwes, (3) binati ng lahat ng nakakita.

'aba 'oʹʹoʹh        nataʹtandaʹan mʊ ba yʊm
(remember)

pampaʹrti        kʊm blaʹws        na ɪpɪnanoʹod kʊ nan
(for party use)        (blouse)        (went to
see with)

siʹne nʊŋ saʹbadoʹh        pweʹs bɪnaʹti naŋ
(movie)        (well)

lahaʹt naŋ nakaʹkiʹtah

Yes, indeed. Do you remember my party blouse that I wore last Saturday when I went to the movies? Well, everybody who saw it raved about it.

**Alma:**
'Yan ang ikinaiiba nila. Tayo, hindi basta (4) babati (5), lalo na't di kakilala.

yaʹn aŋ ɪkɪnaʹiʹʹiba nɪlaʹh        taʹyoʹh
(cause-to-be-
different)

hɪndiʹ baʹsta baʹbatiʹʹ        laʹlʊ nat diʹ kakɪlaʹlaʹh
(acquaintance)

That's what makes them different from us. We just don't speak to anybody, especially strangers.

**Bella:**
Talaga namang masyado tayong mahiyain, e. Hang-

talaga namaʹŋ        masyaʹdʊ taʹyʊŋ mahiʹyaʹɪn eʹh
(shy)

We're really too shy. As long as possible, we keep

ga't maaari, tinitimpi na-
tin ang ating sarili.

hangat ma·'a· 'a·ri·· | tıni·tımpi· na·tın aŋ a·tıŋ
(as long as      (controlling)
possible)

sari·lıh

things to ourselves.

**Alma:**
Ang sabihin mo, natata-
kot tayong hindi mabuti-
hin ng ating babatiin.

'aŋ sabi·hın mo·h | nata·ta·kʊt ta·yʊŋ |
               (afraid)

hındi· mabuti·hın | naŋ 'a·tıŋ   ba·bati··i·n
(be appre-           (will-be-greeted)
ciated)

You mean we're afraid that
our greetings won't be ap-
preciated by those we
greet.

**Bella:**
Labis ang ating pag-aala-
la sa sarili natin.

la·bıs aŋ a·tıŋ paga·'alalah | sa sari·lı na·ti·n
(exces-        (the worrying)
sive)

We worry about ourselves
too much.

**Alma:**
Mabuti-buti na ngayo't
(6) medyo sanay-sanay
na ako sa mga pagbati at
pagpuri nila. Noong una
hindi ko malaman ang
aking gagawin. Akala ko
(7), tinutuya ako.

mabʊtıbʊtı na ŋayo·t | me·dyʊ sanay sanay
(a little             (some-     (used to)
better)             what)

na·kʊ sa maŋa pagba·tıt pagpu·ri· nıla·h

nʊŋ 'u·na·h | hındi· kʊ ma·la·man aŋ a·kıŋ
                 (to-be-known)

ga·gawın e·h | 'aka·la· ko·h | tınu·tuya· 'ako·h
           (thought)     (making
                    fun of)

It's a little better now that
I'm beginning to get some-
what used to their greetings
and compliments. At first I
didn't know what to do. I
thought they were making
fun of me.

**Bella:**
Hindi naman. Talagang
ganyan sila; bawa't lahi,
may kani-kaniyang sari-
ling kaugalian.

hındi· nama·n | talagaŋ ganyan sıla·h

ba·wat la·hi·· | mey kanıkanyaŋ sari·lıŋ
(race)

kaʊgalı'a·n

No, they weren't. That's
how they are—you know,
each nation has its own
ways.

**Alma:**
Alam ko—ako mismo
ang nagsabi niyan min-
san, hindi ba? Naninibago
lang naman ako.

'alam ko·h | 'akʊ mi·smo· nagsa·bı nyan
            (myself)   (said)

mi·nsa·n | hındi· ba·h
(once)

nani·nıba·gʊ la·ŋ naman ako·h
(not used to)

I know. I once said the
same thing myself, didn't
I? I'm just not used to it
yet.

**Bella:**
Sandali lang iyan.

sandali·      laŋ ya·n
(in a moment)

You will be, after a while.


## CULTURAL AND STRUCTURAL NOTES

(1) Putat is 'dessert'. In the Philippines, dessert
may be fruits, sweets, and other native delicacies.
Ipamutat is a verb meaning 'to use as dessert'.

(2) Ngayon, literally 'now', is used here not as
an adverb but as some sort of question like 'And
then what happened?' or 'And?' as an invitation to
the speaker to go on.

(3) Puwes is a Spanish loanword meaning 'then,

well', used as an expression to emphasize what
one's going to say next.

(4) Basta is a loanword from Spanish meaning
'enough', as in Basta ikaw ang nagsabi, paniwala
na ako 'It's enough for me that you said it, I be-
lieve it'; also, frequently something like the Eng-
lish adverbial 'just', as in Hindi basta babati 'We
just don't speak to anybody.'

(5) <u>Babati</u> is the future form of -<u>um</u>- and <u>bati</u> 'compliment, greeting'; thus, <u>palabati</u> is either 'friendly' or 'complimentary'. It includes in its range <u>palapuri</u> (from <u>puri</u> 'praise') 'complimentary'.

(6) <u>Mabuti</u> <u>at</u> is a fixed expression meaning 'It's good that....'

(7) <u>Akala</u> <u>ko</u> is 'I thought', implying that one's supposition was wrong, in contrast to <u>sa palagay ko</u> 'I think', which expresses simple conjecture which may or may not be right.

## DRILLS AND GRAMMAR

### I. INSTRUMENTAL CONSTRUCTIONS

#### A. INSTRUMENTAL ADJECTIVES

EXAMPLES

A. 1. Pambahay ang suot ni Rose.
   2. Natatandaan mo ba iyong pamparti kong <u>blouse</u>?
   3. Pam<u>blouse</u> ito.
   4. Pang-adobo ang manok.

B. 1. Pansahog (panahog) ito sa ulam.
   2. Bumili siya ng mainit na pantulog.
   3. Mahusay na pansulat ito.

What Rose is wearing is for the house.
[Do you remember the blouse I use for party-going?]

This is for a blouse.
The chicken is for <u>adobo</u>.

This is used as an ingredient in (for making) <u>ulam</u>.
He bought something warm to use for sleeping.
This is good for writing.

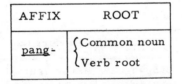

| AFFIX | ROOT |
|-------|------|
| <u>pang</u>- | { Common noun<br>Verb root |

a. The instrumental adjective is formed by prefixing <u>pang</u>- to a noun or a verb root.

b. <u>Pang</u>- before a noun means either 'worn at' the place represented by the noun (examples A.1-2) or 'used in making' the thing represented by the noun (examples A.3-4); before a verb root, it means 'used in performing' the action represented by the root (examples B).

c. Notice the partial and total assimilations.

#### B. INSTRUMENTAL VERBS

EXAMPLES

A. 1. Pamutat ang mga mansanas.
      Ipamutat natin ang mansanas.
   2. Pamparti ito.
      Ipamparti natin ang damit na ito.

B. 1. Ipinampaparti ni Bella ito.
   2. Ipinamparti niya ito kagabi.
   3. Ito ang ipampaparti ko bukas.

The apples are for dessert.
Let's use the apples for dessert.
This is a party dress.
Let's use this dress for parties.

Bella uses this for party-going.
She used this at a party last night.
This is the one I'll use at a party tomorrow.

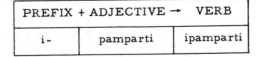

| PREFIX | + ADJECTIVE | → VERB |
|--------|-------------|--------|
| i- | pamparti | ipamparti |

C. 1. Gumuhit siya ng larawan sa pamamagitan ng lapis.     He drew a picture with a pencil.

   2. Nagpasyal sila sa pamamagitan ng kotse.     They went places in a car.

D. 1. Ipinangguhit niya ng larawan ang lapis.     He used the pencil in drawing a picture.

   2. Ipinamasyal nila ang kotse.     They used the car in going places.

| PREDICATE | | TOPIC |
|---|---|---|
| Verb Affix | Complement (Instrumental) | (Actor) |
| -um- mag- mang- } | sa pamamagitan ng-phrase | ang-phrase |

| PREDICATE | | TOPIC |
|---|---|---|
| Verb Affix | Complement (Actor) | (Instrumental) |
| ipang- | ng-phrase | ang-phrase |

a. An instrumental adjective (formed with either a noun or a verb root) may be made into a verb by prefixing i- to it.

b. The form of the instrumental ipang- verbs shows the same variations as the instrumental adjectives, both on the pattern for mang- verbs described in Unit XVII, grammar point I. Note that the basic form of an ipang- verb plus natin forms a hortatory expression: Let's _____ (examples A).

c. Means may be expressed in the complement of an Actor-focus construction with a phrase introduced by sa pamamagitan ng; it is more commonly expressed as the topic of an Instrumental-focus construction.

| NOT BEGUN | | BEGUN | |
|---|---|---|---|
| Basic Form | Future | Perfective | Imperfective |
| ipangguhit | ipangguguhit | ipinangguhit | ipinangguguhit |
| ipansahog | ipansasahog | ipinansahog | ipinansasahog |
| ipanahog | ipananahog | ipinanahog | ipinananahog |
| ipamparti | ipampaparti | ipinamparti | ipinampaparti |

d. The aspect formations are the same as those of the benefactive ipang- verbs as shown in the above chart (see Units XI and XVI, grammar point I in both).

SUBSTITUTION DRILLS (Fixed Slot)

Instructions: Note the partial and total assimilations.

| Teacher | Student |
|---|---|
| A. 1. Ito ang aking damit na pambahay. | Ito ang aking damit na pambahay. |
| 2. _____ (parti) | Ito ang aking damit na pamparti. |
| 3. _____ (bigay) | Ito ang aking damit na pambigay. |
| 4. _____ (libing) | Ito ang aking damit na panlibing. |
| 5. _____ (sine) | Ito ang aking damit na pansine. |
| 6. _____ (luksa) | Ito ang aking damit na panluksa. |
| 7. _____ (sabong) | Ito ang aking damit na pansabong. |
| 8. _____ (trabaho) | Ito ang aking damit na pantrabaho. |
| 9. _____ (alis) | Ito ang aking damit na pang-alis. |
| 10. _____ (upisina) | Ito ang aking damit na pang-upisina. |
| B. 1. Mabuting pangkuha ito. | Mabuting pangkuha ito. |
| 2. _____ (hanap) | Mabuting panghanap ito. |
| 3. _____ (gawa) | Mabuting panggawa ito. |
| 4. _____ (abuloy) | Mabuting pang-abuloy ito. |
| 5. _____ (harana) | Mabuting pangharana ito. |
| 6. _____ (bili) | Mabuting pambili ito. |
| 7. _____ (bayad) | Mabuting pambayad ito. |
| 8. _____ (balot) | Mabuting pambalot ito. |

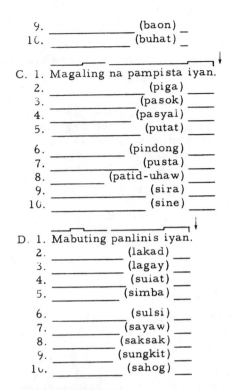

9. _____ (baon) _      Mabuting pambaon ito.
10. _____ (buhat) _      Mabuting pambuhat ito.

C. 1. Magaling na pampista iyan.      Magaling na pampista iyan.
   2. _____ (piga) ___      Magaling na pampiga iyan.
   3. _____ (pasok) ___      Magaling na pampasok iyan.
   4. _____ (pasyal) ___      Magaling na pamasyal iyan.
   5. _____ (putat) ___      Magaling na pamutat iyan.

   6. _____ (pindong) ___      Magaling na pamindong iyan.
   7. _____ (pusta) ___      Magaling na pamusta iyan.
   8. _____ (patid-uhaw) ___      Magaling na pamatid-uhaw iyan.
   9. _____ (sira) ___      Magaling na pansira iyan.
  10. _____ (sine) ___      Magaling na pansine iyan.

D. 1. Mabuting panlinis iyan.      Mabuting panlinis iyan.
   2. _____ (lakad)      Mabuting panlakad iyan.
   3. _____ (lagay)      Mabuting panlagay iyan.
   4. _____ (sulat)      Mabuting pansulat iyan.
   5. _____ (simba)      Mabuting pansimba iyan.

   6. _____ (sulsi)      Mabuting pansulsi iyan.
   7. _____ (sayaw)      Mabuting pansayaw iyan.
   8. _____ (saksak)      Mabuting pansaksak iyan.
   9. _____ (sungkit)      Mabuting pansungkit iyan.
  10. _____ (sahog)      Mabuting pansahog iyan.

## CONVERSION DRILLS

Instructions: The teacher makes a statement which the student repeats, substituting a <u>pang-</u> adjective for the instrumental phrase.

| Teacher | Student |
|---|---|
| A. 1. Magaling gamitin sa parti ito. | Magaling na pamparti ito. |
| 2. Mahusay gamitin sa bahay ito. | Mahusay na pambahay ito. |
| 3. Magandang gamitin sa Pasko ito. | Magandang pamasko ito. |
| 4. Magaling gamitin sa pista ito. | Magaling na pamista ito. |
| 5. Mabuting gamitin sa upisina ito. | Mabuting pang-upisina ito. |
| 6. Mahusay gamitin sa sine ito. | Mahusay na pansine ito. |
| 7. Magaling gamitin sa sabong ito. | Magaling na pansabong ito. |
| 8. Magandang gamitin sa trabaho ito. | Magandang pantrabaho ito. |
| 9. Mabuting gamitin sa libing ito. | Mabuting panlibing ito. |
| 10. Magarang gamitin sa Mahal na Araw ito. | Magarang pang-Mahal na Araw ito. |
| B. 1. Ginagamit ko ito kapag naglalakad ako. | Panlakad ko ito. |
| 2. Ginagamit ko ito kapag natutulog ako. | Pantulog ko ito. |
| 3. Ginagamit ko ito kapag naglilinis ako. | Panlinis ko ito. |
| 4. Ginagamit ko ito kapag nagsisimba ako. | Pansimba ko ito. |
| 5. Ginagamit ko ito kapag nagsusulat ako. | Pansulat ko ito. |
| 6. Ginagamit niya iyan pag nagpuputat siya. | Pamutat niya iyan. |
| 7. Ginagamit niya iyan pag nagpapasyal siya. | Pamasyal niya iyan. |
| 8. Ginagamit niya iyan pag nagpipiga siya. | Pamiga niya iyan. |
| 9. Ginagamit niya iyan pag pumupusta siya. | Pamusta niya iyan. |
| 10. Ginagamit niya iyan pag pumapasok siya. | Pamasok niya iyan. |
| 11. Ginagamit namin iyon kung umaalis kami. | Pang-alis namin iyon. |
| 12. Ginagamit namin iyon kung nanghaharana kami. | Pangharana namin iyon. |
| 13. Ginagamit namin iyon kung nag-aabuloy kami. | Pang-abuloy namin iyon. |
| 14. Ginagamit namin iyon kung nag-eensalada kami. | Pang-ensalada namin iyon. |
| 15. Ginagamit namin iyon kung kumukuha kami. | Pangkuha namin iyon. |

RESPONSE DRILLS

Instructions: The teacher asks a question that includes a definition of an instrumental adjective. The
          student answers affirmatively, in a complete sentence using the appropriate adjective.

| Teacher | Student |
|---|---|
| A. 1. Ito ba ang iyong damit na ginagamit sa bahay? | Oo, iyan ang aking damit na pambahay. |
| 2. Iyan ba ang aking ternong ginagamit sa pag-Eelena? | Oo, iyan ang iyong ternong pang-Elena. |
| 3. Iyon ba ang ating kotseng ginagamit sa pagpapasyal? | Oo, iyon ang ating kotseng pamasyal. |
| 4. Ito ba ang aking salaping ginagamit sa pagpusta? | Oo, iyan ang iyong salaping pamusta. |
| 5. Iyan ba ang inyong perang ginagamit sa pamimili? | Oo, ito ang aming perang pambili. |
| 6. Iyon ba ang iyong mga mansanas na ginagamit sa pag-eensalada? | Oo, iyon ang aking mga mansanas na pang-ensalada. |
| 7. Narito ba ang aking telang ginagamit sa pista? | Oo, nariyan ang iyong telang pamista. |
| 8. Nariyan ba ang aming supot na ginagamit sa pagbabalot? | Oo, narito ang inyong supot na pambalot. |
| 9. Naroon ba ang ating kuwartang ginagamit sa pagsasabong? | Oo, naroon ang ating kuwartang pansabong. |
| 10. Nandito ba ang mga atis at mansanas na ipinanghahalo sa pagkain? | Oo, nandiyan ang mga atis at mansanas na panghalo sa pagkain. |

Instructions: The teacher asks for the definition of an instrumental adjective. The student gives the com-
          plete definition, using inverted sentence order.

| Teacher | Student |
|---|---|
| B. 1. Ano ang pangharana? | Ang pangharana'y ginagamit sa panghaharana. |
| 2. Ano ang pansimba? | Ang pansimba'y ginagamit sa pagsisimba. |
| 3. Ano ang pantrabaho? | Ang pantrabaho'y ginagamit sa pagtatrabaho. |
| 4. Ano ang pangkuha? | Ang pangkuha'y ginagamit sa pangunguha. |
| 5. Ano ang pang-Elena? | Ang pang-Elena'y ginagamit sa pag-eelena. |
| 6. Ano ang pampasyal? | Ang pamasyal ay ginagamit sa pagpapasyal. |
| 7. Ano ang panungkit? | Ang panungkit ay ginagamit sa panunungkit. |
| 8. Ano ang panaksak? | Ang panaksak ay ginagamit sa pananaksak. |
| 9. Ano ang pambalot? | Ang pambalot ay ginagamit sa pagbabalot. |
| 10. Ano ang pambalisong? | Ang pambalisong ay ginagamit sa pagbabalisong. |
| 11. Ano ang panghalo? | Ang panghalo'y ginagamit sa paghahalo. |
| 12. Ano ang pang-ensalada? | Ang pang-ensalada'y ginagamit sa pag-eensalada. |
| 13. Ano ang pamasko? | Ang pamasko'y ginagamit sa Pasko. |
| 14. Ano ang pamista? | Ang pamista'y ginagamit sa pista. |
| 15. Ano ang pamparti? | Ang pamparti'y ginagamit sa parti. |
| 16. Ano ang pang-abuloy? | Ang pang-abuloy ay ginagamit sa pag-aabuloy. |
| 17. Ano ang pamutat? | Ang pamutat ay ginagamit sa pagpuputat. |
| 18. Ano ang panahog? | Ang panahog ay ginagamit sa pagsasahog. |
| 19. Ano ang pang-alis? | Ang pang-alis ay ginagamit sa pag-aalis. |
| 20. Ano ang pambahay? | Ang pambahay ay ginagamit sa bahay. |

SUBSTITUTION DRILLS (Fixed Slot)

| Teacher | Student |
|---|---|
| A. 1. Ipang-abuloy na natin ito. | Ipang-abuloy na natin ito. |
| 2. _____ (harana) _____ | Ipangharana na natin ito. |
| 3. _____ (halo) _____ | Ipanghalo na natin ito. |
| 4. _____ (hiram) _____ | Ipanghiram na natin ito. |
| 5. _____ (alis) _____ | Ipang-alis na natin ito. |
| 6. _____ (parti) _____ | Ipamparti na natin ito. |
| 7. _____ (prito) _____ | Ipamprito na natin ito. |
| 8. _____ (balot) _____ | Ipambalot na natin ito. |
| 9. _____ (baon) _____ | Ipambaon na natin ito. |
| 10. _____ (bayad) _____ | Ipambayad na natin ito. |

11. _____ (pasyal) _____                    Ipampasyal na natin ito.
12. _____ (pasok) _____                     Ipampasok na natin ito.
13. _____ (pista) _____                     Ipampista na natin ito.
14. _____ (Pasko) _____                     Ipamasko na natin ito.
15. _____ (putat) _____                     Ipamutat na natin ito.

16. _____ (linis) _____                     Ipanlinis na natin ito.
17. _____ (lakad) _____                     Ipanlakad na natin ito.
18. _____ (lagay) _____                     Ipanlagay na natin ito.
19. _____ (sulat) _____                     Ipansulat na natin ito.
20. _____ (simba) _____                     Ipansimba na natin ito.

21. _____ (sahog) _____                     Ipansahog na natin ito.
22. _____ (sayaw) _____                     Ipansayaw na natin ito.
23. _____ (sungkit) _____                   Ipansungkit na natin ito.
24. _____ (saksak) _____                    Ipansaksak na natin ito.
25. _____ (sulsi) _____                     Ipansulsi na natin ito.

B. 1. Ipinambabahay niya ito araw-araw.    Ipinambabahay niya ito araw-araw.
   2. _____ (pista) _____                   Ipinamimista niya ito araw-araw.
   3. _____ (sine) _____                    Ipinansisine niya ito araw-araw.
   4. _____ (alis) _____                    Ipinang-aalis niya ito araw-araw.
   5. _____ (bayad) _____                   Ipinambabayad niya ito araw-araw.

   6. _____ (baon) _____                    Ipinambabaon niya ito araw-araw.
   7. _____ (pasok) _____                   Ipinamamasok niya ito araw-araw.
   8. _____ (pasyal) _____                  Ipinamamasyal niya ito araw-araw.
   9. _____ (linis) _____                   Ipinanlilinis niya ito araw-araw.
   10. _____ (lakad) _____                  Ipinanlalakad niya ito araw-araw.

   11. _____ (sulat) _____                  Ipinansusulat niya ito araw-araw.
   12. _____ (simba) _____                  Ipinansisimba niya ito araw-araw.
   13. _____ (sulsi) _____                  Ipinansusulsi niya ito araw-araw.
   14. _____ (sayaw) _____                  Ipinansasayaw niya ito araw-araw.
   15. _____ (sahog) _____                  Ipinansasahog niya ito araw-araw.

C. 1. Ipinansahog niya ito kanina.         Ipinansahog niya ito kanina.
   2. _____ (sulsi) _____                   Ipinansulsi niya ito kanina.
   3. _____ (simba) _____                   Ipinansimba niya ito kanina.
   4. _____ (sulat) _____                   Ipinansulat niya ito kanina.
   5. _____ (sayaw) _____                   Ipinansayaw niya ito kanina.

   6. _____ (lakad) _____                   Ipinanlakad niya ito kanina.
   7. _____ (linis) _____                   Ipinanlinis niya ito kanina.
   8. _____ (pasyal) _____                  Ipinampasyal niya ito kanina.
   9. _____ (pasok) _____                   Ipinampasok niya ito kanina.
   10. _____ (baon) _____                   Ipinambaon niya ito kanina.

   11. _____ (bayad) _____                  Ipinambayad niya ito kanina.
   12. _____ (alis) _____                   Ipinang-alis niya ito kanina.
   13. _____ (sine) _____                   Ipinansine niya ito kanina.
   14. _____ (pista) _____                  Ipinamista niya ito kanina.
   15. _____ (bahay) _____                  Ipinambahay niya ito kanina.

D. 1. Ipambabahay niya ito bukas.          Ipambabahay niya ito bukas.
   2. _____ (pista) _____                   Ipamimista niya ito bukas.
   3. _____ (sine) _____                    Ipansisine niya ito bukas.
   4. _____ (alis) _____                    Ipang-aalis niya ito bukas.
   5. _____ (bayad) _____                   Ipambabayad niya ito bukas.

   6. _____ (baon) _____                    Ipambabaon niya ito bukas.
   7. _____ (pasok) _____                   Ipamamasok niya ito bukas.
   8. _____ (pasyal) _____                  Ipamamasyal niya ito bukas.
   9. _____ (linis) _____                   Ipanlilinis niya ito bukas.
   10. _____ (lakad) _____                  Ipanlalakad niya ito bukas.

   11. _____ (sayaw) _____                  Ipansasayaw niya ito bukas.

| | | |
|---|---|---|
| 12. | _____ (sulat) _____ | Ipansusulat niya ito bukas. |
| 13. | _____ (simba) _____ | Ipansisimba niya ito bukas. |
| 14. | _____ (sulsi) _____ | Ipansusulsi niya ito bukas. |
| 15. | _____ (sahog) _____ | Ipansasahog niya ito bukas. |

## SUBSTITUTION-RESPONSE DRILLS (Moving Slot)

Instructions: The teacher gives a question using an instrumental verb which Student 1 repeats. Student 2 answers in the affirmative, using the same verb form. Student 3 protests to Student 2 by giving the negative response, again using the instrumental verb form.

Teacher                                              Student 1

A. 1. Ipinansisimba mo ba ang damit na ito?          Ipinansisimba mo ba ang damit na ito?
   2. _____ (sine) _____                              Ipinansisine mo ba ang damit na ito?
   3. _____ (parti) _____                             Ipinampaparti mo ba ang damit na ito?
   4. _____ (bahay) _____                             Ipinambabahay mo ba ang damit na ito?
   5. _____ (linis) _____                             Ipinanlilinis mo ba ang damit na ito?

Student 2                                            Student 3

Oo, ipinansisimba ko ang damit na iyan.             Hindi mo naman ipinansisimba ang damit na iyon, a.
Oo, ipinansisine ko ang damit na iyan.              Hindi mo naman ipinansisine ang damit na iyon, a.
Oo, ipinampaparti ko ang damit na iyan.             Hindi mo naman ipinampaparti ang damit na iyon, a.
Oo, ipinambabahay ko ang damit na iyan.             Hindi mo naman ipinambabahay ang damit na iyon, a.
Oo, ipinanlilinis ko ang damit na iyan.             Hindi mo naman ipinanlilinis ang damit na iyon, a.

   6. _____ (regalo) _____                            Ipinanreregalo mo ba ang damit na ito?
   7. _____ tela _____                                Ipinanreregalo mo ba ang telang ito?
   8. _____ terno _____                               Ipinanreregalo mo ba ang ternong ito?
   9. _____ (pista) _____                             Ipinamimista mo ba ang ternong ito?
  10. _____ (Elena) _____                             Ipinang-eelena mo ba ang ternong ito?

Oo, ipinanreregalo ko ang damit na iyan.            Hindi mo naman ipinanreregalo ang damit na iyon, a.
Oo, ipinanreregalo ko ang telang iyan.              Hindi mo naman ipinanreregalo ang telang iyon, a.
Oo, ipinanreregalo ko ang ternong iyan.             Hindi mo naman ipinanreregalo ang ternong iyon, a.
Oo, ipinamimista ko ang ternong iyan.               Hindi mo naman ipinamimista ang ternong iyon, a.
Oo, ipinang-eelena ko ang ternong iyan.             Hindi mo naman ipinang-eelena ang ternong iyon, a.

Instructions: The teacher asks a question that includes a definition of an instrumental verb. The student answers in the negative using the instrumental verb.

Teacher                                              Student

B. 1. Ginagamit mo ba ang pera mong iyan sa sine?    Hindi, hindi ko ito ipinansisine.
   2. Ginagamit mo ba ang damit mong iyan sa simbahan?  Hindi, hindi ko ito ipinansisimba.
   3. Ginagamit mo ba ang supot mong iyan sa pagbabalot?  Hindi, hindi ko ito ipinambabalot.
   4. Ginagamit mo ba ang kuwarta mong iyan sa pamimili?  Hindi, hindi ko ito ipinamimili.
   5. Ginagamit mo ba ang terno mong iyan sa pag-eelena?  Hindi, hindi ko ito ipinang-eelena.
   6. Ginagamit mo ba ang tela mong iyan sa pagreregalo?  Hindi, hindi ko ito ipinanreregalo.
   7. Ginagamit mo ba ang mga mansanas mong iyan sa pag-eensalada?  Hindi, hindi ko ito ipinang-eensalada.
   8. Ginagamit mo ba ang bagay na iyan sa paghahalo?  Hindi, hindi ko ito ipinanghahalo.
   9. Ginagamit mo ba ang damit na ito sa pag-alis?  Hindi, hindi ko ito ipinang-aalis.
  10. Ginagamit mo ba ang bagay na ito sa pananaksak?  Hindi, hindi ko ito ipinananaksak.
  11. Ginagamit mo ba ang bagay na iyon sa pagkuha ng turon?  Hindi, hindi ko iyon ipinangunguha ng turon.
  12. Ginagamit mo ba ang bagay na iyon sa pagtatrabaho?  Hindi, hindi ko iyon ipinantatrabaho.

## CONVERSION DRILL

Instructions: The teacher makes a statement in Actor focus, using an instrumental complement. The student converts the statement to Instrumental focus.

Teacher                                              Student

1. Nagpapasyal kami sa pamamagitan ng kotse.        Ipinamamasyal namin ang kotse.

2. Nagbabayad kami sa pamamagitan ng pera.
3. Nagbabalot sila sa pamamagitan ng supot.
4. Nanaksak sila sa pamamagitan ng balisong.
5. Nanalo ako sa pamamagitan ng mga polyeto.

Ipinambabayad namin ang pera.
Ipinambabalot nila ang supot.
Ipinanaksak nila ang balisong.
Ipinanalo ko ang mga polyeto.

6. Sumusulat siya sa pamamagitan ng lapis.
7. Iinom tayo sa pamamagitan ng baso.[1]
8. Manunungkit ako sa pamamagitan nito.
9. Lalaban tayo sa pamamagitan niyan.
10. Maglilinis tayo sa pamamagitan noon.

Ipinansusulat niya ang lapis.
Ipang-iinom natin ang baso.
Ipanunungkit ko ito.
Ipanlalaban natin iyan.
Ipanlilinis natin iyon.

## SUBSTITUTION-TRANSLATION DRILL (Patterned Sentences)

Instructions: The teacher gives a sentence in English. Student 1 translates it to an Actor focus construction with an instrumental complement. Student 2 converts the statement to Instrumental focus.

| Teacher | Student 1 |
|---|---|
| 1. I'm using the money to pay. | Nagbabayad ako sa pamamagitan ng pera. |
| 2. _____ glass to drink. | Umiinom ako sa pamamagitan ng baso. |
| 3. _____ supot to wrap. | Nagbabalot ako sa pamamagitan ng supot. |
| 4. _____ balisong to stab. | Nananaksak ako sa pamamagitan ng balisong. |
| 5. _____ pencil to write. | Sumusulat ako sa pamamagitan ng lapis. |

Student 2

Ipinambabayad ko ang pera.
Ipinang-iinom ko ang baso.
Ipinambabalot ko ang supot.
Ipinananaksak ko ang balisong.
Ipinansusulat ko ang lapis.

| | |
|---|---|
| 6. He used the pencil to write. | Sumulat siya sa pamamagitan ng lapis. |
| 7. _____ handbills to win. | Nanalo siya sa pamamagitan ng mga polyeto. |
| 8. _____ that to fight. | Lumaban siya sa pamamagitan niyan. |
| 9. _____ to clean. | Naglinis siya sa pamamagitan niyan. |
| 10. _____ this to hook down. | Nanungkit siya sa pamamagitan nito. |

Ipinansulat niya ang lapis.
Ipinanalo niya ang mga polyeto.
Ipinanlaban niya iyan.
Ipinanlinis niya iyan.
Ipinansungkit niya ito.

| | |
|---|---|
| 11. You're going to use this to hook down. | Manunungkit ka sa pamamagitan nito. |
| 12. _____ the car to go places. | Mamamasyal ka sa pamamagitan ng kotse. |
| 13. _____ pencil to write. | Susulat ka sa pamamagitan ng lapis. |
| 14. _____ paper bag to wrap. | Magbabalot ka sa pamamagitan ng supot. |
| 15. _____ balisong to stab. | Mananaksak ka sa pamamagitan ng balisong. |

Ipansusungkit mo ito.
Ipamamasyal mo ang kotse.
Ipansusulat mo ang lapis.
Ipambabalot mo ang supot.
Ipananaksak mo ang balisong.

## DISCUSSION

The instrumental adjective prefix pang- means 'used for', the instrumental verb prefix ipang-, 'to be used for': e.g., pansulat 'used for writing', ipansulat 'to be used for writing'.

Aside from pang- adjectives and ipang- verbs, Tagalog has several other ways of expressing instrumentality. The meaning of Ipinansusulat ko ang lapis may also be expressed by Ginagamit ko ang lapis sa pagsusulat 'I'm using the pencil to write' or Sumusulat ako sa pamamagitan ng lapis 'I'm writing by means of a pencil.' The instrumental adjective and verb are far more common than these constructions, however.

With the presentation of the instrumental verb

---

[1] baso /ba·soh/ = 'drinking glass'.

forms, we have the fifth focus relationship of the Tagalog verb system. This allows another expansion of the affix chart, given at the end of this discussion. As this summary shows, ipang- serves as the Benefactive-focus affix for mang- verbs and as the Instrumental-focus-affix for mang- and other verbs. The blank squares on the chart are for forms that have not been introduced.

| Actor Focus | Object Focus | Locative Focus | Benefactive Focus | Instrumental Focus |
|---|---|---|---|---|
| -um- | -in (etc.) | -an (etc.) | i- | ipang- |
| mag- | -in (etc.) | -an (etc.) | ipag- | ipang- |
| mang- | -in (etc.) | -an (etc.) | ipang- | ipang- |
| maka- | ma- (etc.) | | | ipang- |
| maki- | paki- | paki--an | ipaki- | |
| ma- | | | | |

## II. MODERATIVE EXPRESSIONS

EXAMPLES

A. 1. Medyo sanay na ako.      [I'm somewhat used to it now.]
    2. Sanay na ako nang kaunti.      I'm somewhat used to it now.
    3. Medyo maganda si Rosa.      Rosa is rather pretty.
    4. Maganda si Rosa nang kaunti.      Rosa is rather pretty.

| Moderative | Adjective | Moderative |
|---|---|---|
| medyo medyo | maganda sanay maganda sanay | nang kaunti nang kaunti |

B. 1. Maganda-ganda si Rosa.      Rosa is rather pretty.
    2. Matali-talino si Ben.      Ben is rather intelligent.
    3. Sanay-sanay na ako.      I'm somewhat used to it already.
    4. Medyo maganda-ganda si Rosa.      Rosa is rather pretty.

Adjective

| Prefix | Root |
|---|---|
| ma- ma- | ganda talino sanay romantiko |

Moderative Adjective

| Prefix | Two-Syllable Root Reduplication | Root |
|---|---|---|
| ma- ma- | ganda tali sanay roma | ganda talino sanay romantiko |

C. 1. Mabuti nang kaunti ito kaysa riyan.      This is a little better than that.
    2. Maganda-ganda si Rosa kaysa kay Maria.      Rosa is a little prettier than Maria.
    3. Pumili ka ng matali-talino.      Choose someone a little more intelligent.

## Moderative Comparative

| Moderative Adjective | Comparison |
|---|---|
| mabuti nang kaunti | _____ kaysa _____ |
| mabuti-buti | _____ kaysa _____ |

a. A moderate degree of the quality expressed by an adjective may be indicated by either a preceding <u>medyo</u> or a following <u>nang kaunti</u> (examples A).

b. In the case of all <u>ma-</u> adjectives, and of a few non-<u>ma-</u> adjectives, moderation may also be indicated by reduplication of the root (examples B).

c. When the root has more than two syllables, only the first two syllables are reduplicated (example B.2).

d. <u>Medyo</u> or <u>nang kaunti</u> may be used with a reduplicated moderative without changing its meaning (example B.4).

e. The moderative-comparative (expressing 'a little more' of a quality) may be formed with a <u>nang kaunti</u> moderative construction (example C.1) or by a reduplicated moderative (examples C.2-3).

## SUBSTITUTION-RESPONSE DRILL

Instructions: The teacher makes a statement and gives a cue to Student 1, who makes a comparison in which the cue excels. Student 2 reluctantly agrees with Student 1, but Student 3 disagrees, mentioning the original person or thing as excelling.

| Teacher | Cue | Student 1 |
|---|---|---|
| 1. Maganda si Linda. | Tentay | Mas maganda si Tentay. |
| 2. Matalino si Eddie. | Ben | Mas matalino si Ben. |
| 3. Marunong si Angela. | Linda | Mas marunong si Linda. |
| 4. Malakas si Oscar. | Arthur | Mas malakas si Arthur. |
| 5. Matanda si Fidel. | Ray | Mas matanda si Ray. |

| Student 2 | Student 3 |
|---|---|
| Maaari. Maganda si Tentay nang kaunti. | Hindi. Maganda-ganda naman si Linda. |
| Maaari. Matalino si Ben nang kaunti. | Hindi. Matali-talino naman si Eddie. |
| Maaari. Marunong si Linda nang kaunti. | Hindi. Marunong-runong naman si Angela. |
| Maaari. Malakas si Arthur nang kaunti. | Hindi. Malakas-lakas naman si Oscar. |
| Maaari. Matanda si Ray nang kaunti. | Hindi. Matanda-tanda naman si Fidel. |

| | | |
|---|---|---|
| 6. Marami ang mga babae. | lalaki | Mas marami ang mga lalaki. |
| 7. Malapit ang Maynila. | Bataan | Mas malapit ang Bataan. |
| 8. Masaya ang anihan. | pista | Mas masaya ang pista. |
| 9. Maliwanag ang araw. | buwan | Mas maliwanag ang buwan. |
| 10. Makarinyo ang Ilongga. | Ilokana | Mas makarinyo ang Ilokana. |

| | |
|---|---|
| Maaari. Marami ang mga lalaki nang kaunti. | Hindi. Marami-rami naman ang mga babae. |
| Maaari. Malapit ang Bataan nang kaunti. | Hindi. Malapit-lapit naman ang Maynila. |
| Maaari. Masaya ang pista nang kaunti. | Hindi. Masaya-saya naman ang anihan. |
| Maaari. Maliwanag ang buwan nang kaunti. | Hindi. Maliwa-liwanag naman ang araw. |
| Maaari. Makarinyo ang Ilokana nang kaunti. | Hindi. Makari-karinyo naman ang Ilongga. |

## INTEGRATION DRILL

Instructions: The teacher gives a situation comparing two or more persons or things. The student forms a sentence using the moderative adjective form based on the situation.

| Teacher | Student |
|---|---|

1. Maganda ang damit ni Nene.
   Mas maganda ang kay Angela.

   Maganda-ganda ang damit ni Angela kaysa sa kay Nene.

2. Malaki ang kotse ni Joe.
   Mas malaki ang kay Eddie.

   Malaki-laki ang kotse ni Eddie kaysa sa kay Joe.

3. Malapit ang Sambales sa Korihidor.
   Mas malapit ito sa Bataan.

   Malapit-lapit ang Sambales sa Bataan kaysa sa Korihidor.

4. Mabait ang bagong titser.
   Mas mabait si G. Magpayo.

   Mabait-bait si G. Magpayo kaysa sa bagong titser.

5. Mayaman si Don Carlos.
   Mas mayaman ang ninong nila.

   Mayaman-yaman ang ninong nila kaysa kay Don Carlos.

6. Matamis ang puto-bumbong.
   Mas matamis ang butse.

   Matamis-tamis ang butse kaysa sa puto-bumbong.

7. Maliwanag ang buwan ngayon.
   Mas maliwanag ang buwan kagabi.

   Maliwa-liwanag ang buwan kagabi kaysa ngayon.

8. Matanda si Ray.
   Mas matanda si Oscar.

   Matanda-tanda si Oscar kaysa kay Ray.

9. Magulo ang mga binata.
   Mas magulo ang mga dalaga.

   Magulo-gulo ang mga dalaga kaysa sa mga binata.

10. Mataba ang nanay ni Nene.
    Mas mataba ang nanay ni Cely.

    Mataba-taba ang nanay ni Cely kaysa sa nanay ni Nene.

11. Malakas ang ulan kahapon.
    Mas malakas ang ulan ngayon.

    Malakas-lakas ang ulan ngayon kaysa sa kahapon.

12. Masipag ang mga mangingisda.
    Mas masipag ang mga mangangalakal.

    Masipag-sipag ang mga mangangalakal kaysa sa mga mangingisda.

13. Maginaw ang Tagaytay.
    Mas maginaw ang Bagyo.

    Maginaw-ginaw ang Bagyo kaysa sa Tagaytay.

14. Matipid ang Batanggenya.
    Mas matipid ang Ilokana.

    Matipid-tipid ang Ilokana kaysa sa Batanggenya.

15. Mahirap ang Ingles.
    Mas mahirap ang Tagalog.

    Mahirap-hirap ang Tagalog kaysa sa Ingles.

## DISCUSSION

Tagalog has three ways of expressing moderation of the quality denoted by an adjective. Two of these, involving medyo and nang kaunti, may be used with any adjective. The third, which involves reduplication of the adjective root (or, if the root has three or more syllables, reduplication of the first two syllables—or, more exactly, the first syllable and the first consonant and vowel of the second syllable), may be used with any ma- adjective and with certain non-ma- adjectives (e.g., sanay, bago, mura, mahal, iba, puno, etc.). The Tagalog moderative construction corresponds to English 'somewhat' or 'rather'.

Nang kaunti may occur in the comparative construction with kaysa, or the reduplicated moderative may be used. Note that mas, used in regular comparisons, is not used in moderative comparisons involving two people, objects, etc.: Mas maganda si Rosa kaysa kay Maria, but Maganda nang kaunti (Maganda-ganda) si Rosa kaysa kay Maria. However, mas plus a reduplicated moderative may be used if the comparison, either expressed or implied, is between degrees of a quality at two different times: thus, (Mas) matali-talino na si Ben (kaysa noong isang taon) 'Ben is a little more intelligent now (than he was a year ago).'

## III. INTENSIVE AND REFLEXIVE

### EXAMPLES

A. 1. Ang Amerikano mismo ang nagsabi niyan.
      Mismong ang Amerikano ang nagsabi niyan.

      The American himself said that.

   2. Sa Maynila mismo siya tumitira.
      Mismong sa Maynila siya tumitira.

      He lives in Manila itself.

3. Si Arthur mismo ang naparito. }
Mismong si Arthur ang naparito. }   Arthur himself came.

B. 1. Ako mismo ang nagsabi niyan. }
Mismong ako ang nagsabi niyan. }   [I myself said that.]

2. Sa akin mismo ang libro. }
Mismong sa akin ang libro. }   The book is my very own.

3. Pupunta ako mismo sa palengke.   I'll go to the market myself.

4. Ibinigay niya sa akin mismo ang libro.   He gave me the book.

| INTENSIVE | LINKER | NOUN OR PRONOUN | INTENSIVE |
|---|---|---|---|
| | | ang Amerikano | mismo |
| | | ako | mismo |
| mismo | -ng | ang Amerikano | |
| mismo | -ng | ako | |

C. 1. Tinitimpi natin ang ating sarili.   [We control ourselves.]

2. Labis ang ating pag-aalala sa sarili natin.   [We think about ourselves too much.]

D. 1. Tumitira ako sa aking sariling bahay. }
2. Tumitira ako sa sarili kong bahay. }   I'm living in my own house.

3. Binibili rin niya ang sarili niyang mga libro.   He also buys his own books.

E. 1. Maganda ang sariling bahay ni Ray.   Ray's own house is beautiful.

2. Binibili ni Ray ang kaniyang mga sariling medyas.   Ray buys his own socks.

| Sa-PRONOUN | LINKER | REFLEXIVE | Ng-PRONOUN |
|---|---|---|---|
| | | sarili | natin |
| | | sarili | ko |
| atin | -ng | sarili | |
| akin | -ng | sarili | |

a. Mismo is used to intensify or emphasize a noun or pronoun.

b. A noun or pronoun modified by mismo normally occurs at the beginning of a sentence (examples A, B.1-2), but may occasionally occur elsewhere (examples B.3-4).

c. With a noun, mismo may either precede or follow the intensified word. If mismo precedes the noun, the linker -ng is required; if mismo follows, which is more common, no linker is used (examples A).

d. With pronouns in predicate position, mismo may once more either precede (with linker) or follow (without linker) the intensified pronoun (examples B.1-2). Mismo always follows a pronoun that is not in predicate position (examples B.3-4). Note that when mismo + -ng occurs before a sa-pronoun in predicate position, it precedes the entire sa-phrase, rather than the pronoun itself (compare examples A.2 and B.2).

e. Reflexive pronouns are formed with sarili 'self' and a possessive pronoun. Either a sa- or a ng-pronoun may be used.

f. If a sa-pronoun is used, it precedes sarili, and is linked to it by the linker -ng (example C.1). If a ng-pronoun is used, it follows sarili without the linker (example C.2).

g. Sarili also occurs as an attributive, meaning '(one's) own', in which case it is linked with the noun, following the rules for attributives (examples D). Once more, either a sa- or

a ng-pronoun may be used with it, to express 'my own',
'your own', etc. (cf. D.1 and D.2). Notice that the ng-pro-
noun comes before the noun when it is used with sarili (cf.
usual order of ng-pronoun in Tumitira ako sa bahay ko).

h. Notice the shifting position of the plural marker (examples
D.3 and E.2).

## EXPANSION DRILL

Instructions: The teacher gives a sentence, which Student 1 expands by adding the intensive mismo pre-
ceding the noun and Student 2 by adding the intensive mismo following the noun.

| Teacher | Student 1 | Student 2 |
|---|---|---|
| 1. Si Nene ang kaibigan ko. | Mismong si Nene ang kaibigan ko. | Si Nene mismo ang kaibigan ko. |
| 2. Si Linda ang umaawit. | Mismong si Linda ang umaawit. | Si Linda mismo ang umaawit. |
| 3. Si Ben ang mangingisda. | Mismong si Ben ang mangingisda. | Si Ben mismo ang mangingisda. |
| 4. Si Ray ang nag-asawa. | Mismong si Ray ang nag-asawa. | Si Ray mismo ang nag-asawa. |
| 5. Si Arthur ang aalis. | Mismong si Arthur ang aalis. | Si Arthur mismo ang aalis. |
| 6. Ang bata ang anak niya. | Mismong ang bata ang anak niya. | Ang bata mismo ang anak niya. |
| 7. Ang Amerikana ang titser. | Mismong ang Amerikana ang titser. | Ang Amerikana mismo ang titser. |
| 8. Ang dalaga ang sumasayaw. | Mismong ang dalaga ang sumasayaw. | Ang dalaga mismo ang sumasa-yaw. |
| 9. Ang binata ang nangharana. | Mismong ang binata ang nangharana. | Ang binata mismo ang nanghara-na. |
| 10. Ang Ninong ang nagbibigay. | Mismong ang Ninong ang nagbibigay. | Ang Ninong mismo ang nagbibi-gay. |
| 11. Siya ang maybahay. | Mismong siya ang maybahay. | Siya mismo ang maybahay. |
| 12. Kami ang magkakandila. | Mismong kami ang magkakandila. | Kami mismo ang magkakandila. |
| 13. Sila ang nag-aabuloy. | Mismong sila ang nag-aabuloy. | Sila mismo ang nag-aabuloy. |
| 14. Sa atin ang kinuha niya. | Mismong sa atin ang kinuha niya. | Sa atin mismo ang kinuha niya. |
| 15. Akin ang bibilhin mo. | Mismong akin ang bibilhin mo. | Akin mismo ang bibilhin mo. |

## RESPONSE DRILL (Patterned Replies)

Instructions: The teacher asks a question which Student 1 answers in the affirmative, adding the intensi-
fier before the demonstrative, pronoun, or noun which begins the answer. The teacher ex-
presses surprise, and Student 2 confirms the answer, adding the intensifier after the de-
monstrative, pronoun, or noun.

| Teacher | Student 1 |
|---|---|
| 1. Diyan ba sila nagtatrabaho? | Oo, mismong dito sila nagtatrabaho. |
| 2. Doon ba kayo naninirahan? | Oo, mismong doon kami naninirahan. |
| 3. Kami ba ang tutulong sa anihan? | Oo, mismong kayo ang tutulong sa anihan. |
| 4. Kanila ba ang buntot at tainga? | Oo, mismong kanila ang buntot at tainga. |
| 5. Si Rose ba ang asawa ni Ray? | Oo, mismong si Rose ang asawa ni Ray. |

| Teacher | Student 2 |
|---|---|
| Siyanga? | Oo, dito mismo sila nagtatrabaho. |
| Siyanga? | Oo, doon mismo kami naninirahan. |
| Siyanga? | Oo, kayo mismo ang tutulong sa anihan. |
| Siyanga? | Oo, kanila mismo ang buntot at tainga. |
| Siyanga? | Oo, si Rose mismo ang asawa ni Ray. |

| 6. Si Mario ba ang nagtatrabaho? | Oo, mismong si Mario ang nagtatrabaho. |
| 7. Ang binata ba ang nanghaharana? | Oo, mismong ang binata ang nanghaharana. |
| 8. Ang Nanay ba niya ang hinimatay? | Oo, mismong ang Nanay niya ang hinimatay. |
| 9. Ito ba ang anak niya? | Oo, mismong ito ang anak niya. |
| 10. Atin ba ang pagkaing narito? | Oo, mismong atin ang pagkaing narito. |

| Siyanga? | Oo, si Mario mismo ang nagtatrabaho. |
| Siyanga? | Oo, ang binata mismo ang nanghaharana. |
| Siyanga? | Oo, ang Nanay niya mismo ang hinimatay. |

Siyanga?                      Oo, iyan mismo ang anak niya.
Siyanga?                      Oo, atin mismo ang pagkaing narito.

## EXPANSION-CONVERSION DRILL

Instructions: The teacher makes a statement with a sa-possessive. Student 1 gives the same statement with a sa-possessive, and adds the reflexive sarili after the sa-pronoun. Student 2 gives the same statement with a ng-possessive, and adds the reflexive sarili before the ng-pronoun.

| Teacher | Student 1 |
|---|---|
| 1. Narito ako sa aking bahay. | Narito ako sa aking sariling bahay. |
| 2. Natulog siya sa kaniyang bahay. | Natulog siya sa kaniyang sariling bahay. |
| 3. Nagalit ka sa iyong anak. | Nagalit ka sa iyong sariling anak. |
| 4. Nahihiya sila sa kanilang kasama. | Nahihiya sila sa kanilang sariling kasama. |
| 5. Nagngingitngit ako sa aming aso. | Nagngingitngit ako sa aming sariling aso. |

Student 2

Narito ako sa sarili kong bahay.
Natulog siya sa sarili niyang bahay.
Nagalit ka sa sarili mong anak.
Nahihiya sila sa sarili nilang kasama.
Nagngingitngit ako sa sarili naming aso.

| | |
|---|---|
| 6. Minamahal ko ang aking kaibigan. | Minamahal ko ang aking sariling kaibigan. |
| 7. Hinahanap ni Ben ang kaniyang libro. | Hinahanap ni Ben ang kaniyang sariling libro. |
| 8. Ibinigay ni Nene ang kanilang pera. | Ibinigay ni Nene ang kanilang sariling pera. |
| 9. Binalot ni Cely ang aming pagkain. | Binalot ni Cely ang aming sariling pagkain. |
| 10. Ipagbibili ni Ray ang kaniyang kotse. | Ipagbibili ni Ray ang kaniyang sariling kotse. |

Minamahal ko ang sarili kong kaibigan.
Hinahanap ni Ben ang sarili niyang libro.
Ibinigay ni Nene ang sarili nilang pera.
Binalot ni Cely ang sarili naming pagkain.
Ipagbibili ni Ray ang sarili niyang kotse.

| | |
|---|---|
| 11. Binayaran niya ang iyong kapatid. | Binayaran niya ang iyong sariling kapatid. |
| 12. Inutang ng babae ang aking pera. | Inutang ng babae ang aking sariling pera. |
| 13. Tatapusin ng titser ang kaniyang trabaho. | Tatapusin ng titser ang kaniyang sariling trabaho. |
| 14. Pinipintasan ng mga tao ang kanilang babasahin. | Pinipintasan ng mga tao ang kanilang sariling babasahin. |
| 15. Sinusunod ng lalaki ang kaniyang tatay. | Sinusunod ng lalaki ang kaniyang sariling tatay. |

Binayaran niya ang sarili mong kapatid.
Inutang ng babae ang sarili kong pera.
Tatapusin ng titser ang sarili niyang trabaho.
Pinipintasan ng mga tao ang sarili nilang babasahin.
Sinusunod ng lalaki ang sarili niyang tatay.

## EXPANSION-RESPONSE DRILL

Instructions: The teacher asks a question with a sa-possessive. Student 1 answers affirmatively and adds the reflexive sarili after the sa-pronoun. Student 2 disagrees with Student 1, using a construction with a ng-pronoun, preceded by the reflexive sarili.

| Teacher | Student 1 |
|---|---|
| 1. Binasa ba ni Ben ang kaniyang mga libro? | Opo. Binasa ni Ben ang kaniyang mga sariling libro. |
| 2. Ginugol ba ni Mang Kardo ang kaniyang mga salapi? | Opo. Ginugol ni Mang Kardo ang kaniyang mga sariling salapi. |
| 3. Hinahanap ba nina Cely ang kanilang mga medyas? | Opo. Hinahanap nina Cely ang kanilang mga sariling medyas. |
| 4. Binili ba ng mga tao ang inyong mga kalabaw? | Opo. Binili ng mga tao ang aming mga sariling kalabaw. |
| 5. Lininis ba ni Rosy ang kanilang bahay? | Opo. Lininis ni Rosy ang kanilang sariling bahay. |

Student 2

Hindi, hindi niya binasa ang mga sarili niyang libro.
Hindi, hindi niya ginugol ang mga sarili niyang salapi.
Hindi, hindi nila hinahanap ang mga sarili nilang medyas.
Hindi, hindi nila binibili ang mga sarili nating kalabaw.
Hindi, hindi niya lininis ang sarili nilang bahay.

6. Inaasikaso ba nina Lino ang kanilang pamumu-
   hay?

7. Ipinaglilimbag ba nila ang kandidato ng kani-
   yang mga polyeto?

8. Ikukuha ba niya ang mga bata ng kanilang
   titser?

9. Ipagbabalot ba natin si Osang ng kaniyang pag-
   kain?

10. Pupuntahan ba nila ang kanilang tindahan?

Opo. Inaasikaso nina Lino ang kanilang sariling pa-
mumuhay.

Opo. Ipinaglilimbag nila ang kandidato ng kaniyang
mga sariling polyeto.

Opo. Ikukuha nila ang mga bata ng kanilang sariling
titser.

Opo. Ipagbabalot natin si Osang ng kaniyang sariling
pagkain.

Opo. Pupuntahan nila ang kanilang sariling tindahan.

Hindi, hindi nila inaasikaso ang sarili nilang pamumuhay.
Hindi, hindi nila ipinaglilimbag ang kandidato ng mga sarili niyang polyeto.
Hindi, hindi nila ikukuha ang mga bata ng sarili nilang titser.
Hindi, hindi natin siya ipagbabalot ng sarili niyang pagkain.
Hindi, hindi nila pupuntahan ang sarili nilang tindahan.

## DISCUSSION

The English -self forms (myself, yourself, etc.)
have two different uses: intensive, as in 'I myself
did it', and reflexive, as in 'Sometimes I hate my-
self.' Tagalog uses two distinct constructions for
the intensive and reflexive.

Intensification is expressed by mismo, a loan-
word from Spanish (in which its meaning is 'same').
Mismo occurs with nouns and with ang- and sa-pro-
nouns. It may occur either before or after nouns,
and either before or after pronouns that are in
predicate position. It always follows (never pre-
cedes) a pronoun that is not in predicate position.
Mismo is followed by the linker -ng when it pre-
cedes either a noun or pronoun. It is translatable
by the corresponding -self-forms with pronouns in
English (e.g., 'I'll go myself'), by the intensifier
very with nouns (e.g., 'the very book'), or by em-
phatic stress (e.g., 'I did it').

The reflexive construction involves sarili 'self'
and either a sa- or ng-pronoun. The sa-pronoun al-
ways precedes sarili, linked by -ng, and the ng-pro-

noun always follows it, without linker. The pres-
ence of a ng-pronoun in another part of the sen-
tence usually results in the use of a sa-pronoun +
sarili rather than sarili + a ng-pronoun. There is
a tendency, in other words, to avoid using the same
pronoun twice in a sentence, although it is possible
to do so; thus, tulungan mo ang sarili mo and tulu-
ngan mo ang iyong sarili are both possible, but the
latter is preferred.

Aside from expressing the reflexive, sarili is
also used as an intensive possessive. Sariling ba-
hay is '(one's) own house', where own is an inten-
sification of the possessive. In its intensive-pos-
sessive use, sarili often occurs with a possessive
sa-pronoun (e.g., aking sariling bahay, in which
two linkers occur) or a possessive ng-phrase (e.g.,
sariling bahay ko, sariling bahay ni Ray). When a
ng-pronoun is used, it frequently occurs between
sarili and the word modified (moving the linker
from sarili to the ng-pronoun): sarili kong bahay,
although a few speakers also use sariling bahay ko.

# CUMULATIVE DRILLS

## EXPANSION-RESPONSE DRILL

Instructions: The teacher asks a question which the student answers either affirmatively or negatively
as cued by the teacher (who shakes or nods his head), adding the reflexive sarili before the
noun.

Teacher

1. May bahay na ba sina Ray at Rose?
2. May trabaho na ba si Luningning?
3. May kotse na ba ang mga bagong kasal?
4. May hanapbuhay na ba ang iyong asawa?
5. May kandidato na ba kayo?

Student

Opo.  Mayroon na po silang sariling bahay.
Opo.  Mayroon na po siyang sariling trabaho.
Opo.  Mayroon na po silang sariling kotse.
Wala pa po siyang sariling hanapbuhay.
Wala pa po kaming sariling kandidato.

6. Mayroon na ba kayong tagasulsi ng medyas?    Wala pa po kaming mga sariling tagasulsi ng medyas.
7. Mayroon ka na bang tagalimbag ng polyeto?    Opo. Mayroon na po akong sariling tagalimbag ng polyeto.
8. Mayroon ka na bang puhunan?                   Wala pa po akong sariling puhunan.
9. Mayroon na ba tayong mga manunulat?           Opo. Mayroon na tayong sariling manunulat.
10. Mayroon na ba tayong mga sasakyan?           Wala pa po tayong mga sariling sasakyan.

EXPANSION-CONVERSION-RESPONSE DRILL

Instructions: The teacher asks a question and cues an answer to Student 1 who gives a complete answer using the cue. Student 2 expresses disbelief and asks Student 3 for verification. Student 3 confirms Student 1's answer, adding <u>mismo</u> after the first noun.

| Teacher | Cue | Student 1 |
|---|---|---|
| 1. Alin ang ipinanghahalo sa ensalada? | mansanas | Ang mansanas ang ipinanghahalo sa ensalada. |
| 2. Ano ang ipinangguguhit sa larawan? | lapis | Ang lapis ang ipinangguguhit sa larawan. |
| 3. Ano ang ipinambabalot sa pagkain? | supot | Ang supot ang ipinambabalot sa pagkain. |
| 4. Ano ang ipinansasahog niya? | mansanas | Ang mansanas ang ipinansasahog niya. |
| 5. Ano ang ipinamumutat niya? | makapuno | Ang makapuno ang ipinamumutat niya. |

| Student 2 | Student 3 |
|---|---|
| Ang mansanas nga ba ang ipinanghahalo sa ensalada? | Oo, ang mansanas mismo ang ipinanghahalo sa ensalada. |
| Ang lapis nga ba ang ipinangguguhit sa larawan? | Oo, ang lapis mismo ang ipinangguguhit sa larawan. |
| Ang supot nga ba ang ipinambabalot sa pagkain? | Oo, ang supot mismo ang ipinambabalot sa pagkain. |
| Ang mansanas nga ba ang ipinansasahog niya? | Oo, ang mansanas mismo ang ipinansasahog niya. |
| Ang makapuno nga ba ang ipinamumutat niya? | Oo, ang makapuno mismo ang ipinamumutat niya. |

| | Cue | |
|---|---|---|
| 6. Alin ang ipinang-abuloy nila? | bulaklak | Ang bulaklak ang ipinang-abuloy nila. |
| 7. Alin ang ipinambayad nila? | salapi | Ang salapi ang ipinambayad nila. |
| 8. Alin ang ipinansaksak nila? | balisong | Ang balisong ang ipinansaksak nila. |
| 9. Alin ang ipinamatid-uhaw nila? | kalamansi | Ang kalamansi ang ipinamatid-uhaw nila. |
| 10. Alin ang ipinanira nila? | kahirapan ni Atorni | Ang kahirapan ni Atorni ang ipinanira nila. |

| | |
|---|---|
| Ang bulaklak nga ba ang ipinang-abuloy nila? | Oo, ang bulaklak mismo ang ipinang-abuloy nila. |
| Ang salapi nga ba ang ipinambayad nila? | Oo, ang salapi mismo ang ipinambayad nila. |
| Ang balisong nga ba ang ipinansaksak nila? | Oo, ang balisong mismo ang ipinanaksak nila. |
| Ang kalamansi nga ba ang ipinamatid-uhaw nila? | Oo, ang kalamansi mismo ang ipinamatid-uhaw nila. |
| Ang kahirapan nga ba ni Atorni ang ipinanira nila? | Oo, ang kahirapan mismo ni Atorni ang ipinanira nila. |

| | Cue | |
|---|---|---|
| 11. Alin ang ipang-eelena niya? | terno | Ang terno ang ipang-eelena niya. |
| 12. Sino ang ipanggagapang nila? | kandidato | Ang kandidato ang ipanggagapang nila. |
| 13. Sino ang ipansasabong nila? | Bulik | Si Bulik ang ipansasabong nila. |
| 14. Alin ang ipamimista nila? | damit | Ang damit ang ipamimista nila. |
| 15. Alin ang ipinantulog nila? | pambahay | Ang pambahay ang ipinantulog nila. |

| | |
|---|---|
| Ang terno nga ba ang ipang-eelena niya? | Oo, ang terno mismo ang ipang-eelena niya. |
| Ang kandidato nga ba ang ipanggagapang nila? | Oo, ang kandidato mismo ang ipanggagapang nila. |
| Si Bulik nga ba ang ipansasabong nila? | Oo, si Bulik mismo ang ipansasabong nila. |
| Ang damit nga ba ang ipamimista nila? | Oo, ang damit mismo ang ipamimista nila. |
| Ang pambahay nga ba ang ipinantulog nila? | Oo, ang pambahay mismo ang ipinantulog nila. |

# VISUAL-CUE DRILLS

## PICTURE A

Panuto: Ilarawan ang mga sumusunod.

Halimbawa: Ito ang damit na pambahay ng Nanay.
Pambahay ng Nanay ang damit na ito.

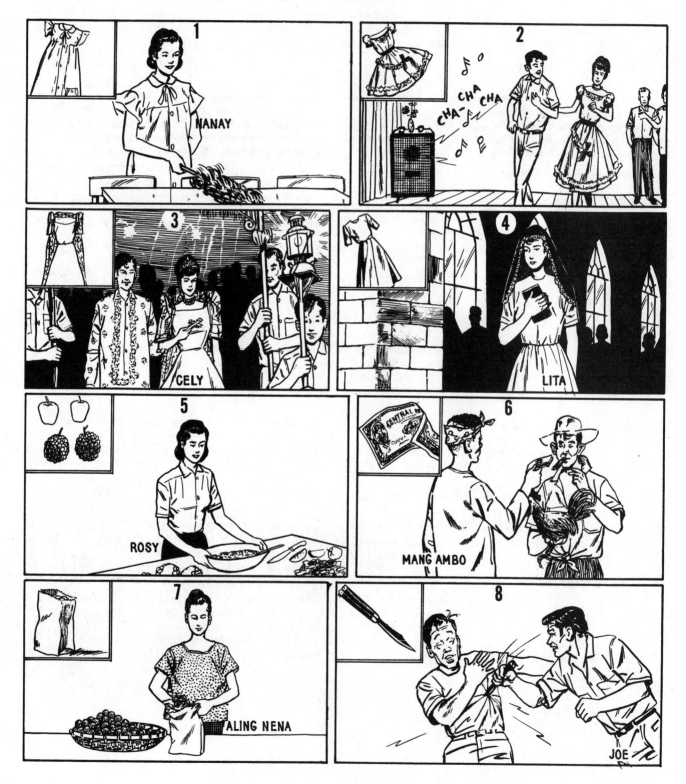

## PICTURE B

Panuto: Paghambingin ang mga tao sa mga sumusunod na larawan.

Halimbawa: Malaki-laki ang mga mansanas na binibili ni Nene kaysa sa binibili ni Cely.
Mura-mura ang mga mansanas na binibili ni Cely kaysa sa binibili ni Nene.

## COMPREHENSION-RESPONSE DRILLS

A. 1. Mga baguhan ba sina Alma at Bella sa Amerika?
   2. Ipinanghahalo ba ang mansanas sa ensalada?
   3. Mababait at matutulungin ba ang mga Amerikano?
   4. Masyado bang mahiyain ang mga Amerikano?
   5. May kani-kaniyang sariling kaugalian ba ang bawa't lahi?

B. 1. Mga Pilipino ba o Kastila sina Alma at Bella?
   2. Inihahalo ba sa ensalada o sa matamis ang mansanas?
   3. Ang mga Amerikano ba o ang mga Hapon ang nag-unahang pumulot sa mga mansanas?
   4. Mas mahiyain ba ang mga Pilipino o ang mga Amerikano?
   5. Palatuya ba o palabati ang mga Amerikano?

C. 1. Sino ang galing sa pamimili?
   2. Bakit nabugbog ang mga mansanas?
   3. Ano ang ginawa ng mga Amerikano nang mahulog ang mga mansanas?
   4. Ano ang ikinaiiba ng mga Amerikano sa mga Pilipino?
   5. Bakit masyadong mahiyain ang mga Pilipino?


# READING

## TODOS LOS SANTOS

## ELEKSIYON

(See Part I, Intermediate Readings in Tagalog)

# UNIT XXV

Sa Linggo ang Bola (1)

Biyernes ng umaga, sa simbahan ng Quiapo (2). Sina Aurora at Antonia ay lumalabas sa simbahan.

Magtitiket:
Tiket kayo (3), Misis. Petsa otso—araw ng pagsimba n'yo (4).

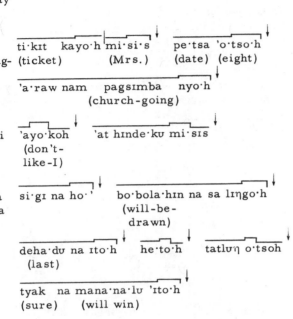

Antonia:
(Pagalit) Ayoko. At hindi ako Misis (5).

Magtitiket:
Sige na ho. Bobolahin na sa Linggo. Dehado (6) na ito. Heto o, tatlong otso (7). Tiyak na mananalo ito.

Antonia:
E, bakit hindi ikaw ang bumili?

Sunday Drawing

Friday morning at Quiapo church. Aurora and Antonia are coming out of the church.

Tickets, Mrs. The 8th— the day you go to church.

(Angrily) No! And I'm not Mrs.

Come on, Ma'am. The drawing will be on Sunday. This is the last one. Look! It has three 8's. It'll win for sure.

Why don't you buy it then?

[465]

Aurora:
Malay mo (8) nga naman, Antonia? Baka ka nga naman tumama. Hindi ba kaarawan mo ngayon (9)?

ma·lay mʊ ŋa· naman anto·nya·h    baka ka ŋa·
(know-you)              (Antonia)

naman tʊma·ma·'    hɪndi· ba ka·arawan
(won)

mʊ ŋayo·n

Who knows, Antonia. You might win. Isn't it your birthday today?

Magtitiket:
O, kaarawan pa pala n'yo ngayon. (Ipipilit ang tiket) Pihong susuwertihin (10) na kayo.

'o·h    ka·arawan pa pala nyʊ ŋayo·n

pi·hʊŋ su·swe·rtɪhɪn na kayo·h
(sure)(will-be-lucky)

Oh, and it's your birthday today besides! (Pushes ticket toward them) You'll sure be lucky.

Antonia:
Bakit ba napakaulit mo? Sinabi nang hindi bibili, e.

ba·kɪt ba na·paka'u·lɪt mo·h
(very persistent)

sɪna·bɪ naŋ hɪndi bi·bɪli· 'eh
(was said)        (will buy)

Why do you keep on? I told you I won't buy.

(Aalis na ang magtitiket)

(The ticket vendor leaves)

Aurora:
Ano ba ang ikinagagalit mo? Kasisimba mo lang, e.

'anʊ baŋ ɪkɪnaga·galɪt mo·h
(causing to worry)

kasi·sɪmba        mʊ laŋ e·h
(just-been-to-church)

Why so upset? You've just been to church, you know.

Antonia:
Sinong hindi magagalit, e, paglabas na paglabas mo pa lang sa simbahan iduduldol na ang tiket sa iyo.

si·nʊŋ hɪndi· maga·ga·lɪt    'e·h  paglabas na
(will-get-angry)                    (as soon as

paglabas mʊ pa la·ŋ sa sɪmba·ha·n'  'ɪdu·dʊldʊl
get out)                              (will-be-thrust)

na·n ti·kɪt sa ɪyo·h

Who wouldn't get mad? The minute you step out of the church they force their tickets on you.

Aurora:
Kaya sila ganoon, para mabili ang tiket nila. Baka sakali (11) nga namang makabenta (12) sila.

kaya· sɪla gano·n  pa·ra ma·bɪle·n
(can-be-bought)

ti·kɪt nɪla·h    baka saka·li· ŋa· naman
(perhaps)

makabe·nta sɪla·h
(to sell)

They do that so they can sell their tickets. They think maybe they'll get them all sold that way.

Antonia:
Ikinaiiins ko nga iyon, e. Masyado naman ang pag-aalok.

'ɪkɪna'i·'ɪnɪs  kʊ ŋa· yʊn e·h
(cause-for-being disgusted)

masya·dʊ naman am paga'alo·k
(offering)

That's just the point. They insist too much.

Aurora:
Di mo sila masisisi. Sila 'y nagkakaganoon upang kumita ng pera. Baka ikaw ang magsisi pagtama ng numerong inialok sa iyo.

di· mʊ sɪla masi·si·si·h
(will-be-blamed)

sɪlay nagkaka·gano·n    'u·paŋ kʊmi·ta
(becoming like that)        (to earn)

You can't blame them. They've got to do it so they can earn money. You'll be sorry when that number he offered you wins.

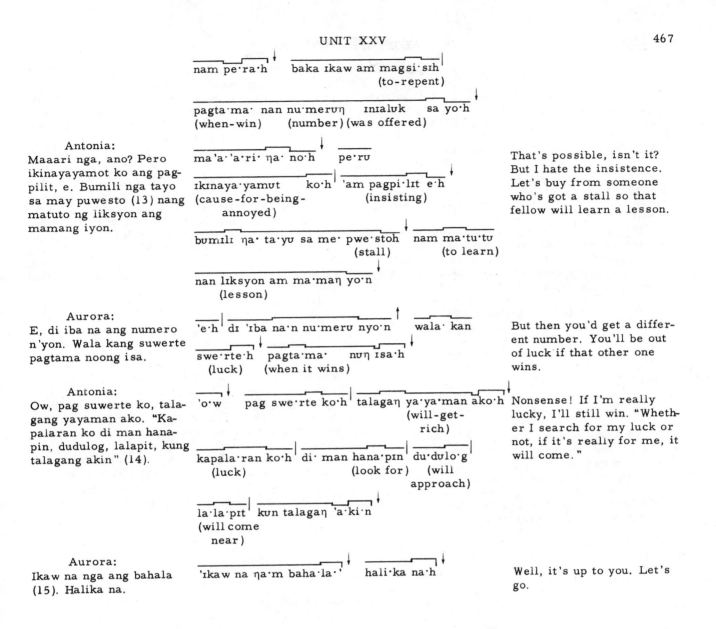

nam pe·ra·h     baka ɪkaw am magsi·sɪh
(to-repent)

pagta·ma· nan nu·merʊŋ ɪnɪalʊk sa yo·h
(when-win) (number) (was offered)

Antonia:
Maaari nga, ano? Pero ikinayayamot ko ang pag-pilit, e. Bumili nga tayo sa may puwesto (13) nang matuto ng liksyon ang mamang iyon.

ma·a·'a·ri ŋa· no·h     pe·rʊ

ikinaya·yamʊt ko·h 'am pagpi·lɪt e·h
(cause-for-being-annoyed) (insisting)

bʊmɪlɪ ŋa· ta·yʊ sa me· pwe·stoh nam ma·tu·tʊ
(stall) (to learn)

nan lɪksyon am ma·maŋ yo·n
(lesson)

That's possible, isn't it? But I hate the insistence. Let's buy from someone who's got a stall so that fellow will learn a lesson.

Aurora:
E, di iba na ang numero n'yon. Wala kang suwerte pagtama noong isa.

'e·h dɪ 'ɪba na·n nu·merʊ nyo·n wala· kan

swe·rte·h pagta·ma· nʊŋ ɪsa·h
(luck) (when it wins)

But then you'd get a different number. You'll be out of luck if that other one wins.

Antonia:
Ow, pag suwerte ko, tala-gang yayaman ako. "Ka-palaran ko di man hana-pin, dudulog, lalapit, kung talagang akin" (14).

'o·w   pag swe·rte ko·h talagaŋ ya·ya·man ako·h
(will-get-rich)

kapala·ran ko·h di· man hana·pɪn du·dʊlo·g
(luck) (look for) (will approach)

la·la·pɪt kʊn talagaŋ 'a·ki·n
(will come near)

Nonsense! If I'm really lucky, I'll still win. "Wheth-er I search for my luck or not, if it's really for me, it will come."

Aurora:
Ikaw na nga ang bahala (15). Halika na.

'ɪkaw na ŋa·m baha·la·· hali·ka na·h

Well, it's up to you. Let's go.

## CULTURAL AND STRUCTURAL NOTES

(1) <u>Sa Linggo ang bola</u>—In the Philippines many people make it a point to buy at least one sweep-stakes ticket every time there is a sweepstakes draw, which is about twice a month. The proceeds from the lottery are apportioned among the different charitable institutions which act as beneficiaries of the Philippine Charity Sweepstakes, a government-run corporation. The term <u>bola</u> meaning 'ball' de-rives from the drum-like receptacle used in decid-ing the winning numbers of such contests.

(2) <u>Quiapo</u>, pronounced /kya·po'/, is a small dis-trict forming the heart of downtown Manila. It is dominated by the Quiapo Church, a Roman Catholic Church which is filled to overflowing every Friday by devotees of the Black Nazarene. Beggars, hawk-ers of all sorts, and sweepstakes vendors, eager to make a touch or a sale, mill around the church en-trances and exits, blocking the paths of churchgo-ers.

(3) <u>Tiket kayo</u>, <u>Misis</u> is a fixed sentence con-struction whose use is limited to the following sit-uations:

    a. When peddling goods or offering articles for sale
      Examples:
       Baboy kayo riyan. 'Pigs for sale!'
       Suman kayo, Miss. '<u>Suman</u>, Miss.'

    b. When offering food to visitors
      Examples:
       Atis kayo riyan.    'Have some <u>atis</u>.'
       Litson kayo riyan. 'Have some lechon.'

In this construction the name of the object offered always occupies predicate position and the pro-noun, topic position. Only one pronoun qualifies: <u>kayo</u>, used when speaking to many or to only one person, as a sign of respect. No shifting of topic and predicate words is possible. To use an <u>ay</u> in-version produces an utterance that is ludicrous, or, from another point of view, when really meant, downright insulting.

(4) <u>Petsa</u> <u>otso</u>—<u>araw</u> <u>ng</u> <u>pagsimba</u> <u>n'yo</u> implies that since the last three digits of the number on the ticket are all eights, coinciding with the date of the churchgoing, the potential customer should take this as an auspicious sign and buy the ticket.

(5) Sometimes vendors and salespeople use <u>Miss</u> or <u>Misis</u> to address prospective lady customers. They try to get the distinction between <u>Miss</u> and <u>Misis</u> correct on first try, but mistakes are very frequent.

(6) <u>Dehado</u> is from the Spanish word 'dejar', meaning 'to leave'. By extension, the phrase means the last ticket, that is, the last in the booklet of tickets. A sweepstakes booklet contains twenty whole tickets or units, each of which has four shares with the same serial numbers. Each share wins one-fourth of the prize of the winning number. A person wins the whole amount if he buys all four shares, i.e., an entire ticket.

(7) Three of a kind of considered lucky (as the offer of <u>tatlong</u> <u>otso</u> here shows).

(8) <u>Malay</u> <u>mo</u> is a very common expression meaning variously 'Who knows?, How do you know?, How would <u>you</u> know?, Who can tell?', etc., depending on the situation.

(9) One is considered lucky on his birthday; hence, buying a sweepstakes ticket at that time means a better chance of winning.

(10) <u>Susuwertihin</u>, 'to be lucky', is from the Spanish word 'suerte', meaning 'luck'. It has assumed an affixation pattern that is a typical characteristic of some intransitive verbs which take -<u>in</u> instead of the very common <u>ma</u>-. This intransitive -<u>in</u> group includes <u>gutom</u> 'hunger', <u>uhaw</u> 'thirst', <u>tamad</u> 'laziness', <u>sipag</u> 'diligence', etc. An -<u>in</u> form of any of these may literally translate 'feel or have something (hunger, thirst, etc.)'. The aspect formation of this group is regular: <u>sinuwerte</u>, <u>sinusuwerte</u>, <u>susuwertihin</u>.

(11) <u>Baka</u> <u>sakali</u> is a set expression meaning 'just in case', or, with the affix <u>mag</u>-, 'to take a chance'.

(12) <u>Makabenta</u> is from the Spanish word 'venta', meaning 'sale'. The /b/, sometimes spelled <u>v</u> in Spanish, is normally spelled <u>b</u> in Tagalog.

(13) Besides the tickets sold by the hawkers, there are tickets sold in stands or <u>puwestos</u> (from Spanish <u>puesto</u> 'stall') around the church and along the sidewalks of the shopping areas.

(14) "Kapalaran ko          "Whether I search
Di man hanapin          for my luck or not,
dudulog, lalapit          if it's really for me,
kung talagang akin."   it will find me."

It would appear from the above Filipino saying that the fatalism generally ascribed to Orientals is true in the case of Filipinos.

(15) <u>Bahala</u> is 'responsible'. The common belief is that the word is derived from <u>Bathala</u>, chief of the ancient Filipino gods. This expression is one of the many forms of <u>Bahala</u> <u>na</u>, a phrase expressive of the Filipino temperament of leaving things to chance, much like the Spanish philosophy evident in the phrase 'que será será'. <u>Na</u> means 'already'; <u>Bahala</u> <u>na</u> is therefore literally 'God already', that is, 'God will take care of things.'

## DRILLS AND GRAMMAR

### I. WHEN, AS SOON AS

EXAMPLES

A. 1. Baka ikaw ang magsisi pagtama ng numerong   [You'll be sorry when that number offered you wins.]
   inialok sa iyo.
   2. Bibili ako ng tiket paglabas sa simbahan.          I'll buy a ticket when we step out of the church.
   3. Sila ang tutulong pagluluto natin.                     They're the ones who'll help when we cook.
   4. Si Eddie ang tutugtog panghaharana nina          Eddie will play (an instrument) when Bert and his
   Bert.                                                                company go serenading.

B. 1. Paglabas na paglabas mo pa lang sa simba-      [The minute you step out of the church, they force
   han, iduduldol na ang tiket sa iyo.                        their tickets on you.]
   2. Pagtamang-pagtama ko sa <u>sweepstakes</u> bibili   As soon as I win in the sweepstakes, I'll buy a house.
   ako ng bahay.
   3. Pagsisimbang-pagsisimba ng Nanay aalis ako.  As soon as Mother comes from church, I'll go.
   4. Panganganak na panganganak ni Mameng          As soon as Mameng has a baby, Fidel will go to
   magtatrabaho si Fidel.                                        work.

| TAGALOG | | | | ENGLISH |
|---|---|---|---|---|
| Verb Class | Affix | Reduplication | Root | |
| -um- | pag- | | tama | when + { it wins |
| mag- | pag- | lu | luto | we cook |
| mang- | pang- | ha | harana | they go serenading |

a. <u>Pag</u>- (or, in the case of <u>mang</u>- verbs, <u>pang</u>-) followed by a verb root means 'when' plus the meaning of the verb.

b. The <u>pag</u>- forms are the same as the forms of the nominalized verbs: <u>pag</u>- + -<u>um</u>- or <u>ma</u>- root; <u>pag</u>- + reduplication + <u>mag</u>- root; <u>pang</u>- + reduplication + <u>mang</u>- root.

c. In the <u>pag</u>- construction, the actor is expressed by a <u>ng</u>-phrase.

| TAGALOG | | ENGLISH |
|---|---|---|
| Verb Class | Linked Reduplication of Full Form | |
| <u>-um-</u> | paglabas na paglabas mo | |
| <u>mag-</u> | pagsisimbang-pagsisimba niya | as soon as + { you step out / she comes from church / she has a baby } |
| <u>mang-</u> | panganganak na panganganak niya | |

d. A repetition of the <u>pag</u>- or <u>pang</u>- forms, with -<u>ng</u> or <u>na</u> linking the two occurrences, means 'as soon as' plus the meaning of the verb (examples B). Note that when the complete reduplication is linked by -<u>ng</u>, the two <u>pag</u>- forms are joined by a hyphen (examples B.2 and 3).

SUBSTITUTION-CONVERSION DRILLS (Fixed Slot)

Instructions: The teacher makes a statement, which Student 1 repeats. Student 2 repeats the sentence again, intensifying the <u>pag</u>- form by complete reduplication.

Teacher

A. 1. Papasok ako paglabas niya.
   2. _____ (dating) __
   3. _____ (tugtog) __
   4. _____ (awit) __
   5. _____ (alis) __

Student 1

Papasok ako paglabas niya.
Papasok ako pagdating niya.
Papasok ako pagtugtog niya.
Papasok ako pag-awit niya.
Papasok ako pag-alis niya.

Student 2

Papasok ako paglabas na paglabas niya.
Papasok ako pagdating na pagdating niya.
Papasok ako pagtugtog na pagtugtog niya.
Papasok ako pag-awit na pag-awit niya.
Papasok ako pag-alis na pag-alis niya.

   6. _____ (basa) __
   7. _____ (kuha) __
   8. _____ (bili) __
   9. _____ (takbo) __
  10. _____ (tama) __

Papasok ako pagbasa niya.
Papasok ako pagkuha niya.
Papasok ako pagbili niya.
Papasok ako pagtakbo niya.
Papasok ako pagtama niya.

Papasok ako pagbasang-pagbasa niya.
Papasok ako pagkuhang-pagkuha niya.
Papasok ako pagbiling-pagbili niya.
Papasok ako pagtakbung-pagtakbo niya.
Papasok ako pagtamang-pagtama niya.

B. 1. Aalis siya pagbabakasyon mo.
   2. _____ (pasyal) _____
   3. _____ (bayad) _____
   4. _____ (bigay) _____
   5. _____ (aral) _____

Aalis siya pagbabakasyon mo.
Aalis siya pagpapasyal mo.
Aalis siya pagbabayad mo.
Aalis siya pagbibigay mo.
Aalis siya pag-aaral mo.

Aalis siya pagbabakasyung-pagbabakasyon mo.
Aalis siya pagpapasyal na pagpapasyal mo.
Aalis siya pagbabayad na pagbabayad mo.

Aalis siya pagbibigay na pagbibigay mo.
Aalis siya pag-aaral na pag-aaral mo.

6. _____(simba)_____        Aalis siya pagsisimba mo.
7. _____(tinda)_____        Aalis siya pagtitinda mo.
8. _____(bayo)_____         Aalis siya pagbabayo mo.
9. _____(benta)_____        Aalis siya pagbebenta mo.
10. _____(simula)_____      Aalis siya pagsisimula mo.

Aalis siya pagsisimbang-pagsisimba mo.
Aalis siya pagtitindang-pagtitinda mo.
Aalis siya pagbabayung-pagbabayo mo.
Aalis siya pagbebentang-pagbebenta mo.
Aalis siya pagsisimulang-pagsisimula mo.

C. 1. Pupuntahan ko kayo pangangalakal niya.    Pupuntahan ko kayo pangangalakal niya.
2. _____(hiram)_____                    Pupuntahan ko kayo panghihiram niya.
3. _____(gapang)_____                   Pupuntahan ko kayo panggagapang niya.
4. _____(anak)_____                     Pupuntahan ko kayo panganganak niya.
5. _____(utang)_____                    Pupuntahan ko kayo pangungutang niya.

Pupuntahan ko kayo pangangalakal na pangangalakal niya.
Pupuntahan ko kayo panghihiram na panghihiram niya.
Pupuntahan ko kayo panggagapang na panggagapang niya.
Pupuntahan ko kayo panganganak na panganganak niya.
Pupuntahan ko kayo pangungutang na pangungutang niya.

6. _____(gulo)_____        Pupuntahan ko kayo panggugulo niya.
7. _____(hingi)_____       Pupuntahan ko kayo panghihingi niya.
8. _____(harana)_____      Pupuntahan ko kayo panghaharana niya.
9. _____(isda)_____        Pupuntahan ko kayo pangingisda niya.
10. _____(atake)_____      Pupuntahan ko kayo pang-aatake niya.

Pupuntahan ko kayo panggugulung-panggugulo niya.
Pupuntahan ko kayo panghihinging-panghihingi niya.
Pupuntahan ko kayo panghaharanang-panghaharana niya.
Pupuntahan ko kayo pangingisdang-pangingisda niya.
Pupuntahan ko kayo pang-aatakeng-pang-aatake niya.

## CONVERSION DRILL

Instructions: The teacher gives a sentence in the perfective. The student repeats the sentence substituting the future, which requires that the nang- adverbial clause be changed to a pag- adverbial clause.

| Teacher | Student |
|---|---|
| 1. Pumasok kami nang tumugtog ang bel. | Papasok kami pagtugtog ng bel. |
| 2. Umalis siya nang dumating ang Nanay. | Aalis siya pagdating ng Nanay. |
| 3. Tumulong tayo nang lumipat ang ating kaibigan. | Tutulong tayo pagdating ng ating kaibigan. |
| 4. Sumakay si Ben sa bus nang umulan. | Sasakay si Ben sa bus pag-ulan. |
| 5. Sumakit ang tiyan ni Nene nang kumain siya ng suman. | Sasakit ang tiyan ni Nene pagkain niya ng suman. |
| 6. Nagharana sila nang umalis ang matanda. | Maghaharana sila pag-alis ng matanda. |
| 7. Nagbigay siya ng pera sa Nanay nang umalis siya. | Magbibigay siya ng pera sa Nanay pag-alis niya. |
| 8. Naghirap tayo nang dumating ang mga Hapon. | Maghihirap tayo pagdating ng mga Hapon. |
| 9. Nagdala si Ben ng kendi nang dumating siya. | Magdadala si Ben ng kendi pagdating niya. |
| 10. Nag-abuloy ang magkakandila nang humingi si Donya Luisa. | Mag-aabuloy ang magkakandila paghingi ni Donya Luisa. |
| 11. Nanghiram kami ng kotse nang magpasyal kami. | Manghihiram kami ng kotse pagpapasyal namin. |
| 12. Nanghingi sila ng pagkain nang umalis sila. | Manghihingi sila ng pagkain pag-alis nila. |
| 13. Nangalakal si Ray nang kumuha siya ng pera. | Mangangalakal si Ray pagkuha niya ng pera. |
| 14. Nangailangan si Cely ng pera nang nanganak siya. | Mangangailangan si Cely ng pera panganganak niya. |
| 15. Nangutang ang Nanay ng pera nang nag-aral ako. | Mangungutang ang Nanay ng pera pag-aaral ko. |

16. Binili ko ang tiket nang nagsimba ako.      Bibilhin ko ang tiket pagsisimba ko.
17. Ipinagluto ko siya ng pagkain nang humingi  Ipagluluto ko siya ng pagkain paghingi niya.
    siya.
18. Binayaran namin sila nang tumanggap kami ng  Babayaran namin sila pagtanggap namin ng suweldo.
    suweldo.
19. Ipinansulat ko ito nang sumulat ako sa kaniya.  Ipansusulat ko ito pagsulat ko sa kaniya.
20. Ikinagalit niya ang pagtawa ko nang umawit   Ikagagalit niya ang pagtawa ko pag-awit niya.
    siya.

## INTEGRATION DRILLS

Instructions: The teacher gives two short sentences. The student combines the two sentences, using pag-
and the root in the second sentence.

| Teacher | Student |
|---|---|
| A. 1. Matutuwa siya. Babatiin ko si Rosy. | Matutuwa siya pagbati ko kay Rosy. |
| 2. Maghihinanakit kami. Aalis ang mga bata. | Maghihinanakit kami pag-alis ng mga bata. |
| 3. Aalis na tayo. Lalabas si Mario sa kusina. | Aalis na tayo paglabas ni Mario sa kusina. |
| 4. Magpapasyal sila. Darating bukas si Joe. | Magpapasyal sila pagdating bukas ni Joe. |
| 5. Mag-aasawa na si Oscar. Tatama siya sa sweepstakes. | Mag-aasawa na si Oscar pagtama niya sa sweepstakes. |
| 6. Maglilimbag siya ng polyeto. Kukuha ako ng sanlibo. | Maglilimbag siya ng polyeto pagkuha ko ng sanlibo. |
| 7. Makikinig ako. Aawit sina Ben sa harana mamayang gabi. | Makikinig ako pag-awit nina Ben sa harana mamayang gabi. |
| 8. Sasakay kami sa bus. Uulan nang napakalakas. | Sasakay kami sa bus pag-ulan nang napakalakas. |
| 9. Magtatrabaho na tayo. Pupunta tayo sa Maynila. | Magtatrabaho na tayo pagpunta natin sa Maynila. |
| 10. Maghahanda tayo. Darating ang ating kaarawan sa Mayo. | Maghahanda tayo pagdating ng ating kaarawan sa Mayo. |
| 11. Magbabayad ako ng utang. Tatanggap ako ng aking suweldo. | Magbabayad ako ng utang pagtanggap ko ng aking suweldo. |
| 12. Magigising ang mga tao. Ngangakngak si Tagpe. | Magigising ang mga tao pagngakngak ni Tagpe. |

Instructions: The teacher gives two short sentences. The student changes the second to an adverbial
clause, using a reduplicated pag- form to express 'as soon as', and combines it with the
first to make a complete sentence.

| Teacher | Student |
|---|---|
| B. 1. Papasok ako sa klase. Tutugtog ang bel. | Papasok ako sa klase pagtugtog na pagtugtog ng bel. |
| 2. Aalis tayo rito. Darating ang Nanay. | Aalis tayo rito pagdating na pagdating ng Nanay. |
| 3. Tutugtog ang bel. Papasok ang prusisyon. | Tutugtog ang bel pagpasok na pagpasok ng prusisyon. |
| 4. Bibili kami ng tiket. Sisimba kami sa Quiapo. | Bibili kami ng tiket pagsisimbang-pagsisimba namin sa Quiapo. |
| 5. Pupunta si Ate Cely sa miting. Aalis ang mga bisita. | Pupunta si Ate Cely sa miting pag-alis na pag-alis ng mga bisita. |
| 6. Kakain tayo roon. Lalabas tayo sa klase. | Kakain tayo roon paglabas na paglabas natin sa klase. |

7. Manghaharana sina Mario.                    Manghaharana sina Mario pagbabakasyung-pagbabakasyon
   Magbabakasyon sila sa probinsya.            nila sa probinsya.

8. Mag-aasawa na si Oscar.                     Mag-aasawa na si Oscar pagtamang-pagtama niya sa
   Tatama siya sa _sweepstakes_.               _sweepstakes_.

9. Aawit at sasayaw tayo.                      Aawit at sasayaw tayo pagtugtog na pagtugtog ng musikong-
   Tutugtog ang musikong-bumbong.              bumbong.

10. Gagayak na tayo.                           Gagayak na tayo pagdating na pagdating ng mga kaibigan ko.
    Darating ang mga kaibigan ko.

## TRANSLATION DRILL (Paired Sentences)

|                    Teacher                   |                    Student                   |
|----------------------------------------------|----------------------------------------------|
| 1. I'll go when the bell rings. | Aalis ako pagtugtog ng bel. |
|    I'll go as soon as the bell rings. | Aalis ako pagtugtog na pagtugtog ng bel. |
| 2. We (you and I) will eat when Mother gets here. | Kakain tayo pagdating ng Nanay. |
|    We (you and I) will eat as soon as Mother gets here. | Kakain tayo pagdating na pagdating ng Nanay. |
| 3. You (sg.) will enter when Nene comes out. | Papasok ka paglabas ni Nene. |
|    You (sg.) will enter as soon as Nene comes out. | Papasok ka paglabas na paglabas ni Nene. |
| 4. He'll buy a new home when he wins the sweepstakes. | Bibili siya ng bagong bahay pagtama niya sa _sweepstakes_. |
|    He'll buy a new home as soon as he wins the sweepstakes. | Bibili siya ng bagong bahay pagtamang-pagtama niya sa _sweepstakes_. |
| 5. I'll cook some _kaldereta_ when I get back from church. | Magluluto ako ng kaldereta pagsisimba ko. |
|    I'll cook some _kaldereta_ as soon as I get back from church. | Magluluto ako ng kaldereta pagsisimbang-pagsisimba ko. |
| 6. You (pl.) will work when you get married. | Magtatrabaho kayo pag-aasawa ninyo. |
|    You (pl.) will work as soon as you get married. | Magtatrabaho kayo pag-aasawang-pag-aasawa ninyo. |
| 7. They'll contribute some money when Cely pays them. | Mag-aabuloy sila ng pera pagbabayad ni Cely sa kanila. |
|    They'll contribute some money as soon as Cely pays them. | Mag-aabuloy sila ng pera pagbabayad na pagbabayad ni Cely sa kanila. |
| 8. We (he and I) will start when the girls finish. | Magsisimula kami pagtatapos ng mga babae. |
|    We (he and I) will start as soon as the girls finish. | Magsisimula kami pagtatapos na pagtatapos ng mga babae. |
| 9. We (he and I) will give a blow-out when we go serenading. | Magbobloaut kami panghaharana namin. |
|    We (he and I) will give a blow-out as soon as we go serenading. | Magbobloaut kami panghaharanang-panghaharana namin. |
| 10. I'll visit you (sg.) when I go fishing. | Pupuntahan kita pangingisda ko. |
|     I'll visit you (sg.) as soon as I go fishing. | Pupuntahan kita pangingisdang-pangingisda ko. |
| 11. I'll study when I go into business. | Mag-aaral ako pangangalakal ko. |
|     I'll study as soon as I go into business. | Mag-aaral ako pangangalakal na pangangalakal ko. |
| 12. They'll need help when Mameng has a baby. | Mangangailangan sila ng tulong panganganak ni Mameng. |
|     They'll need help as soon as Mameng has a baby. | Mangangailangan sila ng tulong panganganak na panganganak ni Mameng. |

## DISCUSSION

The prefix _pag-_ must not be confused with the _pag_ (shortened form of _kapag_) introduced earlier with conditional clauses and time expressions (see Unit XXIII, grammar point II). Notice that this _pag-_ (or _pang-_ with _mang-_ verbs) means 'when', not 'whenever' or 'if'.

## II. CAUSATIVE TOPICS

### EXAMPLES

A. 1. Yumaman siya dahil sa _sweepstakes_.        He became rich because of the sweepstakes.
   2. Nanalo siya dahil sa pagbili niya ng tiket.  He won because he bought a ticket.

3. Dahil sa ano ka nagagalit? — What upsets you? (You're angry because of what?)
4. Magsisisi siya dahil sa ginawa niya. — He'll be sorry for (because of) what he did.

B. 1. Ikinayaman niya ang <u>sweepstakes</u>. — The sweepstakes made him rich.
2. Ikinapanalo niya ang pagbili niya ng tiket. — His having bought a ticket made him rich.
3. Ano ang ikinagagalit mo? — [What is upsetting you?] (What's the cause of your anger?)
4. Ikapagsisisi niya ang ginawa niya. — What he did will make him sorry.

### Actor Focus

| PREDICATE | | TOPIC |
|---|---|---|
| Verb Affix | Complement (Causative) | (Actor) |
| -um-<br>ma-<br>mag-<br>mang- } | (<u>dahil</u>) <u>sa</u>-phrase | <u>ang</u>-phrase |

### Causative Focus

| PREDICATE | | TOPIC |
|---|---|---|
| Verb Affix | Complement (Actor) | (Causative) |
| ika-<br>ikapag-<br>ikapang- } | <u>ng</u>-phrase | <u>ang</u>-phrase |

a. Some verbs may be followed by a (<u>dahil</u>) <u>sa</u>- complement phrase to express cause.

b. Cause may also be expressed as the topic of the sentence in a Causative-focus construction.

c. Causative-focus verbs take the following affixes: <u>-um</u>- and <u>ma</u>- verbs take <u>ika</u>-; <u>mag</u>- and <u>mang</u>- verbs take <u>ikapag</u>- and <u>ikapang</u>- respectively.

| NOT BEGUN | | BEGUN | |
|---|---|---|---|
| Basic Form | Future | Perfective | Imperfective |
| ikasakit | ikasasakit | ikinasakit | ikinasasakit |
| ikagalit | ikagagalit | ikinagalit | ikinagagalit |
| ikapaghirap | ikapaghihirap | ikinapaghirap | ikinapaghihirap |
| ikapangutang | ikapangungutang | ikinapangutang | ikinapangungutang |

d. The aspect formations for Causative-focus verbs, shown above, are similar to those of Benefactive-focus verbs (cf. Unit XVI, grammar point I).

e. The stress pattern of <u>ika</u>- verbs follows other patterns for the root and for reduplicated syllables. In addition, the first syllable of the basic and future forms is long /'i·ka-/, and the second syllable of perfective and imperfective forms is long, /'ıki·na-/.

SUBSTITUTION DRILL (Fixed Slot)

| Teacher | Student |
|---|---|
| 1. Ikinayayamot ko iyon. | Ikinayayamot ko iyon. |
| 2. (inis) | Ikinaiinis ko iyon. |
| 3. (galit) | Ikinagagalit ko iyon. |
| 4. (galak) | Ikinagagalak ko iyon. |
| 5. (tuwa) | Ikinatutuwa ko iyon. |
| 6. Ikinapaghihirap ko iyon. | Ikinapaghihirap ko iyon. |
| 7. (tiis) | Ikinapagtitiis ko iyon. |
| 8. (iba) | Ikinapag-iiba ko iyon. |
| 9. (sisi) | Ikinapagsisisi ko iyon. |
| 10. (hinanakit) | Ikinapaghihinanakit ko iyon. |
| 11. Ikinapangulila ko iyon. | Ikinapangulila ko iyon. |
| 12. (utang) | Ikinapangutang ko iyon. |
| 13. (hingi) | Ikinapanghingi ko iyon. |
| 14. (hiram) | Ikinapanghiram ko iyon. |
| 15. (pulubi) | Ikinapamulubi ko iyon. |

## SUBSTITUTION-RESPONSE DRILL (Fixed Slot)

| Teacher | Student 1 |
|---|---|

1. Ikagagalit kaya[1] niya ang pag-alis ko bukas?
2. ____ (galak) ____
3. ____ (tuwa) ____
4. ____ (lungkot) ____
5. ____ (suya) ____

Ikagagalit kaya niya ang pag-alis ko bukas?
Ikagagalak kaya niya ang pag-alis ko bukas?
Ikatutuwa kaya niya ang pag-alis ko bukas?
Ikalulungkot kaya niya ang pag-alis ko bukas?
Ikasusuya kaya niya ang pag-alis ko bukas?

| Student 2 | Student 3 |
|---|---|

Oo, ikinagagalit niya ang pag-alis mo ngayon, e.
Oo, ikinagagalak niya ang pag-alis mo ngayon, e.
Oo, ikinatutuwa niya ang pag-alis mo ngayon, e.
Oo, ikinalulungkot niya ang pag-alis mo ngayon, e.

Oo, ikinasusuya niya ang pag-alis mo ngayon, e.

Oo nga. Ikinagalit din niya ang pag-alis mo kagabi.
Oo nga. Ikinagalak din niya ang pag-alis mo kagabi.
Oo nga. Ikinatuwa rin niya ang pag-alis mo kagabi.
Oo nga. Ikinalungkot din niya ang pag-alis mo kagabi.
Oo nga. Ikinasuya rin niya ang pag-alis mo kagabi.

6. ____ (alala) ____
7. ____ (iba) ____
8. ____ (hinanakit) ____
9. ____ (ngitngit) ____
10. ____ (ulila) ____

Ikapag-aalala kaya niya ang pag-alis ko bukas?
Ikapag-iiba kaya niya ang pag-alis ko bukas?
Ikapaghihinanakit kaya niya ang pag-alis ko bukas?
Ikapagngingitngit kaya niya ang pag-alis ko bukas?
Ikapangungulila kaya niya ang pag-alis ko bukas?

Oo, ikinapag-aalala niya ang pag-alis mo ngayon, e.
Oo, ikinapag-iiba niya ang pag-alis mo ngayon, e.
Oo, ikinapaghihinanakit niya ang pag-alis mo ngayon, e.
Oo, ikinapagngingitngit niya ang pag-alis mo ngayon, e.
Oo, ikinapangungulila niya ang pag-alis mo ngayon, e.

Oo nga. Ikinapag-alala rin niya ang pag-alis mo kagabi.
Oo nga. Ikinapag-iba rin niya ang pag-alis mo kagabi.
Oo nga. Ikinapaghinanakit din niya ang pag-alis mo kagabi.
Oo nga. Ikinapagngitngit din niya ang pag-alis mo kagabi.
Oo nga. Ikinapangulila rin niya ang pag-alis mo kagabi.

## CONVERSION DRILL

Instructions: The teacher gives an Actor-focus statement with a causative complement. The student changes this to a Causative-focus statement, recasting the causative complement as the topic and changing the verb affix.

| Teacher | Student |
|---|---|

1. Yumaman ako (dahil) sa pagtama ko sa <u>sweepstakes</u>.

Ikinayaman ko ang pagtama ko sa <u>sweepstakes</u>.

2. Tumataba siya (dahil) sa masasarap na pagkain.
Ikinatataba niya ang masasarap na pagkain.

3. Sasakit ang iyong tiyan (dahil) sa bibingka at suman.
Ikasasakit ng iyong tiyan ang bibingka at suman.

4. Nagtiis ang mga tao (dahil) sa masyadong init.
Ikinapagtiis ng mga tao ang masyadong init.

5. Naghihirap ang mga babae (dahil) sa pagdodobol-istandard ng mga lalaki.
Ikinapaghihirap ng mga babae ang pagdodobol-istandard ng mga lalaki.

6. Magbabago sila (dahil) sa biglang pagyaman nila.
Ikapagbabago nila ang biglang pagyaman nila.

7. Namulubi si Mang Kardo (dahil) sa sabong.
Ikinapamulubi ni Mang Kardo ang sabong.

8. Nangungulila kami (dahil) sa pagkamatay ng Tatay.
Ikinapangungulila namin ang pagkamatay ng Tatay.

9. Mangangailangan tayo ng pera (dahil) sa pagtatapos ni Oscar.
Ikapangangailangan natin ng pera ang pagtatapos ni Oscar.

---

[1]Kaya /kaya·'/ carries the meaning of 'do you think' or 'perhaps' in English, as in 'Are we going to have a test, do you think?'

10. Nayamot siya (dahil) sa pagduldol ng tiket sa kaniya.

Ikinayamot niya ang pagduldol ng tiket sa kaniya.

11. Nahihiya ang mga magulang ni Bert (dahil) sa pagloloko niya.

Ikinahihiya ng mga magulang ni Bert ang pagloloko niya.

12. Magagalit ang titser (dahil) sa kalampag ng mga bata.

Ikagagalit ng titser ang kalampag ng mga bata.

13. Nagising kami (dahil) sa malakas na tugtog ng musikong-bumbong.

Ikinagising namin ang malakas na tugtog ng musikong-bumbong.

14. Nasusuya siya (dahil) sa pagdating mo.

Ikinasusuya niya ang pagdating mo.

15. Malulungkot sila (dahil) sa pag-alis natin.

Ikalulungkot nila ang pag-alis natin.

## CONVERSION-SUBSTITUTION-RESPONSE DRILL

### Teacher

1. Nagagalit ako | dahil sa musikong-bumbong.
2. ____ (gising) ____
3. ____ (tuwa) ____
4. ____ (galak) ____
5. ____ (hulog) ____

### Student 1

Nagagalit ako dahil sa musikong-bumbong.
Nagigising ako dahil sa musikong-bumbong.
Natutuwa ako dahil sa musikong-bumbong.
Nagagalak ako dahil sa musikong-bumbong.
Nahuhulog ako dahil sa musikong-bumbong.

### Student 2

Ikinagagalit ko ba ang musikong-bumbong?
Ikinagigising ko ba ang musikong-bumbong?
Ikinatutuwa ko ba ang musikong-bumbong?
Ikinagagalak ko ba ang musikong-bumbong?
Ikinahuhulog ko ba ang musikong-bumbong?

6. Naghihirap ka | dahil doon.
7. ____ (tiis) ____
8. ____ (alala) ____
9. ____ (iba) ____
10. ____ (hinanakit) ____

Ikinapaghihirap mo ba iyon?
Ikinapagtitiis mo ba iyon?
Ikinapag-aalala mo ba iyon?
Ikinapag-iiba mo ba iyon?
Ikinapaghihinanakit mo ba iyon?

11. Nangungulila siya dahil sa gulo.
12. ____ (utang) ____
13. ____ (hingi) ____
14. ____ (hiram) ____
15. ____ (pulubi) ____

Ikinapangungulila ba niya ang gulo?
Ikinapangungutang ba niya ang gulo?
Ikinapanghihingi ba niya ang gulo?
Ikinapanghihiram ba niya ang gulo?
Ikinapamumulubi ba niya ang gulo?

### Student 3

Oo, ikinagagalit mo ang musikong-bumbong.
Oo, ikinagigising mo ang musikong-bumbong.
Oo, ikinatutuwa mo ang musikong-bumbong.
Oo, ikinagagalak mo ang musikong-bumbong.
Oo, ikinahuhulog mo ang musikong-bumbong.

Naghihirap ka | dahil doon.
Nagtitiis ka dahil doon.
Nag-aalala ka dahil doon.
Nag-iiba ka dahil doon.
Naghihinanakit ka dahil doon.

Oo, ikinapaghihirap ko iyon.
Oo, ikinapagtitiis ko iyon.
Oo, ikinapag-aalala ko iyon.
Oo, ikinapag-iiba ko iyon.
Oo, ikinapaghihinanakit ko iyon.

Nangungulila siya dahil sa gulo.
Nangungutang siya dahil sa gulo.
Nanghihingi siya dahil sa gulo.
Nanghihiram siya dahil sa gulo.
Namumulubi siya dahil sa gulo.

Oo, ikinapangungulila niya ang gulo.
Oo, ikinapangungutang niya ang gulo.
Oo, ikinapanghihingi niya ang gulo.
Oo, ikinapanghihiram niya ang gulo.
Oo, ikinapamumulubi niya ang gulo.

## DISCUSSION

A number of complements have been introduced in previous lessons, all of them convertible to sentence topics by a change of verb affixes. The last such complement to be taken up is the causative complement, which is convertible to the causative topic in a Causative-focus construction. This construction is not too frequently used for -um-, mag-, or mang- verbs, but is quite common for ma- verbs.

For some speakers the -ka- infix is optional in the Causative-focus affixes for -um-, mag-, and mang- verbs (though not for ma- verbs). Such speakers may say iniyaman instead of ikinayaman, ipinaghirap instead of ikinapaghirap, etc. In such cases, confusion with the Benefactive-focus construction (see Unit XI, grammar point I) is eliminated only by context.

We can now then complete one dimension of the verb affix chart: all of the six focus relationships are shown at the end of this discussion. The chart is still not complete. Two reasons can be seen in the chart itself: the empty squares and the et ceteras. There is another reason, however, for the absence of two minor Actor-focus classes. There are examples of overlaps above, e.g., ipang- can mark Instrumental-focus or the Benefactive-focus of mang- verbs. A complete chart would show many more such overlaps, with as many as four different formation patterns per square.

One other factor contributes to the complexity of the Tagalog verb system. As we know, many roots can participate in more than one Actor-focus class and are therefore entitled to participate in more than one of the horizontal rows of affixes. For example, the root lakad can be formed into a verb with either -um- or mag-, so we can get lumalakad or naglalakad. We can also, then, get two Benefactive-focus forms, inilalakad and ipinaglalakad, and two Causative-focus forms, ikinalalakad and ikinapaglalakad. The complexity is this: while in Actor focus a mang- form (nanghihiram) is usually used, in Causative focus there is a preference for the -um- form (ikinahihiram); even though the corresponding mang- form (ikinapanghihiram) may also occur.

The omissions and irregularities are neither as numerous nor as important as might be supposed. With the forms and patterns presented, a student can communicate in all the situations he may encounter. With the foundation of this basic course, he should be able to fill in, without too much difficulty, the parts of the complete pattern which have not been presented.

| Actor Focus | Object Focus | Locative Focus | Benefactive Focus | Instrumental Focus | Causative Focus |
|---|---|---|---|---|---|
| -um- | -in (etc.) | -an (etc.) | i- | ipang- (etc.) | ika- |
| mag- | -in (etc.) | -an (etc.) | ipag- | ipang- (etc.) | ikapag- |
| mang- | -in (etc.) | -an (etc.) | ipang- | ipang- (etc.) | ikapang- |
| maka- | ma- (etc.) | | | ipang- | |
| maki- | paki- | paki-...-an | ipaki- | | |
| ma- | | | | | ika- |

## III. PURPOSE CLAUSES

EXAMPLES

A. 1. Ganoon sila para mabili ang tiket nila. [They're like that, so they can sell their tickets.]
   2. Bumili nga tayo sa may puwesto (at) nang matuto ng liksiyon ang mamang iyon. [Let's buy from someone who's got a stall so that fellow will learn a lesson.]
   3. Sila'y nagkakaganoon upang kumita ng pera. [They've got to do it so they can earn money.]

B. 1. Dumalo ka sa pista (at) nang/para huwag kang masuya sa bahay.
   2. Dumalo ka sa pista (at) nang/para hindi ka masuya sa bahay.

You attend the feast so that you won't get bored at home.

Tagalog

| Relater | (Negative Pronoun Linker) | | | Basic Form |
|---|---|---|---|---|
| para (at) nang upang | | | | mabili |
| para (at) nang upang | huwag hindi | ka ka | -ng | mag-alala |

English

| Relater | (Pronoun Negative) | | Remainder Clause Phrase |
|---|---|---|---|
| so (that) in order so as | | | they can sell... to sell... |
| so (that) in order so as | you | won't not | worry... to worry... |

a. Purpose clauses are formed with <u>para</u>, <u>(at) nang</u>, or <u>upang</u> plus the basic form of the verb.

b. The purpose clause may be made negative by either <u>huwag</u> or <u>hindi</u>. Following <u>huwag</u>, a pronoun immediately preceding the basic form of the verb is linked to it by -<u>ng</u>; following <u>hindi</u>, the linker is not used (cf. examples B.1 and 2).

## INTEGRATION DRILL

Instructions: The teacher gives two sentences. The student converts the second sentence to a purpose clause by adding either <u>para</u>, <u>(at) nang</u>, or <u>upang</u> before it and changing the verb to its basic form. He then adds the resulting clause to the first to make a single complex sentence. (Use <u>para</u> for the first five sentences, <u>at nang</u> for the next five, and <u>upang</u> for the last five.)

| Teacher | Student |
|---|---|
| 1. Namimilit kami. Mabibili ang aming tiket. | Namimilit kami para mabili ang aming tiket. |
| 2. Nagtatrabaho sila. Kumikita sila ng pera. | Nagtatrabaho sila para kumita sila ng pera. |
| 3. Nag-aaral ang kabataan. Makakakuha sila ng diploma. | Nag-aaral ang kabataan para makakuha sila ng diploma. |
| 4. Gumugugol ang kandidato ng pera. Mananalo siya. | Gumugugol ang kandidato ng pera para manalo siya. |
| 5. Umuwi sila. Humingi sila ng pera sa kanilang magulang. | Umuwi sila para humingi sila ng pera sa kanilang magulang. |
| 6. Nanghiram siya. Gugugulin niya ang pera sa panganganak ni Rose. | Nanghiram siya at nang gugulin niya ang pera sa panganganak ni Rose. |
| 7. Bumili siya ng tsokolate sa tindahan. Ipanreregalo niya kay Nene iyon. | Bumili siya ng tsokolate sa tindahan at nang ipanregalo niya kay Nene iyon. |
| 8. Ipinagbalot ko si Tentay ng litson. Makakakain siya. | Ipinagbalot ko si Tentay ng litson at nang makakain siya. |
| 9. Nangangalakal din si Fidel. Mapagkakasya niya ang kita nila. | Nangangalakal din si Fidel at nang mapagkasya niya ang kita nila. |
| 10. Mag-aaral akong mabuti. Makakatapos ako sa Marso. | Mag-aaral akong mabuti at nang makatapos ako sa Marso. |
| 11. Nagbabakasyon siya. Magpapahinga siya. | Nagbabakasyon siya upang magpahinga siya. |
| 12. Bumili ng tiket si Rose. Mananalo siya. | Bumili ng tiket si Rose upang manalo siya. |
| 13. Pumasok sila sa simbahan. Susuwertihin daw sila. | Pumasok sila sa simbahan upang suwertihin daw sila. |
| 14. Dumadalo si Tonya. Hindi siya masusuya sa bahay. | Dumadalo si Tonya upang hindi siya masuya sa bahay. |
| 15. Nagdadasal sila sa Quiapo. Manghihingi sila ng tulong. | Nagdadasal sila sa Quiapo upang manghingi sila ng tulong. |

## CONVERSION-RESPONSE DRILL

Instructions: The teacher gives a statement which Student 1 converts to a question. Student 2 answers affirmatively, using <u>huwag</u>.

| Teacher | Student 1 |
|---|---|
| 1. Kumakain tayo para hindi tayo magutom. | Kumakain ba tayo para hindi tayo magutom? |
| 2. Umaawit siya at nang hindi siya malungkot. | Umaawit ba siya at nang hindi siya malungkot? |
| 3. Nagtatrabaho siya upang hindi siya maghirap. | Nagtatrabaho ba siya upang hindi siya maghirap? |
| 4. Nagbabakasyon sila para hindi sila magtrabaho. | Nagbabakasyon ba sila para hindi sila magtrabaho? |
| 5. Nanghihiram sila ng libro para hindi sila bumili. | Nanghihiram ba sila ng libro para hindi sila bumili? |

Student 2

Oo, kumakain tayo para huwag tayong magutom.
Oo, umaawit siya at nang huwag siyang malungkot.
Oo, nagtatrabaho siya upang huwag siyang maghirap.
Oo, nagbabakasyon sila para hindi sila magtrabaho.
Oo, nanghihiram sila ng libro para hindi sila bumili.

6. Hinanap nila si Nene para hindi siya maghintay.

Hinanap ba nila si Nene para hindi siya maghintay?

7. Tinawag mo si Rosy at nang hindi siya pumarito.

Tinawag mo ba si Rosy at nang hindi siya pumarito?

8. Hinintay ni Nene si Cely upang hindi siya mag-alala.

Hinintay ba ni Nene si Cely upang hindi siya mag-alala?

9. Uubusin natin ang pagkain para hindi sila magtampo.

Uubusin ba natin ang pagkain para hindi sila magtampo?

10. Babatiin niya si Mameng at nang hindi siya magalit.

Babatiin ba niya si Mameng at nang hindi siya magalit?

Oo, hinanap nila si Nene para huwag siyang maghintay.
Oo, tinawag ko si Rosy at nang huwag siyang pumarito.
Oo, hinintay ni Nene si Cely upang huwag siyang mag-alala.
Oo, uubusin natin ang pagkain para huwag silang magtampo.
Oo, babatiin niya si Mameng at nang huwag siyang magalit.

11. Ibinibili mo si Boy ng kendi para hindi siya manggulo.

Ibinibili mo ba si Boy ng kendi para hindi siya manggulo.

12. Ipinag-iipon niya ang bunso ng pera para hindi siya maghirap.

Ipinag-iipon ba niya ang bunso ng pera para hindi siya maghirap?

13. Ipinagbalot ninyo si Pelang ng suman at nang hindi siya maghinanakit.

Ipinagbalot ba ninyo si Pelang ng suman at nang hindi siya maghinanakit?

14. Binigyan mo si Tagpe ng pagkain para hindi siya ngumakngak.

Binigyan mo ba si Tagpe ng pagkain para hindi siya ngumakngak?

15. Pinuntahan nila ang titser para hindi sila hanapin.

Pinuntahan ba nila ang titser para hindi sila hanapin?

Oo, ibinibili ko si Boy ng kendi para huwag siyang manggulo.
Oo, ipinag-iipon niya ang bunso ng pera para huwag siyang maghirap.
Oo, ipinagbalot namin si Pelang ng suman at nang huwag siyang maghinanakit.
Oo, binigyan ko si Tagpe ng pagkain para huwag siyang ngumakngak.
Oo, pinuntahan nila ang titser para huwag silang hanapin.

TRANSLATION DRILLS (Patterned Sentences)

| Teacher | Student |
|---|---|
| A. 1. He works in order to earn money. | Nagtatrabaho siya at nang kumita ng pera. |
| 2. She borrowed some money in order to (be able) buy a book. | Umutang siya ng pera at nang makabili ng libro. |
| 3. I'm going there in order to (be able) get my dresses. | Pupunta ako roon at nang makuha ang aking mga damit. |
| 4. We eat so as to live. | Kumakain tayo upang mabuhay. |
| 5. They went places so as to visit the churches. | Nagpasyal sila upang bisitahin ang mga simbahan. |
| 6. You will study so as to finish in March. | Mag-aaral ka upang matapos sa Marso. |
| 7. We go to church so (that) we can thank God. | Nagsisimba tayo para makapagpasalamat sa Diyos. |
| 8. They brought some candy so (that) we could all eat. | Nagdala sila ng kendi para makakain tayong lahat. |
| 9. We are going to save so (that) we can buy a new car. | Mag-iipon tayo para makabili tayo ng bagong kotse. |

Instructions: In the following negative clauses, Student 1 uses <u>hindi</u> and Student 2 <u>huwag</u>.

| Teacher | Student 1 |
|---|---|
| B. 1. I eat often in order not to starve. | Kumakain akong lagi at nang hindi ako magutom. |
| 2. Ben's going to bring this in order not to buy another one. | Magdadala si Ben nito at nang hindi siya bumili ng iba. |

3. We save money so as not to borrow from others.
Nag-iipon kami ng pera upang hindi kami humiram sa iba.

4. They ran so as not to be overtaken by the rain.
Tumakbo sila upang hindi sila abutin ng ulan.

### Student 2

Kumakain akong lagi at nang huwag akong magutom.
Magdadala si Ben nito at nang huwag siyang bumili ng iba.
Nag-iipon kami ng pera upang huwag kaming humiram sa iba.
Tumakbo sila upang huwag silang abutin ng ulan.

5. You are going to follow this so as not to be criticized.
Susundin mo ito upang hindi ka mapintasan.

6. I always give her money so (that) she won't feel slighted.
Nagbibigay akong lagi ng pera sa kaniya para hindi siya maghinanakit.

7. Nene gave some food to Spot so (that) he wouldn't yelp.
Nagbigay si Nene ng pagkain kay Tagpe para hindi siya ngumakngak.

8. Father is leaving today so (that) he won't have to attend the meeting.
Aalis ang Tatay ngayon para hindi siya dumalo sa miting.

Susundin mo ito upang huwag kang mapintasan.
Nagbibigay akong lagi ng pera sa kaniya para huwag siyang maghinanakit.
Nagbigay si Nene ng pagkain kay Tagpe para huwag siyang ngumakngak.
Aalis ang Tatay ngayon para huwag siyang dumalo sa miting.

## CUMULATIVE DRILLS

### READING-RESPONSE DRILL

#### Ang Pamilya ng mga de la Cruz

Malaki ang pamilya ni G. Manuel de la Cruz. Walo ang kaniyang mga anak na nag-aaral pero mababait silang lahat. Mangangalakal si G. de la Cruz at titser naman sa Tagalog si Gng. de la Cruz. Hindi masyadong malaki ang kinikita nilang mag-asawa pero pinag-aayaw-ayaw nila ang kanilang suweldo para makapag-aral lahat ang mga anak nila. Nagtatrabaho rin ang isang anak nilang babae at isang lalaki upang makatulong sa kanila. Pumapasok sila sa unibersidad sa gabi.

Umuuwi si Gng. de la Cruz paglabas na paglabas niya sa klase para magluto. Nag-aaral naman ang mga anak nila pagdating na pagdating nila sa bahay. Tumutulong din sila sa kanilang nanay sa paglilinis pagkakaing-pagkakain nila.

Pupunta raw si Maning sa Amerika, ang anak nilang magdodoktor, pagkagradweyt na pagkagradweyt nito para mag-aral muli roon. Pagtatapos nilang lahat ng pag-aaral, magtatrabaho na sila at magpapahinga[1] na sina G. at Gng. de la Cruz.

Answer the following questions based on the above selection:

1. Malaki ba ang pamilya ng mga de la Cruz? Ilan silang lahat?
2. Ano ang trabaho ng mag-asawa?
3. Nagkakasya ba ang kanilang kinikita?
4. Ilan ang kanilang anak na nagtatrabaho?
5. Bakit sila nagtatrabaho?
6. Ano ang ginagawa ni Gng. de la Cruz paglabas na paglabas niya sa klase?
7. Ano ang ginagawa ng kaniyang mga anak?
8. Kailan pupunta si Maning sa Amerika? Bakit?
9. Ano ang gagawin nila pagtatapos nila ng pag-aaral?
10. Magtatrabaho pa ba sina G. at Gng. de la Cruz?

---

[1]magpapahinga /magpa·pahɪŋah/ 'to retire'. Filipino children do not usually allow their parents to continue working in their old age, especially when the children have acquired jobs.

## VISUAL-CUE DRILLS

### PICTURE A

1. Panuto: Ilarawan ang mga sumusunod. Gamitin ang <u>nang</u>, <u>pag</u>, o <u>pang</u>.

Halimbawa: a. Nagbabasa si Joe.
Dumarating ang dalaga.
Nagbabasa si Joe nang
dumating ang dalaga.

b. Nagbasa si Joe.
Dumating ang dalaga.
Nagbasa si Joe nang
dumating ang dalaga.

c. Magbabasa si Joe.
Darating ang dalaga.
Magbabasa si Joe
pagdating ng dalaga.

2. Panuto: Ilarawan ang mga larawang nauuna at gamitin ang "reduplicated <u>pag</u> verb stem".

Halimbawa: Nagbasa si Joe pagdating na pagdating ng dalaga.
Magbabasa si Joe pagdating na pagdating ng dalaga.

## PICTURE B

Panuto: Ilarawan ang mga sumusunod. Gamitin ang <u>dahil sa</u>, <u>ika-ikapag</u>, o <u>ikapang</u>.

Halimbawa: Nagising ang tatay dahil sa pagngakngak ng aso.
Ikinagising ng tatay ang pagngakngak ng aso.

## PICTURE C

Panuto: Ilarawan ang mga sumusunod. Gamitin ang <u>nang</u>, <u>para</u>, o <u>upang</u>.

Halimbawa: Nagtatrabaho si Fidel (nang, para, upang) makatanggap ng suweldo. (maka-ipon ng pera.)

## COMPREHENSION-RESPONSE DRILLS

A. 1. Lunes ba nang nagsimba sina Aurora at Antonia sa Quiapo?
   2. May asawa na ba si Antonia?
   3. Sa Linggo ba bobolahin ang mga tiket sa <u>sweepstakes</u>?
   4. Kaarawan ba noon ni Aurora?
   5. Si Aurora ba ang nagalit sa magtitiket?
   6. Ikinayayamot ba nila ang pagpilit ng magtitiket?

B. 1. Noong Lunes ba o noong Linggo nagsimba sa Quiapo sina Aurora at Antonia?
   2. May asawa na ba si Antonia o wala pa?
   3. Sa Linggo ba o sa Sabado bobolahin ang mga tiket?
   4. Kaarawan ba noon ni Aurora o ni Antonia?
   5. Ang pag-aalok ba ng tiket sa kanila ay noong pumapasok sila sa simbahan o noong lumalabas sila?
   6. Masyado ang pag-aalok ng magtitiket kina Aurora at Antonia, para galitin ba sila o para mabili ang tiket niya?

C. 1. Sinu-sino ang nagsimba sa Quiapo?
   2. Kailan sila nagsimba?
   3. Anong petsa ang araw ng pagsisimba nila?
   4. Sino ang may kaarawan noon?
   5. Bakit nagalit at nainis si Antonia?
   6. Bakit sila bumili ng tiket sa iba?


## READING

### MABUHAY ANG BAGONG KASAL

### MGA IBA'T IBANG LUGAR SA PILIPINAS

(See Part I, <u>Intermediate</u> <u>Readings</u> <u>in</u> <u>Tagalog</u>)

# APPENDIX I

## USEFUL EXPRESSIONS

The following phrases and expressions will enable the teacher to offer greetings and instructions to the students in Tagalog. They should be learned in class as they are needed.

### I. GREETINGS

A. G. Jones: Magandang umaga[1] po.[2]   magandaŋ ʊma·ga po·'   Good morning, sir.

   G. Smith: Magandang umaga po naman.   magandaŋ ʊma·ga pu· nama·n   Good morning to you, (sir).

   G. Jones: Kumusta po kayo?[3]   kʊmʊsta pu· kayo·h   How are you, (sir)?

   G. Smith: Mabuti po. At kayo po naman?   mabu·tɪ po·'   Fine, (sir). And you?

                                                   'at kayʊ pu· nama·n

   G. Jones: Mabuti rin po. Salamat.   mabu·tɪ rɪm po·'   sala·mat   Fine (too, sir). Thanks.

B. Bob:   Magandang umaga, Ginny.   magandaŋ ʊma·ga·h dyi·ni·h   Good morning, Ginny.

   Ginny: Magandang umaga, Bob.   magandaŋ ʊma·ga·h ba·b   Good morning, Bob.

   Bob:   Kumusta ka?[3]   kʊmʊsta ka·h   How are you?

   Ginny: Mabuti. At ikaw?   mabu·tɪh   'at ɪka·w   Fine. And you?

   Bob:   Mabuti rin. Salamat.   mabu·tɪ rɪn   sala·mat   Fine, thanks.

C. 1. Paalam na po.   pa·'a·lam na po·'   Goodbye, sir.

    Diyan na po kayo.   dyan na pu· kayo·h

   2. Adyos po.   'adyʊs po·'   Goodbye, (sir).

D. 1. Paalam na.   pa·'a·lam na·h   Goodbye.

    Diyan ka na.   dyaŋ ka na·h

   2. Adyos.   'adyo·s   Goodbye.

    Hanggang bukas.   haŋgam bu·kas   Until tomorrow.

### II. CLASSROOM EXPRESSIONS

A. 1. Ulitin mo.   'ʊli·tɪn mo·h   Repeat.

   2. Isalin mo.   'ɪsa·lɪn mo·h   Translate.

---

[1]Magandang umaga /magandaŋ ʊma·gah/, magandang hapon /magandaŋ ha·pon/, and magandang gabi /magandaŋ gabi·h/ are used like 'good morning', 'good afternoon', and 'good evening' in English. In addition, magandang tanghali /magandaŋ taŋha·lɪ'/, literally 'beautiful noon', is used as a greeting from about 11:00 a.m. to 1:00 p.m.

[2]Po /po·'/ or its less formal equivalent ho /ho·'/ may mean sir or ma'am. No distinction for gender is made for these forms in Tagalog.

[3]Ka /ka·h/ and kayo /kayo·h/ both mean 'you'. Kayo is more formal.

[485]

| | | | |
|---|---|---|---|
| 3. Sabihin mo. | | sabi·hin mo·h | Say (it). |
| 4. Tanungin mo. | | tanυηin mo·h | Ask. |
| 5. Sagutin mo. | | sagυtin mo·h | Answer. |
| 6. Basahin mo. | | basa·hin mo·h | Read (it). |
| 7. Isulat mo. | | 'ısu·lat mo·h | Write (it). |
| 8. Sandali lang. | | sandali· la·η | Just a moment. |
| 9. Isara ninyo ang libro. | | 'ısara nınyo aη lıbro·h | Close the book. |
| 10. Makinig kayo. | | makınıg kayo·h | Listen. |

B. 1. Ano ito? — 'anυ ıto·h — What's this?

2. Ano ang ibig sabihin ng ____? — 'ano·η 'i·bıg sabi·hın naη ____ — What does ____ mean?

3. Ano sa {Tagalog / Ingles} ang ____? — 'anυ sa {taga·log / 'ıngles} aη ____ — What is ____ in {Tagalog? / English?}

4. Ano ang gagawin ko? — ,'ano·η ga·gawıη ko·h — What shall I do?

5. Uulitin ko ba? — 'u· 'υli·tıη kυ ba·h — Shall I repeat?

Isasalin ko ba? — 'ısa·sa·lıη kυ ba·h — Shall I translate?

Sasabihin ko ba? — sa·sabi·hıη kυ ba·h — Shall I say (it)?

Tatanungin ko ba? — ta·tanυηıη kυ ba·h — Shall I ask?

Sasagutin ko ba? — sa·sagυtıη kυ ba·h — Shall I answer?

Babasahin ko ba? — ba·basahıη kυ ba·h — Shall I read?

Isusulat ko ba? — 'ısu·su·lat kυ ba·h — Shall I write?

C. 1. Naiintindihan ba ninyo? — na·'i·'ıntındıham ba nınyo·h — Do you understand?

2. Oo. Naiintindihan ko. — 'o·'oh   na·'i·'ıntındıhaη ko·h — Yes. I understand.

3. Hindi. Hindi ko maintindihan. — hındı·' hındı· kυ ma·'ıntındıha·n — No, I can't understand.

Pakiulit mo nga. — pakı'u·lıt mυ ηa·' — Please repeat.

4. O sige. Makinig ka. — 'o· si·geh   makınıg ka·h — Okay. Listen.

5. Hindi ko marinig. — hındı· kυ ma·rıni·g — I can't hear it.

Lakasan mo nga. — lakasan mυ ηa·' — Louder, please.

Dahan-dahan lang. — da·handa·han la·η — Slowly, please.

Salamat. — sala·mat — Thanks.

Walang anuman. — walaη anυma·n — You're welcome.

# APPENDIX II

## ANSWER KEYS TO GRAMMAR DRILLS, VISUAL-CUE DRILLS, AND COMPREHENSION-RESPONSE DRILLS

### Unit II
### BAGO MAGKLASE

Visual-Cue Drills, pp. 37-39

A. 1. (Maganda, Bago, Malaki, Modelo) ang damit. 2. (Malaki, Tumutugtog, Mahusay) ang bel. 3. (Maganda, Modelo, Bago, Malaki, Magaling, Mahusay) ang kotse. 4. (Modelo, Maganda, Malaki, Magaling, Bago, Mahusay) ang bahay. 5. (Maganda, Matalino, Mahusay, Mabait, Bago o Hindi bago) si Bb. Santos. 6. (Dumarating, Mabait, Malaki) si Lito. 7. Mabait si (Ben, Bb. Torres). 8. (Guwapo, Malaki) si Noel.

B. 1. Oo, maganda. 2. Si Noel ang guwapo. 3. Oo, mabait siya. 4. Titser si Bb. Santos. 5. Si Rosy ang matalino. 6. Hindi. Si Joe ang guwapo. 7. Hindi. Si Rosy ang matalino. 8. Hindi. Si Eddie ang mayaman. 9. Ang kotse ang modelo. 10. Hindi. Pilipino siya.

C. 1. Si Bb. Santos ang dumarating. 2. Titser ang dumarating. 3. Hindi. Pilipino ang dumarating. 4. Oo, maganda siya. 5. Oo, titser si Bb. Smith. 6. Hindi. Siya ang Amerikana. 7. Hindi. Amerikana siya. 8. Si Bb. Santos ang Pilipino. 9. Titser ang Amerikana. 10. Hindi. Si Bb. Santos ang dumarating.

Comprehension-Response Drills, p. 40

A. 1. Oo 2. Oo 3. Oo 4. Oo 5. Hindi 6. Oo 7. Oo 8. Hindi 9. Oo 10. Oo

B. 1. Si Eddie 2. Ang kotse 3. Si Ben 4. Amerikana 5. Ang guwapo

C. 1. Si Nene 2. Ang kotse 3. Ang alawans 4. Si Eddie 5. Si Ben 6. Babae 7. Amerikana 8. Ang titser 9. Ang bel

### Unit III
### KAISAHAN NG PAMILYA

Visual-Cue Drills, pp. 54-57

A. 2. (Kanino, Para kanino) ang damit? (Kay, Para kay) Nene ang damit. 3. (Kanino, Para kanino) ang bahay? (Sa, Para sa) titser ang bahay. 4. (Kanino, Para kanino) ang kotse? (Kay, Para kay) G. Reyes ang kotse. 5. (Kanino, Para kanino) ang bel? (Kay, Para kay) Ben ang bel. Nasaan ang bel? Nasa Tatay ang bel. 6. (Kanino, Para kanino) ang damit? (Sa, Para sa) Lola ang damit.

B. 2. Nasaan (ang titser, si Bb. Gomez)? Nasa klase (ang titser, si Bb. Gomez). 3. Nasaan ang Tatay? Nasa manukan ang Tatay. 4. Na-saan ang Ate Linda? Nasa miting ang Ate Linda. 5. Nasaan si Eddie? Nasa kotse si Eddie. 6. Nasaan ang Nanay? Nasa bahay ang Nanay. 7. Nasaan si Linda? Nasa kabila si Linda. 8. Nasaan (ang manika, ang kotse)? Na kay (Nene, Boy).

C. 2. (Kanino, Para kanino) ang kotse? (Kay, Para kay) Boy ang kotse. Nasaan (si Boy, ang bunso)? Nasa (kotse, Nanay). 3. Nasaan ang (Nanay, damit)? Nasa (kusina, Ate Linda). (Kanino, Para kanino) ang damit? (Kay, Para kay) Angela. 4. Nasaan ang (Lolo, Lola)? Nasa bahay. (Bumabasa, Ngumanganga). Nasaan ang Tatay? Nasa manukan.

D. 2. Kanino si (G. Reyes, G. Santos, G. Andres)? Kay (G. Lim, G. Jacob, G. Lim) siya. 3. Kanino si (Ramon, David)? Kay (Gng. Villamor, Madlang-awa) siya. 4. Kanino ang (Lolo, babae)? Kay (Cruz, Santos) siya.

E. Para kay Linda ang damit; Para sa Tiyang ang damit; Para sa Nanay ang damit; Para sa Lolo ang damit; Para sa Tatay ang damit; Ang kotse ang kay Pedrito; Ang manika ang kay Rosy; Ang bahay ang kay Nene; Ang kalikot ang sa Lola.

Comprehension-Response Drills, p. 58

A. 1. Oo 2. Oo 3. Oo 4. Oo 5. Hindi 6. Hindi 7. Oo 8. Hindi 9. Oo 10. Oo 11. Oo 12. Oo

B. 1. Para kay Nene 2. Nasa kabila 3. Nasa manukan 4. Ngumanganga 5. Kumakain 6. Para sa miting 7. Kay Mrs. Villamor

C. 1. Ang Nanay 2. Ang manika 3. Para kay Nene 4. Nasa kabila 5. Nasa kusina 6. Nasa bahay, gumagayak 7. Para sa miting 8. Kay Mrs. Gonzales, Kay Mrs. Villamor 9. Nasa manukan 10. Nasa bahay, ngumanganga 11. Nasa bahay, bumabasa 12. Nasa bahay, sumasakit ang tiyan

### Unit IV
### ARAW NG PISTA

Visual-Cue Drills, pp. 79-81

A. 3-4. Kanino itong bel? (Kay Eddie, Akin) itong bel; Kanino itong mga bel? (Sa titser, inyo) itong mga bel; Ilan itong mga bel? Lima; Bilangin mo. Isa, dalawa, tatlo, apat, lima. 5-6. Kanino ang bahay na ito? (Sa Nanay, Iyo) ang bahay na ito; Kanino ang mga bahay na ito? (Sa Amerikano, Inyo) ang mga bahay na ito; Ilan ang mga bahay na ito? Tatlo; Bilangin mo. Isa, dalawa, tatlo. 7-8. Kanino ang manikang ito? (Kay Cely, Atin) ang manikang ito; Kanino ang mga manikang ito? (Kina Nene at Cita, Amin) ang mga manikang ito; Ilan ang mga manikang ito? Apat; Bilangin mo. Isa, dalawa, tatlo, apat. 9-10. Kanino ang kotseng ito? (Sa Tatay, Amin) ang kotseng ito; Kanino ang mga kotseng ito? (Kina Joe at Ben, Inyo) ang kotseng ito; Ilan ang mga kotseng ito? Dalawa; Bilangin mo. Isa, dalawa. 11-12. Kanino ang kending ito? (Kay Linda, Akin) ang kending ito; Kanino ang mga kending ito? (Kina Andoy at Esting, Inyo) ang mga kending ito; Ilan ang mga kending ito? Anim; Bilangin mo. Isa, dalawa, tatlo, apat, lima, anim.

B. 1. Dumarating ang Tatay. 2. Dumarating ang mga bisita. 3. Tumutugtog si Berting. 4. Tumutugtog sina Ben, Tony, at Celso. 5. Umaawit si Rosy; Tumutugtog si Charing. 6. Umaawit sina Betty, Eddie, at Ester. 7. Sumasayaw si Lety. 8. Sumasayaw sina Pepe at Pelang. 9. Bumabasa si Bb. Reyes. 10. Bumabasa sina Tatay, Boy, at Cely. 11. Kumakain si Esting. 12. Kumakain ang mga bisita.

C. 2. "Ha! Alis, alis!" "Tama na! Alis! Magugulong mga bata!" 3. "Umaawit sila o, halika. Maganda ang kanilang awit." 4. "Hoy, dumarating na ang mga bisita." 5. "Hindi ka ba gutom? Halika, kumakain na ang iba." 6. "Masarap!"; "Akin ang tainga."; "Iyo ang buntot." ~ "Iyo ang tainga. Akin ang buntot."

D. Araw ng pista. Masasarap ang mga pagkain. Magugulo ang mga bata. Tuwang-tuwa ang mga bisita. Sumasayaw at umaawit sila. Tumutugtog ang iba.

Comprehension-Response Drills, p. 82

A. 1. Oo 2. Oo 3. Oo 4. Oo 5. Oo 6. Oo 7. Oo 8. Oo 9. Oo 10. Hindi 11. Oo 12. Oo, Oo 13. Oo

B. 1. Si Tiya Linda 2. Ang mga bata 3. Si Aling Tinang 4. Tumatawa 5. Si Aling Osang

C. 1. Ang mga bisita 2. Si Tiya Linda 3. Ang kaniyang mga kaibigan 4. Ang mga bata 5. Kanin, litson, suman, turon, at kaldereta 6. Sina Tiya Linda, Aling Pelang, Aling Osang, Aling Charing, Ninong, at mga kaibigan 7. Sina Aling Tinang at Aling Sela 8. Ang Ninong at ang mga bisita 9. Sina Aling Pelang at Aling Osang 10. Si Aling Charing 11. Kay Esting; Kay Andoy

Unit V
ANG BAYANIHAN

Grammar Drills

Counting Drill, p. 94

1. Labing-isa, labindalawa, labintatlo, labingapat, labinlima, labing-anim, labimpito, labingwalo, labinsiyam, dalawampu 2. Dalawampu't isa, dalawampu't dalawa, dalawampu't tatlo, dalawampu't apat, dalawampu't lima, dalawampu't anim, dalawampu't pito, dalawampu't walo, dalawampu't siyam, tatlumpu

3. Sampu, dalawampu, tatlumpu, apatnapu, limampu 4. Sampu, dalawampu, tatlumpu, apatnapu, limampu, animnapu, pitumpu, walumpu, siyamnapu, sandaan 5. Isa, dalawa, tatlo, apat, lima, anim, pito, walo, siyam, sampu, labing-isa, labindalawa, labintatlo, labing-apat, labinlima, labing-anim, labimpito, labingwalo, labinsiyam, dalawampu 6. Dalawa, apat, anim, walo, sampu, labindalawa, labing-apat, labing-anim, labingwalo, dalawampu 7. Tatlo, anim, siyam, labindalawa, labinlima, labingwalo, dalawampu't isa, dalawampu't apat, dalawampu't pito, tatlumpu 8. Lima, sampu, labinlima, dalawampu, dalawampu't lima, tatlumpu, tatlumpu't lima, apatnapu, apatnapu't lima, limampu, limampu't lima, animnapu, animnapu't lima, pitumpu, pitumpu't lima, walumpu, walumpu't lima, siyamnapu, siyamnapu't lima, sandaan 9. Dalawampu, apatnapu, animnapu, walumpu, sandaan, sandaa't dalawampu, sandaa't apatnapu, sandaa't animnapu, sandaa't walumpu, dalawandaan 10. Dalawampu't lima, limampu, pitumpu't lima, sandaan, sandaa't dalawampu't lima, sandaa't limampu, sandaa't pitumpu't lima, dalawandaan, dalawandaa't dalawampu't lima, dalawandaa't limampu, dalawandaa't pitumpu't lima, tatlundaan

Drill on Reading Numbers, p. 94

A. 1. Labingwalo 2. Tatlumpu't isa 3. Limampu 4. Animnapu't lima 5. Apatnapu't dalawa 6. Pitumpu't tatlo 7. Dalawampu't apat 8. Walumpu't anim 9. Siyamnapu't pito 10. Siyamnapu't siyam 11. Sandaan 12. Limampu't walo 13. Tatlumpu't pito 14. Limampu't isa 15. Animnapu

B. 1. Labintatlong kotse 2. Dalawampu't apat na bata 3. Tatlumpu't limang babae 4. Apatnapu't anim na lalaki 5. Limampu't pitong bahay 6. Sandaa't animnapu't walong turon 7. Sandaa't pitumpu't siyam na Kastila 8. Sandaa't walumpu't dalawang Pilipino 9. Sandaa't siyamnapu't isang damit 10. Sandaa't dalawang matatanda 11. Animnapu't anim na damit 12. Tatlumpu't siyam na kaibigan 13. Walumpu't anim na bel 14. Sandaa't dalawampung dalaga 15. Sandaa't labing-isang bisita

Visual-Cue Drills, pp. 101-102

A. 2. Maganda ang pag-awit ng babae; Maganda ang kaniyang pag-awit; Maganda ang pag-awit niya; Maganda ang aking pag-awit; Maganda ang pag-awit ko. 3. Masarap ang pagmamahalan nina Neneng at Berting; Matamis ang kanilang pagmamahalan; Kapuri-puri ang pagmamahalan nila. 4. Magaganda ang damit ng mga babae; Pare-pareho ang kanilang mga damit; Pare-pareho ang mga damit nila; Pare-pareho ang aming mga damit; Pare-pareho ang mga damit namin. 5. Modelo ang kotse ni Gng. Reyes; Malaki ang kaniyang kotse; Malaki ang kotse niya; Modelo ang inyong kotse; Modelo ang kotse ninyo. 6. Masarap ang pagkain ng mga bata; Masarap ang kanilang pagkain; Masarap ang pagkain nila; Marami ang ating pagkain; Marami ang pagkain natin.

B. 2. (Anong araw, Kailan) ang bayanihan? Sa Martes ang bayanihan. 3. (Anong araw, Kailan) ang pista? Sa Miyerkoles ang pista. 4. (Anong araw, Kailan) ang klase? Sa Huwebes ang klase. 5. (Anong araw, Kailan) ang pipigan? Sa Biyernes ang pipigan. 6. (Anong araw, Kailan) ang anihan? Sa Sabado ang anihan.

C. 2. Ikailan ng Hunyo ang klase? Anong petsa ang klase? (Ikalabinlima, Akinse) ng Hunyo ang klase. 3. (Ikailan ng Setyembre, Anong petsa) ang anihan? (Ikalabing-apat, Akatorse) ng Setyembre ang anihan. 4. (Ikailan ng Oktubre, Anong petsa) ang pipigan? (Ikalima, Asingko) ng Oktubre ang pipigan. 5. (Ikailan ng Agosto, Anong petsa) ang miting? (Ikalabimpito, Adisisiyete) ng Agosto ang miting. 6. (Ikailan ng Enero, Anong petsa) ang bayanihan? (Ikasampu, Adiyes) ng Enero ang bayanihan.

D. Maliwanag ang buwan. Marami ang mga tao sa pipigan. Sama-samang gumagawa ang mga dalaga't binata. Bumabayo ang mga binata. Tumutulong naman ang mga dalaga. Masasaya sila sa pipigan. Tumutugtog at umaawit sila. Sa mga ganyang pagtitipon umuusbong ang matamis na pagmamahalan.

Comprehension-Response Drills, p. 163

A. 1. Oo 2. Oo 3. Oo 4. Oo 5. Oo 6. Oo
B. 1. Si Arthur 2. Libre 3. Kusang-loob 4. Sama-sama 5. Masaya
C. 1. Ang bayanihan 2. Ang mga tao 3. Marami ang tao sa pipigan 4. Ang bayanihan 5. Ang mga tao 6. Sa kusina ~ sa tunay na trabaho 7. Sa ganoong pagtitipon 8. Ang mga tao 9. Bayanihan, palusong, pabayani

## Unit VI
### ANG DOBOL-ISTANDARD

Visual-Cue Drills, pp. 126-128

A. 2. Lumilipat ang mga tao; Nagbubuhat ang mga lalaki; Tumutulong ang mga bata. 3. (Bumabayo, Nagbabayo, Pumipipig) ang mga binata; Tumutulong ang dalaga. 4. Nagpapasyal ang mga dalaga't binata.

B. 2. Mas matanda ang Nanay ng dalaga kaysa sa Nanay ng binata; Mas magara ang Nanay ng dalaga kaysa sa Nanay ng binata; Mas (matanda, magara) ang Nanay ko kaysa sa Nanay mo. 3. Mas magagara sina Cely, Rosy, at Linda kaysa kina Angela, Nene, at Luningning; Mas magagara kami kaysa sa iyo; Mas magagara kayo kaysa sa amin. 4. Mas marami ang libro (ng mga babae, nila) kaysa sa (mga lalaki, inyo). 5. Mas (modelo, magara, bago, malaki)

ang kotse (ni Ben, mo) kaysa sa kotse (ni Joe, niya). 6. Mas masasaya ang mga kabataan kaysa sa mga matatanda.

C. 2. (Modelo, Magara, Bago) ang kotse ni Joe; Mas (modelo, magara, bago) ang kotse ni Eddie kaysa sa kay Joe; Mas (modelo, magara, bago) ang kotse ni Noel kaysa sa kay Eddie; (Pinakamodelo, pinakamagara, pinakabago) ang kotse ni Noel. 3. Magulo ang mga anak ni G. Santos; Mas magulo ang mga anak nina G. at Gng. Ramos kaysa sa kay G. Santos; Mas magulo ang mga anak ni G. Reyes kaysa sa kina G. at Gng. Ramos; Pinakamagulo ang mga anak ni G. Reyes. 4. Marami ang pagkain ng batang lalaki; Mas marami ang pagkain ng mga babae kaysa sa batang lalaki; Mas marami ang pagkain ng mga lalaki kaysa sa mga babae; Pinakamarami ang pagkain ng mga lalaki. 5. Matalino si Nene; Mas matalino si Angela kaysa kay Nene; Mas matalino si Luningning kaysa kay Angela; Pinakamatalino si Luningning.

Comprehension-Response Drills, p. 129

A. 1. Oo 2. Oo 3. Oo 4. Oo 5. Hindi 6. Hindi 7. Oo 8. Oo
B. 1. Magkaibang-magkaiba 2. Nagdodobol-istandard 3. Ang mga lalaki 4. Nagtitiis 5. Hindi 6. Nag-iiba na
C. 1. Sina Fidel at Arthur 2. Ang mga ugali nina Fidel 3. Ang mga lalaki 4. Ang mga lalaki 5. Ang mga lalaki 6. Ang mga lalaki 7. Sa probinsiya 8. Ang mga babae 9. Kasi, nagdodobol-istandard ang mga lalaki

## Unit VII
### ANG PAMILYA NI FIDEL

Visual-Cue Drills, pp. 144-145

A. 2. Sino ang may kotse? Si Eddie ang may kotse; Sino ang walang kotse? Sina Bert, Cely, Rosy, at Ben ang walang kotse; May kotse ba si Eddie? Oo, may kotse siya ~ Mayroon siyang kotse; Mayroon ba akong kotse? May kotse ka ~ Mayroon kang kotse; May kotse ba sina Bert, Cely, Rosy, at Ben? Walang kotse sina Bert, Cely, Rosy, at Ben; May kotse ba kami? Wala kayong kotse. 3. Sino ang may Nanay? Si Angela ang may Nanay; Sino ang walang Nanay? Si David ang walang Nanay; May Nanay ba si Angela? Oo, may Nanay siya ~ Mayroon siyang Nanay; May Nanay ba si David? Walang Nanay si David ~ Wala siyang Nanay; May Nanay ba tayo? Wala tayong Nanay. 4. Sino ang may nobyo? Si Cynthia ang may nobyo; Sino ang walang nobyo? Si Linda ang walang nobyo; May nobyo ba si Cynthia? Oo, may nobyo siya ~ Mayroon siyang nobyo; May nobyo ba si Linda? Wala siyang nobyo ~ Walang nobyo si Linda; May nobyo ka ba? Wala akong nobyo. 5. Sino

ang may anak? Sina Ben at Rosy ang may anak;
Sino ang walang anak? Sina Bert at Nene ang
walang anak; May anak ba sina Ben at Rosy?
Oo, may anak sila ~ Mayroon silang anak;
May anak ba sina Bert at Nene? Walang anak
sina Bert at Nene ~ Wala silang anak; May
anak ka ba? Wala akong anak. 6. Sino ang may
kalabaw? Si David ang may kalabaw; Sino ang
walang kalabaw? Si Andoy ang walang kalabaw;
May kalabaw ba si David? Oo, may kalabaw si-
ya ~ Mayroon siyang kalabaw; May kalabaw
ba si Andoy? Wala siyang kalabaw ~ Walang
kalabaw si Andoy; May kalabaw ba tayo? Wala
tayong kalabaw. 7. Sino ang may kasama? Si
Cely ang may kasama; Sino ang walang kasa-
ma? Si Lina ang walang kasama; May kasama
ba si Cely? Oo, may kasama siya ~ Mayroon
siyang kasama; May kasama ba si Lina? Wa-
lang kasama si Lina ~ Wala siyang kasama;
May kasama ka ba? Wala akong kasama. 8. Si-
no ang may pera? Sina Kuya Bert at Ate Nita
ang may pera; Sino ang walang pera? Si Boy
ang walang pera; May pera ba sina Kuya Bert
at Ate Nita? Oo, may pera sila ~ Mayroon si-
lang pera; May pera ba si Boy? Walang pera
si Boy ~ Wala siyang pera; May pera ba sila?
Wala silang pera. 9. Sino ang may sigarilyo?
Si Joe ang may sigarilyo; Sino ang walang si-
garilyo? Si Oscar ang walang sigarilyo; May
sigarilyo ba si Joe? Oo, may sigarilyo si Joe
~ Mayroon siyang sigarilyo; May sigarilyo ba
si Oscar? Walang sigarilyo si Oscar ~ Wala
siyang sigarilyo; May sigarilyo ka ba? Wala
akong sigarilyo. 10. Sino ang may bunso? Si
Charing ang may bunso; Sino ang walang bun-
so? Si Ester ang walang bunso; May bunso ba
si Charing? Oo, may bunso siya ~ Mayroon si-
yang bunso; May bunso ba si Ester? Walang
bunso si Ester ~ Wala siyang bunso; May bun-
so ba tayo? Wala tayong bunso. 11. Sino ang
may trabaho? Si Bert ang may trabaho; Sino
ang walang trabaho? Si Tony ang walang traba-
ho; May trabaho ba si Bert? Oo, may trabaho
si Bert ~ Mayroon siyang trabaho; May traba-
ho ba si Tony? Walang trabaho si Tony ~ Wala
siyang trabaho; May trabaho ba ako? Wala
kang trabaho. 12. Sino ang may pagkain? Ang
mga lalaki ang may pagkain; Sino ang walang
pagkain? Ang mga bata ang walang pagkain;
May pagkain ba ang mga lalaki? Oo, may pag-
kain sila ~ Mayroon silang pagkain; May pag-
kain ba ang mga bata? Walang pagkain ang
mga bata ~ Wala silang pagkain.
B. Instruction 1. 2. Nanghaharana sina Eddie,
Berting, at Oscar. May mga binata doon. May-
roon ding bahay. Masasaya ang mga binata
roon. 3. Nanggugulo ang mga bata riyan. May
mga lalaki riyan. May mga babae rin. Magu-
gulo ang mga bata riyan. 4. Nangangalakal si
G. Reyes. May mga lalaki rito. May mga da-
mit din. Magaganda ang mga damit dito.
5. Nanghihiram ng pera si Fidel doon. May
mga nanghihiram doon. 6. Nagsisimba sina
Tentay, Nene, Boy, Esting, Cely, at Ben diyan.

May mga nagsisimba at umaawit din diyan.
7. Nagbubuhat ng bahay ang mga tao rito.
May mga tao rito. 8. Nagpapasyal sina Rosy
at Berting. May mga anak sila.
Instruction 2. 2. May nanghaharana ba roon?
Oo, mayroon; Sino ang mga nanghaharana?
Sina Eddie, Berting, at Oscar ang mga nang-
haharana. 3. May nanggugulo ba riyan? Oo,
mayroon. Sino ang nanggugulo? Ang mga la-
laki ang nanggugulo. 4. May nangangalakal
ba rito? Oo, mayroon. Sino ang nangangala-
kal? Si G. Reyes ang nangangalakal. 5. May
nanghihiram ba ng pera doon? Oo, mayroon.
Sino ang nanghihiram ng pera? Si Fidel ang
nanghihiram. 6. May nagsisimba ba riyan?
Oo, mayroon. Sino ang nagsisimba riyan?
Ang mga tao, sina Tentay, Nene, Esting,
Boy, Cely, at Ben ang nagsisimba riyan.
7. May nagbubuhat ba ng bahay rito? Oo,
mayroon. Sino ang nagbubuhat ng bahay rito?
Ang mga tao ang nagbubuhat ng bahay rito.
8. May nagpapasyal ba roon? Oo, mayroon.
Sino ang nagpapasyal? Sina Rosy at Berting
at ang mga anak nila.

Comprehension-Response Drills, p. 146

A. 1. Oo 2. Hindi 3. Oo 4. Oo 5. Oo 6. Wala pa
7. Oo 8. Oo 9. Wala pa 10. Oo 11. Oo
B. 1. Malaki 2. Lima 3. Nangangalakal 4. Wala
pa 5. Si Tony 6. Si Cynthia 7. Si Cynthia 8. Si
Fidel
C. 1. Pito 2. Dalawa; Lima 3. Si Ernesto 4. Bet-
med 5. Si Tony 6. Kay Tony 7. Si Fidel
8. Kasi, nanghaharana, nangingisda, nanghi-
hiram, at nanggugulo siya

Unit VIII
IDEALISMO

Grammar Drills

Contrastive Translation Drills, p. 167
I. 1. May manika rito. Wala siyang tainga.
2. May titser dito. Wala siyang mapa. 3. May
lalaki rito. Wala siyang pera. 4. May betmed
dito. Wala siyang pasyente. 5. May binata ri-
to. Wala siyang asawa.
II. 1. May diploma ako, pero wala akong traba-
ho. 2. May mga diploma tayo, pero wala ta-
yong pera. 3. May mga bisita kami, pero
wala kaming pagkain. 4. May miting si Nene,
pero wala ka. 5. May kanin ang mga bata,
pero wala siya.

Visual-Cue Drills, pp. 169-171

A. 2. May mga tao ba sa klase? Mayroon. May-
roon bang magbabasa? Oo, mayroon. May
mga lalaki ba? Walang mga lalaki. May titser
ba sa klase? Walang titser sa klase. May
mga (nanggugulo, tumatawa, nagsisigarilyo,
sumasayaw, at umaawit) ba sa klase? May-
roon. 3. May (kotse, kasintahan) ba si Eddie?

Oo, mayroon. May kotse ba si Ben? Wala siyang kotse. Mayroon ba siyang kasintahan? Oo, may kasintahan siya. 4. May (diploma, asawa, mga anak) na ba si Ray? Oo, mayroon na. Mayroon na bang diploma si Joe? Wala pa siyang diploma. 5. May mga (bisita, pagkain) ba sa bahay? Oo, mayroon. May mga (kumakain, tumatawa) ba sa bahay? Oo, mayroon. May mga bata ba sa kusina? Mayroon. May pagkain ba sila? Wala silang pagkain. 6. May pasyente ba ang betmed? Oo, mayroon. May (matatabang, malalaking) kalabaw ba si David sa probinsya? Oo, mayroon.

B. 2. (Humihiram, Nakakahiram) (siya, si Pedrito) ng libro. 3. (Nag-aaral, Nakakapag-aral) (sila, sina G. Smith at G. Jones) ng Tagalog. 4. (Sumasayaw, Nakakasayaw) (sila, sina Bob at Bette) ng tinikling. (Umaawit, Nakakaawit) (sila, ang mga dalaga't binata). 5. (Nagsisigarilyo, Nakakapagsigarilyo) (siya, ang dalaga). 6. (Bumabayo, Nakakabayo) (sila, sina Fidel at Carlos) ng pinipig. 7. (Naghaharana, Umaawit, Tumutugtog, Nakakapangharana, Nakakaawit, Nakakatugtog) (sila, sina Oscar, Eddie, Joe, at Ben). 8. (Bumubuhat, Nakakabuhat) (sila, ang mga tao) ng bahay.

C. 2. May mga nakakapanggulo ba rito? Wala. Walang nakakapanggulo rito. 3. May mga nakakapagpasyal ba rito? Mayroon. May mga nakakapangisda ba rito? Walang nakakapangisda rito. 4. May nakakasayaw ba rito? Walang nakakasayaw rito. 5. May nakakapagsigarilyo ba rito? Walang nakakapagsigarilyo rito. 6. May nakakapag-aral ba rito? Walang nakakapag-aral dito.

Comprehension-Response Drills, p. 172

A. 1. Oo 2. Oo 3. Oo 4. Oo 5. Oo 6. Hindi 7. Oo 8. Hindi 9. Hindi 10. Wala

B. 1. Si Lino 2. Ang may diploma 3. Ang diploma 4. Kakaunti 5. Wala pa

C. 1. Si Lino 2. Ang buhay 3. Kasi ang walang diploma walang trabaho 4. Ang diploma. Kasi, ang may diploma lang ang nakakapagtrabaho 5. Ang may diploma 6. Kasi, wala silang diploma 7. Salapi, puro salapi

## Unit IX
## ANG PILIPINA

Visual-Cue Drills, pp. 190-191

A. 2. Binibili ni Aling Osang ang damit. 3. Hinaharana nina Tony at Fidel si Cynthia. 4. Binibili ni Alex ang sigarilyo. 5. Ginagawa ni Ray ang kotse. 6. Sinasayaw ng mga lalaki't babae ang Tinikling. 7. Dinadala ni Linda ang mga manika. 8. Hinahanap ni Ben ang kaniyang medyas. 9. Hinihintay ni Linda ang kanilang kotse. 10. Binabasa nina Boy at Luningning ang libro at magasin. 11. Kinakain ng mga bata ang suman. 12. Binabasa ni Arthur ang libro. Sinisigarilyo rin niya ang Tabacalera.

B. Dumarating na si Eddie. Ginagawa ni G. Santos ang kaniyang kotse. Tumutulong si Boy sa kaniyang Tatay. Dinadala niya ang sigarilyo sa kaniyang Tatay. Binabasa ni Cely ang libro. Hinahanap ng Lola ang Lolo. Sinusungkit ni Nene ang damit niya. Dinadala ng Nanay ang mga manika sa bahay.

Comprehension-Response Drills, p. 192

A. 1. Wala pa 2. Oo 3. Oo 4. Hindi 5. Oo 6. Hindi 7. Oo

B. 1. Wala pa 2. Ni Oscar 3. Ang mga Ilokana 4. Pare-pareho 5. Minamahal 6. Binibili

C. 1. Ang masarap na luto 2. Ang mga Ilokana 3. Ang mga Kapampangan 4. Ang mga Ilongga 5. Si Rose 6. Tsokolate 7. Sa tindahan sa kanto

## Unit X
## ANG NINONG

Visual-Cue Drills, pp. 205-206

A. 2. Pinasasalamatan ng titser si Lito. Pinasasalamatan ni Bb. Santos ang bata. 3. Hinahalikan nina Ray at Rose ang kanilang bunso (bata). 4. Dinadalhan ng Nanay ng kendi si Nene. Dinadalhan ng Nanay ng kendi ang bata. 5. Pinapasukan nina Joe at Ben ang pabrika. Pinapasukan ng mga lalaki ang pabrika. 6. Binabasahan ng Nanay si Lito. Binabasahan (niya, ng Nanay) ang bata. 7. Hinihiraman ni Rosy ng libro ang titser. Hinihiraman ng dalaga ang titser ng libro. 8. Kinakainan ng mga bata ang kusina. 9. Tinatawanan ni Andoy at Esting ang kalabaw.

B. 2. Hinahalikan ni Ben at Cely ang kamay (ni G. Ledesma, ng kanilang ninong). 3. Hinahalikan nina Ben at Cely ang kamay (ng kanilang ninong, ni G. Lopez). 4. Pinasasalamatan (nina Ben at Cely, ng mga bagong kasal) ang kanilang ninong. 5. Pinapasukan nina Ben at Cely ang pabrika. 6. Binibilhan nina Ben at Cely ng mga pagkain si Aling Nena. Binabayaran ni Cely si Aling Nena. 7. Dinadalhan (nina Ben at Cely, ng mga bagong-kasal) ng pagkain ang Lola.

Comprehension-Response Drills, p. 207

A. 1. Oo 2. Oo 3. Hindi 4. Hindi 5. Oo 6. Oo 7. Hindi

B. 1. Dispatsadora 2. Sa Namarco 3. ₱120 4. Nagkakasya

C. 1. Sina Mameng at Mario 2. Sa kanilang Ninong 3. Sa Namarco. Sa Carriedo 4. ₱120 (isang buwan) 5. Magkasama sila 6. Baka hindi sila makaganti sa kanilang ninong

## Unit XI
## ANG PULITIKA

Visual-Cue Drills, pp. 225-226

A. 2. Ibinibili ng Nanay ng tsokolate si Boy.

3. Ipinupusta ni Fidel si Atorni. Ipinupusta ni Ramon si Ledesma. 4. Ipinagiilimbag ni G. Ramos si Attorney Cruz. 5. Ipinagsusulsi ng Tiya Angela ng medyas si Roy. 6. Ipinagbubuhat ni Ben ng kahon si Gng. Santos. 7. Ipinanghihiram ni Ben ng kotse si Fidel. 8. Ipinanggagapang ni Mang Kardo si Ledesma. 9. Ipinang-aatake ni Ramon si Ledesma.

B. 2. Ano ang ginagawa ni Fidel? Humihiram si Fidel ng libro; Alin ang hinihiram niya? Hinihiram niya ang libro; Sino ang hinihiraman niya ng libro? Hinihiraman niya ng libro si Bb. Reyes; Sino ang inihihiram niya ng libro? Inihihiram niya ng libro si Cely. 3. Ano ang ginagawa ni G. Magpayo? Nagdadala siya ng pera; Alin ang dinadala niya? Dinadala niya ang pera; Sino ang dinadalhan niya ng pera? Dinadalhan niya ng pera ang Lola; Sino ang ipinagdadala ng Lola ng pagkain? Ipinagdadala niya ng pagkain ang mga bata. 4. Ano ang ginagawa ni Mang Kardo at Mang Sebyo? Pumupusta ng sanlibo si Mang Kardo at Mang Sebyo; Alin ang ipinupusta nila? Ipinupusta nila ang sanlibo; Sino ang pinupustahan ni Mang Kardo? Pinupustahan ni Mang Kardo si Mang Sebyo; Sino ang pinupustahan ni Mang Sebyo? Pinupustahan ni Mang Sebyo si Mang Kardo; Sino ang ipinupusta ni Mang Kardo? Ipinupusta ni Mang Kardo si Ledesma; Sino ang ipinupusta ni Mang Sebyo? Ipinupusta ni Mang Sebyo si Atorni.

Comprehension-Response Drills, p. 227

A. 1. Oo 2. Oo 3. Oo 4. Oo 5. Hindi 6. Oo 7. Wala 8. Wala pa

B. 1. Ang eleksiyon 2. Si Ledesma 3. Wala pa 4. Mahirap 5. Sa looban

C. 1. Kasi, puyat sila gabi-gabi 2. Kasi, malapit na ang eleksiyon 3. Si Ledesma 4. Si Atorni 5. Sa looban 6. Si Ledesma 7. Si Ledesma 8. Ang kahirapan ni Atorni 9. Si Mang Kardo 10. Sina Mang Sebyo 11. Sampung libo

## Unit XII
## MADALING-ARAW

### Grammar Drills

Pronominal Drills: Completion Translation, p. 240

A. 1-10. _ang_-pronouns, except: 8. _ka_, _kayo_ 9. _ako_, _tayo_, _kami_

B. 1-10. _ng_-pronouns, except: 7, 8. _ko_, _natin_, _namin_ 10. _mo_, _ninyo_

C. 1-10. _sa_-pronouns, except: 2, 4, 5. _akin_, _atin_, _amin_ 6. _iyo_, _inyo_

### Visual-Cue Drills, pp. 242-243

A. 2. Nakakakain sila ng mga pagkain; Nakakain nila ang mga pagkain; Nakakakain ng mga pagkain ang mga bata; Nakakain ng mga bata ang mga pagkain. 3. Nakakabuhat kami ng bahay; Nabubuhat namin ang bahay; Nakakabuhat ng bahay (ang mga tao, ang mga lalaki); Nabubu-hat (ng mga tao, ng mga lalaki) ang bahay. 4. Nakakabili siya ng kotse; Nabibili niya ang kotse; Nakakabili ng kotse si G. Reyes; Nabibili ni G. Reyes ang kotse. 5. Nakakapag-ipon ka ng pera; Naiipon mo ang pera; Nakakapag-ipon ng pera si Mameng; Naiipon ni Mameng ang pera. 6. Nakakagawa kayo ng suman; Nagagawa ninyo ang suman; Nakakagawa ng suman sina Aling Sela at Aling Nena; Nagagawa nina Aling Sela at Aling Nena ang suman. 7. Nakakapaglimbag ka ng mga polyeto; Nalilimbag mo ang mga polyeto; Nakakapaglimbag ng mga polyeto si G. Santos; Nalilimbag ni G. Santos ang mga polyeto. 8. Nakakakain kami ng puto-bumbong at nakakainom kami ng salabat; Nakakakain namin ang puto-bumbong at naiinom namin ang salabat; Nakakakain ng puto-bumbong at nakakainom ng salabat sina Berta at Arthur; Nakakain nina Berta at Arthur ang puto-bumbong at naiinom nila ang salabat. 9. Nakakabilang tayo ng pera; Nabibilang natin ang pera; Nakakabilang ng pera si Ben; Nabibilang ni Ben ang pera. 10. Nakakapagsigarilyo sila ng Camel; Nasisigarilyo nila ang Camel; Nakakapagsigarilyo ng Camel si Ray; Nasisigarilyo ni Ray ang Camel. 11. Nakakapangharana kayo ng dalaga; Nahaharana ninyo ang dalaga; Nakakapangharana ng dalaga ang mga binata; Nahaharana ng mga binata ang dalaga. 12. Nakakapagluto ka ng puto-bumbong; Naluluto mo ang puto-bumbong; Nakakapagluto ng puto-bumbong ang Nanay; Naluluto ng Nanay ang puto-bumbong.

B. 2. Nakakakita ba ng pagkain ang mga bata? Oo, nakakakita sila; Ano ang nakikita ng mga bata? Nakikita nila ang pagkain. 3. Nakakabuhat ba sina Joe at Ben ng mga libro? Oo, nakakabuhat sila; Ano ang nabubuhat nila? Nabubuhat nila ang libro. 4. Nakakagawa ba ang mga lalaki ng bahay? Oo, nakakagawa sila; Ano ang nagagawa nila? Nagagawa nila ang bahay. 5. Nakakapaglimbag ba ng mga libro si G. Ramos? Oo, nakakapaglimbag siya; Ano ang nalilimbag ni G. Ramos? Nalilimbag niya ang mga libro. 6. Nakakapagbilang ba ng mga boto si Bb. Reyes? Oo, nakakapagbilang siya; Ano ang nabibilang ni Bb. Reyes? Nabibilang niya ang mga boto. 7. Nakakapag-ipon ba ng pera si Ben? Oo, nakakapag-ipon siya; Ano ang naiipon niya? Naiipon niya ang pera. 8. Nakakabayo ba ng pinipig ang dalaga? Oo, nakakabayo siya; Ano ang nababayo niya? Nababayo niya ang pinipig. 9. Nakakapanghiram ba ng pera si Fidel kay Tony? Oo, nakakapanghiram siya; Ano ang nahihiram ni Fidel? Nahihiram niya ang pera.

Comprehension-Response Drills, p. 244

A. 1. Oo 2. Oo 3. Hindi 4. Oo 5. Hindi 6. Oo 7. Oo

B. 1. Ang kalampag 2. Amerikano 3. Ang butse 4. Iniinom 5. Masaya

C. 1. Ang kalampag 2. Kasi, ginigising siya ng

musikong bumbong 3. Kasi, magpapasko na
4. Nasa may simbahan 5. Puto-bumbong, bi-
bingka, salabat, at butse 6. Si Berta 7. Ang
bibingka at butse 8. Kasi, hindi pa nakakainom
si George ng salabat 9. Si Berta at ang kos-
tumbre nilang buwisit

## Unit XIII
## KAGANDAHANG-LOOB

### Grammar Drills

Translation Drills, p. 256
A. David: Aba! Narito ka na pala! Sino ang mga
    kasama mo?
  Arthur: Hayun si Fidel (ituturo ang tarangka-
      han)—kasama ang mga kaibigan.
  David: Tuloy kayo. Narito na rin ba si Frank?
  Arthur: Hayun siya.
  Linda: (Lalabas) David, nasaan si Ray? Hindi
    pa ba siya dumarating?
  Arthur: Hayun, dumarating siya.
  David: Hayun na siya! (Makikita si Ray sa
    may bahay.) Hoy, Ray! Narito kami.
    Halika.
  Ray: Rose, ito si Linda.... David, Arthur. Ki-
    lala mo si Frank.... Ito si Miss Reyes,
    Rose Reyes.
  Lahat: Kumusta! Hay, Rose!
  Linda: Narito na ba ang lahat? Heto, heto ang
    inumin. Rose, hayun ang kalamansi.
    Magpiga ka na ng ilan.
  Rose: Salamat.
B.   Nagtatrabaho si Luningning sa pabrika sa
  Lunsod ng Quezon. Pumapasok siya sa traba-
  ho ng alas 7:30 ng umaga. Nagtatrabaho siya
  roon ng walong oras isang araw at tumatang-
  gap ng P120.00 isang buwan. Abogado ang ka-
  niyang asawa at kumikita siya ng P550. May-
  roon silang apat na anak, dalawang lalaki at
  dalawang babae. Ibinibili niya sila lagi ng ma-
  gagandang damit at masasarap na pagkain.

Visual-Cue Drills, pp. 257-258

A. 2. Hinahanap nina Fidel at Ben ang bahay ni
  Dr. Reyes. Ben: Nasaan ang bahay ni Dr. Re-
  yes? Fidel: Hayun. Naroon ang bahay niya. Ha-
  lika. 3. Hinihintay nina Linda at Cely sina Ben
  at Ray. Nasa Canteen sila. Ben at Ray: Hayun
  sina Linda at Cely. Linda! Cely! Narito na ka-
  mi. Linda at Cely: Hayan na sina Ray at Ben.
  Dali kayo. 4. Hinahanap ng Lola at ni Linda
  ang Kapitbahay Sarisari Store. Lola: Nasaan
  ba ang Kapitbahay Sarisari Store? Linda: Ha-
  yun po, Lola. Naroon po. 5. Hinahanap ni Os-
  car si Minda. Kumakatok siya sa bahay. Na-
  roon si Aling Nena. Oscar: Narito po ba si
  Minda? Aling Nena: Oo, narito siya. Tuloy ka.
  6. Nag-uusap sina Cely at Angela sa bahay.
  Angela: Nasaan ang Tatay at si Nene? Cely:
  Hayun, naroon sila sa manukan. 7. Bumibili
  si Aling Tentay ng damit kay Rose. Rose: He-
  to ho ang inyong damit. Aling Tentay: Heto

ang bayad. Salamat. 8. Kumakain sina Esting,
Andoy, at mga bisita. Andoy: Masarap ang
pagkain, Esting! Esting: Hayun, kumakain
na sila. Tayo na. 9. Nasa klase sina Bb. San-
tos at ang mga bata. Tinatanong niya ang
klase. Bb. Santos: Nasaan tayo ngayon? Mga
bata: Narito tayo sa klase ngayon.

B. 2. Bumibili si Linda ng damit sa tindahan.
  Linda: Nasaan ba ang inyong magagandang
  damit? Angela: Narito ang magaganda. Heto.
  3. Kumakain sina Nene, Cely, at Ester ng
  kendi. Nene, Cely, at Ester: Kumakain kami
  nitong kendi ~ Kinakain namin itong kendi.
  4. Binubuhat ng mga tao ang bahay. Nakikita
  sila ni Mario. Mario: Hayun, binubuhat nila
  ang bahay. 5. Hinahalikan ng Tatay ang bun-
  so. Tentay: Nasaan ang Tatay? Mameng: He-
  to, humahalik sa bunso. 6. Nagsusulsi ang
  Nanay. Dumarating si Ester at ang kaibigan
  niyang si Cely. Cely: Nasaan ang nanay mo?
  Ester: Narito siya. Tuloy ka. Hayun, naroon
  siya, nagsusulsi.

C. 2. Si Ben ay nagdadala ng libro para kay Bb.
  Santos; Ang libro ay dinadala ni Ben para
  kay Bb. Santos; Si Bb. Santos ay ipinagdada-
  la ni Ben ng libro. 3. Si Rosy ay humihiram
  ng libro kay Cely para kay Nene; Ang libro
  ay hinihiram ni Rosy kay Cely para kay Ne-
  ne; Si Cely ay hinihiraman ni Rosy ng libro
  para kay Nene; Si Nene ay inihihiram ni Ro-
  sy ng libro kay Cely. 4. Si Tentay ay kumu-
  kuha ng inumin para sa matanda; Ang inumin
  ay kinukuha ni Tentay para sa matanda; Ang
  matanda ay ikinukuha ni Tentay ng inumin.

Comprehension-Response Drills, p. 259

A. 1. Oo 2. Oo 3. Oo 4. Hindi 5. Hindi na 6. Hin-
  di
B. 1. Scotch 2. Si Nettie 3. Sina David 4. Mara-
  mi 5. Si G. Ramos 6. Sa Pako
C. 1. Scotch 2. Si Nettie 3. Maraming kalaman-
  si 4. Sina David 5. Si G. Ramos 6. Sa Pako

## Unit XIV
## SI TAGPE

### Grammar Drills

Substitution Drill, p. 266
  Malapit na noon ang pista. Naggayak ng
kanilang mga bahay ang mga dalaga. Tumu-
long naman ang mga binata. Gumawa na ng
mga suman ang mga nanay.
  Araw na noon ng pista. Masasaya ang
mga bata. Sumayaw at umawit sila. Nagsim-
ba na ang karamihan.
  Hayun, tumugtog na ang kampana. Duma-
ting na ang mga bisita. Naghintay ang iba sa
may simbahan. Ayun, pumasok na sila sa
simbahan.

Translation of Substitution Drill, p. 266
  The day of the fiesta was near. The young
women decorated their houses. The young

men helped, too. The mothers made some su-
mans already.

It was the day of the fiesta. The children
were happy. They danced and sang. Many went
to church.

There, the bell rang. The visitors had al-
ready arrived. The others waited by the
church. Look, they entered the church.

Response Drills, p. 266

A. 1. Oo 2. Ang mga dalaga 3. Ang mga binata
4. Ang mga nanay 5. Ang mga bata 6. Sila (ang
mga bata) 7. Ang karamihan 8. Oo 9. Ang mga
bisita 10. Sa may simbahan

B. 1. Naggayak ng kanilang mga bahay 2. Tumu-
long 3. Gumawa ng suman 4. Sumayaw at uma-
wit 5. Nagsimba 6. Ang kampana 7. Ang mga
bisita 8. Hindi 9. Ang iba 10. Sila (ang mga
tao)

Substitution Drill, pp. 267-268

Dumating ang mga Hapon noong Disyembre,
1941, sa Pilipinas. Humirap ang buhay noon.
Kumain ng suso at kangkong ang marami. Wa-
la nang humanap pa ng litson o lumpia o pag-
kaing masarap. Nagtiis ng hirap ang karami-
han. Lumipat sila sa mga ibang probinsiya.
Lalong naghirap ang lahat noong mga taong
1943-45.

Dumating ang mga Amerikano noong Oktu-
bre, 1944. Umalis ang mga Hapon noong Agos-
to, 1945.

Natuwa na naman ang mga tao. Sumayaw at
umawit pa sa tuwa ang iba noong dumating si
MacArthur.

Naghintay sila nang matagal sa kanilang
mga kaibigan. Pagkatapos nilang nagtiis, nag-
hirap, at naghintay, dumating din ang mga
Amerikano. Mayroon kayang hindi natuwa
noong dumating ang mga Amerikano?

Response Drill, p. 268

1. Dumating ang mga hapon sa Pilipinas noong
Disyembre, 1941. 2. Umalis sila noong Agos-
to, 1945. 3. Dumating ang mga Amerikano
noong Oktubre, 1944. 4. Apat na taon sila sa
Pilipinas. 5. Oo, naghirap sila.

Translation Drills, pp. 268-269

A. 1. ala una; alas dos o ikalawa; alas tres o ikat-
lo; alas kuwatro o ikaapat; alas singko o ikali-
ma; alas sais o ikaanim 2. alas siyete o ika-
pito; alas otso o ikawalo; alas nuwebe o ikasi-
yam; alas diyes o ikasampu; alas onse o ika-
labing-isa; alas dose o ikalabindalawa 3. alas
tres kinse; alas kuwatro kinse; alas sais kin-
se; alas siyete kinse; alas nuwebe kinse; alas
diyes kinse 4. alas onse beynte; alas dose
beynte singko; ala una kuwarentay singko; alas
dos diyes; alas otso kuwarenta; alas nuwebe
singkuwenta 5. alas dosey medya; alas otsoy
medya; ala unay medya; alas kuwatroy medya;
alas siyetey medya; alas diyes medya 6. alas
sais medya; alas singkoy medya; alas onsey
medya; alas tres medya; alas dos medya; alas
nuwebey medya

B. 1. alas diyes ng umaga; alas tres ng umaga;
alas dos ng umaga; alas siyete ng umaga;
alas otso ng umaga 2. alas dose ng tanghali;
alas onse ng tanghali; alas onse beynte sing-
ko ng tanghali; alas dose medya ng tanghali;
alas onse medya ng tanghali 3. alas dos
medya ng hapon; ala unay singkuwenta ng ha-
pon; alas singkoy medya ng hapon; alas sais
beynte ng hapon; alas otsoy medya ng hapon
4. alas tres medya ng hapon; alas dosey kin-
se ng tanghali; ala unay beynte ng umaga;
alas nuwebe kinse ng hapon; alas diyes beyn-
te ng umaga

C. 1. Kaninang alas siyete 2. Kaninang alas do-
se 3. Kaninang alas tres diyes 4. Kaninang
alas kuwatro ng umaga 5. Kaninang alas sais
kinse ng umaga 6. Kaninang alas singko beyn-
te ng umaga 7. Kagabi ng alas otsoy medya
8. Kagabi ng alas onse 9. Kahapon ng alas
sais 10. Kahapon ng ala una

Cumulative Drills, p. 272

A. 1. Oo, nag-aral ako kagabi. Hindi, hindi ako
nag-aral. Hindi. Natulog ako. 2. Oo, nag-aral
daw siya. Hindi, hindi raw siya nag-aral.
Hindi. Nagtrabaho raw siya. 3. Oo, nagsayaw
kami. Hindi, hindi kami nagsayaw. Hindi.
Nagpasyal kami. 4. Oo, hindi ako nagpasyal.
Hindi, hindi ako nagpasyal. Hindi. Nag-aral
ako. 5. Oo, natulog ako. Hindi, hindi ako na-
tulog. Hindi. Nagbasa ako. 6. Nasa bahay ako
kagabi. 7. Nagpunta ako sa probinsya kaha-
pon. 8. Nag-aral ako kagabi. 9. Nagsimba
ako noong Linggo. 10. Nangharana ako kama-
kalawa.

B. 1. Pumasok ang Nanay sa isang tindahan sa
Carriedo. Humanap siya ng manika para sa
kaniyang mga anak. Bumili siya ng napaka-
gandang manika. Binayaran niya ang dispat-
sadora. Nagpasalamat siya sa Nanay. 2. Na-
tulog si Boy nang maaga kagabi. Ngumak-
ngak nang ngumakngak si Tagpe. Nagising si
Boy at ang Tatay. Nagalit ang Tatay kay
Tagpe. Nagngitngit nang nagngitngit siya.

C. 1. Dumating ako kaninang alas otso. 2. Nag-
aral ako kagabi ng alas otsoy medya. 3. Ku-
main ako kaninang umaga ng alas sais med-
ya. 4. Natulog ako kagabi ng alas nuwebe.
5. Pumasok ako sa pabrika kahapon ng ala
unay medya. 6. Nagising ako ng alas dos ng
umaga. 7. Nagbasa ako kagabi ng alas siyete.
8. Nag-aral ako kaninang umaga ng alas ku-
watroy medya. 9. Nagtrabaho ako noong Lu-
nes ng alas tres medya. 10. Nagsimba ako
noong Linggo ng alas singko.

Visual-Cue Drills, pp. 274-276

A. 2. Ano ang ginawa ng mga tao? Dumating si-
la. Sino ang mga dumating? Dumating ang
mga tao. Kailan sila dumating? Dumating si-
la noong (ikalima ng Pebrero, asingko ng
Pebrero, Lunes). 3. Ano ang ginawa nina Os-
car at Ray? Umalis sila. Sino ang mga uma-

lis? Sina Ray at Oscar ang umalis. Kailan sila umalis? Umalis sila noong (ikawalo ng Marso, aotso ng Marso, Martes). 4. Ano ang ginawa ng mga tao? Nag-ani ang mga tao. Sino ang mga nag-ani? Ang mga tao ang mga nag-ani. Kailan sila nag-ani? Nag-ani sila noong (ikasampu ng Abril, adiyes ng Abril, Miyerkoles). 5. Ano ang ginawa ng mga (binata, lalaki)? Nangharana ang mga (binata, lalaki). Sino ang nangharana? Ang mga binata ang nangharana. Kailan sila nangharana? Nangharana sila noong (ikalabindalawa ng Mayo, adose ng Mayo, Huwebes). 6. Ano ang ginawa nina Linda't Eddie? Nagsayaw sila. Sino ang nagsayaw? Sina Linda't Eddie ang nagsayaw. Kailan sila nagsayaw? Nagsayaw sila noong (ikalabing-apat ng Hunyo, akatorse ng Hunyo, Biyernes). 7. Ano ang ginawa ng mga lalaki? Nagbuhat sila ng kahon. Sino ang mga nagbuhat ng kahon? Ang mga lalaki ang nagbuhat. Kailan sila nagbuhat? Nagbuhat sila noong (ikalabingwalo ng Hulyo, adisiotso ng Hulyo, Sabado). 8. Ano ang ginawa ng mga tao? Nagpasyal sila. Sino ang mga nagpasyal? Ang mga tao ang nagpasyal. Kailan sila nagpasyal? Nagpasyal sila noong (ikadalawampu't isa ng Agosto, beynte uno ng Agosto, Linggo). 9. Ano ang ginawa ng mga tao? Pumipig ang mga tao. Sino ang pumipig? Ang mga tao ang pumipig. Kailan sila pumipig? Pumipig sila noong (ikadalawampu't anim ng Setyembre, abeinte sais ng Setyembre, Lunes). 10. Ano ang ginawa ng Nanay? Nagsulsi ng damit ang Nanay. Sino ang nagsulsi ng damit? Ang Nanay ang nagsulsi ng damit. Kailan nagsulsi ang Nanay ng damit? Nagsulsi ang Nanay noong (ikadalawampu't pito ng Oktubre, abeynte siyete ng Oktubre, Martes). 11. Ano ang ginawa nina Cely at Ben? Umalis sina Cely at Ben. Sino ang (pumunta sa Dabaw, umalis)? Sina Cely at Ben ang umalis. Kailan sila (umalis, pumunta sa Dabaw)? (Umalis sila, Pumunta sila sa Dabaw) noong (ikadalawampu't lima ng Nobyembre, abeynte singko ng Nobyembre, Miyerkoles). 12. Ano ang ginawa ng mga tao? Nagsimba sila. Sino ang nagsimba? Nagsimba ang mga tao. Kailan nagsimba ang mga tao? Nagsimba sila noong (ikadalawampu't apat ng Disyembre, abeynte kuwatro ng Disyembre, Huwebes).

B. Gumayak si Lito. Nagsuot siya ng medyas. Pumunta siya sa tindahan. Binilang niya ang kaniyang pera. Tinawag niya si Aling Nena. Itinuro niya ang kendi. Binigay niya ang pera kay Aling Nena. Binigay ni Aling Nena ang kendi sa kaniya. Umalis na si Lito. Kinain niya lahat ang kendi. Sumakit ang tiyan ni Lito. Nagalit ang kaniyang Nanay. Natulog si Lito.

C. Nagising ang mag-asawa. Nagalit sila. Nagbasa si Ray. Nagpiga ng kalamansi at nagluto si Minda. Kumain sina Minda at Ray ng bibingka, puto, at butse. Uminom din sila ng salabat. Gumayak si Ray. Hinalikan niya ang kaniyang asawa at pumasok na siya sa opisina.

Comprehension-Response Drills, p. 277

A. 1. Oo 2. Oo 3. Oo 4. Hindi 5. Oo 6. Hindi 7. Hindi
B. 1. Noong Miyerkoles 2. Nagdaan 3. Nagsimba 4. Ng aso 5. Mataba 6. Nagngitngit 7. Ngumakngak
C. 1. Noong Miyerkoles 2. Si Lito 3. Sa probinsya 4. Noong Linggo 5. Tagpe 6. Si Bernie 7. Kasi matabang-mataba at kyut na kyut si Tagpe 8. Kasi, hindi siya nakatulog. Ngumakngak nang ngumakngak si Tagpe

## Unit XV
## UUWI SA NANAY

Grammar Drills

Oral Composition, p. 289

a. <u>Manganganak</u> si Rosa sa Nobyembre. <u>Mangangailangan</u> siya ng pera. <u>Tatakbo</u> siya sa kaniyang mga magulang at <u>hihiram</u> o <u>hihingi</u> ng pera. <u>Matatapos</u> si Ben, ang asawa niya, sa Marso at magbabayad sila ng kanilang utang.

b. <u>Magpapasko</u> na. <u>Maririnig</u> na naman ang <u>musikong bumbong</u>. <u>Manggigising</u> ng mga tao ang musikong bumbong. <u>Sisimba</u> ang mga tao sa madaling-araw. Pagkatapos, <u>bibili</u> sila ng puto-bumbong at bibingka at <u>iinom</u> sila ng salabat.

c. <u>Pupunta</u> si Nettie (sa bahay nina Aurora, kina Aurora). <u>Magdadala</u> siya ng masasarap na pagkain. <u>Tutulungan</u> niya si Aurora at pagkatapos, <u>magbibidahan</u> sila. <u>Bibigyan</u> niya ng pagkain si Aurora at kakain silang dalawa.

Visual-Cue Drills, pp. 290-292

A. Instruction 1. 2. Saan pupunta sina Fidel at Mameng? Pupunta sila sa doktor. Kailan sila pupunta? Pupunta sila sa aotso ng Mayo (ikawalo ng Mayo). Anong oras sila darating kina Dr. Sison? Darating sila ng alas nuwebey medya. Kailan manganganak si Mameng? Manganganak siya sa akatorse ng Agosto. 3. Saan magtatrabaho ang mga tao? Magtatrabaho sila sa pabrika. Kailan sila magsisimula ng trabaho? Magsisimula sila ng trabaho sa aprimero ng Abril (unang araw ng Abril). Anong oras sila magsisimula ng trabaho? Magsisimula sila ng trabaho ng alas otso. Kailan sila tatanggap ng suweldo? Tatanggap sila ng suweldo sa atreynta na Abril. 4. Saan pupunta ang mga tao? Mangingisda sila. Kailan sila mangingisda? Mangingisda sila sa ikalima (asingko ng Hunyo o sa Martes). Anong oras sila mangingisda? Mangingisda sila ng alas siyete. Kailan sila babalik? Babalik sila sa asais ng Hunyo o sa Miyerkoles. Anong oras sila babalik? Babalik sila ng alas sais. 5. Kanino hihiramin ni Cely ang libro? Hihiramin niya ang libro kay Rosy. Anong oras niya hihiramin ang libro?

Hihiramin niya ang libro ng alas nuwebey medya ng umaga. Kailan niya babasahin ang libro? Babasahin niya ang libro ng alas siyetey medya. Sino ang manggugulo? Manggugulo ang mga bata.

Instruction 2. 2. Pumunta sina Fidel at Mameng kina Dr. Sison noong aotso ng Mayo. Dumating sila roon ng alas nuwebey medya. Manganganak daw si Mameng sa katorse ng Agosto. 3. Pumasok ang mga tao sa pabrika mula sa aprimero hanggang atreynta ng Abril. Sumahod sila noong atreynta ng Abril. 4. Nangisda ang mga tao noong asingko ng Hunyo (Martes) alas siyete ng gabi. Bumalik sila noong Miyerkoles alas sais ng umaga. Naghintay ang mga tao sa kanila. 5. Humiram si Rosy ng libro kay Cely noong alas nuwebey medya noong Huwebes ng umaga. Binasa niya ang libro noong alas siyetey medya ng gabi. Nanggulo ang mga bata. Nagalit si Cely.

B. 2. Uupo si Mario sa likod ni Fidel. 3. Natutulog ang aso sa ilalim ng dulang. 4. Naghihintay ng kotse si Bb. Santos sa harapan ng unibersidad. 5. Nagtatrabaho ang mga tao sa tapat ng pabrika. 6. Nagbabasa si Luningning sa tabi ni Nene. 7. Nag-uusap ang mga babae sa may tindahan. 8. Ngumangakngak si Tagpe sa loob ng bahay. 9. Natutulog ang bunso sa pagitan ng nanay at ng tatay. 10. Kumakain ang bata sa ibabaw ng dulang.

Comprehension-Response Drills, p. 293

A. 1. Hindi 2. Oo 3. Hindi 4. Oo 5. Oo 6. Oo
B. 1. Sa Nobyembre 2. Pagdating ng araw 3. Marso 4. Manghihingi 5. Mangangailangan 6. Magpapadala
C. 1. Sa Nobyembre 2. Pagdating ng araw 3. Sa Marso 4. Manghihiram sila 5. Mangangailangan ng tulong 6. Magpapadala siya ng pera

## Unit XVI
## BALOT

Visual-Cue Drills, pp. 313-314

A. Binilang niya ang kaniyang pera at pumunta siya sa tindahan. Bumili siya ng malalaking atis at tinulungan siya ni Aling Tinay. Bumili rin siya ng suman kay Aling Sela. Binayaran niya si Aling Sela at binalot nito ang suman sa supot. Pinasalamatan siya ni Aling Sela. Umuwi si Rosy. Dala-dala niya ang mga atis at suman. Kinain niya ang ilang atis. Nakita siya ni Andoy. Tumakbo ito sa kaniya.

B. 2. Magkasinlaki sina Bruno at Tagpe. Magkasindami ba ang pagkain ni Bruno at ni Tagpe? Oo, magkasindami. Gaya ba ni Bruno si Tagpe? Hindi, hindi sila magkasingkulay. 3. Magkasindami ba ang mga babae at mga lalaki? Hindi. Mas marami ang babae kaysa sa lalaki. Gaya ba ng mga babae ang mga lalaki? Hindi kasinggulo ng mga lalaki ang mga babae. Hindi sila magkasinsipag. 4. Magkasinsarap ba

ang litson at pansit? Hindi kasinsarap ng litson ang pansit. Gaya ba ng litson ang pansit? Hindi. Mas masarap ang litson kaysa sa pansit. 5. Gaya ba ni Joe si David? Hindi. Mas mabait si Joe kaysa kay David. Magkasinsipag ba sila? Hindi kasinsipag ni Joe si David. Magkasingguwapo ba sila? Hindi. Mas guwapo si David kaysa kay Joe. 6. Magkasindami ba ang anak nina Aling Pilar at Aling Tonya? Hindi. Mas marami ang anak ni Aling Tonya. Gaya ba ni Aling Tonya si Aling Pilar? Hindi, hindi kasintaba ni Aling Tonya si Aling Pilar. Magkasinlaki ba sila? Hindi sila magkasinlaki. 7. Magkasinlaki ba si Andoy at Esting? Oo, magkasinlaki sila. Gaya ba ng aso ni Andoy ang aso ni Esting? Hindi. Mas mataba at malaki ang aso ni Esting. Hindi kasintaba at kasinlaki ng aso ni Esting ang aso ni Andoy. 8. Magkasinghusay ba si Bulik at si Teksas? Hindi kasinghusay ni Bulik si Teksas. Gaya ba ni Bulik si Teksas? Oo, magkasinlaki sila. 9. Kasinggulo ba ng mga babae ang mga lalaki? Hindi. Mas magulo ang mga babae kaysa sa mga lalaki. Magkasingsaya ba ang mga babae at mga lalaki? Hindi kasinsaya ng mga babae ang mga lalaki. 10. Magkasindami ba ang mga matatanda at ang mga kabataan? Hindi. Mas marami ang mga kabataan. Gaya ba ni Neneng ang bata? Hindi kasinglaki ni Neneng ang bata.

Comprehension-Response Drills, p. 315

A. 1. Oo 2. Oo 3. Oo 4. Wala na 5. Oo 6. Hindi 7. Hindi
B. 1. Marami pa 2. Si Charing 3. Relyeno 4. Malaki 5. Engrande 6. Inipon
C. 1. Sina Charing, Pelang, Osang, at Aling Sela 2. Relyeno 3. Si Charing 4. Si Aling Tinang 5. Ang kasal ni Aling Tinang 6. Hindi siya umuutang ng ginugugol

## Unit XVII
## BABASAHING PAMBAYAN

Grammar Drills

Completion-Translation Drill, p. 334
1. Gusto ko ang pagkain. I like the food.
2. Ibig niya ng kendi. He/She likes candy.
3. Kailangan nila ng titser. They need a teacher. 4. Kailangan namin ang bel. We need the bell. 5. Kailangan ni Joe ng kotse. Joe needs a car. 6. Ibig natin ng kaldereta. We like some kaldereta. 7. Ibig niya ng litson. He/She likes some lechon. 8. Gusto nila ang awit. They like the song. 9. Gusto ng titser kay Eddie. The teacher likes to be with Eddie. 10. Gusto ng Nanay kay Tentay. Mother wants to be with Tentay.

Visual-Cue Drills, pp. 339-341

A. 2. Nangingisda si Mang Kardo. Mangingisda

si Mang Kardo. 3. Nangangalakal si G. Guinto. Mangangalakal si G. Guinto. 4. Umiinom ng Scotch si Ambo. Manginginom si Ambo. 5. Sumusulat ng kuwento si G. Ramos. Manunulat ng kuwento si G. Ramos. 6. Nagtitinda ng komiks si Aling Osang. Magkokomiks si Aling Osang.

B. 2. Malakas pumusta si G. Santos. Maraming pumusta si G. Santos. 3. Masipag magtrabaho si Aling Sela. Mahusay magtrabaho si Aling Sela. 4. Mahusay ngumakngak si Tagpe. Magaling ngumakngak si Tagpe. 5. Matamis magmahal ang dalaga't binata. Masarap magmahal ang dalaga't binata. 6. (Maraming, Masarap) kumain ang lalaki. 7. (Mahusay, Masipag) bumayo ang mga binata. 8. (Maagang, Masipag) magtrabaho ang mga babae.

C. 2. (Kailangang, Dapat, Ibig, Ayaw, Gustong) (linisin ni Rosy ang bahay, maglinis ng bahay si Rosy). 3. (Kailangang, Dapat, Ibig, Ayaw, Gustong) mag-aral nina Ben at Cely. 4. (Kailangang, Dapat, Ibig, Gustong) magpahinga ng lalaki. 5. (Kailangang, Dapat, Ibig, Gustong) (bumili ng damit ang babae, bilhin ng babae ang damit). 6. (Kailangang, Dapat, Gustong, Ibig) (magbalot ni Cely ng kahon, balutin ni Cely ang kahon). 7. (Kailangang, Dapat, Ibig, Gustong) (kumain ng lalaki, kanin ng lalaki ang pagkain). 8. (Kailangang, Ayaw, Gustong, Dapat, Ibig) (magbasa ni Oscar ng magasin, basahin ni Oscar ang magasin).

Comprehension-Response Drills, p. 342

A. 1. Hindi 2. Oo 3. Oo 4. Hindi, mahusay na 5. Oo 6. Oo 7. Hindi pa 8. Hindi. Nagugustuhan na nila 9. Oo 10. Oo

B. 1. Magasing Ingles 2. Mahuhusay 3. Magagaling na 4. Malaki na 5. Namumulubi pa 6. Pare-pareho 7. Ang mga manlilimbag 8. Si Nanding

C. 1. Magbasa ng magasing Tagalog 2. Ang mga kuwento't larawan 3. Ang mga artista at manunulat na Pilipino 4. Ang mga babasahing Tagalog 5. Ang mga manunulat 6. Ang mga mambabasa 7. Ang mga manlilimbag 8. Kasi, iyo't iyon din daw ang paksa 9. Ang gusto ng karamihan 10. Ang mga komiks

## Unit XVIII
## SA CENTRAL MARKET

Grammar Drills

Substitution Drill, p. 352

Titser si Mrs. Gonzales. Siya'y pumapasok sa klase tuwing umaga. Siya'y lumalakad hanggang sa kanto at nagbabasa ng magasin habang naghihintay ng bus. Sumasakay siya hanggang sa plasa at nagsisimba bago tumutuloy sa klase.

Tumanggap ng suweldo si Mrs. Gonzales kahapon. Siya'y namili sa Central Market. Bumili siya ng damit para kay Tentay, medyas para sa Tatay, at matabang aso para kay Boy. Ibinili rin niya ng magasin si Tiya Mameng. Nagdala rin siya ng atis at sinigwelas sa bahay. Ang lalaki't ang tatamis ng atis! Iyon ay kinain nilang lahat kaya sumakit ang kanilang tiyan.

Response Drill, p. 352

1. a. Hindi b. Hindi c. Oo d. Oo e. Oo
2. a. Titser b. Sumasakay c. Sa umaga d. Medyas e. Magasin
3. a. Titser siya b. Hanggang sa kanto c. Matabang aso d. Ang Tiya Mameng e. Atis at sinigwelas

Visual-Cue Drills, pp. 353-354

A. 2. Lumilindol. Malakas ang lindol. 3. Kumikidlat. Malakas ang kidlat. 4. Bumabagyo. Malakas ang bagyo. 5. Umaaraw. Maliwanag ang araw. Maganda ang araw. 6. Gumagabi. Maginaw ang gabi.

B. "Bumili siya ng damit, medyas, manika, magasin, at komiks. Napakamahal ng medyas, manika, at damit. Kuwatro nobentay-singko ang medyas, trese singkuwenta ang manika, diyes nobentay-singko ang damit, at tig-titrentay-singko ang magasin at komiks. Sumakay siya sa bus. Sumasalubong sina Lito at Nene sa kaniya. Humalik siya sa kamay ng Nanay at Tatay. May pasalubong siya sa bawa't isa. Damit para sa Nanay, medyas para sa Tatay, manika para kay Nene, magasin para kay Cely, at komiks naman para kay Lito."

C. Suman, atis, bibingka, turon, tsokolate, kendi, sinigwelas, butse, litson, at marami pang iba. Magkakano ang (atis, suman, bibingka, turon, pinipig, tsokolate, kendi, sinigwelas, butse)? Labindalawa piso at tigdidiyes ang atis, tigsisingkuwento ang bibingka, tigdidiyes ang suman, tigdidiyes ang turon, tigsisingko ang kendi at tsokolate, uno treynta ang sandaan ng sinigwelas, at uno beynte ang pinipig.

Comprehension-Response Drills, p. 355

A. 1. Oo 2. Hindi 3. Oo 4. Oo 5. Oo 6. Hindi 7. Hindi

B. 1. Ang atis 2. Atis 3. Labing-isa ang piso 4. Panahon na 5. Ang ulan ngayon 6. Malapit na 7. Sa bus

C. 1. Ang mga atis 2. Atis 3. Piso 4. Labing-isa ang piso 5. Ang atis 6. Kahapon 7. Ang tag-ulan 8. Sa bus

## Unit XIX
## ANG SABUNGERO

Visual-Cue Drills, pp. 367-368

A. Second row. 1. Tumugtog ang musikong bumbong. 2. Kagigising lang ni Berta. 3. (Sisimba, Magsisimba) sina Berta at George. Third

row. 1. Bumili ng atis sina Cely at Aling Pe-
lang. 2. Kasasakay lang nina Cely at Aling Pe-
lang sa bus. 3. Maglilinis ng bahay si Cely.
Fourth row. 1. Humingi ng pera si Rose kay
Ray. 2. (Kapapamili, Kararating) lang ni Rose.
3. Manganganak na si Rose; Pupunta sina Rose
at Ray sa ospital.

B. Instruction 1. 2. Kakakasal lang nina Minda at
Rudy. 3. Kapagtatrabaho lang ni Rudy. 4. Ka-
panganganak lang ni Minda. 5. Katutulog lang
ng mga bata. 6. Kasasabong lang nina Rudy.
Instruction 2. Nangharana sina Joe, Rudy, at
Ben. Ikinasal sina Minda at Rudy. Nagtatraba-
ho si Rudy sa opisina. Kapagtatrabaho lang ni
Rudy. Kapanganganak lang ni Minda. Mara-
ming anak sina Minda at Rudy. Katutulog lang
ng mga bata. Palasabong si Rudy. Kapagsasa-
bong lang niya.

C. Kalaban ni Bulik si Pula. Malakas si Bulik
kaysa kay Pula. Kay Bulik si Lolo Tasyo at
kay Pula si Kardo. Tumatakbo si Pula, lumi-
lipad si Bulik. Panalo si Bulik.

Comprehension-Response Drills, p. 369

A. 1. Hindi 2. Oo 3. Hindi 4. Oo 5. Hindi 6. Oo
7. Hindi 8. Hindi

B. 1. Hindi pa 2. Si Bulik 3. Si Don Ibarra 4. Ma-
rami 5. Ni Don Ibarra 6. Si Pula 7. Si Don I-
barra

C. 1. Si Bulik 2. Si Don Ibarra 3. Si Pula 4. Si
Pula 5. Si Don Ibarra 6. Kasi, nanalo si Bulik
7. Sina Tony, Arthur, at Fidel

## Unit XX
## LUKSANG LAMAYAN

Visual-Cue Drills, pp. 379-380

A. 2. Nag-aaral si Neneng. (Tunay, Kapuri-puri)
ang pag-aaral ni Neneng. 3. Nagdadalamhati
si Aling Nena. Tunay ang pagdadalamhati ni
Aling Nena. 4. Nag-uusap sina Rosy, Cely, at
Ester. Masaya ang pag-uusap nila. 5. Uma-
awit si Bert. Maganda ang pag-awit ni Bert.
6. (Nagbabasa, Bumabasa) ng libro si Boy.
(Mahusay, Magaling, Maganda) ang pagbabasa
ni Boy.

B. Iba't iba ang mga tinda. Narito sina Kar-
dong maglilitson, Aling Selang magbibibingka,
Rosing na magpuputo-bumbong, Aling Osang
na magsusuman, magbubutse, at magtuturon,
Aling Nenang magdadamit, Neneng na magbu-
bulaklak, mga magkakandila, mag-aatis, at
mga iba pa. Masaya ang pista.

C. 2. Nagtitinda ng kandila si Aling Charing.
Magkakandila siya. 3. Nagdadasal si Aling To-
nyang. Magdarasal siya. 4. Nagluluto ng puto-
bumbong si Aling Pilar. Magpuputo-bumbong
si Aling Pilar. 5. Nagtitinda ng suman si Aling
Sela. Magsusuman si Aling Sela. 6. Nagtitinda
ng atis ng Aling Maria. Mag-aatis si Aling
Maria. 7. Nagtitinda ng litson si Ambo. Magli-
litson si Ambo. 8. Nagtitinda ng manok si Jo-

se. Magmamanok si Jose. 9. Nagtitinda ng
isda sina Pelang at Berto. Mag-iisda sila.

Comprehension-Response Drills, p. 381

A. 1. Oo 2. Hindi 3. Oo 4. Oo 5. Hindi 6. Wala
7. Oo 8. Hindi 9. Oo 10. Hindi

B. 1. Si Mang Sebyo 2. Si Nita 3. Si Nita 4. Si
Arthur 5. Nasa tabi ng bangkay 6. Sa Ling-
go 7. Si Aling Lucing

C. 1. Si Mang Sebyo 2. Si Nita 3. Nabigla siya
4. Si Arthur 5. Nasa tabi ng bangkay 6. Ang
mandarasal 7. Linggo 8. Sina Arthur at Da-
vid 9. Si Aling Lucing 10. Bukas ng hapon

## Unit XXI
## KAARAWAN NI CELY

Grammar Drills

Situation Drills, p. 404

1. Batiin ninyo ang titser. Ngumiti ka sa kani-
ya o Ngitian mo siya. Magbigay ka ng rega-
lo sa kaniya o Bigyan mo siya ng regalo. Ga-
win ninyo ang sinasabi niya. Magpaalam ka-
yo sa kaniya.

2. Halika. Pumasok ka sa bahay. Tumulong ka
sa iyong ate o Tulungan mo ang iyong ate.
Uminom kay ng kalamansi o Inumin mo ang
kalamansi. Matulog ka na.

3. Pakiabot nga ang litson. Pakilagay na ang
sarsa. Pakiabot nga ang beer. Pakitikman
mo nga ang matamis.

4. Kumain kayo. Magsaya kayo. Matulog kayo.
Huwag kayong manggulo. Huwag kayong mag-
sigarilyo. Huwag kayong uminom ng ginger
ale. Magtrabaho kayo. Magluto kayo. Huwag
kayong umalis sa bahay.

Visual-Cue Drills, pp. 407-409

A. 2. Umawit tayo (kayo). 3. (Sumulat, Magsu-
lat) kayo. 4. Maglinis kayo. 5. Kumatok ka.
6. Bumasa kayo ~ Magbasa kayo ng libro.
7. Mamili ka. 8. Magsulsi ka ng medyas.
9. Magsimba po tayo. 10. Mag-aral kayo.
11. Huwag kayong manggulo. 12. Huwag kang
magsigarilyo.

B. 2. Makikibili nga ho ng bulaklak. 3. Makibili
nga ho ng kandila. 4. Pakiabot nga ho ang
inumin. Makiabot nga ho ng inumin. 5. Pa-
kiabot nga ho ang magasin. Makiabot nga ho
ng magasin. 6. Pakitikim mo nga ang suman.
Pakiinom mo nga ang salabat. 7. Pakidala
mo nga itong mga libro. Makidala nga nitong
mga libro. 8. Pakisulat mo nga ito. Makisu-
lat nga nito. 9. Pakibasa mo nga ito. Maki-
basa nga nito.

C. 2. Ginawa ng Nanay ang damit para kay Ne-
ne. Isinuot ni Nene ang damit na ginawa ng
Nanay. 3. Titser ni Boy si Bb. Santos. Kai-
bigan, Kasama ni Ate Linda si Bb. Santos
na titser ni Boy. 4. Ipinakilala ni Ray si Ben
kay Cely. Nakita ni Cely si Ben (na kaibigan

ni Ray, na ipinakilala ni Ray). 5. (Gumagawa, Nagluluto) si Mameng ng puto-bumbong. Kinakain ni Mario ang puto-bumbong na ginawa (niluto) ni Mameng. 6. Humingi si Linda ng pera sa Tatay. Ibinili ni Linda ang perang hiningi niya sa Tatay. 7. Nakita ni Joe at Oscar ang dalaga. Hinarana nina Oscar at Joe ang nakita nilang dalaga. 8. Humihiram sina Joe, Ben, at Cely ng libro kay Bb. Reyes. Binabasa nina Ben, Cely, at Joe ang librong hiniram nila kay Bb. Reyes.

Comprehension-Response Drills, p. 410

A. 1. Oo 2. Oo 3. Hindi 4. Oo 5. Hindi 6. Oo 7. Hindi 8. Hindi
B. 1. Kaarawan ni Cely 2. Maraming-marami 3. May handa 4. Masarap 5. Si George 6. Ang litson
C. 1. Kaarawan niya 2. Sina George, Berta, at mga kaibigan niya 3. Litson, ensalada, pritong manok, lumpia, pansit, at matamis 4. Ang matamis 5. Ang litson 6. Matamis 7. Makapuno 8. Si Cely

## Unit XXII
## MAHAL NA ARAW

### Grammar Drills

Translation Drill (Contextual Sentences), p. 421
Sa Bagyo

Nene: Cely, ito si Rosy, ang kaibigan kong taga-Maynila.

Rosy: Kumusta ka? Tagarito ka rin ba?

Cely: Hindi, taga-Lunsod ng Quezon ako. Umakyat kami rito para sa Mahal na Araw.

Nene: Umaakyat dito ang lahat kung ganitong panahon.

Rosy: A, oo. Napakainit sa Maynila at puno ang lahat ng simbahan kung Huwebes Santo at Biyernes Santo.

Cely: Palasimba ang aking Nanay. Mas mabuti ang panahon dito para sa kaniya. Kaya dinala ko siya rito.

Rosy: At hindi masyadong puno ang mga simbahan.

Nene: Maka-Diyos na si Cely ngayon. Sinasamahan niyang lagi ang nanay niya sa simbahan lalo na kung Mahal na Araw.

Cely: Kung talagang maka-Diyos tayo, dapat tayong magpakabanal kung Mahal na Araw.

Rosy: Tama 'yon. Hindi ba kaya tayo narito?

Cely: Oo. Ganoon nga. O, sige. Makikita ka namin sa simbahan bukas.

Rosy: O, sige. Adyos.

### Visual-Cue Drills, pp. 422-423

A. Second row. 1. Tagaluto ang Tiya Mameng. 2. Palabili ng damit si Linda. 3. Maka-Gonzales ang mga babae. Third row. 1. Tagalinis ng bahay si Minda. 2. Palakain ng tsokolate si Nita. 3. Maka-Nanay si Mila. Fourth row. 1. Tagadala ng pagkain si Lito. 2. Palasayaw sina Rudy at Rosy. 3. Maka-Lola si Ben. Fifth row.

1. Tagapusta ang Lolo. 2. Palasabong ang Lolo. 3. Maka-Madlang-awa ang Lolo. Sixth row. 1. Tagasulsi ng damit ang Lola. 2. Palanganga ang Lola. 3. Maka-Diyos ang Lola. Seventh row. 1. Tagabalot ng (pagkain, baon) ang Nanay. 2. Palasimba si Luzviminda. 3. Maka-Villamor si G. Santos. Eighth row. 1. Tagabili ng kandila si Nita. 2. Palabati si Maning. 3. Maka-Garcia si Mang Sebyo.

Comprehension-Response Drills, p. 424

A. 1. Oo 2. Hindi 3. Hindi 4. Oo 5. Hindi 6. Oo 7. Oo 8. Hindi 9. Hindi 10. Oo
B. 1. Sa Bagyo 2. Mainit 3. Hindi 4. Sina David 5. Ang mambabasang tagaprobinsya 6. Biyernes Santo 7. Sa Huwebes Santo 8. Sa Biyernes Santo
C. 1. Sa Bagyo 2. Kasi, mainit sa Maynila 3. May pabasa sila 4. Sa Huwebes Santo 5. Sa Biyernes Santo 6. Nagpapahampas sa kanilang hubad na likod at nagpapasan ng krus 7. Katulad ng "Passion Plays" sa Europa. Iyon ang Pasyon na isinasadula. 8. Sa Huwebes Santo 9. Sa Biyernes Santo 10. Nagbibigay ng pagkain kahit kanino ang may panata 11. Sa hapon 12. Pag Mahal na Araw

## Unit XXIII
## SANTA KRUS DE MAYO

Visual-Cue Drills, pp. 440-442

A. 2. Tumutulong kami ni Nene sa Nanay. Tinutulungan namin ni Nene ang Nanay. 3. Humihingi kami ni Ate Linda ng pera sa Nanay. Hinihingan namin ni Nene ng pera ang Nanay. 4. Bumibili ng damit ang Nanay para sa amin ni Nene. Ibinibili kami ni Nene ng damit ng Nanay. 5. Pumapasok kami nina Eddie at Joe sa klase. 6. Nag-uusap kami nina Eddie, Ben, Joe, at Nene. 7. Nagtatrabaho sila ng mga Tatay, Nanay, Lolo, at Boy. 8. Dumadalo kami nina Ate Linda, Nene, Cely, Joe, at Ben ng miting. 9. Naghahanda kami nina Trining, Mang Kardo, at Aling Toyang ng pabitin. 10. Umaawit sina Ben, Lita, Trining, Oscar, Eddie, Fidel, at Linda (o sila nina Ben).

B. 2. Pupunta tayo nina David, Eddie, at Nene sa pabitin. Pupuntahan natin nina David, Eddie, at Nene ang pabitin. 3. Magsisimba po tayo ng mga Nanay, Tatay, Lolo, Nene, Ben, at Joe sa Quiapo. 4. Nanghaharana sa amin ni Linda ang mga binata. Hinaharana kami ni Linda ng mga binata.

C. 2. Masaya ang mga tao kung maliwanag ang buwan. Marami ang tao sa pipigan kapag maliwanag ang buwan. Bumabayo ang mga tao pag maliwanag ang buwan. 3. Maraming tao sa simbahan kung Biyernes Santo. May Siyete Palabras kapag Biyernes Santo. Masyadong mainit pag Biyernes Santo. 4. Masayang-masaya si Nene kung kaarawan niya.

Marami ang mga bisita at regalo kapag kaarawan ni Nene. May nagsasayaw pag kaarawan ni Nene. 5. Sumasakay ang mga tao sa bus kung umuulan. Tumatakbo ang mga tao sa bus kapag umuulan. Marami ang sumasakay sa bus pag umuulan. 6. Nagdadala ng mga pagkain ang Tatay kung umuuwi siya. Tumatakbo sa kaniya ang mga anak niya kapag dumarating siya. Masasaya ang mga anak niya pag dumarating siya.

Comprehension-Response Drills, p. 443

A. 1. Oo 2. Oo 3. Hindi 4. Hindi 5. Hindi 6. Oo 7. Hindi
B. 1. Ang katapusan 2. Dalawa 3. Si Donya Luisa 4. Si Linda 5. Si Angel
C. 1. Sa Malabon 2. Si Linda 3. Si Donya Luisa 4. Si Angel 5. Sina Linda Ramos at Gloria Romerong artista 6. Dalawa 7. Sa bawa't bahay at sa bahay ng hermana 8. Sina Aling Tonang at Lita

## Unit XXIV
## MGA KAUGALIANG PILIPINO AT AMERIKANO

Visual-Cue Drills, pp. 462-463

A. 2. Ito ang damit na pansayaw ni Lita. Ipinansayaw ni Lita ang damit na ito. 3. Ito ang ternong pang-Elena ni Cely. Ipinang-elena ni Cely ang ternong ito. 4. Ito ang damit na pansimba ni Lita. Ito ang ipinansisimba ni Lita. 5. Ito ang mga atis at mansanas na (panghalo o pang-ensalada) ni Rosy. Ito ang mga atis at mansanas na (ipinanghahalo o ipinang-eensalada) ni Rosy. 6. Ito ang perang pamusta ni Mang Ambo. Ito ang perang ipinampupusta ni Mang Ambo. 7. Ito ang supot na pambalot ng sinigwelas ni Aling Nena. Ito ang supot na ipinambabalot ng sinigwelas ni Aling Nena. 8. Ito ang balisong na panaksak ni Joe. Ito ang balisong na ipinansasaksak ni Joe.
B. 2. Mataba-taba si Aling Pelang kaysa kay Aling Osang. Matanda-tanda si Aling Pelang kaysa kay Aling Osang. 3. Maganda-ganda ang larawan ni Bert kaysa kay Joe. Guwapo-guwapo si Bert kaysa kay Joe. Mahal-mahal ni Cely si Bert kaysa kay Joe. 4. Maganda-ganda si Luningning kaysa kay Ate Linda. Matanda-tanda ng kaunti si Luningning kaysa kay Ate Linda. Medyo magara-gara si Luningning kaysa kay Ate Linda. 5. Marami-rami ang kendi ni Rose kaysa kay Nettie. Mataba-taba si Nettie ng kaunti kaysa kay Rose. 6. Matali-talino si Minda kaysa kay Rudy. Mahusay-husay si Minda kaysa kay Rudy. 7. Marami-rami ang pera ni Oscar kaysa kay Fidel. Mayaman-yaman si Oscar kaysa kay Fidel. 8. Maganda-ganda si Linda kaysa kay Lita. Maganda-ganda si Lita kaysa kay Rosy. Magara-gara ang terno ni Linda kaysa kina Lita at Rosy.

Comprehension-Response Drills, p. 464

A. 1. Oo 2. Oo 3. Oo 4. Hindi 5. Oo

B. 1. Pilipino 2. Ensalada 3. Mga Amerikano 4. Mga Pilipino 5. Palabati
C. 1. Si Alma 2. Nahulog ang mansanas at gumulung-gulong kung saan-saan 3. Nag-unahang pinulot ang mga nahulog na mansanas 4. Palapuri at palabati ang mga Amerikano 5. Labis ang kanilang pag-aalaala sa sarili.

## Unit XXV
## SA LINGGO ANG BOLA

Visual-Cue Drills, pp. 480-482

A. Instruction 1. 2. a. Natutulog si Tentay. Nanghaharana sina Ben, Alex, at Ray. Natutulog si Tentay nang nangharana sina Ben, Alex, at Ray. b. Nagigising si Tentay. Nangharana sina Ben, Alex, at Ray. Nagigising si Tentay nang nangharana sina Ben, Alex, at Ray. c. Magigising si Tentay. Manghaharana sina Ben, Alex, at Ray. Magigising si Tentay pagharana nina Ben, Alex, at Ray. 3. a. Tumutugtog ang bel. Pumapasok ang mga bata. Tumutugtog ang bel nang pumasok ang mga bata. b. Tumugtog ang bel. Pumasok ang mga bata. Tumugtog ang bel nang pumasok ang mga bata. c. Tutugtog ang bel. Papasok ang mga bata. Tutugtog ang bel pagpasok ng mga bata. 4. a. Dumarating si Joe. Kumakain si Arthur. Dumarating si Joe nang kumain si Arthur. b. Dumating si Joe. Kumain si Arthur. Dumating si Joe nang kumain si Arthur. c. Darating si Joe. Kakain si Arthur. Darating si Joe pagkain ni Arthur. 5. a. Nagsusuot ng medyas si Boy. Dumaraan si Joe. Nagsusuot ng medyas si Boy nang dumaan si Joe. b. Nagsuot ng medyas si Boy. Dumaan si Joe. Nagsuot ng medyas si Boy nang dumaan si Joe. c. Magsusuot ng medyas si Boy. Daraan si Joe. Magsusuot ng medyas si Boy pagdaan ni Joe. 6. a. Nagpapasyal si Rosy. Nakikita siya ni Linda. Nagpapasyal si Rosy nang nakita siya ni Linda. b. Nagpasyal si Rosy. Nakita siya ni Linda. Nagpasyal si Rosy nang nakita siya ni Linda. c. Magpapasyal si Rosy. Makikita siya ni Linda. Magpapasyal si Rosy pagkita ni Linda sa kaniya. 7. a. Tumatawa sina Ray at Oscar. Umaawit si Ben. Tumatawa sina Ray at Oscar nang umawit si Ben. b. Tumawa sina Ray at Oscar. Umawit si Ben. Tumawa sina Ray at Oscar nang umawit si Ben. c. Tatawa sina Ray at Oscar. Aawit si Ben. Tatawa sina Ray at Oscar pag-awit ni Ben. 8. a. Sumasakay si Lino sa bus. Umuulan nang malakas. Sumasakay si Lino sa bus nang umulan nang malakas. b. Sumakay si Lino sa bus. Umulan nang malakas. Sumakay si Lino sa bus nang umulan nang malakas. c. Sasakay si Lino sa bus. Uulan nang malakas. Sasakay si Lino sa bus pag-ulan nang malakas. 9. a. Sumasakit ang tiyan ni Andoy. Kumakain siya ng maraming kendi. Sumasakit ang tiyan ni Andoy nang kumain siya ng maraming kendi. b. Sumakit ang tiyan ni Andoy.

Kumain siya ng maraming kendi. Sumakit ang tiyan ni Andoy nang kumain siya ng maraming kendi. c. Sasakit ang tiyan ni Andoy. Kakain siya ng maraming kendi. Sasakit ang tiyan ni Andoy pagkain niya ng maraming kendi.
1∪. a. Lumalabas si Aurora sa simbahan. Bumibili siya ng tiket. Lumalabas si Aurora sa simbahan nang bumili siya ng tiket. b. Lumabas si Aurora sa simbahan. Bumili siya ng tiket. Lumabas si Aurora sa simbahan nang bumili siya ng tiket. c. Lalabas si Aurora sa simbahan nang bumili siya ng tiket. 11. a. Umaalis ang Nanay. Natutulog si Lito. Umaalis ang Nanay nang natulog si Lito. b. Umalis ang Nanay. Natulog si Lito. Umalis ang Nanay nang natulog si Lito. c. Aalis ang Nanay. Matutulog si Lito. Aalis ang Nanay pagtulog ni Lito. 12. a. Nagsisigarilyo si Arthur. Nagtatapos siya ng pagkain. Nagsisigarilyo si Arthur nang nagtapos siya ng pagkain. b. Nagsigarilyo si Arthur. Nagtapos siya ng pagkain. Nagsigarilyo si Arthur nang nagtapos siya ng pagkain. c. Magsisigarilyo si Arthur. Matatapos siya ng pagkain. Magsisigarilyo si Arthur pagtapos niya ng pagkain.
Instruction 2. 2. (Nagising, Magigising) si Tentay panghaharanang-panghaharana nina Ben, Alex, at Ray. 3. (Tumugtog, Tutugtog) ang bel pagpasok na pagpasok ng mga bata. 4. (Dumating, Darating) si Joe pagkaing-pagkain ni Arthur. 5. (Nagsuot, Magsusuot) ng medyas si Boy pagdaang-pagdaan ni Joe. 6. (Nagpasyal, Magpapasyal) si Rosy pagkitang-pagkita ni Linda sa kaniya. 7. (Tumawa, Tatawa) si Ray pag-awit na pag-awit ni Ben. 8. (Sumakay, Sasakay) si Lino sa bus pag-ulan na pag-ulan ng malakas. 9. (Sumakit, Sasakit) ang tiyan ni Andoy pagkaing-pagkain niya ng maraming kendi. 1∪. (Lumabas, Lalabas) si Aurora sa simbahan pagbiling-pagbili niya ng tiket. 11. (Umalis, Aalis) ang Nanay pagtulog na pagtulog ni Lito. 12. (Nagsigarilyo, Magsisigarilyo) si Arthur pagtatapos na pagtatapos niya ng pagkain.

B. 2. Sumakit ang tiyan ni Andoy dahil sa pagkain ng bibingka. Ikinasakit ng tiyan ni Andoy ang pagkain ng bibingka. 3. Nagising si Mila dahil sa malakas na pagpatak ng ulan. Ikinagising ni Mila ang malakas na pagpatak ng ulan. 4. Natuwa si Charing dahil sa pagtama niya sa <u>sweepstakes</u>. Ikinatuwa ni Charing ang pagtama niya sa <u>sweepstakes</u>. 5. Nagalit si Bb. Reyes dahil sa pagtawag sa kaniya ng Misis. Ikinagalit ni Bb. Reyes ang pagtawag sa kaniya ng Misis. 6. Nagalit si Bb. Santos dahil sa pag-uusap nina Oscar at Joe. Ikinagalit ni Bb. Santos ang pag-uusap nina Oscar at Joe. 7. Nalulungkot si Linda dahil sa namatay si Ben. Ikinalulungkot ni Linda ang pagkamatay ni Ben. 8. Nagagalit ang Nanay dahil sa hindi naglilinis si Rosy. Ikinagagalit ng Nanay ang hindi paglilinis ni Rosy. 9. Natuwa ang mga bata dahil sa (dumadaan o tumutugtog) ang musikong-bumbong. Ikinatuwa ng mga bata ang (pagdaan o pagtugtog) ng musikong-bumbong.

C. 2. Nag-aaral na mabuti sina Oscar at Ray (para, nang, upang) makakuha ng diploma, o makagradweyt. 3. Ngumangakngak si Tagpe (para, nang, upang) bigyan siya ng pagkain ni Boy. 4. Nag-aalok ng kandila si Aling Osang (para, nang, upang) mabili ang tinda niya. 5. Humihingi ng pera si Lita sa Tatay (para, nang, upang) bumili ng damit.

Comprehension-Response Drills, p. 48ว

A. 1. Hindi 2. Wala 3. Oo 4. Hindi 5. Hindi 6. Hindi
B. ⅰ. Noong Linggo 2. Wala pa 3. Sa Linggo 4. Ni Antonia 5. Noong lumabas sila 6. Para mabili ang tiket niya
C. ⅰ. Sina Antonia at Aurora 2. Noong Linggo 3. Petsa otso 4. Si Antonia 5. Idinuldol sa kanilang mukha ang tiket 6. May tatlong otso 7. Kasi, petsa otso ang kaarawan ni Antonia 8. Para matuto ng liksiyon ang mamang iyon o ang magtitiket

**APPENDIX III**

**AFFIX CHART**

SIMPLE CHART

| AF | OF | BF | LF | IF | CF |
|---|---|---|---|---|---|
| -um- | -in | i- | -an | ipang- | ika- |
| mag- | -in | ipag- | -an | ipang- | ikapag- |
| mang- | -in | ipang- | -an | ipang- | ikapang- |
| maka- | ma- | -- | -- | -- | -- |
| makapag- | ma- | -- | -- | -- | -- |
| makapang- | ma- | -- | -- | -- | -- |
| ma- | -- | -- | -- | -- | ika- |
| maki- | paki- | ipaki- ipakipag- ipakipang- | paki-...-an | -- | -- |

EXPANDED CHART

| AF | OF | BF | LF | IF | CF |
|---|---|---|---|---|---|
| -um- | -in | i- | -an | ipang- i- | ika- |
| mag- | i- -in -an ipag- | ipag- | -an pag-...-an | ipag- ipag- | ikapag- |
| mang- | i- -in -an | ipang- | pag-...-an | ipang- | ikapang- |
| maka- | ma- | mai- | ma-...-an | maipang- | -- |
| makapag- | ma- | mai- maipag- | ma-...-an mapag-...-an | maipang- | -- |
| makapang- | ma- ma-...-an | mai- maipang- | mapang-...-an | maipang- | -- |
| ma- | -- | mai- maipang- | ka-...-an | ipang- | ika- |
| maki- | paki- | ipaki- ipakipag- ipakipang- | paki-...-an | pakipang- | ikapaki- ikapakipag- ikapakipang- |
| magpa- | pa-...-an pa-...-in ipa- | ipagpa- | pa-...-an pag-...-an | ipapang- | ikapagpa- |

Note: 1. The simple chart collects all affixes presented in this basic course. The expanded chart lists additional affixes used in the same patterns of verb classification and focus by other, usually more irregular, verbs.

2. Absence of the object and the other focuses in the simple chart indicates intransitiveness.

3. -Um-, mag-, mang- are action affixes. They occur mostly with transitive roots; but they also occur with intransitive roots, in which case they never have object-focus forms, and seldom, benefactive-focus or locative-focus forms.

4. Maka-, makapag-, makapang- are the ability affixes for -um-, mag-, mang-, respectively. Some verbs do not have distinctive ability forms, e.g., makakita 'see' or 'be able to see'.

5. Ma- is the actor-focus affix of most intransitive roots. It is also the object-focus affix of the ability affixes maka-, makapag-, and makapang-.

6. Maki- is a request affix which, when occurring with transitive roots, may have other focus forms. Magpa- is a command affix; it is a combination of mag- and pa- meaning 'to tell someone to do something'.

INFLECTION CHART

| Affix Class | Root | Inflection | Focus — Actor | Object | Benefactive | Locative | Instrumental | Causative |
|---|---|---|---|---|---|---|---|---|
| -um- | sulat (write) | b | sumulat | sulatin | isulat | sulatan | ipansulat | ikasulat |
| | | f | susulat | susulatin | isusulat | susulatan | ipansusulat | ikasusulat |
| | | p | sumulat | sinulat | isinulat | sinulatan | ipinansulat | ikinasulat |
| | | i | sumusulat | sinusulat | isinusulat | sinusulatan | ipinansusulat | ikinasusulat |
| mag- | basa (read) | b | magbasa | basahin | ipagbasa | basahan | ipambasa | ikapagbasa |
| | | f | magbabasa | babasahin | ipagbabasa | babasahan | ipambabasa | ikapagbabasa |
| | | p | nagbasa | binasa | ipinagbasa | binasahan | ipinambasa | ikinapagbasa |
| | | i | nagbabasa | binabasa | ipinagbabasa | binabasahan | ipinambabasa | ikinapagbabasa |
| mang- | hiram (borrow) | b | manghiram | hiramin | ipanghiram | hiraman | ipanghiram | ikapanghiram |
| | | f | manghihiram | hihiramin | ipanghihiram | hihiraman | ipanghihiram | ikapanghihiram |
| | | p | nanghiram | hiniram | ipinanghiram | hiniraman | ipinanghiram | ikinapanghiram |
| | | i | nanghihiram | hinihiram | ipinanghihiram | hinihiraman | ipinanghihiram | ikinapanghihiram |
| maka- | gawa (make) | b | makagawa | magawa | maigawa | magawaan | maipanggawa | ikagawa |
| | | f | makakagawa | magagawa | maigagawa | magagawaan | maipanggagawa | ikagagawa |
| | | p | nakagawa | nagawa | naigawa | nagawaan | naipanggawa | ikinagawa |
| | | i | nakakagawa | nagagawa | naigagawa | nagagawaan | naipanggagawa | ikinagagawa |
| makapag- | basa (read) | b | makapagbasa | mabasa | maipagbasa | mapagbasahan | maipangbasa | ikapagbasa |
| | | f | makakapagbasa | mababasa | maipagbabasa | mapagbabasahan | maipangbabasa | ikapagbabasa |
| | | p | nakapagbasa | nabasa | naipagbasa | napagbasahan | naipangbasa | ikinapagbasa |
| | | i | nakakapagbasa | nababasa | naipagbabasa | napagbabasahan | naipangbabasa | ikinapagbabasa |
| makapang- | harana (serenade) | b | makapangharana | maharana | maipangharana | mapangharanahan | maipangharana | ikapangharana |
| | | f | makakapangharana | mahaharana | maipanghaharana | mapanghaharanahan | maipanghaharana | ikapanghaharana |
| | | p | nakapangharana | naharana | naipangharana | napangharanahan | naipangharana | ikinapangharana |
| | | i | nakakapangharana | nahaharana | naipanghaharana | napanghaharanahan | naipanghaharana | ikinapanghaharana |
| ma- | galit (angry) | b | magalit | | | | | ikagalit |
| | | f | magagalit | | | | | ikagagalit |
| | | p | nagalit | | | | | ikinagalit |
| | | i | nagagalit | | | | | ikinagagalit |
| maki- | balot (wrap) | b | makibalot | pakibalot | ipakibalot | pakibalutan | ipakipangbalot | ikapakibalot |
| | | f | makikibalot | pakikibalot | ipakikibalot | pakikibalutan | ipakikipangbalot | ikapakikibalot |
| | | p | nakibalot | pinakibalot | ipinakibalot | pinakibalutan | ipinakipangbalot | ikinapakibalot |
| | | i | nakikibalot | pinakikibalot | ipinakikibalot | pinakikibalutan | ipinakikipangbalot | ikinapakikibalot |

Note: b = basic inflection
f = future inflection
p = perfective inflection
i = imperfective inflection

[503]

# APPENDIX IV

## CARDINAL NUMERALS

| Figures | Tagalog | Spanish Loan |
|---|---|---|
| 1 | isa | uno |
| 2 | dalawa | dos |
| 3 | tatlo | tres |
| 4 | apat | kuwatro |
| 5 | lima | singko |
| 6 | anim | sais |
| 7 | pito | siyete |
| 8 | walo | otso |
| 9 | siyam | nuwebe |
| 10 | sampu | diyes |
| 11 | labing-isa | onse |
| 12 | labindalawa | dose |
| 13 | labintatlo | trese |
| 14 | labing-apat | katorse |
| 15 | labinlima | kinse |
| 16 | labing-anim | disisais |
| 17 | labimpito | disisiyete |
| 18 | labingwalo | disiotso |
| 19 | labinsiyam | disinuwebe |
| 20 | dalawampu | beynte |
| 21 | dalawampu't isa | beynte uno |
| 22 | dalawampu't dalawa | beynte dos |
| 30 | tatlumpu | treynta |
| 40 | apatnapu | kuwarenta |
| 50 | limampu | singkuwenta |
| 60 | animnapu | sesenta |
| 70 | pitumpu | setenta |
| 80 | walumpu | otsenta |
| 90 | siyamnapu | nobenta |
| 100 | sandaan | siyen |
| 101 | sandaa't isa | siyento uno |
| 112 | sandaa't labindalawa | siyento dose |
| 123 | sandaa't dalawampu't tatlo | siyento beynte tres |
| 134 | sandaa't tatlumpu't apat | siyento treyntay-kuwatro |
| 145 | sandaa't apatnapu't lima | siyento kuwarentay-singko |
| 156 | sandaa't limampu't anim | siyento singkuwentay-sais |
| 167 | sandaa't animnapu't pito | siyento sesentay-siyete |
| 178 | sandaa't pitumpu't walo | siyento setentay-otso |
| 189 | sandaa't walumpu't siyam | siyento otsentay-nuwebe |
| 199 | sandaa't siyamnapu't siyam | siyento nobentay-nuwebe |
| 200 | dalawandaan | dos siyentos |
| 300 | tatlundaan | tres siyentos |
| 400 | apatnaraan | kuwatro siyentos |
| 500 | limandaan | kinyentos |
| 600 | animnaraan | sais siyentos |
| 700 | pitundaan | siyete siyentos |
| 800 | walundaan | otso siyentos |
| 900 | siyamnaraan | nuwebe siyentos |
| 1,000 | sanlibo | mil |
| 1,200 | sanlibo dalawandaan | mil dos siyentos |
| 1,234 | sanlibo dalawandaa't tatlumpu't apat | mil dos siyentos treyntay-kuwatro |
| 1,567 | sanlibo limandaa't animnapu't pito | mil kinyentos sesentay-siyete |
| 1,789 | sanlibo pitundaa't walumpu't siyam | mil siyete siyentos otsentay-nuwebe |
| 5,000 | limanlibo | singko mil |
| 10,000 | sampung libo; sanlaksa | diyes mil |
| 15,000 | labinlimang libo | kinse mil |

| Figures | Tagalog | Spanish Loan |
|---|---|---|
| 20,000 | dalawampung libo | beynte mil |
| 30,000 | tatlumpung libo | treynta mil |
| 40,000 | apatnapung libo | kuwarenta mil |
| 50,000 | limampung libo | singkuwenta mil |
| 60,000 | animnapung libo | sesenta mil |
| 70,000 | pitumpung libo | setenta mil |
| 80,000 | walumpung libo | otsenta mil |
| 90,000 | siyamnapung libo | nobenta mil |
| 100,000 | sandaang libo; sangyuta | siyen mil |
| 100,123 | sandaang libo sandaa't dalawampu't tatlo | siyen mil siyento beynte tres |
| 100,456 | sandaang libo apatnaraa't limampu't anim | siyen mil kuwatro siyentos singkuwentay-sais |
| 100,789 | sandaang libo pitundaa't walumpu't siyam | siyen mil siyete siyentos otsentay-nuwebe |
| 200,000 | dalawandaang libo | dos siyentos mil |
| 300,000 | tatlundaang libo | tres siyentos mil |
| 400,000 | apatnaraang libo | kuwatro siyentos mil |
| 500,000 | limandaang libo | kinyentos mil |
| 600,000 | animnaraang libo | sais siyentos mil |
| 700,000 | pitundaang libo | siyete siyentos mil |
| 800,000 | walundaang libo | otso siyentos mil |
| 900,000 | siyamnaraang libo | nuwebe siyentos mil |
| 1,000,000 | sang-angaw | milyon |

# VOCABULARY

This vocabulary contains all the words found in the basic dialogs plus a few extra added in the drills and identified by footnotes.

All entries, including abbreviations, selected affixes, and compound words, have been entered in alphabetical order, in the sequence of the Tagalog alphabet, which places letter k̲ after letter b̲ and letter n̲g̲ after letter n̲. Otherwise the sequence is the same as the English alphabet, though the following letters do not appear: c̲, f̲, j̲, q̲, v̲, x̲, z̲. The Tagalog sequence should be borne in mind when looking up words, since it governs the arrangement of items not only by the first letter in the word, but within a letter section by the second, third, etc. The Tagalog alphabet is:

| a | e | l | o | t |
| b | g | m | p | u |
| k | h | n | r | w |
| d | i | ng | s | y |

Geographical and person names have not been included in the listing. Phrases, including idioms and set expressions, are listed as sub-entries, placed under the first or the most important word(s) of the phrases. Thus Maligayang bati 'Happy birthday' is found under both bati and maligaya.

After every entry and all sub-entries except phrases, there appears in parenthesis a symbol which identifies the form class of the item, in some cases with additional information about the inflection. Most of these symbols are adapted from widely used English dictionaries, but a few have been arbitrarily adopted for the purposes of this text. The following symbols are used for item identification:

    (adj) adjective
    (adv) adverb
    (conj) conjunction
    (dem-a) demonstrative, ang-class
    (dem-ng) demonstrative, ng-class
    (dem-s) demonstrative, sa-class
    (encl) enclitic
    (int) interrogative
    (m) marker
    (m-a) marker, ang-class
    (m-ng) marker, ng-class
    (m-s) marker, sa-class
    (n) noun
    (part) particle
    (pron-a) pronoun, ang-class
    (pron-ng) pronoun, ng-class
    (pron-s) pronoun, sa-class
    (pv) pseudo-verb
    (v) verb
        (af) verb, Actor focus
        (of) verb, Object focus
        (bf) verb, Benefactive focus
        (lf) verb, Locative focus
        (if) verb, Instrumental focus

        (cf) verb, Causative focus
        (i) verb, imperfective
        (p) verb, perfective
        (f) verb, future
        (rp) verb, recent perfective

Verb roots, whether or not they are introduced in the dialogs, are listed as main entries. They are classified as verb, noun, or adjective, or they may not be classified at all if there is no evidence on which to make an assignment. The focus forms are listed as sub-entries under the verb roots. Unless otherwise marked, the basic form of the verb is listed. Only some of the aspect forms are listed, as sub-entries after the basic form. The pattern of selection is as follows: (1) all irregular formations are listed, and (2) regular formations which occur up to and including the lesson where they are presented as a grammatical pattern are listed. This means that imperfective forms found in Dialogs 1-6, perfective forms found in Dialogs 1-14, and future forms found in Dialogs 1-15 are listed. Also the aspect forms of focus formations other than Actor focus are listed if they are not specifically drilled in a grammar presentation. The verb formations listed as sub-entries, unless they occur physically near their verb root main entry, are also listed as main entries, with a cross reference to the appropriate verb root entry.

There is, for example, a main entry bakasyon (n), which is followed by the sub-entry magbakasyon (v-af), the basic form of the derived verb. A further sub-entry is nagbabakasyon (i), the imperfective form of the verb which appears in Unit I. The aspect form designated (i) is assumed to be in Actor focus, since no other focus is indicated.

The student, therefore, is responsible for identifying the basic form from which regular aspect forms are derived, and when he wishes to look up a verb form, he should try to abstract the root and find it in the listing. In case the focus and aspect patterns have not been well understood from the grammar presentations, a restatement of the full regular pattern of formation is given in chart form in Appendix III.

After each entry there is a respelling which indicates the pronunciation of the item in citation form. In some cases this will differ from the interpretation in the basic dialog, where the pronunciation of the word may be influenced by the surrounding environment.

Following the respelling there is a definition in English of the item or, in the case of verb formations appearing as main entries, a cross reference. The meaning (or meanings) in these definitions is the one suggested by the context where the item appears in the dialog.

Finally there is a number which indicates the unit where the item first appeared. A D̲ after this number means the item appeared in a drill section.

a! (part) /'a·h/ an exclamation of sudden recol-
lection, a particle used as a sentence closer rein-
forcing an explanation or disagreement 3

aba (part) /'aba·h/ an exclamation of surprise,
wonder, disgust, etc. 3

abala (adj) /'abala·h/ busy 4

abala (v) /'abala·h/ disturb, bother
  mag-abala (af) /mag'abala·h/ to disturb, both-
  er 13

abogado (n) /'aboga·doh/ lawyer, attorney 11

abot (v) /'abo·t/ hand over, get
  makiabot (af) /makɪabo·t/ please hand over,
  please get 21

abuloy (n) (v) /'abu·loy/ contribution; contribute
  mag-abuloy (af) /mag'abu·loy/ to contribute 20

akala (n) /'aka·la'/ idea, belief 24

akalain (v-of) /'akala·ɪn/ to think, believe
  akalain mo /'akala·ɪn mo·h/ Imagine! 24

akda (n) /'akda·'/ literary work
  umakda (v-af) /'ʊmakda·'/ to write a literary
  piece 17

akin (pron-s) /'a·kɪn/ my, mine 4
  akin na /'a·kɪn na·h/ give me 13
  sa ganang akin /sa gana·ŋ 'a·kɪn/ as for me, in
  my opinion 23

ako (pron-a) /'ako·h/ I 2

akyat (v) /'akya·t/ go up
  umakyat (af) /'ʊmakya·t/ to go up 22

adyos (part) /'adyo·s/ goodbye 1

ala (m) /'ala·h/ hour marker for one o'clock
  alas (m) /'ala·s/ hour marker for clock time
  other than one o'clock 22

alaala (n) /'ala'a·lah/ memory, remembrance
  alalahanin (v-of) /'alalaha·nɪn/ to remember
  10
  mag-alala (v-af) /mag'ala·lah/ to worry 10

alam (pv) /'ala·m/ know 7
  alam mo /'alam mo·h/ you know 7
  alam mo na! /'alam mʊ na·h/ You know it! 11
  malaman (v-of) /ma·la·man/ to know 24
    nalalaman (i) /nala·la·man/ know 8

alawans (n) /'ala·wans/ money allowance 2

ale (n) /'a·leh/ a title of familiar respect used
with the given name of a woman

alin (int) /'ali·n/ which 18
  alin-alin (int) /'alɪn 'ali·n/ which ones 6

alis (v) /'ali·s/ go
  umalis (af) /'ʊmali·s/ to go away 20

alok (v) /'alo·k/ offer
  alukin (of) /'alʊki·n/ to offer
    inialok (p) /'ɪnɪalo·k/ offered 25

Amerikano (n) /'amerɪka·noh/ American 2

amin (pron-s) /'a·mɪn/ our, ours (exclusive) 5

anak (n) /'ana·k/ child, son or daughter 3
  manganak (v-af) /maŋana·k/ to give birth 16

anak mayaman (n) /'anak maya·man/ rich man's
child 23

anihan (n) /'a·ni·han/ harvest time or season 5

anim (adj) /'a·nɪm/ six 16

ang (m-a) /'a·ŋ/ noun marker for common nouns
1
  ang ibig mong sabihin /'aŋ i·bɪg mʊŋ sabi·hɪn/
  you mean 5
  ang inyong lingkod /'aŋ ɪnyu·ŋ lɪŋko·d/ yours
  truly, at your service 19

ang lagay /'aŋ laga·y/ it's like this, well 10

ang sabihin mo /'aŋ sabi·hɪn mo·h/ as a mat-
ter of fact, the truth is, the fact of the matter
is 4

ano (int) /'ano·h/ what, what about it 2
  ano /'ano·h/ question tag 'right' 4
  ano pa /'anʊ pa·h/ what else 24
  e ano /'e·'ano·h/ so what 11

anuman (pron-a) /'anuma·n/ anything 16

apat (adj) /'a·pat/ four 18

aral (v) /'a·ral/ study
  mag-aral (af) /mag'a·ral/ to study 8
  papag-aralin (of) /papag'ara·lɪn/ to send some-
  one to school
    pinapag-aaral (i) /pɪnapag'a·a·ral/ sending
    someone to school 15

araw (n) /'a·raw/ day 9
  pagdating ng araw /pagdati·ŋ naŋ 'a·raw/ some-
  day 15

araw-araw (adv) /'a·raw 'a·raw/ every day 14D

artista (n) /'arti·stah/ actor, actress 17

asawa (n) /'asa·wah/ wife or husband 7
  mag-asawa (v-af) /mag'asa·wah/ to get mar-
  ried 9

asikaso (v) /'asɪka·soh/ pay attention to
  asikasuhin (of) /'asɪkasu·hɪn/ to attend to 21

aso (n) /'a·soh/ dog 14

at (conj) /'a·t/ and 1
  at iba pa /'at ɪba pa·h/ and others, and so
  forth 1D

atake (v) /'ata·keh/ attack
  atakihin (of) /'ataki·hɪn/ to attack
    inaatake (i) /'ɪna·'ata·keh/ attacking 11

ate (n) /'a·teh/ older sister 3

atin (pron-s) /'a·tɪn/ our, ours (inclusive) 11

atis (n) /'a·tɪs/ a sweet many-seeded fruit 18

atorni (n) /'ato·rnɪh/ appellation for a lawyer or
attorney 11

awa (n) /'a·wa'/ pity, compassion
  kaawaan (v-if) /ka'awa'a·n/ to show pity 10
  Kaawaan ka ng Diyos! /ka'awa'an ka naŋ dyo·s/
  God bless you! 10

awit (n) (v) /'a·wɪt/ song; sing 4
  umawit (af) /'ʊma·wɪt/ to sing
    umaawit (i) /'ʊma'a·wɪt/ singing 4

ay! (part) /'a·y/ Oh! 4

ayan! (part) (dem-a) /'aya·n/ That's it! You see!
(exclamation of approval, encouragement, satis-
faction, and sometimes of dismay); there (far
from speaker) 12

ayaw (pv) /'a·yaw/ dislike 18
  ayaw na ayaw (pv) /'a·yaw na a·yaw/ dislike
  vehemently 17

ayaw-ayaw (v) /'a·yaw 'a·yaw/ budget, apportion
  pag-ayaw-ayawin (of) /pag'aya·w'ayawi·n/ to
  budget, apportion
    pinag-aayaw-ayaw (i) /pɪnag'a·'a·yaw'a·yaw/
    budgeting, apportioning 10

ayoko (pv) /'ayo·koh/ I don't want, I dislike 25

ayun (dem-a) /'ayu·n/ there (far from both speak-
er and hearer) 18

aywan (pv) /'aywa·n ~ 'e·ywan/ be ignorant of 1
  aywan ko /'e·ywan ko·h/ I don't know 1

ba (part) /ba·h/ interrogative marker 1

baba (v) /baba·'/ descend, dismount, take or pull
   down, lower
   ibaba (of) /'ɪbaba·'/ to take or put down, lower
      24
babae (adj) (n) /baba·'eh/ female; girl, woman 2
babalutin (v) /ba·balu·tɪn/ see balot 16
baka (adv) /baka·'/ perhaps, maybe (expressing
   doubt, uncertainty, suspicion) 10
   baka sakali /baka· saka·lɪ'/ perhaps, maybe, by
      chance 25
bakasyon (n) /bakasyo·n/ vacation
   magbakasyon (v-af) /magbakasyo·n/ to go on a
      vacation
      nagbabakasyon (i) /nagba·bakasyo·n/ going
         on a vacation 1
bakit (int) /ba·kɪt/ why 3
bagay (n) /ba·gay/ thing, object 9
   kung sa bagay /kuŋ sa ba·gay/ that's true, I
      suppose so 9
bago (adj) /ba·goh/ new, recent, modern 2
bago (adv) /ba·goh/ before 17
bago (v) /ba·goh/ change
   magbago (af) /magba·goh/ to change 17
bagong-kasal (n) /ba·guŋ kasa·l/ newlyweds 10
baguhan (adj) (n) /bagu·han/ new; newcomer 10
bagyo (n) /bagyo·h/ storm, typhoon
   bumagyo (v-af) /bumagyo·h/ to storm 23
bahala (v) /baha·la'/ be responsible, manage, take
   charge, take care of 15
   mamahala (af) /mamaha·la'/ to take charge, to
      arrange 20
bahay (n) /ba·hay/ house, home 2
balang-araw (adv) /ba·laŋ 'a·raw/ someday 10
bale (v) /ba·leh/ to get a salary advance
   bale ba /ba·le ba·h/ and to think that... 23
balisong (n) /balɪso·ŋ/ large penknife 9
   balisungin (v-of) /balɪsuŋi·n/ to stab with a ba-
      lisong
      binabalisong (i) /bɪna·balɪso·ŋ/ stabbing 9
balita (adj) /bali·ta'/ well-known, famous 19
balita (n) /bali·ta'/ information, news 11
   balita ko /bali·ta· ko·h/ I heard, the news I got
      11
balot (v) /ba·lot/ wrap 16
   balutin (of) /balu·tɪn/ to wrap 16
   ipagbalot (bf) /'ɪpagba·lot/ to wrap for 16
banal (adj) /bana·l/ virtuous, pious, holy
   magpakabanal (v-af) /magpakabana·l/ to be vir-
      tuous, pious 22
bangkay (n) /baŋka·y/ corpse, cadaver 20
baon (n) /ba·'on/ provisions taken with a person
   magbaon (v-af) /magba·'on/ to bring provisions
      (e.g., lunch box, money, etc.) 22
baro (n) /ba·ro'/ dress 17D
basa (adj) /basa·'/ wet
   mabasa (v-af) /mabasa·'/ to get wet 18
basa (v) /ba·sah/ read
   basahin (of) /basa·hɪn/ to read 17
   bumasa (af) /buma·sah/ to read
      bumabasa (i) /buma·ba·sah/ reading 3
   mabasa (of) /ma·ba·sah/ to read 17
   magbasa (af) /magbasa·h/ to read 17
baso (n) /ba·soh/ drinking glass 24D
basta (adv) /ba·stah/ just 21

bata (n) /ba·ta'/ child 4
bati (n) /ba·tɪ'/ greeting, congratulations 21
   batiin (v-of) /bati·'ɪn/ to greet, congratulate
      16
   bumati (v-af) /buma·tɪ'/ to greet 24
   Maligayang bati! /malɪga·yaŋ ba·tɪ'/ Congrat-
      ulations! (graduation, wedding, etc.) Happy
      birthday! 21
bawa't (adj) /ba·wat/ each, every 23
   bawa't isa /ba·wat 'ɪsa·h/ each one 5
bayad (n) (v) /ba·yad/ payment; pay 5
   makabayad (af) /makaba·yad/ to be able to pay
      makakabayad (f) /maka·kaba·yad/ will be
         able to pay 15
   magbayad (af) /magba·yad/ to pay 15
bayanihan (n) /ba·yani·han/ arrangement for con-
   tributed labor without compensation 5
bayo (v) /bayo·h/ pound
   bumayo (af) /bumayo·h/ to pound
      bumabayo (i) /buma·bayoh/ pounding 5
beynte (adj) /be·ynteh/ twenty 10
bel (n) /be·l/ bell 2
benta (n) (v) /be·ntah/ sale; sell
   makabenta (af) /makabe·ntah/ to be able to
      sell 25
betmed (n) /be·tmed/ short form of reference to
   a student or graduate of veterinary medicine 7
bibingka (n) /bɪbi·ŋkah/ rice cake 12
bida (v) /bi·dah/ tell or relate stories
   magbida (af) /magbɪda·h/ to tell or relate
      stories 19
   magbidahan (af) /magbɪdaha·n/ to tell stories
      to each other
      nagbidahan (p) /nagbɪdaha·n/ told stories
         14
bigay (v) /bɪga·y/ give
   bigyan (lf) /bɪgya·n/ to give 16
   magbigay (af) /magbɪga·y/ to give
      magbibigay (f) /magbi·bɪgay/ will give 15
bigla (adj) /bɪgla·'/ sudden 20
bilang (v) /bi·laŋ/ count
   bilangin (of) /bɪla·ŋɪn/ to count 4D
   magbilang (af) /magbɪla·ŋ/ to count 12
bili (v) /bɪli·h/ buy
   bilhan (lf) /bɪlha·n/ to buy from
      binibilhan (i) /bɪni·bɪlhan/ buying from 13
   bilhin (of) /bɪlhi·n/ buy
      binibili (i) /bɪni·bɪlɪh/ buying 9
   bumili (af) /bumɪli·h/ to buy 14
   ibili (bf) /'ɪbɪli·h/ to buy for 11
   ipagbili (of) /'ɪpagbɪli·h/ to sell 18D
   mabili (of) /ma·bɪlɪh/ to buy 25
binabalisong (v) /bɪna·balɪsoŋ/ see balisong 9
binata (n) /bɪna·ta'/ unmarried man, bachelor 5
binibilhan (v) /bɪni·bɪlhan/ see bili 13
binibili (v) /bɪni·bɪlɪh/ see bili 9
binigyan (v) /bɪnɪgya·n/ see bigay 16
bisita (n) (v) /bɪsi·tah/ visitor; visit 4
   bisitahin (of) /bɪsita·hɪn/ to visit 22
bisita iglesya (n) /bɪsi·ta 'ɪgle·syah/ church vis-
   iting 22
Biyernes Santo (n) /bye·rnes sa·ntoh/ Good Fri-
   day 22
bloaut (n) (v) /blo·'awt/ a treat; give a special treat

magbloaut (af) /magblo·'awt/ to give a special treat 19

bola (v) /bo·lah/ draw

    bolahin (of) /bola·hɪn/ to draw (as in a sweepstakes draw) 25

boto (n) /bo·toh/ vote 11

bukambibig (n) /bʊkambɪbɪ·g/ favorite word or expression 11

bukas (adv) /bu·kas/ tomorrow 1

bukod (adj) /bʊko·d/ separate, apart

    bukod sa /bʊkʊd sa·h/ besides, aside from 23

    ipagbukod (v-bf) /'ɪpagbʊko·d/ to set aside for 21

bugbog (n) /bʊgbo·g/ bruise, contusion, lesion

    mabugbog (v-of) /mabʊgbo·g/ to get bruised 24

buhat (v) /bu·hat/ lift

    bumuhat (af) /bʊmu·hat/ to lift, raise

        bumubuhat (i) /bʊmu·bu·hat/ lifting, raising 5

buhat sa (adv) /bu·hat sa·h/ from, came from 5D

buhay (n) /bu·hay/ life, existence 7

    makabuhay (v-af) /makabu·hay/ to give life 8

bulaklak (n) /bʊlakla·k/ flower 20

bulang-gugo (n) /bʊlaŋgu·go'/ lavish spender 23

bulik (n) /bu·lɪk/ a black and white rooster 19

bumabasa (v) /bʊma·ba·sah/ see basa (v) 3

bumabayo (v) /bʊma·bayoh/ see bayo 5

bumili (v) /bʊmɪli·h/ see bili 14

bumubuhat (v) /bʊmu·bu·hat/ see buhat 5

bunso (n) /bʊnso·'/ youngest child, baby 3

buntot (n) /bʊnto·t/ tail 4

bus (n) /bu·s/ bus 18

buti (n) /bu·tɪh/ goodness, kindness

    mabutihin (v-of) /mabuti·hɪn/ to appreciate, to think kindly of 24

butse (n) /bu·tseh/ a native delicacy 12

buwan (n) /bwa·n/ moon, month 5

buweno (part) /bwe·noh/ all right, well, okay 1

buwisit (n) /bwi·sɪt/ pest 12

ka (pron-a) /ka·h/ you (topic position) 2

ka- /ka·h/ a prefix to intensify an adjective, a verb prefix denoting an action just finished 2

kaarawan (n) /ka'arawa·n/ birthday 21

kaawaan (v) /ka'awa'a·n/ see awa 10

kabataan (n) /kabata·'an/ youth, young people 5

kabila (adv) /kabɪla·'/ next door (neighbor), other side 3

kabutihan (n) /kabuti·han/ goodness, kindness, generosity 10

kakilala (n) /kakɪla·lah/ acquaintance 24

kakukuha (v) /kaku·ku·hah/ see kuha 19

kadalasan (adv) /kada·la·san/ often 23

kagabi (adv) /kagabi·h/ last night 14

kahapon (adv) /kaha·pon/ yesterday 14

kahirapan (n) /kahɪra·pan/ poverty 11

kahit (conj) /ka·hɪt/ although, even if, though 18

    kahit kanino /ka·hɪt kani·noh/ anybody 22

    kahit saan /ka·hɪt sa·'a·n/ anywhere 18

kahiya-hiya (adj) /kahɪya·hɪya'/ embarrassing, shameful 13

kahon (n) /kaho·n/ box 9

kaibigan (n) /kaɪbi·gan/ friend 4

kailan (int) /kaɪla·n ~ keyla·n/ when 14

kailangan (pv) /kaɪla·ŋan/ need, ought 15

mangailangan (v-af) /maŋaɪla·ŋan/ to need 8

kain (v) /ka·'ɪn/ eat 21

    kainin (of) /ka'i·nɪn/ to eat 12

    kumain (af) /kʊma·'ɪn/ to eat

        kumakain (i) /kʊma·ka·'ɪn/ eating 3

kalabas-labas (n) /ka·labaslabas/ result 23

kalaban (n) /kala·ban/ enemy, opponent 19

kalabaw (n) /kalaba·w/ water buffalo (carabao) 7

kalabit (v) /kalabi·t/ touch a person with the finger tip to call his attention to something

    mangalabit (af) /maŋalabi·t/ to touch a person with the finger tip to call his attention to something 24

kalakal (n) /kala·kal/ merchandise, goods, wares

    makapangalakal (v-af) /maka·paŋala·kal/ to be able to be in business 8

    mangalakal (v-af) /maŋala·kal/ to be in business 7

kalamansi (n) /kalamansi·'/ a small tart citrus fruit 13

kalamay (n) /kala·may/ a native conserve made of glutinous rice, coconut milk, and sugar

    kalamayin (v-of) /kalama·yɪn/ to pull one's self together 20

kalampag (n) (v) /kalampa·g/ rattle, noise; to make noise 12

kaldereta (n) /kaldere·tah/ a spicy native dish of goat meat 4

kalokohan (n) /kaloko·han/ foolishness, nonsense 9

kamahal (adj) /kamaha·l/ too expensive 23

kami (pron-a) /kami·h/ we (exclusive) 6

kandidato (n) /kandɪda·toh/ candidate 11

kangkong (n) /kaŋko·ŋ/ a vine that grows abundantly in mud or stagnant pools 14D

kani-kaniya (adj) /kani·kanyah/ his/hers (distributive) 23

kanila (pron-s) /kanɪla·h/ theirs, their 9

kanin (n) /ka·nɪn/ boiled rice 4

kanina (adv) /kani·nah/ a few minutes (short while) ago, a few hours ago 16

kanino (int) /kani·noh/ whose, to whom 3

    kahit kanino /ka·hɪt kani·noh/ anybody 22

kanto (n) /ka·ntoh/ corner 13

kaniya (pron-s) /kanya·h/ him, her; his, hers 4

kapag (conj) /kapa·g/ if, when 22

kapalaran (n) /kapala·ran/ luck, fortune, fate 25

Kapampangan (n) /kapampa·ŋan/ a native of Pampanga 9

kapatid (n) /kapati·d/ sibling (brother or sister) 20

kapitan (n) /kapɪta·n/ captain 23

kapuri-puri (adj) /kapu·ri·pu·rɪh/ praiseworthy 5

karamihan (n) /karami·han/ majority 6

kararating (v) /kara·ratɪŋ/ see dating 19

kasal (n) /kasa·l/ marriage, wedding 16

kasalanan (n) /kasala·nan/ sin, fault, guilt 8

kasama (n) /kasa·mah/ companion 4

kasi (conj) /kasi·h/ because 8

kasing- /kasi·ŋ/ an adjective-comparative prefix indicating equality or similarity

kasintahan (n) /kasɪnta·han/ sweetheart 9

kasisimba (v) /ka·sɪsɪmbah/ see simba 25

Kastila (adj) (n) /kasti·la'/ Spanish; Spanish language, Spaniard 2

kasya (adj) (v) /ka·syah/ enough, sufficient
magkasya (af) /magka·syah/ to be enough 10
pagkasyahin (of) /pagka·syahɪn/ to make enough 10

katabi (n) /katabi·h/ a person beside another 4

katagalugan (n) /katagalu·gan/ Tagalog region 22D

katapusan (n) /katapʋsa·n/ end 23

katok (n) (v) /kato·k/ knock, rap
kumatok (af) /kʋmato·k/ to knock 13

katulad (adj) /katu·lad/ like, as, same as 22

katutubo (adj) /katʋtu·bo'/ native, natural, inborn 5

kaugalian (n) /kaʋgali·'an/ custom, habit 5

kaugnayan (n) /kaʋgnaya·n/ relation, connection 5

kaunti (adj) /kaʋnti·' ~ ko·ntɪ'/ few, little 8

kausapin (v) /kaʋsa·pɪn/ see usap 20

kawawa (adj) /kawa·wa'/ pitiful 3
kawawa naman /kawa·wa nama·n/ What a pity! Poor dear! 3

kay (m-s) /ka·y ~ ke·y/ sa-class person marker; to, from 3

kaya (pv) /ka·yah/ can afford 16

kaya (conj) /kaya·'/ so, that's why; perhaps 12
kaya lang /kaya· la·ŋ/ the only thing is 10
kaya nga /kaya· ŋa·'/ therefore, that's it, for this reason 9

kayo (pron-a) /kayo·h/ you (plural, singular in respectful address) 1

kibo (n) /kɪbo·'/ action, word (always used with wala) 8

kilala (n) /kɪla·lah ~ kɪlala·h/ acquaintance 7
makakilala (v-af) /maka·kɪla·lah/ to recognize, to make the acquaintance of 8

kita (n) /ki·tah/ salary
kumita (v-af) /kʋmi·tah/ to earn 10

kita (v) /ki·tah/ see
makita (of) /maki·tah/ to see 12
makini-kinita (of) /makɪni·kɪni·tah/ to imagine, to foresee 23

kita (pron-a) /kɪta·h/ portmanteau form of ko + ikaw 12

ko (pron-ng) /ko·h/ me, my 1

komiks (n) /ko·mɪks/ comics 17

kostumbre (n) /kostu·mbreh/ custom, habit 12

kotse (n) /ko·tseh/ car 2

krus (n) /kru·s/ cross, crucifix 22

kukunin (v) /kʋku·nɪn/ see kuha 18

kuha (v) /ku·hah/ take, get
kakukuha (rp) /kaku·ku·hah/ just taken 19
kumuha (af) /kʋmu·hah/ to get 21
kunin (of) /ku·nɪn/ to get 18
makakuha (af) /maka·ku·hah/ to be able to get 15

kulang (adj) /ku·laŋ/ lacking, insufficient, not enough 13

kumakain (v) /kʋma·ka·'ɪn/ see kain 3

kumbida (v) /kʋmbɪda·h/ invite
mangumbida (af) /maŋʋmbɪda·h/ to invite 22

kumbidado (n) /kʋmbɪda·doh/ invited guest 22

kumusta (n) /kʋmʋsta·h/ regards 22
kumusta ka /kʋmʋsta ka·h/ How are you? How do you do? 10

kung (conj) /ku·ŋ/ when, if, whether or not 5
kung ganoon /kʋŋ ganʋ'o·n/ in that case, therefore 13
kung minsan /kʋŋ mi·nsan/ sometimes 25
kung sa bagay /kʋŋ sa ba·gay/ that's true, I suppose so 9
kung saan-saan /kʋŋ sa'an sa'a·n/ all directions, everywhere 24

kusangloob (adj) /kʋ·saŋ lo'ob/ voluntary 5

kusina (n) /kʋsi·na'/ kitchen 3

kuwarta (n) /kwa·rtah/ money 23

kuwento (n) /kwe·ntoh/ story, tale 17

kuya (n) /ku·yah/ elder brother 3

kyut (adj) /kyu·t/ cute 14

daan (n) (adj) /da'a·n/ road, street; hundred 22

daan (v) /da'a·n/ pass
magdaan (af) /magda'a·n/ to pass by
nagdaan (p) /nagda'a·n/ passed by 14

dadalhan (v) /da·dalhan/ see dala 16

dagat (n) /da·gat/ sea, ocean 22

dala (n) (v) /dala·h/ load, luggage; bring, take
dalhan (of) /dalha·n/ to bring
dadalhan (f) /da·dalhan/ will bring 16
dalhin (of) /dalhi·n/ to bring
dinadala (i) /dɪna·dalah/ bringing 9

dala-dalahan (n) /daladala·han/ things, luggage 24

dalaga (n) /dala·gah/ maiden, unmarried girl 5

dalawa (adj) /dalawa·h/ two 4

dalawampu (adj) /dalawampu·'/ twenty 22

dalawandaan (adj) /dalawanda'a·n/ two hundred 10

dali (v) /dali·'/ hurry 3
dalian (of) /dali·'an/ to hurry 18
dali ka! /dali· ka·h/ Hurry up! 3

dalo (v) /dalo·h/ attend
daluhan (lf) /dalu·han/ to attend 11
dumalo (af) /dʋmalo·h/ to attend 11

damay (v) /da·may/ join in sympathy
makiramay (af) /makɪra·may/ to join in sympathy 20

damit (n) /dami·t/ clothes, dress 2

dapat (pv) /da·pat/ ought, must, should 17

dating (v) /dati·ŋ/ come, arrive 15
kararating (rp) /kara·ratɪŋ/ just arrived 19
dumating (af) /dʋmati·ŋ/ to come, came 14
dumarating (i) /dʋma·ratɪŋ/ coming 2

daw (encl) /da·w/ it is said that 11

dehado (adj) /deha·doh/ last to be sold 25

di (adv) /di·h/ then, in that case, so; shortened form of hindi 10

dibdib (n) /dɪbdi·b/ chest
dibdibin (v-of) /dɪbdɪbi·n/ to take too hard or seriously 20

dilubyo (n) /dɪlu·byoh/ deluge, great flood 9

din (encl) /di·n/ also, too (in affirmative sentences); either, neither (in negative sentences) 5

dinadala (v) /dɪna·dalah/ see dala 9

dinadaluhan (v) /dɪna·dalʋhan/ see dalo 11

dinig (v) /dɪni·g/ hear
marinig (of) /ma·rɪnɪg/ to hear 12

diploma (n) /dɪplo·mah/ diploma 8

dispatsadora (n) /dɪspatsado·rah/ saleslady 10

dito (dem-s) /di·toh/ here 1

diyan (dem-s) /dya·n/ there (near hearer) 8

    diyan ka na /dya·n ka ɲa·h/ so long, goodbye, see you later 11

diyes (adj) /dyi·s/ ten 18

Diyos (n) /dyo·s/ God 10

    Kaawaan ka ng Diyos /ka'awa'an ka naŋ dyo·s/ God bless you! 10

dobol-istandard (n) /do·bol ɪsta·ndard/ double standard of morality

    magdobol-istandard (v-af) /magdo·bol ɪsta·ndard/ to follow the double standard

        nagdodobol-istandard (i) /nagdo·do·bol ɪsta·ndard/ following the double standard 6

don (adj) /do·n/ title of respect for a rich elderly man 19

donya (adj) /do·nyah/ title of respect for a rich elderly woman 23

doon (dem-s) /do'o·n/ there (far from speaker and hearer) 1

dormitoryo (n) /dormɪto·ryoh/ dormitory 15

dula (n) /dʊla·'/ drama, play

    isadula (v-of) /'ɪsadʊla·'/ to dramatize

        isinasadula (i) /'ɪsɪna·sadula·'/ dramatizing 22

duldol (v) /dʊldo·l/ shove

    iduldol (of) /'ɪdʊldo·l/ to shove 25

dulog (v) /dʊlo·g/ approach

    dumulog (af) /dʊmʊlo·g/ to approach 25

dumarating (v) /dʊma·ratɪŋ/ see dating 2

dumating (v) /dʊmati·ŋ/ see dating 14

e (part) /'e·h/ a sentence closer used in reinforcing disagreement, agreement, contradiction, and in protestation; a fumble word 2

    e ano /'e 'ano·h/ so what 11

    e siya /'e sya·h/ well (conversation closer) 10

edad (n) /'eda·d/ age 9

eleksiyon (n) /'ɪleksyo·n/ election 11

Elena (n) /'ele·nah/ Queen Helen, also a girl's name 23

    mag-elena (v-af) /mag'ele·nah/ to take Queen Helen's part in a Santa Cruz 23

engrande (adj) /'eŋgra·ndeh/ grand, lavish 16

ensalada (n) /'ensala·dah/ salad 21

eskuwela (n) /'eskwe·lah/ school, student 15

este (part) /'e·steh/ fumble word equivalent to English uh 11

ewan (pv) /'e·wan/ don't know (a variant of aywan) 1

    ewan ko ba /'e·wan kʊ ba·h/ I don't know why, I'm not sure 16

gaano (int) /ga'a·noh/ how much 23

gabi (n) /gabi·h/ night, evening 23

    gabi-gabi (adv) /gabɪgabi·h/ every night, nightly 11

gagawin (v) /ga·gawɪn/ see gawa 16

galing (pv) /ga·lɪŋ/ come from 19

galit (adj) /gali·t/ angry 14

galit (n) /ga·lɪt/ anger 8

    ikagalit (v-cf) /'ɪkaga·lɪt/ to be angry 25

    magalit (v-af) /maga·lɪt/ to be angry 12

ganito (dem-a) /ganɪto·h/ like this 22

ganoon (dem-a) /ganʊ'o·n/ like that 13

    kung ganoon /kʊŋ ganʊ'o·n/ in that case, therefore 13

    magkaganoon (v-af) /magka·ganʊ'o·n/ to become like that 25

    ganoon ba? /ganʊ'on ba·h/ Is that so? Is that it? 3

ganti (v) /ganti·h/ retaliate, return a favor

    makaganti (af) /makaganti·h/ to retaliate, return a favor 10

ganyan (dem-a) /ganya·n/ like that, similar to that; that's it! 5

gapang (v) /ga·paŋ/ crawl

    ipanggapang (bf) /'ɪpaŋga·paŋ/ to campaign secretly for

        ipinanggagapang (i) /'ɪpɪnaŋga·ga·paŋ/ campaigning secretly for 11

    manggapang (af) /maŋga·paŋ/ to campaign secretly 11

gara (n) /ga·ra'/ stateliness, pomposity, elegance 23

gawa (v) /gawa·'/ work

    gawin (of) /gawi·n/ to do, make 16

        ginagawa (i) /gɪna·gawa'/ doing, making 9

        ginawa (p) /gɪnawa·'/ did, made 21

    gumawa (af) /gʊmawa·'/ to do, make; did, made

        gumagawa (i) /gʊma·gawa/ doing, making, working 5

    magawa (of) /ma·gawa'/ to do, make 11

gawain (n) /ga·wa·'ɪn/ work 5

gaya (adv) /ga·yah/ like, similar, the same as 16

gayak (v) /gaya·k/ dress up

    gumayak (af) /gʊmaya·k/ to dress up

        gumagayak (i) /gʊma·gayak/ dressing up 3

gayon (adv) /gayo·n/ like that 17

    gayon din /gayʊn di·n/ likewise, too 17

ginagawa (v) /gɪna·gawa'/ see gawa 9

ginoo (n) /gɪno'o·h/ mister, gentleman 1

gising (adj) (v) /gɪsi·ŋ/ awake; wake 18

    gisingin (of) /gɪsi·ŋɪn/ to awaken somebody 12

    manggising (af) /maŋgi·sɪŋ/ to awaken somebody 14

gugol (n) (v) /gu·gol/ expenses; spend

    gugulin (of) /gʊgu·lɪn/ to spend 16

guhit (n) (v) /gu·hɪt/ line; draw

    gumuhit (af) /gʊmu·hɪt/ to draw 17

gulo (n) (v) /gʊlo·h/ disorder, confusion; make trouble

    guluhin (of) /gʊlʊhi·n/ to make trouble, disturb 12

    manggulo (af) /maŋgʊlo·h/ to make trouble, disturb 7

gulong (v) /gu·loŋ/ roll

    gumulung-gulong (af) /gʊmu·lʊŋ gu·loŋ/ to roll about 24

gumagawa (v) /gʊma·gawa'/ see gawa 5

gumagayak (v) /gʊma·gayak/ see gayak 3

gusto (pv) /gʊsto·h/ want, like 10

    gustung-gusto (of) /gʊstu·ŋ gʊsto·h/ to like very much 17

    magkagusto (af) /magka·gʊstoh/ to develop a liking for 18

gutom (adj) /guto·m/ hungry 4
guwapo (adj) /gwa·poh/ handsome 2

ha (part) /ha·h/ used to elicit a prompt answer,
    to express surprise, or to ask for a reiteration
    of what somebody said 4
habang (conj) /ha·baŋ/ while 12
hali (pv) /hali·h/ come (not used alone)
    halika /hali·kah/ (you) come here 1
    halina /hali·nah/ come on, let's go 21
halimbawa (n) /halimba·wa·/ example 6
halo (n) (v) /ha·lo·/ mixture; mix
    ihalo (of) /'iha·lo·/ to mix 24
halos (adv) /ha·los/ almost 16
hampas (n) (v) /hampa·s/ blow, strike; whip
    magpahampas (af) /magpahampa·s/ to allow
    one's self to be flogged 22
hanap (v) /ha·nap/ look for, search
    hanapin (of) /hana·pin/ to look for, search
        hinahanap (i) /hina·ha·nap/ looking for,
        searching for 9
handa (n) /handa·'/ food for the feast, preparation
    21
hangga't (conj) /haŋga·t/ while 10
    hangga't maaari /haŋga·t ma'a·'a·ri'/ as much
    as possible 24
hanggang (adv) /haŋga·ŋ/ until, through 5D
hapon (n) /ha·pon/ afternoon 13
    magandang hapon po /magandaŋ ha·pun po·'/
    Good afternoon, sir/ma'am 13
harana (n) (v) /hara·nah/ serenade
    mangharana (af) /maŋhara·nah/ to serenade 7
harapan (n) /harapa·n/ front 1
hatinggabi (n) /ha·tiŋgabih/ midnight 22
hatol (n) /ha·tol/ sentence, decision
    humatol (v-af) /huma·tol/ to judge 17
hayaan (v-of) /haya·'an/ to leave alone
    hayaan mo /haya·'an mo·h/ leave everything
    (to me), never mind, don't worry 21
hermana (n) /herma·nah/ lady in charge of activi-
    ties during a fiesta or Santa Cruz 25
heto (dem-s) /he·toh/ here 3
hilaga (n) /hila·ga·/ north 1
himatay (v) /himata·y/ faint
    himatayin (af) /himatayi·n/ to faint 20
hinahanap (v) /hina·ha·nap/ see hanap 9
hinanakit (n) /hinanaki·t/ grudge, ill-feeling
    maghinanakit (v-af) /maghinanaki·t/ to feel
    slighted, to have a grudge 16
hindi (adv) /hindi·'/ no, not 2
    hindi ba /hindi· ba·h/ question tag 'right' 2
    hindi naman /hindi· nama·n/ not really 7
hinihintay (v) /hini·hintay/ see hintay 9
hingi (v) /hiŋi·'/ ask
    manghingi (af) /maŋhiŋi·'/ to ask 15
hintay (v) /hinta·y/ wait
    hintayin (of) /hintayi·n/ to wait
        hinihintay (i) /hini·hintay/ waiting 9
hiram (v) /hira·m/ borrow
    manghiram (af) /maŋhira·m/ to borrow 7
hirap (n) /hi·rap/ hardship
    maghirap (v-af) /maghi·rap/ to suffer hard-
    ship, become poor 6
hiya (n) /hiya·'/ shame
    ikahiya (v-cf) /'ikahiya·'/ to be ashamed of 25

mahiya (v-af) /mahiya·'/ to feel ashamed, em-
    barrassed 7
ho (part) /ho·'/ particle of respectful address,
    sir, ma'am 5
hoy! (part) /ho·y/ Hey! Pssst! 2
hu (part) /hu·h/ an exclamation of disgust, exas-
    peration 12
hubad (adj) /huba·d/ undressed, nude 22
hulog (v) /hu·log/ fall
    mahulog (af) /mahu·log/ to fall 24
huwag (adv) /hwa·g/ don't 10
Huwebes Santo (n) /hwe·bes sa·ntoh/ Maundy
    Thursday ~ Holy Thursday 22

iba (adj) /'iba·h/ different, other 4
    ikaiba (v-cf) /'ikaiba·h/ to be different 24
    mag-iba (v-af) /mag'iba·h/ to change
        nag-iiba (i) /nag'i·'ibah/ changing 6
    maiba (v-of) /ma·'ibah/ to be different 23
iba't iba (adj) /'iba·t 'iba·h/ different 1
ibig (pv) /'i·big/ wish, want, like, desire 5
    ibig sabihin /'i·big sabi·hin/ mean 5
ibinibili (v) /'ibini·bilih/ see bili 11
ika- /'ika·h/ a prefix used to show sequence, or-
    der
ikaw (pron-a) /'ika·w/ you (predicate position)
    15
ikinaiiba (v) /'ikina'i·'ibah/ see iba 24
ikinalulungkot (v) /'ikinalu·luŋkot/ see lungkot 22
    ikinalulungkot ko /'ikinalu·luŋkot ko·h/ I'm
    sorry 22
idealismo (n) /'idiyali·smoh/ idealism 8
iisa (adj) /'i·isah/ only one 11
ilan (int) /'ila·n/ how many 4D
ilan (adj) /'ila·n/ few, some 8
Ilokana (n) /'iluka·nah/ woman from the Ilocos
    region 9
Ilongga (n) /'ilo·ŋgah/ woman from Iloilo and
    Negros 9
importante (adj) /'importa·nteh/ important 8
inay (n) /'ina·y/ mother, mom 4
inis (adj) /'ini·s/ disgusted
    ikainis (v-cf) /'ikaini·s/ to be disgusted 25
iniunlad (v) /'iniunla·d/ see unlad 17
inom (v) /'ino·m/ drink
    inumin (of) /'inumi·n/ to drink 12
    makainom (af) /makaino·m/ to be able to
    drink 12
inyo (pron-s) /'inyo·h/ you (plural, singular in
    respectful address) 4
Ingles (adj) (n) /'iŋgle·s/ English; Englishman
    17
ipamumutat (v) /'ipamu·mutat/ see putat 24
ipinaglilimbag (v) /'ipinagli·limbag/ see limbag
    11
ipinagmamalaki (v) /'ipinagma·malaki·h/ see
    malaki 11
ipinanggagapang (v) /'ipinaŋga·ga·paŋ/ see ga-
    pang 11
ipinupusta (v) /'ipinu·pusta·h/ see pusta 11
ipon (v) /'i·pon/ save
    ipunin (of) /'ipu·nin/ to save 10
    mag-ipun-ipon (af) /mag'i·pun'i·pon/ to save
    little by little 10
isa (adj) /'isa·h/ one 4

isa't isa (pron-a) /'ɪsaˑt 'ɪsaˑh/ each one 23

isda (n) /'ɪsdaˑ'/ fish

   mangisda (v-af) /maŋɪsdaˑ'/ to fish 7

isinasadula (v) /'ɪsɪnaˑsadʊla'/ see dula 22

isip (n) (v) /'iˑsɪp/ mind, thought; think 8

   makapag-isip (af) /makapag'ɪsiˑp/ to be able to think 2(

ito (dem-a) /'ɪtoˑh/ this 1

ituro (v-of) /'ɪtuˑro'/ see turo 1

iwas (v) /'ɪwaˑs/ evade, elude, avoid, escape

   maiwasan (of) /maˑɪwaˑsan/ to evade, elude, avoid, escape 2(

iyan (dem-a) /'ɪyaˑn/ that (near the person addressed) 1

iyo (pron-s) /'ɪyoˑh/ your, yours 4

iyon (dem-a) /'ɪyoˑn/ that (far from both the speaker and hearer) 5

   iyo't iyon /'ɪyʊt 'ɪyoˑn/ that and only that 17

   para iyon lang /paˑra ɪyʊn laˑŋ/ that's nothing 13

laban (n) /laˑban/ fight 19

   lumaban (v-af) /lʊmaˑban/ to fight 11

labing-isa (adj) /labɪŋ 'ɪsaˑh/ eleven 18

labis (adj) /laˑbɪs/ excessive 24

lakad (n) (v) /laˑkad/ something to attend to outside the house, business trip; walk, go 1

   lakad na /laˑkad naˑh/ go now, see you later 1

   lumakad (af) /lʊmaˑkad/ to walk, walked 1(

     lumalakad (i) /lʊmaˑlaˑkad/ walking 5

lagay (v) /lagaˑy/ put

   ang lagay /'aŋ lagaˑy/ it's like this 1(

   ipakilagay (of) /'ɪpakɪlagaˑy/ to please put 21

lagi (adv) /laˑgɪh/ always 6

lahat (pron-a) /lahaˑt/ all 1

lahi (n) /laˑhɪ'/ race 24

lalaki (n) /lalaˑkɪh/ man, male 5

lalim (n) /laˑlɪm/ depth

   manlalim (v) /manlaˑlɪm/ to get deeper 11

lalo (adv) /laˑlo'/ more 5

   lalo na /laˑlʊ naˑh/ more so with, especially 5

lamang (part) /laˑmaŋ/ only 5

lang (part) /laˑŋ/ shortened form of lamang 9

lapit (v) /laˑpɪt/ come near

   lumapit (af) /lʊmaˑpɪt/ to come near, approach 25

larawan (n) /laraˑwan/ picture 17

libing (n) /lɪbiˑŋ/ interment, a dead man's grave or tomb 2(

libre (adj) /liˑbreh/ free 5

libo (adj) /liˑboh/ thousand 11

libro (n) /lɪbroˑh/ book 8

likod (n) /lɪkoˑd/ back 22

liksiyon (n) /lɪksyoˑn/ lesson 25

lima (adj) /lɪmaˑh/ five 7

limbag (v) /lɪmbaˑg/ print, publish

   ipaglimbag (bf) /'ɪpaglɪmbaˑg/ to print for

     ipinaglilimbag (i) /'ɪpɪnaglɪˑlɪmbag/ printing for 11

     ipinaglimbag (p) /'ɪpɪnaglɪmbaˑg/ printed for 11

linis (v) /liˑnɪs/ clean

   linisin (of) /lɪniˑsɪn/ to clean 16

lingkod (v) /lɪŋkoˑd/ serve 19

ang inyong lingkod /'aŋ ɪnyʊŋ lɪŋkoˑd/ yours truly, at your service 19

Linggo (n) /lɪŋgoˑh/ Sunday, week 14

lipad (n) /lɪpaˑd/ flight 19

lipat (v) /liˑpat/ move, change residence

   lumipat (af) /lʊmiˑpat/ to move, change residence

     lumilipat (i) /lʊmiˑliˑpat/ moving, changing residence 5

litson (n) /lɪtsoˑn/ roast pig 4

loko (adj) /loˑkoh/ crazy, foolish 25

   loko mo! /lokʊ moˑh/ You fool! 14

loko (v) /lʊkoˑh/ play around

   magloko (af) /maglʊkoˑh/ to play around

     nagloloko (i) /naglʊˑlʊkoh/ to play around 6

lola (n) /loˑlah/ grandmother 3

lolo (n) /loˑloh/ grandfather 3

loob (adv) /loˑoˑb/ within, inside, in 2(

looban (n) /loˑoˑban/ interior 11

lugar (n) /lʊgaˑr/ place 1

lumakad (v) /lʊmaˑkad/ see lakad 1(

lumilipat (v) /lʊmiˑliˑpat/ see lipat 5

lumpia (n) /lʊmpyaˑ'/ a native dish 21

lunsod (n) /lʊnsoˑd/ city 1

lungkot (n) (v) /lʊŋkoˑt/ sadness; be sad

   ikalungkot (cf) /'ɪkalʊŋkoˑt/ to be sad or sorry

     ikinalulungkot (i) /'ɪkɪnalʊˑlʊŋkoˑt/ being sad 22

luto (n) /luˑto'/ cooking 9

maaari (pv) /maˑaˑaˑrɪ'/ can, could, possible 22

   hangga't maaari /haŋgaˑt maˑaˑ'aˑrɪ'/ as much as possible 24

mabait (adj) /mabaˑiˑt/ nice, kind 2

mabuhay! (part) /mabuˑhay/ Long live! Hurray! 19

mabuti (adj) /mabuˑtɪh/ good 24

   mabutihin (v-of) /mabʊtiˑhɪn/ to appreciate, think well of 2(

   mabuti naman /mabuˑtɪ namaˑn/ good, that's good 16

maka- /makaˑh/ a verb prefix meaning ability, permission, or opportunity to act; an adjective prefix meaning "for" or "in favor of"

makakabayad (v) /makaˑkabaˑyad/ see bayad 15

makakakuha (v) /makaˑkakuˑhah/ see kuha 15

maka-Diyos (adj) /makadyoˑs/ pious, religious 22

makakaganti (v) /makaˑkagantɪh/ see ganti 1(

makapagtanong (v) /makapagtanoˑŋ/ see tanong 13

makapangalakal (v) /makapaŋalaˑkal/ see kalakal 8

makapuno (n) /makapʊnoˑ'/ special type of coconut with lots of meat, little juice 21

makarinyo (adj) /makarɪnyoh/ affectionate 9

maki- /makiˑh/ a prefix used with verbs to indicate a request

makiabot (v) /makɪ'aboˑt/ see abot 21

makulay (adj) /makuˑlay/ colorful 4

madali (adv) /madaliˑ'/ quickly, at once, immediately 17

   sa madaling sabi /sa madalɪŋ saˑbɪh/ in short 8

mag-abala (v) /mag'abala·h/ see <u>abala</u> 13

mag-alala (v) /mag'ala·lah/ see <u>alaala</u> 2υ

magaling (adj) /magali·ŋ/ good, well (recovery from sickness) 1

maganda (adj) /maganda·h/ beautiful, pretty, nice 2

   magandang hapon po /magandaŋ hapun po·'/ Good afternoon, sir/ma'am 13

   magandang umaga /magandaŋ 'uma·gah/ good morning 1

magara (adj) /maga·ra'/ elegant, well-dressed 4

magasin (n) /ma·gasɪn/ magazine 17

magbibigay (v) /magbi·bɪga·y/ see <u>bigay</u> 15

magbubulaklak (n) /magbʊbʊlakla·k/ flower vendor 2υ

magkakandila (n) /magkakandɪla·'/ candle vendor 2υ

magkaiba (adj) /magkaɪba·h/ different 3

magkano (int) /magka·noh/ how much 18

magkasama (adv) /magkasa·mah/ together 1υ

magkasindami (adj) /magkasɪnda·mɪh/ of the same number 16

magdamag (adv) /magdama·g/ all night 22

mag-ipun-ipon (v) /mag'i·pʊn'i·pʊn/ see <u>ipon</u> 1υ

maginaw (adj) /magɪna·w/ cold, chilly (limited to the weather) 1

maging (v) /magi·ŋ/ to become, to be transformed into 8

magiting (adj) /magi·tɪŋ/ heroic, brave 22D

magpapadala (v) /magpa·padalah/ see <u>padala</u> 15

magsisimula (v) /magsi·sɪmʊla'/ see <u>simula</u> 15

magulang (n) /magu·laŋ/ parent 15

magulo (adj) /magʊlo·h/ troublesome 4

mahaba (adj) /maha·ba'/ long 22

mahal (adj) (n) /maha·l/ expensive, costly; dear, beloved 18

   magmahal (v-af) /magmaha·l/ to love 9

   mahalin (v-of) /mahali·n/ to love

      minamahal (i) /mɪna·mahal/ loving 9

Mahal na Araw (n) /mahal na 'a·raw/ Holy Week 22

mahalaga (adj) /mahalaga·h/ valuable, important 8

mahapdi (adj) /mahapdi·'/ stinging, smarting 22

mahirap (adj) /mahi·rap/ poor, difficult 11

mahiyain (adj) /mahɪya·'ɪn/ shy 24

mahusay (adj) /mahʊ·say/ good, intelligent 2

mainit (adj) /ma'i·nɪt/ hot 22

maipaglilingkod (v) /maɪpaglɪ·lɪŋkod/ see <u>pagli-lingkod</u> 13

malakas (adj) /malaka·s/ strong, heavy (used with elements of nature) 18

malaki (adj) /malaki·h/ big, large, voluminous 2

   ipagmalaki (v-of) /'ɪpagmalaki·h/ to be proud of

      ipinagmamalaki (i) /'ɪpɪnagma·malakɪh/ being proud of 11

malaman (v-of) /ma·la·man/ to know, to find out 8

malambing (adj) /malambi·ŋ/ loving, melodious of speech 9

malapit (adj) /mala·pit/ near 1

malas (adj) /ma·las/ bad (luck) 13

malay (n) /ma·lay/ knowledge, awareness 25

malay mo /ma·lay mo·h/ You can never tell! 25

maligaya (adj) /malɪga·yah/ happy 21

   maligayang bati! /malɪga·yaŋ ba·tɪ'/ Congratulations! (graduation, wedding, etc.) Happy birthday! 21

maliwanag (adj) /malɪwa·nag/ bright 5

mama (n) /ma·ma'/ mister (a vocative not used with names) 18

mamamayan (n) /ma·mamayan/ citizen 25D

mamaya (adv) /ma·maya'/ by and by, later on 23

mambabasa (n) /mambaba·sah/ reader, <u>Pasyon</u> singer 17

man (part) /ma·n/ even, even if 22

manalo (v) /mana·loh/ see <u>talo</u> 19

mandarasal (n) /mandarasa·l/ one who prays professionally 2υ

manibago (v-af) /manɪba·goh/ to feel like a beginner 24

manika (n) /mani·ka'/ doll 3

manganak (v-af) /maŋana·k/ to give birth

   manganganak (f) /maŋa·ŋanak/ will give birth 15

mangangailangan (v) /maŋa·ŋa·'ɪla·ŋan/ see <u>kai-langan</u> 15

manganganak (v) /maŋa·ŋanak/ see <u>manganak</u> 15

manghihingi (v) /maŋhi·hɪŋɪ'/ see <u>hingi</u> 15

mangyari (adv) /maŋya·rɪh/ because 23

mangyari (v-af) /maŋya·rɪh/ to happen 24

   mangyari pa /maŋya·rɪh pa·h/ of course, sure 23

manlilimbag (n) /manlɪlɪmba·g/ publisher 17

mano (v) /ma·noh/ kiss the hand 1υ

   mano po /ma·nʊ po·'/ greeting to older people (relatives)—let me kiss your hand 1υ

manok (n) /mano·k/ chicken, hen 11

mansanas (n) /mansa·nas/ apple 24

manukan (n) /ma·nu·kan/ poultry yard 3

manunulat (n) /ma·nʊnʊlat/ writer 17

mapa (n) /ma·pah/ map 1

mapatampok (v) /mapatampo·k/ see <u>tampok</u> 23

marami (adj) /mara·mɪh/ many 1

   maraming salamat /mara·mɪŋ sala·mat/ thank you, many thanks 13

Marso (n) /ma·rsoh/ March 15

marunong (adj) /maru·noŋ/ intelligent, bright 8

mas (adv) /ma·s/ more 5

masakit (adj) /masaki·t/ painful 22

masarap (adj) /masara·p/ delicious 4

masasaktin (adj) /masasakti·n/ sickly 7

masaya (adj) /masaya·h/ happy 4

masipag (adj) /masi·pag/ industrious 9

masyado (adv) /masya·doh/ very, so, too 5D

mata (n) /mata·h/ eye 11

mataba (adj) /mataba·'/ fat, stout 14

matalino (adj) /matali·noh/ intelligent, bright 2

matamis (adj) /matami·s/ sweet, dessert 16

matanda (adj) (n) /matanda·'/ old; adult 7

matatapos (v) /matata·pos/ see <u>tapos</u> 15

matipid (adj) /matɪpi·d/ thrifty 9

matulungin (adj) /matʊlʊŋi·n/ helpful 24

matutulog (v) /matʊtu·log/ see <u>tulog</u> 12

maupo (v) /maʊpo·'/ see <u>upo</u> 1υ

may (pv) /me·y/ have, possess 7

may edad /mey 'ɪdaˑd/ old, of age 9

may (part) /meˑy/ near, by 12

mayaman (adj) /mayaˑman/ rich 2

may-ari (n) /mey 'aˑrɪˑ/ owner 5

maybahay (n) /meybaˑhay/ houseowner, housewife 5

mayroon (pv) /meˑyroˑon/ have, possess 7

medyas (n) /meˑdyas/ stockings 9

medyo (adv) /meˑdyoh/ a little, somewhat 24

mga (part) /maŋaˑh/ particle indicating plurality 1

minamahal (v) /mɪnaˑmahal/ see mahal 9

minsan (adv) /miˑnsan/ once, all at once 24

    kung minsan /kuŋ miˑnsan/ sometimes 25

    paminsan-minsan /pamiˑnsan miˑnsan/ once in a while 16

misis (n) /miˑsɪs/ Mrs. 3

mismo (adj) /miˑsmoh/ self (reflexive, also an intensifier) 24

miting (n) /miˑtɪŋ/ meeting 3

Miyerkoles (n) /myeˑrkoles/ Wednesday 14

mo (pron-s) /moˑh/ you 1

modelo (n) /mʊdeˑloh/ model 2

mukha (adv) /mʊkhaˑ'/ it seems, it looks 11

muna (adv) /muˑnah/ before, beforehand, first 16

mura (adj) /muˑrah/ cheap 18

na (encl) /naˑh/ already, now, anymore (in negative sentences) 1

    na naman /na namaˑn/ again 15

naka- /nakaˑh/ an adjective prefix meaning state, position, or appearance

nakakasuya (adj) /nakaˑkasuˑya'/ disgusting 8

nakakatuwa (adj) /nakaˑkatʊwa'/ amusing 24

nakahain (adj) /nakahaˑɪn/ set (limited to food) 21

    nakahain na /nakahaˑɪn naˑh/ table is set 21

nakapagtataka (adj) /nakapagtaˑtakah/ surprising 2

nakatira (v) /nakatɪraˑh/ see tira 13

nakatulog (v) /nakatuˑlog/ see tulog 14

nakikiramay (v) /nakiˑkɪraˑmay/ see damay 20

naku! (part) /nakuˑh/ Oh, my! (from ina ko) 4

nagbabakasyon (v) /nagbaˑbakasyon/ see bakasyon 1

nagbidahan (v) /nagbɪdahaˑn/ see bida 14

nagdaan (v) /nagdaˑ'aˑn/ see daan 14

nagdodobol-istandard (v) /nagdoˑdoˑbol 'ɪstaˑndard/ see dobol-istandard 6

naghihirap (v) /naghiˑhiˑrap/ see hirap 6

nag-iiba (v) /nag'iˑ'ɪbah/ see iba 6

nagloloko (v) /nagluˑlʊkoh/ see loko 6

nagngitngit (v) /nagŋɪtŋiˑt/ see ngitngit 14

nagpapasalamat (v) /nagpaˑpasalaˑmat/ see pasalamat 10

nagpapasyal (v) /nagpaˑpasyal/ see pasyal 6

nagpapasyal (v) /nagpasyaˑl/ see pasyal 14

nagsimba (v) /nagsɪmbaˑh/ see simba 6

nagsisigarilyo (v) /nagsiˑsɪgariˑlyoh/ see sigarilyo 6

nagsusuot (v) /nagsuˑsʊˑot/ see suot 2

nagtitiis (v) /nagtiˑtɪˑɪs/ see tiis 6

naman (part) /namaˑn/ also, too, rather, on the other hand, again 1

    kawawa naman /kaˑwaˑwaˑ namaˑn/ Too bad!, Poor dear! 3

hindi naman /hɪndiˑ namaˑn/ not really, not exactly 7

na naman! /na namaˑn/ Again! 8

Namarco (n) /namaˑrkoh/ stands for National Marketing Corporation, a government agency which buys and distributes prime commodities as a means of controlling marketing practices 10

namin (pron-ng) /naˑmɪn/ our (exclusive) 5

namumulubi (v) /namuˑmʊluˑbɪh/ see pulubi 17

nanay (n) /naˑnay/ mother 3

nandito (adv) /nandiˑtoh/ here (variant of narito) 1

nandoon (adv) /naˑndoˑon/ there (variant of naroon) 20

naninirahan (v) /naniˑnɪraˑhan/ see tira 13

nang (adv) /naˑŋ/ when, in order to 5

nangangailangan (v) /naŋaˑŋaɪlaˑŋan/ see kailangan 8

nangangalakal (v) /naŋaˑŋalaˑkal/ see kalakal 7

nanggising (v) /naŋgiˑsɪŋ/ see gising 14

nangumbida (v) /naŋuˑmbɪdah/ see kumbida 22

napaka- /naˑpakah/ an adjective prefix meaning "very"

napakaulit (adj) /naˑpakaˑuˑlɪt/ very persistent 25

napagkayarian (v) /napagkaˑyarɪ'an/ see yari 23

narinig (v) /naˑrɪnɪg/ see dinig 23

narito (adv) /naˑrɪtoh/ here (near the speaker) 1

nariyan (adv) /naˑrɪyan/ there (near the hearer) 13

nasa (m-s) /naˑsah/ expression of position, location, direction, and the like 1

nasaan (int) /naˑsaˑan/ where 1

natin (pron-ng) /naˑtɪn/ our (inclusive) 9

nauuna (v) /naˑuˑʊnah/ see una 4

ni (m-ng) /niˑh/ a noun marker used with person names 11

nila (pron-ng) /nɪlaˑh/ their (singular in respectful address) 5

ninong (n) /niˑnoŋ/ godfather (wedding or baptism sponsor) 4

ninyo (pron-ng) /nɪnyoˑh/ your, you (plural; singular in respectful address) 10

niya (pron-ng) /nɪyaˑh/ his, her 11

niyan (dem-ng) /nɪyaˑn/ that, of that, by that 13

niyon (dem-ng) /nɪyoˑn/ that over there, yonder 5

Nobyembre (n) /nʊbyeˑmbreh/ November 15

nobyo (n) /noˑbyoh/ boy friend, fiancé 7

nood (v) /noˑoˑd/ see, witness

    manood (af) /manʊˑoˑd/ to see, witness, attend a show 23

    ipampanood (if) /'ɪpaˑmpanoˑoˑd/ to wear for attending a movie, play, etc.

        ipinanood (p) /'ɪpɪnanoˑoˑd/ worn for attending a movie, play, etc. 24

noon (adv) /noˑoˑn/ at that time; then, last, when 14

noon (dem-n) /noˑoˑn/ that (variant of niyon) 25

numero (n) /nuˑmeroh/ number 25

ng (m-ng) /naˑŋ/ a noun marker used with common nouns 1

nga (part) /ŋa·/ emphatic particle, request particle meaning "please" 4

nga (encl) /ŋa·/ it is true, really 11
  oo nga e /'o·ʊ ŋa· 'eh/ I agree with you, you're right 21

ngakngak (v) /ŋakŋa·k/ cry, yelp (of dogs)
  ngumakngak (af) /ŋʊmakŋa·k/ yelp; yelped 14

ngalan (n) /ŋa·lan/ name 14D

nganga (n) (v) /ŋa·ŋa·'/ buyo (areca nut, betel leaf, and lime) chewed by old folks; chew buyo
  ngumanga (af) /ŋʊma·ŋa·'/ to chew buyo
    ngumanganga (i) /ŋʊma·ŋa·ŋa·'/ chewing buyo 3

ngayon (adv) /ŋayo·n/ now, today 1

ngitngit (v) /ŋitŋi·t/ rage, get mad
  magngitngit (af) /magŋitŋi·t/ to get mad 14

ngunit (conj) /ŋu·nɪt/ but 1

o (part) /'o·h/ a particle used either as a sentence opener or a closer which roughly means "now, see, look, please, okay", etc. 3

o (conj) /'o·h/ or 14

oo (part) /'o·'oh/ yes 2
  oo nga /'o·ʊ ŋa·/ oh, yes 14
  oo nga e /'o·ʊ ŋa· 'eh/ I agree with you, .you're right 7

opo (encl) /'opo·/ yes sir, yes ma'am 10

oras (n) /'o·ras/ hour, time 22

otso (adj) /'o·tsoh/ eight 25

pa (encl) /pa·h/ yet, more, too, still, as yet, another 3

paalam (n) /pa·'alam/ goodbye, farewell 1
  paalam na /pa·'alam na·h/ goodbye, farewell 1

paano (int) (conj) (adv) /pa·'anoh/ how; because; it's because 11

pabasa (n) /paba·sah/ Pasyon reading 22

pabayani (n) /pabaya·nɪh/ working or offering service without compensation, arrangement for contributed labor 5

pabitin (n) /pabi·tɪn/ a suspended bamboo frame on which goodies and articles are hung 23

paborito (adj) /pabori·toh/ favorite 7

pabrika (n) /pa·brɪkah/ factory 10

pakaridad (n) /pakarɪda·d/ offering of food on Holy Week 22

paki- /paki·h/ a prefix used with verbs to indicate request

pakipasa (v) /pakɪpa·sah/ see pasa 21

paksa (n) /paksa·'/ topic, subject, theme 17

padala (v) /padala·h/ to send
  magpadala (af) /magpadala·h/ to send
    magpapadala (f) /magpa·padalah/ will send 15

pag (conj) /pa·g/ a shortened form of kapag which means "if, when"; a noun-forming prefix 22

pag-aalaala (n) /paga·'ala'a·lah/ worry 24

pag-aalok (n) /paga'alo·k/ offer 25

pagawa (n) /pagawa·'/ work done 5

pagbati (n) /pagba·tɪ/ greeting 24

pagkakaiba-iba (n) /pagkaka·'ɪba'ɪbah/ state of being different 9

pagkakasakit (n) /pagkakasaki·t/ getting sick 10

pagkain (n) /pagka·'ɪn/ food 4

pagkasyahin (v) /pagka·syahɪn/ see kasya 10

pagkatapos (adv) /pagkata·pos/ afterwards, after 5

pagkontrato (n) /pagkontra·toh/ contracting 20

pagdadalamhati (n) /pagdadalamha·tɪ/ extreme sorrow 20

pagdating (adv) /pagdati·ŋ/ upon arrival 13
  pagdating ng araw /pagdatɪŋ naŋ 'a·raw/ someday, when the time comes 15

paglabas (adv) /paglaba·s/ after coming out 25

paglapit (adv) /pagla·pɪt/ after coming near 25

paglilingkod (n) /paglɪlɪŋko·d/ service
  maipaglingkod (v-bf) /maɪpaglɪŋko·d/ to be able to render some service
    maipaglilingkod (f) /maɪpagli·lɪŋkod/ will render some service 13

pagmamahabang-dulang (n) /pagmamaha·baŋ du·laŋ/ wedding 5

pagmamahalan (n) /pagmama·ha·laŋ/ love affair 5

pagod (n) /pa·god/ tiredness, fatigue 23

pagpasensyahan (v) /pagpase·nsyahan/ see pasensya 21

pagpilit (n) /pagpi·lɪt/ insistence 25

pagpunta (n) /pagpʊnta·h/ going 5

pagpuri (n) /pagpu·rɪh/ compliment 24

pagsasalita (n) /pagsasalɪta·'/ speaking 15

pagsisimba (n) /pagsɪsɪmba·h/ church-going 6

pagsuwerte (adv) /pagswe·rteh/ on becoming lucky 25

pagtama (adv) /pagta·ma·'/ on winning 25

pagtitipon (n) /pagtɪti·pʊn/ gathering, get-together 5

pagtulong (n) /pagtu·loŋ/ helping 5

pag-uusapan (v) /pag'u·'ʊsa·pan/ see usap 23

pahinga (n) (v) /pahɪŋa·h/ rest
  magpahinga (af) /magpahɪŋa·h/ to rest, to retire 16

pala (part) /pala·h/ exclamation of surprise 3

pala- /pala·h/ an adjective-forming prefix placed on a verb root to mean "fond of doing" or "regular performer"

palabati (adj) /palabati·'/ fond of greeting 24

palampas (v) /palampa·s/ let pass
  mapalampas (of) /ma·palampa·s/ to let pass 23
  palampasin (of) /palampasi·n/ to let pass 23

palapuri (adj) /palapʊri·h/ fond of praising 24

palasimba (adj) /palasɪmba·h/ fond of church-going 22

palusong (n) /palu·soŋ/ an arrangement for contributed labor, working without compensation 5

pamantayang-pangkaugalian (n) /pa·manta·yaŋ paŋkaʊgali·'an/ social standard 6

pamatid-uhaw (n) /pamatɪd 'u·haw/ refreshment, thirst-quencher 13

pambato (n) /pamba·toh/ best bet 11

pamilya (n) /pami·lyah/ family 8

pamimili (n) /pamɪmili·h/ buying 24

pamindong (n) /pamɪndo·ŋ/ head covering 20

paminsan-minsan (adv) /pami·nsanmi·nsan/ once in a while 16

pamiting (n) /pami·tɪŋ/ meeting, gathering 11

pamparti (n) /pampa·rtɪh/ something for party use 24

pamumuhay (n) /pamʊmu·hay/ living, way of life 8

pamutat (n) /pamu·tat/ dessert
ipamutat (v-if) /'ɪpamu·tat/ to serve as dessert 24

panahon (n) /panaho·n/ time, season, weather ₁8
panahon na /panahʊn na·h/ in season ₁8

panalo (adj) /pana·loh/ winning 1₁

panata (n) /pana·tah/ religious vow 22

pangungulila (n) /paŋʊŋʊli·lah/ loneliness 2₀

pangyayari (n) /paŋyaya·rɪh/ situation, event, happening, incident 2₀

pansit (n) /pansi·t/ noodles 2₁

papauwi (adv) /papaʊwi·'/ on the way home 24

papulong (n) /papu·loŋ/ meeting 11

para (adj) /pa·rah/ for, reserved for ₃
para kay /pa·ra ka·y/ reserved for (before a name noun) 9
para iyon lang /pa·ra yʊn la·ŋ/ that's nothing 13
para sa /pa·ra sa·h/ for (before a common noun) 3

para (adv) /pa·rah/ in order to 24

pare (n) /pa·reh/ vocative for kumpadre, sometimes for a man whose name is unknown to the speaker, for a pal or buddy 7

pareho (adj) /pare·hoh/ the same 5
pare-pareho (adj) /pare·pare·hoh/ all the same 5

parito (v) /pari·toh/ come
maparito (af) /mapari·toh/ to come 15

pasa (v) /pa·sah/ pass on, hand over
pakipasa (of) /pakɪpa·sah/ please pass on 21

pasalamatan (v) /pasalama·tan/ see salamat 1₀

pasan (n) (v) /pasa·n/ burden; carry 22

Pasko (n) /pasko·h/ Christmas 12
magpasko (v-af) /magpasko·h/ Christmas (to come)
nagpapasko (i) /nagpa·paskoh/ Christmas is coming ₁2

pasensiya (n) (v) /pase·nsyah/ patience; put up with, be patient with
magpasensiya (af) /magpase·nsyah/ to put up with, be patient with 2₁
pagpasensiyahan (lf) /pagpase·nsyahan/ to put up with, be patient with 21

pasiyam (n) /pasya·m/ nine-day prayer for the dead 2₀

pasok (v) /pa·sok/ enter, go to work, go to school
pasukan (lf) /pasu·kan/ to enter, go to work, go to school
pinapasukan (i) /pɪna·pasu·kan/ working at 1₀
pumasok (v) /pʊma·sok/ to work, go to school, enter 1₀

pasyal (v) /pasya·l/ take a walk, promenade
makapagpasyal (af) /makapagpasya·l/ to be able to go places 14
magpasyal (af) /magpasya·l/ to go places 15
nagpapasyal (i) /nagpa·pasya·l/ going places 6
nagpasyal (p) /nagpasya·l/ went places 14

pasyente (n) /pasye·nteh/ patient, physician's client 7

Pasyon (n) /pasyo·n/ a story of the life of Jesus Christ (written in verse) 22

patak (n) /pata·k/ drop (of liquid) ₁8

patapos (n) /patapo·s/ ninth day of the novena prayers for the dead 2₀

pati (adv) /pati·h/ also, even, including 22

payag (v) /pa·yag/ conform, consent, allow, let
pumayag (af) /pʊma·yag/ to conform, consent, allow, let 23

penitensiya (n) /penɪte·nsyah/ penitence 22

pera (n) /pe·rah/ money 7

pero (conj) /pe·roh/ but 3

personal (adj) /persona·l/ personal 11

petsa (n) /pe·tsah/ date 25

piga (v) /pɪga·'/ squeeze, extract
ipagpiga (bf) /'ɪpagpɪga·'/ to squeeze for 13

piho (adv) /pi·hoh/ surely 25

Pilipina (n) /pɪlɪpi·nah/ Filipino woman ꭹ

Pilipino (n) /pɪlɪpi·noh/ Filipino 5

pinag-aayaw-ayaw (v) /pɪnag'a·'a·yaw'a·yaw/ see ayaw-ayaw 1₀

pinagkakasya (v) /pɪnagka·ka·syah/ see kasya 1₀

pinapag-aaral (v) /pɪnapag'a·'a·ral/ see aral ₁5

pinapasukan (v) /pɪna·pasu·kan/ see pasok 1₀

pinipig (n) /pɪni·pɪg/ a specialty made of sticky rice 5

pintas (n) (v) /pɪnta·s/ criticism; criticize, find fault 1₁
pintasan (of) /pɪntasa·n/ to criticize, find fault ₁7

pipigan (n) /pɪpɪga·n/ place where pinipig is made 5

piso (n) /pi·soh/ peso 1₀

pito (adj) /pɪto·h/ seven 7

plasa (n) /pla·sah/ public square ₁2

po (part) (encl) /po·'/ particle of respectful address, sir or ma'am ₁

polyeto (n) /polye·toh/ pamphlets, handbills ₁1

primera (adj) /prɪme·rah/ first 23
magprimera (v-af) /magprɪme·rah/ to be first 23

prito (adj) /pri·toh/ fried 2₁

pritong manok (n) /pri·tʊŋ mano·k/ fried chicken 21

probinsya (n) /prʊbi·nsyah/ province 6

prusisyon (n) /prʊsɪsyo·n/ religious procession 22

puhunan (n) /pʊhu·nan/ investment, capital in business 18

pula (adj) /pʊla·h/ red ₁9
sa pula, sa puti /sa pʊla· sa pʊti·'/ a call to bet in a cockfight — "on the red, on the white" ₁9

pulo (n) /pʊlo·'/ island ₁

pulong (n) /pu·loŋ/ meeting 1₁

pulot (v) /pu·lot/ pick up 24
pulutin (of) /pʊlu·tɪn/ to pick up 24

pulubi (n) /pʊlu·bɪh/ beggar, mendicant
mamulubi (v-af) /mamʊlu·bɪh/ to live in extreme poverty 17

pulutin (v) /pʊlu·tɪn/ see pulot 24

pumipipig (v) /pʊmi·pi·pɪg/ see pipig 5

puno (adj) /puno·'/ full ₁8

punong-lunsod (n) /pu·nʊŋlʊnsod/ capital city ₁

punta (v) /pʊnta·h/ go to
  puntahan (lf) /pʊntaha·n/ to go to 20
puro (adj) /pu·roh/ only, just, always 8
pusta (n) (v) /pʊsta·h/ bet
  ipusta (bf) /'ɪpʊsta·h/ to bet for 11
    ipinupusta (i) /'ɪpɪnu·pʊstah/ betting for 11
putat (n) /pu·tat/ dessert 24
  ipamutat (v-if) /'ɪpamu·tat/ to serve as dessert 24
puti (adj) /pʊti·'/ white 19
  sa pula, sa puti /sa pʊla· sa pʊti·'/ a call to bet
    in a cockfight 19
puto-bumbong (n) /pu·tʊbʊmboŋ/ a native delicacy
  made from rice 12
puwes (part) /pwe·s/ then, well 24
puwesto (n) /pwe·stoh/ stall 25
puyat (adj) /pʊya·t/ sleepy 11

raw (encl) /ra·w/ it is said (variant of daw) 11
rekord (n) /re·kord/ record 11
regular (adj) /rɪgʊla·r/ regular 6
relyeno (n) /rɪlye·noh/ stuffed fish or fowl 16
rin (encl) /ri·n/ too, also (variant of din) 4
rito (dem-s) /ri·toh/ here (variant of dito) 1
riyan (dem-s) /rɪya·n/ there (variant of diyan) 20
romantiko (adj) /rʊma·ntɪkoh/ romantic 5

sa (m-s) /sa·h/ relevant to: to, from, of, by, in,
  and for 1
  sa ganang akin /sa gana·ŋ 'a·kɪn/ as for me, in
    my opinion 23
  sa makalawa /sa makalawa·h/ the day after to-
    morrow 15D
  sa madaling sabi /sa madali·ŋ sa·bɪh/ in short
    8
saan (int) /sa'a·n/ where 1
  kahit saan /kahɪt sa'a·n/ anywhere 18
saanman (adv) /sa'anma·n/ anywhere 6
saan-saan (int) /sa'ansa'a·n/ what places
  kung saan-saan /kʊŋ sa'ansa'a·n/ all direc-
    tions, everywhere 24
Sabado (n) /sa·badoh/ Saturday 24
sabi (n) (v) /sa·bɪh/ what has been said; said 8
  ang ibig mong sabihin /'aŋ 'i·bɪg mʊŋ sabi·hɪn/
    you mean 4
  magsabi (af) /magsa·bɪh/ to say 24
  sabihin (of) /sabi·hɪn/ to say 4
  sabihin mo /sabi·hɪn mo·h/ you mean 4
  sa madaling sabi /sa madali·ŋ sa·bɪh/ in short
    8
sabong (n) /sa·boŋ/ cockfight 19
sabungero (n) /sabʊŋe·roh/ cockfighter 19
saka (conj) /saka·h/ and, in addition 19
  saka na /saka· na·h/ later, some other time,
    afterwards 16
sakali (adv) /saka·lɪ'/ in case, if it should happen
  25
  baka sakali /baka· saka·lɪ'/ perhaps, maybe,
    by chance 25
sakit (n) /saki·t/ illness, sickness, pain
  sumakit (v-af) /sʊmaki·t/ to ache
    sumasakit (i) /sʊma·saki·t/ aching 3
saksak (v) /saksa·k/ stab 19
  saksakin (of) /saksaki·n/ to stab
    sinasaksak (i) /sɪna·saksak/ stabbing 9

saksi (n) (v) /saksi·h/ witness
  makasaksi (af) /makasaksi·h/ to be able to
    witness 22
sahod (n) /sa·hod/ salary 10
salabat (n) /salaba·t/ ginger tea 12
salamat (n) /sala·mat/ thanks 10
  magpasalamat (v-af) /magpasala·mat/ to give
    thanks, to be grateful 10
  pasalamatan (v-lf) /pasalama·tan/ to give
    thanks to 10
  salamat po /sala·mat po·'/ thank you 10
salapi (n) /salapi·'/ money 8
sama (v) /sa·mah/ go with, tag along
  samahan (lf) /sama·han/ to accompany 12
sama (adj) /sama·'/ bad
  samaan ng loob /sa·ma·'an naŋ lo'o·b/ mutual
    antipathy or ill-feeling 22
sama-sama (adj) /sa·masa·mah/ together 5
sampu (adj) /sampu·'/ ten 11
sana (part) /sa·nah/ wish, hope, or desire 8
sanay-sanay (adj) /sanaysana·y/ almost used to
  24
sandali (n) /sandali·'/ moment, minute, short
  time 24
  sandali lang /sandali· la·ŋ/ just a minute, just
    a moment 13
sanlibo (n) (adj) /sanli·boh/ one thousand 11
sarili (adj) (n) /sari·lɪh/ one's, own; self 17
sarsa (n) /sa·rsah/ sauce 16
sasakyan (n) /sasakya·n/ vehicle 18
sayang (part) (v) /sa·yaŋ/ what a pity, what a
  waste; waste, too bad! 13
  masayang (of) /masa·yaŋ/ to waste 23
sayaw (n) (v) /saya·w/ dance
  sumayaw (af) /sʊmaya·w/ to dance
    sumasayaw (i) /sʊma·sayaw/ dancing 4
segunda (adj) /segu·ndah/ second 23
senakulo (n) /sena·kʊloh/ Passion Play 22
serbesa (n) /serbe·sah/ beer 21
si (m-a) /si·h/ noun marker for person name
  nouns 2
sigarilyo (n) (v) /sɪgari·ɪyoh/ cigarette; smoke
  magsigarilyo (af) /magsɪgari·lyoh/ to smoke
    nagsisigarilyo (i) /nagsi·sɪgari·lyoh/ smok-
      ing 6
sige (part) /si·geh/ go on, proceed, continue 4
  o sige /'o· si·geh/ okay, all right (when giving
    in to a request); well (as a conversation clos-
    er) 4
  sige na /si·gɪ na·h/ come on 4
  sige na nga /si·gɪ na ŋa·'/ oh, all right 12
siguro (adv) /sɪgu·roh/ maybe, probably 4
  makasiguro (v-af) /makasɪgu·roh/ to be sure
    11
  sigurado (adj) /sɪgura·doh/ sure 11
sila (pron-a) /sɪla·h/ they (singular in respectful
  reference) 4
simba (v) /sɪmba·h/ attend mass, go to church
  kasisimba (rp) /ka·sɪsɪmbah/ just been to
    church 25
  magsimba (af) /magsɪmba·h/ to go to church
    nagsimba (p) /nagsɪmba·h/ went to church
      14
    nagsisimba (i) /nagsi·sɪmbah/ going to
      church 6

simbahan (n) /sɪmba·han/ church 12

simple (adj) /si·mpleh/ simple 8

simula (n) (v) /sɪmula·'/ beginning; start, begin

magsimula (af) /magsɪmula·'/ to begin, start 10

magsisimula (f) /magsi·sɪmula'/ will start, begin 15

simulan (of) /sɪmula·n/ to begin, start 22

sina (m-a) /sɪna·h/ noun marker for plural person name nouns 4

sinasaksak (v) /sɪna·saksak/ see saksak 9

sinasamahan (v) /sɪna·sama·han/ see sama 12

sine (n) /si·neh/ theater, moviehouse, movie 24

siniguwelas (n) /sɪnɪgwe·las/ a fruit 18

singkuwenta (n) /sɪŋkwe·ntah/ fifty 18

sino (int) /si·noh/ who 2

sinusungkit (v) /sɪnu·suŋkɪt/ see sungkit 9

sira (n) (v) /si·ra·'/ tear; destroy

masira (of) /masi·ra·'/ to tear, destroy 24

sisi (v) /si·sɪh/ repent

masisi (of) /masi·sɪh/ to blame 25

sisimulan (v) /si·sɪmulan/ see simula 22

siya (pron-a) /sya·h/ he, she 2

siya (part) /sya·h/ well (conversation closer) 10

siyam (adj) /sya·m/ nine 7

siyanga (part) /syaŋa·'/ expressive of agreement —true, really 4

siyanga ba? /syaŋa· ba·h/ Really?, Is it true? 21

siyanga pala /syaŋa· pala·h/ Oh yes, I remember, by the way 3

siyempre (part) /sye·mpreh/ naturally, of course 5

siyento (adj) /sye·ntoh/ one hundred 10

siyento beynte (adj) /sye·ntʊ be·ynteh/ one hundred and twenty 10

Siyete Palabra (n) /sye·teh pala·brah/ seven last words of Christ 22

ssst! (part) /sst/ attention-calling expression 4

subo (v) /su·bo·'/ get into something

sumubo (af) /sʊmu·bo'/ to get into something 16

subok (v) /su·bok/ try, test

subukin (of) /sʊbu·kɪn/ to try, test 11

suman (n) /su·man/ a native delicacy made of sticky rice 4

sumasakit (v) /sʊma·sakɪt/ see sakit 3

sumasayaw (v) /sʊma·sayaw/ see sayaw 4

sunod (v) /sʊno·d/ follow

makasunod (af) /makasʊno·d/ to keep up with 23

sungkit (v) /sʊŋki·t/ hook down

sungkitin (of) /sʊŋkɪti·n/ to hook down

sinusungkit (i) /sɪnu·sʊŋkɪt/ hooking down 9

suot (v) /sʊ'o·t/ wear

magsuot (af) /magsʊ'o·t/ to wear

nagsusuot (i) /nagsu·sʊ'ot/ wearing 2

supot (n) /su·pot/ bag, sack 24

suweldo (n) /swe·ldoh/ salary, wage 10

suwerte (n) /swe·rteh/ luck, fate 25

suwertihin (v-af) /swe·rtɪhɪn/ to be lucky 25

suya (adj) /sʊya·'/ fed up 8

tabi (adv) /tabi·h/ beside, by the side of 20

takbo (v) /takbo·h/ run

tumakbo (af) /tʊmakbo·h/ to run 18

tatakbo (f) /ta·takboh/ will run 15

takot (adj) /tako·t/ frightened

matakot (v-af) /mata·kot/ to be frightened 24

taga- /taga·h/ a noun-forming prefix meaning "native of" or "coming from" (of nouns); "regular performer of" (with verb roots)

taga-Balut (n) /tagabalu·t/ person from Balut 22

taga-Nabotas (n) /taganabo·tas/ person from Navotas 22

tagaprobinsya (n) /tagaprʊbi·nsyah/ person from the province 22

tagasaan (int) /tagasa'a·n/ where from 22

tagasulsi (n) /tagasʊlsi·h/ mender, darner 9

tagatabi-tabi (n) /tagatabɪtabi·h/ a nobody, from nowhere 23

Tagalog (n) /taga·log/ a language in the Philippines 17

tagpe (n) /tagpe·'/ patch (often used as a name of an animal with a spot) 14

tag-ulan (n) /tag'ʊla·n/ rainy or wet season 18

tainga (n) /te·yŋah/ ear 4

talaga (adv) /talaga·h/ really, truly 5

talo (n) /ta·loh/ loser, beaten

manalo (v-af) /mana·loh/ to win 19

talon (v) /talo·n/ jump

tumalon (af) /tʊmalo·n/ to jump 22

tama (adj) /ta·ma'/ right, correct

tama na /ta·ma· na·h/ that's enough, cut it out 4

tamang-tama /ta·maŋ ta·ma'/ just right, exactly 20

tumama (v-af) /tʊma·ma'/ to win 25

tampo (v) /tampo·h/ sulk

magtampo (af) /magtampo·h/ to sulk 21

tampok (n) /tampo·k/ main attraction

mapatampok (v-af) /ma·patampo·k/ to be the main attraction 23

tandaan (v) /tanda'a·n/ remember

matandaan (of) /ma·tanda'an/ to remember 24

tanong (n) (v) /tano·ŋ/ question; ask, question

itanong (of) /'ɪtano·ŋ/ to ask 23

makapagtanong (af) /makapagtano·ŋ/ to be able to ask 13

tanyag (adj) /tanya·g/ famous, well-known 19

tangkilik (v) /taŋki·lɪk/ patronize

tangkilikin (of) /taŋkɪli·kɪn/ to patronize 17

tanggap (v) /taŋga·p/ receive

tanggapin (of) /taŋgapi·n/ to receive, accept 21

tanghali (n) /taŋha·lɪ'/ noon, midday 14D

tao (n) /ta·'oh/ person, human being 5

taon (n) /ta·'o·n/ year 7

tapos (adj) /tapo·s/ finished, terminated, concluded

matapos (v-af) /mata·pos/ to finish 15

tapusin (v-of) /tapu·sɪn/ to finish 22

tatakbo (v) /ta·takboh/ see takbo 15

tatay (n) /ta·tay/ father 3

tatlo (adj) /tatlo·h/ three 13

tawa (v) /ta·wah/ laugh

tumawa (af) /tʊma·wah/ to laugh

tumatawa (i) /tʊma·ta·wah/ laughing 4

tawad (n) /ta·wad/ bargain, reduction in price 18

tawag (v) /ta·wag/ call

    tumawag (af) /tʊma·wag/ to call 14

tayo (pron-a) /ta·yoh/ we (inclusive) 5

    tayo na /ta·yʊ na·h/ let's go, come on 2

teka (part) /te·kah/ wait (shortened from hintay ka) 3

tela (n) /te·lah/ cloth 20

tena (part) /te·nah/ let's go, come (from tayo na) 18

teritoryo (n) /terɪto·ryoh/ territory 11

terno (n) /te·rnoh/ suit, Filipina dress 23

tiket (n) /ti·ket/ ticket, sweepstakes ticket 25

    tiket kayo /ti·ket kayo·h/ tickets for sale, buy a ticket 25

tikim (v) /tɪki·m/ taste

    tikman (of) /tɪkma·n/ to taste 21

tig- /ti·g/ prefix meaning 'each'

tigdidiyes (adj) /tɪgdɪdyi·s/ ten centavos each 18

tiis (v) /tɪ'i·s/ suffer

    magtiis (af) /magtɪ'i·s/ to suffer 6

      nagtitiis (i) /nagtɪ·tɪ'ɪs/ suffering 6

    mapagtiisan (of) /mapagtɪ'ɪsa·n/ to be endured

      mapagtitiisan (f) /mapagtɪ·tɪ'ɪsan/ will be endured 20

timpi (v) /tɪmpi·'/ control one's self

    timpiin (of) /tɪmpɪ'i·n/ to control one's self 24

tinda (n) /tɪnda·h/ merchandise, goods for sale 12

tindahan (n) /tɪnda·han/ store 9

tinyeblas (n) /tɪnye·blas/ Tenebrae—a reenactment of the betrayal of Christ by Judas 22

tingin (v) /tɪŋi·n/ see, look

    tingnan (of) /tɪŋna·n/ to see, look 8

    tingnan mo /tɪŋnan mo·h/ you see 8

    tumingin (af) /tʊmɪŋi·n/ to see, look 1

tira (v) /tɪra·h/ live, stay

    manirahan (af) /manɪra·han/ to live, reside 13

tira (n) /tɪra·h/ left-over 16

titser (n) /ti·tser/ teacher 2

titulado (n) /tɪtʊla·doh/ degree holder, college graduate 8

tiya (n) /tɪya·h/ aunt 3

tiyak (adv) /tɪya·k/ sure, certain 25

tiyan (n) /tɪya·n/ stomach 3

trabaho (n) (v) /traba·hoh/ work, occupation; work 5

    makapagtrabaho (af) /makapagtraba·hoh/ to be able to work 8

tsokolate (n) /tsʊkʊla·teh/ chocolate 9

tubo (n) /tu·bo·'/ profit 18D

tugtog (n) /tʊgtu·g/ musical piece, ring of a bell 12

    tumugtog (v-af) /tʊmʊgto·g/ to ring, play a musical instrument

      tumutugtog (i) /tʊmu·tʊgtog/ ringing 2

tulog (v) /tu·log/ sleep

    makatulog (af) /makatu·log/ to be able to sleep 14

      nakatulog (p) /nakatu·log/ was able to sleep 14

    matulog (af) /matu·log/ to sleep 12

      matutulog (f) /matʊtu·log/ will sleep 12

tulong (n) (v) /tu·loŋ/ help 15

    tumulong (af) /tʊmu·loŋ/ to help

tutulong (f) /tʊtu·loŋ/ will help 15

    tumutulong (i) /tʊmʊtu·loŋ/ helping 5

tuloy (v) /tʊlo·y/ enter, continue

    tuloy kayo /tʊlʊy kayo·h/ come in 13

    tumuloy (af) /tʊmʊlo·y/ to go, continue, leave

      tutuloy (f) /tu·tʊloy/ will go, will leave 13

    tutuloy na po ako /tu·tʊlʊy na pu· 'ako·h/ Goodbye, so long 13

tuluy-tuloy (adj) /tʊlʊy tʊlo·y/ straight, direct 5

tumatawa (v) /tʊma·ta·wah/ see tawa 4

tumawag (v) /tʊma·wag/ see tawag 14

tumugtog (v) /tʊmu·tʊgtog/ see tugtog 2

tumutulong (v) /tʊmu·tu·loŋ/ see tulong 5

tunay (adj) /tu·nay/ real, genuine, true 5

tungkol (part) /tʊŋko·l/ referring to, as regards, about (used with a sa-phrase) 3

tungo (n) /tu·ŋoh/ destination 20

turo (v) /tu·ro·'/ point at/out

    ituro (of) /'ɪtu·ro·'/ to point at/out 1

turon (n) /tʊro·n/ a native confection, banana fritter 4

tuto (v) /tu·toh/ learn

    matuto (af) /matu·toh/ to learn 22

tutulong (v) /tʊtu·loŋ/ see tulong 15

tutuloy (v) /tʊtʊlo·y/ see tuloy 13

tuwang-tuwa (adj) /tʊwaŋtʊwa·'/ very happy 4

tuwina (adv) /tʊwi·nah/ always, all the time 22D

tuwing (adv) /tʊwi·ŋ/ every 22

tuya (v) /tʊya·'/ mock, speak sarcastically

    tuyain (of) /tʊya·'ɪn/ to mock, speak sarcastically 24

ubos (v) /'u·bos/ finish up

    maubos (of) /ma·u·bos/ to finish up 16

    ubusin (of) /'ʊbu·sɪn/ to finish up 15

ugali (n) /'ʊga·lɪ·'/ custom, habit 6

ulan (n) (v) /'ʊla·n/ rain 18

    ulanin (v-lf) /'ʊlani·n/ to rain on 23

    umulan (v-af) /'ʊmʊla·n/ to rain 18

ulila (n) /'ʊli·lah/ orphan

    ulilahin (v-of) /'ʊlɪla·hɪn/ to be orphaned 20

umaawit (v) /'ʊma·'a·wɪt/ see awit 4

umaga (n) /'ʊma·gah/ morning, forenoon 1

    magandang umaga /magandaŋ 'ʊma·gah/ good morning 1

umuusbong (v) /'ʊmu·'ʊsboŋ/ see usbong 5

una (adj) /'u·nah/ first 24

    mag-unahan (v-af) /mag'ʊnaha·n/ to hurry, run in order to be first 24

    mauna (v-af) /ma·'ʊnah/ to be first, ahead

      nauuna (i) /na·'ʊ'ʊnah/ being first, ahead 4

una-una (adv) /'ʊna·'ʊna·h/ one earlier than another or others 20

unlad (n) (v) /'ʊnla·d/ progress

    iunlad (of) /'ɪʊnla·d/ to progress

      iniunlad (p) /'ɪnɪʊnla·d/ to progress 17

upang (conj) /'u·paŋ/ in order to, so that 25

upo (v) /'ʊpo·'/ sit down

    maupo (af) /maʊpo·'/ to sit down 10

usap (v) /'u·sap/ talk to, converse

    kausapin (lf) /kaʊsa·pɪn/ to talk to 20

    makausap (of) /maka'u·sap/ to talk to

    pag-usapan (of) /pag'ʊsa·pan/ to talk about 23

usbong (v) /'ʊsbo·ŋ/ bud, sprout, blossom
    umusbong (af) /'ʊmʊsbo·ŋ/ to bud, sprout
        umuusbong (i) /'ʊmu·ʊsboŋ/ budding, sprouting 5

utak (n) /'u·tak/ brain 8
utang (n) /'u·taŋ/ debt, indebtedness 10
    umutang (v-af) /'ʊmu·taŋ/ to borrow 16
utang na loob (n) /'u·taŋ na lo·'o·b/ debt of gratitude 10
uwi (v) /'ʊwi·'/ return home
    maiuwi (of) /ma·'ɪʊwi·'/ to take home 21
uy! (part) /'u·y/ used to express admiration, teasing 3

wala (pv) /wala·'/ nothing, none 5
    wala na bang tawad /wala na baŋ ta·wad/ Can't you make it cheaper? 18
    walang itulak-kabigin /wala·ŋ ɪtu·lak kabi·gɪn/ neither has an edge over the other 23
walang-bahala (n) /wala·ŋ baha·la·'/ indifference
    magwalang-bahala (v-af) /magwalaŋ baha·la·'/ to act indifferently, seem not to care 17

walo (adj) /walo·h/ eight 18
wika (n) /wi·ka·'/ language 17
wili (v) /wi·lɪh/ to be absorbed in doing something
    mawili (af) /mawi·lɪh/ to be absorbed in doing something, be contented with 22

yaman (n) /ya·man/ riches, wealth
    yumaman (v-af) /yʊma·man/ to become rich 25
yan (dem-a) /ya·n/ that (shortened form of <u>iyan</u>) 16
yamot (adj) /yamo·t/ annoyed
    ikayamot (v-cf) /'ɪkayamo·t/ to be annoyed with 25
yari (adj) /yari·'/ finished, done, made
    mapagkayarian (v-of) /mapagkayarɪ'a·n/ to agree on 23
yata (adv) /ya·ta·'/ perhaps, maybe, it seems 5
yon (dem-a) /yo·n/ that (shortened form of <u>iyon</u>) 15

# INDEX

## Abbreviations

| | | | |
|---|---|---|---|
| adj | adjective | LF | locative-focus |
| adv | adverb | loc | locative |
| AF | actor-focus | m | marker |
| attr | attributive | neg | negative |
| ben | benefactive | obj | object |
| BF | benefactive-focus | OF | object-focus |
| caus | causative | part | particle |
| CF | causative-focus | perf | perfective |
| compl | complement | plu | plural |
| conj | conjunction | pred | predicate |
| const | construction | prep | preposition |
| dem | demonstrative | pron | pronoun |
| encl | enclitic | PV | pseudo-verb |
| excl | exclamation/exclamatory | ques | question |
| fut | future | RP | recent perfective |
| IF | instrumental-focus | sent | sentence |
| imperf | imperfective | sing | singular |
| inter | interrogative | VR | verb root |
| instr | instrumental | | |

Note: The page numbers given below refer in each instance to the page in the text where the title of the grammatical section appears. The item being sought may occur on that page and/or within the later pages of the section.